Paramahansa Yogananda
(Enero 5, 1893-Marso 7, 1952)
Isang Premavatar, "Pagkabuhay-muli ng Pag-ibig"
(tingnan ang pahina 392 n.)

Sariling Talambuhay ng isang Yogi

ni
Paramahansa Yogananda

May isang Paunang Salita ni
W. Y. Evans-Wentz, M.A., D. Litt., D. Sc.

"Hangga't hindi kayo nakakakita ng mga himala at mga kababalaghan, kailanman ay hindi kayo sasampalataya."
—Juan 4:48

Self-Realization Fellowship
FOUNDED 1920
Paramahansa Yogananda

Ang Orihinal na Pamagat sa English ay inilathala ng:
Self-Realization Fellowship, Los Angeles, California
Autobiography of a Yogi

ISBN-13: 978-0-87612-083-5
ISBN-10: 0-87612-083-4

Isinalin sa wikang Filipino ng Self-Realization Fellowship
Copyright © 2015 Self-Realization Fellowship

Ang *Sariling Talambuhay Ng Isang Yogi* ay nailathala na sa mga sumusunod na wika: Aleman, Arabo, Bengali, Bulgarian, Croatian, Danish, Español, Estonian, Filipino, Finnish, Griyego, Gujarati, Hapones, Hindi, Hungarian, Icelandic, Ingles, Intsik (simple at tradisyonal), Italyano, Kannada, Kazakh, Malayalam, Marathi, Nepali, Norwegian, Olandes, Onya, Polish, Portyugis, Pranses, Romanian, Russo, Sanskrit, Swisso, Tamil, Telugo, Thai, Vietnamese at Urdu.

 Binigyan ng Pahintulot ng International Publications
Konseho ng Self-Realization Fellowship

Ang *Self-Realization Fellowship* na pangalan at sagisag (nakikita sa itaas) ay makikita sa lahat ng mga aklat, pagtatala, at ibang mga lathalain ng SRF, binibigyan ng katiyakan ang mambabasa na ang isang gawa ay nagmula sa kapisanang itinatag ni Paramahansa Yogananda at may katapatang ipinahahatid ang kanyang mga pagtuturo.

Unang pagkalimbag sa Filipino mula sa Self-Realization Fellowship, 2015
First edition in Filipino from Self-Realization Fellowship, 2015

Itong Paglilimbag 2015
This Printing 2015

ISBN-13: 978-0-87612-599-1
ISBN-10: 0-87612- 599-2

1080-J3322

ANG PAMANANG ESPIRITUWAL NI PARAMAHANSA YOGANANDA

*Ang Kanyang Kumpletong mga Akda, mga Pagtuturo,
at Impormal na Pananalita*

Itinatag ni Paramahansa Yogananda ang Self-Realization Fellowship* sa taong 1920 upang palaganapin ang kanyang mga pagtuturo sa buong mundo at upang mapanatili ang kanilang kadalisayan at katapatan para sa mga henerasyong darating. Isang mapanlikhang manunulat at tagapagturo mula sa kanyang pinaka-maagang mga taon sa America, siya ay lumikha ng isang tanyag at napakaraming mga akda sa siyensiyang yoga ng meditasyon, ang sining ng balanseng pamumuhay, at ang batayan ng pagkakaisa ng lahat ng dakilang mga relihiyon. Sa ngayon, itong walang katulad at malawak na pamanang espirituwal ay nananatiling buhay, at nagbibigay-sigla sa milyun-milyong naghahanap ng katotohanan sa buong mundo.

Sang-ayon sa naipahayag na kahilingan ng dakilang maestro, ipinagpatuloy ng Self-Realization Fellowship ang kasalukuyang gawaing paglalathala at pinapanatiling nakalimbag ang, *The Complete Works of Paramahansa Yogananda*. Kasama sa mga ito, hindi lamang ang mga huling edisyon ng lahat ng mga aklat na kanyang naipalathala sa panahon ng kanyang pagkabuhay, kundi kasama din ang mga bagong pamagat—mga akdang nanatiling hindi nailathala hanggang sa panahon ng kanyang pagpanaw noong 1952, o iyong mga naipalabas na baha-bahagi ng hindi tapos sa pagdaraan ng mga taon sa mga magasin ng Self-Realization Fellowship, tulad din ng mga daan-daang malalalim na nakapagbibigay-siglang mga

---

* Si Paramahansa Yogananda ay ipinaliwanag ng literal, na ang "Self-Realization Fellowship" ay nangangahulugan ng "Pakikisama sa Diyos sa pamamagitan ng Sariling-Pagkaunawa at pakikipagkaibigan sa lahat ng mga kaluluwang naghahanap ng katotohanan." Tingnan din ang glosaryo at ang "Aims and Ideals of Self-Realization Fellowship".

pagtuturo at impormal na pananalita na naitala subalit hindi nai-limbag bago siya pumanaw.

Si Paramahansa Yogananda mismo ang pumili at nagsanay sa mga malalapit na disipulo na naging pinuno ng Self-Realization Fellowship Publications Council, at binigyan sila ng tiyak na mga patnubay para sa paghahanda at paglalathala ng kanyang mga turo. Ang mga kasapi ng konseho ng lathalaing SRF (mga monghe at mga madre na may mga panghabang-buhay na panata ng pagtalikod at walang pag-iimbot na paglilingkod) ay binigyan ng paggalang itong mga patnubay bilang sagradong pagtitiwala, upang ang pandaigdig na mensahe nitong pinakamamahal na guru ng mundo ay maipag-patuloy sa kanyang orihinal na kapangyarihan at pagka-lehitimo.

Ang sagisag ng Self-Realization Fellowship (nakikita sa itaas ng kabilang pahina) ay itinalaga ni Paramahansa Yogananda upang makilala ang hindi pinagkakakitaang samahan na kanyang itinatag bilang may karapatang pagmulan ng kanyang mga turo. Ang SRF na pangalan at sagisag ay makikita sa lahat ng Self-Realization Fe-llowship na lathalain at mga recording, binibigyan ng katiyakan ang mambabasa na ang isang akda ay nagmula sa kapisanang itinatag ni Paramahansa Yogananda at ipinahahatid ang kanyang mga turo ayon sa kanyang hangaring sila ay maipamahagi.

—Self-Realization Fellowship

Inihandog sa Alaala ni

LUTHER BURBANK

"Isang Amerikanong Banal"

PAGPAPASALAMAT NG MAY-AKDA

Lubos ang aking utang-na-loob kay Binibining L.V. Pratt (Tara Mata) para sa kanyang mahabang gawaing editoryal sa manuskrito ng orihinal ng aklat na ito. Ako'y nagpapasalamat din kay Ginoong C. Richard Wright para sa pahintulot na gamitin ang mga sipi mula sa kanyang talaarawan ng paglalakbay sa India. Para kay Dr. W. Y. Evans-Wentz, ako ay nagpapasalamat, hindi lamang para sa kanyang Paunang Salita, kundi para din sa mga payo at pagbibigay ng lakas ng loob.

PARAMAHANSA YOGANANDA

Oktubre 28, 1945

MGA NILALAMAN

Tala ng mga Larawan xi

Paunang Salita, ni W. Y. Evans Wentz xv

Pagpapakilala xvii

Kabanata

1. Ang Aking mga Magulang at Maagang Buhay 3
2. Ang Kamatayan ng Aking Ina at Ang Mistikong Agimat 17
3. Ang Taong Banal na may Dalawang Katawan 25
4. Ang Naabalang Pagtakas Ko Patungong Himalaya 33
5. Isang "Pabangong Banal" Nagtanghal ng Kanyang mga
   Kababalaghan 49
6. Ang Tigreng Swami 59
7. Ang Lumulutang na Banal 69
8. Ang Dakilang Siyentipiko ng India, Si J. C. Bose 76
9. Ang Napakaligayang Deboto at ang Kanyang Romansang
   Kosmiko 87
10. Nakilala ko Ang Aking Maestro, Si Sri Yukteswar 97
11. Dalawang Walang-Perang Bata sa Brindaban 113
12. Mga Taon sa Hermitage ng Aking Maestro 124
13. Ang Hindi Natutulog na Banal 160
14. Isang Karanasan ko sa Kosmikong Kamalayan 169
15. Ang Pagnanakaw ng Cauliflower 179
16. Paglilinlang sa mga Bituin 192
17. Si Sasi at ang Tatlong Sapiro 205
18. Isang Mahimalang Mohammedan 213
19. Ang Aking Maestro, Nasa Calcutta, Nagpakita sa
    Serampore 220
20. Hindi Kami Dumalaw sa Kashmir 224
21. Dumalaw Kami sa Kashmir 231
22. Ang Puso ng Isang Imaheng Bato 244

23. Tinanggap Ko Ang Aking Titulo sa Unibersidad.................... 251

24. Ako ay Naging Isang Monghe ng Swami Order.................... 260

25. Ang Kuya Ananta at Kapatid kong si Nalini 271

26. Ang Siyensiya ng Kriya Yoga 279

27. Ang Pagtatatag ng Isang Paaralang Yoga sa Ranchi.............. 292

28. Si Kashi, Ipinanganak Muli at Natuklasan 302

29. Si Rabindranath Tagore at Ako Naghambing ng mga
    Paaralan.. 308

30. Ang Batas ng mga Himala... 314

31. Isang Pakikipanayam sa Sagradong Ina................................ 328

32. Si Rama ay Muling Binuhay 340

33. Si Babaji, Ang Kristong-Yogi ng Makabagong India.............. 351

34. Pagpapakita ng Isang Palasyo sa Himalayas........................ 362

35. Ang Mala-Kristong Buhay ni Lahiri Mahasaya...................... 378

36. Ang Pagmamalasakit ni Babaji sa Kanluran.......................... 394

37. Pupunta Ako sa Amerika 405

38. Luther Burbank—Isang Banal Sa Gitna ng mga Rosas.......... 422

39. Si Therese Neumann, ang Katolikong Stigmatista 430

40. Bumalik Ako Sa India.. 441

41. Ang Maligayang Buhay sa Timog India 457

42. Mga Huling Araw Kapiling ang Aking Guru 474

43. Ang Pagkabuhay Muli ni Sri Yukteswar 495

44. Kapiling si Mahatma Gandhi sa Wardha............................... 518

45. Ang Bengali na "Laganap-sa-Tuwang Ina" 541

46. Ang Babaeng Yogi Na Hindi Kailanman Kumakain.............. 549

47. Ako ay Bumalik sa Kanluran... 563

48. Sa Encinitas sa California.. 569

49. Mga Taong 1940-1951 576

Paramahansa Yogananda: Isang Yogi sa Buhay at Kamatayan...... 599

Selyong Paggunita Inilabas ng Pamahalaan ng India Bilang
Paggalang kay Paramahansa Yogananda... 600

Ang Hanay ng mga Self-Realization Fellowship Guru 606

Mga Layunin at Huwaran ng Self-Realization Fellowship........... 608

MGA LARAWAN

Paramahansa Yogananda
Ang May-Akda (*Unang panig-Pabalat*)

GURRU (Gyana Prabha) GHOSH, ina ni Yoganandaji 6

Bhagabati CHaran Ghosh, ama ni Yoganandaji 7

Sri Yogananda sa edad na anim (6) na taon 13

Yoganandaji (nakatayo) kasama ang kanyang nakatatandang
kapatid na si Ananta 21a

Roma (kaliwa) pinakamatandang kapatid na babae ni
Yoganandaji, Nalini (kanan), nakababatang kapatid na
babae, kasama si Yoganandaji (gitna) 21b

Uma (ibaba), nakatatandang kapatid na babae 21c

Si Swami Pranabananda, ang "Banal na may Dalawang
Katawan sa Banaras" 30

Si Swami Keshabananda, ang pinakamamahal na tagapagturo
ng Sanskrit ni Yoganandaji 48a

Ang tahanan sa Calcutta ng pamilya ni Sri Yogananda,
Hulyo 1915 .... 48b

Nagendra Nath Bhaduri, "Ang Lumulutang ba Banal" 72

Jagadis Chandra Bose, ang dakilang pisista, botaniko at
imbentor ng Crescograph ng India 82

Si Maestro Mahasaya (Mahendra Nath Gupta), Ang
Maligayang Deboto 93

Ang Dibinong Ina 95

Si Swami Gyanananda (guro ni Dayananda) at si Sri
Yogananda 105

Si Swami Sri Yukteswar
(guro ni Paramahansa Yogananda) 1855-1936 110

Templong pangmeditasyon ni Sri Yukteswar, inialay noong
taong 1977 sa Serampore 111a

Yoganandaji, sa likurang upuan ng motorsiklong bigay ng
kanyang ama, noong taong 1915 (ibaba) 111b

Bhagavan (Panginoon) Krishna, Pinakamamahal na Avatar ng
India 121

Jitendra Mazumdar, ang kasama ni Yogananda sa "walang perang pagsubok" sa Brindaban 122

Ram Gopal Muzumdar,, "Ang Hindi Natutulog na Banal" 161

Ashram ni Sri Yukteswar sa Puri, Orissa, tabing dagat malapit sa Bay of Bengal 177

Swami Sri Yukteswar sa posisyong Lotus 178

Si Yoganandaji, sa edad na (16) labinganim na taon 211

Ang Panginoong Shiva, "Ang hari ng mga Yogi" 230

Self-Realization Fellowship, Mt. Washington
Pandaigdig na Punong Tanggapan, 1925 235

Si Rajarsi Janakananda, dating Pangulo SRF/YSS of India
(1952-1955) 237a

Si Sri Daya Mata, dating Pangulo SRF/YSS of India
(1955-2010) 237b

Si Sri Mrinalini Mata, Pangulo, (mula 2010 hanggang sa
kasalukuyan) 237c

Si Yoganandaji at ang kanyang pinsan na si Prabhas Chandra
Ghosh 255

Si Sri Jagadguru Shankaracharya sa SRF/YSS Punong
Tanggapan, 1958 264

Si Sri Daya Mata nasa Dibinong pakikipagniig 278

Si Rajarsi Janakananda (J. J. Lynn), isang taga-kanlurang nasa
Samadhi 291

Ang Yogoda Branch Math at Ashram, Ranchi 301

Si Kashi, ang mag-aaral ng paaralang Ranchi 305

Si Rabindranath Tagore 310

Si Shankara Mai Jiew (Disipulo ni Trailanga Swami) 338

Si Lahiri Mahasaya 348

Si Mahavatar Babaji (Guru ni Lahiri Mahasaya) 361

Ang kuwebang paminsan-minsan tinitirahan ni Mahavatar
Babaji 366

Si Lahiri Mahasaya (1828-1895) (Guru ni Sri Yukteswar) 382

Si Panchanon Bhattacharya (Disipulo ni Lahiri Mahasaya) 388

Sri Paramahansa Yogananda, ang larawang pangpasaporte, 1920. 410

Ang Ilan sa mga Kinatawan sa "International Congress of
Religious Liberals" Boston, Oktubre, 1920 411

Si Yoganandaji, sa kanyang kamarote sa barkong patungo sa
Alaska, 1924 412

Ang inisasyon sa yoga ng mahigit na 100,000 sa Denver,
Colorado, 1924 413

Si Paramahansa Yogananda sa Philharmonic Auditorium,
Los Angeles, Enero 28, 1925 414

Si Yoganandaji sa Mt. Washington Estate, Easter Sunrise
Service, 1925 415

Si Paramahansa Yogananda, nag-aalay ng bulaklak sa puntod
ni George Washington, Mt. Vernon, Virginia,
Pebrero 22, 1927 416

Si Paramahansa Yogananda, kasama si G. John Balfour,
paalis sa White House 417

Si Paramahansaji, nasa meditasyon sa lawa ng Xochimilco,
Mexico, 1929 (kaliwa) 419a

Ang Kanyang Kamahalan, Emilio Portes Gil, Pangulo ng
Mexico, 1929 .... 419b

Si Luther Burbank at Swami Yogananda, Santa Rosa,
California, 1924 428

Si Therese Neumann, C. R. Wright at Yoganandaji sa Eichstatt,
Bavaria, Hulyo 17, 1935 436

Si Sri Yukteswar at Sri Yogananda, Calcutta, 1935 442

Ikalawang palapag na balkonaheng kainan ng Sri Yukteswar
Hermitage, 1935 445

Si Sri Yogananda sa Damodar, India, 1935 446

Paaralang Ranchi. Marso, 1938
Prusisyon ng mga guru at mag-aaral 447a

Ang Paaralang Yogoda Satsanga para sa mga batang lalake,
Ranchi, 1970 .... 447b

Si Sri Yogananda at ang kanyang kalihim si C. R. Wright, sa
Ranchi, July 17, 1936 .... 448a

Si Sri Yogananda kasama ang mga guru at mag-aaral ng YSS
para sa batang lalake 448b

Yogoda Math, Dakshineswar, India
YSS Punong Tanggapan ng India 451

Si Sri Yogananda at mga kasama sa Ilog Yamuna, sa Mathura,
1936 453

Si Ramana Maharshi at si Yogananda 471

Si Swami Sri Yukteswar at si Paramahansa Yogananda sa isang
relihiyosong prusisyon, Calcutta, 1935 473

Huling soltisyong piyesta ni Sri Yukteswar
Disyembre 1935, Serampore, India...................................... 475
Si Yogananda (gitna, itim na bata), kasama ang mga mag-aaral
ng Kriya sa tahanan ng kanyang ama, Calcutta, 1935 476
Si Krishnananda, kasama ang maamong babaeng leon sa
Kumbha Mela 483
Si Sri Yogananda at si C. Richard Wright,
kasama si Swami Keshabananda, Brindaban, 1936 486
Ang templo sa alaala ni Sri Yukteswar sa Puri.......................... 491
Tanghalian sa Ashram ni Mahatma Gandhi
Sa Wardha Agosto 27, 1935..................................... 520
Si Ananda Moyi Ma, ang Laganap-sa-Tuwang Ina at si
Paramahansa Yogananda... 543
Si Sri Yogananda at ang Taj Mahal, Agra, 1936 547
Si Giri Bala, ang hindi kumakaing Banal ng Bengal.................. 557
Si Paramahansa Yogananda at si Rajarsi Janakananda, 1933...... 570a
Si Paramahansa Yogananda at si Sri Daya Mata, 1939 .... 570b
Ang tanawin mula sa himpapawid ng SRF Hermitage,
tabing dagat pasipiko, Encinitas, California....................... 572
Si Yogananda sa bakuran ng Encinitas Hermitage, 1940.......... 573
Si Paramahansa Yogananda sa SRF Lake Shrine,
Agosto 20, 1950 577
Ang Self-Realization Fellowship Lake Shrine, makikita ang
bahay-bangka sa larawan (kaliwa) 578a
Ang Gandhi World Peace Memorial (kanan)............................. 578b
Ang kagalang-galang na J. Knight, Lt. Governor ng California
(gitna) kasama si Yoganandaji
G. A. B. Rose, sa SRF India Center, April 8,1951 .... 580a
Ang Self-Realization Fellowship Temple (Simbahan ng lahat ng
Relihiyon), Hollywood, California, Abril 8, 1951................ 580b
Si Paramahansa Yogananda
SRF Encinitas Hermitage, California, Hulyo 1950.............. 586
Ang Embahador ng India. G. Binay Ranjan Sen, at si
Paramahansa Yogananda sa Pandaigdig na Punong
Tanggapan Los Angeles, Marso 4, 1952 592
Paramahansa Yogananda
Ang Huling Ngiti
Marso 7, 1952 598

PAUNANG SALITA

Ni W. Y. Evans-Wenz, M.A. D. Litt., D. Sc.
Jesus College, Oxford

May-akda at tagasalin ng maraming klasikong kasulatan tungkol sa yoga at ang mga karunungang tradisyon ng Silangan, kasama ang *Tibetan Yoga and Secret Doctrines, Tibet's Great Yogi Milarepa*, at *The Tibetan Book of the Dead*.

Ang kahalagahan ng *Sariling Talambuhay* ni Yogananda ay lubos na naragdagan ng dahil sa katotohanang ito ay isa sa kakaunting mga aklat sa wikang English tungkol sa matatalinong mga tao ng India ang naisulat na, hindi ng isang mamamahayag o taga-ibang lupain, kundi ng isa sa kanilang sariling lahi at kasanayan—sa madaling salita, isang aklat tungkol *sa mga yogi, na isinulat ng isang yogi*. Bilang isang saksing nagsasalaysay ng mga pambihirang buhay at kapangyarihan ng mga makabagong banal na Hindu, ang kahalagahan ng aklat ay kapwa napapanahon at pang-habang panahon. Sa kanyang tanyag na may-akda, na ikinasisiya kong makilala sa India at sa America, nawa bawat mambabasa ay magbigay ng nararapat na pagpapahalaga at pasasalamat. Ang pambihirang salaysay ng kanyang buhay ay tunay na isa sa pinaka-malalim na pagbubunyag ng isip at puso ng isang Hindu, at ng kayamanang espirituwal ng India, na kailanman ay hindi pa nailathala sa Kanluran.

Isang karangalan nakilala ko ang isa sa mga pantas na ang kasaysayan ng buhay ay naisalaysay dito—si Sri Yukteswar Giri. Ang larawan ng kagalang-galang na banal ay lumabas bilang bahagi ng mga pangunahing pahina ng aking *Tibetan Yoga and Secret Doctrines*.* Sa Puri, Orissa, sa Bay of Bengal ko natagpuan si Sri Yukteswar. Siya noon ay pinuno ng isang tahimik na *ashram* na malapit sa tabing-dagat doon, at siya ay abalang- abala sa espirituwal na pagsasanay ng isang grupo ng mga kabataang disipulo. Siya ay nagpahayag ng matinding malasakit sa kapakanan ng mga mamamayan ng United States at sa buong America, at ng England din, at ako ay tinanong tungkol sa malalayong mga aktibidad, lalung-lalo na iyong

---

* Oxford University Press, 1958.

nasa California, ng kanyang pangunahing disipulo, si Paramahansa Yogananda, na kanyang pinakamamahal, at siya niyang ipinadala nung taong 1920, bilang kanyang sugo sa Kanluran.

Si Sri Yukteswar ay may marahang anyo at tinig, kalugud-lugod na kaharap, at karapat-dapat sa paggalang na likas sa loob na ibinigay ng kanyang mga tagasunod. Bawat taong nakakakilala sa kanya, galing man sa sariling komunidad o hindi, ay binibigyan siya ng pinakamataas na pagtatangi. Malinaw kong nagugunita ang kanyang mataas at matuwid na asetikong anyo, nakasuot ng batang kulay-dalandan, ang pananamit ng sinumang tumalikod sa mga pangmundong hangarin, habang siya ay nakatayo sa pasukan ng hermitage upang bigyan ako ng masayang pagtanggap. Ang kanyang buhok ay mahaba at medyo kulot, at ang mukha niya ay may balbas. Ang kanyang katawan ay maskuladong matigas, ngunit balingkinitan at mabikas, at ang kanyang mga hakbang ay masigla. Napili niya bilang kanyang pangmundong tahanan ang pinagpalang siyudad ng Puri, kung saan napakaraming relihiyosong mga Hindu, mga kinatawan ng bawat lalawigan ng India ay dumarating bawat araw sa layuning banal na paglalakbay sa bantog na Templo ni Jagannath, "Panginoon ng Buong Mundo." Dito sa Puri ipinikit ni Sri Yukteswar ang kanyang mga matang mortal, noong taong 1936, sa mga tagpuan ng panandaliang lagay ng pagkatao at sumakabilang-buhay, nababatid na ang kasalukuyang pagkabuhay ay nadala sa isang matagumpay na pagtatapos.

Ako ay tunay na nasisiyahan na nagkaroon ng pagkakataong maitala itong mga katibayan ng napakataas na pagkatao at kabanalan ni Sri Yukteswar. Nasisiyahan siyang manatiling malayo sa karamihan, at ibinigay ang kanyang sarili ng tapat at matiwasay sa ulirang buhay na ngayon ay inilalarawan ni Paramahansa Yogananda, ang kanyang disipulo, para sa mga darating na panahon.

PAGPAPAKILALA

"Ang karanasang makadaop-palad si Paramahansa Yoga-
nanda ay nakaukit sa aking alaala bilang isa sa mga hindi malili-
mutang kaganapan ng aking buhay....Habang ako ay nakatitig sa
kanyang mukha, ang aking mga mata ay halos masilaw sa isang
ningning, –isang liwanag ng kabanalan na tunay na nagmula sa
kanya. Ang kanyang walang hanggang kahinahunan, ang kanyang
magiliw na kabaitan, ay nilukuban ako na parang init ng liwanag
ng araw....Nakikita ko na ang kanyang pang-unawa at malalim
na kaalaman ay umaabot sa mga pangkaraniwang suliranin, kahit
na siya ay isang taong espirituwal. Sa kanya ay nakatagpo ako ng
tunay na embahador ng India, nagdadala at nagpapalaganap ng
tunay na diwa ng sinaunang karunungan ng India sa daigdig."

—Dr. Binay R. Sen, Dating Embahador
Ng India Sa Estados Unidos

Para sa mga taong may pansariling pagkakilala kay Parama-
hansa Yogananda, ang kanyang sariling buhay at pagkatao ay kapa-
ni-paniwalang patotoo sa kapangyarihan at katunayan ng sinaunang
karunungang inialay niya sa mundo. Hindi mabilang na mambabasa
nitong kanyang sariling talambuhay ay nagpatunay ng presensya sa
kanyang mga pahina ng katulad na liwanag ng kapangyarihang espi-
rituwal na nagmumula sa kanyang pagkatao. Ipinagbubunyi bilang
isang obra maestra noong una itong nailathala mahigit nang anim-
napung taon ang nakalilipas, ang aklat ay naglalahad, hindi lamang
ang salaysay ng buhay na walang pagkakamaling kadakilaan, kundi
isang kahali-halinang pagpapakilala ng kaisipang espirituwal ng
Silangan—lalung-lalo na ang walang katulad na siyensya ng tuwi-
rang pansariling pakikiisa sa Diyos—na nagbubukas sa Kanlurang
publiko ng isang kaharian ng karunungan na hanggang ngayon ay
maaring matamo lamang ng iilan.

Ngayon, ang *Autobiography of a Yogi* ay kinikilala sa buong
mundo bilang isang klasikong babasahing espirituwal. Sa pagpa-
pakilalang ito, ibig naming ibahagi ang ilan sa mga pambihirang
kasaysayan nitong aklat.

❖ ❖ ❖

Ang pagsusulat ng akda ay matagal nang panahong hinulaan.

Isa sa matagumpay na nagtaguyod sa muling pagsilang ng yoga sa makabagong panahon, ang kagalang-galang na ikalabing-siyam na siglong maestro, si Lahiri Mahasaya na siyang nanghula: "Mga limampung taon pagkatapos ng aking pagpanaw, isang pagsasalaysay ng aking buhay ay isusulat dahil sa malalim na interes sa yoga na magigising sa Kanluran. Ang mensahe ng yoga ay papalibot sa mundo. Ito ay makakatulong sa pagtatatag ng kapatiran ng mga tao: isang pagkakaisang sang-ayon sa tuwirang pagkaunawa sa Iisang Ama ng sangkatauhan.

Paglipas ng maraming taon, ang marangal na disipulo ni Lahiri Mahasaya na si Sri Yukteswar ay isinalaysay ang panghuhulang ito kay Sri Yogananda. "Kinakailangang gawin mo ang iyong bahagi sa pagpapalaganap ng mensahe," ang pahayag niya, "at ang pagsusulat nitong sagradong buhay."

Noong taong 1945, ganap na limampung taon pagkatapos pumanaw ni Lahiri Mahasaya, natapos ni Paramahansa Yogananda ang kanyang *Autobiography of a Yogi*, na nagkaroon ng sapat na katuparan ng dalawang kautusan ng kanyang guru sa unang paglalahad sa wikang English ng pambihirang buhay ni Lahiri Mahasaya, at pagpapakilala sa tagapanood ng buong mundo ang napakatanda ng siyensiya ng kaluluwa ng bansang India.

Ang paglikha ng *Autobiography of a Yogi* ay isang proyektong ginawa ni Paramahansa Yogananda sa loob ng maraming mga taon. Ito ang paggunita ni Sri Daya Mata, isa sa kanyang pinaka-maaga at pinaka-malapit na disipulo:*

"Noong ako ay dumating sa Mount Washington nung taong 1931, si Paramahansaji ay nakapagsimula nang magsulat ng kanyang *Sariling Talambuhay*. Minsan, nang ako ay nasa kanyang tanggapan nag-aasikaso ng mga ilang pang-kalihim na gawain, ako ay nagkaroon ng pribilehiyong makita ang isa sa mga unang kabanatang kanyang isinulat –ito ay 'Ang Tigreng Swami'. Hiniling niyang itabi ko ito, at ipinaliwanag na ito ay kasama ng isang aklat na kanyang isinusulat. Karamihan sa mga bahagi ng aklat ay nabuo pagkatapos, sa pagitan ng taong 1937 hanggang 1945."

Mula Hunyo 1935 hanggang Oktubre 1936, si Sri Yogananda ay nagbalik-paglalakbay sa India (nagdaan sa Europe at Palestine)

---

* Sumali si Sri Daya Mata sa monastikong komunidad na itinatag ni Paramahansa Yogananda sa tuktok ng Mount Washington, kung saan natatanaw ang lungsod ng Los Angeles, noong 1931. Nagsilbi siya bilang pangulo ng Self-Realization Fellowship mula noong 1955 hanggang sa kanyang pagpanaw noong 2010.

para sa huling pagdalaw sa kanyang guru, si Swami Sri Yukteswar. Habang naroroon, siya ay nakapag-ipon ng maraming makatotohanang pangyayari para sa *Sariling Talambuhay,* at mga salaysay tungkol sa mga banal at pantas na kanyang nakilala at hindi niya nalimutang ilarawan sa aklat ang kanilang mga buhay. "Hindi ko kailanman nalimutan ang kahilingan ni Sri Yukteswar na isulat ko ang buhay ni Lahiri Mahasaya," ay kanyang isinulat pagkatapos. "Sa panahon ng aking pamamalagi sa India sinamantala ko ang bawat pagkakataon upang makausap ang mga tuwirang disipulo at kamag-anak ng Yogavatar. Itinala ko ang kanilang mga pag-uusap sa napakaraming mga talaan, pinatotohanan ko ang mga pangyayari at panahon, at nag-ipon ng mga larawan, matandang mga liham, at mga dokumento."

Pagbalik niya sa Estados Unidos sa pagtatapos ng taong 1936, siya ay nagsimulang gumugol ng malaking bahagi ng kanyang panahon sa hermitage na itinayo para sa kanya noong siya ay wala, sa Encinitas sa katimugang baybayin -dagat ng California. Ito ay napatunayang angkop-na-angkop upang matutukan niya ang pagtatapos ng aklat na kanyang sinimulan noong nakaraang mga taon.

"Malinaw pa sa aking alaala ang mga araw na inubos sa napakatahimik na tabing-dagat na hermitage," ang kuwento ni Sri Daya Mata. "Napakarami niyang ibang mga katungkulan at mga napangakuan kaya hindi niya nagagawa ang *Autobiography* araw-araw, ngunit sa pangkalahatan, itinalaga niya ang kanyang mga gabi dito, at ang anumang malayang oras na maibibigay niya. Simula noong 1939 o 1940, siya ay nagkaroon ng lahat ng panahon para sa aklat. At buong panahon nga—mula sa umaga hanggang sa kinaumagahan! Isang maliit na grupo naming mga disipulo—si Tara Mata; ang aking kapatid, si Ananda Mata; Sraddha Mata; at ako—ay naroroon upang siya ay tulungan. Pagkatapos makinilyahin ang bawat bahagi, ibinibigay niya ito kay Tara Mata, na siyang nagsilbing kanyang patnugot.

"Anong napakahalagang mga alaala! Habang siya ay nagsusulat isinasabuhay niyang muli sa kanyang kalooban ang mga sagradong karanasang kanyang itinatala. Ang kanyang dibinong layunin ay upang ibahagi ang kagalakan at pagbubunyag na di-inaasahan sa piling ng mga banal at dakilang mga maestro at ang sariling pagkaunawa sa Dibino. Madalas siya ay tumitigil ng ilang sandali, ang kanyang paningin ay nasa itaas at ang kanyang katawan ay hindi gumagalaw, lipos na lipos sa *samadhi,* isang kalagayan ng malalim na pakikiisa sa Diyos. Ang buong silid ay napupuno ng napakalakas na kapangyarihan ng dibinong pagmamahal. Para sa aming mga disipulo, ang pagiging saksi lamang ng ganoong pagkakataon ay pag-angat na sa mas mataas na antas ng kamalayan.

"Sa wakas, noong taong 1945, ay dumating ang masayang araw ng pagtatapos ng aklat. Isinulat ni Paramahansaji ang panghuling mga salita, 'Panginoon, binigyan mo ang mongheng ito ng isang malaking pamilya; pagkatapos inilapag ang kanyang pluma at masayang sumigaw:

"'Lahat ay nagawa na; ito ay tapos na. Babaguhin ng aklat na ito ang buhay ng milyun-milyong mga tao. Ito ang aking magiging tagapagbalita kapag ako ay wala na.'"

Naging tungkulin ni Tara Mata ang maghanap ng maglalathala. Nakilala ni Paramahansa Yogananda si Tara Mata habang siya ay nagsasagawa ng sunud-sunod na mga pagtuturo at mga klase sa San Francisco noong 1924. May pambihirang pang-unawang espirituwal, siya ay naging kabilang sa maliit na sirkulo ng kanyang pinaka-masulong na mga disipulo. Mataas ang kanyang pagtatangi sa pang-editoryal na kakayahan nito at nasabi niyang ito ay nagtataglay ng isa sa pinakamaningning na isip ng kahit sinuman na kanyang nakilala. Binibigyan niya ng halaga ang malawak nitong kaalaman at pang-unawa, sa mga karunungan ng mga kasulatan ng India, at nasabi niya kay Tara Mata sa isang pagkakataon: "Maliban sa aking dakilang guru, si Sri Yukteswar, walang sinuman kundi siya, na ako ay mas nasiyahan sa pakikipag-usap tungkol sa pilosopiya ng India."

Dinala ni Tara Mata ang orihinal na manuskrito sa siyudad ng New York. Ngunit ang paghahanap ng maglalathala ay hindi isang madaling gawain. Katulad ng madalas na napapansin, ang tunay na kalagayan ng isang dakilang akda ay, sa simula ay hindi ito tinatanggap ng mga taong may pangkaraniwang pag-iisip. Kahit na pinalawak ng bagong-silang na panahon ng atomiko ang pangkalahatang kamalayan ng sangkatauhan ng lumalagong pang-unawa ng pinong pagkakaisa ng mga bagay, enerhiya at kaisipan, ang mga tagapaglathala ng panahong iyon ay hindi pa handa para sa mga kabanatang tulad ng: "Pagpapakita ng Isang Palasyo sa Himalayas" at "Ang Banal Na May Dalawang Katawan"!

Sa loob ng isang taon, si Tara Mata ay tumira sa isang kuwarto na may kakaunting kagamitan, at may malamig na tubig habang siya ay umiikot sa mga opisina ng mga maglalathala. Sa wakas siya ay nagkaroon ng pagkakataong magpadala ng telegramang may pagbabalita ng tagumpay. Tinanggap ng Philosophical Library, isang kagalang-galang na maglalathala ng New York, ang *Autobiography* upang ilathala. "Kung ano ang ginawa [niya] para sa aklat na ito, ay hindi ko kayang simulang ilarawan....," ang sabi ni Sri Yogananda. "Subalit kung hindi dahil sa kanya, ang aklat ay maaring hindi kailanman nailathala.

Hindi nagtagal bago ang Kapaskuhan noong 1946, ang matagal nang hinihintay na mga aklat ay nakarating sa Mount Washington.

Ang aklat ay sinalubong ng mga mambabasa at ng mga pahayagan ng daigdig ng bumubuhos na humahangang papuri. "Kahit kailan, walang ganitong isinulat sa wikang English o kahit na anong wika, na katulad nitong paglalahad ng Yoga," isinulat ng Columbia University Press sa kanyang *Review of Religions*. Ang *New York Times* ay nagpahayag na ito ay "isang pambihirang salaysay." Iniulat ng *Newsweek*, "Ang aklat ni Yogananda ay masasabing isang sariling talambuhay ng kaluluwa kaysa ng katawan....Ito ay isang kabigha-bighani at maliwanag na na-anotahang pag-aaral ng relihiyosong paraan ng pamumuhay, na matapat na inilarawan sa masaganang istilo ng Oriente."

Ang mga sumusunod ay hango sa iba pang mga pagsusuri na nailathala:

> *San Francisco Chronicle:* "Sa isang napakadaling basahing estilo.... Si Yogananda ay naglahad ng kapani-paniwalang usapin para sa Yoga, at iyong mga 'lumabas upang mangutya' ay maaaring manatili 'upang manalangin.'"
>
> *United Press:* "Ipinaliwanag ni Yogananda ang mga sekretong katuruan ng Silangan nang may sukdulang katapatan at mahusay na pampatawa. Ang kanyang aklat ay kapaki-pakinabang sa kanyang salaysay ng buhay na punung-puno ng espirituwal na pakikipag-sapalaran."
>
> *The Times of India:* "Ang sariling talambuhay ng pantas na ito ay isang nakabibighaning pagbasa."
>
> *Saturday Review:* "...hindi maaaring hindi humanga at mawili ang mambabasang taga-Kanluran."
>
> *Grandy's Syndicated Book Reviews:* "Nakakalulong, nakakapagbigay-sigla, isang pambihirang literaryo'!"
>
> *West Coast Review of Books:* "Kahit ano ang iyong pansariling relihiyosong mga paniniwala, matutuklasan mo ang *Sariling*

Talambuhay ng Isang Yogi na isang maligayang patunay ng lakas ng kaluluwa ng tao."

News-Sentinel, Fort Wayne, Indiana: "Dalisay na paghaha-yag....napaka-tinding salaysay ng tao...dapat makatulong sa lahi ng tao upang mas maunawaan nitong mabuti ang sarili.... Pinaka-mahusay na sariling- talambuhay ....makapigil-hininga...inilahad ng may kalugud-lugod na kislap ng talino at makabagbag-damda-ming katapatan....kahali-halinang tulad ng isang nobela."

Sheffield Telegraph, England: "Isang akdang panghabang panahon."

Sa pagsasalin ng aklat sa iba't ibang mga wika, marami pang sumunod na mga pagsusuri ang nagsimulang lumabas sa mga paha-yagan at mga peryodiko sa buong mundo.

Il Tempo del Lunedi, Rome: "Mga pahinang bibighani sa bu-mabasa, sapagkat ito ay nagsusumamo sa pagnanais at pananabik na natutulog ng mahimbing sa puso ng bawat tao."

China WeeklyReview, Shanghai: "Ang nilalaman ng aklat na ito ay pambihira...lalung-lalo na sa makabagong Kristiyano na ang maginhawang nakaugalian ay italaga ang mga himala sa nakaraang mga siglo...Ang mga pilosopiyang pagbanggit ay lubhang nakawiwili. Si Yogananda ay nasa antas- espirituwal sa mas mataas kaysa sa pagkakaiba-iba ng mga relihiyon ...Ang aklat ay kapaki-pakinabang na basahin."

Haagsche Post, Holland: "...mga pira-pirasong bahagi ng ka-runungang napakalalim na may pakiramdam kang nagagayuma, at nananatiling naantig ang damdamin."

Welt ang Wort, German literary monthly: "Labis na kahan-ga-hanga...Ang natatanging halaga ng *Sariling Talambuhay Ng Isang Yogi* ay sa ngayon, sa unang pagkakataon, binasag ng isang yogi ang kanyang katahimikan at isiniwalat ang kanyang mga karanasang espirituwal. Dati-rati, ang ganoong pagsasalaysay ay maaaring tingnan na may pagdududa. Ngunit ngayon ang kalaga-yan ng mundo ay iba na, kaya ang tao ay mapipilitang tanggapin ang halaga ng ganoong aklat....Ang buong layunin ng may-akda ay hindi upang ipahayag ang Indian Yoga bilang kalaban ng katu-ruang Kristiyano, ngunit bilang kaanib dito—bilang magkasama sa paglalakbay patungo sa iisang dakilang layunin."

Eleftheria, Greece: "Ito ay isang aklat kung saan ang mam-babasa...ay makikita ang abot-tanaw ng kanyang kaisipan na pinalawak sa walang hanggan, at mauunawaan niya na ang kan-yang puso ay maaaring tumibok para sa lahat ng taong nilalang, na walang pinipiling kulay at lahi. Ito ay isang aklat na maaaring tawaging inspirado."

Neue Telta Zeitung, Austria: "Isa sa pinakamalalim at pinakamahalagang mensahe ng kasalukuyang siglo."

La Paz, Bolivia: "Ang mambabasa ng ating kasalukuyang panahon ay bihirang makakita ng ganitong maganda, malalim at makatotohanang aklat na katulad ng *Sariling Talambuhay ng Isang Yogi*....Puno ng karunungan at mayaman sa pansariling karanasan....Isa sa pinaka-nakasisilaw na mga kabanata ng aklat ay ang tumatalakay sa mga misteryo ng buhay sa kabila ng kamatayang pisikal.. "

Schleswig-Holsteinische Tagespost, Germany: "Ibinubunyag ng mga pahinang ito na walang katulad na lakas at liwanag, ang isang kabigha-bighaning buhay, isang katauhang may hindi pa nakikilalang kadakilaan na mula sa simula hanggang katapusan ang mambabasa ay naiiwang pigil ang hininga... Kailangan paniwalaan na itong mahalagang talambuhay na may lakas upang maging dahilan ng isang rebolusyong espirituwal."

Isang pangalawang paglilimbag ang mabilis na inihanda, at noong 1951, isang pangatlo. Bilang karagdagan sa pagbabago at pagwawasto ng ilang bahagi ng aklat, at pagkakaltas ng ibang mga bahaging sinipi na naglalarawan ng gawaing pang-kapisanan at mga planong hindi na para sa kasalukuyan, si Paramahansa Yogananda ay nagdagdag ng panghuling kabanata—isa sa pinakamahaba sa aklat—na sumasaklaw sa mga taong 1940-1951. Sa isang talababa sa bagong kabanata, isinulat niya, "Maraming mga bagong pangyayari sa kabanata 49 ang naidagdag sa pangatlong paglilimbag ng aklat na ito (1951). Bilang tugon sa mga kahilingang ginawa ng ilang mga mambabasa ng unang dalawang paglilimbag, binigyan ko ng kasagutan, sa kabanatang ito, ang iba't ibang mga katanungan tungkol sa India, Yoga, at pilosopiyang Vedic."*

* Ang mga karagdagang pagbabagong ginawa ni Paramahansa Yogananda ay isinama sa ikapitong paglilimbag (1956) bilang paglalarawan sa isang Tala ng Tagapaglathala sa labas na ito:

Itong 1956 na edisyon sa Amerika ay naglalaman ng mga pagbabagong ginawa ni Paramahansa Yogananda noong 1949 para sa London, England, na paglilimbag, at mga karagdagang pagbabagong ginawa ng may-akda noong 1951. Sa isang 'Tala para sa limbag sa London,' na may petsang Oktubre 25, 1949, isinulat ni Paramahansa Yogananda: 'Ang pakikipag-ayos para sa paglilimbag sa London ng aklat na ito ay nagbigay sa akin ng pagkakataon upang mabago, at bahagyang mapalaki, ang teksto. Bukod sa bagong materyal sa huling kabanata, ako ay nagdagdag ng ilang mga talababa kung saan sinagot ko ang mga katanungang ipinadala sa akin ng mga mambabasa ng edisyon sa America.'

"Ako ay labis na natuwa," isinulat ni Sri Yogananda sa mga
tala ng May-akda sa edisyon ng taong 1951, "na tumanggap ng
maraming mga liham mula sa libu-libong mga mambabasa. Ang
kanilang mga komentaryo, at ang katunayan na ang aklat ay nai-
salin sa maraming mga wika, ay binibigyan ako ng kasiglahang
paniwalaan na ang Kanluran ay nakatagpo sa mga pahinang ito ng
pagsang-ayong kasagutan sa katanungang: 'Ang sinaunang siyensiya
ba ng yoga ay nagkaroon ng kapaki-pakinabang na puwesto sa bu-
hay ng makabagong tao?'"

Sa paglipas ng mga taon, ang "libu-libong mambabasa" ay
naging mga milyon at ang matatag at pandaigdig na pang-akit ng
Sariling Talambuhay ng Isang Yogi ay naging maliwanag na na-
dadagdagan. Animnapung taon pagkatapos ng unang paglilimbag
ng aklat, ito ay lumalabas pa sa listahan ng mga mabilis-mabiling
metapisikal at pampasiglang mga listahan. Isang pambihirang
kababalaghan! Maaaring mabili sa iba't ibang mga pagsasalin, ito
ngayon ay ginagamit sa maraming mga kolehiyo at unibersidad sa

---

"Ang mga huling pagbabago, na isinagawa ng may-akda noong 1951, ay hinangad
na ipalabas sa ika-apat (1952) na paglilimbag sa America. Sa panahon na iyon, ang
mga karapatan sa *Sariling Talambuhay ng Isang Yogi* ay nasa pag-aari ng isang
palimbagan sa New York. Noong 1946 sa New York bawat pahina ng aklat ay
ginawan ng *electrotype plate*. Samakatwid, upang magdagdag ng kahit na isang koma
ay kinakailangan ang buong *metal plate* ng kabuuang pahina ay pagputol-putulin at
ihinang muli sa isang linya na kasama ang nais na koma. Sa dahilan ng sangkot sa
gastusin ng pag-hihinang ng maraming oras, ang palimbagan sa New York ay hindi
isinama sa ika-apat na labas ang mga pagbabagong ginawa ng may-akda noong 1951.

Sa mga huling dako ng taong 1953 binili ng Self Realization Fellowship (SRF) mula
sa palimbagan ng New York ang lahat ng karapatan sa *Sariling Talambuhay ng Isang
Yogi*. Inilimbag muli ang aklat noong taong 1954 at 1955 (ika-lima at ika-anim na mga
edisyon; ngunit sa loob ng dalawang taon, nahadlangan ang ibang mga katungkulan
ang sangang editoryal ng SRF mula sa pagsasagawa ng mabigat na gawaing pagsasama
sa mga pagbabagong ginawa ng may-akda sa *electrotype plates*. Ang gawain, ganoon
pa man, ay naganap sa panahon para sa ika-pitong edisyon."

Pagkaraan ng taong 1956, may mga karagdagang pagbabagong editoryal ang ginawa
alinsunod sa patnubay na tinanggap ni Tara Mata mula kay Paramahansa Yogananda
bago siya pumanaw.

Ang mga maaagang edisyon ng *Sariling Talambuhay ng Isang Yogi* ay binigyan
ang may-akda ng titulo bilang "Paramhansa," ayon sa karaniwang nakasanayan ng
mga Bengali na iniiwan ang tahimik o halos hindi binibigkas na "*a*" sa pagbabaybay.
Upang makatiyak na ang sagradong kabuluhan nitong hango sa Vedang titulo ay
mabigyan-kahulugan sa mga susunod na edisyon ang pamantayan ng Sanskrit
na pagsasatitik ay ginamit: "Paramahansa," mula sa *parama*, "pinakamataas o
pinakadakila" at *hansa*, "sisne"—sinisimbulo ng taong nakamit ang pinakamataas
na pagkaunawa ng kanyang tunay na Sariling pagka-dibino, at ang pagkakaisa ng
kanyang Sarili sa Espiritu.

buong mundo sa mga kursong magmula sa pilosopiya ng Silangan at relihiyon at literaturang English, sikolohiya, sosyolohiya, antropolohiya, kasaysayan, at kahit sa pangangasiwa ng negosyo. Tulad ng hula ni Lahiri Mahasaya, mahigit na isang siglo ang nakararaan, ang mensahe ng yoga at ang kanyang sinaunang tradisyon ng pagmi-meditasyon ay tunay ngang napalibutan ang mundo.

"Marahil pinaka-kilala sa kanyang *Autobiography of a Yogi,* na nagbigay-sigla na hindi mabilang na mga milyong tao sa buong mundo," isinulat ng *metaphysical journal* ng *New Frontier* (Oktubre 1986), si "Paramahansa Yogananda, katulad ni Gandhi, ay nagdala ng kabanalan sa pangunahing agos ng lipunan. Makatwirang sabihin na si Yogananda ay higit na malaki ang nagawa upang isama ang salitang 'yoga' sa ating bokabularyo ng higit sa kahit sinong tao."

Isinulat ng kagalang-galang na pantas na si Dr. David Frawley, Director ng American Institute of Vedic Studies, sa tuwing makalawang-buwang talaarawang *Yoga International* (Oktubre/ Nobyembre 1996), "si Yogananda ay maaaring sabihing ama ng yoga sa Kanluran—hindi lamang ang pisikal na yoga na naging kilalang-kilala, kundi ang espirituwal na yoga, ang siyensiya ng Sariling-pagkaunawa, na siyang tunay na kahulugan ng yoga."

Si Propesor Ashutosh Das, Ph.D., D. Litt., ng Calcutta University, ay nagpahayag, "ang '*Autobiography of a Yogi*' ay ipinapalagay bilang isang banal na kasulatan ng makabagong panahon.... Ito ay nagbigay ng kasiyahan sa pagkauhaw na espirituwal ng mga naghahanap ng katotohanan sa buong mundo. Kami sa India ay namamanghang nakamasid at nabibighani sa pambihirang paglaganap ng katanyagan ng aklat na ito tungkol sa mga banal at pilosopiya ng India. Kami ay nakaramdam ng matinding kasiyahan at pagmamalaki na ang walang kamatayang nektar ng *Sanatana Dharma* ng India, ang walang hanggang batas ng katotohanan, ay nailaan sa ginintuang kopa ng *Autobiography of a Yogi.*"

Kahit na sa dating Soviet Union, ang aklat ay maliwanag na nakagawa ng malalim na impresyon sa may iilan na nagkaroon ng daan dito sa ilalim ng pamunuang komunismo. Si Hukom V.R. Krishna Iyer, ang dating hukom ng kataas-taasang hukuman ng India, ay nagsalaysay tungkol sa kanyang pagdalaw sa isang bayan malapit sa St. Petersburg (noon ay Leningrad) at tinanong ang isang grupo ng mga propesor doon "kung sila ay nakapag-isip na tungkol sa kung ano ang mangyayari kapag ang tao ay namatay....Isa sa mga propesor ay tahimik na pumasok at lumabas na may dalang aklat....

ang *Autobiography of a Yogi*. Ako ay namangha. Sa isang bansang pinamumunuan ng materyalismong pilosopiya ni Marx at Lenin, eto ang isang opisyal ng pamahalaan na nagpapakita sa akin ng aklat ni Paramahansa Yogananda! 'Sana maunawaan ninyo na ang espiritu ng India ay hindi dayuhan sa amin,' ang sabi niya. 'Tinatanggap namin ang pagiging totoo ng lahat na naitala sa aklat na ito.'"

"Kasama ng libu-libong mga aklat na naililimbag bawat taon," pangwakas ng isang artikulo sa *India Journal* (April 21, 1995), "mayroong mga nakalilibang, iyong nagbibigay ng katuruan, at iyong nagbibigay ng magandang halimbawa. Ang isang mambabasa ay maipapalagay ang sarili na mapalad kapag nakakakita ng aklat na mayroon ang tatlo. Ang *Autobiography of a Yogi* ay pambihira pa rin—ito ay isang aklat na magbubukas ng mga bintana ng isip at espiritu."

Sa mga taong kamakailan lamang, ang aklat ay sinalubong ng mga magtitinda-ng-aklat, mga nagsusuri, at mga mambabasa bilang isa sa pinaka-makapangyarihang espirituwal na aklat ng makabagong panahon. Sa isang hanay ng mga may-akda at mga pantas ng HarperCollins noong 1999, ang *Autobiography of a Yogi* ay napili bilang isa sa "100 Pinakamagandang Aklat na Espirituwal ng Siglo," at sa kanyang *50 Klasikong Espirituwal* na inilabas noong 2005, isinulat ni Tom-Butler Bowdon na ang aklat ay "makatwirang ipagdiwang bilang isa sa pinaka-nakawiwili at nakakapagbibigay-liwanag na mga aklat-espirituwal na naisulat kailanman."

Sa panghuling kabanata ng aklat, isinulat ni Paramahansa Yogananda ang tungkol sa malalim na katiyakan na pinatunayan ng mga banal at pantas ng lahat ng relihiyon sa buong mundo hanggang sa panghabang panahon.

> "Ang Diyos ay pag-ibig. Ang kanyang plano sa paglalang ay maaaring mag-ugat lamang sa pag-ibig. Hindi ba iyang simpleng kaisipan, kaysa matalinong pangangatwiran, ay nag-aalay ng ginhawa sa puso ng tao? Bawat banal na tumagos sa kaibuturan ng Katotohanan ay nagpatunay na isang dibinong pandaigdig na panukala ang nabubuhay at ito ay napakaganda at puno ng katuwaan."

Samantalang ang *Sariling Talambuhay ng Isang Yogi* ay nagpapatuloy sa kanyang ikalawang hati ng siglo, inaasahan namin na lahat ng mambabasa nitong nakapagbibigay-siglang akda—iyong mga makababasa nito sa unang pagkakataon tulad din ng mga taong ito ay naging matagal nang itinatanging kasama sa landas ng buhay—ay matatagpuan ang kanilang sariling mga kaluluwa na nagpapasimula sa isang mas malalim na pananampalataya sa nananaig na katotohanan na nasa puso ng tila mga misteryo ng buhay.

SELF-REALIZATION FELLOWSHIP

Los Angeles, California,
July 2007

Ang Walang Hanggang Batas ng Kabanalan

Ang bandila ng bagong nagsasariling bansa ng India (1947) ay may malalapad na guhit ng malalim na kulay saffron, puti at matingkad na berde. Ang asul marino na *Dharma Chakra* ("Gulong ng Batas") ay isang kopya ng disenyong lumalabas sa Sarnath Stone Pillar na itinayo noong ikatlong siglo B.C. ni Emperador Asoka.

Ang gulong ay pinili bilang isang simbolo ng walang hanggang batas ng kabanalan; at nagkataon, bilang isang parangal sa alaala ng pinaka-tanyag na hari ng mundo. "Ang kanyang pangangasiwa ng apat-na-pung taon ay walang isang kahalintulad sa kasaysayan," ang naisulat ng Ingles na mananalaysay na si, H.G. Rawlinson. "Siya ay naihambing ng maraming pagkakataon kay Marcus Aurelius, San Pablo at Constantine....250 taon bago dumating si Kristo, si Asoka ay magiting na ipinaliwanag ang pagkasindak at pagsisisi sa kinalabasan ng isang matagumpay na kampanya, at sadyang pagtalikod sa digmaan bilang paraan ng pamamalakad."

Ang namanang pamamahala ni Asoka ay kinabibilangan ng India, Nepal, Afghanistan at Baluchistan. Ang kauna-unahang internasyonalista, siya ay nagpadala ng mga pang-relihiyon at pang-kulturang mga misyon, na may kasamang mga handog at mga biyaya, sa Burma, Ceylon, Ehipto, Syria at Macedonia.

"Si Asoka, ang pangatlong hari ng linyang Maurya, ay isa ... sa mga malalaking pilosopong-hari ng kasaysayan," ang pagsisiyasat ng pantas na si P. Masson-Oursel. "Wala pang nakagawang pagsamahin ang sigasig at kabaitan, katarungan at kawanggawa, na katulad ng kanyang nagawa. Siya ang nabubuhay na sagisag ng kanyang panahon, at dumating sa harap natin sadyang isang pigurang makabago. Sa tagal ng kanyang mahabang pangangasiwa, siya ay nakapagtamo ng para sa atin ay isang paghahangad na pangarap lamang: Nasisiyahan sa maaaring pinakamalaking materyal na kapangyarihan, siya ay nagtatag ng kapayapaan. Malayo sa labas ng kanyang sariling malawak na pamamahala naunawaan niya ang naging pangarap ng ibang mga relihiyon—pandaigdig na kaayusan, ang kaayusang niyayakap ang sangkatauhan."

Ang *"Dharma* (batas kosmiko) ay layon ang kaligayahan ng lahat ng nilalang." Sa kanyang mga kautusan sa nakaukit sa bato at mga batong haligi, nakaligtas hanggang sa panahong kasalukuyan, si Asoka ay mapagmahal na pinagpapayuhan ang mga nasasakupan sa malalayong imperyo na ang kaligayahan ay nag-uugat sa moralidad at pagiging maka-Diyos.

Ang makabagong India, naghahangad na panibaguhin ang kadakilaan at kasaganaan na sa maraming milenyo ay binalot ang lupain, ay nagbibigay ng paggalang sa kanyang bagong bandila sa alaala ni Asoka, pinakadakila at higit sa lahat "mahal sa mga diyos."

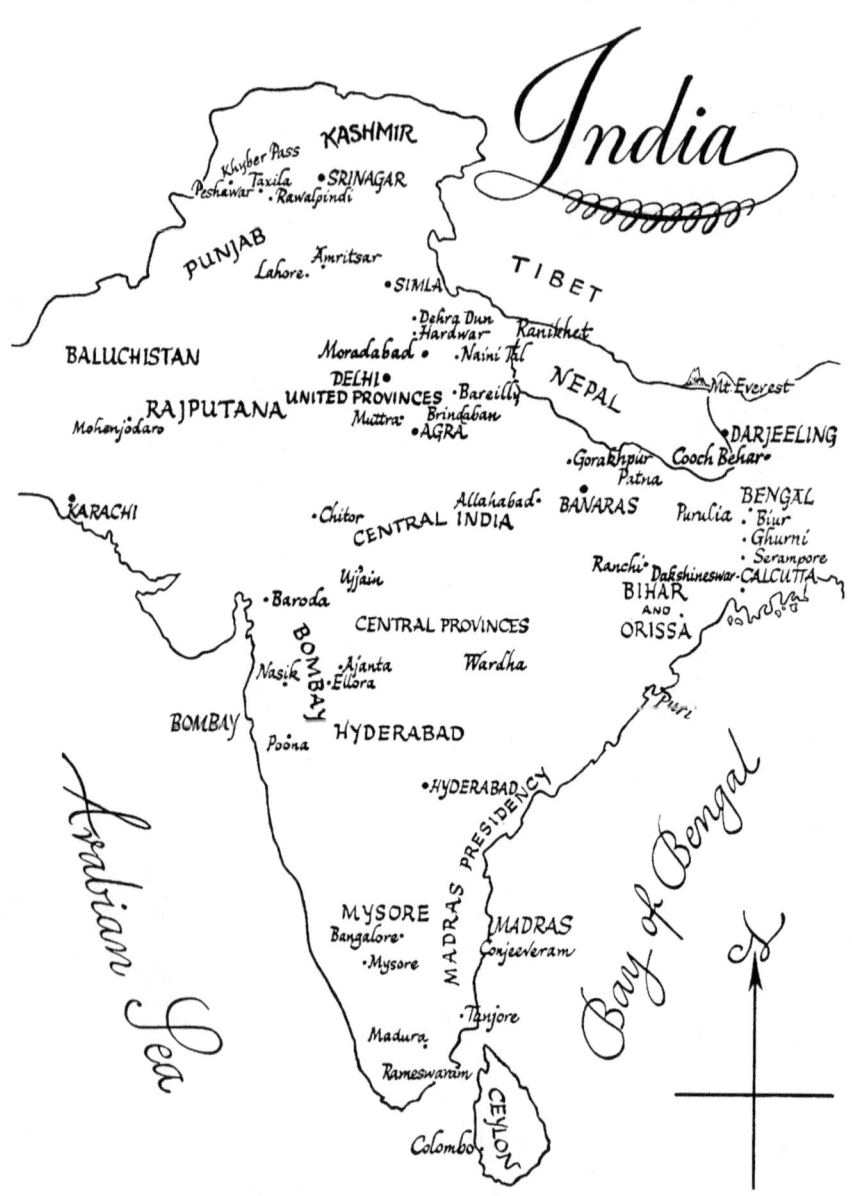

(Bago sumapit ang taong 1947, may mga bahagi ang Hilagang-Kanluran
na ngayon ay kinabibilangan ng Pakistan; sa Hilagang-Silangan naman,
ay ngayon kinabibilangan ng Bangladesh.)

SARILING TALAMBUHAY
NG ISANG YOGI

Ang Aking mga Magulang at Maagang Buhay

Ang likas na katangian ng kulturang Indian ay matagal nang ang paghahanap ng mga pangunahing katotohanan at ang magkaugnay na pagsasamang disipulo-guru.*

Ang sarili kong landas ay naghatid sa akin sa isang parang Kristong pantas. Ang kanyang magandang buhay ay inukit para sa lahat ng panahon. Siya ay isa sa mga dakilang maestro na siyang tunay na yaman ng India. Ang mga pantas na ito ay lumalabas sa bawat henerasyon at ipinagtatanggol nila ang kanilang lupain laban sa kapalaran ng sinaunang Ehipto at Babilonia.

Saklaw ng aking pinaka-maagang mga alaala ang mga wala sa tamang panahong bahagi ng isang lumipas na pagkabuhay. Maliwanag sa gunita ko ang isang nakaraang buhay kung saan ako ay naging yogi† sa gitna ng mga yelo sa Himalayas. Ang mga sulyap na ito sa nakaraan ay siyang naging daan upang makita ko ang kinabukasan.

Natatandaan ko ang kahihiyang dulot ng pagiging isang mahina at walang-magawang sanggol. Nagdaramdam ako kapag namamalayan ko na hindi ako makalakad at hindi ko malayang maipahayag ang aking sarili. Nakaramdam ako ng mga bugso ng pagdarasal nang maunawaan ko ang kawalang-silbi ng aking katawan. Ang aking madamdaming buhay ay naipapahayag ng aking isipan sa mga salita ng maraming wika. Sa gitna ng panloob na kalituhan ng maraming wika, ako ay unti-unting nasanay na marinig ang mga salitang Bengali ng aking mga kamag-anak. Ang madayang saklaw ng isip ng isang sanggol! Ipinapalagay ng mga nakatatanda na ang sakop lamang ng isip ng isang sanggol ay mga laruan at daliri ng mga paa.

Ang aking magulong kaisipan at ang aking hindi makasunod

---

* Espirituwal na guro. Inilalarawan ng *Guru Gita* (taludtud 17) ang guru bilang "tagawaksi ng kadiliman" (mula sa *gu*, "kadiliman," at *ru* "iyong nagpapaalis").

† May kasanayan sa yoga, "pagkakaisa," sinaunang siyensiya ng meditasyon sa Diyos. (tingnan ang Kab.26: "Ang Siyensiya ng Kriya Yoga")

na katawan ay naging dahilan ng sutil at walang tigil na mga pag-iyak. Nagugunita ko ang pangkalahatang kalituhan ng pamilya sa aking pagkabalisa. Marami din akong masasayang mga alaala: ang mga haplos ng aking ina at ang unang pagtatangka sa pautal-utal na pagsasalita at ang pahakbang-hakbang na paglalakad. Ang maagang mga tagumpay na ito na karaniwan nang madaling malimutan, ay siya pa ring likas na batayan ng tiwala sa sarili.

Ang aking masaklaw na mga alaala ay hindi bukod-tangi. Maraming mga yogi ang kilalang napanatili ang kanilang sariling kamalayan ng tuloy-tuloy sa madulang pagbabago patungo sa at mula sa "buhay" at "kamatayan". Kung ang tao ay isang katawan lamang, ang pagkawala nito ay katapusan na ng kanyang pagkaka-kilanlan. Subalit kung ang mga propeta sa mga nagdaang siglo ay nagsasabi ng totoo, ang tao ay tunay na kaluluwa, walang laman at nasa lahat ng dako.

Bagama't di karaniwan, ang maliwanag na mga alaala ng pagi-ging sanggol ay hindi lubhang pambihira. Sa aking paglalakbay sa maraming lupain, nakarinig ako ng napakaagang mga gunita mula sa labi ng mga matapat na mga lalaki at babae.

Ako ay ipinanganak noong Enero 5, 1893, sa Gorakhpur sa Hi-lagang-Silangang India malapit sa mga bundok ng Himalaya. Doon lumipas ang walong taon ng aking buhay. Walo kaming magkaka-patid: apat na lalaki at apat na babae. Ako, si Mukunda Lal Ghosh,* ay ang pangalawang anak na lalaki at pang-apat na anak.

Si ama at ina ay mga Bengali, kabilang sila sa *Kshatriya* caste,† ang uri o liping panlipunan na dating kinabibilangan ng mga pinuno at mga mandirigma ng India. Kapwa sila pinagpala ng may likas na kabanalan. Ang pagmamahal nila sa isa't-isa ay panatag at kaga-lang-galang at hindi kailanman ito ipinahayag sa paraang nakaka-tawag-pansin. Ang ganap na pagkakaisa nila ang mapayapang sentro na iniikutan ng walong magugulong mga bata.

Ang aking ama si Bhagabati Charan Ghosh ay mabait, ser-yoso, at minsan ay mahigpit. Kahit na mahal namin siya ng labis, kaming mga anak ay may distansiya ng paggalang. Bilang kilalang matematisyan at magaling sa pangangatwiran, ang kanyang talino ang naging pangunahing gabay niya sa buhay. Ngunit ang aking ina ay reyna ng pag-ibig at tinuruan kami sa pamamagitan lamang ng

---

* Ang pangalan ko ay pinalitan ng Yogananda noong 1915 nang pumasok ako sa sinaunang monastic Swami Order. Noong 1935 muling iginawad sa akin ng aking guru ang banal na titulong *Paramahansa* (tingnan ang pp. 248 at 478).

† Ang pangalawang uring panlipunan, na mga orihinal na namumuno at mandirigma.

pagmamahal. Pagkamatay ng aking ina, ipinakita ng aking ama ang kanyang pagiging mapagmahal at panloob na lambot ng kanyang damdamin. Napansin ko noon na ang kanyang mga titig ay malimit na tila nagbabago at nagiging titig ng aking ina.

Sa pamamagitan ng aking ina, natuto kaming mga anak ng mga aralin mula sa mga banal na kasulatan. Kumukuha siya mula sa *Mahabharata* at sa *Ramayana** ng mga angkop na kuwento para ipang-disiplina. Sa mga pagkakataong ito, sabay ang pagpaparusa at ang pagtuturo.

Bilang paggalang sa aking ama, kaming magkakapatid ay maingat na binibihisan ng aking ina upang salubungin ang aking ama pag-uwi nito sa hapon mula sa opisina. Siya ay may posisyon na tulad ng isang bise-presidente sa Bengal-Nagpur Railway, isa sa mga malalaking kompanya sa India. Dahil ang kanyang gawain ay may kinalaman sa paglalakbay; ang aming pamilya ay nanirahan sa maraming siyudad sa panahon ng aking kabataan

Bukas-palad ang aking ina sa mga nangangailangan. Gayun din naman ang aking ama, ngunit napagsabihan niya ang aking ina nang minsan, sa loob ng dalawang linggo, ay gumugol ito sa pagpapakain ng mga mahihirap, ng higit sa buwanang kinikita ng aking ama.

"Ang pakiusap ko lang ay sikapin mong pigilan ang iyong pagkakawang-gawa sa katamtamang halaga." Nasaktan ang damdamin ng aking ina. Hindi niya ito ipinahalata sa amin. Tumawag siya ng paupahang karwahe at nagsabing, "Paalam, ako ay aalis patungo sa bahay ng aking ina." Isang sinaunang ultimatum!

Nanaghoy kaming may pagtataka. Nagkataong dumating ang aming tiyuhin sa ina at pabulong na pinagpayuhan ang aking ama. Pagkatapos mapahinahon ni ama ang aking ina, masayang pinaalis ni ina ang karwahe. Doon nagtapos ang tanging tampuhang aking napansin sa aking mga magulang. Subalit nagugunita ko ang isang karaniwang pag-uusap.

"Bigyan mo naman ako ng sampung rupee, para sa sawing-palad na babaeng kararating lamang sa ating tahanan." Ang ngiti ng aking ina ay may sariling panghihikayat.

"Bakit sampung rupee? Tama na ang isa. Si ama ay nagdagdag ng isang pangangatwiran: "Noong biglang pumanaw ang aking ama at ang kanyang mga magulang, ako ay unang nakaranas ng kahirapan. Ang tangi kong almusal bago maglakad ng maraming milya patungong paaralan, ay isang maliit na saging. Pagkatapos,

---

* Ang mga sinaunang epikong ito ay tinipon na kasaysayan, mitolohiya, at pilosopiya ng India"

GURRU (Gyana Prabha) GHOSH
(1868-1904)
Ina ni Yoganandaji; disipulo ni Lahiri Mahasaya

sa unibersidad, matindi ang aking pangangailangan, kaya humingi ako ng tulong na isang rupee sa bawat buwan sa isang mayamang hurado.Tinanggihan niya ako, at sinabing, kahit isang rupee ay mahalaga."

"Anong pait mong nagugunita ang pagtanggi ng pagbibigay sa iyo noong rupee!" Ang puso ni ina ay may kagyat na lohika. Ibig mo rin bang masakit na magunita ng babaeng ito ang pagtanggi mong bigyan siya ng sampung rupee na kailangan niya ng madalian?"

"Ikaw ang panalo!" Sa napakatandang pagpapahayag ng mga nadaig na asawang lalaki, binuksan niya ang kanyang pitaka. "Eto ang isang sampung rupee. Ibigay mo sa kanya kalakip ang aking mabuting hangarin."

Ang aking ama ay mahilig munang magsabi ng "hindi" sa kahit anong bagong panukala. Ang kanyang saloobin para sa hindi kilalang tao na madaling nakuha ang simpatiya ng aking ina ay isang halimbawa ng kanyang nakaugaliang pag-iingat. Ang kanyang pag-ayaw sa mabilis na pagtanggap sa katunayan ay paggalang lamang sa prinsipyo na "nararapat na mag-isip muna." Palaging makatwiran at pantay ang pasya ng aking ama. Kung mapapalakas ko sa

BHAGABATI CHARAN GHOSH
(1853-1942)
Ama ni Yoganandaji; disipulo ni Lahiri Mahasaya

pamamagitan ng isa o dalawang magandang katwiran ang aking maraming kahilingan, ibibigay niya ang mga ito sa akin-kahit na ito ay isang bakasyon o isang motorsiklo.

Ang aking ama ay mahigpit magdisiplina ng kanyang mga anak noong sila ay mga bata pa, ngunit ang kanyang saloobin sa sarili ay tunay na matipid. Halimbawa, hindi siya kailanman dumalo sa teatro, subalit siya ay naghanap ng libangan sa iba't-ibang espiritwal na pagsasanay.at sa pagbabasa ng Bhagavad Gita.* Iniwasan niya lahat ang karangyaan. Pinagtitiyagaan niya ang isang lumang pares ng sapatos hanggang sa ito ay wala ng silbi. Ang kanyang mga anak na lalaki ay bumili ng mga kotse noong ito ay naging uso, ngunit ang aking ama ay kuntento na sa isang trolley car para sa araw-araw niyang pagpasok sa opisina.

Si ama ay hindi naghangad magkamal ng salapi para maging makapangyarihan. Sa isang pagkakataon, pagkatapos niyang

* Itong banal na tulang Sanskrit, na bahagi ng epikong *Mahabharata,* ay ang Bibliyang Indian. Isinulat ni Mahatma Gandhi: "Yung mga magninilay-sa-Gita ay makaaangkin ng panibagong tuwa at kahulugan mula dito araw-araw. Wala ni isang espirituwal na gusot ang hindi maaaring kalasin ng Gita."

maitatag ang Cacutta Urban Bank, tumanggi siyang bigyan ang sarili ng karapatang magkaroon ng bahagi na pag-aari nito. Ang nais lang niya ay makagawa ng isang pambayang tungkulin sa kanyang libreng oras.

Pagkaraan ng maraming taon, pagkatapos magretiro ang aking ama at nabubuhay lamang sa pensiyon, isang taga-tuos mula sa Inglatera ay dumating sa India upang suriin ang mga libro ng Bengal-Nagpur Railway. Natuklasan ng nagulat na imbestigador na ang aking ama ay hindi kailanman tumanggap ng pabuyang lampas na sa taning.

"Ginawa niya ang trabaho ng tatlo katao!" Ang sabi sa kompanya ng taga-tuos ng Bengal-Nagpur Railway. Mayroon siyang 125,000 rupees o katumbas ng 41,250 dolyar bilang pabalik na kabayaran. Ipinadala ng tesorero ng kompanya kay ama ang ganoong halaga. Pinawalang-halaga iyon ng aking ama kaya nalimutan niyang banggitin ito sa pamilya. Nang malaunan ay tinanong siya ng pinakabata kong kapatid na si Bishnu, na nakapansin sa malaking deposito sa isang pahayag ng banko.

"Bakit ka matutuwa sa materyal na pakinabang?" Sagot ni ama: "Sinumang nagnanais ng pantay na kamalayan ay hindi dapat matuwa sa pakinabang o kaya ay maghinagpis sa kawalan. Alam niya na ipinanganak ang tao na hubad at walang yaman, at ito ay papanaw na hubad din, at walang madadala kahit isang rupee."

Maaga pa sa kanilang buhay mag-asawa, naging disipulo na ang mga magulang ko ng isang dakilang guru, si Lahiri Mahasaya ng Banaras. Ang ugnayang ito ay nagpalakas sa likas na asetikong pag-uugali ni ama. Minsan, inamin ng aking ina sa pinaka-matanda kong kapatid na si Roma na: "Ang iyong ama at ako ay nagtatabi lamang bilang mag-asawa minsan sa isang taon-para sa layuning magkaroon ng anak.

Nakilala ni ama si Lahiri Mahasaya sa pamamagitan ni Abinash Babu,* isang empleyado ng isang sangay ng Bengal-Nagpur Railway. Sa Gorakhpur, ikuwento ni Abinash Babu sa aking mga batang tainga ang nakakalibang na salaysay ng mga banal na Indian. Lahat ng ito ay kanyang winawakasan ng parangal sa nakahihigit na kaluwalhatian ng kanyang sariling guru na si Lahiri Mahasaya.

"Narinig mo na ba ang kuwento ng mga pambihirang pagkakataon kung papaano naging disipulo ni Lahiri Mahasaya ang iyong ama?" Ang tanong niya sa akin isang nakakaantok na hapon sa

---

* Ang *Babu* (Ginoo) ay idinadagdag sa hulihan ng mga pangalang Bengali.

tag-araw, habang nakaupo kami sa bakuran ng aming tahanan. Umi-
ling akong nakangiti at naghintay na isalaysay niya.

Maraming taon na ang nakalilipas, bago ka ipinanganak, hini-
ling ko sa aking nakatataas na opisyal—ang iyong ama—na bigyan
ako ng isang linggong bakasyon mula sa aking mga tungkulin sa
opisina upang dalawin ang aking guru sa Banaras. Pinagtawanan ng
iyong ama ang aking panukala.

"'Ikaw ba ay magiging isang relihiyosong panatiko?' tanong
niya sa akin. 'Intindihin mo ang iyong mga tungkulin sa opisina
kung nais mong umasenso.'

"Malungkot akong naglalakad pauwi sa isang daan sa kakahu-
yan noong araw na iyon. Nasalubong ko ang iyong ama na sakay ng
palanquin. Bumaba siya sa sinasakyan at pinaalis niya ang kanyang
mga katulong na nagdadala ng palanquin at sinabayan ako sa pagla-
lakad. Pinagsikapan niyang bigyan ako ng konsuelo; binigyang-diin
niya ang kabutihan ng pagsisikap para magtagumpay sa mundo.
Matamlay ko siyang pinakinggan. Paulit-ulit na ibinubulong ng
aking puso, 'Lahiri Mahasaya! Hindi ako mabubuhay na hindi kita
nasisilayan1'

"Ang aming paglalakad ay nagdala sa amin sa gilid ng isang
tahimik na bukid, kung saan ang sinag ng araw sa dapithapon ay
tumatama sa mataas na alon ng mga damong ligaw. Tumigil kami
upang humanga, nang bigla na lamang nagpakita ang anyo ng aking
dakilang guru, ilang dipa lamang ang layo sa amin!*

"'Bhagabati masyado kang mahigpit sa iyong tauhan!' Ang tinig
niya ay maugong sa aming nabiglang mga tainga. Siya ay mahiwa-
gang nagpakita at naglaho. Sa aking pagluhod, ako ay napabulalas,
'Lahiri Mahasaya! Lahiri Mahasaya!' Sa loob ng ilang sandaling iyon
ang iyong ama ay hindi makagalaw sa pagkamangha.

"'Abinash, hindi lamang kita pinapayagang magbakasyon,
kundi binibigyan ko rin ang aking sarili ng bakasyon upang ma-
gpunta sa Banaras bukas. Kailangang makilala ko ang dakilang
Lahiri Mahasaya, na may kapangyarihang magpakita ng kanyang
sarili kung nais niya upang mamagitan para sa iyo! Isasama ko ang
aking maybahay at hihilingin sa gurung ito na kami ay tanggapin
upang magsimula sa kanyang espirituwal na landas. 'Sasamahan mo
ba kami sa kanya?'

"'Tiyak po!' Napuno ako ng tuwa sa milagrosong sagot sa aking
panalangin, at ang mabilis na mabuting pangyayari.

---

* Mga natatanging kapangyarihang angkin ng mga tanyag na Maestro ay ipinaliliwanag
sa Kabanata 30, "Mga Batas ng Himala."

"Nang sumunod na gabi, ang iyong mga magulang at ako ay sumakay ng tren papuntang Banaras. Pagdating namin doon kinabukasan, sumakay kami ng karwahe nang may kalayuan, pagkatapos ay naglakad kami sa mga makikitid na daan papunta sa natatagong bahay ng aking guru. Pagpasok sa kanyang maliit na sala, kami ay yumuko sa harap ng Maestro, na nakaupo sa nakasanayan na niyang pag-upo ng lotus na posisyon. Kumurap ang kanyang mga matang tagusan tumingin at itinuon sa iyong ama.'Bhagabati, masyado kang mahigpit sa iyong tauhan!' Ang kanyang mga salita ay katulad ng kanyang sinabi nang magpakita siya sa bukid may dalawang araw na ang nakararaan. Dagdag niya, 'ako ay nagagalak na pinayagan mo si Abinash na dalawin ako, at ikaw at ang iyong maybahay ay sinamahan siya.'

"Sa kanilang kagalakan, tinanggap niya ang iyong mga magulang sa espirituwal na pagsasanay ng *Kriya Yoga.** Ang iyong ama at ako, bilang magkapatid na disipulo, ay naging matalik na magkaibigan simula noong hindi malilimot na araw ng pangitain ng aming guru. Si Lahiri Mahasaya ay nagkaroon ng natatanging interes sa iyong kapanganakan. Ang buhay mo ay may tiyak na kaugnayan sa kanyang buhay. Ang basbas ng guru ay hindi kailanman nabibigo.

Iniwan ni Lahiri Mahasaya ang mundong ito hindi pa nagtatagal pagkatapos na ako ay maipanganak. Ang kanyang larawan na nasa magayak na kuwadro ay laging palamuti ng aming pampamilyang altar sa iba't-ibang siyudad kung saan inililipat ng kanyang opisina ang aking ama. Maraming mga araw at gabi na matatagpuan kami ng aking ina nagmi-meditasyon sa altar na ito, at nag-aalay ng bulaklak na nilubog sa mabangong sandalwood. Kasama ang kamanyang at mira at ang aming nagkakaisang debosyon, pinaparangalan namin ang pagka-Diyos na nakatagpo ng lubos na lubos na pagpapahayag kay Lahiri Mahasaya.

Ang kanyang larawan ay may higit na kapangyarihan sa aking buhay. Habang ako ay lumalaki, ang alaala ng maestro ay lumaking kasabay ko. Sa meditasyon, madalas kong makita ang kanyang larawan na lumalabas mula sa kanyang maliit na kuwadro at nagiging buhay na anyo, nakaupo sa harap ko. Kapag sinubukan kong hawakan ang kanyang mga paa, ito ay nagbabago at nagiging larawan. Samantalang ang kamusmusan ay lumipas upang maging isang batang lalaki, natuklasan ko ang larawan ni Lahiri Mahasaya

---

* Isang pamamaraan ng yoga, na itinuro ni Lahiri Mahasaya, kung saan ang magulong pandama ay napapatahimik, at hinahayaan ang tao upang makasanib sa pangkalahatang kamalayan. (Tingnan ang Kabanata 26.)

na nagbagong anyo sa aking isip mula sa isang maliit na larawan, nakakulong sa isang kuwadro, at naging isang buhay na nagbibigay liwanag na presensiya. Ako ay madalas dumadalangin sa kanya sa mga sandali ng pagsubok at pagkalito, at natatagpuan sa aking kalooban ang kanyang maginhawang tagubilin.

Noong una, ako ay namimighati sapagkat wala na siyang pisikal na buhay. Habang nagsisimula kong matuklasan ang kanyang lihim na pagka-nasa-lahat-ng-dako, ako ay hindi na namighati. Ngayon nalaman ko na siya pala ay buhay kailanman. Siya ay madalas lumiham sa kanyang mga disipulo na labis na nababahala upang makita siya. "Bakit darating kayo upang tingnan ang aking laman at mga buto, gayong ako ay laging abot-tanaw ng inyong *Kutastha* (espirituwal na paningin)?"

Sa edad na mga walong taon, ako ay nabiyayaan ng isang kahanga-hangang paggaling sa pamamagitan ng larawan ni Lahiri Mahasaya. Ang karanasang ito, ay nagbigay-tindi sa aking pagmamahal. Habang ako ay nasa pampamilyang lupain sa Ichapur, Bengal, tinamaan ako ng Asiatic cholera. Nanganib ang aking buhay. Walang magawa ang mga doctor. Sa aking higaan, balisang-balisa na sinenyasan ako ng aking ina na tumingin sa larawan ni Lahiri Mahasaya na nasa dingding sa aking ulunan.

"Yumuko ka sa kanya, sa iyong isip." Alam niyang ako ay masyadong mahina upang itaas ang aking mga kamay sa pagbibigay-galang. "Kung ipakikita mong tunay ang iyong debosyon at sa isip mo ay lumuhod ka sa iyong kalooban sa harap niya, ang iyong buhay ay maliligtas!"

Tumitig ako sa kanyang larawan at nakita ko ang isang nakasisilaw na liwanag na bumalot sa aking katawan at sa buong silid. Nawala ang aking pagkahilo at iba pang hindi mapigilang mga sintomas; ako ay gumaling na. Naramdaman ko agad na may sapat na lakas na ako upang yumuko at hipuin ang paa ng aking ina bilang pagpapahalaga sa kanyang malakas na pananampalataya sa kanyang guru. Paulit-ulit na idiniin ng aking ina ang kanyang ulo sa maliit na larawan, sabay bigkas:

"O Nasa-Lahat-Ng-Dakong Maestro, nagpapasalamat ako sa inyo na pinagaling ng inyong liwanag ang aking anak!"

Nasaksihan din niya ang makislap na liwanag na biglang nagpagaling sa akin mula sa isang karaniwang nakamamatay na sakit.

Isa sa aking pinakamahalagang pag-aari ay ang larawang ito ni Lahiri Mahasaya na ibinigay niya sa aking ama. Nagtataglay ito ng banal na bibrasyon. Ang larawan ay may milagrosong pinagmulan.

Narinig ko ang kuwento mula kay Kali Kumar Roy, isang kapatid na disipulo ni ama.

Lumalabas na ayaw ng maestro na makunan ng larawan. Sa kabila ng kanyang pagtanggi, nakunan siya ng larawan na kasama ang grupo ng mga deboto na kinabibilangan ni Kali Kumar Roy. Nagulat ang letratista ng matuklasan niya na ang negatibo na may malinaw na larawan ng lahat ng disipulo ay bakante sa gitna, kung saan dapat naroroon ang larawan ni Lahiri Mahasaya. Naging usap-usapan ang kababalaghang iyon.

Ang mag-aaral na si Ganga Dar Babu, isang mahusay na potograpo, ay nagmagaling na makukunan niya ng larawan ang guru. Kinaumagahan, habang ang guru ay nakaupo sa posisyong lotus sa upuang kahoy na may tabing sa kanyang likuran, dumating si Ganga Dar Babu na dala ang kanyang kamera. Buong pag-iingat upang magtagumpay, may pananabik niyang kinunan ng labindalawang beses si Lahiri Mahasaya. Sa bawat kuha, lumalabas ang upuang kahoy at ang tabing sa likuran, ngunit minsan pa, wala ang larawan ng maestro.

Luhaan at nahihiyang hinanap ni Ganga Dar Babu ang kanyang guru. Maraming oras bago binasag ni Lahiri Mahasaya ang kanyang pananahimik ng may malamang komentaryo:

"Ako ay Espiritu. Kaya ba ng kamera mong ilarawan ang nasa-lahat-ng-dakong Hindi Nakikita?"

"Nakita ko hindi nga! Ngunit Banal na Ginoo, buong pagmamamahal kong ninanais na makunan ng larawan ang katawan na inyong templo. Makitid ang aking pananaw; hanggang ngayon ay hindi ko pinaniniwalaan na ang espiritu ay lubos na sumasainyo."

"Kung ganoon, pumarito ka bukas ng umaga, at magpapakuha ako ng larawan sa iyo." Kinabukasan, muling ipinokus ng letratista ang kanyang kamera. Sa pagkakataong ito, ang banal na anyo, hindi na balot ng hiwagang di-nahahalata, ay malinaw na nakunan ng larawan. Ang maestro ay hindi na kailanman nagpakuha ng larawan; wala akong nakitang iba pa.

Ang larawan ay kinopya para sa aklat na ito.* Ang katamtamang anyo ni Lahiri Mahasaya ay may dating na pandaigdig, at

---

* Tingnan ang pahina 348. Mayroong mga kopya ng mga larawan na makukuha sa Self-Realization Fellowship. Tingnan din ang iginuhit na larawan ni Lahiri Mahasaya sa tapat ng pahina 360. Habang nasa India si Sri Paramahansa noong 1935-36, inutusan niya ang isang pintor na Bengali upang ipinta ang orihinal na larawan, at nang malaunan itinalaga ito bilang pormal na larawan ni Lahiri Mahasaya upang gamitin sa mga publikasyon ng SRF. (Nakalagay ang larawang ito sa sala ni Paramahansa Yogananda sa Mt. Washington. (*Tala ng Naglathala*)

SRI YOGANANDA sa edad na anim (6) na taon

hindi matukoy kung anong lahi ang kanyang kinabibilangan. Ang ligaya ng pakikipag-isa sa Diyos ay bahagyang natutunghayan sa kanyang misteryosong ngiti. Ang kanyang mga mata na bukas lamang ng kalahati ay nagpapahiwatig ng kaunting interes sa panlabas na daigdig. Ito'y kalahati ring nakapikit, tanda ng kanyang panloob na kaluwalhatian. Hindi niya alintana ang mga pang-akit ng mundo, ngunit gising siya sa lahat ng oras sa mga suliraning pang-espirituwal ng mga taong lumalapit sa kanya para sa kanyang biyaya.

Hindi nagtagal pagkatapos ng aking paggaling sa pamamagitan ng kapangyarihan ng larawan ng guru, ako ay nagkaroon ng malakas na pangitain. Isang umaga, habang ako ay nakaupo sa aking higaan, ako ay malalim na nangarap.

"Ano ang nasa likod ng dilim ng nakapikit na mga mata?" Malakas na dumating sa isip ko ang nagsusuring kaisipang ito.

Isang malawak na kislap ng liwanag ang biglang nagpakita sa pan-loob kong paningin. Mga dibinong anyo na nakaupo sa posisyong meditasyon sa mga kuweba sa bundok at nabuong parang maliliit na larawan sa sinehan ng malapad na tabing ng liwanag sa loob ng aking noo.

Sino kayo?" Malakas na tanong ko.

"Kami ang mga yogi sa Himalayas." Ang makalangit na kas-agutan ay napakahirap ilarawan. Ang puso ko ay nanginig sa tuwa.

"Ah, ibig kong makarating sa Himalayas at maging tulad ninyo!" Ang pangitain ay naglaho, ngunit ang mala-pilak na sinag ay lumawak at lumapad nang lumapad na paikot tungo sa walang hanggan.

"Ano itong nakamamanghang liwanag?"

"Ako si Ishwara.* Ako ay Liwanag." Ang Tinig ay parang bu-mubulong na mga ulap.

"Nais kong makiisa sa Inyo!"

Sa dahan-dahang paglaho ng aking dibinong kagalakan, nasa-gip ko ang isang palagiang pamanang inspirasyon na hanapin ang Diyos. "Siya ay walang hanggan, laging-bagong Kaligayahan!" Ang alaalang ito ay nanatiling matagal pagkatapos ng araw ng masidhing kaligayahan.

Isa pang maagang gunita ay nangingibabaw, sapagkat dala-dala ko ang peklat hanggang sa araw na ito. Isang umaga, ako at ang nakatatanda kong kapatid na si Uma ay nakaupo sa ilalim ng puno ng *neem* sa aming bakuran sa Gorakhpur. Tinutulungan niya ako sa panimulang pag-aaral sa aklat ng Bengali, kapag may oras at ako ay hindi nakatingin sa mga loro na kumakain ng hinog na bunga ng margosa.

Dumaing si Uma na may isang pigsa sa paa niya, at kumuha siya ng isang bote ng ungguwento. Pinahiran ko ng kaunti ang aking braso.

"Bakit ka nagpapahid ng gamot sa malusog na braso?"

"Kasi ate, pakiramdam ko magkakaroon ako ng pigsa bukas. Sinubukan ko ang pampahid mo sa braso ko kung saan lalabas ang pigsa."

"Isa kang maliit na sinungaling!"

---

* Isang pangalang Sanskrit para sa Panginoon sa Kanyang katauhan bilang Pangdaigdigang Pinuno; mula sa ugat na *is*, mamumuno. Nagtataglay ang banal na aklat ng Hindu ng isang libong pangalan ng Diyos at ang bawat isa ay kumakatawan ng tanging pilosopikal na kahulugan. Ang Panginoon bilang Ishwara ay ang Katauhan na sa pamamagitan ng Kanyang kalooban ay lumilikha at gumugunaw ng lahat ng sandaigdig, sa maayos na pagkasunod-sunod.

"Ate, huwag mo akong tawaging sinungaling hangga't hindi mo nakikita kung ano ang mangyayari bukas." Ang naiinis kong sagot.

Hindi naniwala si Uma, at tatlong beses inulit ang pagtuya sa akin. Nagkaroon ng isang matatag na pagpapasya ang aking boses habang marahan akong sumasagot.

"Sa pamamagitan ng kapangyarihan ng aking kagustuhan, sinasabi kong bukas, ako ay magkakaroon ng katamtamang laki ng pigsa sa parteng ito ng aking braso, at ang *iyong* pigsa ay dodoble ang laki!"

Kinaumagahan, ako ay may matigas na pigsa sa pinahiran kong braso. Ang pigsa ni Uma ay dumoble ang laki. Pasigaw na tumakbo si Uma kay Ina."Si Mukunda ay naging mangkukulam!" Seryosong pinagsabihan ako ng aking Ina na, kailanman huwag gagamit ng kapangyarihan ng salita para gumawa ng masama. Palagi kong naaalala ang kanyang payo, at ito ay aking sinusunod.

Ang pigsa ko ay inoperahan. Isang kapansin-pansing peklat ang naiwan sa hiwa ng doctor ang nasa braso ko hanggang ngayon. Ang nasa aking kanang braso ang isang palagiang alaala ng kapangyarihan ng salita ng tao.

Ang mga simpleng salita na tila hindi makakasama kay Uma na sinambit ko na may malalim na paniniwala ay nagkaroon ng tamang lakas at sumabog na parang bomba at nagkaroon ng tiyak at nakakasakit na epekto. Naunawaan ko pagkatapos na ang malakas na tunog at paniniwala sa lakas ng salita ay maaaring gamitin upang makalaya ang tao sa hirap ng buhay at nang sa ganoon ay umiral nang walang pilat o paninisi.*

Ang aming pamilya ay lumipat sa Lahore, sa Punjab, India. Doon ay nagkaroon ako ng larawan ng Mahal na Ina sa anyo ng Diyosang Kali.† Pinabanal nito ang maliit na altar sa balkonahe ng aming tahanan. Naramdaman ko na matutugunan ang lahat ng aking mga dalangin kapag sinambit doon sa banal na altar. Nakatayo kami ni Uma doon isang araw, pinapanood ko ang dalawang bata na nagpapalipad ng saranggola sa bubong ng dalawang gusali na may pagitan lang na makitid na daanan sa aming bahay.

---

* Ang walang hanggang kapangyarihan ng tunog ay nanggagaling sa Malikhaing Salita ng *Aum,* ang sandaigdigang lakas ng pagyanig na siyang nasa likod ng lahat ng enerhiyang atomiko. Anumang salitang sinasambit ng may malinaw na pagkakaintindi at malalim na konsentrasyon ay may kakayahang magkatotoo. Napag-alamang ang malakas o tahimik na pag-uulit na mga salitang nagbibigay-inspirasyon ay epektibo sa Coueism at iba pang sistema ng psychotherapy; ang sikreto ay nasa pagpapaangat ng bilis ng pagyanig ng kaisipan.

† Si Kali ay isang sagisag ng Diyos sa katauhan ng walang hanggang Inang Kalikasan.

"Bakit ka walang kibo?" Tanong ni Uma, sabay tulak sa akin na mapaglaro. "Naiisip ko lang na kahanga-hanga na ibinibigay sa akin ng Mahal na Ina ang bawat kahilingan ko."

"Palagay ko ibibigay niya sa iyo ang dalawang saranggola!" Ang kapatid ko ay nanunuksong tumawa.

"Bakit hindi?" Inumpisahan ko ang tahimik na mga panalangin para ang mga ito ay mapasa-akin.

May paligsahan sa India ng mga saranggola na ang mga tali ay nababalutan ng pandikit at bubog. Bawat manlalaro ay susubukang putulin ang tali ng saranggola ng kalaban. Ang saranggolang naputol ay lilipad sa ibabaw ng mga bubong. Napakalaking kasiyahan ang hulihin ito. Kami ng kapatid kong si Uma ay nasa balkonaheng may bubong. Parang imposibleng ang makawalang saranggola ay aabot sa aming mga kamay. Ang tali ay natural lamang na nakabitin sa bubungan.

Nag-umpisang magpaligsahan ang mga manlalaro sa kabilang daan. Naputol ang isang tali. Ang saranggola ay dali-daling pumailanlang sa aking kinaroroonan. Sa dahilang biglang tumigil ang hangin, ang saranggola ay nanatiling hindi gumagalaw ng ilang saglit, na sa oras na iyon ang tali ay napulupot sa halamang cactus sa ibabaw ng bubong ng kabilang bahay. Isang mahabang pabilog na tali ng saranggola ang lumawit para mahawakan ko. Iniabot ko kay Uma ang premyo.

"Isa lamang itong pambihirang pagkakataon at hindi sagot sa dasal mo. Kapag iyong isang saranggola ay lumapit sa iyo, maniniwala na ako." Ang mga mata ng kapatid ko ay nagpapahiwatig ng higit na paghanga kaysa kanyang pananalita. Ipinagpatuloy ko ang matinding pagdarasal. Isang malakas na hila ng isa pang manlalaro ay humantong sa biglang pagkaputol ng tali at nakawala ang kanyang saranggola. Ito ay lumipad patungo sa akin, at nagsayaw sa hangin. Ang matulungin kong katulong, ang halamang cactus, ay muling pinuluputan ng tali ng saranggola upang ito ay may sapat na haba para mahawakan ko. Inihain ko ang pangalawang tropeo kay Uma.

"Tunay nga, ang Dibinong Ina ay nakikinig sa iyo! Lahat ng ito ay lubhang mahiwaga para sa akin!" Ang kapatid ko ay tumakbong papalayo na parang natakot na batang usa.

Ang Kamatayan ng Aking Ina at Ang Mistikong Agimat

Ang pinakadakilang hangad ng aking ina ay ang pag-aasawa ng aking nakatatandang kapatid na lalaki. "Ah, kapag nasilayan ko na ang mukha ng kabiyak ni Ananta, makikita ko na ang langit sa mundong ito!" Madalas kong marinig sa aking ina ang pagpapahayag sa ganitong mga salita ang malakas niyang damdaming Indian para sa pananatili ng pamilya.

Maglalabing-isang taong gulang ako nang ipahayag ang kasunduang pagpapakasal ni Ananta. Ang aking ina ay nasa Calcutta at masayang pinangangasiwaan ang paghahanda para sa kasal. Ang aking ama at ako lamang ang naiwan sa tahanan namin sa Bareilly sa hilagang India, kung saan nalipat si ama pagkaraan ng dalawang taon sa Lahore.

Nasaksihan ko na ang kaningningan ng seremonya ng mga kasal ng dalawa kong nakatatandang kapatid na mga babae na sina Roma at Uma; nguni't para kay Ananta, bilang pinakamatandang anak na lalaki, ang mga plano ay tunay na detalyado. Malugod na tinatanggap ng aking ina ang maraming mga kamag-anak na dumarating araw-araw mula sa kanilang malalayong mga tahanan. Pinatutuloy niya ang mga ito ng maginhawa sa bagong biling malaking bahay sa 50 Amherst Street. Handang-handa na ang lahat—ang mga kakanin para sa piging, ang magandang trono kung saan ang kapatid ko ay bubuhatin papunta sa tahanan ng kanyang mapapangasawa, ang mga hilera ng makukulay na ilaw, ang malalaking mga elepante at mga kamelyo na gawa sa karton, mga orkestang Ingles, Scottish, at Indian, mga propesyonal na taga-paglibang, at mga pari para sa mga sinaunang seremonya.

Ako at ang aking ama ay masayang nagplano na sumama sa pamilya sa oras mismo ng seremonya. Nguni't bago dumating ang mahalagang araw, nagkaroon ako ng isang pangitaing nagbababala ng hindi mabuti.

Hating-gabi noon sa Bareilly. Habang ako ay natutulog sa tabi ni ama sa balkonahe ng aming bunggalo, ako ay nagising sa kakaibang galaw ng kulambo sa aming higaan. Ang manipis na kurtina ay nahawi at nakita ko ang mahal na anyo ng aking ina.

"Gisingin mo ang iyong ama!" Ang kanyang tinig ay pabulong lamang. "Sumakay kayo sa unang biyahe ng tren ngayong alas kuwatro ng umaga. Magmadali kayong pumunta sa Calcutta kung gusto ninyong makita pa ako!" Ang tila multong anyo ay naglaho.

"Ama, ama! Si ina ay naghihingalo na!" Nagising kaagad ang aking ama dahil sa bahid ng takot sa boses ko. Pahikbi kong sinabi ang masamang balita.

"Huwag mong pansinin ang iyong guni-guni!" Ibinigay ni ama ang nakaugaliang pagkakaila sa isang bagong kalagayan. "Ang iyong ina ay nasa napakabuting kalusugan. Kapag tayo ay nakatanggap ng masamang balita, aalis tayo bukas."

"Hinding-hindi mo mapapatawad ang sarili mo sa hindi pag-alis ngayon!" At dala ng dalamhati, mapait ko pang idinagdag na may galit, "at hinding-hindi ko kayo mapapatawad!"

Dumating ang malungkot na umaga na may malinaw na balita; "Si ina malubha ang karamdaman; kasalan ipinagpaliban; pumarito kayo agad."

Umalis kami ni ama na may pangamba. Sinalubong kami ng isa sa mga tiyuhin ko sa estasyon ng tren na lilipatan namin. Isang tren ang dumadagundong na papalapit sa amin. Dahil sa magulo kong pag-iisip, sumagi ang isang biglang pagpapasya na ihagis ang sarili ko sa riles ng tren. Sa pakiramdam ko ay nawala na si ina, at hindi ko matiis ang isang daigdig na walang saysay. Mahal ko ang aking ina bilang pinakamamahal kong kaibigan sa lupa. Ang kanyang maiitim na mga mata ang nagbibigay-ginhawa sa akin sa mga mumunting trahedya ng aking pagkabata.

"Buhay pa ba siya?" Huminto ako para sa isang huling tanong sa aking tiyuhin.

Nakita niya ang kawalang-pagasa sa mukha ko. "Oo naman, buhay siya!" Ngunit mahirap ko siyang paniwalaan.

Pagdating namin sa aming tahanan sa Calcutta, wala na si ina. Hinarap namin ang nakayayanig na misteryo ng kamatayan. Ako'y hinimatay at halos nawalan ng buhay. Mga taon ang lumipas bago tinanggap ng aking puso ang pagkakasundo. Sinugod ko ang pintuan ng langit hanggang sa ang mga panangis ko ay nakatawag-pansin sa Dibinong Ina. Ang mga salita Niya ay nagdala ng pang-wakas na paghilom sa aking nagnanaknak na mga sugat.

"Ako ang sumubaybay sa iyo bawat buhay mo, sa pag-aaruga

ng maraming ina. Masdan mo sa Aking titig ang dalawang maiitim na mga mata, ang nawawalang magagandang mata na hinanap mo!"

Bumalik kami ni ama sa Bareilly pagkatapos ng krematoryong seremonya para sa aking ina. Maagang-maaga araw-araw ako ay kahabag-habag na gumagawa ng isang pang-ala-alang paglalakbay sa isang malaking puno ng *sheoli* na nagbibigay-lilim sa makinis at berde't gintong damuhan sa harapan ng aming bunggalo. Sa matulaing mga sandali, naisip ko na kusang ikinakalat ng mga puting bulaklak ng *sheoli* ang kanilang sarili na may debosyon sa madamong altar. Humahalo ang luha sa hamog, namasdan kong madalas ang naiibang-daigdig na liwanag na lumalabas sa bukang-liwayway. Matinding kirot at pananabik sa Diyos ang naramdaman ko. Nakaramdam ako ng malakas na paghatak ng Himalayas.

Isang pinsan na kagagaling lang sa paglalakbay sa mga banal na bundok ang dumalaw sa amin sa Bareilly. Sabik akong nakinig sa kanyang mga salaysay tungkol sa matataas na kabundukang tirahan ng mga yogi at swami.*

"Tumakas tayo papuntang Himalayas!" ang mungkahi kong ito isang araw kay Dwarka Prasad, ang anak ng may-ari ng bahay namin sa Bareilly, ay hindi pinakinggan. Ibinunyag niya ang plano ko sa aking nakatatandang kapatid, na kararating lamang upang dalawin si ama. Sa halip na bahagyang pagtawanan ang walang malay na panukala ng isang bata, sinadya ni Ananta na ako ay kutyain.

"Nasaan ang kasuotan mong kulay dalandan? Hindi ka puwedeng maging swami kapag wala iyon!"

Subalit ako ay natuwa na hindi maipaliwanag sa kanyang mga salita. Binigyan ako ng maliwanag na anyo ng aking sarili na isang monghe na naglilibot sa bansang India. Marahil ginising nito ang alaala ng aking nakaraang buhay; kung magkagayon, alam ko na napakadali para sa akin ang gumamit ng kasuotan ng mga monghe noong sinaunang orden monastiko.

Isang umaga, habang kami ni Dwarka ay nag-uusap, nakaramdam ako ng pagmamahal sa Diyos na sinlakas ng biglang pagbagsak ng mga yelo mula sa bundok. Bahagyang napuna ng kasama ko ang kahusayan ko sa pagsasalita, ngunit buong puso kong pinakinggan ang aking sarili.

Tumakas ako noong hapong iyon patungong Naini Tal, sa mga burol na malapit na sa Himalayas. Hinabol ako ni Ananta. Napilitan akong malungkot na bumalik sa Bareilly. Ang tanging

---

* Ang ugat ng Sanskrit na kahulugan ng *Swami* ay "siya na kaisa ng kanyang Sarili (Swa)." (Tingnan ang Kabanata 24.)

paglalakbay na may pahintulot ay ang nakaugaliang pagpunta ko sa puno ng *sheoli* pagsikat ng araw sa umaga. Umiiyak ang puso ko para sa dalawa kong inang nawala: isa ay tao, ang isa ay Dibino.

Ang dating pagsasama ng pamilya ay nagkalamat sanhi ng pagkamatay ni ina at hindi na naibalik muli. Hindi na muling nag-asawa si ama sa loob ng halos apatnapung natitirang taon. Ginampanan niya ang mahirap na tungkuling ama at ina ng kanyang pamilya. Siya ay naging mas maunawain at mas madaling lapitan. Nilutas niya ang mga suliranin ng pamilya ng mahinahon at maliwanag na pang-unawa. Pagkatapos ng mga oras sa opisina, siya ay namamahinga na tulad ng ermitanyo sa selda ng kanyang silid at nagsasanay ng *Kriya Yoga* sa isang matamis na kapayapaan. Matagal nang namatay si ina nang sinubukan kong kasunduin ang isang nars na taga-Inglatera upang paglingkuran at gawing mas maginhawa ang buhay ng aking magulang, subalit tumanggi siya.

"Ang pagsisilbi sa akin ay natapos sa iyong ina," wika niya. Ang kanyang mga mata ay nakatingin sa malayo na may pang-habang buhay na debosyon. "Ayokong tumanggap ng pagsisilbi mula sa kahit sinong babae."

Labing-apat na buwan pagkamatay ng aking ina, nalaman ko na may iniwan siyang isang napakahalagang mensahe. Si Ananta ay nasa tabi niya noong siya ay malubha, at isinulat ang kanyang habilin. Kahit hiniling ni ina na sabihan ako pagkatapos ng isang taon ng pagkamatay niya, ipinagpaliban ito ng kapatid ko. Malapit na siyang umalis sa Bareilly at pupuntang Calcutta, upang pakasalan ang babaeng napili ni ina para sa kanya.* Isang gabi, tinawag niya ako sa tabi niya.

"Mukunda, ako ay nag-aatubiling bigyan ka ng kakaibang balita." Ang boses ni Ananta ay may tono ng pagsuko. "Ang ikinatatakot ko ay ang pag-alabin ang pagnanasa mong umalis sa ating tahanan. Subalit, sa ano pa man, ikaw ay punong-puno ng dibinong kasiglahan. Noong mahuli kita kamakailan na patungo sa Himalayas, napagpasiyahan ko na ito. Hindi ko na dapat ipagpaliban pa ang katuparan ng taimtim kong pangako." Inabot sa akin ng kapatid ko ang isang maliit na kahon, at ibinigay ang mensahe ng aking ina.

"Ito nawa ay maging huling basbas ko sa iyo pinakamamahal kong anak, Mukunda!" wika ni ina. "Oras na para isalaysay ko ang ilang pambihirang pangyayari kasunod ng iyong pagsilang. Una

---

* Ang kaugaliang Indian, kung saan pinipili ng magulang ang makakasama habambuhay ng kanilang anak, ay nananatili sa kabila ng paglipas ng panahon. Mataas ang bahagdan ng maliligayang pagsasamang Indian bilang mag-asawa.

YOGANANDAJI (nakatayo) bilang isang kabataang mag-aaral sa mataas na paaralan, kasama ang kanyang nakatatandang kapatid na si ANANTA

Pinakamatandang kapatid ni Yoganandaji na babae, Roma (kaliwa) at nakababatang kapatid na babae, Nalini, kasama si Paramahansa Yogananda sa kanyang tahanan noong kanyang kabataan, sa Calcutta, 1935

Nakatatandang kapatid na babae ni Yoganandaji, si Uma, bilang isang batang babae, sa Gorakhpur

kong nalaman ang iyong nakatakdang landas noong ikaw ay sanggol pa lamang sa aking mga bisig. Dinala kita noon sa tahanan ng aking guru sa Banaras. Sa dami ng mga disipulo, hindi ko halos makita si Lahiri Mahasaya na nakaupo sa malalim na meditasyon.

"Samantalang tinatapik-tapik kita, ako ay nanalangin na sana mapansin ako ng dakilang guru at pagkalooban ng bendisyon. Habang, ang aking tahimik na paghingi ng pagbasbas ay naging matindi: dumilat siya at tinawag ako upang lumapit. Pinadaan ako ng mga disipulo sa paligid ko. Yumuko ako sa kanyang sagradong mga paa. Iniupo ka ni Lahiri Mahasaya sa kanyang kandungan at inilagay ang kanyang kamay sa iyong noo bilang espirituwal na pagbasbas.

"Munting ina, ang anak mo ay magiging isang yogi. Bilang isang espirituwal na makina, siya ay magdadala ng mga maraming kaluluwa sa Kaharian Ng Diyos.'

"Napalundag ang puso ko sa tuwa nang malaman ko na ang aking tahimik na dalangin ay pinagbigyan ng gurung maalam sa lahat ng bagay. Hindi pa nagtatagal bago ka isilang, sinabi na niya sa akin na ikaw ay susunod sa kanyang landas.

"Sa bandang huli, aking anak, alam ko at ng kapatid mong si Roma ang tungkol sa iyong pangitain ng Dakilang Liwanag dahil mula sa katabing silid, nakita namin na ikaw ay hindi gumagalaw sa higaan. Ang maliit mong mukha ay nagliliwanag; ang tinig mo ay tumunog ng may matigas na pagpapasya habang nagsalita ka nang tungkol sa pagpunta mo sa Himalayas upang hanapin ang Dibino.

"Sa ganitong mga paraan mahal kong anak, ay nalaman ko na ang iyong daan ay malayo sa mga makamundong pangarap. Ang isang pangunahing pangyayari sa aking buhay ang nagdala ng karagdagang pagpapatunay—isang pangyayari na ngayon ay nag-udyok sa habilin na ito sa huling sandali ng aking buhay.

"Ito ay isang panayam sa isang pantas sa Punjab. Noong ang ating pamilya ay naninirahan sa Lahore, isang umaga, ang tagapagsilbi ay pumasok sa aking silid, 'Ginang, may isang mahiwagang pantas* ang naririto. Siya ay nagpipilit na makita ang ina ni Mukunda.'"

"Ang mga simpleng salitang ito ay umantig ng malalim sa aking damdamin; lumabas ako kaagad upang batiin ang panauhin. Yumuko ako sa kanyang banal na paa. Naramdaman ko na ang kaharap ko ay tunay na alagad ng Diyos.

"Ina', wika niya, 'ibig ipaalam sa iyo ng mga dakilang maestro

---

* Isang Ermitanyo; isang taong deboto sa pagiging asetiko at disiplinang espirituwal.

na ang pananatili mo sa mundong ito ay hindi na magtatagal. Ang susunod mong karamdaman ay siya mo nang huli.* Nagkaroon ng katahimikan, ngunit ako ay hindi nabahala, bagkus nakaramdam ako ng matinding kapayapaan. Sa wakas, kinausap niya akong muli:

"'Ikaw ay magiging taga-ingat ng isang pilak na agimat. Hindi ko ito ibibigay sa iyo ngayon; upang mapatunayan ang aking mga salita, ang agimat ay lalabas sa iyong mga kamay bukas habang ikaw ay nagmi-meditasyon. Bago ka lumisan sa mundong ito, sabihin mo ang panganay mong anak na si Ananta na itago ang agimat ng isang taon, pagkatapos ibigay ito sa iyong pangalawang anak na lalaki. Mauu-nawaan ni Mukunda ang kahulugan ng agimat na ito, na nagmula sa dakilang mga nilalang. Nararapat na tanggapin niya ito sa panahong handa na niyang itakwil ang lahat ng makamundong pag-asa at simu-lan na niya ang napakahalagang paghahanap sa Diyos. Kapag íininga-tan niya ito nang maraming taon, at kapag napagsilbihan na nito ang kanyang layunin, ito ay mawawala. Kahit na ito ay nakatago sa lihim na lagayan, ito ay babalik sa kanyang pinanggalingan.'

"Ako ay nag-alay ng limos† sa banal na pantas, at yumuko sa harap niya ng buong paggalang. Hindi niya tinanggap ang aking alay, at siya ay lumisan na may pagbasbas. Kinagabihan, habang ako ay nanalangin na tiklop palad, isang pilak na agimat ang naramda-man ko sa aking mga palad, na gaya ng ipinangako ng pantas. Ito ay malamig at makinis hawakan. Masusing binantayan ko ito nang mahigit na dalawang taon, at ngayon ay iiwanan ko kay Ananta. Huwag kang maghinagpis sa aking paglisan, sapagkat ako ay sasa-mahan ng aking magiting na guru hanggang sa bisig ng Walang Hanggan. Paalam anak ko, pangangalagaan ka ng Mahal na Ina."

Isang pagliliyab ng liwanag ang naramdaman ko sa pagtanggap ko ng agimat; maraming tulog na alaala ang nagising sa akin. Ang agimat, bilugan at niluma ng panahon, ay nababalutan ng mga le-trang Sanskrit. Naunawaan ko na ito ay galing sa mga guru ng naka-raang mga buhay, sila na hindi nakikitang gumagabay sa aking mga hakbang. Mayroon pang karagdagang kahulugan, subalit sinuman ay hindi maaaring alisin ng lubos ang tabing sa puso ng isang agimat.‡

Kung papaanong tuluyang naglaho ang agimat sa gitna ng

---

* Nang matuklasan ko sa pamamagitan ng mga salitang ito na nagtataglay si ina ng lihim na kaalaman tungkol sa maikling pagkabuhay, naintindihan ko sa unang pagkakataon kung bakit nagpilit siyang madaliin ang mga plano ng pagpapakasal ni Ananta. Bagama't namatay siya bago ang kasal, ang likas na naging kahilingan niya bilang ina ay masaksihan ang seremonya ng kasal.

† Isang nakaugaliang pagpapahayag ng paggalang sa mga pantas.

‡ Ang agimat ay isang bagay na likha sa astral. Yari sa sangkap na madaling mawala.

matinding kalungkutan sa aking buhay, at kung papaano ang pag-
kawala nito ay siya namang pagdating ng aking guru, na si Sri Yuk-
teswar, ay hindi na isasaad sa kabanatang ito.

Ngunit ang maliiit na batang napigilan sa kanyang mga pag-
tatangkang marating ang Himalayas, ay araw-araw na naglakbay ng
malayo sa pakpak ng kanyang agimat.

Ang mga ganitong bagay ay kailangang mawala sa ating mundo. (Tingnan ang
Kabanata 43.)

Isang *mantra* o mga banal na salitang binibigkas ay nakaukit sa agimat. Ang mga
bisa ng tunog at ng *vach*, ang tinig ng tao, ay hindi lubusang naimbestigahan saan
mang dako kundi sa India. Ang *Aum* na umaalingawngaw sa buong sandaigdig (ang
"Salita" o "tinig ng maraming tubig" sa Bibliya) ay mayroong tatlong pagpapahayag
o *gunas*, ito ay ang paglilikha, pagpapanatili at paninira (*Taittiriya Upanishad 1:8)*. Sa
tuwing bibigkas ang isang tao ng salita, binubuhay niya ang isa sa tatlong katanginan
ng *Aum*. Ito ang makatarungang dahilan sa likod ng panghihikayat ng banal na salita
na dapat magsalita ng totoo ang isang tao.

Ang Sanskrit na *mantra* sa agimat, ay nagtataglay, kapag binigkas ng tama, ng
isang mahusay na espirituwal na lakas. Ang alpabetong Sanskrit, na mahusay ang
pagkakagawa, ay naglalaman ng limampung letra, bawat isa ay may natatanging
bigkas. Sumulat si George Bernard Shaw ng isang matalinong sanaysay tungkol sa
kakulangan ng kakayahan ng palatinigan ng Ingles na alpabeto na nakabatay sa Latin,
kung saan hirap na hirap gampanan ng dalawampu't-anim na letra ang lahat ng mga
tunog. Kasama ang kanyang nakaugaliang kalupitan ("Kung ang pagpapakilala ng
isang alpabetong Ingles ay mangangailangan ng digmaang sibil....hindi ito ikasasama
ng aking loob"), Iminumungkahi ni Ginoong Shaw ang paggamit ng isang bagong
alpabeto na may apatnapu't anim na letra (tingnan ang Paunang Salita ni Wilson sa
The Miraculous Birth of Language, Philosophical Library, N.Y.) Ang alpabetong ito ay
mas malapit sa ganap na palatinigang Sanskrit, na ang paggamit ng limampung letra
ay makakapigil sa pagkakamali ng bigkas.

Ang pagkatuklas ng mga pantatak sa Lambak ng Indus ay gumagabay sa ilang
iskolar upang kalimutan ang teoryang "hiniram" ng India ang kanyang alpabetong
Sanskrit mula sa Semitikong pinanggalingan. Kailan lang nahukay ng ilang tanyag
na lungsod-Hindu sa Mohenjo-Daro at Harappa, na siyang katibayan ng tanyag na
kultura na "maaaring may naunang kasaysayan sa mga lupain ng India, na nagdadala
sa atin sa isang panahong mahirap pang matalos" (Sir John Marshall, sa *Mojenjo-Daro
at ang Indus Civilization, 1931)*.

Kung ang teoryang Hindu ng sukdulang dakilang sinaunang buhay ng sibilisadong
tao sa planetang ito ay tama, maaring maipaliwanag kung bakit ang *sinaunang* wika
ng mundo, ang Sanskrit, ay siya ring *pinaka-perpekto*. (Tingnan ang p. 109 n.) "Ang
Wikang Sanskrit," sabi ni Sir William Jones, ang nagtatag ng Asiatic Society, "gaano
man ito ka-luma ay may kaaya-ayang istruktura; higit pang perpekto kaysa sa Griego,
higit pang mayaman kaysa sa Latin, at higit pang pino kaysa kahit alin man sa mga
ito."

Mula nang ibinalik ang pag-aaral sa klasiko," ayon sa *Encyclopedia Amerikana*,
"wala pang anumang kaganapan sa kasaysayan ng kultura ang higit na mahalaga kaysa
sa pagkakatuklas ng Sanskrit (ng mga Kanluraning iskolar) sa huling bahagi ng ika-
18 siglo. Ang agham ng Lingguwistika, gramatikang paghahambing, paghahambing
sa mitolohiya, ang siyensiya ng relihiyon...maaaring utang ng mga ito ang kanilang
buhay sa pagkakatuklas ng Sanskrit o di kaya'y malalim na naimpluensiyahan dahil
sa pag-aaral nito."

Ang Taong Banal na may Dalawang Katawan

"Ama, kung ako ay mangangakong kusang uuwi, maaari ba akong mamasyal sa Banaras?"

Ang masidhi kong pagkahilig sa paglalakbay ay bihirang hadlangan ni Ama. Pinayagan niya ako, kahit nung ako'y bata lamang, na dumalaw sa maraming siyudad at mga banal na lugar. Kadalasan, sinasamahan ako ng isa o mahigit pang mga kaibigan. Maginhawa kaming naglalakbay gamit ang mga primera klaseng tiket na bigay ni Ama. Ang kanyang posisyon bilang isang opisyal ng daang-bakal ay kasiya-siya sa mga lagalag sa pamilya.

Nangako si ama na pag-iisipan niya ang aking kahilingan. Kinabukasan, pinatawag ako ni Ama at iniabot ang buweltahang pases mula sa Bareilly patungo sa Banaras, ilang papel na rupee, at dalawang liham.

"Mayroon akong isang kapakanang pang-kalakal na imumungkahi sa isang kaibigan sa Banaras, si Kedar Nath Babu. Sa kasamaang-palad, nawala ko ang numero ng kanyang tinitirhan. Ngunit naniniwala akong maibibigay mo ang liham na ito sa kanya sa pamamagitan ng kapwa namin kaibigan na si Swami Pranabananda. Ang swami, na kapatid kong disipulo, ay nagkamit na ng dinakilang antas na espirituwal. Ikaw ay makikinabang sa pagiging kasama niya; itong pangalawang liham ay magsisilbing pagpapakilala ko sa iyo."

Kumislap ang mga mata ni Ama habang idinagdag niya na, "Tandaan mo, wala ng mga pagtakas mula sa ating tahanan!"

Humayo ako na may sigla ng aking labindalawang-taong gulang (ngunit hindi nabawasan ng panahon ang aking kasiyahan sa mga bagong tanawin at naiibang mga mukha). Pagdating sa Banaras, tumuloy kaagad ako sa tahanan ng Swami. Bukas ang pinto sa harapan ng bahay; tumuloy ako sa tila bulwagang silid sa pangalawang palapag. Isang lalaking medyo mataba, at nakasuot lamang ng bahag ang nakaupo sa posisyong lotus sa isang plataporang bahagyang nakataas. Ang kanyang ulo at walang gatlang mukha ay kapwa inahit; isang maka-langit na ngiti ang naglalaro sa kanyang mga labi. Upang mawala ang kaba ko na ako'y nakakaabala, binati niya ako na tila isang dating kaibigan.

"*Baba anand* (kaluwalhatian para sa aking mahal)." Sa boses na tila sa isang bata, magiliw niya akong tinanggap. Ako ay lumuhod at hinipo ang kanyang mga paa.

"Kayo ba si Swami Pranabananda?"

Tumango siya. "Ikaw ba ang anak ni Bhagabati?" Nakapagtanong na siya bago ko pa nailabas ang liham ni ama mula sa aking bulsa. Namamanghang iniabot ko ang liham na magpapakilala sa akin, na tila hindi na kailangan.

"Oo naman, hahanapin ko si Kedar Nath Babu para sa iyo." Ginulat na naman ako ng banal na taong ito sa dunong niyang manghula. Sinulyapan niya ang liham at nagbanggit ng ilang magiliw na pananalita lungkol sa aking magulang.

"Alam mo, ako ay malugod na tumatanggap ng dalawang pensiyon. Ang isa ay dahil sa mungkahi ng iyong ama, kung kanino ako ay minsang nakapagtrabaho sa tanggapan ng daang-bakal. Ang isa pa, ay sa pamamagitan ng mungkahi ng aking Amang nasa Langit, kung para kanino ko matapat na tinapos ang aking makalupang mga tungkulin sa buhay."

Naging malabo para sa akin ang pangungusap na ito. "Anong uri ng pensiyon, Ginoo, ang natatanggap ninyo mula sa Amang nasa Langit? Siya po ba ay nagpapa-ulan ng salapi sa inyong kandungan?"

Siya ay tumawa. "Ang ibig kong sabihin ay pensiyon ng hindi masukat na kapayapaan—isang gantimpala sa maraming taon ng malalim na meditasyon. Hindi na ako naghahangad ng salapi ngayon. Ang aking kakaunting mga materyal na pangangailangan ay masaganang ibinibigay. Sa dakong huli, mauunawaan mo rin ang kahalagahan ng pangalawang pensiyon."

Biglang winakasan ng taong banal ang aming pag-uusap, naging malubhang hindi gumagalaw. Isang mahiwagang hangin ang bumalot sa kanya. Sa simula, ang mga mata niya ay kumikislap na parang may pinagmamasdang interesanteng bagay, pagkatapos ito ay nawalan ng sigla. Napahiya ako sa kanyang iginawi; hindi pa niya sinasabi sa akin kung paano ko makikita ang kaibigan ni Ama. Balisa akong luminga-linga sa aking paligid, sa walang taong silid maliban sa aming dalawa. Tumambad sa aking paningin ang kanyang sandalyas na kahoy na nasa ilalim ng platapormang upuan.

"Munting ginoo,* huwag kang mabahala. Ang taong ibig mong

---

* Choto Mahasaya ang tawag sa akin ng ilang santong Indian. Ang ibig sabihin nito

makita ay darating na sa loob ng kalahating oras." Nababasa ng yogi ang nasa isip ko—isang kakayahang hindi naman napakahirap sa oras na iyon!

Muli siyang mahiwagang nanahimik. Nang ayon sa aking orasan ay lumipas na ang tatlumpung minuto, ginising ng swami ang sarili.

"Palagay ko si Kedar Nath Babu ay papalapit na sa pintuan," wika niya.

May narinig akong umaakyat sa hagdanan. Nagulat ako; hindi ko nauunawaan ang mga nangyayari; naguguluhan ang isip ko. "Paano ang nangyari na ang kaibigan ni Ama ay pinapapunta sa pook na ito nang walang tulong ng isang mensahero? Ang swami ay hindi nakipag-usap kahit kanino maliban sa akin mula ng ako ay dumating!"

Bigla akong lumabas ng silid at bumaba ng hagdanan. Sa kalagitnaan pababa, nasalubong ko ang isang lalaking payat, maputi, at katamtaman ang taas. Siya ay tila nagmamadali.

"Kayo po ba si Kedar Nath Babu?" Tanong ko na may kasiyahan.

"Oo. Hindi ba ikaw ang anak ni Bhagabati na naghihintay dito upang makipagkita sa akin?" Ngumiti siya na tila isang kaibigan.

"Ginoo, papaano po nangyari at nakarating kayo dito?" Nakaramdam ako nang pagkalito at hinanakit sa kanyang hindi maipaliwanag na pagdating.

"Lahat ay mahiwaga ngayon! Wala pang isang oras ang nakalilipas, katatapos ko lang maligo sa ilog Ganges ng lapitan ako ni Swami Pranabananda. Hindi ko alam kung paano niya nalamang ako ay naroon noong oras na iyon.

"Hinihintay ka ng anak ni Bhagabati sa aking tirahan,' aniya. 'Sasama ka ba sa akin?' Masaya akong sumang-ayon. Habang kami ay magkahawak-kamay na naglakad, nakakapagtakang mas nauuna pa sa akin ang swami na ang suot ay sandalyas na yari sa kahoy, samantalang suot ko itong matibay na sapatos na panlakad.

"'Gaano katagal bago ka makarating sa aking bahay?' Biglang huminto si Pranabanandaji upang itanong ito.

"'Mga kalahating oras.'

"'May gagawin pa akong iba ngayon'. Binigyan niya ako ng isang misteryosong sulyap. 'Kailangang iwanan muna kita. Magkita tayo sa bahay ko, kung saan ang anak ni Bhagabati at ako ay maghihintay sa iyo.'"

"Bago ako makatutol, nagmamadali siyang lumagpas sa akin at

---

ay "maliit na ginoo."

nawala sa karamihan ng mga tao. Mabilis akong naglakad patungo dito."

Lalo lamang dinagdagan ng paliwanag na ito ang aking pagkalito. Tinanong ko siya kung gaano na niya katagal kilala ang swami.

"Nagkita kami ng makailang ulit noong nakaraang taon, ngunit hindi kamakailan. Natuwa akong nakita siyang muli sa araw na ito sa paliguang *ghat.*"

"Hindi ako makapaniwala sa narinig ko! Nawawala na ba ang katinuan ko? Nakita mo ba siya sa iyong pangarap, o nakita mo talaga siya, nahawakan mo ba ang kanyang kamay, at narinig mo ang yapak ng kanyang mga paa?"

"Hindi ko alam ang ibig mong sabihin!" Namula siya sa galit. "Hindi ako nagsisinungaling sa iyo. Hindi mo ba nauunawaan na dahil lamang sa swami kaya ko nalaman na naghihintay ka sa akin sa lugar na ito?"

"Subalit, ang taong iyan, si Swami Pranabananda, ay hindi umalis sa aking paningin ni isang saglit man magmula nang ako ay dumating dito isang oras na ang nakalilipas." Ibinulalas ko ang buong salaysay, at inulit ko ang mga pangungusap na namagitan sa amin ni swami.

Nandilat ang kanyang mga mata. "Tayo ba ay nabubuhay sa materyal na panahon o baka tayo ay nananaginip? Hindi ko inaasahang makasaksi ng isang himala sa aking buhay! Akala ko ang swami na ito ay isa lamang ordinaryong tao, at ngayon nalaman ko na kaya niyang magpakita ng isa pang katawan at gamitin ito!"- Magkasabay kaming pumasok sa silid ng banal na swami. Itinuro ni Kedar Nath Babu ang sandalyas na nasa ilalim ng platapormang upuan.

"Tingnan mo, iyon ang mga sandalyas na suot niya sa hagdan patungo sa ilog Ganges *(ghat),*" pabulong niyang sinabi. "Siya ay nakabahag lamang, tulad ng kung papaano ko siya nakikita ngayon."

Samantalang ang panauhin ay nagpugay sa harap ng swami, ang taong banal ay lumingon sa akin na may patudyong ngiti.

"Bakit kayo nagugulat sa lahat ng ito? Ang pinong pagkakaisa ng pambihirang daigdig ay hindi natatago sa mga tunay na yogi. Nakikita at nakakausap ko kaagad ang aking mga disipulo sa malayong Calcutta. Kaya din nilang lampasan sa kanilang kagustuhan ang bawat hadlang na malaking bagay."

Marahil, upang gisingin ang alab ng damdamin para sa espirituwal sa aking murang dibdib, minabuti ni swami na ipaalam sa

akin ang kanyang kapangyarihang astral na radio at telebisyon.*
Ngunit sa halip na labis na manabik, ako ay nakadama lamang ng
magkahalong paghanga at takot. Dahil sa nakatakda akong magsi-
mula sa paghahanap sa Diyos sa pamamagitan ng isang nakatak-
dang guru—si Sri Yukteswar, na hindi ko pa nakikita—wala akong
balak na tanggapin si Pranabananda bilang aking guru. Sinulyapan
ko siya ng may pagdududa, nagtataka kung siya nga kaya o ang
kanyang pangalawang katawan ang nasa harap ko.

Sinubukang alisin ng maestro ang aking pagkabalisa sa pama-
magitan ng pagkakaloob ng isang panggising-ng-kaluluwang titit at
ilang nakapagbibigay-siglang mga salita tungkol sa kanyang guru.

"Si Lahiri Mahasaya ay siyang pinakadakilang yogi na nakita
ko. Siya ang Dibino Mismo sa anyo ng laman."

Kung ang isang disipulo, sa aking pananaw, ay maaaring mag-
pakita ng isa pang katawan sa kanyang kagustuhan, anong himala
kaya ang hindi kaya ng kanyang guru?

"Sasabihin ko sa iyo kung gaano kahalaga ang tulong ng isang
guru. Dati-rati ako ay nagmi-meditasyon na kasama ang isa pang
disipulo sa loob ng walong oras bawat gabi. Kailangan kaming
magtrabaho sa daang-bakal sa araw. Nakita kong mahirap isagawa
ang mga tungkulin ko bilang kawani kaya nagpasya akong italaga
ang aking buong panahon sa Diyos. Sa loob ng walong taon nag-
sikap akong mag-meditasyon hanggang hating-gabi. Nagkaroon
ako ng kahanga-hangang mga resulta; napakalaking espirituwal na
pang-unawa ang tumanglaw sa aking isip. Ngunit isang maliit na
talukbong ang laging naiiwan sa pagitan ko at ng Walang Hanggan.
Kahit na higit pa sa magagawa ng tao ang aking sigasig, nalaman
ko na ang pangwakas na hindi nababawing pag-kakaisa ay ipinag-
kait sa akin. Isang gabi, dumalaw ako kay Lahiri Mahasaya at

---

* Sa sarili nitong pamamaraan, pinagtitibay ng pisikal na siyensiya na tama ang
mga batas na natuklasan ng mga yogi sa pamamagitan ng siyensiya ng pag-iisip.
Halimbawa, isang pagpapakita na ang tao ay may kakayahang pang-telebisyon ang
ginawa noong Nobyembre 26, 1934, sa Royal University ng Roma. "Idiniin ni Dr.
Giuseppe Calligaris, propesor ng neuro-psychology, ang ilang tanging bahagi ng
katawan ng isang tao, at tumugon ang taong iyon ng detalyadong paglalarawan ng
mga tao at bagay sa kabilang bahagi ng isang dingding. Sinabi ni Dr. Calligaris sa mga
propesor na kapag ginulo ang ilang tanging bahagi ng balat, nabibigyan ang isang tao
ng malakas na pandama at makakakita siya ng mga bagay na hindi niya karaniwang
nalalaman. Upang malaman ng tao ang mga bagay sa kabilang bahagi ng dingding,
idiniin ni Propesor Calligaris ang isang bahagi sa kanan ng dibdib ng isang tao sa loob
ng labing-limang minuto. Sinabi ni Dr. Calligaris na kapag ang ilang tanging bahagi
ng katawan ay ginalaw, nakakakita ang mga tao ng anumang bagay na nasa malayo,
kahit hindi pa nila nakita ang mga bagay na iyon kahit kailan."

SWAMI PRANABANANDA,
Ang "Banal na May Dalawang Katawan" sa Banaras

nagsumamo sa kanyang dibinong pamamagitan. Kinulit ko siya sa buong magdamag.

"'Mala-anghel na guru, napakatindi ng dalamhati ng aking espiritu na hindi ko kayang mabuhay kapag hindi ko nakita ng harapan ang Dakilang Pinakakamahal!"

"'Anong magagawa ko? Kailangan mag-meditasyon ka pa ng malalim.'

"'Ako ay nakikiusap sa iyo, O Diyos ko, O aking maestro! Nakikita kita sa iyong pisikal na katawan; basbasan mo ako upang makilala kita sa Iyong Walang Hanggang anyo!"

"Iniunat ni Lahiri Mahasaya ang kanyang mga kamay sa isang kaaya-ayang pagkumpas." 'Maari ka ng umalis at mag-meditasyon. Ako ay namagitan na para sa iyo kay Brahma.*

"Umuwi ako na umaapaw ang kaligayahan. Sa meditasyon ko noong gabing iyon, nakamit ko ang nag-aapoy na Layunin ng aking buhay. Ngayon, ako ay walang tigil na nagtatamasa ng pensiyong espirituwal. Magmula ng araw na iyon hindi na kailanman natatago sa akin ang Maluwalhating Lumalang sa likod ng anumang tabing ng delusyon."

Ang mukha ni Pranabananda ay puno ng dibinong liwanag. Ang kapayapaan ng ibang mundo ay pumasok sa puso ko; lahat ng pangamba ay nawala. Ang taong banal ay nagdagdag ng ibayong pagtitiwala.

"Paglipas ng ilang buwan, bumalik ako kay Lahiri Mahasaya at nagtangkang pasalamatan siya sa kanyang pagkakaloob ng walang hanggang handog. Pagkatapos, ako ay nagbanggit ng ibang bagay.

"'Dibinong Guru, hindi na ako makapagtatrabaho sa tangga-pan. Nakikiusap po ako na pawalan na ninyo ako. Pinananatili ako ni Brahma sa walang patid na kalasingan sa kaligayahan.'

"'Humingi ka ng pensiyon mula sa iyong kompanya.'

"'Anong kadahilanan ang aking ibibigay, napakaaga pa ng aking pagsisilbi?'

"'Sabihin mo kung ano ang nararamdaman mo.'

"'Sa sumunod na araw ay ginawa ko ang paghingi ng pensiyon. Tinanong ako ng doctor kung ano ang kadahilanan ng aking wala sa panahong kahilingan.

"'Sa aking trabaho, may napakalakas at hindi mapigilang pa-kiramdam na umaangat sa aking gulugud. Tumatagos ito sa aking buong katawan kaya nawawalan ako ng kakayahang maisagawa ang aking mga tungkulin.'†

---

* Ang Diyos sa kanyang aspetong Tagalikha; mula sa ugat ng Sanskrit na *brih*, lumawak. Nang lumabas sa *Atlantic Monthly* ang tula ni Emerson na "Brahma" noong 1857, naguluhan ang karamihan ng mambabasa. Tumawa si Emerson. "Sabihin mo sa kanila," aniya, na bigkasin ang 'Jehovah' sa halip na 'Brahma' at hindi sila makararamdam ng kaguluhan."

† Sa malalim na meditasyon, ang unang karanasan ng Espiritu ay sa altar ng gulugud, pagkatapos ay sa utak. Ang bugso ng kagalakan ay nakakalula, ngunit nagagawang kontrolin ng mga yogi ang panlabas na anyo nito.

Sa panahon ng aming pagkikita, tunay ngang isang maestrong naliwanagan si Pranabananda. Ngunit ang pagtatapos ng kanyang buhay bilang negosyante ay nangyari ilang taon na ang nakaraan; hindi pa siya gaanong matatag sa *nirbikalpa samadhi* (tingnan ang pahina 282, 497 n.) Sa gayong kalagayang ganap at hindi matitibag na antas ng kamalayan, hindi mahihirapan ang isang yogi sa pagtupad sa

"Wala ng karagdagang katanungan pa inerekomenda ako ng manggagamot para sa isang pensiyon, na hindi nagtagal ay aking ti-nanggap. Alam kong ang Dibinong kagustuhan ni Lahiri Mahasaya ay gumagalaw sa kaisipan ng manggagamot at ng mga opisyales ng daang-bakal kasama na ang iyong ama agad-agad silang sumunod sa espirituwal na pamamahala ng dakilang guru, at binigyan ako ng kalayaan para sa isang buhay na walang tigil na pakikiisa sa Pinakamamahal."

Pagkatapos nitong pambihirang pagpapahayag, nagpahinga si Swami Pranabananda sa isa sa kanyang mahabang pananahimik. Nang ako ay paalis na at magalang kong hinipo ang kanyang mga paa, ako'y kanyang binasbasan.

"Ang buhay mo ay kabilang sa mga tumalikod sa materyal na mundong ito at sa yoga. Magkikita tayong muli na kasama ang iyong ama.pagdating ng panahon." Ang mga taon ay nagdala ng kaganapan dito sa dalawang paghula,*

Sabay kaming naglakad ni Kedar Nath Babu sa lumalaganap na dilim. Ibinigay ko sa kanya ang liham ni ama. na binasa niya sa tulong ng liwanag ng ilawan sa kalsada.

"Iminumungkahi ng iyong ama na tanggapin ko ang isang po-sisyon sa Calcutta sa opisina ng kanyang kompanya ng daang-bakal.

Kasiya-siyang isipin na may tatanggapin ako kahit isa man lang sa mga pensiyong tinatamasa ni Swami Pranabananda! Ngunit imposible ito: Hindi ako makakaalis sa Banaras! Ah, hindi pa para sa akin ang dalawang katawan!"

---

alinman sa kanyang mga maka-mundong gawain. Pagkatapos ng kanyang pagreretiro, isinulat ni Pranabananda ang *Pranab Gita,* isang malalim na komentaryo sa Bhagavad Gita, na nasa wikang Hindi at Bengali.

Ang kapangyarihang magpakita ng higit pa sa isang katawan ay isang *siddhi* (kapangyarihang yogic) na nabanggit sa Yoga Sutras ni Patanjali (tingnan pahina 269 n.) Ang kababalaghan ng pagpapakita sa dalawang lugar ay itinanghal sa buhay ng maraming santo sa nakaraang panahon. Sa *The Story of Therese Neumann* (Bruce Pub. Co.) Inilalarawan ni A.P. Schimberg ang ilang ulit na pagpapakita at pakikipag-usap ng Kristiyanong santong ito sa mga taong nasa malalayong lugar na nangangailangan ng kanyang tulong.

* Tingnan Kabanata 27

Ang Naabalang Pagtakas Ko Patungong Himalayas

"Umalis ka sa iyong silid-aralan sa kahit anong dahilan at kumuha ka ng upahang karwahe. Tumigil ka sa daan kung saan walang sinuman sa bahay namin ang makakakita sa iyo."

"Ito ang panghuli kong mga habilin kay Amar Mitter, isang kaibigan sa mataas na paaralan na nagplanong samahan ako papuntang Himalayas. Napili namin ang susunod na araw para sa aming pagtakas. Kinakailangan ang pag-iingat dahil ang kapatid kong si Ananta ay matalas ang mga mata. Determinado siyang hadlangan ang mga planong pagtakas, na hinala niyang pangunahin sa aking isip. Ang agimat, tulad ng isang espirituwal na pampaalsa, ay tahimik na tumutulong sa akin. Inaasahan kong makita, sa gitna ng yelo sa Himalayas, ang mukha ng maestrong madalas magpakita sa aking mga pangarap.

Ang aming pamilya ay naninirahan na ngayon sa Calcutta, kung saan ang aking Ama ay inilipat ng pirmihan. Bilang pagsunod sa patriyarkang kaugaliang Indian, iniuwi ni Ananta ang kanyang kabiyak upang tumira sa aming tahanan. May isang maliit na silid sa ilalim ng bubungan na ginagamit ko sa araw-araw na mga meditasyon at paghahanda sa aking kaisipan para sa dibinong paghahanap.

Ang hindi malilimot na umaga ay dumating na may hindi magandang tanda ng pag-ulan. Pagkarinig ko ng mga gulong ng karwahe ni Amar sa daan, nagmamadali kong tinalian ng sama-sama ang isang kumot, isang pares ng sandalyas, dalawang bahag, isang tali ng mga butil na ginagamit sa pagdarasal, ang larawan ni Lahiri Mahasaya at isang kopya ng Bhagavad Gita. Inihagis ko ang balutang ito mula sa bintana ko sa ikatlong palapag. Tumakbo ako pababa ng hagdan at nadaanan ko ang aking tiyuhin na bumibili ng isda sa may pintuan.

"Ano ang katuwaan?" Tanong niya. Naghihinala siyang tuminging sa akin.

Ngumiti lang ako at naglakad patungo sa daan. Dinampot

ko ang aking balutan at sumama kay Amar na may pag-iingat sa
aming sabwatan. Nagpunta kami sa Chandni Chauk, isang sentro
ng kalakal. Ilang buwan din kaming nag-ipon ng aming baong
pang-agahan upang ipambili ng kasuotang Ingles. Dahil alam ko
na ang matalino kong kapatid ay madaling mag-astang detektib,
naisipan naming linlangin siya sa pamamagitan ng pagsusuot ng
pananamit ng taga-Europa.

Papunta sa estasyon, tumigil kami upang isama ang aking pin-
san na si Jotin Ghosh, na kung tawagin ko ay Jatinda. Siya ay isang
bagong kasamahan sa paniniwala na nananabik ding magkaroon
ng isang guru sa Himalayas. Isinuot niya ang bagong pananamit na
aming inihanda. Umasa kami na mahusay ang aming pagbabalat-
kayo! Naramdaman naming ang isang malalim na kasiyahan.

"Ang kailangan na lang natin ngayon ay sapatos na gawa sa
canvas." Dinala ko ang aking mga kasama sa isang tindahan na may
mga sapatos na may gomang suwelas. "Ang mga bagay na gawa sa
balat ng hayop na kinatay, ay hindi karapat-dapat sa banal na pagla-
lakbay na ito." Huminto ako sumandali sa daan upang alisin ang pa-
balat ng aking Bhagavad Gita, na yari sa balat ng hayop, at ang balat
na pantali mula sa aking *sola topee* (almete) na gawa sa Inglatera.

Sa estasyon ng tren, bumili kami ng tiket papuntang Burdwan,
kung saan plano naming lumipat patungo sa Hardwar, sa bulu-
bundukin ng Himalayas. Sa sandaling ang tren, katulad namin, ay
naglalakbay na, nabanggit ko ang ilan sa aking mga maluwalhating
inaasam-asam.

"Isipin mo!" Biglang bulalas ko. "Tatanggapin tayo ng mga
maestro at makakaranas tayo ng mataas na kosmikong kamalayan.
Ang ating mga katawan ay magkakaroon ng malakas na magne-
tismo, pati ang mga ligaw na mga hayop sa Himalayas ay magiging
maamo at lalapitan tayo. Ang mga tigre ay magmimistulang mga
maaamong pusang pambahay na naghihintay ng ating haplos!"

Ang mga pangungusap na ito-na naglalarawan ng hinaharap
na ipinalagay kong kaakit-akit, maging talinghaga o literal man ay
nagbigay ng masiglang ngiti kay Amar. Ngunit umiwas ng tingin si
Jatinda at itinuon ang mga mata sa mga dumadaang mga tanawin.

"Paghatian natin ang pera sa tatlong bahagi." Ito ang mungkahi
ni Jatinda pagkatapos ng kanyang mahabang pananahimik. "Bawat
isa sa atin ay nararapat bumili ng sarili niyang tiket sa Burdwan.
Sa ganoon, walang tao sa estasyon ang maghihinalang tayo ay mag-
kakasamang lumayas."

Ako ay mapagtiwalang sumang-ayon. Pagkagat ng dilim, ang

tren na sinasakyan namin ay huminto sa Burdwan. Pumasok si Ja-
tinda sa estasyon para bumili ng tiket; si Amar at ako ay naupo sa
plataporma. Naghintay kami ng labinlimang minuto, pagkatapos ay
nagtanong kami ngunit wala itong kinahinatnan. Naghanap kami
sa lahat ng dako. Nagmamadali sa takot na isinisigaw namin ang
pangalan ni Jatinda, ngunit siya ay naglaho sa kadiliman na nakapa-
ligid sa maliit na estasyon ng tren.

Ako ay lubos na nasiraan ng loob, nabigla at nakaramdam ng
kakaibang pamamanhid ng buong katawan. Bakit pinapayagan ng
Diyos ang ganitong napakahirap na pangyayari! Ang maromanti-
kong pagkakataon ng aking kauna-unahang maingat na planong
pagtakas upang makapiling Siya ay malupit na nasira.

"Amar, dapat umuwi na tayo." Nananangis ako na parang isang
bata. "Ang walang awang pag-alis ni Jatinda ay isang masamang
babala. Ang paglalakbay na ito ay hindi magtatagumpay."

"Ito ba ang pagmamahal mo sa Panginoon? Hindi mo ba kaya
ang maliit na pagsubok ng isang traidor na kasama? "

Sa pamamagitan ng mungkahi ni Amar na ito ay isang pagsu-
bok ng Diyos, napanatag ang aking puso. Kumain kami ng kilalang
kalamay sa Burdwan, ang *sitabhog* (pagkain para sa diyosa) at *mo-
tichur* (maliliit na tipak ng minatamis na parang perlas). Sa loob ng
ilang oras, sumakay kami ng tren patungong Hardwar na dumaan
sa Bareilly. Kinabukasan, lumipat kami ng tren sa Moghul Serai, at
pinag-usapan namin ang isang mahalagang bagay habang naghihin-
tay kami sa estasyon.

"Amar, maaring malapit na tayong tanungin ng mga opisyal
ng daang-bakal. Hindi ko minamaliit ang talino ng aking kapatid!
Kahit anong mangyari hindi ako magsisinungaling."

"Ang hinihiling ko lang sa iyo Mukunda ay manahimik ka.
Huwag kang tatawa o kaya ay ngingiti habang ako ay nagsasalita."

Sa sandaling ito, isang taga-Europang ahente ng estasyon ang
bumati sa akin. Iwinawagayway ang isang telegrama na ang laman
ay naintindihan ko kaagad.

"Kayo ba ay galit na naglayas mula sa inyong tahanan?"

""Hindi!" Natuwa ako na ang pinili niyang mga salita ay nag-
bigay sa akin ng dahilan para ipahintulot na sumagot ng mariin.
Alam kong hindi galit kundi "pinaka-dibinong pagkalumbay" na-
lalaman ko ang dahilan ng aking hindi pangkaraniwang pagkilos.

Binalingan naman ng opisyal si Amar. Sa sumunod na tagisan
ng talino, halos hindi ko napagbigyan ang kahilingan ni Amar na
huwag tatawa o ngingiti.

"Nasaan ang pangatlong bata?" Tanong ng opisyal sa makapang-yarihang tinig. "Sige na, magsabi kayo ng totoo!"

"Ginoo, napansin ko na kayo ay may salamin sa mata. Hindi po ba ninyo nakikita na dalawa lamang kami?" Si Amar ay mapangahas na ngumiti. "Hindi ako salamangkero; hindi ko kayang magpalabas ng pangatlong bata."

Ang opisyal na halatang nalilito sa kawalang-galang na sagot ni Amar ay nagbago ng pag-atake. "Ano ang pangalan mo?"

"Ang tawag po sa akin ay Thomas. Anak ako ng inang taga-Inglatera at isang amang Indian na naging Kristiyano."

"Ano ang pangalan ng kaibigan mo?"

"Ang tawag ko sa kanya ay Thompson."

Sa mga oras na ito, hindi ko na matiis ang nararamdaman kong katuwaan; ako ay dali-daling umakyat sa tren, na tamang-tama naman na pumipito para makaalis na. Si Amar ay sumunod na kasama ang opisyal na paniwalang-paniwala at pinagbigyan pa kaming maupo sa lugar na nakatalaga sa mga banyagang taga-Europa. Maliwanag na naawa siyang paupuin ang dalawang mestisong batang lalaki sa upuan na para lamang sa mga Indian. Pagkatapos ng magalang na paglisan ng opisyal, sumandal ako sa upuan at tumawa ng ubod ng lakas. Tuwang-tuwa si Amar at naisahan niya ang beteranong opisyal na taga Europa.

Pagbaba sa plataporma, binasa ko ang telegrama ng kapatid kong si Ananta. Ganito ang sinasabi: "Tatlong batang lalaking Bengali na may kasuotang Ingles naglayas mula sa kanilang mga tahanan patungong Hardwar, dadaan ng Mogul Serai. Pakiusap na pigilan sila hanggang sa aking pagdating. May malaking pabuya para sa inyong serbisyo."

"Amar, sinabi ko na sa iyo na huwag kang mag-iiwan ng may markang talatakdaan ng oras sa inyong tahanan." Naninisi ang aking tingin." Malamang nakakita ang kapatid ko ng isa doon."

Nahihiyang tinanggap ng aking kaibigan ang aking patama. Tumigil kami sandali sa Bareilly kung saan hinihintay kami ni Dwarka Prasad* na may telegrama mula kay Ananta. Magiting na sinubukan ni Dwarka na pigilan kami; kinumbinse ko siya na ang aming pagtakas ay talagang pinag-isipan namin. Katulad ng nauunang pagkakataon, tumanggi si Dwarka sa aking anyayang pumunta sa Himalayas.

Noong gabing iyon, habang nakatigil ang aming tren sa estasyon at ako ay medyo natutulog na, ginising si Amar ng isa pang

* Binanggit sa pahina 14

nag-uusisang opisyal. Siya rin ay naging biktima ng pinagsamang pang-halina nina "Thomas" at "Thompson." Dinala kaming mata-gumpay ng tren sa bukang-liwayway na pagdating sa Hardwar. Ang maharlikang mga kabundukan ay nanganganinag, nanghihikayat sa may kalayuan. Nagmamadali kaming lumabas ng estasyon ng tren at naki-halubilo sa mga tao sa siyudad. Ang una naming ginawa ay magpalit sa katutubong kasuotan sapagkat natuklasan na ni Ananta ang aming pagpapapanggap bilang mga taga-Europa. Mabigat sa isip ko ang kutob kong mahuhuli kami. Dahil naniniwala kaming mas makabubuti ang umalis sa Hardwar sa lalong madaling panahon, bumili kami ng mga tiket upang tumuloy pahilaga sa Rishikesh, isang pook na pinabanal ng yapak ng mga maestrong pantas. Naka-sakay na ako sa tren samantalang si Amar ay nasa plataporma pa. Siya ay biglang pinatigil ng sigaw ng isang pulis. Isang hindi kina-gigiliwang taga-pangalaga, sinamahan ng opisyal si Amar at ako sa isang bunggalo na estasyon ng pulis. Pinamahalaan nito ang aming mga pera. Ipinaliwanag niya ng buong paggalang na katungkulan niyang kami ay pigilan hanggang sa pagdating ng nakatatanda kong kapatid.

Nang malaman ng opisyal na ang patutunguhan ng mga bu-lakbol ay ang Himalayas, nagsalaysay ito ng isang kataka-takang kuwento.

"Nakikita ko na kayo ay naloloko sa mga taong banal! Hindi na kayo makakikita ng mas mataas na taong malapit sa Diyos ng higit pa sa nakita ko kahapon lamang. Unang nakita namin ng kasama kong opisyal ang taong ito limang araw lamang ang naka-raraan. Kami ay nag-papatrolya sa ilog Ganges at masusing pinag-hahanap ang isang mamamatay-tao. Ang utos sa amin ay hulihin siya, buhay man o patay. Ang pagkaalam naming tungkol sa kanya ay nagpapanggap siyang isang Sadhu upang pagnakawan ang mga manlalakbay. Sa di kalayuan ay nakita namin ang pigura na hawig sa paglalarawan sa kriminal. Hindi niya pinansin ang utos naming tumigil; hinabol namin at siya ay aming inabutan. Lumapit ako sa likuran niya at tinaga ko siya ng palakol ng ubod ng lakas; ang kanyang kanang braso ay halos humiwalay sa kanyang katawan.

"Hindi siya sumigaw, at hindi man lang sinulyapan ang mala-lang sugat. Nagpatuloy ang taong di-kilala sa matulin na paghak-bang. Nang lumundag kami sa harapan niya, nagsalita siya ng marahan.

"'Hindi ako ang mamamatay-tao na inyong pinaghahanap.'

"Ako ay lubos na napahiya noong makita kong nasaktan ko ang

taong mukhang pantas at maka-Diyos. Nagpatirapa ako sa kanyang
paanan. Humingi ako ng kapatawaran, at inialok ang tela ng aking
turban upang mahinto ang malakas na pulandit ng dugo sa sugat.

"'Anak, iyon ay isang mauunawaang pagkakamali mo.' Pinag-
masdan niya akong mabuti. 'Humayo ka at huwag mong sisihin
ang sarili mo. Inaalagaan ako ng mahal kong Ina.' Idiniin niya ang
nakalawit na braso na pinanggalingan nito at himala! Dumikit ito;
hindi maipaliwanag na tumigil ang daloy ng dugo.

"'Puntahan mo ako sa punong iyon sa loob ng tatlong araw at
makikita mo na ako ay lubos nang magaling. Sa ganoon, wala kang
mararamdamang pagsisisi.'

"Kahapon, ako at ang kasamahan kong opisyal ay buong pana-
nabik na nagpunta sa nasabing lugar. Ang taong banal ay naroroon
at pinayagan kaming tingnan ang kanyang braso. Wala kahit anong
marka ang braso niya at wala ring palatandaan na siya ay nasaktan!

"'Ako ay dadaan sa Rishikesh patungo sa malungkot na Hi-
malayas.' Binasbasan kami ng saddhu at mabilis itong umalis.
Pakiramdam ko ay pinasigla ang aking buhay sa pamamagitan ng
kanyang kabanalan."

Nagtapos ang salaysay ng opisyal ng may isang relihiyosong
bulalas; nayanig siya ng kanyang karanasan. Sa isang kahanga-ha-
ngang pagkumpas iniabot niya sa akin ang ginupit na istorya sa pa-
hayagan tungkol sa himala. Sa karaniwang magulo at kagila-gilalas
na paraan ng pamamahayag (na hindi nawawala kahit na sa India),
ang pahayag ng manunulat ay bahagyang pinagrabe. Ipinahiwatig sa
balita na ang taong banal ay halos maputulan na ng ulo!

Nanghinayang kami ni Amar na hindi namin inabutan ang da-
kilang yogi na nakapagpatawad sa taong nanakit sa kanya na parang
si Kristo ang paraan ng pagpapatawad. Ang India ay isang mahirap
na bansa sa nakaraang dalawang siglo, ngunit mayroon itong hindi
maubos-ubos na yaman ng kalangitan; mga "matataas na gusali" ng
karunungang-espirituwal ay paminsang-minsang masasalubong mo
sa tabing-daan, kahit ng mga taong maka-mundo na tulad nitong
pulis.

Pinasalamatan namin ang opisyal sa ginhawang ibinigay sa
amin sa pamamagitan ng kanyang kagila-gilalas na salaysay. Mara-
hil gusto niyang ipahiwatig na siya ay mas mapalad kaysa sa amin:
nakilala niya ang isang naliwanagang taong banal na walang kahi-
rap-hirap. Ang aming masigasig na paghahanap ay nagtapos, hindi sa
paanan ng isang maestro, kundi sa magaspang na estasyon ng pulis!

Napakalapit ng Himalayas, ngunit, sa aming pagka-bilanggo, ay napakalayo. Sinabi ko kay Amar na ako ay nakaramdam ng dobleng pagpupumilit na maghangad ng kalayaan.

"Tumakas tayo kapag may pagkakataon. Maari tayong maglakad patungong Rishikesh." Ako ay ngumiting nagbibigay pag-asa.

Subalit ang aking kasama ay nasiraan ng loob sa sandaling ang aming salapi ay kinuha mula sa amin.

"Kung tayo ay magsisimulang maglakad sa mapanganib na kagubatan, tayo'y matatapos, hindi sa siyudad ng mga taong banal kundi sa tiyan ng mga tigre!"

Pagkaraan ng tatlong araw, dumating si Ananta at ang kapatid ni Amar. Magiliw na sinalubong ni Amar ang kanyang kapatid. Ayaw kong makipagkasundo. Walang narinig si Ananta mula sa akin maliban sa matinding galit.

"Nauunawaan ko ang pakiramdam mo," sabi ng kapatid ko na nang-aamo. "Ang hinihingi ko lang sa iyo ay samahan mo ako sa Banaras upang makilala ang isang pantas at tutuloy tayo sa Calcutta upang dalawin ng ilang araw si ama na nag-aalala sa iyo. Pagkatapos ay maaari mong ipagpatuloy ang paghahanap mo dito ng isang guru."

Sumali si Amar sa usapan upang tanggihan ang anumang balak na bumalik sa Hardwar na kasama ko. Nasisiyahan siya sa kasiglahang dala ng kapatid. Ngunit alam ko na kailanman na hindi ko titigilan ang paghahanap ng aking guru.

Ang pangkat namin ay sumakay ng tren patungong Banaras. Doon ay nagkaroon ako ng pambihira at mabilis na sagot sa isang panalangin.

Isang matalinong panukala ang una nang isinaayos ni Ananta. Bago niya ako pinuntahan sa Hardwar ay tumigil siya sa Banaras, upang hilingin sa isang dalubhasa sa mga banal na kasulatan na ako ay kapanayamin. Ang dalubhasa at ang anak nito ay nangako kay Ananta na susubukan nilang payuhan ako na huwag nang maging *sannyasi.* *

Dinala ako ni Ananta sa tahanan ng mag-ama. Ang anak, isang binatang masiglang-masigla ang pag-uugali, ang sumalubong sa akin sa bakuran. Hinamon niya ako sa isang mahaba at mapilosopong diskurso. Nagkunwaring nahuhulaan niya ang aking kinabukasan, minaliit niya ang balak kong maging monghe.

"Makakaranas ka ng tuloy-tuloy na kamalasan, at hindi mo masisilayan ang Diyos, kapag nagpumilit kang iwanan ang

---

* Literal na kahulugan ay "pagtalikod", mula sa Sanskrit na pandiwang mga ugat, "isina-isangtabi".

pang-araw-araw mong tungkulin sa mundo! Hindi mo maiiwasan ang iyong nakaraan. Hindi maiiwasan ang iyong nakaraang karma* kung wala kang karanasan sa mundo.

Bilang sagot, ang walang kamatayang mga salita mula sa Bhaga-vad Gita† ay lumabas sa aking mga labi: "'Kahit sinong may pinaka-mabigat na karma, kung walang tigil siyang mag-mi-meditasyon sa Akin, ay mabilis na mawawala ang nakaraang masamang gawain. Dahil sa pagiging mataas na antas ng kanyang espiritu, hindi mata-tagalan ay makakamit niya ang pang-habang panahong kapayapaan. Alamin ito ng may katiyakan: Ang deboto na nagtitiwala sa Akin ay walang kamatayan kailanman!'"

Subalit ang malakas na pagbibigay-babala ng binata ay bahag-yang yumanig sa aking pagtitiwala. Buong puso akong tahimik na nanalangin sa Diyos.

"Pakiusap O Diyos ko, lutasin mo po ang aking pagkalito at sagutin mo ako dito at ngayon na, kung ibig mo akong mabuhay na tumalikod sa mundo o bilang isang maka-mundong tao!"

Napansin ko ang isang sadhu, na may marangal na anyo, ang nakatayo sa labas ng bakuran ng taong may mataas na kaalaman. Maliwanag na narinig niya ang masiglang pag-uusap ng nagpapang-gap na manghuhula at ako, dahil tinawag ako ng sadhu sa tabi niya. Nakaramdam ako ng matinding lakas na umaagos mula sa kanyang mapayapang mga mata.

"Anak, huwag kang makikinig sa taong mangmang na yan. Bilang kasagutan sa iyong mga panalangin, ipinasasabi ng Diyos sa iyo na ang iyong tanging landas sa buhay na ito ay ang pagtalikod sa mundo."

May pagtataka at halong pasasalamat, masaya akong napangiti sa ganitong tiyak na pasabi.

"Layuan mo ang taong iyan!" Tinatawag ako ng "mangmang" mula sa bakuran. Itinaas ng banal kong patnubay ang kanyang ka-may bilang pagbabasbas at dahan-dahang lumisan.

"Ang sadhu na iyon ay kasing baliw mo." Ang matandang taong marunong ang nagsabi ng ganitong nakaaaliw na pahayag; Siya at ang kanyang anak ay malungkot na nakatitig sa akin. "Nari-nig ko na nilisan din niya ang kanyang tahanan para sa isang walang katiyakang paghahanap sa Diyos."

Tumalikod ako. Sinabi ko kay Ananta na ayaw ko nang

---

* Mga epekto ng nakaraang gawain, dito o sa nakaraang buhay; mula sa pandiwang Sanskrit *kri,* "upang gumawa"
† Kabanata IX, taludtod 30-31.

makipagtalo pa sa mga may-ari ng bahay. Ang kapatid kong pinang-hinaan na ng loob ay pumayag sa aming madaliang pag-alis. Di nagtagal, kami ay nakasakay na sa tren patungong Calcutta.

"Ginoong Detective, paano mo nadiskubre na tumakas ako na may dalawang kasama?" Ang masaya kong pag-uusisa kay Ananta habang pauwi kami. Ngumiti siyang may kapiluhan.

"Nalaman ko sa inyong paaralan na umalis si Amar sa kanyang silid-aralan at hindi na bumalik. Kinaumagahan, nagpunta ako sa kanilang tahanan at natuklasan ko ang talatakdaan ng oras at ang pagdating ninyo. Ang ama ni Amar ay papaalis sa karwahe at kau-sap ang kutsero.

"'Hindi sasabay sa akin ang aking anak patungo sa paaralan ngayong umaga. Siya'y nawawala!' ang daing ng ama.

"'Narinig ko sa kapwa ko kutsero na ang inyong anak at dalawa pang batang lalaki ay nakabihis na pang-taga-Europa at sumakay sa estasyon ng tren sa Howrah,' "wika ng kutsero. 'Ipinamigay nila ang kanilang mga sapatos na balat sa kutsero ng sinakyan nilang karwahe.'

"Kaya may tatlo akong palatandaan-ang talatakdaan ng oras, ang tatlong batang lalaki, at ang kasuotang Ingles."

Nakikinig ako sa pagtatapat ni Ananta na may magkaha-long tuwa at pagkainis. Ang aming kabaitan sa kutsero ay isang pagkakamali!

"Kaya nagmamadali akong nagpadala ng telegram sa lahat ng opisyal ng estasyon ng tren sa bawat siyudad na may guhit sa ilalim sa listahan ni Amar. Nasa listahan ang Bareilly kaya nagpadala ako ng pasabi sa iyong kaibigan doon na si Dwarka. Pagkatapos sa pagta-tanong ko sa mga kapitbahay natin sa Calcutta, nalaman ko na ang pinsan nating si Jatinda ay nawala ng isang gabi ngunit umuwi din kinaumagahan na nakasuot ng damit-Europeo. Hinanap ko siya at inanyayahang mag-hapunan. Tinanggap niya ang alok ko na walang kaduda-duda dahil sa maganda kong pakikitungo sa kanya. Dinala ko siya sa estasyon ng pulisya ng halos hindi niya namamalayan. Pinalibutan siya ng ilang pulis na aking pinili dahil sa mukha silang matatapang. Sa ilalim ng kanilang nakatatakot na titig, pumayag si Jatinda na isalaysay ang kanyang misteryosong pagkawala.

"'Nagsimula akong tumungo sa Himalayas na magaan ang espirituwal na pakiramdam,' paliwanag niya. 'Napuno ako ng ins-pirasyon sa pag-asang makikilala ang mga maestro. Ngunit sa san-daling sinabi ni Mukunda na "habang tayo ay lubos ang kagalakan sa mga kuweba ng Himalayas, ang mga tigre ay matutulala at uupo sa ating paligid na parang mababait na mga pusa," ako ay nanigas sa takot; namuo ang mga butil ng pawis sa aking noo. "Paano kaya?" Naisip ko. "Kapag ang bagsik ng mga tigre ay hindi nagbago sa pamamagitan ng kapangyarihan ng aming lakas espirituwal, magiging mabait kaya sa amin ang mga tigre na tulad ng mga pusang bahay?"

Sa isip ko, nakita ko na ang aking sarili na sapilitang magiging laman ng tiyan ng tigre—lulunukin, hindi minsanan at buo, kundi hulugan at pira-piraso!'"

Ang aking galit sa pag-iwan sa amin ni Jatinda ay nawala sa katatawa ko. Ang nakakatawang paliwanag sa tren ay katumbas ng lahat ng aking paghihirap na dulot ng kanyang pagtakas. Inaamin ko na may bahagyang kasiyahan akong naramdaman: dahil hindi rin nakaiwas si Jatinda na makaharap ang mga pulis!

"Ananta,* ikaw ay ipinanganak na magaling ang pang-amoy!" Ang sulyap kong may pagkaaliw ay may kasamang kaunting pagkayamot. "At sasabihin ko kay Jatinda na natutuwa ako na hindi niya gustong magtaksil, kundi nais lang niyang pangalagaan ang kanyang sarili!"

Pagdating namin sa bahay sa Calcutta, nakahahabag na nakiusap sa akin ang aking ama na tigilan ko muna ang paglalayas hangga't hindi ako nagtatapos ng mataas na paaralan. Noong ako'y nawala, binalak niyang papuntahin sa bahay araw-araw si Swami Kebalananda, isang taong banal na may mataas na pinag-aralan.

"Ang pantas ay magiging guro mo sa Sanskrit," Ito ang pahayag ng aking magulang.

Umaasa si ama na mabibigyang-kasiyahan ang aking relihiyosong pananabik sa pamamagitan ng pagtuturo ng isang marunong na pilosopo. Ngunit kabaligtaran ang nangyari: ang aking bagong guro, sa halip na mag-alay ng mga walang siglang paksang pangkaisipan, ay pinagningas ang baga ng aking pangarap na makiisa sa Diyos. Lingid sa kaalaman ni Ama si Swami Kebalananda ay isang mataas na disipulo ni Lahiri Mahasaya. Ang walang kapantay na guru ay nagkaroon ng libo-libong disipulo na tahimik na lumalapit sa kanya sa pamamagitan ng kanyang hindi mapaglabanang banal na pang-akit. Nalaman ko sa bandang huli na madalas na ipinakikilala ni Lahiri Mahasaya si Swami Kebalananda na isang rishi o naliwanagang pantas.†

---

* Lagi ko siyang tinatawag na Ananta-da. Ang *Da* ay idinadagdag sa hulihan ng pangalan ng nakatatandang kapatid na lalaki bilang paggalang.

† Noong kami ay magkasama, hindi pa sumapi si Kebalananda sa Swami Order at ang pangkalahatang tawag sa kanya ay "Shastri Mahasaya." Upang hindi magkalituhan

Napapalibutan ng malagong kulot na buhok ang makisig na mukha ng aking pribadong guru. Ang kanyang maiitim na mga mata ay tapat at malinaw na tulad ng sa bata. Lahat ng galaw ng kanyang balingkinitang katawan ay tanda ng mapayapang pagsasa-alang-alang. Malumanay at mapagmahal, siya ay matatag na kaisa sa walang hanggang kamalayan. Karamihan sa masayang na kami ay magkasama ay lumilipas sa malalim na *Kriya* meditasyon.

Tanyag si Kebalananda sa kaalaman sa sinaunang *Shastras* o mga banal na aklat; dahil sa kanyang katalinuhan, siya'y binigyan ng titulong "Shastri Mahasaya", na siyang karaniwang tawag sa kanya. Subalit ang pagsulong ko sa pag-aaral ng Sanskrit ay hindi kapuri-puri. Palagi akong naghahanap ng pagkakataong maiwanan ang nakababagot na gramatika at pag-usapan ang yoga at si Lahiri Mahasaya. Isang araw, pinagbigyan ako ng aking pribadong guru at isinalaysay niya ang kanyang buhay sa piling ng Maestro.

"Pambihirang kapalaran na ako ay pinalad na manatili sa tabi ni Lahiri Mahasaya sa loob ng sampung taon. Gabi-gabi akong du-madalaw sa bahay niya sa Banaras. Ang guru ay palaging naroroon sa maliit na salas sa unang palapag. Habang nakaupo siya sa posis-yong lotus sa isang walang sandalan na upuang kahoy, pinalilibutan siya ng kanyang disipulo at sinasabitan siya ng mga bulaklak. Ang kanyang mga mata ay nagniningning at sumasayaw sa galak ng pag-ka-Diyos. Ang kanyang mga mata ay laging kalahati lang ang naka-bukas, nakasilip sa panloob na teleskopyong globo sa mundo ng walang hanggang kaligayahan. Bihira siyang mangusap ng matagal. Paminsan-minsan ang kanyang titig ay itinutuon sa isang mag-aaral na nangangailangan ng tulong; at ang nagpapagaling na mga salita ay ibinubuhos doon na tulad ng buhos ng liwanag.

"Isang hindi maipaliwanag na kapayapaan ang namukadkad sa aking kalooban sa sulyap ng Maestro. Ako ay napupuno ng kanyang halimuyak, na parang nagmula sa lotus na walang hanggan. Kapag kasama ko siya, kahit na walang palitan ng isang salita sa loob ng ilang araw, ay isang karanasang nagpabago sa aking buong pagkatao. Kung may anumang hindi nakikitang hadlang ang biglang buma-ngon sa landas ng aking konsentrasyon, ako ay nagmi-meditasyon sa paanan ng guru. Doon, ang pinaka-pinong kalagayan ay madali

<hr />

sa pangalan ni Lahiri Mahasaya at kay Maestro Mahasaya (Kabanata 9), pinangalanan ko ang aking guro sa Sanskrit sa kanyang sumunod na monastikong pangalang Swami Kebalananda. Ang kanyang talambuhay ay nailimbag kamakailan sa wikang Bengali. Ipinanganak sa distritong Khulna ng Bengal noong 1863, si Kebalananda ay pumanaw sa Banaras sa edad na animnaput-walo. Ang pampamilyang pangalan niya ay Ashutosh Chatterji.

kong naiintindihan. Ang ganoong pang-unawa ay hindi ko naramda-
man sa harap ng mahinang uri na mga guru. Ang Maestro ay isang
buhay na templo ng Diyos, na ang mga lihim na pintuan ay bukas
sa lahat ng disipulo sa pamamagitan ng debosyon.

"Si Lahiri Mahasaya ay hindi isang maka-librong tagapagsalin
ng mga banal na aklat. Madali siyang sumasalok ng mga kahulugan
sa `dibinong aklatan.' Bumubulang mga salita at tilamsik ng kaisi-
pan ang lumalabas sa bukal ng kanyang karunungan sa lahat ng ba-
gay. Mayroon siyang kahanga-hangang susi na nagbukas sa malalim
na siyensiya ng pilosopiyang itinago ng matagal na panahon sa mga
Vedas.* Kapag hiniling sa kanya na ipaliwanag ang iba't ibang antas
ng kamalayan na nabanggit sa mga sinaunang kasulatan, nakangiti
siyang nagpapaunlak.

"'Ako ay papasok sa ganoong kalagayan, at pagkatapos ay sasa-
bihin ko ang aking nalaman.' Sa ganoong paraan, napakalayo ng
kanyang agwat sa mga gurung isinasaulo ang kasulatan at pagkata-
pos ay nagbibigay ng hindi pa nararanasang pakahulugan.

"'Pakipaliwanag ang sagradong talata kung ano ang kahulu-
gan nito sa iyo.' Ang hindi masalitang guru ay madalas magbigay
ng ganitong pag-uutos sa malapit na disipulo.' 'Gagabayan ko ang
iyong kaisipan upang ang tamang kahulugan ang masabi mo.' Sa
ganitong paraan, karamihan sa mga paliwanag ni Lahiri Mahasaya
ay naisulat, at napakaraming komentaryo ang naitala ng kanyang
iba't ibang mag-aaral.

"Ang Maestro ay hindi kailanman nagpayo ng parang aliping
paniniwala. 'Ang mga salita ay balangkas lamang', wika niya. 'Ta-
muhin mo ang paniniwalang kasama mo ang Diyos sa pamamagi-
tan ng maligayang pakikipagniig sa meditasyon.'

"Kahit na anong suliranin ng disipulo, ipinapayo ng guru ang
Kriya Yoga para sa kalutasan nito.

"'Hindi mawawala ang kahusayan ng susi ng yoga kapag wala
na ako sa katawang-lupa upang gabayan kayo. Ang pamamaraang

---

* Mahigit 100 aklat kanoniko ng apat na sinaunang Veda ang nalalabi. Sa kanyang
Journal, pinapurihan ni Emerson ang kaisipang Vedic: "Dakila ito tulad ng init at gabi
at hindi humihingang karagatan. Tinataglay nito ang bawat relihiyosong damdamin,
lahat ng dakilang paniniwalang moral na bumabalot sa isip ng isang makata....
Walang halagang isantabi ang aklat; kung ipagkakatiwala ko ang aking sarili sa
kagubatan o sa isang bangka sa lawa, dagli akong gagawing *Brahmin* ng Kalikasan:
ang kanyang walang hanggang pangangailangan, walang hanggang gantimpala, hindi
maarok na kapangyarihan, walang patid na katahimikan....Ito ang kanyang kredo.
Kapayapaan, sabi niya sa akin, at kadalisayan at ganap na pagpapabaya—itong mga
lunas na panlahat ang nagbabayad sa lahat ng pagkakasala at dadalhin ka nito sa
kabanalan ng Walong Diyos."

ito ay hindi maaaring talian, itago at kalimutan na katulad ng mga teoretikang mga pang-inspirasyon. Ipagpatuloy nang walang tigil ang iyong landas upang makalaya sa pamamagitan ng *Kriya Yoga* na ang lakas ay nakasalaylay sa pagsasanay.'

"Ako mismo ay naniniwala na *Kriya* ang pinaka-mabisang kasangkapan sa pagliligtas sa pamamagitan ng sariling sikap na pinaunlad sa paghahanap ng tao sa Walang Hanggan." Bilang pang-wakas, isinalaysay ni Kebalananda ang ganitong masigasig na pato-too. "Sa paggamit nito, ang Makapangyarihang Diyos na nakatago sa lahat ng tao ay nakitang nabuhay muli sa katawan ni Lahiri Mahasaya at sa ilan sa kanyang mga disipulo."

Isang mala-Kristong milagro ni Lahiri Mahasaya ang naganap sa harap ni Kebalananda. Isinalaysay ito ng banal kong pribadong guru, isang araw, habang ang mga mata niya ay nakatingin ng malayo sa harap ng mga salitang Sanskrit na nasa harapan namin sa mesa.

"Isang bulag na disipulo, si Ramu, ay gumising sa akin ng matinding pagka-habag. Dapat bang walang ilaw ang kanyang mga mata gayong siya ay naglilingkod ng tapat sa aming Maestro, kung kanino nagniningning ang Dibino? Isang umaga, binalak kong kausapin si Ramu, ngunit siya ay ilang oras na nakaupo at buong tiyagang pinapaypayan ang aming guru ng isang gawang-kamay na pamaypay yari sa dahon ng palmera. Nang tuluyang lumabas ng silid ang deboto, sinundan ko siya.

"'Ramu, gaano katagal ka nang bulag?' "'Simula nang ako ay ipinanganak, ginoo! Kailanman ang mga mata ko ay hindi pa nabi-yayaan na masilayan ang banaag ng araw.'

"'Ang ating makapangyarihang guru ay maaaring tumulong sa iyo. Maari bang magsumamo ka?'

"Kinabukasan, si Ramu ay kiming lumapit kay Lahiri Maha-saya. Ang disipulo ay halos nahihiyang manghingi ng kayamanang pisikal na karagdagan sa kanyang labis na kayamanang espirituwal.

"'Maestro, ang Tagabigay ng liwanag ng sanlibutan ay nasa inyo. Hinihiling ko po sa inyo na dalhin ninyo ang Kanyang liwanag sa aking mga mata upang masilayan ko ang mas mahinang liwanag ng araw.

"'Ramu, may nagpakana na ilagay ako sa isang mahirap na kalagayan. Wala akong kapangyarihang magpagaling.

"'Ginoo, ang Walang Hanggang Kapangyarihang na nasa inyo ay tunay na makapagpapapagaling.'

"'Iyon ang tunay na kakaiba, Ramu. Walang Hanggan ang kapangyarihan ng Diyos! Siya na nagpapaningas ng mahiwagang liwanag ng buhay sa mga bituin, sa selula ng laman ay tiyak na makapagbibigay ng ningning ng paningin sa iyong mga mata.'

Hinipo ng Maestro ang noo ni Ramu sa pagitan ng dalawang kilay.*

"'Ituon mo ang iyong isip doon, at sambitin ng madalas ang pangalan ng propetang si Rama† sa loob ng pitong araw. Ang ningning ng araw ay magkakaroon ng mahalagang bukang liwayway para sa iyo.'

"Aba! Sa loob ng isang linggo ay nangyari nga. Sa unang pagkakataon, nasilayan ni Ramu ang magandang anyo ng kalikasan. Ang Maalam-sa-Lahat-ng-Bagay ay tiyak na inutusan ang disipulo na ulit-ulitin ang pangalan ni Rama, na kanyang pinakamamahal sa lahat ng mga taong banal. Ang pananampalataya ni Ramu ay siyang inararong lupa ng debosyon kung saan ang malakas na binhi ng guru na pirmihang lunas ay tumubo." Si Kebalananda ay sandaling nanahimik, pagkatapos ay nagbigay-papuri sa kanyang guru.

"Maliwanag sa lahat ng himalang ginawa ni Lahiri Mahasaya na hindi niya kailanman pinahintulutan ang prinsipyo ng pagka-makasarili na isipin na ito ay lakas na sanhi ng himala..‡

Sa pagiging ganap ng kanyang pagsuko sa Pangunahing Lakas na Nagpapagaling, ay ipinaubaya ng Maestro ang daloy ng kapangyarihan sa kanya.

"Sa dakong huli, ang napakaraming katawan na kagila-gilalas na gumaling sa pamamagitan ni Lahiri Mahasaya ay sa pugon ng krematoryo din nagtuloy. Subalit ang tahimik na paggising-espirituwal na kanyang ginawa, ang mga mala-Kristong disipulong kanyang hinubog, ay ang kanyang mga hindi masisirang mga himala."

Hindi ako kailanman naging isang iskolar sa Sanskrit; ngunit tinuruan ako ni Kebalananda ng mas dibinong kaalaman.

> "Hindi ang sarili ko ang gumagawa!"
> Ganyan ang iisipin niya, siya na hawak ang totoo sa pinaka-totoo....
> Laging nakasisiguro: "Ito ang pandamang-daigdig naglalaro

---

* Ang kinalalagyan ng "nag-iisa" o matang espirituwal. Sa kamatayan, ang kamalayan ng tao ay hinahatak sa banal na lugar na ito, na siyang nagiging dahilan ng dilat na matang nakikita sa mga sumasa-kabilang buhay.

† Ang pangunahing banal na anyo sa epikong Sanskrit na *Ramayana.*

‡ Ang prinsipyo ng pagka-makasarili, *ahamkara (lit.,* "Gagawing ko") ay ang pangunahing dahilan ng dualismo ang tila pagkahiwalay ng tao at ng kanyang manlilikha. Dinadala ng *ahamkar*a ang mga tao sa ilalim ng *maya* (kosmikong delusyon"), kung saan ang pagka-makasarili (ego) ay lumalabas na hindi tamang layunin bilang bagay (object). Ang mga nilalang ay ipinapalagay ang mga sarili bilang manlilikha (tingnan ang pp. 50 n., 315-316, 325 n.)

Sa mga pandama." (V:8-9)
Nakikita, nakikita niya, tunay nga, siyang nakakakita na ang
    mga gawa
Ay ugali ng Kalikasan, upang Kaluluwa ay masanay;
Kumikilos ngunit hindi siya ang taga-taguyod. (XIII: 29)
Kahit na ako'y
Di pa naisilang, di-mamamatay, di masisira,
Ang Panginoon ng lahat ng bagay na buhay; at—
Ni Maya sa pamamagitan ng Aking hiwaga na aking itinatak
Sa lumulutang na mga anyo ng Kalikasan, ang sinaunang
    malawak—
Darating ako, at aalis, at darating. (IV: 6)
Mahirap man
Upang lagusin sa dibinong tabing ng sari-saring palabas
Na nagkukubli sa Akin; gayon man sila na sumasamba sa Akin
Nilagusan ito at lumagpas sa ibayo. (VII: 14)
                —Bhagavad Gita (Pagsasalin ni Arnold)

Ang tahanan ni Paramahansa Yogananda sa Calcutta bago ang kanyang pagsumpa ng pagtalikod, noong Hulyo 1915, bilang isang sannyasi (monghe) ng

SWAMI KEBALANANDA;
Ang pinakamamamahal na tagapagturo ng Sanskrit ni Yoganandaji

Isang "Pabangong Banal" Nagtanghal ng Kanyang mga Kababalaghan

"Sa lahat ng bagay ay may panahon, at oras sa lahat ng hangarin sa ilalim ng langit."*

Wala ako nitong karunungan ni Solomon upang aliwin ako; sa bawat lakad ko mula sa aming tahanan, hinahanap ko ang mukha ng aking nakatakdang guru. Ngunit hindi nagkita ang aming landas hangga't hindi natapos ang aking pag-aaral sa mataas na paaralan.

Dalawang taon ang lumipas sa pagitan ng aking paglalakbay kasama si Amar tungo sa Himalayas, at ang dakilang araw ng pag-dating sa buhay ko ni Sri Yukteswar. Sa pagitan ng panahong iyon, nakakilala ako ng ilang mga pantas—ang "Pabangong Banal" ang "Tigreng Swami," si Nagendra Nath Bhaduri, si Maestro Mahasaya, at ang tanyag na Bengaling siyentipiko, si Jagadis Chandra Bose.

Ang pagtatagpo namin ng "Pabangong Banal" ay may dalawang pambungad na pangyayari, ang isa ay mapayapa at ang isa ay nakakatawa.

"Ang Diyos ay simple. Ang lahat ng ibang bagay ay magulo. Huwag kang maghanap ng lubos na kahalagahan sa pabago-bagong daigdig ng kalikasan."

Ang mga hindi mababagong pilosopiyang ito ay marahang pumasok sa aking pandinig habang ako ay tahimik na nakatayo sa harap ng larawan ni Kali† sa templo. Paglingon ko, nakaharap ko ang isang mataas na lalaki na ang kasuotan, o tila kawalan nito, ay nagpakilalang siya ay isang pagala-galang taong banal.

"Kayo nga ay nakatagos sa kalituhan ng aking pag-iisip!" Ngumiti akong nagpapasalamat. "Ang kalituhan ng mabuti at

---

* Ecclesiastes 3:1

† Kinakatawan ni Kali ang Prinsipyo ng Walang Hanggan sa kalikasan. Sa tradisyon, inilalarawan siyang may apat na bisig na babae, na nakatayo sa nakahigang anyo ng Diyos na si Shiva o ang Walang Hanggan; dahil ang mga gawain ng kalikasan o ng penomenal na mundo ay nanggagaling sa tagong Espiritu. Sinisimbulo ng apat na bisig ang mga pangunahing katangian: dalawang mapagbigay, dalawang mapanira; ang mahalagang pagiging dalawahan ng materyal na bagay o paglikha.

nakakatakot na mga aspeto ng kalikasan, na sinisimbulo ni Kali, ay nagbigay ng kalituhan sa mga mas matatalinong mga tao kaysa sa akin!"

"Kakaunti ang maaaring makalutas ng kanyang hiwaga! Ang mabuti at masama ay ang naghahamong palaisipan na inihaharap ng buhay na tila *sphinx* sa bawat kaisipan. Ang karamihan ng tao ay walang tangkang lutasin ito kaya nagbabayad sila ng kanilang buhay, isang parusa ngayon na katulad noong mga araw ng Thebes. May mangilan-ngilang matataas na tao ang hindi kailanman sumigaw ng pagkatalo. Mula sa *maya** ng dalawahan, binubunot niya ang walang biyak na katotohanan ng pagkakaisa."

"Ikaw ay nagsasabi ng may paniniwala, ginoo."

"Matagal na akong nagsagawa ng tapat na pagsisiyasat sa aking sarili, ang napakatinding kirot ng paglapit sa karunungan. Sariling pagsisiyasat, walang humpay na pagmamatyag sa daloy ng sariling kaisipan, ay isang ganap at mapanirang karanasan. Dinudurog nito ang pinaka-matabang pagka-makasarili. Ngunit ang tunay na pagsusuri sa sarili ay matematikong umaandar upang magbunga ng mga propeta. Ang paraan ng 'pagpapapahayag sa sarili', pagpapahalaga sa sarili, ay nagwawakas sa kahambugan, nakatitiyak sa kanilang karapatan sa kanilang pribadong pakahulugan sa Diyos at sa sandaigdig."

"Ang katotohanan ay maamong nananahimik, walang duda, sa harap ng mapagmataas na pagka-mapanlikha." Ako ay naaliw sa talakayan.

Ang tao, ay hindi makakaunawa ng walang hanggang katotohanan hangga't hindi niya napalaya ang sarili mula sa pagkukunwari. Ang kaisipan ng tao, na lantad sa mga daang taong lusak, ay masagana sa kasuklam-suklam na buhay ng hindi mabilang na mga kahibangan sa mundo. Ang labanan sa larangan ng digmaan ay nawawalan ng saysay dito, kapag unang hinarap ng tao ang mga panloob na kalaban. Hindi sila mga kalabang mortal, na kailangang

---

* Kosmikong ilusyon; literal na ibig sabihin, "ang manunukat". Ang *maya* ay ang mahiwagang kapangyarihan sa paglikha kung saan ang mga limitasyon at dibisyon ay tila nakikita sa Hindi Masukat at Hindi Maihihiwalay.

Sinulat ni Emerson ang sumusunod na tula tungkol sa *Maya* (na isinulat niyang *Maia*):

> Di kayang arukin ang ilusyon,
> Humahabi ng bahay-gagambang napakarami;
> Masasayang larawan niya, di nabibigo,
> Nagkukumpol, talukbong sa talukbong:
> Mapangakit na mapapaniwalaan
> Ng taong uhaw na linlangin

masupil ng napakasakit na pagtatanghal ng lakas! Palaging naririyan, hindi namamahinga, sinusundan ang tao kahit sa pagtulog, bahagyang pinagkakalooban ng mga lasong sandata, itong mga kawal ng mga mangmang na pagnanasa ay naghahangad na patayin tayong lahat. Walang isip ang taong ibinabaon ang kanyang pangarap, sumusuko sa kapalaran ng karamihan. Harinawang siya ay mag-anyo ng kaiba kaysa sa pagiging inutil, parang kahoy na nakahihiya?"

"Kagalang-galang na ginoo, wala ba kayong pakikidalamhati sa nalilitong sangkatauhan?"

Ang pantas ay nanahimik ng ilang sandali, pagkatapos ay sumagot ng padaplis.

"Ang mahalin kapwa ang hindi nakikitang Diyos, sentro ng lahat ng Kabutihan, at ang taong nakikita, na parang walang kabutihan, ay kadalasang nakalilito! Subalit ang katalinuhan ay kayang tapatan ang kalituhan. Ibinubunyag ng panloob na pananaliksik ang pagkakaisa ng lahat ng kaisipan ng tao—ang matatag na pag-kaka-maganak ng maramot na hangarin. Sa isang banda, gayon pa man, ang kapatiran ng mga tao ay ipinapahayag dito. Isang nakakikilabot na kababaang-loob ang sumunod na nagpapantay sa pagtuklas na ito. Ito ay nahihinog sa pakikiramay sa kapwa tao na bulag sa kakayahang magpagaling ng kaluluwa na naghihintay ng paggalugad."

"Ang mga taong banal ng bawat panahon, ginoo, ay nakaramdam ng katulad ninyo para sa mga dalamhati ng mundo."

"Ang mababaw na tao lamang ang nawawalan ng pagtugon sa kasawian ng ibang tao, habang siya ay lumulubog sa makitid na sariling pagdurusa." Ang istriktong mukha ng taong banal ay kapansin-pansing lumambot. "Ang sinumang nagsasanay ng pagsusuri sa sarili ay makakaramdam ng paglawak ng pandaigdig na awa. Palalayain siya mula sa nakakabinging pangangailangan ng kanyang sarili. Ang pag-ibig ng Diyos ay namumulaklak sa ganoong lupain. Ang nilalang sa wakas ay lalapit sa Lumalang sa kanya, kahit na walang ibang dahilan kundi magtanong na nagdadalamhati: 'Bakit, Panginoon, bakit?' Sa pamamagitan ng hamak na hampas ng sakit, naitataboy sa wakas ang tao sa Walang Hanggang Presensiya, na sa kagandahan pa lamang ay dapat na siyang maakit."

Ang pantas at ako ay nasa templo ng Calcutta Kalighat, kung saan nagpunta ako upang masdan ang kanyang sikat na kariktan. Sa isang malawak na pagkumpas, ipinagwalang-bahala ng hindi ko inaasahang kasama ang madekorasyon na templo.

"Ang ladrilyo at mortar, ay hindi umaawit sa atin ng naririnig na tono; ang puso ay nabubuksan lamang sa awitin ng taong nilalang."

Kami ay naglakad sa nag-aanyayang sinag ng araw sa pasukan, kung saan ang karamihan ng mga deboto ay nagdaraang paro't parito.

"Napakabata mo pa." Tinitigan ako ng pantas na nag-iisip. "Ang India rin ay bata pa. Ang mga sinaunang rishi *ay naglatag ng hindi mababagong huwaran ng espirituwal na pamumuhay. Ang kanilang matandang salawikain ay sapat pa sa araw at lupaing ito. Hindi nawawala sa uso, hindi naman walang kasanayan laban sa katusuhan ng materyalismo, hinubog pa rin ng madisiplinang mga tuntunin ang bansang India. Sa mga milenyo—mas higit pa kaysa sa nais bilangin ng napahiyang mga iskolar!—ang nagdududang Panahon ay nagpatunay sa halaga ng mga banal na mga Kasulatan. Tanggapin mo ito bilang iyong pamana."

Habang ako ay magalang na nagpapaalam sa mahusay na magsalitang pantas, ipinagtapat niya ang nakikini-kinitang pandama:

"Pag-alis mo dito ngayon, isang pambihirang karanasan ang darating sa iyong landas."

Iniwan ko ang hangganan ng templo at gumala-gala na walang layon. Pagliko sa isang panulukan, nasalubong ko ang isang dating kakilala—isa sa mga taong may kakayahang makipag-kuwento na hindi pansin ang oras at walang katapusan.

"Pakakawalan kita sa loob ng ilang sandali," pangako niya, kung sasabihin mo sa akin ang lahat ng nangyari sa panahon ng ating paghihiwalay."

"Anong kabalintunaan! Kailangang iwanan na kita ngayon."

Subalit hinawakan niya ako sa mga kamay, at pinilit na magbigay ng pira-pirasong kaalaman. Siya ay parang gutom na gutom na lobo, naisip kong naaliw; mas mahaba ang aking sinabi, mas gutom na gutom ang kanyang pagsinghot sa mga balita. Sa aking kalooban, humiling ako kay Diyosang Kali na bumalangkas ng kaaya-ayang paraan upang ako'y makaalpas.

Bigla akong iniwan ng aking kasama. Napabuntong-hininga ako at binilisan ang aking hakbang, sa takot na bumalik ang madaldal na kakilala nang may narinig ako na matuling mga yabag sa aking likuran, binilisan ko pa ang aking paglakad. Takot akong

---

* Ang mga rishi, literal na ibig sabihin ay "propeta", ang mga sumulat ng mga Veda na hindi matukoy ang kalumaan.

lumingon, ngunit isang mabilis na hakbang pa, inabutan ako nung tao at tuwang-tuwang hinawakan ang aking balikat.

"Nalimutan kong sabihin sa iyo ang tungkol kay Gandha Baba ('Pabangong Banal') na siyang nagbibigay-biyaya sa bahay na iyon." Itinuro niya ang isang tirahang may ilang yarda ang kalayuan. "Subukan mong makipagkita sa kanya; nakakawili siya. Ikaw ay maaring magkaroon ng pambihirang karanasan. Paalam," at talagang iniwan niya ako.

Ang parehong hula ng pantas sa templo ng Kalighat ay sumagi sa isip ko. Nagtatakang pumasok ako sa bahay na itinuro at pinatuloy ako sa isang maluwang na sala. Isang grupo ng mga tao ang nakaupo pansilangan, dito at doon sa isang makapal na kulay-dalandan na alpombra. Isang pabulong na paghanga ang nakarating sa aking pandinig.

"Pagmasdan si Gandha Baba sa balat ng leopardo. Makakapagbigay siya ng likas na pabango ng anumang bulaklak sa isang walang bango, o pasariwain ang isang lantang bulaklak o gawin na ang balat ng tao ay tumagas ng kalugud-lugod na halimuyak."

Tumingin ako ng diretso sa taong banal; ang kanyang mabilis na sulyap ay dumako sa akin. Siya ay mataba at may balbas, may matingkad na balat at may malalaking kumikislap na mga mata.

"Anak, masaya akong makita ka. Humiling ka ng gusto mo. Nais mo ba ng pabango?"

"Para saan?" Naisip ko na ang kanyang pangungusap ay parang bata.

"Upang maranasan ang mahimalang paraan ng kasiyahan mula sa mga pabango."

"Ginagamit ang Diyos upang gumawa ng mga amoy?"

"Eh , ano naman?" Ang Diyos ay gumagawa din naman ng pabango."

"Oo, ngunit Siya ay gumagawa ng marupok na botelyang yari sa talulot para sa sariwang gamit at pagkatapos ay itapon. Maaari ka bang magpakita ng mga bulaklak?"

"Oo, subalit karaniwan ako ay gumagawa ng mga pabango, munting kaibigan."

"Kung ganoon, ang mga pagawaan ng pabango ay mawawalan ng negosyo."

"Bibigyan ko sila ng pahintulot na ipagpatuloy ang kanilang hanapbuhay! Ang pansarili kong hangarin ay upang itanghal ang kapangyarihan ng Diyos."

"Ginoo, kinakailangan bang patunayan ang Diyos?" Hindi ba Siya ay gumagawa ng mga himala sa lahat ng bagay, kahit saan?"

Oo, ngunit tayo rin ay dapat magpakita ng ilan sa Kanyang walang hanggang mapanlikhang pagkakaiba-iba."

"Gaano katagal kayong nagsanay sa inyong sining?"

"Labindalawang taon."

"Para sa paggawa ng pabango sa pamamagitan ng paraang astral! Wari pala, aking pinarangalang banal, kayo ay nag-aksaya ng isang dosenang taon para sa mga halimuyak na maaari mo namang makuha kapalit ng ilang kaunting rupee sa isang tindahan ng mag-bubulaklak."

"Ang mga pabango ay napapawi kasabay ng mga bulaklak."

"Ang mga pabango ay naglalaho kasabay ng kamatayan. Bakit ko hahangarin ang kinalulugdan ng katawan lamang?"

"Ginoong Pilosopo, binigyan mo ng kasiyahan ang aking pag-iisip. Ngayon, iunat mo ang iyong kanang kamay." Kumumpas siya ng pagbasbas.

Ako ay may ilang talampakan ang layo kay Gandha Baba, walang kahit sinuman ang malapit sa aking katawan upang dumikit sa akin. Iniabot ko ang aking kanang kamay na hindi naman hinawakan ng yogi.

"Anong pabango ang gusto mo?"

"Rose," sabi ko.

"Maging ganoon nawa," wika niya.

Sa aking pagkamangha, ang mahalimuyak na amoy ng rosas ay sumimoy ng malakas sa gitna ng aking palad. Ako ay pangiting kumuha ng malaki, puti, at walang amoy na bulaklak mula sa isang malapit na plorera.

"Maari bang itong walang amoy na bulaklak ay tagusan ng bangong jasmine?"

"Maging ganoon nawa," wika niya.

Isang halimuyak ng jasmine ay biglang lumabas sa mga talulot. Pinasalamatan ko ang manggagawa ng kababalaghan at ako ay nakiupo sa isa sa kanyang mga mag-aaral. Ipinaalam sa akin na si Gandha Baba, na ang tunay na pangalan ay Vishuddhananda, ay nakaalam ng maraming kataka-takang mga sikreto ng yoga mula sa isang maestro sa Tibet. Ang yoging Tibetan, paniniguro sa akin, ay umabot na sa mahigit na isang libong taon.

"Ang kanyang disipulong si Gandha Baba ay hindi naman palaging nagsasagawa ng kahanga-hangang paggawa ng pabango, sa simpleng pananalita na ngayon lamang ay iyong nasaksihan."

Ang mag-aaral ay nagsalita ng maliwanag na may pagpapahalaga sa kanyang maestro. "Ang paraan niya ay malawak ang pagkakaiba, upang isang-ayon sa kaibahan ng mga pag-uugali. Siya ay kagila-gilalas! Maraming marurunong na tao sa Calcutta intelihensiya ang kabilang sa kanyang mga tagasunod."

Ako ay panloob na nagpasya na hindi ko idadagdag ang aking sarili sa bilang nila. Ang gurung masyadong literal na "kagila-gilalas" ay hindi ko nagugustuhan. May magalang na pagpapasalamat kay Gandha Baba, ako ay lumisan. Habang pauwi na sa bahay, ginunita ko ang tatlong magkakaibang mga karanasang ibinigay ng araw na ito.

Sinalubong ako ng kapatid kong si Uma pagpasok ko sa pinto.

"Ikaw ay nagiging talagang mabikas, gumagamit ka na ng mga pabango!"

Wala kahit isang salita, sinenyasan ko siyang amuyin ang aking kamay.

"Anong kaakit-akit na bango ng rosas! Ito ay pambihira ang lakas!"

Naiisip kong ito ay "malakas na pambihira", tahimik kong inilapit ang pinabango sa astral na bulaklak sa ilalim ng butas ng kanyang ilong

"Oh, gustong-gusto ko ang amoy ng jasmine!" Sinunggaban niya ang bulaklak. Isang nakakatawang pagkamangha ang nagdaan sa kanyang mukha, habang paulit-ulit niyang sinisinghot ang samyo ng jasmine mula sa isang uri ng bulaklak na alam na alam niya na walang amoy. Sa kanyang reaksyon, nawala ang aking pagdududa na sapilitan akong inilagay ni Gandha Baba sa mungkahi-sa-sariling kalagayan kung saan ako lamang ang makakalanghap ng mga pabango.

Noong malaunan, narinig ko mula sa isang kaibigan, si Alakananda, na ang "pabangong taong banal" ay may isang kapangyarihan na nais ko sanang angkin din ng mga milyong nagugutom na tao sa mundo.

"Ako ay naroon kasama ang isang daang iba pang mga panahuin sa tahanan ni Gandha Baba sa Burdwan," sabi sa akin ni Alakananda. "Iyon ay isang marangyang pagtitipon. Sa dahilang ang yogi ay may kapangyarihang maglabas ng mga bagay-bagay mula sa hangin, nagtatawa akong humiling sa kanya ng maglabas ng wala sa panahong prutas na tangerine. Dali-daling lumaki at nagkalaman ang mga *luchi** na nasa dahon ng saging sa kainan. Bawat isa sa mga

* Makinis at bilog na tinapay na Indian.

tinapay na biglang umalsa ay nagkaroon ng binalatang tangerine. Kinagat ko ang napunta sa akin na may agam-agam, ngunit ito ay napakasarap."

Pagkatapos ng maraming taon, sa pamamagitan ng panloob na pang-unawa ay nalaman ko kung papaano naisagawa ni Gandha Baba ang mga pagpapakita. Sayang at ang pamamaraan ay lagpas sa kayang abutin ng maraming taong nagugutom sa daigdig.

Ang iba't-ibang pampasigla ng pandamdam kung saan ang tao ay tumutugon—nadarama, biswal, panlasa, pandinig at pang-amoy—ay nanggagaling sa sari-saring panginig ng mga electron at mga proton. Ang mga panginig na iyan ay pinamamahalaan ng *prana*, "lifetrons", mga pinong lakas ng buhay na mas pino pa kaysa enerhiya ng atomiko, na may talinong magbibigay-lakas sa limang sangkap ng pakiramdam ng isang tao.

Nakiisa si Gandha Baba sa lakas ng prana sa pamamagitan ng tamang kasanayan ng yoga, nagabayan niya ang mga lifetrons upang isaayos ang balangkas ng kanilang pagyanig at tukuyin ang nais na resulta. Ang kaniyang pabango, prutas, at iba pang mga himala ay tunay na mga pagpapakita ng makalupang pagyanig at hindi sila mga panloob na damdaming bunga ng hipnotismo.

Ang hipnotismo ay ginamit na ng mga manggagamot sa mga maliliit na operasyon bilang saykikal na kloropormo sa mga taong maaaring mapahamak ng anestisya. Ngunit ang isang kalagayang hipnotismo ay nakasasama sa mga taong malimit isailalim sa ganito; isang negatibong epekto sa kaisipan na may panahong ikagugulo ng mga selula sa utak. Ang hipnotismo ay pagpasok ng walang pahintulot sa teritoryo ng ibang kamalayan*. Ang pansamantalang kababalaghan ay walang kinalaman sa mga himalang ginagawa ng mga taong may dibinong kamalayan. Gising sa Diyos, ang tunay na mga banal ay nakakapagpabago sa mapangarap na mundong ito sa pamamagitan ng pagnanais na makipag-kasundong nakatono sa Mapanlikhang Kosmikong Nangangarap.†

---

* Ang karamihan sa mga pag-aaral ng mga *Kanluraning* sikologo tungkol sa kamalayan ay sakop lamang ang pagsusuri sa kubling kamalayan at mga sakit sa isip na ginagamot sa pamamagitan ng sikayatriya at saykoanalisis. Kakaunti lamang ang pananaliksik sa simula at batayan ng pagbuo ng normal na karaniwang mga kalagayan ng isip at ang kanilang emosyonal na kusang mga pagpapahayag—isang pangunahing paksa na hindi ipinag-wawalang bahala ng pilosopiyang Indian. Sa *Sankya* at sistemang *Yoga*, may tiyak na klasipikasyon ng iba't-ibang kawing sa normal na bahagyang pagbabago sa pag-iisip at ang likas na tungkulin ng *buddhi* (umuunawang pag-iisip), *ahamkara* (makasariling pamamaraan) at *manas* (kamalayan ng isip at pandama).

† Ang sandaigdig ay kinakatawan sa bawat isang butil nito. Lahat ay gawa sa isang lihim na sangkap. Binibilog ng daigdig ang sarili nito sa isang patak ng hamog....

Ang mga kababalaghang mga gawain na tulad ng ipinakita ng "Pabangong Banal" ay kagila-gilalas ngunit walang silbing espiri-tuwal. Nagtataglay ng bahagyang layunin liban sa pagbibigay-aliw, ito ay paglihis mula sa isang seryosong paghahanap sa Diyos.

Ang mapag-pasikat na pagtatanghal ng pambihirang kapangya-rihan ay tinutuligsa ng mga maestro. Ang mistikong taga-Persia na si Abu Said, ay minsang pinagtawanan ang ilang mga *fakirs* (mga asetikong Moslem) na ipinag-mamapuri ang kanilang mga kapang-yarihan sa tubig, hangin, at kalawakan.

"Ang palaka ay sanay din sa tubig!" Pagdidiin ni Abu Said na may marahang paghamak. "Ang uwak at ang buwitre ay madaling nakakalipad sa hangin; ang demonyo ay magkasabay na naroroon sa Silangan at sa Kanluran! Ang tunay na tao ay iyong nananahan sa katapatan kasama ang kanyang kapwa tao, na maaaring bumili at ipagbili, ganoon pa man ay hindi kailanman kahit isang saglit nakakalimot sa Diyos!"* Sa ibang pagkakataon, ang magiting na

Ang tunay na doktrina ng pagka-nasa-lahat-ng-dako ay ang Diyos ay nagpapakita na kasama ang lahat ng Kanyang mga bahagi sa bawat lumot at sapot ng gagamba."- *Emerson, sa "Compensation."*

* Upang bumili at magtinda, ngunit kailanman ay hindi makakalimot sa Diyos!" Ang mithiin ay magkatugma ang kamay at puso. Inaangkin ng ilang Kanluraning manunulat na ang hangarin ng Hindu ay kiming "pagtakas," ng hindi paggalaw at hindi pakikihalubilo sa kapwa. Ang apat na planong Vedic para sa buhay ng tao ay isang balanseng buhay para sa masa, na inilalaan ang kalahati upang mag-aral at gampanan ang gawaing-bahay; ang kalahati upang magnilay-nilay at magsanay sa meditasyon. (Tingnan ang pahina p. 294 n.)

Ang pag-iisa ay kailangan upang makilala ang Sarili, ngunit bumabalik sa mundo ang mga maestro upang paglingkuran ito. Kahit mga taong banal na hindi gumagawa ng panlabas na gawain ay naninilbihan, sa pamamagitan ng kanilang isip at banal na pakiramdam, ng higit na mahalagang benepisyo sa mundo kaysa sa ibinibigay na mabibigat na gawain ng mga taong walang kabanalan. Ang mga dakila, sa kanilang sariling paraan at kadalasang tinututulan, ay laging nagsisikap upang maingat ang kanilang kapwa. Walang Hindung mithiing espirituwal o panlipunan ang negatibo lamang. Ang *Ahimsa*, "walang pananakit", na tinaguriang:"ganap na kabutihan" (*sakalo dharma*) sa *Mahabharata*, ay isang positibong utos dahil sa kaisipang ang isang taong hindi tumutulong sa kapwa ay nananakit dito.

Inihahayag ng Bhagavad Gita (III: 4-8) na ang paggawa ay likas sa tao. Ang katamaran ay tunay na "maling gawain".

> "Walang tao ang makakaligtas sa gawain
> Sa pamamagitan ng hindi paggalaw; hindi, at walang darating
> Dahil lamang sa pagtanggi sa kaganapan,
> Hindi, at walang guhit ng tadhana, kailanman,
> Ang tatahan sa di-paggalaw; ang kanyang likas na batas
> Pinipilit siya, kahit di niya nais, upang gumawa.
> (Dahil ang pag-iisip ay paggawa sa guni-guni)
> Siya, na may malakas na katawang naninilbihan sa isip,

gurung taga-Persia, ay nagbigay ng kanyang pagkaunawa sa bu-
hay-relihiyoso ng ganito: "Upang isa-isang tabi ang laman ng iyong
isip (pansariling mga pagnanasa at mga ambisyon); upang malayang
ipamigay ang nasa iyong kamay; at hindi kailanman umiwas sa mga
dagok ng kahirapan!"

Maging ang walang kinikilingan pantas sa templo ng Kalighat
o ang nagsanay sa Tibet na yogi ay hindi nakatugon sa aking pa-
nanabik sa isang guru. Ang puso ko ay hindi nangangailangan ng
pribadong guru para siya ay makilala, at kusang loob na sumigaw
ng "Bravo!" na mas umaalingawngaw sapagkat ito ay hindi madalas
magpatawag mula sa katahimikan. Nang sa wakas ay nakilala ko
ang aking maestro, sa pamamagitan ng kadakilaan ng halimbawa
lamang siya ay nagturo sa akin ng panukat ng isang tunay na tao.

Ibigay ang kanyang may katapusang lakas sa gawaing mahalaga,
Di naghahangad ng pakinabang, Arjuna! Sinuman ang ganun
Ay kagalang-galang. Gawin mo ang gawaing nakalaan!"
(Salin ni Arnold)

Ang Tigreng Swami

"Natuklasan ko ang tirahan ng Tigreng Swami. Dalawin natin siya bukas."

Itong malugod na mungkahi ay nanggaling kay Chandi, isa sa aking mga kaibigan sa mataas na paaralan. Ako ay nasasabik makilala ang taong banal, na bago pumasok sa buhay monghe ay nanghuli at nakipaglaban sa mga tigre gamit lamang ang kanyang mga kamay. Malakas ang pagkagiliw ko nung ako'y bata pa sa ganoong pambihirang katapangan.

Kinabukasan, malamig ang umaga, subalit si Chandi at ako ay lumabas ng bahay na masaya. Pagkatapos ng walang saysay na paghahanap sa Bhowanipur, sa labas ng Calcutta, nakarating kami sa tamang tirahan. Ang pintuan ay may dalawang pabilog na bakal, na aking pinatunog ng malakas. Kahit na may kaingayan, isang tagapagsilbi ang lumapit na banayad maglakad. Ang kanyang balintunang ngiti ay nagpapahiwatig na ang mga maiingay na bisita ay walang kakayahang abalahin ang katahimikan ng pamamahay ng taong banal.

Naramdaman namin ang tahimik na paninisi kaya ang kasama ko at ako ay nagpasalamat na naanyayahan sa sala. Ang aming matagal na paghihintay ay nagdala ng pag-aalinlangan. Ang hindi nasusulat na batas ng India sa mga naghahanap ng katotohanan ay tiyaga; ang isang maestro ay maaring sadyang gagawa ng pagsubok sa pananabik ng sinuman upang makilala siya. Ang sikolohikal na panlalansing ito ay malayang ginagamit sa Kanluran ng mga duktor at dentista!

Sa wakas, si Chandi at ako ay sinundo ng tagapagsilbi at kami ay pumasok sa isang silid-tulugan. Ang tanyag na Sohong* Swami ay nakaupo sa kanyang kama. Pagkakita namin sa kanyang napakalaking katawan, nagkaroon ito ng kakaibang epekto sa amin. Lumuwa ang aming mga mata at hindi kami nakapagsalita. Hindi pa kami kailanman nakakita ng ganuon kalaking dibdib, o kasinlaki

---

* Sohong ang kanyang monastikong pangalan. Ang karaniwang tawag sa kanya ay "Tiger Swami."

ng bolang pang-football na mga braso. Sa kanyang napakalaking leeg, ang mabangis subalit payapang mukha ng swami ay napapalamutian ng alon-along buhok, balbas at bigote. Isang pahiwatig ng kaamuan ng kalapati at katangiang katulad ng tigre ay kumikinang sa kanyang maitim na mga mata. Wala siyang kasuotan maliban sa balat ng tigre na bumabalot sa kanyang maskuladong baywang.

Nang naapuhap namin ang aming mga tinig, ako at ang aking kaibigan ay bumati sa monghe, nagpahayag ng paghanga sa kanyang kagitingan sa katangi-tanging arena ng mga tigre.

"Hindi po ba ninyo sasabihin sa amin, kung papaano maaaring mapasuko sa pamamagitan ng mga kamay na walang hawak na armas ang pinakamabangis na hayop sa gubat, ang royal Bengals?"

"Mga anak, balewala sa akin ang makipaglaban sa mga tigre. Kaya kong gawin ito ngayon kung kinakailangan." Tumawa siya na tila bata. "Ang tingin ninyo sa mga tigre ay Tigre; ang pagkakilala ko sa kanila ay mga pusa."

"Swamiji, palagay ko kaya kong itatak sa aking kubling kamalayan ang kaisipang ang mga tigre ay mga pusa, subalit kaya ko kayang papaniwalain ang mga tigre?"

"Siempre naman kailangan din ang lakas ng katawan! Kahit sino ay hindi dapat umasa ng tagumpay mula sa isang sanggol na iniisip na ang isang tigre ay isang pusang pambahay! Makapangyarihang mga kamay ang aking sapat na sandata."

Hiniling niyang sumunod kami sa patio, kung saan sinuntok niya ang gilid ng isang pader. Isang bloke ng semento ang nadurog sa lapag; ang langit ay matapang na dumungaw sa nakangangang butas, ang nawalang-ngiping patlang sa pader. Napasuray ako sa labis na pagkagulat; ang sinumang makakadurog ng sementong bloke mula sa matatag na pader sa pamamagitan ng isang suntok, sa palagay ko, ay tiyak na makakayang alisin ang mga ngipin ng tigre!

"May ilang mga taong mayroong pisikal na lakas na tulad ko, ngunit kulang pa rin sa sapat na tiwala sa sarili. Ang mga malalakas ang katawan ngunit hindi matatag ang isipan ay malamang na himatayin pagkakita lamang sa isang mabangis na hayop na malayang tumatalon sa kagubatan. Ang tigre sa kanyang likas na bangis at tirahan ay napakalaki ng kaibahan sa binigyan ng opium na hayop sa sirko!

"Maraming taong, bagama't ubod ng lakas ay lubhang natakot at walang nagawa sa mabangis na paglusob ng isang tigreng royal Bengal. Ito ay dahil sa naisip ng tigre na takot ang tao tulad ng tindi ng pagkatakot ng pusa. Maaaring mangyari sa isang tao na may

malakas na pangangatawan at ubod ng lakas na hangarin, na balig-
tarin ang kalagayan sa tigre, at pilitin ang hayop na maniwala na
siya ay isang pusang walang kapangyarihang ipagtanggol ang sarili.
Napakadalas kong gawin iyon!"

Ako ay talagang maluwag ang kaloobang paniwalaan na ang
higanteng kaharap ko ay kayang gawin ang lahat ng kanyang sinabi.
Siya ay tila nais na magbigay ng aral; kaya si Chandi at ako ay na-
kinig nang buong-galang.

"Ang isip ay siyang gumagamit sa kalamnan. Ang lakas ng
hataw ng martilyo ay ayon sa lakas na ginamit; ang lakas na ipi-
napahayag ng bahagi ng katawan ng isang tao, ay ayon sa kanyang
agresibong pagnanais at tapang. Ang katawan ay literal na ginawa
at pinapanatili ng isip. Sa pamamagitan ng puwersa ng mga katutu-
bong ugali mula sa nakaraang mga buhay, ang katatagan o kahinaan
ng loob ay tumatagos ng dahan-dahan sa kamalayan ng tao. Sila ay
nagpapahayag bilang mga gawi, bumabalik at nagpapakita bilang
isang kanais-nais na katawan o isang katawang hindi kanais-nais.
Ang panlabas na kahinaan ay nagmumula sa isipan; sa isang ti-
waling pag-ikot, ang katawang nakatali sa nakagawiang asal, ay
hinahadlangan ang isip. Kapag ang amo ay pinabayaang pag-utusan
siya ng isang tagapagsilbi, ang tagapagsilbi ay nagkakaroon ng ka-
pangyarihan; katulad nito ang isip ay nagiging alipin sa pagsunod
sa dikta ng katawan."

Sa aming pakiusap, ang kahanga-hangang swami ay pumayag
na magsalaysay ng ilang bagay tungkol sa kanyang sariling buhay.

"Ang pinakamaaga kong ambisyon ay labanan ang mga ti-
gre. Ang hangarin ko ay napakalakas, ngunit ang katawan ko ay
mahina."

Ako ay napabulalas sa pagkagulat. Parang hindi kapani-pani-
wala na ang taong ito, na "may matipunong mga balikat na tulad
ng mga taga-Atlantis, karapat-dapat na magdala," ay nakaalam ng
kahinaan.

"Dahil sa tigas ng loob sa matiyagang pag-iisip ng kalusugan at
lakas ay napaglabanan ko ang aking balakid. Ako ay may dahilang
papurihan ang mapuwersang lakas ng kaisipan na siya kong nakita
na tunay na nagpapasuko sa mga royal Bengal."

"Sa palagay po ba ninyo iginagalang na Swami, makakaya kong
labanan ang mga tigre?" Ito ang kauna-unahan at pinakahuling
kaka.tuwang adhikain na sumagi sa aking isip.

"Oo naman!" Siya ay nakangiti. "Ngunit napakaraming klase
ng tigre; ang mga iba ay gumagala sa mga kagubatan ng hangarin ng

tao. Walang espirituwal na pakinabang sa pagpapabagsak ng hayop na walang malay. Mas mabuti ang maging matagumpay sa mga panloob na mga gumagala."

"Maari po ba naming marinig, ginoo, kung papaano kayo nagbago mula sa pagpapaamo ng mga mabangis na tigre tungo sa pagpapaamo ng mabangis na silakbo ng damdamin?"

Ang Tigreng Swami ay nanahimik. Naging malayo ang kanyang tingin, ginugunita ang mga nakaraang taon. Naunawaan ko ang bahagyang pagtatalo ng kanyang isip kung ako ay pagbibigyan sa aking kahilingan. Sa bandang huli, napangiti siya at nagpaunlak.

"Nang ang katanyagan ko ay umabot sa sukdulan, ako ay nalasing sa pagpapahalaga sa sarili. Nagpasya akong hindi lamang labanan ang mga tigre, kundi itanghal pa ang aking iba't ibang galing. Ang aking ambisyon ay pilitin ang mga mabangis na hayop na umasal na parang mga alaga sa bahay. Ako ay nagsimulang magpakita ng galing sa madla at ako'y nagtagumpay."

"Isang gabi, ang aking ama ay pumasok sa aking silid na nag-iisip.

"'Anak, may mga salita akong pagpapaalala. Ililigtas kita mula sa darating na hindi mabuti, gawa ng gumigiling na gulong ng sanhi at epekto.'

"'Ikaw ba ay fatalista, ama? Nararapat ba na pabayaang sirain ng pamahiin ang kulay ng makapangyarihang tubig ng aking mga pagkilos?'

"'Hindi ako fatalista, anak. Subalit ako ay naniniwala sa tamang batas ng pagganti, bilang katuruan ng banal na mga kasulatan. May pagdaramdam laban sa iyo ang pamilya ng kagubatan; may panahong ito ay kikilos laban sa iyo.'

"'Ama, binibigla ninyo ako!" Alam na alam ninyo kung ano ang mga tigre—magaganda ngunit walang awa! Malay natin? Maaaring maturukan ng aking mga suntok ng kaunting katinuan ng pagsasaalang-alang sa kanilang makakapal na mga ulo.

Ako ay punong-guro sa isang paaralang pagtatapos sa kagubatan, upang turuan sila ng marahang pag-uugali!

"'Kung maari, ama, isipin mo na ako ay isang nagpapaamo ng tigre at hindi kailaman bilang mamamatay ng tigre. Paano magdadala ng masama sa akin ang mabubuting gawa? Nakikiusap akong huwag ninyo akong pag-utusang baguhin ang aking pamamaraan sa buhay.'"

Si Chandi at ako ay matamang nakikinig, nauunawaan namin ang kanyang nakaraang mahirap na kalagayan. Sa India ang anak ay hindi madaling sumuway sa mga nais ng kanyang magulang. Ang Tigreng Swami ay nagpatuloy:

"Tahimik na nakinig si Ama sa aking paliwanag. Sinundan niya ito ng may isang seryosong pagbubunyag.

"'Anak, pinipilit mo akong ipagtapat sa iyo ang nagbabadyang masamang pangitain mula sa bibig ng isang taong banal. Nilapitan niya ako kahapon samantalang ako ay nakaupo sa beranda sa aking pang-araw araw na meditasyon.

"'Mahal na kaibigan, ako ay pumarito na may isang mensahe para sa mapanlaban mong anak. Patigilin mo ang malupit na mga gawain. Kapag nagkataon, and susunod niyang pakikipaglaban sa tigre ay magwawakas sa kanyang malubhang mga sugat, susundan ng anim na buwang nakamamatay na karamdaman. Pagkatapos ay tatalikuran niya ang kanyang dating kalakaran at magiging isang monghe.'"

"Ang salaysay na ito ay hindi ko hinangaan. Inakala ko na si ama ay naging isang napaniwalang biktima ng isang naliligaw na panatiko."

Ipinagtapat ng Tigreng Swami ang mga bagay na ito kasabay ng walang pasensiyang pagkumpas sa tila kaunting katangahan. Sinundan ito ng matagal at nakatatakot na katahimikan at tila hindi niya alintana na naroon kami. Nang ipinagpatuloy niya ang naputol na salaysay, ito ay biglang sa malumanay na tinig.

"Hindi natagalan pagkatapos ng babala ni ama, dumalaw ako sa siyudad ng Cooch Behar. Ang kaakit akit na teritoryo ay bago sa akin, at inaasahan ko ang matahimik na pagbabago upang makapagpahinga. Gaya ng dati, kahit saan, maraming taong usisero ang sumunod sa akin sa mga kalye. Nakakahagip ako ng kaunting pabulong na komentaryo:

"'Eto ang taong lumalaban sa mababangis na mga tigre!'

"'Mayroon ba siyang mga paa, o baka mga puno ng kahoy?'

"'Tingnan ninyo ang mukha niya! Maaring siya mismo ang isinilang na muling hari ng mga tigre!"

"Nalalaman ninyo kung paano magsalita ang mga batang yagit sa kalsada, na parang huling edisyon ng pahayagan! Ganyan kabilis ang mga balita ng mga babae na umiikot mula sa bawat bahay! Sa loob ng ilang oras, ang buong siyudad ay natuwa sa aking pagdating.

"Ako ay payapang nagpapahinga sa gabi, nang marinig ko ang yabag ng mga tumatakbong mga kabayo. Tumigil sila sa tapat ng aking tirahan. Dumating ang ilang mga matataas at naka-turban na mga pulis.

"Natigilan ako. 'Lahat ay posible dito sa mga nilalang ng batas na tao,' naisip ko. 'Nag-aalinlangan akong baka pagbintangan ng mga bagay na wala akong kaalam-alam.' Subalit ang mga opisyal ay yumuko sa hindi naman kailangang paggalang.

"'Kagalang-galang na ginoo, kami ay ipinadala upang salubungin kayo sa pangalan ng Prinsipe ng Cooch Behar. Siya ay malugod na nag-aanyaya sa kanyang palasyo bukas ng umaga.'

"Nag-isip ako sandali tungkol sa paanyaya. Sa hindi malinaw na dahilan, ako ay nakaramdam ng matinding panghihinayang sa pang-aabala sa aking tahimik na paglalakbay. Subalit dahil sa paraan ng pagsumamo ng mga pulis, sumang-ayon akong sumama.

"Ako ay nalito ng sumunod na araw nang masuyo akong inalalayan mula sa pintuan hanggang sa magarang karwahe na hila-hila ng apat na kabayo. Isang tagapaglingkod ang may hawak ng magayak na payong upang masilungan ako sa matinding init ng araw. Natuwa ako sa masayang paglalakbay sa buong siyudad at sa kakahuyan sa labas nito. Ang maharlikang tagapagmana mismo ang nasa pintuan ng palasyo upang salubungin ako. Inialok niya ang sariling burdadong gintong-upuan at nakangiting naupo sa isang mas simpleng upuan.

"'Lahat ng paggalang na ito ay tiyak na aking paghahabayaran!' ang naisip ko sa lumalalang pagkamangha. Ang motibo ng Prinsipe ay lumabas pagkatapos ng ilang di-inaasahang mga pangungusap.

"'Ang aking siyudad ay puno ng usap-usapan na ikaw ay maaaring lumaban sa mababangis na mga tigre na walang pananggalang kundi ang iyong mga kamay na walang armas. Ito ba ay totoo?'

"Ito ay talagang totoo!'

"Halos hindi ko mapaniwalaan ito! Ikaw ay isang Bengali na taga-Calcutta, pinalaki sa puting kanin ng taga-siyudad. Magtapat ka, pakiusap ko sa iyo; ikaw ba ay nakikipaglaban lamang sa mga mahinang hayop na binigyan ng opium?' Ang tinig niya ay malakas at nanunuya, at ang kanyang pagsasalita ay nababahiran ng puntong panlalawigan.

"Minarapat kong huwag sagutin ang kanyang nakakainsultong katanungan.

"Hinahamon kitang labanan mo ang bagong huli kong tigre, na si Raja Begum.* Kapag matagumpay mong malabanan siya, talian mo ng tanikala, at iwanan mo ang kulungan niya na may malay ka pa, mapapasaiyo itong royal Bengal! Mga ilang libong rupee at

---

* "Prinsipeng Prinsesa"—ipinangalan upang ipakita na ang halimaw na ito ay nagtataglay ng pinaghalong bangis ng lalaki at babaeng tigre.

marami pang mga regalo ang ipagkakaloob sa iyo. Kapag tumanggi ka sa labanang ito, ipapahayag ko ang iyong pangalan sa buong bansa bilang isang impostor!'

"Ang bastos niyang pananalita ay tumama sa akin na parang magkakasunod na ulan ng mga bala. Galit akong sumang-ayon. Halos napatayo sa kanyang upuan sa tuwa, ang prinsipe ay naupong muli na may sadistang ngiti. Naalala ko ang mga Romanong emperador na natutuwang paglabanin ang mga Kristyano sa arena ng mga hayop. Wika niya:

'"Ang laban ay isasagawa isang linggo mula ngayon. Ikinalulungkot ko na hindi kita maaring pahintulutang makita ang tigre bago ang laban.'

"Kung ang Prinsipe ay natatakot na baka gamitin ko ng hipnotismo ang hayop, o patagong bigyan siya ng opyum, ay hindi ko alam.

"Iniwan ko ang palasyo, nalilibang na napuna ko na ang maringal na payong at ang may bubong na karwahe ay nawala na.

"Nang sumunod na linggo ay masistema kong inihanda ang aking isip at katawan sa darating na pagsubok. Sa tulong ng aking tagapaglingkod, nalaman ko ang kakatuwang mga salaysay. Ang nakatatakot na hula ng taong banal sa aking ama ay nakarating sa labas ng bayan at lumakas habang kumakalat. Maraming pangkaraniwang tao sa bayan ang naniniwala na may masamang espiritu na isinumpa ng kanilang sinasambang diyos ang ipinanganak bilang tigre at nagpapakita bilang iba't ibang demonyong anyo sa gabi, ngunit nanatiling guhitang hayop sa araw. Itong demonyong tigre ay ang inaakala nilang ipinadala upang ako ay supilin.

"Isa pang paniwalang-salin ang dasal daw ng mga hayop sa Tiger Heaven ay nagkaroon ng kasagutan sa anyo ni Raja Begum. Siya ang inaakalang kasangkapan upang ako ay parusahan—ang pangahas na may dalawang paa, na nang-insulto sa buong lahi ng mga tigre! Ang walang balahibo, walang pangil na tao, lakas-loob na hinamon ang may sandatang pangil at matibay na mga paa na tigre! Ang lakas ng matinding kamandag ng lahat ng napahiyang tigre—wika ng taong bayan—ay naipon sa pagkakaisa, sapat upang gumalaw ang mga natatagong batas upang ibagsak ang matayog na taong nagpapaamo ng tigre.

"Ang aking tagasilbi, ay nagbigay ng karagdagang pagbabalita na ang prinsipe ay mahusay na tagapamahala ng labanan sa pagitan ng tao at hayop. Pinamahalaan niya ang pagtatayo ng pabilyon na hindi mabuwag ng malakas na hangin, binalangkas upang mapaupo

ang libu-libong manonood. Sa kalagitnaan nito ay naroroon si Raja
Begum, sa isang malaking bakal na kulungan na napapaligiran ng
pangkaligtasang silid. Ang nakakulong na hayop ay walang-tigil sa
nakatatakot na pag-atungal. Siya ay pinapakain ng kaunti lamang,
upang tumindi ang galit sa paglapa sa kalaban. Sa palagay ko inaa-
sahan ng prinsipe na ako ang gantimpalang pagkain!

"Maraming tao mula sa siyudad at malapit na kabayanan ang
nagbilihan ng ticket bilang may pananabik na tugon sa tambol na
nagbabalita ng kakaibang paligsahan ng lakas. Ang araw ng digmaan
ay nagtaboy sa daan-daang tao dahil sa kawalan ng mauupuan.
Maraming mga tao ang sumira sa bukasan ng tent at ang iba ay
nagsiksikan sa anumang puwang sa galeriya."

Samantalang ang kuwento ng Tiger Swami ay malapit nang
magwakas, ang kagalakan ko ay tumaas din; maging si Chandi ay
napipi sa galak.

"Sa gitna ng tagusang tunog-pagsabog mula kay Raja Begum,
at ang hiyawan ng takot na takot na manonood, ako ay tahimik na
nagpakita. Bahagyang may kasuotan sa baywang, ako ay walang iba
pang proteksyon na pananamit. Binuksan ko ang kandado ng pin-
tuan sa silid pang-kaligtasan at buong hinahon kong kinandaduhan
sa likuran. Ang tigre ay nakaamoy ng dugo. Tumalon ito na may
madagundong na kalabog sa mga rehas, nagpakita ng mabagsik na
pagtangggap. Ang mga manonood ay tahimik na may naawang pag-
katakot; ako ay tila maamong tupa sa harap ng galit na halimaw.

"Makailang saglit pa ako ay nasa loob na ng kulungan; ngunit
pagsara ko ng pinto, si Raja Begum ay una ang ulong sumugod sa
akin. Ang aking kanang kamay ay walang awang nilapa. Ang dugo
ng tao na siyang pinakadakilang handog para sa tigre, ay umagos
ng tuloy- tuloy. Ang hula ng taong banal ay tila nagkakaroon na ng
katuparan."

"Inipon ko kaagad ang aking lakas mula sa pagkabigla ko sa
kauna-unahang malalang sugat na aking natamo. Itinago ko sa pa-
ningin ng mga tao ang madugo kong mga daliri sa pamamagitan ng
pagsiksik nito sa aking baywang. Inihataw ko ang kaliwang braso
ng makadurog-butong suntok. Ang halimaw ay sumuray-suray umi-
kot palibot sa likuran ng kulungan, at pabuelong nangangatal. Ang
tanyag kong nagpaparusang kamao, ay ipinaulan ko sa kanyang ulo.

"Ngunit ang panlasa sa dugo ni Raja Begum ay nagsilbing
nakakabaliw na tulad ng unang sipsip ng alak ng isang naglala-
sing na matagal nang pinagkaitan. Ginambala ang nakabibinging
hiyawan, ang pananalakay ng malupit na hayop ay lumakas dahil

sa matinding galit. Ang hindi sapat na dipensa ko sa sarili na isang kamay lamang ay naglagay sa akin sa kalagayan na madaling masaktan o masugatan ng mga kuko at ngipin ng tigre. Subalit ako ay namigay ng nakatatarantang pagganti. Parehong duguan, naglaban kami na tila hanggang kamatayan. Nagkagulo sa kulungan habang ang dugo ay sumabog sa lahat ng panig, at umatungal sa sakit at nakamamatay na pagnanasa ang lumabas mula sa makahayop na lalamunan.

'"Barilin siya!' Patayin ang tigre!' Malakas na tilian mula sa mga manunuod. Mabilis ang galaw ng hayop at tao, kaya ang isang bala ng guardiya ay hindi tumama. Inipon ko ang lahat ng aking lakas ng loob, humiyaw nang malakas, at ibinagsak ko ang panghuling nakaka-kombulsyong suntok. Bumagsak ang tigre at tahimik na napahiga."

"Parang pusa!" Pagulat kong sabad."

Ang swami ay nagtawa na may taos-pusong pagpapahalaga. Pagkatapos ay nagpatuloy sa nakalilibang na salaysay.

"Sa wakas ay nadaig si Raja Begum. Ang kanyang maharlikang dangal ay lalo pang napaamo: gamit ang aking sugatang mga kamay, nang buong tapang kong pinuwersang ibinuka ang kanyang mga panga. Para sa isang madulang sandali, inilagay ko ang aking ulo sa loob ng nakangangang panganib na panga. Luminga-linga ako para sa tanikala. Hinila ko ang isa sa sahig at tinalian ko ang tigre sa leeg at itinali ito sa rehas na bakal ng kulungan. Matagumpay akong kumilos palapit sa pintuan.

"Ngunit ang demonyo na nagkatawang hayop, si Raja Begum, ay may lakas na katumbas ng mala-demonyong kanya daw pinagmulan. Sa isang kagila-gilalas na paglundag, naputol niya ang tanikala at tumalon sa aking likuran. Kagat ng panga niya ang aking balikat, marahas akong bumagsak. Ngunit sa isang saglit, naipit ko siya sa ilalim ng katawan ko. Sa pamamagitan ng aking walang-awang mga suntok, ang mapanganib na hayop ay lumubog sa kawalang malay. Sa pagkakataong ito, ay maingat ko siyang tinalian. Dahan-dahan akong umalis sa kulungan.

"Natagpuan ko ang aking sarili sa gitna ng isang panibagong hiyawan, sa oras na ito ay hiyawan ng kagalakan. Ang pagbubunyi ng maraming tao ay tila galing sa isang higanteng lalamunan. Labis na nabugbog, naisakatuparan ko ang tatlong kondisyon ng laban mapawalang-malay ang tigre, talian ito ng tanikala at lisanin siya na hindi ako nangangailangan ng tulong para sa sarili ko. Bukod pa rito, marahas kong nasaktan at natakot ang mabalasik na hayop

sapagkat siya ay kontento na huwag pansinin ang pagkakataon ni-
yang makuha ang premyo ng aking ulo sa kanyang bibig!

"Pagkatapos gamutin ang aking mga sugat, pinarangalan ako
at sinabitan ng bulaklak. Maraming pirasong ginto ang inihagis
sa aking paanan. Nagkaroon ng pagdiriwang ang buong siyudad.
Walang katapusang pagtatalo ang nadinig sa lahat ng dako tungkol
sa pagkakapanalo ko sa isa sa pinakamalaki at pinakamabangis
na tigreng nakita kailanman. Si Raja Begum ay inihandog sa akin
gaya ng ipinangako, ngunit hindi ako nasiyahan. May pagbabagong
espirituwal ang pumasok sa aking puso. Tila sa huling paglabas ko
sa kulungan, isinara ko na rin ang pintuan sa aking mga makamun-
dong ambisyon.

"Isang malungkot na panahon ang sumunod. Sa loob ng anim
na buwan, ako ay halos mamatay dahil sa pagkalason ng aking
dugo. Sa sandaling magaling na ako upang lisanin ang Cooch Behar,
bumalik ako sa aking bayang tinubuan.

"'Alam ko na ngayon na ang aking guro ay ang banal na taong
nagbigay ng matalinong babala.' Buong kababaang-loob kong ipi-
nagtapat ito sa aking ama. 'Ah, kung maari lang makita ko siya!'
Ang aking pananabik ay tapat, sapagkat isang araw ang banal ay
dumating na walang pasabi.

"'Tama na ang pagpapaamo ng mga tigre.' Nagsalita siya nang
banayad at may katiyakan. 'Sumama ka sa akin; tuturuan kita kung
papaano pasukin ang halimaw ng kamangmangan na gumagala
sa kagubatan ng kaisipan ng tao. Ikaw ay nasanay na pinanonood:
hayaan mong libo-libong mga anghel ang malilibang sa iyong labis
na nakatutuwang karunungan sa yoga!'

"Ako ay tinanggap sa landas pang-espirituwal ng aking banal
na guro. Binuksan niya ang mga pintuan ng aking kaluluwa na may
kalawang at lumalaban sa tagal ng panahong pagkakasara. Hindi
natagalan, kami ay magkahawak-kamay na nagtungo sa Himalayas
upang simulan ang aking pagsasanay."

Si Chandi at ako ay yumuko sa paanan ng swami, nagpasalamat
sa paglalahad ng kanyang maunos na buhay. Ako at ang kaibigan
ko ay nakaramdam ng tamang kabayaran sa mahabang pagsubok sa
paghihintay sa kanyang maginaw na sala!

Ang Lumulutang na Banal

"Ako ay nakakita ng isang yogi na nanatili sa hangin, ilang dipa mula sa lupa, kagabi sa pulong ng isang grupo."Ang aking kaibigan, si Upendra Mohun Chowdhury, ay hangang-hangang nagsalita.

Binigyan ko siya ng isang masiglang ngiti. "Marahil ay kaya kong hulaan ang kanyang pangalan. Ito ba ay si Bhaduri Mahasaya, ng Upper Circular Road?"

Tumango si Upendra na bahagyang lupaypay sa hindi pagiging tagapagdala ng balita. Ang aking kausisaan tungkol sa mga taong banal ay naging laganap sa kaalaman ng aking mga kaibigan; natutuwa silang bigyan ako ng sariwang balita.

"Ang yogi ay naninirahan ng napakalapit sa aking tahanan, kaya ako ay malimit dumalaw sa kanya." Ang aking mga salita ay nagdulot ng masidhing paghahangad sa mukha ni Upendra, at ako ay nagbigay ng karagdagang impormasyon.

"Nakita ko siya sa mga pambihirang pagkilos. Siya ay nagpakadalubhasang nagsanay sa iba't ibang mga *pranayama** na nababanggit sa sinaunang walong suson na yoga na binalangkas ni Patanjali.† Minsan si Bhaduri Mahasaya ay nagsagawa ng *Bhastrika Pranayama* sa harap ko na may kagulat-gulat na lakas na tila isang tunay na bagyo ang naganap sa silid! Pagkatapos ay pinatay niya ang kumukulog na paghinga at nanatiling hindi gumagalaw sa isang mataas na antas ng pinakamataas na kamalayan.‡ Ang aura

---

* Mga paraan ng pagkontrol ng lakas ng buhay (*prana*) sa pamamagitan ng pagsasa-ayos ng hininga. Ang *Bhastrika* ("Ang *Bhastrika* ("Bellows") *Pranayama* ay nagpapatatag sa isip.

† Ang pangunahing sinaunang taga-pagtaguyod ng yoga.

‡ Sinabi ni Propesor Jules-Bois sa Sorbonne noong 1928, na inimbestigahan at binigyan ng pagkilala ng mga sikolohistang Pranses ang pinakamataas na kamalayan, na, sa kanyang kahanga-hangang ganda, "ay ang eksaktong kabaligtaran ng kubling-kamalayan tulad ng akala ni Freud; at siyang bumubuo ng mga kakayahan ng tao upang maging totoong tao at hindi lamang isang mataas na uri ng hayop." Ipinaliwanag ng dalubhasang Pranses na ang paggising ng higit na mataas na kamalayan ay "hindi dapat ipagkamali sa couéism o hipnotismo. Ang pagkakaroon ng pinakamataas na kamalayan ay malaon nang nakilala sa pilosopiya, na sa katunayan ay siyang

ng kapayapaan pagkatapos ng unos ay napakalinaw na hindi ito nalilimutan.

"Narinig ko na ang taong banal na ito ay hindi kailanman umalis ng kanyang tahanan." Ang tono ni Upendra ay may bahagyang kawalan ng paniniwala.

"Talagang totoo! Sa loob ng mahigit na dalawampung taon, siya ay namuhay na hindi lumalabas ng kanyang tahanan. Bahagya niyang niluluwagan ang sariling patakaran sa panahon ng mga sagradong pagdiriwang, kung saan nagtutungo siya hanggang sa kanyang harapang bangketa. Ang mga pulubi ay nagtitipon doon sapagkat si Santo Bhaduri ay kilala sa kanyang malambot na puso."

"Papaano siya namamalagi sa hangin, at sinasalungat ang batas ng grabitasyon? "Nawawala ang bigat ng katawan ng yogi pagkatapos gumamit ng isang uri ng mga *pranayama*. Pagkatapos, ito ay lulutang o palundag-lundag na tila isang tumatalon na palaka. Kahit ang mga taong banal na hindi nagsanay ng isang pormal na yoga ay kilalang lumutang habang nasa kalagayan ng napakatinding debosyon sa Diyos."

"Ibig kong makaalam pa ng tungkol sa pantas na ito. Dumadalo ka ba sa kanyang mga pagpupulong sa gabi?" Ang mga mata ni Upendra ay nagniningning sa pagkamausisa.

"Oo, malimit akong pumunta. Lubha akong naaaliw sa talas ng kanyang karunungan. Paminsan-minsan ay sinisira ng aking pagtawa ang kapormalan ng kanyang mga pagtitipon. Ang taong banal ay hindi nagagalit, subalit ang kanyang mga disipulo ay tila punyal ang titig!"

Noong hapong iyon, habang pauwi mula sa paaralan, ako ay nagdaan sa kumbento ni Bhaduri Mahasaya at nagpasiya na dalawin siya. Ang yogi ay mahirap lapitan ng madla. Isang disipulo, na nakatira sa unang palapag, ang nagbabantay sa pag-iisa ng kanyang maestro. Ang mag-aaral ay napaka-istrikto. Pormal na nagtanong kung ako ay may "tipanan." Ang kanyang guru ay nagpakita sa tamang oras, upang iligtas ako sa mabilis na pagpapalayas.

tinutukoy na Over-Soul ni Emerson; ngunit kailan lamang nakilala ng agham." (Tingnan ang p. 141 n.)

Sa "The Over-Soul," isinulat ni Emerson: "Ang isang tao ay ang harapan ng templo kung saan ang lahat ng karunungan at lahat ng kabutihan ay nananahan. Ang karaniwang tinatawag nating tao, iyong kumakain, umiinom, nagtatanim, nagbibilang na tao, ay hindi, gaya ng alam natin, kinakatawan ang sarili kundi hindi kinakatawan ang tunay niyang sarili. Siya ay hindi natin iginagalang; ngunit ang kaluluwa, na bahagi niya kapag, hinahayaang lumabas sa pamamagitan ng kanyang gawa, ay magpapaluhod sa atin....Bukas tayo sa isang bahagi sa kailaliman ng kalikasang espirituwal, sa lahat ng katangian ng Diyos."

"Payagan si Mukunda na pumarito kapag gusto niya. Ang mga mata ng pantas ay kumikislap. "Ang patakaran ko sa pag-iisa ay hindi para sa sarili kong ginhawa, kung hindi para sa iba. Ayaw ng mga taong makamundo ang katapatan sa pagsasalita na dumudurog sa kanilang mga delusyon. Ang mga taong banal ay hindi lamang bibihira ngunit nakalilito. Kahit sa kasulatan, sila ay madalas nakikitang nakahihiya!"

Sinundan ko si Bhaduri Mahasaya sa kanyang simpleng tirahan sa pinakamataas na palapag, na bihira niyang iwan. Madalas hindi pansin ng mga maestro ang tanawin ng kaguluhan sa mundo na hindi malinaw hangga't hindi naka-sentro sa matagal na panahon. Ang kapanahon ng isang pantas ay hindi lamang iyong nasa makitid na kasalukuyan.

"Maharishi,* kayo ang unang yogi na nakilala ko na palaging nasa loob ng tahanan."

"Itinatanim ng Diyos kung minsan ang Kanyang mga banal sa hindi inaasahang lupain, para hindi natin ipagpalagay na Siya ay may isang patakaran lamang!"

Ang masiglang pangangatawan ng pantas ay ipinirme sa posisyong-lotus sa meditasyon. Sa edad niyang labis na pitumpung-taon, wala siyang bakas ng katandaan, o buhay na palaupo. Malakas at matipuno at tuwid ang pangangatawan, siya ay huwaran sa lahat ng aspeto. Ang mukha niya ay mukha ng isang rishi, tulad ng mga banal na binabanggit sa matandang kasulatan. Marangal ang noo at may malagong balbas, palagi siyang tuwid na tuwid maupo sa meditasyon, ang kanyang mapayapang mga mata ay nakatuon sa pagka-nasa-Lahat-ng-Dako.

Ako at ang taong banal ay pumasok sa kalagayang pang-meditasyon. Paglipas ng isang oras, ang malumanay niyang tinig ay gumising sa akin.

"Madalas kang pumapasok sa katahimikan, subalit nagkaroon ka na ba ng "*anubhava?*"† (Tunay na unawa sa Diyos) Ipinapaalala niya sa akin na mahalin ang Diyos ng higit sa meditasyon. "Huwag mong ipagkamali ang pamamaraan sa tunay na Hangarin."

Inalok niya ako ng ilang mangga. Dala ng kanyang masayahing talas ng isip na nakita kong nakatutuwa sa kanyang seryosong pag-uugali, nagpahayag siya ng ganito. "Karamihan sa mga tao ay mas nagugustuhan ang *Jala Yoga* (pakikiisa sa pagkain) kaysa *Dyana Yoga* (pakikiisa sa Diyos)."

* "Dakilang pantas."
† Tunay na pagkakilala sa Diyos.

NAGENDRA NATH BHADURI,
"Ang Lumulutang na Santo"

Ang pabirong salita ng yogi ay naka-apekto sa akin at natawa ako ng malakas.

"Anong tawa mayroon ka!" Isang magiliw na kislap ang nakita ko sa kanyang tingin. Ang kanyang mukha ay laging seryoso, ngunit may bahagyang ngiti ng kaligayahan. Ang kanyang malalaki at korteng lotus na mga mata ay may natatagong dibinong pagtawa.

"Ang mga liham na iyan ay galing sa malayong America." Itinuro ng pantas ang maraming makakapal na mga sobre sa mesa. "Ako ay nakikipag-ugnayan sa ilang samahan doon na may mga kasaping interesado sa yoga. Natutuklasan nila ang India nang panibago, na mas mahusay ang kaalaman sa direksiyon kaysa kay

Columbus! Ikinasisiya kong tulungan sila. Ang kaalaman sa yoga, tulad ng araw, ay libre sa lahat ng tatanggap nito.

"Kung ano ang alam ng mga pantas para sa kaligtasan ng sang-katauhan ay hindi dapat pahinain para sa Kanluran. Magkakapareho ang kaluluwa, kahit na magkaiba ang panlabas na karanasan, maging Kanluran o Silanganan ay hindi susulong kapag walang uri ng pandisiplinang yoga na sinasanay.

Ang banal ay tumitig sa akin ng may payapang mga mata. Hindi ko alam na ang kanyang pananalita ay isang kubling mga salita ng propeta na nagpapatnubay. Ngayon lamang samantalang sinusulat ko ang mga salitang ito, na nauunawaan ko ang buong kahulugan ng kanyang pahiwatig na madalas sabihin sa akin na pagdating ng araw, ay dadalhin ko ang mga katuruan ng India sa Amerika.

"Maharishi, sana magsulat kayo ng aklat sa yoga para makina-bang ang buong mundo."

"Nagsasanay ako ng mga disipulo. Sila at ang kanilang mag-aaral ay magsisilbing buhay na aklat, katunayan laban sa likas na pagkasira dala ng panahon at hindi likas na pakahulugan ng mga kritiko."

Nanatili akong nag-iisa kasama ang yogi hanggang nagdatingan ang kanyang mga disipulo sa gabi. Nagsimula si Bhaduri Mahasaya ng isa sa kanyang hindi matutularang pagpapaliwanag. Tulad ng isang payapang baha, tinangay niya ang mga basura ng kaisipan ng mga nakikinig sa kanya at ipinalutang patungo sa Diyos. Ang ka-pansin-pansing mga kuwento ay ipinahayag sa walang kamali-ma-ling wikang Bengali.

Ngayong gabi, si Bhaduri ay nagpaliwanag ng iba't ibang pun-tong pilosopikal na may kinalaman sa buhay ni Mirabai, isang midyeval na Prinsesang Rajputani, na tinalikuran ang kanyang buhay upang sumama sa mga taong banal. Isang dakilang sannyasi, si Sanatana Goswami, ay tumangging tanggapin siya sapagkat siya ay isang babae; ang kanyang kasagutan ay nagdala kay Goswami, na may kababaang-loob sa paanan ni Mirabai.

"Sabihin mo sa maestro," wika ni Mirabai "na hindi ko alam na may Lalaki sa sandaigdig maliban sa Diyos; hindi ba lahat tayo ay babae sa harap Niya?" (Ang pagkaunawa sa kasulatan na ang Panginoon lamang ang tanging may Positibong Mapanlikhang Sanhi, at ang Kanyang mga nilalang ay wala kundi ang isang walang pakialam na *maya*.)

Si Mirabai ay umakda ng maraming kasiya-siyang mga awitin,

na hanggang ngayon ay pinakaiingat-ingatan sa India. Isinasalin ko ang isa sa mga iyon dito:

> Kung makikilala ang Diyos sa paliligo araw-araw
> Madali akong magiging balyena sa dagat;
> Kung sa pagkain ng ugat at prutas ay makikilala Siya
> Masaya kong pipiliin ang anyo ng kambing;
> Kung sa pagbibilang ng mga rosaryo ay nabunyag Siya
> Bibigkasin ko ang aking mga dasal sa pinaka-malalaking butil;
> Kung sa pagyuko sa batong imahen ay maaalis ang Kanyang
>   lambong
> Ang mabatong bundok ay mapagkumbaba kong sasambahin;
> Kung sa pag-inom ng gatas ang Panginoon ay maiinom
> Maraming guya at mga bata ang makakakilala sa Kanya;
> Kung sa pag-iwan sa asawa ay darating ang Diyos
> Hindi kaya libu-libong lalaki ang magiging kapon?
> Alam ni Mirabai na upang makita ang Dibinong Iisa
> Ang kailangang-kailangan lamang ay Pagmamahal.

Ilang mag-aaral ang naglagay ng mga rupee sa tsinelas ni Bhaduri, na nasa kanyang tabi habang siya ay nakaupo sa posisyong yoga. Itong magalang na pag-aalay, na nakaugalian sa India, ay nagpapahiwatig na iniaalay ng disipulo ang kanyang materyal na pag-aari sa paanan ng guru. Ang mga nagpapasalamat na kaibigan ay ang nagbabalatkayong Panginoon na nagbabantay sa Kanyang mga alagad.

"Maestro, kayo ay kahanga-hanga!" Isang mag-aaral na papaalis ang masigasig na nakatingin sa patriarkal na pantas. "Itinakwil mo ang yaman at ginhawa upang hanapin ang Diyos at turuan kami ng karunungan!" Balitang-balita na mula pa sa pagkabata si Bhaduri Mahasaya ay tumalikod sa malaking kayamanan ng pamilya at pumasok ng buong puso sa landas ng yoga.

"Binabaligtad mo ang pangyayari!" Ang mukha ng banal ay may bahagyang paninisi. "Iniwanan ko ang kaunting rupee, kaunting kasiyahan sa buhay, para sa isang kosmikong kaharian ng Walang-Hanggang Kaluwalhatian. Papaano mo masasabi na pinagkaitan ko ang aking sarili? Alam ko ang kaligayahan ng pamamahagi ng kayamanan. Sakripisyo ba iyon? Ang mga may makitid na kaisipan na makamundong mga tao ang tunay na tumatalikod! Ipinagpapalit nila ang walang kapantay na dibinong ari-arian para sa kaunting laruan sa mundo!"

Ako ay marahang natawa dito sa kabaligtarang paniniwala ng pagtalikod sa mundo-na nagpapapatong ng gora ni Croesus sa mga banal na namamalimos, samantalang binabago ang lahat ng mga mapagmataas na milyonaryo para maging walang malay na martir.

"Mas matalinong pinamamahalaan ng dibinong tagapag-ayos ang ating kinabukasan kaysa alinmang kompanya ng seguro." Ang panghuling salita ng maestro ay siyang natupad na kredo ng kanyang pananampalataya. "Ang daigdig ay puno ng mga taong balisa na naniniwala sa panlabas na katatagan. Ang kanilang mapait na pag-iisip ay parang peklat sa kanilang mga noo. Ang Isa na nagbigay sa atin ng hangin at gatas mula pa sa ating unang paghinga ay marunong magbigay sa araw-araw sa kanyang mga deboto."

Ipinagpatuloy ko ang pagdalaw paglabas ko ng paaralan, sa pintuan ng banal. Tahimik na matiyaga niya akong, tinulungan upang makamit ko ang *anubhava*. Isang araw, lumipat siya sa Ram Mohan Roy Road, malayo sa aming bahay. Ang mapagmahal niyang mga disipulo ay nagtayo ng bagong tahanan, na kung tawagin ay Nagendra Math.*

Kahit na mapapabilis ang aking salaysay ng ilang mga taon, babalikan ko dito ang huling mga salitang ibinigay sa akin ni Bhaduri Mahasaya. Bago ako naglakbay-dagat papuntang Kanluran, hinanap ko siya at buong kababaang-loob akong lumuhod para sa pagpapaalam na basbas: "Anak, pumaroon ka sa America. Bitbitin mo ang dangal ng matandang India para sa iyong pananggalang. Ang tagumpay ay nasusulat sa iyong mga noo; ang mga taong mararangal sa malalayong lugar ay malugod kang tatanggapin."

---

* Ang buong pangalan niya ay Nagendra Nath Bhaduri. Ang *math* ay, sa tamang-tama pananalita, isang monasteryo, ngunit ang salita ay kadalasang tumuturing sa isang *ashram* o hermitage.

Kabilang sa mga "lumulutang na taong banal" sa daigdig ng Kristiyano ay ang ika-17 siglong banal na si St. Joseph ng Cupertino. Ang kanyang mga tagumpay ay nakatanggap ng maraming pagpapatotoo mula sa mga nakasaksi. Naipakita ni St. Joseph ang maka-mundong pagka-malilimutin sa sarili na siyang totoong dibinong alaala. Hindi siya pinayagan ng kanyang mga kapatid sa monasteryo na magsilbi sa hapag kainan, at baka siya ay tumaas sa kisame kasama ang mga kaldero. Talaga ngang ang taong banal ay hindi nararapat sa mga gawaing panlupa dahil sa kawalan niya ng kakayahang manatili ng matagal sa lupa! Kadalasan, ang pagkakita sa isang banal na estatwa ay sapat na upang lumutang paitaas si St. Joseph; ang dalawang mga santo, isa ay yari sa bato at ang isa ay sa laman, ay nakikitang umiikot sa himpapawid.

Si St. Teresa of Avila, siya na may mataas na antas ng kaluluwa, ay lubhang nalilito sa paglutang. Pinagkatiwalaan ng bigat na pang-kapisanang mga tungkulin, pinagsikapan niyang hadlangan ang kanyang mga "lumulutang" na karanasan. "Ngunit ang maliliit na pag-iingat ay hindi nagtagumpay," isinulat niya, "kung taliwas ito sa kagustuhan ng Panginoon." Ang katawan ni St. Teresa, na nakalagak sa isang simbahan sa Alba sa Espanya, ay nanatiling hindi nasisira sa loob ng apat na siglo, at pinababango ng amoy ng mga bulaklak. Ang lugar ay saksi sa di-mabilang na mga milagro.

Ang Dakilang Siyentipiko ng India, Si J. C. Bose

"Ang mga walang kableng imbensiyon ni Jagadis Chandra Bose ay nauna kaysa sa mga likha ni Marconi."

Nang naulinigan ko itong mapaghamong pangungusap, naglakad akong papalapit sa isang grupo ng mga propesor sa bangketa na may talakayang siyentipiko. Kung ang pakay ko sa pakikihalubilo sa kanila ay panlahing pagpapahalaga, pinagsisisihan ko ito. Hindi ko maikakaila ang aking masidhing paghahangad na magkaroon ng katibayan na ang India ay maaring manguna sa pisika at hindi lamang sa metapisika.

"Ano ang ibig ninyong sabihin ginoo?"

Ang propesor ay magalang na nagpaliwanag. "Si Bose ang unang nag-imbento ng walang kableng *coherer* at ang instrumento para maipakita ang paglihis ng mga alon ng elektrisidad. Subalit hindi ginamit ng siyentipikong Indian ang kanyang mga nilikha na pangkalakal. Hindi nagtagal, ibinaling niya ang kanyang pansin mula sa walang buhay tungo sa may buhay na daigdig. Nahihigitan ng kanyang lubos na makapagpapabagong mga tuklas bilang isang pisyolohista ng mga halaman ang kanyang mga makabagong nagawa bilang isang pisisista."

Magalang kong pinasalamatan ang nagturo sa akin. Dagdag pa niya, "ang batikang siyentipiko ay isa sa aking mga kasamahang propesor sa Presidency College."

Kinabukasan, ako ay dumalaw sa bahay ng pantas, na malapit sa bahay namin. Matagal ko na siyang hinangaan mula sa isang magalang na layo. Ang seryoso at mahiyaing botaniko ay malugod na bumati sa akin. Siya ay isang matipuno at malusog na lalaki na may edad na lampas sa limampung taon, may makapal na buhok, malapad na noo, at may tinging lumilipad ang isip at mga mata ng isang mapangarap. Ang katiyakan ng kanyang tinig ay nagpapakita ng buong-buhay na ugaling siyentipiko.

"Kababalik ko lamang mula sa isang siyentipikong paglalakbay sa mga samahan sa Kanluran. Ang mga kasapi nila ay nagpakita ng matinding pagkawili sa mga maseselang instrumento na aking nilikha na nagpapakita ng pagkakaisa ng lahat ng buhay.* Ang Bose crescograph ay may kakayahan magpalaki ng labis hanggang sampung milyong ibayong pagpapalaki. Ang mikroskopyo ay nakapagpapapalaki lamang ng ilang libong beses, gayun pa man, ito ay nagdala ng mahalagang lakas sa biolohikang siyensiya. Ang crescograph ay nagbubukas ng labis-labis na pang-unawa.

"Napakalaki na ng nagawa ninyo ginoo, upang mapadali ang pagyakap ng Silangan at Kanluran, sa impersonal na bisig ng siyensiya."

"Ako ay aral sa Cambridge. Kahanga-hanga ang Kanluraning pamamaraan ng pagsasailalim ng lahat ng teorya sa napakaingat na paniniyak na pagsubok! Ang ano mang obserbasyon ay naging kaagapay ng pagsisiyasat sa sarili na pamana ng aking lahing Silangan. Magkasama nila akong binigyan ng kakayahang basagin ang pananahimik ng natural na kaharian na matagal nang malihim. Ang maliwanag na tsart ng aking crescograph† ay ebidensiya sa lahat na labis ang pag-aalinlangan na ang mga halaman ay may sensitibong sistema ng mga nerbiyu at sari-saring emosyon. Pag-ibig, poot, galak, takot, kasiyahan, kirot, pagkagulat, pagkatuliro, at hindi mabilang na iba pang angkop na tugon sa bagay na pampasigla, ay panlahat sa mga halaman tulad din ng sa mga hayop."

"Ang kakaibang pintig ng buhay sa lahat ng nilalang ay maaaring matulaing paglalarawan lamang bago ang iyong pagdating, Propesor!" Isang taong banal na minsan kong nakilala ay hindi kailanman pumipitas ng bulaklak. 'Nanakawan ko ba ang halamang rosas ng kanyang pagpapahalaga sa kagandahan? Dapat ko bang hamakin ang kanyang dangal sa aking walang galang na pagputol?' Ang maunawain niyang mga salita ay literal na pinatutunayan ng iyong mga natuklasan."

"Ang makata ay batid ang katotohanan, samantalang ang siyentipiko ay asiwa ang paglapit dito. Dumalaw ka isang araw sa aking laboratoryo at tingnan ang malinaw na testimonya ng crescograph."

Nagpapasalamat na tinanggap ko ang anyaya, at ako ay umalis na. Narinig ko pagkatapos na iniwan ng botaniko ang Presidency College, at nagbabalak ng isang sentro ng pananaliksik sa Calcutta.

* Lahat ng siyensya ay nakahihigit, sapagkat kung hindi, ito'y lumilipas. Nakakamit na ng Botany ang tamang teorya—ang mga avatar ni Brahma ay magiging aklat pampaaralan ng likas na kasaysayan." –*Emerson*

† Mula sa ugat na Latin *crescere*, dagdagan. Para sa kanyang crescograph at iba pang mga imbensyon, ginawaran ng pagiging kabalyero si Bose noong 1917.

Nang magbukas ang Bose Institute, ako ay dumalo sa seremonyang pag-aalay. Daan-daang masigasig na mga panauhin ang namasyal sa bakuran. Ako ay naakit sa kasiningan at simbolismong espirituwal ng bagong tahanan ng agham. Ang kanyang pasukan sa harapan ay isang sandaang taong relikya mula sa isang malayong templo. Sa likod ng isang lawa ng lotus,* isang inukit na pigura ng babae na may sulo ay naghahatid ang paggalang ng India sa babae bilang ang walang kamatayang tagabigay ng liwanag. Isang maliit na templo sa isang halamanang benditado ay iniaalay sa Noumenon na hindi abot ng penomena. Ang kaisipang pangkalahatang Dibinong Walang Laman ay pahiwatig ng altar na walang larawan.

Ang talumpati ni Bose dito sa mahalagang pagtitipon ay maaring nanggaling mula sa labi ng isa sa mga inspiradong sinaunang pantas.

"Iniaalay ko ngayong araw ang Institusyong ito, hindi lamang bilang isang laboratoryo kundi isang templo." Ang kanyang magalang na dakilang pananalita ay naging tila balabal na hindi nakikita sa siksikang bulwagan. "Sa pagtugis ng aking mga pagsisiyasat, hindi ko namalayan na ito ay patungo sa hangganan ng pisika at pisyolohiya. Sa aking panggigilalas, nakita ko na ang hangganan ay nawawala, at ang panimula ng ugnayan ay sumisibol sa pagitan ng daigdig ng nabubuhay at ng hindi nabubuhay. Ang inaakalang walang buhay na mga bagay ay nangilig sa tuwa sa ilalim ng pagkilos ng napakaraming puwersa.

"Isang panlahat na reaksyon ang parang nagsailalim sa metal, halaman at mga hayop sa isang pangkaraniwang batas. Lahat sila ay nagpakita ng totoong pare-parehong pambihirang kapaguran at kalungkutan na may posibilidad ng paggaling at labis na kasiyahan, at ng pirmihang walang katugunan na kaugnay ng kamatayan. Puno ng magkahalong paggalang, takot at paghanga dito sa kagulat-gulat na pangkalahatang pagsusuri, ipinahayag ko nang may malaking pag-asa, ang resulta sa harap ng Royal Society—mga resultang pinatunayan sa pamamagitan ng pagsisiyasat. Subalit ang mga pisyolohistang naroroon ay pinagpayuhan akong manatili sa mga pagsisiyasat sa pisika, kung saan ang aking tagumpay ay tiyak na, kaysa manghimasok sa kanilang teritoryo. Ako ay walang malay na

---

* Ang bulaklak na lotus ay isang sinaunang dibinong sagisag ng India; ang bumubuka nitong talulot ay nagpapahiwatig ng paglawak ng kaluluwa; ang paglaki ng dalisay nitong kagandahan mula sa putik na kanyang pinagmulan ay nagdadala ng mabuting espirituwal na pangako.

gumala sa lupaing nasasakupan ng hindi kilalang *caste system* at nasaktan ko ang kanilang magandang kaugalian.

"Mayroon din isang hindi namamalayang teolohikang pagkiling, kung saan ang kamangmangan ay ipinapalagay na pananampalataya. Malimit malimutan na Siya na nagpaligid sa atin ng palaging lumalawig na misteryo ng paglalang ay itinanim din sa atin ang pagnanais na magtanong at umunawa. Sa pamamagitan ng maraming mga taon ng hindi pagkakaunawa mula sa ibang tao, nalaman ko na ang buhay ng deboto ng siyensiya ay hindi maiiwasang mapuno ng walang katapusang pagsisikap. Ito ay nasa sa kanya na upang ilaan ang kanyang buhay bilang isang masigasig na pag-aalay—tinatanggap ang pakinabang at kawalan, tagumpay at kabiguan, bilang iisa.

"Hindi nagtagal, tinanggap ng mga nangungunang kapisanang siyentipikong sa mundo ay tinanggap ang aking mga teorya at mga resulta, at kinilala ang kahalagahan ng ambag ng India sa siyensiya.* Mayroon bang mga bagay maliit o may hangganan, ang makapagbibigay-kasiyahan sa isip ng India? Sa isang walang patid na tradisyon ng pamumuhay at isang napakahalagang kapangyarihan ng pagiging bata, ang lupaing ito ay isinaayos ang sarili sa pamamagitan ng walang bilang na pagbabago. Ang mga Indian ay laging naninindigan ipinagwawalang-bahala ang napipintong gantimpala ng kasalukuyan, upang ang katuparan ng pinakamataas na huwaran sa buhay—hindi sa walang kibong pagtalikod kung hindi sa masiglang pagsisikap. Ang taong mahina na tumanggi sa labanan, ay walang matatamo at wala ring mga bagay na tatalikuran. Siya lamang na nagsikap at nagtagumpay ang mapapayaman ang daigdig sa pagkakaloob ng bunga ng kanyang matagumpay na karanasan.

"Ang gawaing naisagawa na sa laboratoryo ni Bose sa kasagutan ng bagay, at ang hindi inaasahang mga paghahayag sa buhay-halaman ay nagbukas ng malawak na mga katanungan sa pisika, pisyolohiya, medisina, agrikultura at maging sa sikolohiya. Ang mga suliraning hanggang ngayon ay ipinapalagay na walang lunas ay saklaw na ng masusing pagsisiyasat.

---

* "Naniniwala kami...na walang sangay ng pag-aaral, lalo na sa mga klasikong mga wika at panitikan, sa anumang pangunahing unibersidad ang magiging sapat kung walang tunay na dalubhasang espesyalista sa mga bahaging Indian ng disiplinang ito. Naniniwala rin kami, na bawat kolehiyo na nagnanais maghanda ng kanyang mag-aaral para sa matalinong gawain sa mundo na mapapasa-kanila upang tirahan, ay kailangang magkaroon ng tauhang iskolar na magaling sa sibilisasyon ng India."— Mga bahagi ng isang artikulo ni Propesor W. Norman Brown ng University of Pennsylvania na lumabas sa isyu ng Mayo 1939 ng *Bulletin* ng Amercian Council of Learned Societies, Washington, D.C.

"Ngunit ang malaking tagumpay ay hindi makakamit kung walang matibay na pagwawasto. Kaya mula ngayon, narito ang mahabang pila ng napaka-sensitibong kasangkapan at mga aparato na aking dinisenyo, na nakatayo sa harapan ninyo sa araw na ito sa kanilang sisidlan sa papasok na bulwagan. Ipinababatid nito sa inyo ang mahabang pagsisikap upang makarating sa likuran ng panlilinlang na tila katotohanan na mananatiling hindi nakikita, sa tuloy -tuloy na paggawa, tiyaga at maraming paraan na kinailangan upang mapaglabanan ang mga limitasyon ng tao. Nalalaman ng lahat ng mapanlikhang siyentipiko na ang tunay na laboratoryo ay ang pag-iisip, kung saan sa likuran ng mga ilusyon ay nabubuksan nila ang mga batas ng katotohanan.

"Ang mga pagtuturong ibinigay dito ay hindi lamang mga inulit na segunda manong kaalaman. Sila ay magpapahayag ng mga bagong tuklas, na ipinakita sa unang pagkakataon sa bulwagang ito. Sa pamamagitan ng palagiang paglilimbag ng mga gawain ng Institusyon, itong mga kontribusyon ng bansang India ay makakarating sa buong mundo. Sila ay magiging pag-aari ng publiko. Walang mga patente ang kukunin kailanman. Hinihingi ng espiritu ng ating pambansang kultura na tayo ay habambuhay na malaya mula sa kalapastanganan ng paggamit ng kaalaman para lamang sa pansariling pakinabang.

"Karagdagan kong kahilingan na ang pasilidad nitong Institute ay maaaring magamit, hangga't maari, ng mga manggagawa mula sa lahat ng bansa. Sa ganito ako ay nagtatangkang ipagpatuloy ang mga tradisyon ng aking bansa. Mula pa noong ika-dalawampu't limang siglo, malugod na tinanggap ng India sa kanyang sinaunang Unibersidad, sa Nalanda at Taxila, ang mga iskolar buhat sa lahat ng bahagi ng mundo.

"Bagaman ang siyensiya ay hindi lamang sa Silangan o sa Kanluran kundi pang-internasyonal sa kanyang pagiging panlahatan, ganoon pa man ang India ay sadyang karapat-dapat upang gumawa ng mga malalaking ambag*. Ang nag-aapoy na mapanlikhang gu-

---

* Ang atomikong istruktura ng bagay ay kilalang-kilala ng sinaunang mga Hindu. Isa sa mga anim na sistema ng pilosopiyang Indian ay ang *Vaisesika*, mula sa salitang-ugat na Sanskrit na *visesas*, "ang indibiduwalismo ng atomiko". Isa sa mga pangunahing tagapagliwanag ng *Vaisesika* ay si Aulukya, na tinatawag ding Kanada, "ang kumakain ng atomo", na ipinanganak humigit-kumulang 2800 taon na ang nakararaan.

Sa isang artikulo ni Tara Mata sa *East -West*, Abril 1934, isang buod ng syentipikong kaalamang *Vaisesika* ay ganito: "Bagama't ang makabagong 'teoryang atomiko' ay ipinapalagay na isang bagong pagsulong sa siyensiya, matagal nang ipinaliwanag ito ni Kanada, 'ang kumakain ng atomo.' Ang salitang Sanskrit na *anus* ay maisasalin

ni-guni ng India, na kayang mangikil ng bagong kaayusan, buhat sa panglahatang tila magkasalungat na katotohanan, ay napipigilan ng kinaugaliang konsentrasyon. Ang pagpigil na ito ang nagbibigay lakas upang mapanatili ang isip sa pagtugis ng katotohanan ng walang katapusang tiyaga."

Namuo ang mga luha sa aking mga mata sa panghuling mga salita ng siyentipiko. Hindi ba "tiyaga"ang singkahulugan ng India, parehong nililito ang Panahon at ang mga mananalaysay?

Dinalaw kong muli ang sentro ng pagsisiyasat, pagkatapos ng araw ng pagbubukas. Natandaan ng dakilang botaniko ang kanyang pangako, at dinala ako sa kanyang tahimik na laboratoryo.

"Ididikit ko ang crescograph sa pakóng ito; ang paglaki ay pambihira. Kung ang gapang ng suso ay palalakihin sa parehong panukat, ang nilalang ay makikitang naglalakbay na parang mabilis na tren!"

Ang aking paningin ay sabik na nakatuon sa tabing na naglarawan ng lumaking anino ng halamang pako. Mga mumunting pagkilos ng buhay ay ngayon maliwanag na nakikita; ang halaman ay lumalagong napakamarahan sa harap ng aking nabighaning mga mata. Ginalaw ng siyentipiko ang dulo ng dahon ng halaman ng maliit na kabilyang bakal. Ang tumutubong dulo ng halaman ay biglang tumigil sa paglaki, at nagpatuloy ito ng maliwanag na paglaki sa sandaling inalis ang bakal.

---

nang tama bilang 'atomo' sa literal na Griyego nitong kahulugan na 'di nahati' o hindi mahahati. Ang iba pang mga siyentipikong pagpapaliwanag ng mga aklat ng *Vaisesika* noong panahon ng B.C. ay kinabibilangan ng mga sumusunod (1) ang paglapit ng mga karayom sa mga magnet, (2) ang sirkulasyon ng tubig sa halaman, (3) *akash* o eter, di-gumagalaw at walang istruktura, bilang batayan para sa paglilipat ng pinong puwersa, (4) ang apoy ng araw na siyang pinanggagalingan ng lahat ng uri ng init, (5) init na siyang dahilan ng pagbabago ng molekulo, (6) ang batas ng grabitasyon na resulta ng katangiang nagbibigay sa mga atomo sa lupa ng kapangyarihang manghila pababa, (7) ang kapangyarihang gumalaw ng lahat ng enerhiya; ang kadahilanan bilang laging nakaugat sa pagbibigay ng lakas o pagbabahagi ng paggalaw, (8) panlahatang pagtutunaw sa pamamagitan ng pagkawasak ng mga atomo, (9) ang radyesiyon ng init at sinag ng liwanag, pinakamaliliit na butil, humahayo sa lahat ng dako sa bilis na hindi mawari (ang modernong teoryang 'kosmikong sinag'), (10) ang ugnayan ng panahon at kalawakan.

"Itinakda ng *Vaisesika* ang pinagmulan ng mundo sa mga atomo, walang-hanggan ang kanilang katangian, i.e., ang kanilang sukdulang pagkakaiba. Ang mga atomong ito ay itinuring na nagtataglay ng hindi humihintong paggalaw na yumayanig.... Ang pinakabagong natuklasan na ang isang atomo ay isang maliit na sistema ng araw ay hindi magiging bago sa mga sinaunang pilosopong *Vaisesika,* na pinaliit din ang panahon sa sukdulan nitong konsepto sa pamamagitan ng paglalarawan sa pinakamaliit na yunit ng panahon (*kala*) bilang yaong sandaling ginugol ng isang atomo upang bagtasin ang sarili nitong yunit ng espasyo."

JAGADIS CHANDRA BOSE,
Ang dakilang pisisista, botaniko at imbentor ng crescograph ng India

"Nakita mo kung paanong kahit na bahagyang panlabas na pang-hihimasok ay nakapipinsala sa sensitibong mga tisyu," pagmamasid ni Bose. "Manood ka, ako ngayon ay magbibigay ng chloroform pagkatapos ay magbibigay ako ng pangontra."

Ang epekto ng chloroform ay pinatigil ang lahat ng paglaki; ang pangontra ay nakakapagbigay-buhay. Ang nakakapagbagong anyo sa tabing ay nagbigay sa akin ng galak na higit pa sa balangkas ng sine. Ang kasama ko (dito sa papel na kontrabida) ay nagtusok ng matalim na instrumento sa parte ng dahon ng pakô; ang sakit ay nakita sa pabugso-bugsong galaw ng dahon. Nang hiniwa niya ng labaha ang tangkay, ang anino ng dahon ay malalang nagambala, pagkatapos tumigil sandali kasabay ng tuluyang pagkamatay.

"Sa pamamagitan ng pagbibigay muna ng chloroform sa isang malaking puno, ako ay matagumpay na nakapaglipat ng tanim. Karaniwan, ang ganoong mga hari ng kagubatan ay mabilis na namamatay pagkatapos ilipat." Masayang ngumiti si Jagadis habang nagsasalaysay ng nakapagligtas-buhay na maniobra. "Napatunayan ng talaguhitan ng aking maselang aparato na ang mga puno ay mayroong sistemang sirkulasyon; ang galaw ng kanilang dagta ay katumbas ng presyon ng dugo sa mga katawan ng hayop. Ang pag-taas ng dagta ay hindi kayang ipaliwanag ng mekanismong dahilan na karaniwang isinusulong tulad ng pang-akit ng mga maliliit na ugat.

Naibunyag sa tulong ng crescograph na ito ay kagila-gilalas na gawain ng buhay na selula. May paitaas at pababang alon sa pabilog na tubo sa katawan ng puno na nagsisilbing tunay na puso! Habang lumalalim ang ating pang-unawa, lalong tumitibay ang ating pato-too na may magkakaparehong plano ang Diyos na nag-uugnay sa bawat hugis sa sari-saring kalikasan."

Itinuro ng dakilang siyentipiko ang isang pang kasangkapang Bose. "Ipapakita ko sa iyo ang mga pagsubok sa kapirasong yero. Ang puwersa ng buhay sa metal ay tumutugon na pasalungat o paa-yon sa stimulo. Ang mga marka ng tinta ang talaan ng iba't-ibang mga reaksiyon."

Malalim ang pagkawili, pinanood ko ang talangguhit na nag-tala ng katangian ng mga alon ng kayarian ng atomo. Sa sandaling ang Propesor ay naglagay ng chloroformo sa yero, ang panginig na mga pagtatala ay tumigil. Sila ay nagsimulang magtala muli sa sandaling ang metal ay dahan-dahang nabawi ang dating kalagayan. Ang kasama ko ay naglagay ng nakakalason na kemikal. Kasabay sa panginginig ng dulo ng metal, ang karayom ay dramatikong nagsulat sa talangguhit ng isang paunawa ng kamatayan. Sinabi ng siyentipiko:

"Ang mga instrumentong Bose ay nagpatunay na ang mga metal na tulad ng ginamit sa paggawa ng gunting at makinarya, ay maari ding mapagod at maibabalik ang talas kapag ang mga ito ay paulit-ulit na pinagpapahinga. Ang pintig ng buhay sa mga metal ay lubhang napapahamak at maaari ding mawala sa pamamagitan ng daloy ng kuryente o tindi ng bigat."

"Nagpalinga-linga ako sa palibot ng silid sa napakaraming imbensiyon, na maliwanag na katibayan ng walang pagod na katalinuhan.

"Ginoo, nakakahinayang na ang maramihang pag-unlad sa pagsasaka ay hindi napapabilis sa pamamagitan ng lubos na pagga-mit ng inyong mga kagila-gilalas na mekanismo. Hindi ba maaring upahan ang iba sa kanila para sa mabilis na pagsisiyasat sa labora-toryo upang maituro ang paggamit ng iba-ibang uri ng mga pataba sa paglago ng mga halaman?"

"Tama ka. Hindi mabilang na gamit ng mga instrumentong

Bose ay gagawin ng mga darating na mga henerasyon. Bihirang malaman ng siyentipiko ang kapanahong gantimpala; tama na sa kanya ang pagkakaroon ng kasiyahan sa mapanlikhang pagsisilbi."

Nagpahayag ako ng walang pasubaling pasasalamat sa walang kapagurang pantas at ako ay lumisan. "Maari kayang maubos ang nakapagtatakang yaman ng kanyang pagka-henyo?" Naisip ko.

Walang kabawasan ang dumating sa pagdaraan ng mga taon. Nilikha ang masalimuot na instrumento, ang Resonant Cardiograph, si Bose ay nagpatuloy pa ng malawak na pananaliksik sa hindi mabilang na halaman ng India. Ang napakalaking hindi pinaghihinalaang parmakopeya ng kapaki-pakinabang na mga gamot ay naibunyag. Ang cardiograph ay ginawa sa walang pagkakamaling ganap na kaigsaktuhan, kung saan ang ika-isandaang bahagi ng isang segundo ay ipinakita sa talangguhit.

Ang talaan ng instrumento ay sumusukat ng pinaka-maliit na pagpintig sa kayarian ng halaman, hayop at tao. Hinulaan ng dakilang botaniko na ang paggamit ng kanyang cardiograph ay magiging dahilan ng pagsusuri ng mga halaman sa halip na sa mga hayop.

"Ang magkatabing talaan ng mga epekto ng isang gamot na sabay ibinigay sa isang halaman at sa isang hayop ay nagpakita ng kamangha-manghang pagkakaisa sa resulta," pagtuturo niya. "Lahat ng bagay sa tao ay nakikita na sa halaman pa lamang. Ang pagsubok sa halaman ay makapagaambag sa pagbabawas ng pagdudurusa ng tao at hayop."

Pagkaraan ng ilang taon, ang mga unang natuklasan ni Bose sa mga halaman ay pinagtibay ng iba pang mga siyentipiko. Mga gawaing natapos noon 1938 sa Columbia University ay ibinalita ng *The New York Times*, ng ganito:

> Nalaman sa loob ng nakaraang mga taon na kapag ang mga ugat ay nagpapadala ng mensahe mula sa utak patungo sa ibang bahagi ng katawan, nagdudulot ito ng maliliit na lakas ng kuryente..Ang lakas na ito ay nasukat ng pinong galvanometer at pinalaki ng isang milyong beses ng modernong pampalaking aparatus. Hanggang sa kasalukuyan, walang kasiya-siyang pamamaraan ang natutuklasan upang pag-aralan ang daloy ng lakas sa pinong ugat ng buhay ng mga tao o hayop dahil sa napakabilis na pagdaloy nito.
>
> Sila Drs. K. S. Cole at H. J. Curtis ay nag-ulat na nadiskubre nila ang mahabang tig-iisang mga selula ng sariwang halamang-tubig na "nitella"na madalas gamitin sa goldfish bowls ay mistulang katulad noong mga tig-iisang himaymay ng ugat. Karagdagan dito, napag-alaman na ang nitella fibers, kapag

napukaw, ay nagpapalaganap ng alon ng elektrisidad na tulad ng sa lahat ng bagay, maliban sa bilis, sa mga pinong ugat ng hayop at tao. Ang elektrikal na lakas ng ugat sa mga halaman ay napag-alamang mas mabagal kaysa sa nasa mga hayop. Ang pagkatuklas ng kaalamang ito ay ginamit ng mga manggagawa ng Columbia at naging mabisang pamamaraan upang makunan ng dahan- dahang larawan ang pagdaloy ng kuryente.sa mga ugat.

Kung ganoon, ang halamang nitella ay maaring maging tila Rosetta stone, upang maisalin ang mahigpit na binabantayang sekreto na nasa hangganan ng kaisipan at mga bagay.

Ang makatang si Rabindranath Tagore ay isang matatag na kaibigan ng ulirang siyentipikong Indian. Para sa kanya, inialay ng kalugud-lugud na mang-aawit na Bengali ang sumusunod na mga talata:

O Ermitanyo, tumawag ka sa totoong salita
Ng lumang himnong kung tawagin ay *Sama;* "Bangon! Gising!"
Anyayahan ang taong nagpahayag ng kaalamang Shastric;
Mula sa walang saysay na namimilosopong pagtatalo
Anyayahan ang hangal na hambog na lumapit
Sumungaw sa mukha ng kalikasan, itong malawak na lupain
Ipadala ang anyaya sa pangkat ng iyong iskolar.
Magkasama sa paligid ng iyong pag-aalay sa apoy
Bayaan silang magkasama. Upang ang ating India,
Ang ating sinaunang lupain, babalik din siya sa kanyang sarili
O minsan pang bumalik sa matatag ng gawain,
Sa tungkulin at debosyon, sa kanyang malalim na pag-iisip
Sa malalim na meditasyon; hayaan siyang maupo
Minsan pa, hindi nababahala, walang kasakiman, walang gulo,
    dalisay
O, minsan pa, sa kanyang mataas na upuan
At entablado, guro ng lahat ng lupain.*

---

* Isinalin ni Manmohan Ghosh mula Bengali ni Rabindranath Tagore, sa *The Visvabharati Quarterly,* Santiniketan, India.

Ang himno na tinatawag "Sama" na binanggit sa tula ni Tagore ay isa sa apat na Vedas. Ang iba pang tatlo ay ang Rig, Yajur at Atharva. Ipinapaliwanag ng banal na kasulatan ang likas na katangian ni Brahma, ang Diyos na Lumalang, na ang pagpapahayag sa bawat indibiduwal na tao ay tinatawag na *atma,* kaluluwa. Ang ugat ng salitang Brahma ay *brih,* "upang lumawak", nagsasaad ng konseptong Vedic ng dibinong kapangyarihan ng likas na pag-unlad, pagsambulat ng mapanlikhang gawa." Ang sansinukob, tulad ng sapot ng gagamba, ay sinasabing uunlad *(vikurute)* mula sa Kanyang katauhan. Ang sinasadyang pagsanib ng *atma* at ng lumikhang Brahma, kaluluwa at espiritu ay masasabing ang kabuuan ng kahalagahan ng mga Vedas.

Ang *Vedanta,* ang mga buod sa Vedas ay nagbigay inspirasyon sa maraming mga taong palaisip sa Kanluran. Sinabi ng Pranses na mananalaysay, na si Victor Cousin,:

"Kapag binasa natin na may atensiyon, ang matataas na pilosopiya ng Oriente – lalo na ang sa India—matutuklasan natin ang marami at malalim na katotohanan... na tayo ay mapipilitan na lumuhod sa harapan ng pilosopiya ng Silangan, at makita dito sa pinagmulan ng sangkatauhan ang katutubong lupain ng pinakamataas na pilosopiya." Puna ni Schlegel: "Kahit na ang pinakamatayog na pilosopiya ng mga taga-Europa, ang idealismo ng katwiran na inilathala ng mga pilosopong Griego, ay lumalabas—kung ihahambing sa masaganang buhay at sigla ng idealismo ng taga-Silangan—parang mahinang kislap na Promethean laban sa buong liwanag ng araw."

Sa napakalawak na kasulatan ng India, ang mga Vedas (ugat *vid*, matuto) ay ang tanging mga kasulatan na walang maituturing na nagsulat. Ang Rig Veda (X: 90,9) ay nagsasabing may dibinong pinagmulan ang mga awitin, at sinasabi sa atin (III:39,2) na ang mga ito ay nanggaling sa "sinaunang panahon", na isinalin sa bagong wika.. Dibinong ibinunyag bawat panahon sa mga banal at "propeta" ang mga Vedas ay sinasabing may katangiang *nityatva* "walang katapusan na panahon.".

Ang mga Vedas ay isang pagbubunyag sa pamamagitan ng tunog "na tuwirang naririnig" (*shruti*) ng mga banal na rishi. Ang mga ito ay sadyang panitikan ng mga awit at pagsasalaysay. Sa loob ng milyun-milyong taon, kung ganoon, ang isang daang libong (100,000) mga tulang kopla ng Vedas ay hindi isinulat, ngunit isinalin sa pamamagitan ng salita ng mga paring Brahmin. Ang papel at bato ay maaaring maglaho sa tagal ng panahon. Ang mga Vedas ay naisalin sa mga sumusunod na panahon sapagkat naunawaan ng mga rishi ang higit na kahusayan ng isip sa materyal na siyang tamang paraan ng pagsalin. Ano ang hihigit pa sa "kasulatan ng puso"?

Sa pagsunod ko sa isang tanging pamamaraan (*anupurvi*) kung saan ang mga salitang galing sa Veda ay isinisiwalat, at sa tulong ng mga patakaran sa kombinasyon ng tunog (*sandhi*) at sa ugnayan ng mga letra (*sanatana*), at sa pagpapatunay sa pamamagitan ng matematikang paraan, ang kawastuhan ng isinasaulong mga kasulatan, mula sa isang malabong pinaglumaan ng panahon, pambihirang napangalagaan ng mga Brahmins ang orihinal na kadalisayan ng mga Vedas. Bawat pantig (*akshara*) ng isang salitang Vedic ay may kaloob na kahulugan at bisa. (Tingnan p. 391.)

Ang Napakaligayang Deboto at ang Kanyang Romansang Kosmiko

"Munting ginoo, kung maari maupo ka, ako ay nakikipag-usap sa aking Dibinong Ina."

Tahimik akong pumasok sa silid na may malaking paghanga. Medyo nasilaw ako sa mala-anghel na anyo ni Master Mahasaya. May mala-sutlang puting balbas at malalaking makikinang na mga mata, para siyang nagkatawang-taong kadalisayan. Ang nakaangat na baba at tiklop na mga palad ay nagbigay-alam sa akin na ang una kong pagdalaw ay nakaabala sa kanyang debosyon.

Ang kanyaang simpleng mga salita ng pagbati ay nagbunga ng pinakamalupit na epektong aking naranasan. Magpa-hanggang ngayon. Ang pait ng paghihiwalay sa pagkamatay ng aking ina ay inaakala kong sukatan ng lahat ng hinagpis. Ngayon, isang kamalayan ng pagkahiwalay sa aking Dibinong Ina ay isang hindi maipaliwanag na pagpapahirap sa aking espiritu. Bumagsak akong nananaghoy sa sahig.

"Munting ginoo, pakalmahin mo ang iyong sarili!" Ang taong banal ay malungkot na nakiramay.

Iniwan sa karagatan ng kalungkutan, kumapit ako sa kanyang mga paa bilang tanging balsa ng aking kaligtasan.

"Banal na ginoo, ang inyong pamamagitan! Pakitanong sa Dibinong Ina kung ako ay makakaasa ng kagandahang-loob sa Kanyang paningin!"

Ang sagradong pangako ng pamamagitan ay isang hindi madaling iginagawad. Walang duda, ako ay kumbinsido si Maestro Mahasaya ay nasa malalim na pakikipag-usap sa Panlahatang Ina. Isang malalim na pagkahiya na malaman ko na ang aking mga mata ay bulag sa Kanya na kahit sa sandaling ito ay nadarama ng walang kamaliang tingin ng banal. Hindi nahihiyang mahigpit na hinawakan ko ang kanyang mga paa, bingi sa kanyang marahang pagtutol, nagsumamo ako sa kanya ng paulit-ulit para sa kanyang pamamagitang grasya.

"Gagawin ko ang iyong pakiusap sa Pinakamamahal." Ang

pagsuko ng Maestro ay dumating na may marahan at mahabaging ngiti.

Anong kapangyarihan doon sa kaunting mga salita, na ang aking pagkatao ay makaalam ng paglaya mula sa kanyang maunos na pagkatapon!

"Ginoo, tandaan ang iyong pangako! Babalik ako kaagad para sa Kanyang mensahe." Masayang pag-asa ang tunog ng aking boses, na kanina lamang ay humihikbing puno ng pighati.

Pababa sa mahabang hagdan, ako ay napuspos ng alaala. Itong bahay sa Calcutta, sa 50 Amherst Street, na ngayon ay tirahan ni Master Mahasaya, ay dating bahay ng aming pamilya, ang lugar na kinamatayan ng aking ina. Dito ang pang-tao kong puso ay nawasak para sa naglahong ina; at dito ngayon ang aking espiritu ay parang ipinako sa kawalan ng Dibinong Ina. Pinabanal na pader! Payapang saksi ng aking pagdaramdam at tuluyang paggaling.

Nasasabik ang mga hakbang ko habang ako ay pauwi sa aking tahanan. Hanap ko ang pag-iisa sa aking munting atik, ako ay nanatili sa meditasyon hanggang alas diyes ng gabi. Ang kadiliman ng mainit na gabi ng India ay biglang nagliwanag na may kasamang nakamamanghang pananaw.

May sinag sa ulo ng kariktan, ang Dibinong Ina ay nakatayo sa harapan ko. Ang kanyang mukha, na malambing na nakangiti, ay kagandahan mismo.

"Lagi Akong nagmamahal sa iyo! Palagi kitang mamahalin!"

Ang makalangit na mga tono ay naririnig ko pa sa hangin nang Siya ay naglaho.

Kinabukasan ay hindi pa halos sumikat ang araw sa anggulo ng kagandahang-asal noong ako ay dumalaw nang ikalawang beses kay Maestro Mahasaya. Paakyat sa hagdanan ng bahay na may masidhing mga alaala, nakarating ako sa kanyang ikaapat na palapag na silid. Ang hawakan ng pintuang sarado ay nababalutan ng tela; isang pahiwatig, pakiramdam ko, na ang banal ay nais na mapag-isa. Habang ako ay urung-sulong na nakatayo sa plataporma makaakyat ng hagdan, ang pintuan ay binuksan ng nakalulugod na kamay ng maestro. Lumuhod ako sa kanyang mga banal na paa. Sa isang mapaglarong kaloooban, ako ay nagpakita ng pormal na pagmumukha, itinatago ang dibinong kagalakan.

"Ginoo, ako po ay naririto—napakaaga, inaamin ko!—para sa inyong mensahe. Mayroon po bang anumang sinabi ang Pinakamamahal na Ina tungkol sa akin?"

"Mapagbirong munting ginoo!"

Hindi na siya nangusap pa. Mukhang ang aking inakalang kapormalan ay hindi makapukaw-damdamin.

"Bakit napaka-misteryoso, at umiiwas? Ang mga banal ba ay hindi kailanman malinaw magsalita? Marahil ako ay medyo nagalit.

"Kinakailangan bang subukan mo ako?" Ang payapa niyang mga mata ay puno ng pang-unawa. "Maaari bang magdagdag pa ako ng anumang pananalita sa katiyakang tinanggap mo kagabi nang alas diyes, mula sa Magandang Ina mismo?"

Si Maestro Mahasaya ang may kontrol sa pintuan ng aking kaluluwa: minsan pa, ako ay sumugod na nagpatirapa sa kanyang mga paanan. Subalit sa pagkakataong ito, ang aking mga luha ay umapaw mula sa isang galakan, at hindi sa sakit na hindi kayang tiisin.

"Inisip mo ba na ang iyong debosyon ay hindi nahipo ang Walang Hanggang Awa? Ang Pagka-Ina ng Diyos, na iyong sinamba sa mga anyong kapwa bilang tao at dibino, ay hindi kailanman makakaligtaan ang pagsagot ng iyong tinalikdang pagtangis."

Sino itong simpleng banal, na pati ang pinakamaliit na kahilingan sa Panlahatang Espiritu ay nagkaroon ng matamis na pagpapaunlak? Ang papel niya sa mundo ay mababa, na karapat-dapat sa pinaka-dakilang tao sa kababaang-loob na nakilala ko. Dito sa bahay sa daang Amherst, si Maestro Mahasaya* ay nagtayo ng isang maliit na mataas na paaralan para sa mga batang lalaki. Walang salita ng pagpaparusa ang lumalabas sa kanyang mga labi; walang batas at pamalo ang nagpapairal ng kanyang disiplina. Mataas na matematika ang itinuturo sa mga simpleng silid-aralang ito, at isang kimika ng pagmamahal na wala sa mga aklat-aralin.

Ikinakalat niya ang kanyang talino sa pamamagitan ng espirituwal na panghahawa kaysa di-tumatalab na tuntunin. Lubos ang pagkalibang sa walang pagkukunwaring pag-ibig para sa Dibinong Ina, ang banal ay hindi na humihingi ng panlabas na mga anyo ng paggalang na higit pa sa isang bata.

"Hindi ako ang iyong guru, siya ay darating sa dakong huli," ang sabi niya sa akin. "Sa tulong ng kanyang pagpapatnubay, ang mga karanasan mo sa Dibino hinggil sa pag-ibig at debosyon ay maisasalin sa taguri ng kanyang hindi maarok na lalim ng talino.

Tuwing hapon, ako ay nagpupunta sa kalye Amherst. Hinahanap ko ang dibinong kopa ni Maestro Mahasaya, na sa kapunuan,

---

* Ito ang mga magalang na katawagan na karaniwang ginagamit para sa kanya. Ang kanyang pangalan ay Mahendra Nath Gupta; pinipirmahan niya ang kanyang mga akda ng simpleng "M."

ang mga patak sa araw-araw ay umaapaw sa aking katauhan. Kahit kailan, hindi pa ako yumuko nang buong paggalang; ngayon pakiramdam ko ito ay hindi masukat na karapatan kahit man lang yumapak sa iisang lupa na pinabanal ng mga hakbang ni Maestro Mahasaya.

"Ginoo, pakiusap, ikuwintas ninyo itong champaka na aking ginawa para lamang sa inyo." Dumating ako isang gabi, hawak ko ang kuwintas ng bulaklak. Ngunit nahihiya siyang lumayo, makaulit na tinanggihan ang karangalan. Naramdaman niya ang aking pagkapahiya, kaya pumayag siyang nakangiti.

"Dahil tayong dalawa ay deboto ng Mahal na Ina, maari mong ilagay ang kuwintas ng bulaklak na iyan dito sa katawang templo, bilang alay sa Kanya na naninirahan dito." Ang kanyang malawak na pang-unawa ay nagkukulang ng puwang upang magkaroon ng anumang makasariling hangarin.

"Pumaroon tayo bukas sa Dakshineswar sa templo ni Kali, na walang katapusang pinabanal ng aking guru." Ang banal ay naging disipulo ng isang mala-Kristong Maestro, si Sri Ramakrishna Paramahansa.

Ang apat na milyang paglalakbay noong sumunod na umaga ay sa pamamagitan ng bangka sa ilog Ganges. Pumasok kami sa siyam na toreng Templo ni Kali, kung saan ang anyo ng Dibinong Ina at ni Shiva ay nakahimlay sa pinakintab na pilak na lotus, na ang libong talulot ay mabusising inukit. Si Maestro Mahasaya ay nakangiti sa pagka-bighani. Siya ay nakipagtipan sa kanyang hindi maubos na romansa sa Pinakamamahal. Habang inaawit niya ang Kanyang pangalan, ang nagdiriwang kong puso ay tila nadurog, na tulad ng lotus, sa isang libong mga piraso.

Naglakad kami pagkatapos sa palibot ng sagradong mga bakuran at tumigil sa isang taniman ng tamarisk. Ang biyaya na karaniwang ibinibigay ng punong ito ay simbulo ng makalangit na pagkaing iginagawad ni Master Mahasaya. Ang kanyang dibinong pagtawag ay nagpatuloy. Naupo akong walang katinag-tinag sa damuhan sa gitna ng mga kulay rosas na mala-balahibong mga bulaklak ng puno ng tamarisk. Pansamantalang nawala sa aking katawan, ako ay pumailanlang sa isang makalangit na pagdalaw.

Ito ang kauna-unahan sa maraming pagdalaw sa Dakshineswar na kasama ang banal na guru. Mula sa kanya ay nalaman ko ang tamis ng Diyos sa aspeto ng Ina, na kung tawagin ay Dibinong Awa. Ang parang batang banal ay hindi gaanong naaakit sa aspeto ng

Ama, o Dibinong Hustisya. Mahigpit, pala-utos, ang matematikal na paghuhusga ay salungat sa kanyang maamong pag-uugali.

"Siya ay maaaring magsilbi bilang katumbas sa mundo ng mga anghel sa langit!" Naisip kong buong pagmamahal, habang minamasdan ko siya isang araw sa kanyang pananalangin. Wala kahit isang hibla ng pagpuna o kritisismo, sinusukat niya ang mundo ng mga matang sanay sa Sinaunang Kalinisan. Ang kanyang katawan, pag-iisip, pananalita at pagkilos ay walang kahirap-hirap na nakibagay sa kasimplehan ng kanyang kaluluwa.

"Iyan ang sinabi ng aking Maestro." Umiiwas sa pansariling pahayag, ang banal ay karaniwang tinatapos ang kanyang maalam na paalala ng ganyang parangal. Napakalalim ng kanyang pakikiisa kay Sri Ramakrisna na hindi na ipinapalagay ni Maestro Mahasaya na ang pag-iisip niya ay kanya pa rin.

Isang gabi, magkahawak kamay, ang banal at ako ay naglakad sa paligid ng kanyang paaralan. Ang kagalakan ko ay nakulimliman ng pagdating ng isang palalong kakilala. Pinahirapan niya kami sa pamamagitan ng isang mahabang talumpati.

"Nakikita ko na hindi ka natutuwa sa taong ito." Ang pabulong na wika ng banal ay hindi narinig ng taong hambog na nagayuma ng sariling monologo. "Nakipag-usap na ako sa Dibinong Ina tungkol dito; naunawaan Niya ang ating suliranin. Sa oras na makarating tayo sa pulang bahay na iyon Siya ay nangakong ipapaalala sa taong ito ang isang mas mahalagang gawain. "

Ang mga mata ko ay natuon sa lugar ng kaligtasan. Pagdating sa pulang tarangkahan, ang lalaki ay hindi maipaliwanag na lumiko at lumisan, ni hindi tinapos ang pangungusap o kaya magpaalam man lang. Bumaba ang katahimikan sa nasalakay na hangin.

Isang araw, naglalakad akong mag-isa malapit sa estasyon ng tren ng Howrah. Tumayo ako sumandali sa isang templo, tahimik na pinupulaan ang isang maliit na grupo ng mga taong may tambol at mga pompyang na marahas na bumibigkas ng paawit.

"Napaka-walang kabanalan nilang sinasambit nang paulit-ulit ang dibinong pangalan ng Panginoon na parang makina," ang wari ko. Biglang nagtaka akong makita si Maestro Mahasaya na mabilis na papalapit sa akin.

"Ginoo, bakit po kayo naririto?"

Ang banal, hindi pansin ang aking katanungan, ay sinagot ang aking iniisip. "Hindi ba totoo, munting ginoo, na ang pangalan ng Pinakamamahal ay matamis pakinggan sa lahat ng labi, mangmang o matalino?" Ako ay mapagmahal niyang inakbayan; nakita ko ang aking sarili na dala-dala sa kanyang mahiwagang alpombra patungo sa Mahabaging Presensiya.

"Ibig mo bang makakita ng mga panoorin?" Mahiwaga sa akin ang katanungang ito isang hapon mula sa mapag-isang si Maestro Mahasaya; Ang terminong iyon ay ginagamit noon sa India, na nangangahulugan ng sine." Sumangayon ako, masayang makapiling siya sa anumang pagkakataon. Isang mabilis na paglalakad ang nagdala sa amin sa halamanang kaharap ng Calcutta University. Itinuro ng aking kasama ang isang bangko malapit sa *goldighi* o maliit na lawa.

"Maupo tayo dito nang ilang minuto. Hinilingan ako ng aking maestro na mag-meditasyon sa tuwing ako ay makakakita ng malawak na tubig. Dito ang kanyang kapayapaan ay nagpapaalala sa atin sa kalawakan ng katahimikan ng Diyos. Tulad na ang lahat ng bagay ay naaaninag sa tubig, gayundin ang buong daigdig ay nasasalamin sa lawa ng Kosmikong Kaisipan. Ito ang madalas sabihin ng aking gurudeva*."

Hindi nagtagal pumasok kami sa bulwagan ng isang unibersidad kung saan isang pagtuturo ang nagaganap. Ito ay hindi maarok na nakababagot, kahit na kung minsan ay may nasisingit na lamparang slide na ilustrasyon, na parehong nakakainip.

"Kung ganoon ito pala ang uri ng sineng gustong ipakita sa akin ng maestro!" Ang isip ko ay naiinip, gayunman, ayaw kong magdamdam sa akin ang banal kung ipapakita ko ang pagkainip sa mukha ko. Subalit kumiling siya sa akin ng lihim.

"Nakikita ko, munting ginoo, na hindi mo nagugustuhan itong sine. Nabanggit ko ito sa Dibinong Ina. Siya ay puno nang pangunawa sa ating dalawa. Sinasabi Niya sa akin na mawawala ang daloy ng elektrisidad at hindi magliliwanag muli habang hindi tayo nagkakaroon ng pagkakataong makalabas sa silid."

Habang patapos ang kanyang bulong, ang bulwagan ay napuno ng kadiliman. Ang propesor, na may boses na malakas at maligasgas, ay natigilan sumandali at nagtatakang nagsabi, "ang sistema ng elektrisidad sa bulwagang ito ay tila may depekto." Sa oras na ito, si Maestro Mahasaya at ako ay nasa kabila na ng pintuan. Paglingon namin mula sa pasilyo, nakita ko na ang bulwagan ay muling nagliwanag.

"Munting ginoo, ikaw ay hindi nasiyahan doon sa sinehan,

---

* "Dibinong guro," ang karaniwang terminong Sanskrit sa espirituwal na taga-utos. *Deva* (Diyos) na dinagdagan ng *guru* ("naliwanagang guro") ay nagpapahiwatig ng malalim na paggalang at pagpupuri. Isinalin ko ito sa Ingles na simpleng "Master."

MAESTRO MAHASAYA
"Ang Maligayang Deboto"

ngunit sa palagay ko ay magugustuhan mo ang isang hindi katulad nito." Ang banal at ako ay nakatayo sa bangketa sa tapat ng gusali ng unibersidad. Marahan niyang tinampal ang aking dibdib bandang itaas ng puso.

Isang maka-pagpanibagong katahimikan ang sumunod. Kagaya ng makabagong "mga pelikulang may tinig" na naging biglang hindi marinig na mga pelikula kapag ang aparato ng tunog ay nagkadepekto, ganyan din ang Dibinong Kamay na, sa pamamagitan ng kakaibang milagro, ay napapatigil ang ingay ng mundo. Ang mga naglalakad, na tulad ng nagdadaang mga kotse, troling awto, mga karitela, may gulong na bakal na mga upahang karwahe, ay lahat walang ingay at tahimik na nagdaraan. Para bagang mayroon akong paningin para sa lahat ng dako, pinagmamasdan ko ang mga tanawin sa likuran, sa magkabilang tabi, na kasing-dali na katulad ng nasa harapan. Ang buong panoorin ng mga pagkilos sa maliit na bahagi ng Calcutta ay nagdaan sa harapan ko nang walang ingay. Tulad ng baga ng apoy na malamlam na nakikita sa ilalim ng manipis na patong ng abo, isang malamlam na liwanag ang tumatagos sa malawak na tanawin.

Ang sarili kong katawan ay tila isa lamang sa maraming anino; kahit ito ay hindi gumagalaw, samantalang ang iba ay walang ingay na mabilis kumilos paparito at paparoon. Ilang mga batang lalaki, mga kaibigan ko, ang lumapit at nagdaan; bagamat nakatingin nang diretso sa akin, ito ay walang pagkilala.

Ang kakaibang dulang walang salita ay nagbigay sa akin ng hindi maipaliwanag na lubos na kagalakan. Uminom ako nang malalim mula sa napakaligayang bukal. Biglang tumanggap ang aking dibdib ng isa pang mahinang suntok mula kay Maestro Mahasaya. Ang kaguluhan ng mundo ay sumambulat sa aking ayaw tumanggap na mga tainga. Ako ay pasuray-suray na kumilos na parang malupit na ginising mula sa masapot na panaginip. Ang nangingibabaw na alak ay inalis at hindi ko na maabot.

"Munting Ginoo, nakita ko na nagustuhan mo ang pangalawang sine*. Ang banal ay nakangiti. Ako ay nagsimulang lumuhod sa lupa bilang pasasalamat sa harap niya. "Hindi mo na maaaring gawin iyan sa akin ngayon," wika niya. "Nalalaman mo na ang Diyos ay nasa templo mo na rin! Hindi ko pahihintulutan ang Mahal na Ina na humawak sa aking paa sa pamamagitan ng iyong mga kamay!"

Kung may nakapansin sa walang pagpapanggap na maestro at ako habang kami ay dahan-dahang naglalakad papalayo sa mataong sementadong daanan, tiyak na pinaghinalaan kami ng kalasingan. Naramdaman ko na ang lumalambong na dilim ng gabi ay nakikiramay sa pagkalasing sa Diyos.

Pinagsisikapan ko sa mahirap ipahayag na pananalita na bigyan ng katarungan ang kanyang kabaitan, naisip ko kung alam ni Maestro Mahasaya, at iba pang mga banal na nasalubong ang aking

---

* Itinatala ng Webster's International Dictionary (1934) bilang pambihira, ang kahulugang ito: "Isang pananaw ng buhay; iyong nagbibigay ng ganitong pananaw." Ang pagpili ni Master Mahasaya ng salita, kung gayon, ay kakaibang nabigyan ng katwiran.

Ang DIBINONG INA, ay ang anyo ng Diyos na buhay sa paglikha: ang *shakti* o kapangyarihan,ng lagpas-lagpasang kaalaman ng Panginoon. Siya ay kilala sa maraming mga pangalan ayon sa kabutihang Kanyang ipinapahayag. Dito ang nakataas na kamay ay nangangahulugan ng pandaigdig na biyaya; ang ibang hawak, bilang (simbulo ng debosyon) mga pahina ng kasulatan (pag-aaral at talino) at isang banga ng banal na tubig (pagpapakadalisay).

landas, ay alam na makalipas ang mga taon, sa isang Kanlurang lupain, ako ay magsusulat tungkol sa kanilang buhay bilang dibinong mga deboto. Ang kanilang paunang pagkaalam ay hindi ko ikagugulat, o, umaasa ako, ng aking mga mambabasa, na nakarating hanggang dito na kasama ko.

Ang mga banal ng lahat ng relihiyon ay nagkamit ng pagkatanto sa Diyos sa pamamagitan ng simpleng konsepto ng Kosmikong Minamahal. Sapagkat ang Ganap ay *nirguna*, "walang katangian," at *acintya,* "hindi maabot ng isip," ang pantaong isipan at pananabik ay ginawa Siyang pansarili bilang ang Panlahat na Ina. Magkahalong pansariling paniniwala sa Diyos at ang pilosopiya ng Ganap ay sinaunang tagumpay ng kaisipang Hindu, na ipinaliwanag sa Vedas at sa Bhagavad Gita. Itong "pagkakasundo ng magkakasalungat" ay nagbibigay kasiyahan sa puso at isip; *bhakti* (debosyon) at *jnana* (karunungan) ay totoong iisa. *Prapatti,* "pagkakanlong" sa Diyos at *sharanagati,* "ipinupukol ang sarili sa Dakilang Awa," ay mga totoong landas ng pinakamataas na kaalaman.

Ang kababaang-loob ni Maestro Mahasaya at ang lahat ng iba pang banal ay nagmula sa pagkilala nila ng kanilang lubusang pagpapakalinga (*seshatva*) sa Panginoon bilang nag-iisang Buhay at Hustisya. Sapagkat ang mismong kalikasan ng Diyos ay lubos na kaluwalhatian, ang taong nakatono sa Kanya ay nakakaranas ng katutubong walang hanggang kaligayahan. "Ang nangunguna sa mga matinding damdamin ng kaluluwa at kagustuhan ay kaligayahan."*

Ang mga deboto sa lahat ng panahon, na lumalapit sa Mahal na Ina sa espiritu ng isang bata, ay nagpatotoo na Siya ay palaging nakikipaglaro sa kanila. Sa buhay ni Maestro Mahasaya, ang pagpapahayag ng larong dibino ay nangyayari sa mga pagkakataong mahalaga at hindi mahalaga. Sa mata ng Diyos, walang malaki at maliit. Kung hindi sa Kanyang ganap na kabutihan sa paglalang ng mapakaliit na atomo, kaya bang magsuot ang kalangitan ng matayog na balangkas ng Vega at Arcturus? Ang kaibahan ng "mahalaga" at "hindi mahalaga" ay tiyak na hindi alam ng Panginoon, at baka, sa pangangailangan ng isang aspili ang kosmos ay bumagsak!

---

* St. John of the Cross. Ang katawan nitong minamahal na Kristiyanong santo, na namatay noong 1591, ay hinukay noong 1859 at napag-alamang walang pagkasira.

Inilahad rin ni Sir Francis Younghusband (*Atlantic Monthly,* Dec. 1936) ang kanyang karanasan ng kosmikong kagalakan: "Dumating sa akin ang higit pa sa kasiglahan o katuwaan; di ko mawari ang sarili ko sa sidhi ng tuwa, at kasabay nitong di-mawari at di-maipaliwanag na galak ay dumating ang pagbubunyag ng likas na kabutihan ng mundo. Walang pagdududang napaniwala ako na ang mga tao ay tunay na mabait, na ang kasamaan sa kanila ay panlabas lamang."

Nakilala ko Ang Aking Maestro, Si Sri Yukteswar

"Ang pananalig sa Diyos ay maaaring magbunga ng kahit anong himala maliban sa isa – pagpasa sa isang pagsusulit na hindi nag-aa-ral." Walang ganang isinara ko ang "pampasiglang" aklat na aking dinampot sa mga sandaling walang akong magawa.

"Ang eksepsiyon ng may akda ay nagpapakita ng kanyang ga-nap na kawalan ng pananampalataya," naisip ko. "Kawawang tao, napakalaki ng tiwala sa langis ng ilawan sa hatinggabi!"

Ang pangako ko kay ama ay magtatapos ako ng pag-aaral sa mataas na paaralan. Hindi ako maaaring magpanggap na masigasig. Ang mga nagdaang buwan ay nakita akong madalang sa silid-aralan kaysa sa mga tagong lugar sa baybayin ng mga paliguang *ghat* ng Calcutta. Ang karatig na paligid ng krematoryo, na lalong nakata-takot sa gabi, ay ipinapalagay na lubhang kaakit-akit sa yogi. Siya na makakatagpo ng Walang Kamatayang Diwa ay hindi dapat ma-ngamba sa iilang walang-palamuting bungo. Ang kakulangan ng tao ay nagiging maliwanag sa mapanglaw na tahanan ng halu-halong mga buto. Ang hatinggabing pagbabantay ko sa gayon ay naiiba ang katangian kaysa sa pagbabantay ng isang iskolar.

Ang linggo ng panghuling pagsusulit sa Hindu High School ay mabilis na papalapit. Ang panahon ng pagtatanong, kagaya ng pa-gpunta sa libingan ay pumupukaw sa isang kilalang takot. Gayun-man, ang isip ko ay payapa. Nilalabanan ang mga masasamang espiritu, ako ay naghuhukay ng isang kaalamang hindi nakikita sa bulwagan ng pagtuturo. Ngunit kulang ako sa sining ni Swami Pra-nabananda, na napakadaling magpakita nang sabayan sa dalawang lugar. Ang katwiran ko (marahil sa karamihan, ay hindi makatwi-ran) na ang Panginoon ay mapupuna ang aking suliranin at ako ay kanyang pakakawalan mula dito. Ang kawalan ng katwiran ng mga deboto ay nagmumula sa isang libong hindi-maipaliwanag na pagpa-pakita ng Diyos ng madaliang tulong sa sandali ng pangangailangan.

"Hello, Mukunda! Bihira kitang makita nitong mga araw!" Isang kaklase ang bumati sa akin isang hapon sa Garpar Road.

"Hello, Nantu! Ang pagkawala ko sa paaralan ay tunay na naglagay sa akin sa asiwang kalagayan." Ipinagtapat ko ang aking problema sa ilalim ng kanyang magiliw na titig.

Si Nantu, na isang napakatalinong mag-aaral, ay nagtawa; ang kalagayan ko ay hindi nawawalan ng nakakatawang aspeto.

"Ikaw ay lubos na hindi nakahanda para sa huling pagsusulit!" wika niya. " Palagay ko dapat kitang tulungan!"

Ang simpleng mga salita ay nagbigay ng dibinong pangako sa aking mga tainga; at masigla akong dumalaw sa bahay ng aking kaibigan. Mabait niyang iginuhit ang balangkas ng mga kasagutan sa iba't ibang mga suliranin na maaaring itinakda ng mga tagapagturo.

"Itong mga tanong na ito ay mga pain na makakahuli sa maraming nagtiwalang mga batang mag-aaral sa bitag ng pagsusulit. Tandaan mo ang aking mga kasagutan at ikaw ay makakatakas ng walang pinsala."

Malalim na ang gabi nang ako ay umalis. Punong-puno ng bagong karunungan, buong kabanalan akong nanalangin na sana manatili ito sa susunod na mahalagang mga araw. Tinuruan ako ni Nantu sa iba ibang mga paksa, ngunit sa kawalan ng panahon ay nalimutan ang aking mga aralin sa "Sanskrit". Taimtim kong ipinaalala sa Diyos ang pagkalingat.

Naglalakad ako kinabukasan, iniintindi ko ang aking bagong kaalaman sa kumpas ng pag-ugoy ng aking mga hakbang. Habang ako ay papasok sa malapit na daan, sa madamong sulok na lote, bumagsak ang aking paningin sa ilang nakalimbag na pirasong papel. Isang matagumpay na sunggab; at nasa aking kamay ang mga berso ng Sanskrit! Naghanap ako ng may kaalaman upang makatulong sa aking maling pakahulugan. Ang kanyang mayamang boses ay pinuno ang paligid ng makinis at magandang sinaunang wika.*

"Itong mga pambihirang talata ay hindi maaaring makatulong sa iyong pagsusulit sa Sanskrit!" Binalewala ng iskolar ang mga ito sa kawalan nang paniniwala.

Ngunit ang kasanayan ko sa partikular na tulang iyan ang nakatulong sa akin noong sumunod na araw upang maipasa ang pagsusulit ko sa Sanskrit. Sa pamamagitan ng maunawaing tulong

---

* *Sanskrita,* "Pino, ganap," ang Sanskrit ay ang matandang kapatid na babae ng lahat ng wikang Indo-European. Ang porma ng sulat ng abakada at tinatawag na *Devanagari,* literal, "dibinong tahanan." Ang nakakaalam ng aking gramatika ay kilala ang Diyos!" Si Panini, ang dakilang pilolohiya ng sinaunang India, ay pinarangalan ang matematiko at sikolohikang kaganapan ng Sanskrit. Siya na sumubaybay sa wika mula sa pinagmulang pugad ay dapat ngang magtapos bilang ganap ang kaalaman.

na ibinigay ni Nantu, nakamit ko rin ang pinakamabababang grado upang magtagumpay sa lahat ng iba pang mga aralin.

Si Ama ay nasiyahan na tinupad ko ang aking pangako at tinapos ko ang mataas na paaralang kurso. Nagpasalamat ako sa Panginoon, na Siyang tanging gabay na aking nadama sa pagdalaw sa tahanan ni Nantu at ang aking minsang pagdaan sa madamong lote. Mapaglarong nakapagbigay Siya ng dalawang pagpapahayag sa Kanyang napapanahong disenyo para sa aking kaligtasan.

Nakita ko ang itinapong aklat na ang sumulat ay itinangging ang Diyos ay maaaring manguna sa bulwagan ng pagsusulit. Hindi ko mapigilan ang marahang pagtawa sa aking sariling tahimik na komentaryo:

"Makakadagdag lamang sa pagkalito ng taong ito kung sasabi-hin ko na ang dibinong meditasyon na kasama ang mga bangkay ay isang pinaikling daan sa pagkakamit ng diploma sa mataas na paaralan."

Sa aking bagong dangal, ako ngayon ay harapang nagpaplanong umalis ng tahanan. Kasama ang isang batang kaibigan, si Jitendra Mazumdar,* napagpasiyahan kong sumama sa isang "hermitage" sa Banaras,† ang Sri Bharat Dharma Mahamandal, at tanggapin ang disiplinang pang-espiritwal.

May pangungulilang dumating sa akin isang araw nang naisip ko ang paghihiwalay ko sa aking pamilya. Mula noong mamatay ang aking ina, ang puso ko ay lumambot lalo na sa dalawang naka-babata kong kapatid na lalaki na sina Sananda at Bishnu, gayundin kay Thamu, ang pinakabata kong kapatid na babae. Dali-daling nag-tago ako sa aking silid sa atik na nakasaksi ng maraming tagpuan ng aking magulong *sadhana*.‡ Pagkatapos nang dalawang-oras na pagbaha ng luha, nakaramdam ako ng tanging pagbabago, tulad ng alkimikong paglilinis. Lahat ng paggiliw§ ay nawala; ang aking

---

* Hindi siya si Jatinda (Jotin Ghosh), na maaalala sa kanyang napapanahong di-pagkakagusto sa mga tigre.

† Mula noong nakamit ng India ang kanyang kalayaan, ang mga orihinal na pagbabaybay sa India ay naibalik muli sa maraming salitang napalitan noong namuno ang Britanya. Sa gayon ang Banaras ay karaniwan nang binabaybay na Varanasi, o tinutukoy sa higit na sinaunang tawag dito, Kashi.

‡ Daan o unang daanan patungo sa Diyos.

§ Itinuturo ng banal na kasulatang Hindu na mapanlinlang ang pagkamalapit sa pamilya kung hahadlangan nito ang deboto upang hanapin ang Tagapagbigay ng lahat ng biyaya, kasama na rito ang mapagmahal sa mga kamag-anak, o ng mismong buhay. Itinuturo rin ni Hesus: "Siya na nagmamahal sa kanyang ama o ina ng higit pa sa akin ay hindi karapat-dapat sa akin."—Mateo 10:37.

paninindigan na hanapin ang Panginoong Diyos bilang Kaibigan ng mga kaibigan ay naging matatag.

"Ako'y gagawa ng isang huling pakiusap." Si ama ay namimighati habang nakatayo ako sa harap niya para sa kanyang basbas. "Huwag mo akong iiwan at ang namimighati mong kapatid na mga lalaki at mga babae."

"Iginagalang kong Ama, paano ko sasabihin ang pagmamahal ko sa iyo? Subalit mas malaki ang pagmamahal ko sa Amang nasa Langit, na nagbigay sa akin ng biyaya ng ganap na Ama sa lupa. Payagan mo na ako upang pagdating ng araw babalik akong may higit pang dibinong pang-unawa."

May pag-aatubiling pahintulot ng magulang, ako ay umalis para sumama kay Jitendra, na naroon na sa Banaras, sa hermitage. Sa aking pagdating, ang batang punong swami, na si Dayananda, ay magalang akong binati. Mataas at payat, maalalahanin ang anyo, siya'y hinangaan kong mabuti. Ang kainaman niyang mukha ay may isang mala-Buddhang kahinahunan.

Ako ay natutuwa na ang aking bagong tahanan ay mayroong atik, kung saan ko ginugugol ang madaling araw at mga oras sa umaga. Ang mga kaanib sa ashram, kaunti ang kaalaman sa pagsasanay sa meditasyon, ay inakalang dapat gamitin ko ang aking buong panahon sa mga tungkulin sa kapisanan. Sila ay nagbigay ng papuri sa aking paggawa sa hapon sa kanilang tanggapan.

"Huwag kang magtangkang hulihin ang Diyos kaagad!" Ang panlilibak mula sa isang kapwa naninirahan doon, ay kasama ng aking isang maagang pagtungo sa atik. Pinuntahan ko si Dayananda, na abala sa kanyang maliit na silid na nakatanaw sa Ganges.

"Swamiji,* hindi ko po maunawaan ang kinakailangan kong gawin dito. Ako ay naghahanap ng tuwirang pang-unawa sa Diyos. Kung wala Siya, hindi ako masisiyahan sa pakikisanib o pananampalataya o mga paggawa ng kabutihan."

Ang swaming nakasuot kulay-dalandan na eklesyastiko ay binigyan ako ng magiliw na tapik. Nagtanghal ng dulang kunwari naninisi, pinagsabihan ang ilang kaunting malapit na disipulo. "Huwag ninyong abalahin si Mukunda. Matututuhan din niya ang ating patakaran."

Magalang kong itinago ang aking pagdududa. Ang mga mag-aaral ay lumabas ng silid, hindi kapuna-puna na sila ay tinanggap ang

---

* Ang *Ji* ay karaniwang magalang na hulapi, na ginagamit sa direktang pantawag; kung kaya, "swamiji," "guruji," "Sri Yuktweswarji."

kanilang kaparusahan. Si Dayananda ay may dagdag pang mga salita para sa akin.

"Mukunda, nakita ko na ang iyong ama ay palaging nagpapadala sa iyo ng pera. Kung maaari, ibalik mo sa kanya; wala kang pangangailangan dito. Ang pangalawang kautusan sa iyong disiplina ay may kinalaman sa pagkain. Kahit na nakakaramdam ng gutom, huwag mo itong banggitin."

Kung nakita man sa aking mga mata ang kagutuman ay hindi ko alam. Na ako ay gutom, alam kong totoo iyon. Ang tiyak na oras ng unang kainan sa hermitage ay alas dose ng tanghali. Ako ay sanay sa aking sariling tahanan sa malaking almusal kapag alas nuwebe ng umaga.

Ang tatlong oras na pagitan ay naging pang-araw-araw na walang katapusan. Lipas na ang mga taon sa Calcutta, kung saan maari kong pagalitan ang kusinera kapag naantala nang kahit sampung minuto. Ngayon, sinusubukan kong pigilan ang aking ganang kumain; natapos ko na ang dalawampu't apat na oras na walang kainan. Nagkaroon ng dobleng gana, hinintay ko ang susunod na tanghali.

"Ang tren ni Dayanandaji ay naantala; hindi tayo maaaring kumain hangga't hindi siya dumarating." Dinala sa akin ni Jitendra itong nakawawasak na balita. Bilang tanda ng masuyong pagsalubong sa swami, na nawala nang dalawang linggo, maraming mga pagkain ang ihihanda. Napuno ang kapaligiran ng pampaganang amoy. Wala na ngang iba pang iniaalay, ano pa ang maaaring lunukin kundi ang ipinagmamalaki kong hindi pagkain kahapon?

"Panginoon, pabilisin po ninyo ang tren!" Ang Makalangit na Tagapagbigay ng lahat, naisip ko, ay malamang hindi naisama ni Dayananda sa pagbabawal na ginamit upang ako ay kanyang patahimikin.Ang Dibinong Pagmamasid ay nasa ibang dako, ganoon pa man; ang pakaladkad na orasan ay nilukob ang mga oras. Kumakagat na ang dilim nang ang aming pinuno ay pumasok sa pintuan. Ang aking pagbati ay isang lubos na kagalakan.

"Si Dayanandaji ay maliligo at mag-mi-meditasyon pa bago tayo makapaghain ng pagkain." Nilapitan akong muli ni Jitendra na tila isang ibong may masamang balita.

Malapit na akong himatayin. Ang musmos kong tiyan, baguhan sa kawalan ng makakain, ay tumutol nang may ibayong lakas. Ang mga larawan ng mga biktima ng kagutuman na nakita ko ay nagdaan na parang multo sa harap ko.

"Ang susunod na kamatayan sa gutom sa Banaras ay malapit

nang mangyari sa hermitage na ito," naisip ko. Ang babala ng ka-
matayan ay napigilan sa oras na alas nuwebe ng gabi. Tawag ng
ambrosyang pampahaba ng buhay! Sa alaala ko ang pagkain sa hapu-
nang iyon ay maliwanag bilang isa sa mga ganap na oras ng buhay.

Ang matinding kaabalahan ay hindi pumigil sa aking pagpansin
na si Dayananda ay kumakaing malayo ang iniisip. Maliwanag na
lagpas siya sa mababaw kong kasiyahan.

"Swamiji, hindi po ba kayo nagutom?" Masaya at busog na ako
ngayon na nag-iisa sa piling ng pinuno sa kanyang silid.

"Aba, oo!" tugon niya. "Ginugol ko ang nakaraang apat na araw
na walang pagkain o inumin man lang. Hindi ako kumakain sa mga
tren, na puno ng magkakaibang mga bibrasyon ng makamundong
mga tao. Mahigpit kong sinusunod ang shastric* na patakaran para
sa mga monghe na aking kinabibilangan.

"Mga suliranin ng mga gawain ng ating kapisanan ay nasa
aking isip. Ngayong gabi, sa ating tahanan ay napabayaan ko ang
aking hapunan. Bakit magmamadali? Bukas sisikapin kong magka-
roon ng maayos na pagkain." Siya ay masayang nagtawa.

Lumaganap ang kahihiyan sa akin na para akong hindi
makahinga. Ngunit ang nakaraang araw ng aking parusa ay hindi
ko madaling nalimutan; ako ay nagbakasakaling magdagdag ng
pangungusap.

"Swamiji, ako ay naguguluhan sa pagsunod ng inyong kau-
tusan. Ipagpalagay na hindi ako kailanman hihingi ng pagkain, at
wala kahit sinuman ang magbigay sa akin ng kahit ano, ako ay
mamamatay sa gutom."

"Mamatay ka, kung ganoon!" Itong nakakaalarmang tagu-
bilin ay nagbiyak sa hangin. "Mamatay ka kung kinakailangan,
Mukunda! Kailanman ay hindi mo dapat paniwalaan na ikaw ay
nabubuhay sa kapangyarihan ng pagkain at hindi sa kapangyarihan
ng Diyos! Siya na lumikha ng lahat ng uri ng makakain, Siya na
nagbigay ng gana sa pagkain, ay walang salang titiyakin Niyang

---

* Tumutukoy sa mga *shastra*, na literal na ibig sabihin ay "banal na mga aklat," na
binubuo ng apat na uri ng banal na salita: ang *shruti*, *smriti*, *purana*, at *tantra*. Ang
mga komprehensibong kasulatan ay tumatalakay sa lahat ng aspeto ng relihiyoso
at sosyal na pamumuhay, at mga larangan ng batas, medisina, arkitektura, sining,
atbp. Ang mga *shruti* ay ang mga "direktang narinig" o "nabunyag" na kasulatan,
ang Vedas. Ang mga *smriti* o "naalalang" kuwento ay naisulat na rin sa isang
sinaunang panahon bilang pinaka-mahahabang epikong tula, ang *Mahabharata* at
and *Ramayana*. Ang mga *purana*, labingwalong lahat, ay "sinaunang" alegorya;
ang mga *tantra* ay literal na nangangahulugan na "ritwal": ang mga aklat na ito ay
nagpapahayag ng malalalim na katotohanan sa ilalim ng talukbong ng madetalyeng
simbolismo.

ang Kanyang mga deboto ay mayroong lahat ng pangangailangan. Huwag mong isipin na ang kanin ay makapagbibigay-buhay sa iyo, o kaya ang pera, o kaya mga tao ay susuporta sa iyo. Makatutulong ba sila kung babawiin ng Panginoon ang hininga? Sila ay mga kasangkapan lamang. Mayroon ka bang galing na tunawin ang pagkain sa iyong tiyan? Gamitin mo ang sandata ng iyong diskriminasyon Mukunda! Putulin ang mga tanikalang mga ahensiya at unawain ang Nag-iisang Pinagmulan!"

Nakita kong ang matalim niyang pananalita ay pumapasok sa malalim na kaibuturan ng buto. Nawala na ang napakatandang delusyon kung saan napaglalalangan ng pangangailangan ng katawan ang kaluluwa. Noon at doon ay nalasap ko ang lahat-sapat na Espiritu. Sa ilang kakaibang mga siyudad, sa dakong hulihan ng aking buhay ng walang katapusang paglalakbay, na dumating ang pagkakataong patunayan ang kahalagahan ng paggamit ng aral na ito sa isang Banaras hermitage!

Ang nag-iisang kayamanan na kasama ko mula sa Calcutta ay ang pilak na agimat ng banal na iniwan sa akin ng aking ina. Binantayan ko nang maraming taon, ito ngayon ay maingat kong itinatago sa aking silid sa ashram. Upang pag-ibayuhin ang tuwa ko sa katunayan ng agimat, isang umaga binuksan ko ang nakakandadong kahon. Ang selyadong takip ay hindi nagalaw, aba! Ang mutya ay nawawala. Nagdadalamhati kong pinunit ang sobre at walang pagkakamaling nagsiguro. Sang-ayon sa hula ng banal, ito ay naglaho sa eter kung saan niya ito kinuha. Ang pakikitungo ko sa mga tagasunod ni Dayananda ay unti-unting lumalala. Ang kabahayan ay papalayo ang damdamin, nagdaramdam sa aking sinasadyang paglayo. Ang mahigpit kong pagsunod sa kailangang meditasyon, ang tunay na dahilan ng aking paglisan sa aming tahanan at lahat ng makamundong ambisyon ay nakatawag ng mababaw na pagpuna mula sa lahat ng panig.

Nawasak sa espirituwal na dalamhati, pumanhik ako sa atik isang madaling araw, handa upang manalangin hanggang ang kasagutan ay may katiyakan.

"Maawaing Ina ng Sandaigdig, turuan Ninyo ako sa tulong ng mga pangitain, o sa tulong ng isang guro na ipadadala Ninyo!"

Nakita ng nagdaraang oras ang aking humihikbing pakiusap na walang kasagutan. Walang anu-ano, nakaramdam akong umaangat ang aking katawan sa isang globong walang hangganan.

"Ang iyong Maestro ay darating ngayon!" Isang dibinong tinig ng babae ang narinig ko mula sa lahat ng dako at saanman.

Ang makalangit na karanasan ay naputol ng isang sigaw mula sa isang tiyak na lugar. Isang batang pari na may palayaw na Habu ay tumatawag sa akin mula sa kusina sa ibaba.

"Mukunda, tama na iyang meditasyon! Kailangan ka para mapag-utusan."

Sa ibang mga araw ako ay maaaring sumagot ng walang pasensiya; nguni't ngayon, pinahiran ko ang namamaga-sa-luhang mukha at maamong sumunod sa patawag. Magkasama si Habu at ako na lumakad papunta sa malayong palengke sa purok ng Bengal sa Banaras. Ang mainit na araw ng India ay wala pa sa sukdulang kainitan habang kami ay namili sa mga tindahan. Nakipagtulakan kaming nagdaan sa makukulay na sari saring uri na mga ginang, mga tagahatid, mga pari, mga may payak na kasuotang balo, kagalang-galang na *Brahmins*, at nagkalat na bakang banal. Samantalang si Habu at ako ay nagpatuloy ng paglakad, lumingon ako upang suriin ang isang makitid, at hindi nahahalatang daan.

Isang katulad ni Kristong tao na nakasuot ng kulay dalandan na bata tulad ng isang swami ay nakatayong walang katinag-tinag sa dulo ng daan. Kaagad at napakatagal na panahong tila alam na alam na kilala ko; isang saglit na sabik na sabik ko siyang tinitigan. Pagkatapos inatake ako ng pagdududa.

"Napagkakamalan mo ang gumagalang monghe na ito sa taong kilala mo." Naisip ko. "Mapangarapin, lakad na."

Pagkaraan ng sampung minuto, nakaramdam ako ng mabigat na pagkamanhid sa aking mga paa. Parang naging bato, hindi nila ako nakayanang dalhin pa sa malayo. Pinilit kong umikot, ang aking mga paa ay nanumbalik ang normal na kalagayan. Humarap ako sa kabilang dako; minsan pa, ipinako ako ng nakapagtatakang kabigatan.

"Ang banal ay tila bina-bato-balani akong hinihila patungo sa kanya!" Sa ganitong kaisipan, inilagak ko ang bitbit kong mga pakete sa bisig ni Habu. Pinagmamasdan niya ang mali-mali kong hakbang na nagtataka, at ngayon ay bumunghalit ng tawa.

"Ano ang nagpapahirap sa iyo? Nasisiraan ka ba?"

Ang magulo kong pakiramdam ay humadlang sa aking sagot; mabilis akong tahimik na lumayo.

Binalikan ko ang aking mga hakbang na parang may pakpak, narating ko ang makitid na daan. Sa biglang tingin, tumambad ang payapang anyo, walang tinag na nakamasid sa aking kinaroroonan. Ilan pang nasasabik na mga hakbang at ako ay nasa kanyang paanan.

"Gurudeva!" Ang dibinong mukha ay siya ngang nakikita ko

Sri Yogananda at Swami Gyanananda, guru ni Swami Dayanananda sa Mahamandal Hermitage, Banaras, February 7, 1936. Sa isang tradisyonal na pahayag ng paggalang, si Yoganandaji ay naupo sa paanan ni Gyananandaji, pinunong espirituwal nitong hermitage. Dito, bilang isang bata, si Yoganandaji ay nagpatuloy sa paghahanap ng disiplinang espirituwal bago niya natagpuan ang kanyang guru, si Swami Sri Yukteswar noong taong 1910.

nang isang libong beses sa aking panaginip. Itong matiwasay na mga mata, ulong parang sa leon, na may patulis na mga balbas at umaalong buhok, ay madalas sumilip sa kalungkutan ng aking gabing mapangarap na pag-iisip, may dalang isang pangako na hindi ko lubos na maunawaan.

"O tanging akin, ikaw ay dumating na!" Binibigkas ng aking guru ang mga salitang ito nang paulit-ulit sa salitang Bengali, ang kanyang tinig ay nangangatal sa galak. "Ilang mga taon na akong naghintay sa iyo!"

Kami ay pumasok sa pinag-isang katahimikan; ang mga salita ay tila kalabisan na. Ang kahusayan ng pananalita ay umagos sa walang tunog na awitin mula sa puso ng isang maestro sa disipulo.

Mayroong antena ng maliwanag na pagkaunawa, naramdaman ko na ang aking guru ay kilala ang Diyos at ako ay kanyang aakayin patungo sa Kanya. Ang kadiliman nitong buhay ay naglaho sa marupok na bukang-liwayway ng mga alaala bago pa ako isinilang. Madulang panahon! Ang nakaraan, kasalukuyan at kinabukasan ay ang kanyang umiikot na tagpuan. Hindi ito ang unang araw na natagpuan ako sa kanyang pinagpalang mga paa!

Hawak ang kamay ko, inakay ako ng aking guro sa kanyang pansamantalang tirahan sa Rana Mahal na lugar sa siyudad. Ang malakas niyang pangangatawan ay kumilos ng may katatagang paghakbang. Mataas, matuwid, halos limampu't limang taong gulang sa kasalukuyan, siya ay masigla, at malakas na tulad ng isang kabataang lalaki. Ang kanyang maitim na mga mata ay malalaki, napakaganda na may malalim na karunungan. Ang bahagyang kulot na buhok ay pinalalambot ang isang mukha na may kapansin-pansin na lakas. Ang lakas ay marahang nahahaluan ng kahinahunan.

Habang kami ay naglalakad patungo sa batong balkonahe ng isang bahay na nakatanaw sa ilog Ganges, siya ay mapagmahal na nagsabi:

"Ibibigay ko sa iyo ang aking mga hermitage at lahat ng aking mga pag-aari."

"Ginoo, ako ay naghahanap ng karunungan at pagkatanto sa Diyos. Iyon ang kayamanan mong nakatago na aking hinahangad!"

Ibinaba na ng mabilis na takipsilim ng India ang kanyang kalahating-tabing bago nangusap muli ang aking maestro. Ang kanyang mga mata ay nagpakita ng napakalalim na pagmamahal.

"Ibinibigay ko sa iyo ang aking walang pasubaling pagmamahal!"

Napakahalagang mga salita! Lumipas ang ikaapat na bahagi ng siglo bago ko narinig muli ang tunog ng pagpapatunay ng kanyang pagmamahal. Ang kanyang mga labi ay dayuhan sa alab ng damdamin, katahimikan ang angkop sa malawak na karagatan ng kanyang puso.

"Ibinibigay mo rin ba sa akin ang walang pasubaling pagmamahal?" Siya ay tumitig sa akin na may parang batang pagtitiwala.

"Mamahalin kita magpakailanman, Gurudeva!"

"Ang karaniwang pagmamahal ay maramot, madilim na nag-uugat sa pagnanasa at mga kasiyahan. Ang Dibinong pagmamahal ay walang kondisyon, walang hangganan, walang pagbabago. Ang pagka-salawahan ng puso ng tao ay tuluyang naglalaho kapag natuhog ng dalisay na pag-ibig."

Siya ay mababang-loob na nagdagdag, "kapag nakita mong

ako ay bumabagsak mula sa isang kalagayang ganap na pagkatan-
to-sa-Diyos, maari bang mangako ka na ilalagay mo ang aking ulo
sa iyong kandungan at tulungan mo ako upang makabalik sa Kos-
mikong Pinakamamahal na pareho nating sinasamba."

Siya ay tumayo noon sa lumalaganap na dilim at sinamahan
ako sa panloob na silid. Habang kami ay kumakain ng mangga at
minatamis na almond, banayad niyang inihabi sa aming pag-uusap
na kilalang-kilala niya ang aking pag-uugali. Ako ay namangha sa
kadakilaan ng kanyang talino na talagang katangi-tanging nahaluan
ng katutubong kababaang-loob.

"Huwag kang mamimighati sa pagkawala ng iyong agimat.
Napaglingkuran na niya ang kanyang layunin." Tulad ng isang dibi-
nong salamin, ang aking guru ay mukhang nahuli ang paglalarawan
ng aking buong buhay.

"Ang buhay na katotohanan ng inyong presensiya, Maestro, ay
kasiyahang higit pa sa anumang simbolo."

"Panahon na para sa isang pagbabago, dahil sa ikaw ay malung-
kot sa kinalalagyan mo sa hermitage."

Wala akong binanggit sa aking buhay; ang mga ito ay tila kala-
bisan na! Sa kanyang likas na hindi mariing paraan, naunawaan
ko na ayaw niyang biglang maisiwalat ang karunungan niya sa
panghuhula.

"Ikaw ay dapat bumalik sa Calcutta. Bakit hindi mo isinasama
ang iyong kamag-anak sa pagmamahal mo sa sangkatauhan?"

Ang kanyang panukala ay nagbigay sa akin ng pangamba. Ang
aking pamilya ay hinulaan na ang aking pagbabalik, kahit na hindi
ko sinasagot ang maraming mga pakiusap sa pamamagitan ng li-
ham. "Pagbigyan natin ang ibong paslit na lumipad sa mga ulap
ng metapisiko," ang puna ni Ananta. "Ang kanyang mga pakpak
ay mapapagod sa mabigat na kapaligiran. Makikita natin siyang
dadapo patungo sa tahanan, ititiklop ang kanyang mga pakpak, at
maamong magpapahinga sa pugad ng ating pamilya." Itong naka-
panghihina ng loob na paghahalintulad ay sariwa sa aking isip, ako
ay determinadong hindi "dadapo" sa dako ng Calcutta.

"Ginoo, hindi po ako babalik sa aming tahanan. Ngunit ako ay
susunod sa inyo kahit saan. Kung maari po, ibigay ninyo sa akin
ang inyong tirahan at ang inyong pangalan.

"Swami Sri Yukteswar Giri. Ang pangunahin kong hermitage
ay nasa Serampore, sa Rai Ghat Lane. Dinadalaw ko ang aking ina
dito nang ilang araw lamang."

Ako ay nagtataka sa masalimuot na paglalaro ng Diyos sa

kanyang mga deboto. Ang Serampore ay labindalawang milya lamang mula sa Calcutta, subalit sa mga lugar na iyon, ay hindi ko kailanman nasilayan ang aking guru. Kinakailangang kami ay maglakbay sa aming pagpupulong sa lumang siyudad ng Kashi (Banaras), pinabanal ng alaala ni Lahiri Mahasaya. Dito rin ang mga paa ni Buddha, Shankaracharya,* at marami pang ibang Kristong Yogi (Yogi-Christ) ang nagpabanal sa lupain.

* Si Shankaracharya (Shankara), ang pinakadakilang pilosopo ng India, ay isang alagad ni Govinda Jati at ang guru ng huli, si Gaudapada. Sumulat si Shankara ng isang tanyag na komentaryo tungkol sa isang aklat. Ang *Mandukya Karika*, ni Gaudapada. Ipinakahulugan ni Shankara ang pilosopiyang Vedanta nang may lohikong di-matatawaran at istilong mayumi at mapanghalina sa isang paraang istriktong *advaita* (hindi dalawahan, monistiko) ang diwa. Lumikha rin ang dakilang monisto ng mga tulang tungkol sa debosyonal na pag-ibig. Ang kanyang *Panalangin sa Dibinong Ina ng Pagpapatawad ng mga Kasalanan* ay nagtataglay ng korong ito: "Bagama't marami ang masamang anak na lalaki, kailanman ay walang masamang ina."

Sumulat si Sanandana, isang alagad ni Shankara, ng isang komentaryo tungkol sa mga *Brahma Sutra* (pilosopiyang *Vedanta*). Nasunog ang manuskrito, ngunit si Shankara (na minsang nasulyapan ang teksto) ay inulit ang bawat salita nito sa kanyang alagad. Ang teksto, na kinikilalang *Panchapadika*, ay pinag-aaralan ng mga iskolar hanggang ngayon.

Nakatanggap ang *chela* Sanandana ng isang bagong pangalan pagkatapos ng isang magandang pangyayari. Isang araw, nakaupo siya sa tabing-ilog, nang narinig niyang tinatawag siya ni Shankara mula sa kabilang pampang. Maya-maya pa, lumusong na sa tubig si Sanandana. Ang kanyang pananampalataya at mga paa ay magkasamang sinuportahan nang lumantad si Shankara at nagpakita ng mga bulaklak ng lotus sa rumaragasang ilog. Mula noon, ang alagad ay tinaguriang Padmapada, "paang-lotus."

Sa *Panchapadika* iniaalay ni Padmapada ang maraming papuri sa kanyang guru. Isinulat mismo ni Shankara ang mga sumusunod na magagandang salita: "Walang anumang kilalang paghahambing para sa isang tunay na guro ang makikita sa tatlong mundo. Kung ang bato ng pilosopo ay tunay, magagawa lang nitong ginto ang bakal, hindi sa isa pang bato ng pilosopo. Ang iginagalang na guro, sa kabilang-dako, ay lumilikha ng pagkakapantay nito sa alagad na naghahangad ng kaligtasan sa kanyang paanan. Samakatuwid, ang guru ay walang kapantay, siya ay higit kaninuman" (*Century of Verses, 1*).

Si Panginoong Shankara ay isang pambihirang pinagsamang santo, iskolar, at taong handang kumilos. Bagama't nabuhay lamang siya nang tatlumpu't dalawang taon, karamihan dito ay ginugol sa masugid na paglalakbay sa bawat bahagi ng India, at ipinamamahagi ang kanyang doktrinang *advaita*. Milyun-milyong tao ang malugod na nagtipon upang pakinggan ang nakagiginhawang pagdaloy ng karunungan mula sa labi ng naka-paang batang monghe.

Ang nakapgpapabagong sigla ni Shankara ay kasama ang muling pagtipon ng sinaunang monastic Swami Order (tingnan ang pahina 262 n, 263). Itinatag din niya ang *maths* (sentro ng monastikong pag-aaral) sa apat na lokalidad—Sringeri sa timog, Puri sa silangan, Dwarka sa kanluran, at Badrinath sa hilagang Himalayas.

Ang apat na *math* ng dakilang monist, na maluwag na napagkakalooban ng prinsipe at karaniwang tao, ay nagbigay ng libreng pag-aaral sa gramatikong Sanskrit, lohika, at pilosopiyang *Vedanta*. Ang layunin ni Shankara sa paglalagay ng kanyang mga math sa apat na sulok ng India ay ang pagsulong ng relihiyoso at nasyonal na

"Ikaw ay darating sa akin sa loob ng apat na linggo." Sa unang pagkakataon, ang tinig ni Sri Yukteswar ay mahigpit. "Ngayon na nasabi ko na sa iyo ang aking walang hanggang pagmamahal, at naipakita ko ang aking kaligayahan sa pagkakatagpo ko sa iyo, ikaw ay malayang ipagwalang-bahala ang aking kahilingan. Sa susunod na pagkikita natin, kinakailangang buhayin mo ang aking pagkawili. Hindi kita madaling tatanggapin bilang disipulo: kinakailangang magkaroon ng ganap na pagsuko sa pamamagitan ng pagsunod sa aking mahigpit na pagsasanay."

Ako ay nanatiling sutil sa katahimikan. Madaling naramdaman ng aking guru ang aking paghihirap.

"Sa palagay mo ba pagtatawanan ka ng mga kamag-anak mo?"

"Ako ay hindi babalik."

"Ikaw ay babalik sa loob ng tatlumpung araw."

"Hindi, kailanman."

Ang mahigpit na pagtatalo ay hindi nabawasan, ako ay magalang na yumuko sa kanyang paanan at lumisan. Habang naglalakad sa kadiliman ng hatinggabi patungong hermitage, ako ay nagtataka kung bakit ang mapaghimalang pagtatagpo ay natapos sa notang hindi pagkakasundo. Ang dalawang sukatan ng *maya*, na tinitimbang ang bawat tuwa ng isang dalamhati! Ang aking batang puso ay hindi pa malambot sa mapagpabagong kamay ng aking guru.

Kinaumagahan napansin ko ang ibayong pagkasalungat sa kilos ng mga kasapi sa hermitage. Tinutusok nila ang aking mga araw ng walang pagbabagong kabastusan. Lumipas ang tatlong linggo: iniwan noon ni Dayanandaji ang ashram upang dumalo sa isang komperensya sa Bombay. Pumutok ang kaguluhan sa sawing-palad kong ulo.

"Si Mukunda ay isang linta, tumatanggap ng kagandahang-loob sa hermitage na walang wastong pagbabalik." Noong maulinigan ko ang ganitong pangungusap, pinagsisihan ko sa unang pagkakataon na ako ay sumunod sa kahilingan na ibalik ang aking pera kay Ama. Mabigat ang aking puso, hinanap ko ang aking nag-iisang kaibigan, si Jitendra.

"Aalis ako. Kung maaari, pakiusap na ipabatid ang aking magalang na pagdaramdam kay Dayanandaji pagbalik niya."

"Aalis din ako! Ang pagsisikap kong mag-meditasyon dito ay

---

pagkakaisa sa buong lawak ng lupain. Ngayon, tulad noon, ang madasaling Hindu ay nakakahanap ng libreng tulugan at kainan sa mga *choultry* at *sattram* (mga lugar ng pahingahan sa mga daan ng peregrinasyon), na tinutustusan ng publikong mga tagapagtaguyod.

SRI YUKTESWAR (1855-1936)
Isang Jnanavatar, "Pagkabuhay muli ng Karunungan"
Disipulo ni Lahiri Mahasaya, Guru ni Sri Yogananda
Paramguru ng lahat ng SRF-YSS Kriya Yogis

Ang TEMPLONG PANGMEDITASYON ni Swami Sri Yukteswar inihandog noong 1977, sa pook ng kanyang ashram sa Serampore. Maraming mga batong nagmula sa orihinal na ashram ang ginamit sa pagtatayo nito. Ang pagguhit sa templo ay batay sa isang disenyo ni Paramahansa Yogananda.

Yoganandaji noong 1915, sa likurang upuan ng motorsiklong ibinigay ng kanyang ama. "Sinakyan ko ito sa bawat pook," ang sabi niya, "lalong-lalo na upang dalawin ang aking maestro, si Sri Yukteswarji, sa kanyang Serampore hermitage."

hindi rin kinalulugdan na kagaya mo." Nagsalita si Jitendra nang may pagpapasiya.

"Nakakilala ako ng parang Kristong banal. Dalawin natin siya sa Serampore."

Kaya ang "ibon" ay naghandang "dumapo" ng mapanganib na malapit sa Calcutta!

Dalawang Walang-Perang Bata sa Brindaban

"Mabuti nga sa iyo kapag hindi ka pinamanahan ni ama, Mukunda! Napakaloko mo para itapon ang buhay mo!" Ang pangaral ng nakatatandang kapatid ay masakit sa aking tainga.

Si Jitendra at ako, sariwa pa galing sa tren (kasabihan lamang; kami ay puno ng alikabok), ay kararating lamang sa tahanan ni Ananta, na kung kailan lamang ay lumipat mula Calcutta patungo sa lumang siyudad ng Agra. Ang kuya ay taga-pangasiwa ng libro ng Departamento ng Gawaang Bayan ng Gobyerno.

"Alam mo naman, Ananta, na hinahanap ko ang "pamana" ng Amang nasa Langit." Ang sabi ko sa nakatatanda kong kapatid.

"Pera muna; ang Diyos ay susunod na! Malay mo? Ang buhay ay maaaring lubhang mahaba." Ang sagot ni kuya Ananta.

"Diyos muna, ang pera ay Kanyang alipin! Sinong makapagsasabi? Ang buhay ay maaaring lubhang maikli." Ang sagot ko kay kuya Ananta.

Ang kasagutan ko ay tawag ng kasalukuyang pangangailangan at wala akong kutob sa oras na iyon. (Ganoon nga, ang buhay ni Ananta ay maagang nagwakas.)*

"Karunungang galing sa hermitage, palagay ko! Ngunit nakikita ko na umalis ka sa Banaras." Ang mga mata ni Ananta ay kumislap sa kasiyahan; siya ay umaasang matalian ang aking mga pakpak sa pugad ng pamilya.

"Ang pagbabakasyon ko sa Banaras ay hindi nawalan ng halaga! Nakita ko doon ang lahat ng bagay na minimithi ng aking puso. Nakatitiyak ka na hindi ang matalino mong kaibigan o ang kanyang anak!"

Sinabayan ako ni Ananta sa pagtawa sa ilang mga alaala; inamin niya na iyong pinili niyang manghuhula sa Banaras ay napatunayang nagpapanggap lamang.

"Ano ang mga balak mong gawin, lagalag kong kapatid?"

* Tingnan ang Kabanata 25.

"Hinimok akong pumunta sa Agra ni Jitendra. Panonoorin namin doon ang kagandahan ng Taj Mahal,"* paliwanag ko. "Pagkatapos kami ay pupunta sa bagong-tuklas kong guru, na mayroong hermitage sa Serampore."

Si Ananta ay malugod na inayos ang aming pangangailangan. Ilang beses, noong gabing iyon, napuna ko na ang kanyang mga mata ay nakatuon sa akin na nag-iisip.

"Kilala ko ang ganoong mga tingin," naisip ko, "May balak na namumuo!"

Ang kinalabasan ay nangyari samantalang kami ay maagang nag-aalmusal.

"Sa pakiramdam mo pala ay hindi mo kailangan ang yaman ng ating Ama." Ang mga tingin ni Ananta ay inosente habang ipinagpapatuloy ang mga pasaring sa sagutan namin kahapon.

"Nalalaman kong umaasa ako sa Diyos."

"Ang mga salita ay walang halaga! Kinalinga ka ng buhay hanggang sa ngayon. Ano ang kahihinatnan mo kung aasa ka sa Hindi Nakikitang Kamay para sa iyong pagkain at tirahan! Hindi magtatagal at ikaw ay mamalimos sa kalye."

"Hindi kailanman! Hindi ako magtitiwala sa mga taong nagdadaan kung hindi sa Diyos lamang! Siya ay makakagawa ng isang libong pamamaraan para sa kanyang mga deboto maliban sa pagpapalimos."

"Puro salita! Ano kaya, imumungkahi ko na ang matatag mong pilosopiya ay subukan natin dito sa mundong nakikita?"

"Ako ay sumasangayon! Kinukulong mo ba ang Diyos sa isang hindi praktikal na mundo?

"Tingnan natin; ngayong araw na ito ay magkakaroon ka ng pagkakataon na palakihin o kaya'y patunayan ang aking paniniwala." Si Ananta ay tumigil para sa madramang mga sandali, pagkatapos nangusap nang marahan at seryoso.

"Iminumungkahi ko na ipadadala kita at ang kapwa mo disipulong si Jitendra ngayong umaga diyan sa malapit na siyudad ng Brindaban. Hindi kayo dapat magdala ng kahit na isang rupee; hindi kayo dapat magpalimos ng kahit na pagkain o pera; hindi ninyo dapat ipagtapat ang inyong kalagayan kahit kanino; hindi kayo dapat hindi kakain; at hindi kayo dapat manatili sa Brindaban. Kapag nakabalik kayo sa aking tahanan dito bago mag-alas dose ngayong gabi, na walang nilabag na alituntunin ng pagsubok, ako ang magiging pinakamanghang tao sa Agra!"

* ang tanyag sa buong mundong musoleo

"Tinatanggap ko ang hamon." Walang pag-aatubili sa aking mga salita o sa aking puso. Nagpapasalamat na gunita ang sumagi sa isip ko sa Madaliang Pagbibigay: ang pagkaligtas ko sa nakamamatay na cholera, dahil sa pakiusap sa larawan ni Lahiri Mahasaya; ang mapaglarong gantimpala ng dalawang saranggola sa bubong ng bahay sa Lahore; ang napapanahong pagdating ng agimat sa gitna ng aking pangungulila sa Bareilly; ang patunay na mensahe na dala ng banal sa labas ng patyo sa bahay ng pantas sa Banaras; ang pangitain ng Mahal na Ina at ang kanyang Dakilang salita ng pag-ibig; ang mabilis na kasagutan sa tulong ni Master Mahasaya sa aking nakalilitong kahihiyan; ang huling patnubay upang makamtan ko ang diploma sa Mataas na Paaralan; at ang panghuling biyaya, ang buhay kong Maestro mula sa manipis na ulap ng aking habambuhay na pangarap. Kailanman ay hindi ko aaminin na ang aking "pilosopiya" ay hindi pareho sa anumang pambubuno sa mga malupit na lugar ng pagsubok sa mundo!

"Ang pagpayag mo ay nakabuti sa iyo. Sasamahan ko kayo sa tren ngayon din." Sabi ni Ananta.

Lumingon siya sa napangangang si Jitendra. "Kailangang sumama ka—bilang saksi at malamang, kapwa biktima!"

"Pagkaraan ng kalahating oras, si Jitendra at ako ay may hawak na dalawang ticket na walang balikan. Kami ay sumailalim, sa isang malayong sulok ng estasyon, sa pagsisiyasat ng aming mga katawan. Si Ananta ay madaling nasiyahan na wala kaming dala-dalang nakatago; ang aming simpleng *dhoti** ay walang itinatago ng higit sa pangangailangan.

Nang nilusob ng pananampalataya ang seryosong larangan ng pananalapi, ang kaibigan ko ay tumutol. "Ananta, bigyan mo ako ng kahit isa o dalawang rupee para makasiguro. Para sa ganoon maaari kitang padalhan ng telegrama kung sakaling mamalasin."

"Jitendra!" ang bulalas ko ay mariing naninisi. "Hindi ako tutuloy sa pagsubok kung tatanggap ka ng pera bilang paniniguro."

"May ginagawang pagpapanatag ng loob ang tunog ng mga barya." Wala nang sinabi pa si Jitendra habang tinitigan ko siya ng mabalasik.

"Mukunda, hindi ako walang-puso." May pahiwatig na kababaang-loob ang sumagi sa tinig ni Ananta. Maaaring inuusig siya ng kanyang konsyensiya: marahil sa pagpapadala ng dalawang batang walang kapera-pera sa isang hindi nila kilalang siyudad; marahil sa kanyang mababaw na paniniwala. "Kung sa isang pagkakataon

---

* Ang isang telang *dhoti* ay ibinubuhol sa baywang at tinatakpan ang mga binti.

o grasya, napagtagumpayan mo ang mahigpit na pagsubok sa Brindaban, hihilingin ko sa iyo na ako ay tanggapin mo bilang iyong disipulo."

Ang pangakong ito ay may isang tiyak na katiwalian, bilang pagsunod sa hindi naaalinsunod na kaugalian. Ang pinakamatandang lalaki sa pamilyang Indian ay bihirang yumuko sa nakakabata sa kanya; siya ay tumatanggap ng respeto at siya ay sinusunod bilang pangalawa sa ama. Ngunit wala nang panahong natira para sa aking komentaryo; ang aming tren ay nakahanda ng umalis.

Napanatili ni Jitendra ang malungkot na katahimikan habang tinatakbo ng tren ang mga milya. Sa wakas, kumilos siya; humilig sa akin at kinurot ako ng napakasakit sa isang malambot na bahagi.

"Wala akong nakikitang palatandaan na ang Diyos ay magbibigay ng susunod nating pagkain!"

"Manahimik ka, nagdududang Tomas, ang Panginoon ay nagtatrabaho para sa atin."

"Maari bang ayusin mo na magmadali Siya? Ngayon pa lang gutom na gutom na ako naiisip ko lamang ang maaring mangyari sa atin. Umalis ako sa Banaras upang tanawin ang mausoleo ng Taj, hindi para pumasok sa sarili kong mausoleo!"

"Magsaya ka, Jitendra! Hindi ba sa unang pagkakataon ay makikita natin ang mga sagradong kagandahan ng Brindaban?* Ako ay malalim na nagagalak na kapag naisip kong ako ay maglalakad sa lupang pinabanal ng mga paa ni Panginoong Krishna."

Ang pintuan ng aming kompartamento ay nabuksan, at dalawang lalaki ang naupo. Ang susunod na estasyon ay ang pinakahuli.

"Mga batang ginoo, mayroon ba kayong mga kaibigan sa Brindaban?" Ang hindi kilalang taong nasa harap ko ay nagkakaroon ng nakakapagtakang interes.

"Wala kayong pakialam!" Walang galang akong umiwas ng tingin.

"Maaring kayo ay tumatakas sa inyong mga pamilya sapagkat kayo ay naakit ng "Magnanakaw ng Puso"† Ako din ay may ugaling madasalin. Aakuin kong tungkulin na tiyakin na kayo ay tatanggap ng pagkain at masisilungan sa ganitong matinding init ng araw."

"Hindi po ginoo, iwanan ninyo kami. Napakabuti ninyo,

---

* Brindaban, sa tabi ng Ilog Yamuna, ay ang Herusalem ng Hindu. Dito ang avatar na Panginoong Krishna ay nagpakita ng kanyang kaluwalhatian para sa kapakanan ng sangkatauhan.

† Harí; isang mapagmahal na katawagan na siyang pagkakilala kay Sri Krishna ng kanyang mga deboto.

ngunit kayo ay nagkamali na pag-isipan kaming tumakas sa aming tahanan."

Wala nang sumunod pang usapan; tumigil na ang tren. Habang ako at si Jitendra ay bumababa sa estasyon, ang nagkataon naming mga kasama ay nakipaghawakan ng kamay sa amin at tumawag ng karwahe.

Bumaba kami sa isang matayog na hermitage, na nakatayo sa gitna ng luntiang mga puno sa isang maayos na paligid. Ang aming mga tagapagpala ay maliwanag na kilalang-kilala dito; isang nakangiting binata ang umakay sa amin na walang salita sa isang sala. Hindi nagtagal, sinamahan kami ng isang may edad na babae na marangal ang tindig.

"Gauri Ma, ang mga prinsipe ay hindi makakarating." Isa sa mga lalaki ay nagsalita ng ganito sa tagapamahala ng ashram. "Sa huling mga sandali ang kanilang mga balak ay nagbago; ipinahahatid ang kanilang matinding pagdaramdam. Ngunit nagdala kami ng dalawa pang panauhin. Sa sandaling nagkita kami sa tren, ako ay napalapit sa kanila bilang deboto ni Panginoong Krishna."

"Paalam, mga batang kaibigan." Ang dalawa naming kakilala ay naglakad patungo sa pinto. "Magkikita tayong muli, kung ipahihintulot ng Diyos."

"Kayo ay malugod na tinatanggap dito." Ngumiti si Gauri Ma na tulad ng isang ina. "Napakaganda ng pagdalaw ninyo ngayon. Ako ay may inaasahang dalawang maharlikang taga-suporta ng hermitage na ito. Sayang naman kung wala man lang magpapahalaga sa aking mga inihandang lutuin!

Ang kawili-wiling mga salita ay nagkaroon ng nakagugulat na epekto kay Jitendra: siya ay bumunghalit ng iyak. Ang "inaasahan" na kanyang kinatakutan sa Brindaban ay lumabas na isang maka-haring aliwan; ang biglaang pagbabago ng isip ay nagpatunay na labis -labis para sa kanya. Ang aming tagapamahala ay napatingin sa kanya nang may pagtataka, ngunit walang sinabi; marahil sanay siya sa mga kakaibang ugali ng mga kabataan.

Ipinahayag ang tanghalian; pinangunahan ni Gauri Ma ang patungo sa patyo ng kainan, na may marekado at may masarap na amoy. Nawala siya sa karatig na kusina.

Pinaghandaan ko ang pagkakataong ito. Namili ako ng tamang lugar sa katawan ni Jitendra, binigyan ko siya ng kurot na kasing-sakit noong ibinigay niya sa akin sa tren.

"Nagdududang Tomas, ang Panginoon ay nagtatrabaho—at nagmamadali pa!"

Ang may handa ay pumasok muli na may dalang *punkha*. Maingat niya kaming pinaypayan na tulad ng taga-Oriente, samantalang kami ay naupo sa magayak na upuan. Ang mga disipulo ng ashram ay nagdadaan papunta at pabalik na may dalang tatlumpung putahe. Hindi lang tanghalian ang tawag dito kung hindi "marangyang kainan". Magmula noong nakarating kami sa planetang ito, si Jitendra at ako ay hindi pa kailanman nakatikim ng ganitong mga pagkain.

"Mga pagkaing bagay nga sa mga prinsipe, Marangal na Ina! Kung ano mang mas mahalaga ang ginawa ng mga maharlikang prinsipe at hindi nakadalo sa marangyang kainan na ito, ay hindi ko maisip. Binigyan mo kami ng mga alaalang pang-habambuhay!"

Pinatahimik sa kinakailangang gawin para kay Ananta, hindi namin maipaliwanag sa magiliw na babae na ang aming pasasalamat ay may dalawang kahulugan. Ang aming katapatan, gayun man, ay maliwanag. Umalis kami na dala ang kanyang basbas at kaakit-akit na anyaya upang dalawin muli ang hermitage.

Ang init sa labas ay walang awa. Ang kaibigan ko at ako ay sumilong sa mataas na puno ng 'cadamba' sa tarangkahan ng ashram. Sinundan ito ng matalim na pananalita; minsan pa si Jitendra ay nagkaroon ng pangamba.

"Isang mainam na gusot ang pinaglagakan mo sa akin! Ang tanghalian natin ay isa lamang nagkataong magandang kapalaran! Paano natin makikita ang tanawin ng siyudad na ito kung wala tayo kahit na isang *pice*? At papaano mo ako maibabalik sa bahay ni Ananta? "

"Ikaw ay napakabilis makalimot sa Diyos, ngayon na puno na ang iyong tiyan." Ang aking mga salita, hindi galit, ay nagbibintang. Napakaikli ng alaala ng tao sa kagandahang-loob ng Diyos! Walang taong nabubuhay na hindi nakakita ng mga kasagutan sa ilan sa kanyang mga panalangin.

"Hindi ko maaaring makalimutan ang aking kahangalan sa pakikpagsapalaran kasama ang isang mapangahas na katulad mo!"

"Tumahimik ka, Jitendra! Ang Iisang Panginoong nagpakain sa atin ay siya ring magpapakita sa atin sa Brindaban, at ibabalik tayo sa Agra."

Isang maliit na lalaki na nakawiwili ang mukha at matulin ang lakad na lumapit. Tumigil siya sa ilalim ng puno kung nasaan kami, at yumuko siya sa harap ko.

"Mahal na kaibigan, ikaw at ang iyong kasama ay mukhang

hindi taga-rito. Pahintulutan mo akong maging nag-anyaya at ta-ga-patnubay ninyo."

Pambihirang mangyari sa isang Indian ang mamutla, ngunit ang mukha ni Jitendra ay biglang parang maysakit. Magalang kong tinanggihan ang alok.

"Siguro naman, hindi ninyo ako pinaaalis?" Ang pangamba ng taong hindi kilala ay nakakatawa sa ibang pagkakataon.

"Bakit hindi?"

"Ikaw ang aking guru." Hinanap ng kanyang mga mata ang sa akin nang buong pagtitiwala. "Sa aking tanghaling debosyon, ang banal na Poong Krishna ay nagpakita sa akin sa isang pangitain. Ipinakita niya sa akin ang dalawang pinabayaang anyo sa ilalim ng mismong punong ito. Ang isang mukha ay sa inyo, aking maestro! Madalas nakikita ko ito sa aking meditasyon. Napakaligaya ko kung tatanggapin mo ang aking abang paglilingkod!"

"Ako rin ay nagagalak na nakita mo ako. Hindi tayo pinaba-yaan ng Diyos at tao!" Kahit hindi ako gumagalaw, nakangiti sa nananabik na mukha sa harap ko, isang panloob na paggalang ang inialay ko sa Kanyang Paang Dibino.

"Mahal na mga kaibigan, hindi po ba ninyo pararangalan ang aking tahanan ng inyong pagdalaw?"

"Mabait ka, ngunit ang alok ay hindi maaring pagbigyan. Mga panauhin na kami ng aking kapatid sa Agra."

"Kahit man lang bigyan ninyo ako ng mga alaala ng paglalak-bay sa Brindaban kasama kayo!"

Masaya akong sumang-ayon. Ang kabataang lalaki, na nag-sabing ang pangalan niya ay Pratap Chatterji, ay tumawag ng karwahe. Dinalaw namin ang Madanamohana Temple at iba pang Krishna shrines. Dumidilim na bago kami nakatapos ng debosyon sa mga templo.

"Ipagpaumanhin po ninyo ako habang ako ay bibili ng *"san-desh.*"* Pumasok si Pratap sa isang tindahang kalapit ng estasyon ng tren. Si Jitendra at ako ay naglakad sa maluwang na kalsada, sik-sikan na ngayon sa kainamang lamig ng gabi. Ang kaibigan namin ay nawala nang matagal-tagal din, ngunit sa wakas ay nagbalik na may dala-dalang handog na maraming minatamis.

"Pakiusap pagbigyan ninyo akong makinabang dito sa biyayang relihiyoso." Si Pratap ay nakangiting nakikiusap habang iniaabot ang isang bungkos ng rupee at dalawang ticket, na kabibili lamang, patungong Agra.

---

* Isang pagkaing Indian na minatamis.

Ang paggalang ng aking pagtanggap ay para sa Hindi Nakiki-
tang Kamay. Kinukutya ni Ananta, hindi ba ang pagbibigay Nito ay
labis pa sa pangangailangan?"

Naghanap kami ng natatagong lugar sa estasyon.

"Pratap, ikaw ay aking tuturuan ng *Kriya* ni Lahiri Mahasaya,
ang pinakadakilang yogi ng makabagong panahon. Ang kanyang
pamamaraan ay siya mong magiging guru."

Ang inisasyon ay natapos ng kalahating oras. "Ang *Kriya ay*
ang iyong "*chintamani*,"* ang sabi ko sa bagong mag-aaral. "Ang
pamamaraan, na tulad ng iyong nakita ay simple, ay kumakatawan
sa sining ng pagpapabilis ng espirituwal na ebolusyon ng tao. Itinu-
turo ng kasulatang Hindu na ang nagkakatawang-taong ego ay na-
nangangailangan ng isang milyong taon upang makamit ang kalayaan
mula sa *maya*. Itong natural na panahon ay lubhang napapaikli sa
pamamagitan ng Kriya Yoga. Katulad ng pagtubo ng halaman na
napapabilis ng higit sa natural na panahon, na katulad ng ipinakita
ni Jagadis Chandra Bose, gayundin ang tao sa kanyang pag-unlad ng
kaisipan, ay maaari ding mapabilis ng siyentipikong pamamaraan.
Maging tapat ka sa iyong pagsasanay; lalapit ka sa Guru ng lahat
ng guru."

"Ako ay ipinadala upang matagpuan itong susi ng yoga, na
matagal ng pinaglahanap!" Nag-iisip na nagsalita si Pratap. "Ang
nakaka-pagpaluwag na epekto nito sa aking mga gapos ng pandama
ay magpapalaya sa akin para sa mas mataas na kamalayan. Ang
pagpapakita ngayon ng Panginoong Krishna ay mangangahulugan
lamang ng aking pinakamataas na kabutihan."

Kami ay naupong sumandali sa payapang unawaan, pagkatapos
ay naglakad na marahan patungo sa estasyon. Ang kagalakan ay
nasa aking kalooban habang ako ay pasakay ng tren, ngunit ito ay
araw ni Jitendra para sa mga luha. Ang magiliw kong pamamaalam
kay Pratap ay ginambala ng pigil na mga hikbi mula sa dalawa kong
mga kasama. Sa aming paglalakbay, minsan pang lumublob si Jiten-
dra sa dalamhati. Hindi para sa kanyang sarili sa pagkakataong ito,
ngunit laban sa kanyang sarili.

"Napakababaw ng aking pagtitiwala; ang puso ko ay naging
bato! Hindi na kailanman sa hinaharap ako mag-aalinlangan sa
pagkalinga ng Diyos."

Padating na ang hating-gabi. Ang dalawang "Cinderella," na
ipinadala sa labas na walang kapera-pera, ay pumasok sa silid ni

---

* Isang maalamat na hiyas na may kapangyarihang magkaloob ng mga hiling; ito rin
ay pangalan ng Diyos.

BHAGAVAN (Panginoon) KRISHNA
Pinakamamahal na avatar ng India

Ananta. Katulad ng magaan niyang panghuhula, ang mukha niya ay isang pagsusuri ng labis na pagtataka. Tahimik kong pinaulanan ang isang mesa ng notang mga rupee.

"Jitendra, ang totoo!" Ang tono ni Ananta ay pabiro. "Hindi kaya ang batang ito ay nang-hold-up?"

Ngunit habang ang pangyayari ay naisisiwalat, ang kapatid ko ay naging mahinahon, pagkatapos ay naging pormal.

"Ang batas ng panustos at kahilingan ay nakarating sa pinong-pinong mga kaharian kaysa aking ipinagpalagay." Si Ananta ay nagsalita ng may isang espirituwal na pananabik na hindi kapansin-pansin kailanman. "Nauunawaan ko sa unang pagkakataon ang

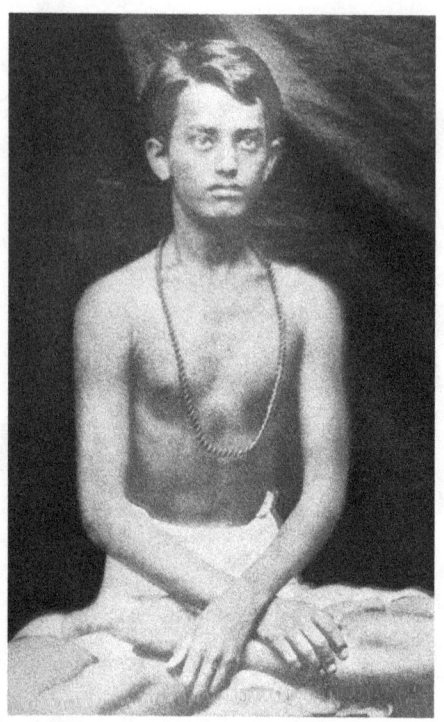

JITENDRA Mazumdar,
Ang kasama ni Yogananda sa "walang perang pagsubok" sa Brindaban

pagwawalang-bahala mo sa kaha de yero at mga inipon ng karani-
wang mga tao sa mundo."

Kahit malalim na ang gabi, ang kapatid ko ay nagpumilit na
tumanggap ng *diksha** sa *Kriya Yoga.* Ang "guru" na si Mukunda ay
kinakailangang balikatin, sa loob ng isang gabi, ang responsibilidad
ng dalawang hindi hinanap na "disipulo".

Ang almusal nang sumunod na araw ay kinain ng may pag-
kakasundo na wala noong naunang umaga.

Nginitian ko si Jitendra. "Hindi ka madadaya saTaj. Tatanawin
natin ito bago tayo magtungo sa Serampore."

Nagpaalam kami kay Ananta, ang kaibigan ko at ako ay dagling
nakarating sa kaluwalhatian ng Agra, ang Taj Mahal. Mapuputing
marmol na kumikislap sa araw, ito ay tanawin na may purong

---

* Espirituwal na pagsubok; mula sa salitang-ugat na pandiwang Sanskrit na *diksh,*
"upang ihandog."

mahusay na proporsyon. Ang ganap na tagpo ay maitim na cypress, makintab na damuhan, at mapayapang lawa. Ang panloob ay katangi-tangi, na may parang puntas na inukit na may nakabaong mahalagang mga bato. Mapinong mga korona at nakarolyong manuskrito ang buhol-buhol na lumalabas mula sa mga marmol, kayumanggi at lila. Ang liwanag na nagmumula sa simboryo ay bumabagsak sa *cenotaphs* ni Empeor Shah Jehan at Mumtaz-i-Mahal, ang reyna ng kanyang kaharian at puso.

Tama na ang pagliliwaliw! Ako ay nasasabik sa aking guru. Hindi nagtagal, si Jitendra at ako ay naglakbay patimog sakay ng tren papuntang Bengal.

"Mukunda, hindi ko pa nakita ang aking pamilya nang ilang buwan. Nagbago ang isip ko; marahil sa susunod na mga araw, ako ay dadalaw sa iyong maestro sa Serampore."

"Ang kaibigan ko, na maaaring mahinay na ilarawan na urong-sulong ang pag-uugali, ay iniwan ako sa Calcutta. Sa pamamagitan ng pampook na tren, ako ay madaling nakarating sa Serampore, labindalawang milya pahilaga.

Isang tibok ng pagkamangha ang dumaan sa akin habang naunawaan ko na dalawampu't walong araw na ang lumipas mula noong nagkita kami sa Banaras ng aking guru. "Babalik ka sa akin sa loob ng apat na linggo!" Ito ako, kinakabahan, nakatayo sa loob ng kanyang patyo sa payapang Rai Ghat Lane. Pumasok ako sa unang pagkakataon sa hermitage kung saan ko gugugulin ang pinakamagandang bahagi ng susunod na sampung taon kapiling ang *Jnanavatar* ng India, "ang pagkakatawang-tao ng karunungan."

Mga Taon sa Hermitage ng Aking Maestro

"Dumating ka." Binati ako ni Sri Yukteswar mula sa kanyang pagkakaupo sa balat ng tigre sa lapag ng isang may balkonaheng sala. Ang kanyang tinig ay malamig, ang pamamaraan ay walang damdamin

"Opo, mahal na Maestro, ako ay naririto upang sumunod sa inyo." `Nakaluhod, hinipo ko ang kanyang mga paa.

"Paano ba iyan? Hindi mo pinansin ang gusto ko."

"Hindi na, Guruji! Ang nais ninyo ang aking magiging batas."

"Iyan ang mas mabuti. Ngayon ay maaako ko na ang aking pananagutan para sa iyong buhay."

"Maluwag sa loob ko ang paglilipat ng pasanin, Maestro."

"Ang unang kahilingan ko, kung ganoon, ay bumalik ka sa tahanan ng iyong pamilya. Nais kong makapasok ka ng kolehiyo sa Calcutta. Kailangang ipagpatuloy mo ang iyong pag-aaral."

"Mabuti po, ginoo." Itinago ko ang aking pagkabigla. Susundan ba ako ng mga masigasig na mga aklat sa pagdaan ng mga taon? Una, si Ama, ngayon si Sri Yukteswar!

"Pagdating ng araw, ikaw ay pupunta sa Kanluran. Ang mga tao doon ay mas handang tumanggap ng sinaunang karunungan ng India kung ang di-kilalang Hindung guru ay may isang titulong galing sa unibersidad."

"Kayo ang nakakaalam ng pinakamabuti, Guruji." Ang pagkalumbay ko ay nawala. Ang pagbanggit sa Kanluran ay isang palaisipan sa akin, malayo; ngunit ang pagkakataon upang bigyang kasiyahan ang Maestro sa pagiging masunurin ay mahalagang madaliin.

"Ikaw ay malapit sa Calcutta; pumarito ka sa bawat pagkakataong may panahon ka."

"Kung maaari, araw-araw Maestro! Nagpapasalamat akong tanggapin ang inyong kapangyarihan sa bawat detalye ng aking buhay—sa isang kondisyon."

"Oo, ano yun?"

"Na kayo ay mangakong ibubunyag ang Diyos sa akin!"

Isang oras na palitan ng salita ang sumunod. Ang salita ng isang maestro ay hindi maaring palsipikahin; hindi madaling binibigkas. Ang pagpapapahiwatig sa pangako ay nagbubukas ng malawak na paglalarawan sa mga pananaw na metapisiko. Ang isang guru ay kinakailangang may tunay na malalim na kaugnayan sa Lumikha bago niya maaaring maubliga Siya upang magpakita! Naramdaman ko ang Dibinong pakikiisa ni Sri Yukteswar, at determinado ako, bilang kanyang disipulo, na isulong ang aking kalamangan.

"Ikaw ay may mapaghanap na kalooban." Pagkatapos, ang pahintulot ng Maestro ay umalingawngaw na may mahabaging pangwakas.

"Bayaan mong iyong kahilingan ay maging nais ko rin."

Isang panghabang-buhay na anino ang umangat mula sa aking puso; ang walang-katiyakang paghahanap dito at doon, ay tapos na. Ako ay nakatagpo ng walang hanggang kalinga ng isang tunay na guru.

"Halika, ipapakita ko sa iyo ang hermitage." Ang maestro ay tumayo mula sa kanyang balat ng tigreng banig. Sa aking paglingon, napansin ko, sa isang dingding, ang isang larawang nakuwintasan ng bulaklak ng jasmine.

"Lahiri Mahasaya!" nasabi kong nagtataka.

"Oo, ang aking dibinong guru." Ang tono ni Sri Yukteswar ay magalang at mataginting. "Mas dakila siya bilang tao at yogi, kaysa sinumang guru na ang buhay ay kasama sa aking mga pagsisiyasat.

Tahimik akong yumuko sa harap ng kilalang-kilala kong larawan. Ang paggalang ng kaluluwa ay mabilis na nagtungo sa walang kapantay na maestro, na siyang nagbasbas sa aking kamusmusan, at ginabayan ang aking mga hakbang hanggang sa oras na ito.

Sa pangunguna ng aking guru, naglakad ako sa buong kabahayan at sa kapaligiran. Malaki, lumang-luma, at matatag ang pagkakatayo, ang may malalaking posteng hermitage ay pinaligiran ng isang patyo. Ang pader sa labas ay nababalutan ng lumot; ang mga kalapati ay nagliliparan sa pantay na bubong na kulay abo, at nakikitira sa ashram. Ang halamanan sa likuran ay kaaya-aya at may punong langka, mangga, at puno ng mga plantain. Ang mga barandilyang balkonahe ng mga silid sa itaas ng dalawang palapag na gusali ay nakaharap sa patyo mula sa tatlong bahagi. Isang malawak na bulwagan sa unang palapag, na may mataas na kisame na sinusuportahan ng malalaking poste, ay ginamit, sabi ni Maestro, higit

sa lahat sa pagdiriwang ng taunang *Durgapuja*.* Isang makitid na
hagdanan ang patungo sa sala ni Sri Yukteswar, na may maliit na
balkonahe kung saan natatanaw ang kalye. Ang ashram ay may
kaunting kagamitan; lahat ay simple, malinis at praktikal. May
ilang istilong Kanluran na mga upuan, bangko, at mesa.

Si Maestro ay nag-anyayang manatili ako magdamag. Isang
hapunang gulay na niluto sa curry ang inihain ng dalawang batang
disipulo na tumatanggap ng pagsasanay sa hermitage.

"Guruji, maaari po bang kuwentuhan ninyo ako ng tungkol
sa inyong buhay." Ako ay nakatalungko sa isang banig malapit sa
balat ng tigreng kinauupuan niya. Ang kaaya-ayang mga bituin ay
malapit tingnan mula sa balkonahe.

"Ang pampamilya kong pangalan ay Priya Nath Karar. Ipina-
nganak† ako dito sa Serampore, kung saan ang aking ama ay isang
mayamang negosyante. Iniwan niya sa akin itong mansiyong pag-
aari ng pamilya, na ngayon ay ang aking hermitage. Ang pormal
kong pag-aaral ay kaunti; napuna kong mabagal at mababaw ito.
Noong aking kabataan, ako ay tumugon sa pananagutan sa buhay
ng isang may-asawa, at may isang anak na babae na ngayon ay
may asawa na. Ang kalagitnaan ng aking buhay ay mapalad na na-
patnubayan ni Lahiri Mahasaya. Pagkamatay ng aking maybahay,
sumama ako sa Swami Order at tinanggap ang bagong pangalan na
Sri Yukteswar Giri.‡ Iyan ang aking simpleng kasaysayan."

Si Maestro ay napangiti sa nasasabik kong mukha. Tulad ng
buod ng lahat ng talambuhay, ang kanyang mga pananalita ay na-
gpakita ng panlabas na katotohanan ngunit hindi ibinubunyag ang
kaloob-looban ng tao.

"Guruji, nais kong makarinig ng mga ilang salaysay tungkol sa
inyong kamusmusan."

"Ako ay magsasalaysay ng iilan–bawat isa ay may aral!" Ang
mga mata ni Sri Yukteswar ay kumislap kasabay ng ganitong paala-
ala. "Ang aking ina ay minsang sinubukang takutin ako sa kuwento
ng mga multo sa madilim na lugar. Mabilis akong nagpunta roon,

---

* "Pagsamba kay Durga." Ito ang pangunahing piyesta ng Bengali almanac, at sa
karamihang lugar ay tumatagal nang siyam na araw sa buwan ng Asvina (Setyembre—
Oktubre). Ang literal na kahulugan ng Durga na "ang Hindi Maabot" ay isang aspeto
ng Dibinong Ina, Shakti, ang naging-taong babaeng puwersang mapanlikha. Siya ay
tradisyunal na itinuring na tagasira ng lahat ng kasamaan.

† Si Sri Yukteswar ay ipinanganak noong ika-10 ng Mayo, 1855.

‡ Ang ibig sabihin ng *Yukteswar* ay "nakaugnay kay Ishwara" (isang pangalan ng
Diyos). Ang *Giri* ay isang uri sa mga sampung sangay ng swami. Ang ibig sabihin ng
"*Sri*" ay "banal"; hindi ito pangalan kundi magalang na titulo.

at nagpahayag ng pagkabigo dahil hindi ko inabutan ang multo. Ang aking ina ay kailanman hindi na nagtangkang sindakin ako ng nakatatakot na kuwento ng isang multo sa isang madilim na lugar. Aral: Harapin ang takot at ito ay titigil mang-abala sa iyo.

"Isa pang maagang alaala ay ang aking kahilingang mapa-sa-akin ang pangit na aso ng isang kapitbahay. Pinanatili ko ang kaguluhan sa aking sambahayan ng ilang linggo upang makuha ang asong iyon. Bingi ang aking mga tainga sa mga alok na alagang may mas kaakit-akit na anyo. Aral: Ang labis na pagkagiliw ay nakabubulag; ito ay nagpapahiram ng inaakalang sinag ng kagandahan sa bagay na pinagnanasaan.

"Ang pangatlong kuwento ay tungkol sa madaling paghubog sa murang isip. Naringgan ko ang aking ina na minsang nagsabi: 'Ang taong tumatanggap ng trabaho sa ilalim ng kapangyarihan ng sinuman ay isang alipin.' Ang ganoong impresyon ay hindi nabura kahit na ako ay nakapag-asawa na, tinanggihan ko ang lahat ng posisyon. Natutugunan ko ang gastusin sa pamamagitan ng pamumuhunan sa lupa ng kaloob ng aking pamilya. Aral: Ang mabuti at positibong mga payo ay dapat ituro sa sensitibong mga tainga ng mga bata. Ang kanilang maagang mga palagay ay matagal na nananatiling nakaukit na malalim."

Ang maestro ay sumailalim sa payapang katahimikan. Bandang hatinggabi sinamahan ako sa isang makitid na tulugan. Ang pagtulog ko ay mahimbing at matamis sa unang pagkakataon sa ilalim ng bubong ng aking guru.

Pinili ni Sri Yukteswar ang sumunod na umaga upang pagkalooban ako ng inisasyon ng kanyang *Kriya Yoga*. Ang pamamaraan ay tinanggap ko na mula sa dalawang disipulo ni Lahiri Mahasaya— mula kay Ama at ang aking tagapagturo, si Swami Kebalananda. Ngunit ang Maestro ay mayroong nakakapag-pabagong kapangyarihan; sa kanyang paghipo ay may malaking liwanag na pumasok sa aking pagkatao, tulad ng kaluwalhatian ng di-mabilang na araw na suminag na sabayan. Isang daluyong ng di-maipahayag na lubos na kaligayahan ay pumuspos sa aking puso hanggang sa kaibuturan.

Dapit-hapon na nang sumunod na araw bago ko nadala ang sarili na umalis sa hermitage.

"Ikaw ay babalik sa loob ng tatlumpung araw." Pagpasok ko sa pintuan ng aming bahay sa Calcutta, ang katuparan ng panghuhula ni Maestro ay pumasok na kasabay ko. Wala sinuman sa aking mga kamag-anak ang nagsalita ng matatalas na pahayag na aking kinatakutan tungkol sa pagpapakitang muli ng "pumailanglang na ibon."

Umakyat ako sa aking maliit na atik at ginawaran ko ito ng mga mapagmahal na sulyap, na tila sa isang buhay na presensiya. "Ikaw ay naging saksi ng aking mga meditasyon, at mga luha at mga unos ng aking *sadhana*. Ngayon, ako ay nakarating na sa kanlungan ng aking dibinong guru."

"Anak, ako ay nasisiyahan para sa ating dalawa." Si Ama at ako ay naupong magkasama sa katahimikan ng gabi. "Natagpuan mo ang iyong guru sa mahimalang paraan na tulad ng pagkakatagpo ko sa aking guru. Ang banal na kamay ni Lahiri Mahasaya ay nagbabantay sa atin. Ang iyong maestro ay napatunayang hindi naman isang banal na nasa malayong Himalayas kundi nasa malapit lamang. Ang mga dalangin ko ay nagkaroon ng kasagutan: sa iyong paghahanap sa Diyos, ikaw ay hindi pirmihang inalis sa aking paningin."

Si Ama ay nasisiyahan din na ang aking pag-aaral ay magpapatuloy; gumawa siya ng tamang kaukulang paghahanda. Ako ay ipinasok kinabukasan sa malapit na Scottish Church College sa Calcutta.

Masasayang mga buwan ang mabilis na nagdaan. Ang aking mga mambabasa ay walang pag-aalinlangang gumawa ng maliwanag na palagay na ako ay madalang makita sa loob ng mga silid-aralan ng kolehiyo. Ang Serampore hermitage ay mayroong pang-akit na mahirap mapaglabanan. Tinanggap ni Maestro ang palagi kong pagpunta doon nang walang komentaryo. Sa aking ginhawa, bihira niyang banggitin ang bulwagan ng karunungan. Kahit maliwanag sa lahat na ako kailanman ay hindi tinabas para maging isang iskolar, ako'y nakakaraos makakuha ng pinakamababang pasadong grado paminsan-minsan.

Ang pang-araw-araw na buhay sa ashram ay maayos ang pagagos at, kung minsan ay naiiba. Ang aking guru ay gising na bago sumikat ang araw. Nakahiga, minsan nakaupo sa higaan, siya ay pumapasok sa kalagayang *samadhi*.* Madaling malaman kapag si Maestro ay gising na: biglang tigil ang napakalakas na paghihilik.† Isa o dalawang buntong-hininga; at kung minsan isang galaw ng

---

* Literal "upang pagsamahin". Ang *Samadhi* ay isang napakaligayang mataas na kamalayang kalagayan kung saan ay nalalaman ng isang yogi ang pagkakakilanlan ng nagsariling kaluluwa at Kosmikong Espiritu.

† Ang paghihilik, ayon sa mga pisyolohista, ay nangangahulugan ng ganap na pagkapahinga.

katawan. Pagkatapos isang katahimikang walang paghinga: siya ay nasa malalim na kagalakan ng yoga.

Ang almusal ay hindi kasunod; nauuna ang isang mahabang paglalakad sa tabi ng ilog Ganges. Iyong mga maagang paglalakad na kasama ang aking guru—ay totoo at maliwanag pa rin! Sa madaling pagkabuhay-muli ng mga alaala, madalas kong natatagpuan ang aking sarili sa kanyang tabi. Ang maagang araw ay pinaiinit ang ilog; ang kanyang tinig ay malakas, mayaman sa katotohanan ng karunungan.

Isang paliligo, pagkatapos, ang tanghalian. Ang paghahanda nito ay alinsunod sa araw- araw na pagtuturo ng Maestro, na siyang maingat na gawain ng mga nakababatang disipulo.

Ang aking guru ay isang taong *vegetarian*. Gayunman, bago niya tinanggap ang pagiging monghe, siya ay kumain ng mga itlog at isda. Ang payo niya sa mga mag-aaral ay sumunod sa anumang simpleng karaniwang pagkain na napatunayang angkop sa sariling pangangatawan.

Ang Maestro ay kaunti kumain; malimit ay kanin, na kinulayan ng luyang dilaw o katas ng beets o spinach at binudburan ng kaunting *ghee* o tinunaw na mantikilya. Sa ibang mga araw maaring siya ay kakain ng "lentil-*dal*" o "*channa*"* may curry at mga gulay. Para sa panghimagas, mga mangga o mga dalandan, may kalamay na kakanin, o katas ng langka.

Ang mga panauhin ay dumarating sa hapon. Isang patuloy na daloy ang bumubuhos mula sa mundo papasok sa payapang hermitage. Tinatanggap ng aking guru ang lahat ng mga panauhin ng may paggalang at kabaitan. Ang isang maestro—isang nakaunawa sa sarili bilang nasa-lahat-ng dakong kaluluwa, hindi ang katawan o ang pagkamakasarili—nadarama sa lahat ng tao ang kapansin-pansing pagkakawangis.

Ang pantay-pantay na pakikitungo ng mga banal ay nag-ugat sa karunungan. Hindi na sila naiimpluensiya ng iba't ibang larawan ng *maya*, hindi na sila nasasakupan ng kagustuhan at hindi-kagustuhan na nagpapalito sa paghatol ng mga hindi pa naliliwanagang mga tao. Si Sri Yukteswar ay hindi nakitaan ng pagtatangi sa mga taong may kapangyarihan, mayaman, o maraming nagawa na sa buhay; at walang pang-mamata sa kahirapan ng iba o kawalan nila ng pinag-aralan. Siya ay nakikinig ng buong-galang sa mga salita ng

---

* Ang *dal* ay isang malapot na sabaw na gawa sa biniyak na monggo at iba pang kauri nito. Ang *Channa* ay isang uri ng keso na yari sa sariwang gatas na namuo, karaniwang hiniwa ng pa-kuwadrado at nilagyan ng curry at patatas.

katotohanan mula sa isang bata; at, may pagkakataong hindi bini-
bigyan ng pansin ang mayabang na edukadong tao.

Alas otso ang oras ng hapunan, at kung minsan may matagal
umalis na mga panauhin. Ang aking guru ay hindi hihingi ng pau-
manhin upang kumain na mag-isa; walang umalis ng kanyang as-
hram na nagugutom o hindi nasisiyahan. Si Sri Yukteswar ay hindi
kailanman naguluhan at hindi kailanman nayamot sa hindi inaasa-
hang mga panauhin. Sa ilalim ng kanyang maparaang pamamahala
sa mga disipulo, ang kaunting pagkain ay napapalabas niyang mala-
king handaan. Gayunman, siya ay matipid, ang mababang pondo ng
pananalapi ay malayo ang nararating. "Mabuhay nang maginhawa
sa abot-kaya ng iyong bulsa," madalas niyang sabihin. "Ang labis
na paggasta ay magdadala sa iyo sa kahirapan" Kahit sa detalye ng
libangan sa hermitage o kaya pagtatayo o pagkukumpuni o ibang
gawaing kapaki-pakinabang, si Maestro ay nagpakita ng isang ma-
likhaing espiritu.

Sa mga payapang oras ng gabi ay madalas nagbibigay ng pag-
papahayag ang aking guru: kayamanang laban sa panahon. Ang
kanyang bawat pangungusap ay inukit ng talino. Isang dakilang
tiwala sa sarili ay marka ng kanyang kalakarang pagpapahayag: ang
mga ito ay kakaiba. Siya ay nagsalita na katulad ng wala ng iba pa
sa aking karanasan ang nakapagsalita. Ang kanyang mga kaisipan
ay tinimbang sa pinong balanse ng diskriminasyon bago niya paya-
gang ilabas at bigkasin. Ang diwa ng katotohanan, laganap-sa-lahat,
at mayroon pang isang pisyolohikong aspeto, ay nanggagaling sa
kanya na tulad ng mabangong lumalabas mula sa kaluluwa. Na-
mamalayan ko palagi na ako ay nasa harapan ng isang buhay na
pagpapakita ng Diyos. Ang bigat ng kanyang pagkadibino ay kusang
nagpapayuko ng aking ulo sa kanyang harapan.

Kapag napupuna ng mga panauhin na si Sri Yukteswar ay
nalilibang sa Walang Hanggan, mabilis niyang kinakausap ang
mga ito. Hindi niya kayang magpapansin sa iba ng kanyang anyo
o ipagmalaki ang paglisan sa sarili. Palagiang kaisa sa Panginoon,
hindi niya kailangang magkaroon ng hiwalay na oras upang ma-
kiisa. Ang isang maestrong nakaunawa na sa Sarili, ay iniwan na
ang batong-hakbangan na meditasyon. "Ang bulaklak ay nalalaglag
kapag ang bunga ay lumabas." Ngunit ang mga banal ay madalas
kumakapit sa espirituwal na anyo upang makapagbigay ng halim-
bawa sa mga disipulo.

Sa pagdating ng hatinggabi, ang aking guru ay maaaring maidlip
na tulad ng likas na pag-uugali ng isang bata. Hindi siya nababahala

sa tulugan. Siya ay madalas humiga, kahit wala man lang unan, sa isang makitid na papag na siya ring nasa likuran ng nakaugaliang balat ng tigreng inuupuan.

Ang magdamagang pagtalakay ay hindi bihira; kahit sinong disipulo ay maaaring magpa-simula nito sa pamamagitan ng matinding pagkawili. Wala akong nararamdamang pagod noon, walang pangangailangan ng tulog; ang buhay na salita ni Maestro ay sapat na. "Oh, madaling araw na! Halika maglakad tayo sa paligid ng Ganges." Sa ganoon nagtatapos ang aking maraming pang-gabing magandang pagtuturo.

Ang naunang mga buwan ko sa piling ni Sri Yukteswar ay humantong sa isang may kapaki -pakinabang na aral: "Papaano Malinlang Ang Isang Lamok". Sa tahanan namin, ang aming pamilya ay palaging gumagamit ng kulambo sa gabi. Ako ay nangamba nang malaman ko na sa Serampore hermitage itong maingat na kaugalian ay nilalabag. Ganoon pa man ang mga insekto ay lubos na nakatira doon; ako ay kinakagat mula ulo hanggang paa. Ang aking guru ay naawa sa akin.

"Ibili mo ng kulambo ang sarili mo at isa din sa akin." Siya ay nagtawa at idinagdag, "kapag bumili ka ng isa lamang, para sa sarili mo, lahat ng lamok ay pupunta sa akin!"

Ako ay labis na nagpapasalamat na sumunod. Sa bawat gabing natutulog ako sa Serampore, hinihilingan ako ng aking guru na ayusin ang mga kulambo.

Isang gabi, isang kumpol na lamok ang nakapaligid sa amin, nalimutang sabihin ng maestro ang dating mga tagubilin. Ako ay kinakabahang nakinig sa inaasahang himig ng mga insekto. Nahiga na ako, at naghagis ako ng pampahinahong dasal tungo sa kanilang kinaroroonan. Kalahating oras na ang nakalilipas, nang ako ay nagkunwaring inuubo upang mapansin ako ng aking guru. Akala ko ay mahihibang ako sa mga kagat nila lalung-lalo na ang paawit na ugong habang ang mga lamok ay nagdiriwang ng kanilang madugong seremonya.

Walang kasagutang pagkilos mula kay Maestro; maingat ko siyang nilapitan. Hindi siya humihinga. Ito ang pinakaunang namasdan ko siyang walang malay sa pag-yo-yoga; napuno ako ng takot.

"Malamang na tumigil ang puso niya!" Naglagay ako ng salamin sa ilalim ng kanyang ilong; walang hamog ng hininga ang lumabas. Para makasiguro, mga ilang minuto, isinara ko ang bibig at ilong ng aking mga daliri. Ang kanyang katawan ay malamig at hindi gumagalaw. Sa aking kalituhan, lumabas ako ng pintuan upang humingi ng tulong.

"Ganoon! Isang nagbabadyang tagapagsubok! Ang kawawa kong ilong!" Ang boses ni Maestro ay nanginginig sa katatawa. "Bakit hindi ka matulog? Magbabago ba ang mundo para sa iyo? Baguhin mo ang sarili mo: alisin mo ang kamalayang lamok."

Maamo akong bumalik sa aking higaan. Wala ni isang insekto ang nagbakasakaling lumapit. Napag-alaman ko na ang aking guru ay naunang pumayag sa pagkukulambo upang pagbigyan lamang ako; wala siyang takot kahit kailan sa mga lamok. Sa kapangyarihan ng yoga, maari niyang pigilin sila na kagatin siya; o kung gusto niya, maari siyang tumakas sa isang panloob na kawalan ng kayang tablan ng kagat ng lamok.

"Binibigyan niya ako ng pagpapatotoo," naisip ko. "Iyon ang kalagayang yoga na dapat kong pagsumikapang makamit." Ang tunay na yogi ay kayang marating at mapanatili ang pinaka-mataaas na kamalayang kalagayan, kahit marami ang gambala; hindi kailanman nawawala mula sa mundong ito—ang ugong ng mga insekto! Ang malaganap na ningning ng araw! Sa unang kalagayan ng *samadhi* (*sabikalpa*), ang deboto ay isinasara lahat ang pandamdam na patotoo ng panlabas na mundo. Siya noon ay binibigyan ng gantimpalang tinig at mga tagpo ng panloob na kaharian na mas maganda kaysa busilak na kagandahan ng Eden.*

Ang nagbibigay-aral na mga lamok ay nagbigay ng isa pang maagang aral sa ashram. Ito ay ang malamlam na oras nang takipsilim. Ang aking guru ay walang kapantay sa talinong isinasalin ang lumang kasulatan. Sa kanyang paanan, ako ay lubos na payapa. Isang walang pitagang lamok ang pumasok sa kapayapaan at nakipagpaligsahan sa aking pansin. Habang ibinabaon niya ang nakalalasong "pantusok na karayom" sa aking hita, ako ay kusang nagtaas ng kamay upang gumanti. Nakaligtas sa napipintong kamatayan! Isang napapanahong alaala ang sumagi sa aking kaisipan sa aporismo ni Patanjali tungkol sa *"ahimsa"* (hindi nakapipinsala).†

"Bakit hindi mo tinapos ang gawain?"

"Maestro! Itinataguyod po ba ninyo sa pagkitil ng buhay?"

---

* Ang kapangyariha ng pagsasa-lahat-ng-dako ng isang yogi, na kung saan ay nakakakita siya, nakakalasa, nakakaamoy, nakadadama, at nakakarinig na hindi ginagamit ang mga panlabas na pandama, ay inilarawan ng mga sumusunod sa *Taittiriya Aranyaka:* "Tinusok ng bulag na lalaki ang perlas; nilagyan ito ng karayom ng taong walang daliri; isinuot ito ng walang-leeg; at pinuri ito ng walang dila."

† "Sa harap ng taong ganap sa *ahimsa* (kawalang-karahasan), pagkamuhi (sa anumang nilalang) ay hindi lumilitaw."—*Yoga Sutras* II:35

"Hindi, subalit sa iyong isip ay itinuloy mo na ang nakamama-tay na hampas."

"Hindi ko po maunawaan."

"Sa *ahimsa,* ang ibig sabihin ni Patanjali ay alisin ang *pagna-nasa* na pumatay. Nakita ni Sri Yukteswar ang proseso ng aking kaisipan na tulad ng bukas na aklat. "Ang mundo ay hindi ma-ginhawang inayos para sa isang pagsasanay ng *ahimsa.* Ang tao ay maaaring mapilitang pumatay ng nakapipinsalang mga nilalang. Wala siya sa ilalim ng katulad na damdamin upang magalit o mag-karoon ng poot. Lahat ng uri ng buhay ay may karapatan sa hangin ng *maya.* Ang banal na nakapagbukas ng lihim ng paglalalang, ay makikisang-ayon sa hindi mabilang na nakalilitong mga pahayag ng Kalikasan. Lahat ng tao ay maaaring maunawaan ang katotohanang ito sa pamamagitan ng pagpigil sa matinding paninira."

"Guruji, dapat bang ihandog ang sarili bilang sakripisyo kaysa patayin ang mabangis na hayop?"

"Hindi, ang katawan ng tao ay napakahalaga. Ito ay mayroong pinakamataas na halaga ng ebolusyon sapagkat ito ay may kakai-bang utak at mga sentro sa gulugod. Ito ay nagbibigay ng kakayahan sa masulong na deboto upang lubos na maunawaan at ipahayag ang pinakamataas na aspeto ng pagkadibino. Walang mas mababang uri ang mayroon nito. Totoo na ang tao ay nagkakaroon ng maliit na kasalanan, kapag napilitan siyang pumatay ng hayop o kahit na anong may buhay. Ngunit ang banal na mga *shastras* ay nagtuturo na ang walang-awang pagkitil ng buhay ng tao ay isang matinding pagkakasala laban sa batas ng karma."

Napabuntong-hininga akong maginhawa; ang kasulatan na pam-patibay sa likas na damdamin ng tao ay hindi palaging dumarating.

Si Maestro, sa aking pagkakaalam, ay hindi pa kailanman na-palapit sa isang leopardo o isang tigre. Ngunit isang nakamamatay na cobra ang minsa'y nakaharap na niya, subalit ito ay nabihag ng kanyang pagmamahal. Ang pagtatagpo ay nangyari sa Puri, kung saan ang aking Maestro ay may isang baybay-dagat na hermitage. Si Prafulla, isang batang disipulo ni Sri Yukteswar sa huling panahon ng kanyang buhay, ay kasama ni Maestro sa pagkakataong ito.

"Kami ay nakaupo sa labas malapit sa ashram," sabi ni Prafulla sa akin. "Isang cobra ang nagpakita sa malapit, isang apat na talam-pakang haba, lubhang kakila-kilabot. Ang kanyang talukbong sa ulo ay galit na nakabuka at ang cobra ay mabilis na papalapit sa amin. Si Maestro ay marahang tumawa ng pagsalubong, na tila parang sa isang bata. Ako ay napuno ng panghihilakbot ng makita si Sri

Yukteswarji na tumatawag-pansin sa pamamagitan ng maindayog na pag-palakpak ng mga kamay.* Inaaliw niya ang nakatatakot na panauhin! Ako ay nanatiling lubos na tahimik, paloob na bumu-bulalas ng taimtim na mga panalangin. Ang ahas, na napakalapit kay Maestro, ay hindi na ngayon gumagalaw, parang nabalani ng kanyang mapagmahal na pagkilos. Ang nakakatakot na talukbong sa ulo ay dahan-dahang umikli; ang ahas ay gumapang sa pagitan ng dalawang paa ni Sri Yukteswar at nawala papunta sa damuhan.

"Kung bakit iginalaw ni Maestro ang kanyang mga kamay at kung bakit hindi siya kinagat ng cobra ay mahiwaga sa akin noon," pangwakas ni Prafulla. "Mula noon, nalaman ko na ang ating dibi-nong guru ay nalampasan na ang takot na masaktan siya ng kahit anong nilalang."

Isang hapon, sa panahon ng aking mga unang buwan sa ashram, nakita ko ang mga mata ni Sri Yukteswar na nakatuon sa akin ng tagusan.

"Napakapayat mo, Mukunda."

Ang pagpuna niya ay tumama sa isang sensitibong punto; ang lubog kong mga mata, at payat na payat na anyo ay hindi ko nagu-gustuhan. Ang matagal nang hindi natutunawang pakiramdam ay nagpapahirap sa akin mula pa sa pagkabata. Maraming botelya ng pampalakas ang nakahilera sa aking estante sa silid ko sa bahay; walang nakatulong sa akin. Paminsan-minsan, malungkot kong tinatanong ang sarili ko kung ang buhay ay may halaga kung ang katawan ay wala sa mabuting kalagayan.

"Ang mga gamot ay may hangganan; ngunit ang dibinong malikhaing lakas ng buhay ay wala. Paniwalaan mo iyan: Ikaw ay magiging malusog at malakas."

Ang mga salita ni Maestro ay kaagad nakakumbinse sa akin na maari kong matagumpay na isagawa ang katotohanang iyon sa aking buhay. Walang ibang manggagamot (at marami na akong nasubukan) ang nagkaroon ng kakayahang gisingin sa akin ang ga-noong kalalim na paniniwala.

Sa bawat araw ako ay nagiging malakas at malusog. Sa pama-magitan ng patagong pagbabasbas ni Sri Yukteswar, sa loob nang dalawang linggo umabot ang aking timbang sa bigat na timbang

---

* Ang cobra ay mabilis na tumutugis sa anumang gumagalaw na bagay na nakikita nito. Kadalasan, ang ganap na kawalang-galaw ang tanging pag-asa sa kaligatasan.

Ang cobra ay labis na kinatatakutan sa India, kung saan ito ay sanhi ng humigit-kumulang sa limang libong kamatayan taun-taon.

na bigo kong hinangad sa nakaraan. Ang mga diperensiya ng aking tiyan ay permanenteng nawala.

Sa mga sumunod na pagkakataon, ako ay pinalad na masaksihan ang dibinong panggagamot ng aking guru sa mga taong naghihirap dahil sa diabetes, epilepsy, tuberculosis at paralysis.

"Maraming taon na ang nakalilipas, ako rin, ay nananabik na madagdagan ang aking timbang," sabi ni Maestro sa akin pagkatapos niya akong pagalingin. "Habang ako ay nagpapalakas pagkatapos ng isang matinding karamdaman, dumalaw ako kay Lahiri Mahasaya sa Banaras.

"'Ginoo,' ang sabi ko, 'ako ay nagkaroon ng karamdaman at maraming libra ang nawala sa akin"

'Nakikita ko Yukteswar,* ginawan mo ng karamdaman ang sarili mo, at ngayon ipinapalagay mong pumayat ka.'

"Ang kasagutang ito ay malayo sa inaasahan ko. Ang aking guru, gayunman, ay nagbigay pag-asang nagdagdag:

"'Tingnan ko; nakatitiyak akong ikaw ay dapat makaramdam ng mabuti bukas.'

"Tinanggap ng aking handang kaisipan ang kanyang mga salita bilang isang pahiwatig na palihim niya akong pinagagaling. Nang sumunod na umaga, hinanap ko siya at masayang nagpahayag. 'Ginoo, mas mabuti na ang pakiramdam ko ngayon.'

"'Tunay nga! Ngayon, ikaw ay nagbigay lakas sa iyong sarili.'

"'Hindi po, Maestro!' Ako ay tumutol. 'Kayo ang tumulong sa akin. Ito ang unang pagkakataon sa loob ng ilang linggo na ako ay nagkaroon ng anumang sigla.'

"'Oo nga! Ang iyong karamdaman ay naging malubha. Ang katawan mo ay mahina pa. Sino ang makapagsasabi kung papaano ito bukas?'

"Ang kaisipang maaaring bumalik ang aking panghihina ay nagbigay sa akin ng panginginig sa takot. Nang sumunod na umaga, parang hindi ko halos makaladkad ang aking sarili sa tahanan ni Lahiri Mahasaya.

"'Ginoo, ako ay may sakit na naman.'

"Ang sulyap ng aking guru ay pabiro. 'Ngayon! Minsan pa pinasama mo ang iyong pakiramdam.'

"Ubos na ang aking pasensiya. 'Gurudeva,' sabi ko, 'Nauunawaan

---

* Ang talagang sinabi ni Lahiri Mahasaya ay "Priya" (Ang unang pangalan ni Maestro), hindi "Yukteswar" (Ang monastikong pangalan, hindi ginamit ng aking guru sa buong buhay ni Lahiri Mahasaya). (Tingnan ang p. 126.) Ang "Yukteswar" ay ginagamit dito at sa ilang iba pang bahagi ng aklat na ito upang maiwasan ang kaguluhan ng dalawang pangalan.

ko ngayon na bawat araw ako ay inyong pinagtatawanan. Hindi ko maunawaan kung bakit hindi ninyo pinaniniwalaan ang aking matapat na mga pag-uulat.'

"'Totoo, ang iyong kaisipan ang nagbigay sa iyo ng pakiramdam na salit-salit na mahina at malakas'. Magiliw akong tiningnan ng aking guru. 'Nakita mo kung papaanong ang iyong kalusugan ay tamang-tama sumunod sa kubling-malay mong inaasahan. Ang isip ng tao ay isang lakas, tulad ng kuryente at grabitasyon. Ang kaisipan ng tao ay isang tilamsik ng Makapangyarihang Kamalayan ng Diyos. Ako ay maaaring magpakita sa iyo na anuman ang pinaniniwalaang labis ng iyong makapangyarihang isip ay kaagad matutupad.'

"Nalalaman ko na si Lahiri Mahasaya ay hindi kailanman nagsasalita ng walang kabuluhan, kinausap ko siya ng may malaking pakundangan at pasasalamat: 'Maestro, kapag iniisip kong magaling na ako at nabawi na ang aking dating timbang, ang ganoong mga bagay ba ay matutupad?'

"'Ganoon nga, kahit sa oras na ito.' Ang aking guru ay seryosong nagsalita, at ang kanyang paningin ay nakatuon sa aking mga mata.

"Ako ay kaagad nakaramdam ng karagdagan, hindi lamang ng lakas kundi ng timbang. Si Lahiri Mahasaya ay nanumbalik sa pananahimik. Pagkatapos ng ilang oras sa kanyang paanan, bumalik ako sa bahay ng aking ina, kung saan ako ay tumutuloy kapag dumadalaw ako sa Banaras.

"'Aking anak! Ano ang dahilan? Namamanas ka ba?' Hindi halos mapaniwalaan ng aking ina ang kanyang mga mata. Ang aking katawan ngayon ay kasing-puno at kasing-lakas noong bago ako nagkasakit.

"Tinimbang ko ang aking sarili at natuklasan ko na sa loob ng isang araw nadagdagan ng limampung libra; nanatili iyon nang walang pagbabago. Ang mga kaibigan at mga kakilala na nakakita sa dati kong payat na pangangatawan ay hindi napigilan ang paghanga. Ang mga ilan sa kanila ay nagbago ng uri ng pamumuhay at naging mga disipulo ni Lahiri Mahasaya bilang resulta nitong himala.

"Ang aking guru, na gising sa Diyos, ay nalalaman na ang daigdig na ito ay wala ni katiting na kahulugan kung hindi isang naging materyal na panaginip ng Lumalang. Sapagkat lubos ang pagkaalam niya sa pagkakaisa sa Dibinong Nangangarap, si Lahiri Mahasaya ay maaring magpakita o kaya alisin sa nakikita, o kaya palitan ang anumang naisin niya sa pangarap na mga atomo ng penomenal na daigdig.*

"Lahat ng nilikha ay pinamamahalaan ng batas," pangwakas ni Sri Yukteswar. "Ang prinsipyong nagpapalakad sa panlabas na sandaigdig, na maaring matuklasan ng mga siyentipiko, ay tinatawag na batas ng kalikasan. Subalit, mayroong mga pinong batas na namamahala sa tagong kinalalagyan ng espiritu at panloob na kaharian ng kamalayan; ang mga prinsipyong ito ay malalaman sa pamamagitan ng siyensya ng yoga. Hindi ang pisisista kung hindi ang may Sariling pang-unawang maestro na siyang nakakaunawa ng tunay na katangian ng mga bagay. Sa ganoong kaalaman si Kristo ay nagkaroon ng kapangyarihan ibalik ang tainga ng tagapagsilbi pagkatapos itong maputol ng isa sa mga disipulo."†

Ang aking guru ay walang kapantay na tagapaliwanag ng mga kasulatan. Marami sa aking masasayang mga alaala ay nakasentro sa kanyang mga pagpapahayag. Ngunit ang kanyang mahahalagang kaisipan ay hindi inihahagis sa mga abo ng kapabayaan o katangahan. Isang maligalig na galaw ng aking katawan, o kaunting pagkalimot dahil sa pagkalibang sa ibang mga bagay, ay sapat na dahilan upang biglang itigil ang paglalahad ng Maestro.

"Ikaw ay wala dito." Isang hapon, inabala ni Sri Yukyeswar ang sarili sa ganitong pagmamasid.Tulad ng dati, walang lubay niyang sinusubaybayan ang aking pansin.

"Guruji!" Ang tono ko ay isang pagtutol. "Hindi ako gumagalaw, ang talukap ng aking mga mata ay hindi gumalaw; kaya kong ulitin ang bawat salitang binigkas ninyo!"

"Gayunman ikaw ay hindi lubos na nasa akin. Sa iyong pagtutol ay mapipilitan akong magsabi na sa likuran ng iyong kaisipan ikaw ay lumilikha ng tatlong institusyon. Isa ay pambukid na pahingahan sa kapatagan, isa ay nasa taluktok ng bundok, at ang isa pa ay nasa tabi ng karagatan."

Iyong mga walang katiyakang mga kaisipan ay halos madalas naroroon sa aking kubling kamalayan. Ako ay sumulyap sa kanya na humihingi ng tawad.

---

* "Anumang bagay na gugustuhin ninyo, kung mananalangin kayo, maniwalang natanggap na ninyo, at mapapasa-inyo ito."—Marcos 11:24. Ang mga maestrong kaisa-sa-Diyos ay may kakayahang lubos na magsalin ng kanilang mga dibinong pagkaunawa sa maunlad na mga disipulo, tulad ng ginawa ni Lahiri Mahasaya para kay Sri Yukteswar sa pagkakataong ito.

† "At hinampas ng isa sa kanila ang katulong ng mataas na pari, at pinutol ang kanang tainga nito. At sumagot si Hesus at nagsabing, "magtiis ka muna. At hinawakan ang tainga nito at pinagaling siya."—Lucas 22:50-51.

"Ano ang maaari kong gawin sa ganyang maestro—isang taong nakakapasok sa aking sapalarang pag-iisip?"

"Ibinigay mo sa akin ang karapatang iyan. Ang mga pinong katotohanan na aking ipinapaliwanag ay hindi mauunawaan kung wala ang iyong lubos na konsentrasyon. Kung hindi rin lang kinakailangan, hindi ko pinakikialaman ang pag-iisa ng kaisipan ng iba. Ang tao ay may likas na karapatan na maglakbay nang palihim sa kanyang mga iniisip. Ang hindi inaanyayahang Panginoon ay hindi pumapasok doon; ganoon din ako, hindi ako pangahas na nanghihimasok."

"Kayo ay palaging malugod na tinatanggap, Maestro!"

"Ang iyong arkitekturang mga pangarap ay magaganap pagdating ng panahon. Ngayon ang panahon ng pag-aaral!"

Hindi sinasadya, sa kanyang simpleng pamamaraan, ibinunyag ng aking guru ang kanyang kaalaman sa pagdating ng tatlong mahahalagang pangyayari sa aking buhay. Mula sa aking maagang kabataan ako ay nagkakaroon ng misteryosong sulyap sa tatlong mga gusali, ang bawat isa ay nasa ibang mga tagpuan. Sa tamang-tamang pagkakasunod-sunod na itinuro ni Sri Yukteswar, ang mga pangarap na ito ay nagkaroon ng pang-wakas na porma. Ang una ay dumating sa pagtatatag ko ng paaralan ng yoga para sa mga batang lalaki sa isang kapatagan sa Ranchi, pagkatapos ang isang Punong Tanggapan sa Amerika sa taluktok ng bundok sa Los Angeles, at pagkatapos isang hermitage sa Encinitas, California, na nakatanaw sa malawak na Pasipiko.

Si Maestro ay hindi kailanman matayog na nagsasabi: "Hinuhulaan ko na ang ganitong mga pangyayari ay darating!" Mas nais niya ang magpahiwatig: "Sa palagay mo, maaring mangyari?" Ngunit ang kanyang simpleng pananalita ay may natatagong lakas ng propeta. Walang pagbabawi; hindi kailanman napatunayang mali ang bahagyang may talukbong na panghuhula.

Si Sri Yukteswar ay mapagtimpi at simple ang pagkilos. Wala sa kanya ang walang katiyakan o astang hangal na mapangarapin. Ang mga paa ay matatag na nakatayo sa lupa, at ang ulo ay nasa kanlungan ng langit. Ang mga praktikal na tao ay pumupukaw ng kanyang paghanga. "Ang pagiging banal ay hindi katangahan! Ang mga dibinong pang-unawa ay hindi nakakawala ng kakayahan!" ang sabi niya. "Ang masiglang pagpapahayag ng kabutihan ay nagbibigay ng pinaka-matalas na talino."

Ang aking guru ay atubiling pag-usapan ang lagpas sa pisikal na mga kaharian. Ang kanya lamang "kagila-gilalas" na aura ay walang kapintasang kasimplihan. Sa pakikipag-usap ay iniiwasan niya ang nakakagulat na pagbabanggit; sa pagkilos, siya ay malayang nagpapahayag. Maraming mga guro ang nagsabi ng mga himala, ngunit hindi makapagpakita ng kahit ano; Bihirang banggitin ni Sri Yukteswar ang mga pinong batas, ngunit palihim niya itong pinamamahalaan kapag kanyang kagustuhan.

"Ang taong may pagkatanto ay hindi nagsasagawa ng anumang himala hangga't hindi siya nakatatanggap ng panloob na pahintulot," paliwanag ng Maestro. Hindi ninananais ng Diyos na ang mga lihim ng Kanyang paglikha ay mabunyag ng walang delikadesa.* Isa pa, ang bawat nilalang ng daigdig ay mayroong hindi maipagkakait na karapatan sa kanyang malayang kagustuhan. Ang isang banal ay hindi manghihimasok sa ganoong kalayaan."

Ang katahimikang naging ugali ni Sri Yukteswar ay dahil sa kanyang malalim na kaalaman sa Walang Hanggan. Walang panahong natitira para sa walang patid na "paghahayag" na sumasaklaw sa mga araw ng mga taga-pagturo na walang Sariling-pagkatanto. Isang kasabihan mula sa kasulatan ng Hindu ay: "Sa mababaw na mga tao, ang isda ng maliliit na mga kaisipan ay pinagmumulan ng malaking kaguluhan. Sa malawak na mga kaisipan ang mga balyenang pampasigla ay halos walang tunog.

Dahil sa walang kagila-gilalas na anyo ng aking guru, kaunti lamang sa kanyang mga kapanahon ang nakakilala sa kanya bilang isang superman. Ang kasabihan: "Siya ay isang hangal na hindi maitago ang kanyang talino,"ay hindi kailanman maaring gamitin sa aking malalim at tahimik na maestro.

Kahit ipinanganak na isang may kamatayan katulad ng lahat ng iba, si Sri Yukteswar ay nagtamo ng pagkakatulad sa Pinuno ng panahon at kalawakan. Si Maestro ay walang natagpuang di-malalampasang hadlang sa pagkakaisa ng tao at Dibino. Walang ganoong hadlang ang umiiral, sa aking pagkaunawa, maliban sa kawalan ng pagkahilig ng tao sa abenturang espirituwal.

Ako ay laging nagagalak na hipuin ang banal na paa ni Sri Yukteswar. Ang isang disipulo ay espirituwal na nababalani sa magalang na pakikipag-ugnayan sa isang maestro; isang mapinong daloy ang nalilikha. Ang mekanismo ng hindi kanais-nais na ugali sa utak ng isang deboto ay madalas na parang pinapaso; ang mga kanal ng kanyang makamundong gawi ay kapaki-pakinabang na

---

* Huwag ninyong ibigay sa mga aso ang anumang banal, ni ihagis ang inyong mga perlas sa mga baboy, at baka apak-apakan nila ng mga ito, at muling bumalik at sirain kayo."—Mateo 7:6.

nababalisa. Kahit panandali, maaaring makita niya ang lihim na mga talukbong ng *maya* na umaangat, at masulyapan ang totoong lubos na kaligayahan. Ang aking buong katawan ay tumugon na may isang nakakapag-palayang pagbabaga kailanma't ako ay lumuhod sa kaugaliang Indian sa harap ng aking guru.

"Kahit na kung si Lahiri Mahasaya ay tahimik," sabi ng Maestro sa akin, o kung siya ay nakikipag-usap ng ibang mga bagay-bagay maliban sa istriktong relihiyosong mga tema, natuklasan ko na gayunman siya ay nakapagpahatid sa akin ng di maipahayag na kaalaman."

Gayundin ang epekto ni Sri Yukteswar sa akin. Kapag ako ay papasok sa hermitage na may alalahanin o may pagwawalang bahalang kondisyon ng pag-iisip, ang aking pagkilos ay di-napapansin na nagbabago. Isang nakapagpapagaling na kapayapaan ang bumababa pagkakita ko lamang sa aking guro. Bawat araw na kasama siya ay isang bagong karanasan sa tuwa, kapayapaan, ko lamang at karunungan. Kailanman hindi ko siya napunang nalinlang, o madamdaming lasing sa kasakiman, galit, o pantaong pagkagiliw.

"Ang kadiliman ng *maya* ay tahimik na dumarating.Tayo ay magmadaling umuwi sa dakong loob ng sarili" Sa ganitong babalang mga salita, si Maestro ay palaging nagpapaalala sa kanyang mga disipulo ng kanilang pangangailangan sa *Kriya Yoga*. Ang isang bagong mag-aaral ay paminsan-minsang nagpahayag ng mga pag-aalinlangan tungkol sa kanyang pagiging karapat-dapat magsagawa ng pagsasanay sa yoga.

"Kalimutan mo ang nakaraan," pag-aaliw ni Sri Yukteswar. "Ang nakaraang buhay ng lahat ng tao ay madilim sa maraming kahihiyan. Ang pag-uugali ng tao ay talagang hindi maaasahan hangga't hindi siya naka-angkla sa Dibino. Bawat bagay sa hinaharap ay mas bubuti kapag ikaw ay gumagawa ng isang espirituwal na pagsisikap ngayon."

Si Maestro ay laging may mga batang disipulo (*chelas*) sa kanyang ashram. Ang kanilang pang-kaisipan at espirituwal na pag-aaral ay ang kanyang habang-buhay na kagustuhan. Kahit sumandali bago siya pumanaw, tinanggap niya, bilang mga naninirahan sa hermitage, ang dalawang tig-aanim na taong gulang na mga bata, at isang kabataang edad labing-anim. Lahat ng nasa kanyang pagkalinga ay maingat na sinasanay; "disipulo" at "disiplina" ay magkahawig ang pinagmulang salita at halos may kaugnayan.

Minahal at iginalang ng mga naninirahan sa ashram ang kanilang guru; isang marahang palakpak ng kanyang kamay ay sapat na upang sabik na maglapitan ang mga ito sa kanyang tabi. Kapag ang lagay ng kanyang kalooban ay tahimik at malayo, walang mag-lakas-loob na magsalita; kapag ang kanyang pagtawa ay masayang tumunog, itinuturing siya ng mga bata bilang kanila.

Si Sri Yukteswar ay bihirang humiling sa iba upang pagsilbihan siya at hindi rin siya tumatanggap ng tulong mula sa isang batang mag-aaral maliban kung ito ay iniaalay ng may kagalakan. Si Maestro mismo ang naglalaba ng kanyang mga kasuotan kapag ang mga disipulo ay nakalimot sa pribilehiyong gawain.

Ang kanyang nakaugaliang pananamit ay ang tradisyonal na kulay-dalandan na bata ng swami. Sa panloob na gamit, siya ay nakasapatos na walang tali, na ginawa alinsunod sa kaugaliang-yogi, gawa sa balat ng tigre o usa.

Si Sri Yukteswar ay matatas magsalita ng Ingles, Pranses, Bengali at Hindi; ang kanyang Sanskrit ay kainaman. Matiyaga niyang tinuturuan ang kanyang mga batang disipulo, sa tulong ng kanyang mahusay na nilikhang pinaikling paraan para sa pag-aaral ng Ingles at Sanskrit.

Hindi masyadong pinapahalagahan ni Maestro ang kanyang katawan, subalit iniingatan niya ito. Ang Dibino, pagtuturo niya, ay wastong naipapahayag sa pamamagitan ng pisikal at pang-kaisipang kalusugan. Hindi siya sumasang-ayon sa lahat ng kalabisan. Para sa isang disipulo na nais mag-ayuno sa loob ng mahabang panahon, ang aking guru ay natatawang nagsabi ng: "Bakit hindi ninyo hagisan ang aso ng isang buto?"*

Ang kalusugan ni Sri Yukteswar ay napakagaling; hindi ko siya kailanman nakitang may dinaramdam.† Upang magpakita ng paggalang sa pandaigdig na kaugalian, pinahintulutan niya ang kanyang mga mag-aaral, kung gusto nila na kumunsulta sa mga doktor. "Dapat ipagpatuloy ng mga doctor ang kanilang gawaing panggagamot ayon sa batas ng Diyos na ipinaiiral sa mga bagay." Subalit kanyang pinapurihan ang kataasan ng uri ng terapiyang pang-kaisipan, at madalas niyang ulitin: "Ang karunungan ay ang kalubus-lubusang panlinis." Sinabi niya sa kanyang mga *chela* (mga batang mag-aaral).

"Ang katawan ay isang traidor na kaibigan. Ibigay sa kanya

---

* Aprobado ng aking guru ang pag-aayuno bilang huwarang likas na paraan ng paglilinis; ngunit ang tinutukoy na disipulong iyon ay lubhang abalang-abala sa kanyang katawan.

† Nagkasakit siya minsan sa Kashmir, nang ako ay wala sa kanyang piling (tingnan ang p. 239).

ang nararapat; wala na. Ang kirot at kasiyahan ay pansamantala lamang; pagtiisan ang lahat ng dalawahang kalagayan nang may kahinahunan, kasabay nito na magsikap na umalis sa ilalim ng kanilang kapangyarihan. Ang imahinasyon ay ang pintuan kung saan ang karamdaman at paggaling ay pumapasok. Huwag paniwalaan ang katunayan ng pagkakasakit kahit na ikaw ay may karamdaman; ang hindi kinikilalang panauhin ay tatakas!"

Ibinibilang ni Maestro ang maraming mga doctor sa kanyang mga disipulo. "Ang mga nagsipag-aral ng pisiyolohiya ay dapat magpatuloy pa at magsiyasat ng siyensiya ng kaluluwa," ang sabi niya sa kanila. "Isang mapinong balangkas-espirituwal ay nagkukubli sa likuran lamang ng mekanismo ng katawan."*

Pinayuhan ni Sri Yukteswar ang kanyang mga mag-aaral na maging buhay na ugnayan ng mga kabutihan ng Kanluran at Silangan. Siya mismo ay isang tagapamahalang Oksidente ang panlabas na mga gawi, sa panloob, siya ay isang espirituwal na Oryental. Pinapurihan niya ang maunlad, maparaan at malinis na pamamaraan ng Kanluran, at ang relihiyosong huwaran na nagbigay ng mga daan-taong sinag sa Silangan.

Ang disiplina ay hindi bago sa akin; sa aming tahanan, si Ama ay istrikto, at si Ananta ay madalas na mabagsik. Ngunit ang pagsasanay ni Sri Yukteswar ay hindi maaring ilarawan maliban sa marahas. Isang taong perpeksiyonista, ang aking guru ay lubhang mapintasin sa kanyang mga disipulo, kahit na sa anumang pagkakataon o sa maliliit na pangkaraniwang kilos.

"Ang mabuting pag-uugali na walang katapatan ay parang patay na magandang babae," ang puna niya sa angkop na pagkakataon. "Ang diretsong pananalitang walang pitagan ay parang kutsilyo ng

---

* Isang matapang na mediko, si Charles Robert Richet, na nagawaran ng Nobel Prize sa Pisyolohiya, ay sumulat ng sumusunod: "Ang metapisika ay hindi pa opisyal na kinikilalang siyensiya. Ngunit ito ay magiging ganoon....Sa Edinburgh, napatunayan ko sa harap ng 100 pisiyolohista na ang ating limang pandama ay hindi lamang ang ating tanging paraan ng pag-alam at isang bahagi ng katotohanan ay minsa'y nakaaabot sa katalinuhan sa pamamagitan ng ibang paraan....Sapagkat ang isang katotohanan ay pambihira ay hindi nangangahulugang hindi ito totoo. Sapagkat ang isang pag-aaral ay mahirap, ito ba ang dahilan kung bakit hindi ito nauunawaan?.... Yaong mga nagreklamo sa metapisika bilang isang lihim na siyensiya ay mahihiya sa kanilang sarili tulad ng mga nagreklamo sa kimika sa dahilang ang paghahanap ng bato ng pilosopo ay isang guniguni....Sa usapin ng prinsipyo ay naroon lamang ang kina Lavoisier, Claude Bernard, at Pasteur—ang *eksperimental* saan mang dako at lahat ng panahon....Isang pagbati, kung gayon, sa bagong siyensiya na siyang magpapabago sa panimulang pagtuturo sa isip ng tao."

siruhano, mabisa ngunit hindi kanais-nais. Ang katapatan sa pag-sasalitang may paggalang ay nakatutulong at kahanga-hanga."

Ang Maestro ay mukhang nasisiyahan sa aking espirituwal na pag-unlad, dahil sa bihira niyang banggitin ito; sa ibang mga bagay ang mga tainga ko ay hindi dayuhan sa paninisi. Ang pinakamalaki kong mga pagkakasala ay malayo ang iniisip, paulit-ulit na pagbi-bigay sa malungkot na lagay ng loob, hindi pagsunod sa tiyak na batas ng kagandahang-asal, at paminsan-minsang walang sistemang mga paraan.

"Pagmasdan mo ang mga aktibidad ng iyong amang si Bhaga-bati na maayos at tinimbang mabuti," pagtuturo ng aking guru. Ang dalawang disipulo ni Lahiri Mahasaya ay nagkita, pagkatapos ng una kong pagdalaw sa Serampore hermitage. Ang aking Ama at si Maestro ay malalim ang paghanga sa isa't isa. Pareho silang nakapagtayo ng isang magandang panloob na buhay sa saligan ng espirituwal na ganito, na hindi natutunaw sa tagal ng panahon.

Mula sa isang pansamantalang guru ng aking mas maagang bu-hay, ako ay nakainom ng kaunting mga maling aral. Ang *chela*, sabi sa akin, ay hindi dapat masyadong abalahin ang sarili sa mga gawain sa mundo; kapag napabayaan ko o hindi ko pinagbuti ang paggawa ko ng aking tungkulin, hindi ako pinarusahan. Nakikita ng kalika-san ng tao na napakadaling maunawaan ang ganoong pagtuturo. Sa ilalim ng walang awang pamalo ni Maestro, madali akong nakabawi mula sa nakalulugod na mga delusyon ng kawalan ng pananagutan.

"Ang mga masyadong mahusay para sa mundong ito, ay gina-gayakan ang mga iba," ang sabi ni Sri Yukteswar isang araw. "Ha-bang ikaw ay humihinga sa walang bayad na hangin ng lupa, ikaw ay may katungkulang magbigay ng serbisyong pasasalamat. Kung sino lamang ang lubos na nagpakadalubhasa sa kalagayang walang paghinga* ang makakalaya mula sa kosmikong pangangailangan." Idinagdag pa niya; "Hindi ko malilimutang sabihin sa iyo kapag narating mo na ang panghuling kaganapan."

Ang aking guru ay hindi maaaring suhulan, kahit sa pamamagi-tan ng pagmamahal. Hindi siya nagpapakita ng kaluwagan kahit ka-nino, na tulad ko, na nagkusang nag-alok na maging isang disipulo. Kahit na si Maestro at ako ay napapaligiran ng kanyang mag-aaral o mga taong hindi kilala, o kami lamang ang magkasama, palagi siyang simple at masakit manisi. Walang maliit na pagkakamali sa kababawan o pagbabago-bago ang nakaligtas sa kanyang pagsasalita ng masakit. Itong pagtratong paghamak sa aking sarili ay mahirap

---

* *Samadhi:* Pinakamataas na kamalayan.

mapagtiisan, ngunit ang aking walang-pagbabagong pasiya ay paya-
gan si Sri Yukteswar na alisin ang lahat ng aking kakatuwang mga
pilipit na pag-iisip. Habang siya ay nagpapakahirap dito sa ga-higan-
teng pagbabagong-anyo, ako ay madalas mayanig sa ilalim ng bigat
ng kanyang pandisiplinang martilyo.

"Kung ayaw mo ng aking pananalita, ikaw ay malayang uma-
lis kahit na anong oras." Siniguro ito ni Maestro sa akin. "Ako ay
walang kailangan ni katiting mula sa iyo kundi ang iyong pagpa-
pabuti. Manatili ka lamang kung nararamdaman mong ikaw ay
nakikinabang."

Ako ay lubos na nagpapasalamat sa nakapag-papababang-loob
na suntok na ginagawa niya sa aking kayabangan. Kung minsan na-
raramdaman ko na, patalinghagang natatagpuan niya at binubunot
ang bawat sirang ngipin sa aking panga. Ang matigas na kaibuturan
ng pagka-makasarili ay napakahirap na bunutin o tungkabin mali-
ban sa parang walang-galang. Sa paglisan nito, sa wakas makikita
ng Dibino ang walang hadlang na pag-aagusan. Bigo, tatagas Ito sa
pamamagitan ng matigas na puso ng kasakiman.

Ang intuwisyon ni Sri Yukteswar ay tumatagos; hindi pansin
ang mga pagpuna, madalas siya ay tumutugon sa hindi maipahayag
na iniisip ng isang tao. Ang mga salitang ginagamit ng isang tao,
at ang totoong kaisipan sa likuran nito ay maaring mga polo ang
pagitan. "Sa kahinahunan," sabi ng aking guru, "subukan mong
pakiramdaman ang mga kaisipang nasa likod ng kalituhan sa kala-
bisan ng walang kabuluhang mga salita ng tao."

Ang pagsisiwalat ng dibinong kaalaman ay madalas masakit
sa pangmundong mga tainga; si Maestro ay hindi tanyag sa mga
mababaw na mag-aaral. Ang mga matatalino, na laging kaunti ang
bilang, ay malalim ang paggalang sa kanya.

Sa palagay ko, si Sri Yukteswar ay dapat naging pinakatanyag
na guru sa India kung hindi naging matapat at palapuna sa kanyang
pananalita.

"Ako ay mahigpit sa mga lumalapit para sa aking pagsasanay,"
pag-amin niya sa akin. "Iyon ang aking pamamaraan. Tanggapin
mo o iwanan mo; hindi ako pumapasok sa kompromiso. Ngunit
ikaw ay magiging mas mabait sa inyong mga disipulo; iyon ang
iyong paraan. Pinadadalisay ko lamang sa apoy ng kahigpitan; ito
ay nakakapaso, at sinusubukan ang karaniwang pagpaparaya. Ang
malambot na mapagmahal na paraan ay nakakapagpabago din. Ang
matigas at masunuring pamamaraan ay parehong mabisa kung
gagamitan ng talino." Idinagdag niya, "Ikaw ay pupunta sa mga

dayuhang bansa, kung saan ang mga matatalim na pananalakay sa pagka-makasarili ay hindi pinasasalamatan. Ang guru ay hindi maaaring palaganapin ang katuruan ng India sa Kanluran kung walang sapat na naipong pagpaparayang pasensiya at pagtitimpi." (Ayaw kong sabihin kung gaano kadalas, sa Amerika, na aking nagunita ang mga salita ni Maestro!)

Kahit ang matapat na pananalita ng aking guru ay pumigil sa maraming tagasunod sa panahon ng kanyang buhay sa mundo, gayunpaman, sa pamamagitan ng laging lumalaking bilang ng tapat na mag-aaral ng kanyang pagtuturo. Ang kanyang espiritu ay nabubuhay sa daigdig ngayon. Ang mga mandirigmang katulad ni Alexander the Great ay naghangad ng kapangyarihan sa lupa, ang mga maestrong katulad ni Sri Yukteswar ay napanalo ang mas malayong pamamahala–sa kaluluwa ng mga tao.

Naging ugali ni Maestro na pansinin ang simpleng, bale-walang mga pagkakamali ng kanyang mga disipulo na may pagbabantang kalubhaan. Isang araw, ang aking ama ay dumalaw sa Serampore upang magbigay-galang kay Sri Yukteswar. Ang aking magulang ay umaasa marahil na makarinig ng mga salitang papuri sa akin. Siya ay nayanig ng nabigyan ng mahabang salaysay ng aking mga kasalanan. Mabilis siyang lumapit sa akin.

"Mula sa mga pahayag ng iyong guru, akala ko makikita kitang ganap na naigupo!" Ang magulang ko ay nasa pagitan ng pagluha at pagtawa.

Ang isa lamang dahilan ng kawalang-kasiyahan ni Sri Yukteswar noong panahon na iyon ay ang aking pagsisikap, laban sa kanyang marahang pahiwatig, na mapagbalik-loob ang isang tao sa landas-espirituwal.

May galit na mabilis kong hinanap ang aking guru. Tinanggap niya akong nakatungo ang mga mata, na parang alam niya ang kasalanan. Iyon lamang ang pagkakataong nakita ko ang dibinong leon na maamo sa harap ko. Ang walang katulad na pagkakataon ay nilasap ko ng husto.

"Ginoo, bakit ninyo ako hinusgahan ng walang awa sa harap ng nabigla kong ama? Makatarungan ba iyon?"

"Hindi ko na uulitin." Ang tono ni Sri Yukteswar ay humihingi ng tawad.

Biglang nawala ang galit ko. Napakadaling umamin ang magiting na tao sa isang pagkakamali! Kahit hindi na niya kailanman binigyan ng pagkabalisa ang katahimikan ng isip ni Ama, si Maestro ay nagpatuloy na ako ay suriin kung kailan at kung saan niya gusto.

Ang mga bagong disipulo ay madalas nakikihalo kay Sri Yuk-teswar sa malawakang pamimintas sa iba. Matalino kagaya ng guru! Mga modelo ng walang bahid na diskriminasyon! Ngunit siyang tumutuligsa ay hindi dapat walang depensa. Ang mga maangal na mag-aaral mismo ay tumatakbong mabilis sa sandaling ang Maestro ay hayagang nagpakawala sa kanilang dako ng ilang pana mula sa kanyang analitikong kalaban.

"Malambot na kaloobang mahina, naghihimagsik sa bahagyang hipo ng pagpuna, ay parang bulok na bahagi ng katawan, umiilag bago pa man ang maselang paghawak." Ito ang nakalilibang na puna ni Sri Yukteswar sa mga taong pabagu-bago ang isip.

Maraming mga disipulo ang mayroong unang akala sa pagkatao ng isang guru, kung saan hinahatulan nila ang kanyang mga salita at pagkilos. Ang mga taong ganoon ay madalas dumaing na hindi nila naunawaan si Sri Yukteswar.

"Hindi mo rin nauunawaan ang Diyos!" Ang ganting sagot ko sa isang pagkakataon. "Kung ang isang banal ay malinaw sa iyo, magiging isa ka na!" Sa trilyong mga misteryo, ang paghinga bawat segundo sa hindi maipaliwanag na hangin, mangangahas ka pa ba na itanong ang hindi maarok ang lalim ng katangian ng isang maestro ay kaagad mong maunawaan?

Sa bakuran, ang mga mag-aaral ay dumating, at umalis din. Ang mga naghahanap ng maginhawang landas—iyong dagling pagsang-ayon at maginhawang pagkilala ng kanilang mga katangian—na hindi makita sa hermitage. Si Maestro ay nag-alok sa kanyang mga disipulo ng tirahan at patnubay para sa libong taon, ngunit ang karamihang mag-aaral ay sakim na humingi pa ng haplos ng pagpapahalaga sa sarili. Sila ay umalis; higit na nais, bago ang kababaang-loob, ang hindi mabilang na kahihiyan ng buhay. Ang nagliliyab na liwanag ni Sri Yukteswar, ang bukas na tumatagos na sikat ng araw ng kanyang karunungan, ay masyadong malakas para sa kanilang karamdamang espirituwal. Hinanap nila ang mas ma-bababang klaseng guru, na tinatabingan sila ng papuri, at pinayagan ang balisang tulog ng kamangmangan.

Sa panahon ng mga naunang buwan ko kay Maestro, naka-ranas ako ng isang maramdaming takot sa kanyang mahigpit na mga pangaral. Di natagalan nakita ko na ang kanyang matatalim na salita ay para lamang sa mga tao na, kagaya ko, hinilingan siya na disiplinahin sila. Kapag sinumang alumpihit na mag-aaral ang nagprotesta, si Sri Yukteswar, na hindi nasaktan ang damdamin, ay papasok sa katahimikan. Ang kanyang mga salita ay hindi kailan-man galit na galit, kundi impersonal at may karunungan.

Ang mga paninisi ni Maestro ay hindi patama sa nagkataong mga panauhin; bihira siyang pumuna sa kanilang pagkukulang, kahit ito'y kapansin-pansin. Ngunit sa mga mag-aaral na hina-nap ang kanyang payo, si Sri Yukteswar ay nakaramdam ng isang mahalagang pananagutan. Tunay na magiting ang isang guru, na magtangkang baguhin ang magaspang na mineral ng makasariling sangkatauhan! Ang katapangan ng isang banal ay nag-uugat sa kanyang pakikiramay sa naguguluhang mga tao sa *maya*, ang mga nadarapang walang mata sa mundo.

Pagkatapos kong talikuran ang panloob na pagdaramdam, nakita ko ang malinaw na kabawasan sa aking mga parusa. Sa napakapinong paraan, unti-unting lumambot si Maestro at naging mapagpatawad. Dumating ang panahon na giniba ko ang bawat pader ng pangangatwiran at kubling malay na pasubali* kung saan ang personalidad ng tao ay karaniwang ipinag-sasanggalang ang sa-rili. Ang gantimpala ay walang hirap na pagkakaisa sa aking guru. Natuklasan ko noon na siya ay madaling magtiwala, mapagbigay, at tahimik na mapagmahal. Matimpi, gayunman, hindi siya nagkaka-loob ng anumang salita ng pagmamahal.

Ang aking sariling pag-uugali una sa lahat ay palasamba. Naka-lilito noong unang malaman ko na ang aking guru, na babad sa ka-runungan (*jnana*), subalit tuyot sa debosyon (*bhakti*),† ay nagpapa-hayag ng sarili sa paraan ng malamig na espirituwal na matematika. Ngunit, sa dahilang nakasunod na ako sa kanyang likas na ugali, nakatuklas ako ng hindi kabawasan kundi karagdagan sa aking debosyon patungo sa Diyos. Ang isang may Sariling-pagkatantong maestro ay kayang-kayang turuan ang iba't iba niyang mga disipulo ayon sa kanilang likas na hilig..

Ang kaugnayan ko kay Sri Yukteswar ay medyo tahimik, suba-lit may natatagong kahusayang magsalita. Madalas ay natatagpuan

---

* "Ang ating kamalayan at kubling kamalayan ay napuputungan ng isang pinakamataas na kamalayan," inilahad ni Rabbi Israel H. Levinthal, sa isang panayam sa New York. "Maraming taon na ang nakalilipas, ang Inglaterong sikolohista na si F.W.H. Myers, ay nagmungkahi na 'nakatago sa ating kaibuturan ay isang basurahan at isang bahay ng kayamanan.' Taliwas sa sikolohiyang nakatuon ang lahat ng pag-aaral sa tagóng kamalayan sa kalikasan ng tao, ang makabagong sikolohiya ng pinaka-mataas na kamalayan ay itinutuon ang atensiyon sa bahay ng kayamanan—ang rehiyon na tanging makapagpapaliwanag ng dakila, mapagbigay at dakilang gawá ng mga tao."

† *Jnana*, karunungan; at *bhakti*, debosyon: dalawa sa mga pangunahing daan patungo sa Diyos.

ko ang tahimik niyang lagda sa aking mga iniisip, pinawawalang-sa-ysay ang pagsasalita. Payapang nakaupo sa kanyang tabi, nararam-daman ko ang kanyang biyaya na mapayapang bumubuhos sa aking katauhan.

Ang walang kinikilingang katarungan ng Maestro ay kapu-na-punang itinanghal noong panahon ng tag-araw na bakasyon sa aking unang taon sa kolehiyo. Ako ay umaasa ng walang patid na mga buwan sa Serampore sa piling ng aking guru.

"Ikaw ay maaring mamahala sa hermitage." Si Sri Yukteswar ay nasiyahan sa aking masiglang pagdating. "Ang mga tungkulin mo ay ang pagtanggap ng mga bisita, at pangangasiwa ng mga gawain ng ibang mga disipulo."

Si Kumar, isang batang taga silangang Bengal, ay tinanggap pagkaraan ng dalawang lingo para magsanay sa ashram. Lubhang napakatalino, madali niyang natamo ang pagmamahal ni Maestro. Sa ilang di-maarok na dahilan, si Sri Yukteswar ay nagkaroon ng walang pamumunang pakikitungo sa bagong residente.

"Mukunda, hayaan mong si Kumar ang gumanap ng iyong mga tungkulin. Gugulin mo ang iyong panahon sa pagwawalis at paglu-luto." Si Maestro ay naglabas ng ganitong mga kautusan pagkatapos na makasama namin ang bagong batang lalaki ng isang buwan.

Itinaas sa pamumuno, si Kumar ay nagpakita ng walang ka-bagay-bagay na kalupitan sa sambahayan. Sa isang tahimik na paghihimagsik, ang ibang mga disipulo ay nagpatuloy na hanapin ako para sa araw-araw na mga tagubilin. Ang kalagayang ito ay nag-patuloy nang tatlong linggo; pagkatapos, napakinggan ko ang isang pag-uusap sa pagitan ni Kumar at ni Maestro

"Si Mukunda ay imposible!" ang sabi ng batang lalaki. "Gi-nawa mo akong tagapamahala, subalit ang iba ay lumalapit sa kanya at sinusunod siya."

"Iyon ang dahilan kung bakit itinalaga ko siya sa kusina at ikaw sa sala—upang maunawaan mo na ang karapat-dapat na pi-nuno ay may hangaring magsilbi at hindi upang makapangibabaw.' Ang nakaluluoy na tono ni Sri Yukteswar ay bago kay Kumar. "Ginusto mo ang posisyon ni Mukunda ngunit hindi mo kayang panatilihin sa pamamagitan ng kabutihan. Bumalik ka ngayon sa iyong naunang trabaho bilang katulong ng kusinero."

Pagkatapos nitong nakapag-papababang-loob na pangyayari, ipi-nagpatuloy ni Maestro ang dating pakikitungong hindi karaniwang pagpapalayaw kay Kumar. Sino ang maaaring lumutas sa misteryo ng pang-akit?" Kay Kumar, ang aming guru ay nakatuklas ng isang kahanga-hangang bukal—na gayunman, ay hindi pumupuslit para sa mga kapwa disipulo. Bagama't ang bagong batang lalaki ay maliwanag na paborito ni Sri Yukteswar, hindi ako nangamba. Pansariling kakatuwang pag-uugali, na mayroon kahit na mga maestro, ay nagbibigay ng mayamang kaguluhan sa padron ng buhay. Ang aking likas na pag-uugali ay bihirang samsamin ng isang detalye; hinahanap ko mula kay Sri Yukteswar ang mas mataas na pakinabang kaysa panlabas na papuri.

Isang araw, si Kumar ay nagbitaw ng nakalalasong salita sa akin na walang dahilan; ako ay nasaktan ng malalim.

"Ang ulo mo ay lumalaki sa puntong pagsabog!" Ako ay nagdagdag ng babala na ang katotohanan ay ramdam ng aking intuwisyon: "Maliban kung ikaw ay magbago ng iyong mga pag-uugali, isang araw, ikaw ay palalayasin sa ashram na ito."

Nagtatawang nanunuya, inulit ni Kumar ang aking sinabi sa aming guru, na kapapasok lamang sa silid. Lubos kong inaasahan na ako ay pagsasabihan, maamo akong tumabi sa isang sulok.

"Marahil tama si Mukunda." Ang kasagutan ni Maestro sa batang lalaki ay may kasamang pambihirang lamig.

Makaraan ang isang taon, si Kumar ay umalis para dumalaw sa kanyang tahanan mula pagkabata. Hindi niya pinansin ang tahimik na hindi pagsang-ayon ni Sri Yukteswar, na kailanman ay hindi ginamit ang kapangyarihan upang pigilan ang mga galaw ng kanyang mga disipulo. Pagbalik ng batang lalaki sa Serampore pagkaraan ng ilang buwan, maliwanag ang isang pagbabagong hindi kasiya-siya. Wala na ang marangal na Kumar na mahinahon at may mamula-mulang mukha. Isa na lamang pangkaraniwang magbubukid ang nakatayo sa harap namin, isang tao na kamakailan lamang ay may tinamong masasamang mga gawi.

Pinatawag ako ni Maestro at wasak ang pusong tinalakay ang katunayan na ang batang lalaki ay hindi na ngayon angkop sa monastikong buhay sa hermitage.

"Mukunda, binibigyan kita ng pahintulot na sabihin kay Kumar na umalis sa ashram bukas; hindi ko magagawa ito!" Nagbadya ang mga luha sa mga mata ni Sri Yukteswar, ngunit mabilis niyang napigilan ang sarili. "Ang batang ito ay hindi dapat nahulog sa ganito kalalim kung nakinig siya sa akin at hindi umalis upang makihalo sa mga hindi kanais-nais na mga kasama. Tinanggihan niya ang aking proteksiyon; ang walang-habag na mundo ay kanya pa ring tagapagturo."

Ang pag-alis ni Kumar ay hindi nagdala sa akin ng saya;

malungkot akong nagtaka kung bakit ang isang may lakas na makuha ang pagmamahal ng isang maestro ay napakadaling tumugon sa mga tukso ng mundo. Ang pagtatamasa ng alak at pagtatalik ay nag-ugat sa katutubong tao; upang pahalagahan ito, sinuman ay hindi nangangailangan ng kapinuhan ng pang-unawa. Ang panlilinlang ng pandamdam ay maihahalintulad sa evergreen oleander, mahalimuyak na may kulay rosas na bulaklak: bawat bahagi ng halaman ay nakakalason.* Ang lupain ng paghilom ay matatagpuan sa loob, nagliliwanag sa kaligayahan na bulag na hinahanap sa isang libong dakong panlabas na direksiyon.

"Ang matalas na talino ay dalawa ang talim," minsan ay sinabi ni Maestro, na tinutukoy ang napakatalinong isip ni Kumar. "Ito ay maaaring gamitin upang makatulong o makapanira, tulad ng isang patalim, upang hiwain ang pigsa ng kamangmangan, o kaya'y pugutan ang sarili.Ang talino ay makatwirang pinapatnubayan lamang pagkatapos kilalanin ng isip ang hindi matatakasang batas ng espiritu."

Ang aking guru ay malayang nakikihalubilo sa mga lalaki at mga babaeng disipulo, at itinuturing silang lahat na kanyang mga anak. Nauunawaan ang pagkakapantay-pantay ng kanilang kaluluwa, wala siyang itinatangi at hindi nagpapakita ng pagkiling.

"Sa pagtulog, hindi mo nalalaman kung ikaw ay babae o lalaki," ang sabi niya. "Tulad ng isang lalaki, na ginagaya ang babae, hindi naman ito nagiging tunay na babae. Ganyan din ang kaluluwa, kahit magkatawang babae at lalaki ay mananatiling walang pagbabago. Ang kaluluwa ay ang walang pagbabagong karapat-dapat na larawan ng Diyos."

Hindi kailanman iniwasan o pinagbintangan ni Sri Yukteswar ang mga babae na dahilan ng "pagbagsak ng lalaki." Itinuro niya na ang mga babae din ay dapat humarap sa tukso mula sa kabilang kasarian. Minsan tinanong ko si Maestro kung bakit ang isang dakilang sinaunang banal ay pinangalanan ang mga babae na "ang pintuan sa impiyerno."

"Ang babae ay maaring nagbigay ng kaguluhan sa payapa niyang kaisipan sa maaga niyang buhay," ang masakit na sagot ng

---

* "Ang tao sa kanyang gising na kamalayan, ay gumagawa ng hindi mabilang na pagpupunyagi upang maranasan ang pandamdam na kaligayahan; kapag ang buong pangkat ng mga pandama ay napagod, nalilimutan niya pati ang kasalukuyang sayá at siya'y natutulog upang madama ang kapahingahan ng kaluluwa, ang kanyang sariling kalikasan," isinulat ni Shankara, ang dakilang Vedantist. "Ang labis pa sa sensuwal na kagalakan, kung ganoon, ay madaling makamit at higit na kaaya-aya sa lahat ng pandamang saya, na laging natatapos sa pagkasuya."

aking guru. "Kung hindi, dapat ay kanyang tinuligsa, hindi babae, kundi ang kakulangan sa kanyang sariling pagtitimpi."

Kapag ang isang panauhin ay lakas-loob na nagsalaysay ng may kahalayan sa hermitage, pinanatili ni maestro ang walang sagot na katahimikan. "Huwag mong pahintulutan ang sarili mo na mawasak ng naghahamong hagupit ng isang magandang mukha," sinabi niya sa mga disipulo. "Papaano maaaliw sa mundo ang mga alipin ng laman? Ang mapinong mga panlasa ay nawawala sa kanila habang sila ay nagtatampisaw sa putikan. Lahat ng kasiya-siyang pagtatangi ay nawawala sa taong may simpleng kalibugan."

Ang mga mag-aaral na nagnanais makawala mula sa sapilitang panghikayat ng *maya* ng pagtatalik ay nakakatanggap mula kay Sri Yukteswar ng matiyaga at maunawaing pagpapayo.

"Tulad ng gutom, hindi kasakiman, ay mayroong makabuluhang layunin, gayundin ang likas na hilig sa pagtatalik ay itinanim ng Kalikasan, para lamang sa pagpapalaganap ng mga uri o espesye, hindi para pagningasin ang walang-kabusugang pananabik," sabi niya. "Wasakin ang maling pagnanasa ngayon; kung hindi, mananatili ito sa iyo pagkatapos mahiwalay ang katawang astral sa balangkas ng katawang lupa. Kahit na ang laman ay mahina, ang isip ay dapat palaging lumalaban. Kapag sinasalakay ka ng tukso na may malupit na lakas, paglabanan ito sa paraang impersonal na pagsusuri at matigas na pagpapasiya. Lahat ng likas na marubdob na damdamin ay maaring mapaamo.

"Tipirin ang iyong mga lakas. Maging katulad ka ng malawak na karagatan, tahimik na tinatanggap ang lahat na sanga ng maliliit na mga ilog ng mga pandamdam. Ang araw-araw na pinag-ibayong pagnanasa ay nagpapahina ng iyong panloob na kapayapaan; para silang mga pambungad ng inimbak na tubigan na pinabayaan ang napakahalagang tubig na matapon sa lupain ng disyerto ng materyalismo. Ang malakas na nakabubuhay na udyok ng maling nasa ay ang pinakamalaking kalaban sa kaligayahan ng tao. Maglakbay sa mundo bilang leon ng pagtitimpi; huwag pabayaan ang mga palaka ng damdaming marupok na sipa-sipain ka kahit saan!"

Ang tunay na deboto ay sa wakas pinalalaya mula sa pamimilit ng likas na simbuyo. Binabago ang kanyang pangangailangan sa pagmamahal ng tao sa hangarin para sa Diyos lamang—isang pagmamahal na nag-iisa sapagkat nasa-lahat-ng-dako.

Ang ina ni Sri Yukteswar ay nakatira sa distrito ng Rana Mahal ng Banaras, kung saan nauna kong dinalaw ang aking guru. Magiliw at masuyuin, siya ay isang babaeng may tiyak na pagpapalagay.

Ako ay nakatayo sa kanyang balkonahe isang araw at pinagmasdan ang ina at anak na nag-uusap. Sa kanyang tahimik at makatwirang pamamaraan, si Maestro ay nagsisikap upang makumbinsi ang kanyang ina tungkol sa isang bagay. Siya ay maliwanag na hindi nagtagumpay, sapagkat ang kanyang ina ay umiiling nang ubod ng lakas.

"Hindi, hindi, aking anak, umalis ka na ngayon! Ang matalino mong mga salita ay hindi para sa akin! Hindi mo ako disipulo!"

Si Sri Yukteswar ay tumalikod na walang karagdagang kasagutan tulad ng isang napagalitang bata. Ako ay humanga sa kanyang mataas na paggalang sa kanyang ina kahit sa kanyang hindi makatwirang lagay ng kalooban. Itinuturing niya lamang siya bilang kanyang maliit na anak na lalaki, hindi bilang pantas. Mayroong pang-halina sa maliit na pangyayari; ito ay nagbigay liwanag sa pambihirang ugali ng aking guru, panloob na mababang-loob at panlabas na matigas ang kalooban.

Ang monastikong pamamalakad ay hindi nagbibigay ng pahintulot sa isang swami na panatilihin ang pang-mundong ugnayan pagkatapos ng pormal na pagkaputol. Hindi niya dapat gampanan ang seremonyang pampamilyang kinakailangan sa isang may pamilya. Subalit si Shankara, ang nagbuong muli nang sinaunang Swami Order, ay ipinagwalang-bahala ang utos. Pagkamatay ng pinakamamahal niyang ina, sinunog ang kanyang katawan sa maka-langit na apoy na lumabas mula sa kanyang nakataas na mga kamay.

Si Sri Yukteswar ay ipinagwalang-bahala din ang mga kautusan—sa isang pamamaraang hindi nakatatatawag-pansin. Nang ang kanyang ina ay sumakabilang-buhay siya ay nakipagkasundo ng serbisyo ng krematoryo sa tabi ng sagradong Ganges sa Banaras at nagpakain ng maraming *Brahmin*, alinsunod sa nakaugaliang pagkakaroon ng pamilya.

Ang mga pagbabawal ng kasulatan ay nilalayon na makatulong sa mga swami na masupil ang makitid na pagkakilala sa sarili. Si Shankara at Sri Yukteswar ay buong-buong nakipag-kaisa na ang kanilang katauhan sa Impersonal na Espiritu: hindi nila kinakailangan ang pagliligtas ng patakaran. Paminsan-minsan din, isang maestro ay sadyang hindi pansin ang batas upang ayunan ang prinsipyo bilang nakatataas at hiwalay sa anyo. Sa ganoon, si Hesus ay pumitas ng mais sa araw ng pamamahinga. Ito ang sinabi Niya sa mga inaasahang kritiko: "Ang sabbath ay ginawa para sa tao, at hindi ang tao para sa sabbath."*

* Marcos 2:27

Maliban sa mga banal na kasulatan kaunti ang binabasa ni Sri Yukteswar. Gayunman siya ay siguradong nakakaalam ng pinakahuling siyentipikong mga pagtuklas at iba pang mga pagsulong ng karunungan.* Isang napakatalinong makipag-usap, siya ay naaaliw sa pakikipagpalitan ng kaalaman sa hindi mabilang na mga paksa sa kanyang mga panauhin. Ang kanyang kahusayang magpatawa at bigay na bigay na pagtawa ay nagpapasigla sa bawat talakayan. Madalas seryoso, si Maestro ay hindi kailanman mapanglaw. "Upang hanapin ang Panginoon, ang mga tao ay hindi kinakailangang 'dispigurahin ang kanilang mga mukha'," ang sasabihin niya, na pag-banggit mula sa Bibliya.† "Tandaan na ang pagtuklas sa Diyos ay ang pagliliban sa lahat ng mga pighati."

Kasama ng mga pilosopo, mga propesor, mga manananggol, at mga siyentipiko na nagpunta sa hermitage, may iilan na dumating para sa kanilang unang dalaw na inaakalang matatagpuan ang isang karaniwang relihiyoso. Paminsan-minsan, isang mapang-matang ngiti o isang sulyap ng naglibang na nagpaparaya ay mahahalata na ang mga bagong dating ay walang inaasahan ni katiting na higit sa kaunting banal na karaniwang bukang-bibig. Pagkatapos makipag-usap kay Sri Yukteswar at natuklasang mayroon siyang wastong maliwanag na pagkaunawa sa kanilang pinag-dalubhasaang sangay ng kaalaman, ang mga panauhin ay atubiling aalis.

Ang aking guru ay karaniwang marahan at mabait makipag-usap sa mga panauhin; ang kanyang pagtanggap ay ibinibigay nang taos-pusong katapatan. Gayunman, mayroong pusakal na hambog na paminsan-minsan ay nakakaranas ng napakalakas na oposisyon. Kapag kaharap nila si Maestro, kung hindi siya isang malamig at walang sigla siya'y isang mahirap taluning kalaban: Yelo o bakal!

Isang tanyag na kimiko ang minsa'ng nakipagtagisan ng mga sable kay Sri Yukteswar. Ang panauhin ay ayaw aminin ang pagkakaroon ng Diyos, sa dahilang ang siyensiya ay hindi pa nakakagawa ng mga paraan upang Siya ay matiktikan.

"Kaya pala, hindi mo maipaliwanag ang kabiguan mong ibukod ang Pinaka-makapangyaring Lakas sa iyong tubong Kristal!" Ang titig ni Maestro ay mahigpit. "Ako ay magrerekomenda ng bagong

---

* Kapag kagustuhan niya, si Maestro ay biglang maitotono ang sarili sa isip ng kahit sinuman (isang kapangyarihang yoga na binanggit sa Yoga Sutras ni Patanjali III:19). Ang kanyang lakas bilang taong radio at ang katangian ng isip, ay ipinahahayag sa p.134.

† Mateo 6:16.

pagsubok: suriin mo ang iyong kaisipan nang walang tigil sa loob ng dalawampu't apat na oras. Pagkatapos, huwag ka nang mamangha sa kawalan ng Diyos."

Isang bantog na iskolar ang tumanggap ng magkatulad na yanig. Dumating ito sa kanyang unang pagdalaw sa ashram. Ang mga manonood ay nag-ingay habang ang panauhin ay bumigkas ng mga talata mula sa *Mahabharata, Upanishads,* at *bhasyas* (mga komentaryo) ni Shankara.

"Ako ay naghihintay upang marinig ka." Ang tono ni Sri Yukteswar ay nagtatanong na parang ang katahimikan ay naghari. Ang taong may pinag-aralan ay nalito.

"Ang mga kasabihan na naipahayag, ay ubod ng dami." Sa mga salita ni Maestro ako ay nangatal sa katatawa, habang ako ay nakatalungko sa aking sulok na may kalayuang galang sa panauhin. "Subalit anong orihinal na komentaryo ang maaari mong ibigay mula sa pagkakaiba ng iyong pansariling buhay? Anong banal na mga salita ang natanim sa iyong isip at ginawa mong pansarili?"

Sa anong mga pamamaraan na itong mga walang hanggang katotohanan ay binago ang iyong kalikasan?" Kontento ka bang maging isang hungkag na ponograpo, na wala sa loob na inuulit ang salita ng ibang tao?"

"Suko na ako!" Ang pagkabigo ng iskolar ay nakatatawa. "Wala akong panloob na kaalaman,"

Sa unang pagkakataon, marahil, naunawaan niya na ang kaalaman kung papaano ang paglagay ng isang koma (mababaw na kaalaman) ay hindi maaring kabayaran ng isang espirituwal na koma.

"Itong mga walang dugong makitid ang pag-iisip ay labis ang amoy ng lampara," ang puna ng aking guru pagkatapos umalis ng taong naparusahan. "Sila ay may palagay na ang pilosopiya ay isang marahang pagbubuo ng pang-isip na pagsasanay. Ang kanilang mataas na pag-iisip ay walang kinalaman sa magaspang na ugaling panlabas o sa alinmang parusa ng panloob na disiplina!"

Ang Maestro ay nagbigay-diin sa mga ibang pagkakataon ng kawalang-halaga ng kaalaman sa mga aklat lamang.

"Huwag ikalito ang pang-unawa sa isang mas malawak na bokabularyo," ang puna niya. "Ang mga sagradong kasulatan ay

---

* Ang *Upanishads* o *Vedanta* (literal na, "katapusan ng mga Veda"), na nangyayari sa tanging bahagi ng apat na Vedas, ay mahalagang lagom na bumubuo ng doktrinal na batayan ng relihiyong Hindu. Pinuri ni Schopenhauer ang kanilang "malalim, orihinal at dakilang kaisipan," at sinabing: "Ang pagkakuha sa mga Veda [sa pamamagitan ng Kanluraning salin ng *Upanishads*] ay, sa tingin ko, ang pinakadakilang pribilehiyong maaangkin ng siglong ito, higit pa sa lahat ng mga nakaraang siglo."

may pakinabang na magpasigla ng pagnanasa para sa panloob na pang-unawa, kapag ang isang talata ay isa-isa at dahan-dahang ini-intindi. Kung hindi, ang walang tigil na matalinong pag-aaral ay maaaring magwakas sa kahambugan, huwad na kasiyahan at hindi natunaw na kaalaman."

Nagsalaysay si Sri Yukteswar ng isa sa kanyang karanasan sa pag-aaral ng kasulatan. Ang tagpuan ay isang gubat na hermitage sa silangang Bengal, kung saan pinanood niya ang pamamaraan ng isang tanyag na guru, si Dabru Ballav. Ang pamamaraan, kapwa simple at mahirap, ay pangkaraniwan sa sinaunang India.

Inipon ni Dabru Ballav ang kanyang mga disipulo sa paligid niya sa mapanglaw na kabukiran. Ang banal na Bhagavad Gita ay bukas sa harap nila. Walang-galaw na tinititigan nila ang isang talata nang kalahating oras, pagkatapos sila'y pipikit. Isa pang kalahating oras ang lumipas. Ang maestro ay nagbigay ng maikling komentaryo. Walang katinag-tinag, sila ay nagmeditasyong muli ng isang oras. Bilang wakas, ang guru ay nagsalita.

"Nauunawaan ba ninyo ang talata?"

"Opo, ginoo." Ang isa sa grupo ay nangahas na mangatwiran.

"Hindi, hindi lubos. Hanapin ang siglang espirituwal na nagbi-gay sa mga salitang ito ng lakas upang manariwa ang India sa bawat siglo." Isa pang oras ang nakaraan ng tahimik. Pinaalis ng maestro ang mga estudyante, at humarap kay Sri Yukteswar.

"Alam mo ba ang Bhagavad Gita?"

"Hindi ginoo, hindi talaga; kahit na ang aking mga mata at isipan ay talastas ang bawat pahina ng maraming ulit."

"Daan-daan ang sumagot sa akin ng magkakaiba!" Ang kaha-nga-hangang pantas ay napangiti kay Maestro sa pagbibigay-basbas. "Kung ang tao ay abala sa panlabas na pagtatanghal ng yaman ng banal na wika, ano pang panahon ang natitira para sa payapang pagsisid ng walang kasinghalagang perlas?"

Pinamahalaan ni Sri Yukteswar ang pag-aaral ng kanyang sa-riling disipulo ng parehong masidhing paraan ng konsentrasyon. "Ang karunungan ay hindi nauunawaan sa mga mata, kundi sa mga atomo sa iyong katawan," wika niya. "Kapag ang paniniwala mo ng isang katotohanan ay hindi lamang sa iyong utak kundi sa iyong ka-tauhan maaari mong kiming patunayan ang kanyang kahulugan." Pinipigilan niya ang anumang pagkahilig ng isang estudyante na ipagpalagay na ang kaalaman mula sa aklat ay isang kinakailangang hakbang tungo sa pagkatantong espirituwal.

"Isinulat ng mga rishi sa isang pangungusap ang mga malalalim na komentaryo ng pinag-kaabalahan ng mga iskolar ng maraming henerasyon," sabi niya. "Ang walang katapusang pagtatalo ay para sa mga tamad at mabagal mag-isip. Ano pa ang mabilis makapag-palayang kaisipan kaysa 'may Diyos'—hindi, 'Diyos'?"

Ngunit ang tao ay di-madaling magbalik sa pagkasimple. Bihira ang "Diyos" para sa isang matalino, kundi pinag-aralang kahambugan. Ang kanyang *ego* ay nasisiyahan, na kaya niyang maintindihan ang ganoong karunungan.

Ang mga taong nagmamalaking may nalalaman sa kanilang yaman at pandaigdig na kalagayan ay malamang, sa harap ni Maestro, na magdadagdag ng kababaang-loob sa kanilang iba pang ari-arian. Sa isang pagkakataon, isang lokal na mahistrado ang humiling ng pakikipagpanayam sa tabing-dagat na hermitage sa Puri. Ang tao, na kilalang walang-awa, ay kayang-kaya, sa ilalim ng kanyang kapangyarihan na alisin sa amin ang pagmamay-ari ng ashram. Binanggit ko ito sa aking guru. Ngunit naupo siya nang walang planong makipag-kasundo, at hindi man lang tumayo upang batiin ang panauhin.

Bahagyang kinakabahan, naupo ako malapit sa pinto. Nalimutang ni Sri Yukteswar na utusan akong kumuha ng upuan para sa mahistrado, na kailangang makontentong maupo sa isang kahoy na kahon. Walang kaganapan sa maliwanag na inaasahan ng mahistrado na ang kanyang kahalagahan ay ma-seremonyang kikilanin.

Isang metapisikong talakayan ang nagsimula. Ang panauhin ay nagkamali sa hindi tamang pagbibigay ng pakahulugan sa mga banal na wika. Habang ang kanyang ganap na kawastuhan ay lumubog, ang kanyang pagkagalit ay tumaas.

"Hindi mo ba alam na ako ay tumayong una sa pagsusulit sa M.A.?" Tinalikuran na siya ng katwiran, subalit siya ay maari pang sumigaw.

"Ginoong Mahistrado, nalimutan ninyo na hindi ito ang inyong silid pang-hukuman." Ang Maestro ay marahang sumagot. "Sa inyong parang batang pananalita, sinuman ay magkakaroon ng sapantaha na ang iyong karera sa kolehiyo ay hindi naging kapansin-pansin. Ang titulo sa unibersidad, sa anumang pagkakataon, ay walang kinalaman sa pang-unawa sa mga Kasulatan. Ang mga banal ay hindi ginagawa ng maramihan tuwing semestre na tulad ng mga tagatuos."

Pagkatapos ng nakatutulig na katahimikan, ang panauhin ay taos-pusong tumawa. "Ito ang una kong pakikiharap sa isang maka-langit na mahistrado," ang sabi niya. Pagkatapos gumawa siya ng pormal na kahilingan, na ayon sa lengguwahe legal na maliwanag na mahalagang bahagi ng kanyang pagkatao, upang tanggapin siya bilang "nasa pagsubok" na disipulo.

Sa maraming pagkakataon ay pinigilan ni Sri Yukteswar, tulad ni Lahiri Mahasaya, ang "hilaw" na mga estudyante na nagnanais sumama sa Swami Order. "Ang magsuot ng kulay-dalandan na bata kapag sinuman ay wala pang kaalaman sa pagkatanto-sa-Diyos ay nakalilinlang sa lipunan," sinabi ng dalawang maestro. "Kalimutan ang panlabas na simbulo ng pagtalikod, na maaring masaktan ka dahil sa hinikayat na huwad na pagpapahalaga sa sarili. Walang anuman ang mahalaga kung hindi ang iyong matatag, na araw-araw na pagsulong espirituwal. Para doon, gamitin ang *Kriya Yoga*."

Sa pagsukat sa halaga ng isang tao, ang isang banal ay gumagamit ng walang pagbabagong tularan, isang malayo ang kaibahan sa nagbabagong sukatan ng mundo. Ang sangkatauhan—na magkakaiba ang anyo sa kanyang sariling mga mata!—ay nakikita ng isang maestro na nahahati sa dalawang uri lamang: mangmang na mga tao na hindi hinahanap ang Diyos, at ang matatalino na naghahanap.

Ang aking guru ay siya mismong nag-asikaso sa mga detalyeng may kinalaman sa pangangasiwa ng kanyang ari-arian. May mga walang konsensiyang tao sa maraming pagkakataon ang nagtangkang kunin ang pag-aari sa minanang lupain ng Maestro. May pagpapasiya at kahit na sampahan ng kaso, si Sri Yukteswar ay nananalo sa bawat kalaban. Pinagdaanan niya ang ganitong mahapding karanasan dahil sa isang pagnanais na kailanman ay ayaw niyang maging isang dukhang guru, o isang pasanin ng kanyang mga disipulo.

Ang kanyang kalayaan sa pananalapi ay isang dahilan kung bakit ang aking nakababahalang magsalitang maestro ay walang malay sa mga katusuhan ng diplomasya. Hindi katulad ng mga tagapagturo na kailangang papurihan ang kanilang taga-suporta, ang aking guru ay hindi tinatablan ng impluwensiya, hayagan man o patago, ng kayamanan ng iba. Kailanman hindi ko siya narinig manghingi o kahit magpahiwatig ng salapi para sa anumang pakay. Ang kanyang pagsasanay sa hermitage ay ibinigay na walang bayad sa lahat ng mga disipulo.

Isang kinatawan ng korte ang dumating isang araw sa Serampore ashram upang isilbi ang legal na patawag. Isang disipulo na ang pangalan ay Kanai at ako ay sinamahan ang taong ito sa harap ni Maestro.

Ang nagbabantang anyo ng opisyal kay Sri Yukteswar ay

nakagagalit. "Makabubuti sa iyo na iwanan mo ang mga anino ng iyong hermitage at langhapin ang walang dayang hangin ng isang silid pang-hukuman," ang panlalait niyang salita.

Hindi ko mapigilan ang aking sarili. "Isa pang salitang kabastusan at ikaw ay babagsak sa sahig!" humakbang akong papalapit na nagbabanta.

Si Kanai din, ay sumisigaw sa opisyal. "'Napaka-walanghiya mo! Nangahas kang dalhin ang kalapastanganan mo sa Diyos dito sa sagradong ashram?"

Subalit si Maestro ay tumayo sa harap ng abusadong tao upang ipagtanggol ito. "Huwag mabigla sa walang halagang bagay. Ang taong ito ay tumutupad lamang ng kanyang makatarungang tungkulin."

Ang opisyal, na nalito sa kanyang magkakaibang pagtanggap, ay magalang na humingi ng tawad at tumakbong paalis.

Nakagugulat na malaman na ang isang maestrong may maalab na kalooban ay maaring maging kalmado. Siya ay karapat-dapat sa turing ng kasulatan na isang taong maka-Diyos. "Mas malambot kaysa bulaklak, kung kabaitan ang kailangan, mas malakas kaysa kulog, kapag mga prinsipyo ang nanganganib."

Palaging mayroong mga tao sa mundong ito, na sa salita ni Browning ay, "tinitiis ang walang liwanag, dahil sila mismo ay malabo." Paminsan-minsan, isang tagalabas, na nagngingitngit dahil sa isang iniisip lamang na sama ng loob ay pagsasalitaan ng masakit si Sri Yukteswar. Ang aking walang gulat na guru ay magalang na nakikinig, pinag-aaralan ang sarili upang makita kung may katiting na katotohanan ang pagtuligsa. Itong mga ganitong pagkakataon ay nagdadala sa aking kaisipan ng isa sa mga hindi matutularang pagpuna ni Maestro: "May mga taong nagtatangkang maging mataas sa pamamagitan ng pagputol sa mga ulo ng iba!"

Ang walang pagbabagong kahinahunan ng isang banal ay mabisa kaysa sa kahit na ano mang pangaral. "Siya na mabagal magalit ay mas mabuti kaysa sa napakalakas, at siya na pinamamahalaan ang kanyang espiritu ay mas mabuti kaysa sa nakasakop ng isang siyudad."*

Madalas kong nagugunita na ang aking maharlikang Maestro ay madaling naging emperador o nakakapanginig-daigdig na mandirigma kung ang kanyang isip ay nasentro sa katanyagan o pang-mundong tagumpay. Sa halip, napili niyang salakayin ang mga

* Kawikaan 16:32

nasa loob na mga kuta ng poot at pagka-makasarili na ang pagbag-sak ay ang pagtaas ng isang tao.

Ang Hindi Natutulog na Banal

"Kung maaari payagan ninyo akong pumunta sa Himalayas. Inaasahan kong sa walang patid na pag-iisa ay makamit ang walang-tigil na dibinong komunyon."

Minsan ay talagang nagsabi ako ng ganitong hindi marunong kumilala ng utang na loob na mga salita sa aking maestro. Nabihag ng isa sa hindi mahulaang mga delusyon na paminsan- minsan ay sumasalakay sa deboto, ako ay nakaramdam ng lumalalang pagkayamot sa mga katungkulan sa hermitage at pag-aaral sa kolehiyo. Isang mahinang kabawasan sa pangyayari ay ang panukala ay ginawa ko noong si Sri Yukteswar ay nakilala ko ng anim na buwan pa lamang. Hindi ko pa lubos na nasukat ang kanyang napakataas na kalagayan.

"Maraming mga taong-burol ang nakatira sa kabundukan ng Himalayas, subalit walang pang-unawa sa Diyos." Ang sagot ng aking guru ay binigkas ng marahan at simple. "Ang karunungan ay mas mabuting hanapin mula sa taong may kaganapan na, kaysa sa walang katinag-tinag na bundok."

Hindi ko pinansin ang simpleng pahiwatig ng Maestro na siya, at hindi ang kabundukan ang aking guru, inulit ko ang aking pakiusap. Hindi minarapat ni Sri Yukteswar na sagutin ako. Tinanggap ko ang kawalan niya ng kasagutan bilang pagpayag –walang katiyakan ngunit maginhawang pakahulugan.

Sa aking tahanan sa Calcutta noong gabing iyon, ako ay abala sa paghahanda para sa aking paglalakbay. Tinalian ko ang kumot na may ilang kagamitan. Naalala ko ang ganito ring tinaliang kagamitan, na palihim kong inihulog mula sa bintana ng aking atik, ilang taon pa lang ang nakaraan. Naisip ko kung ito kaya ay isa pang walang suwerteng paglalakbay papuntang Himalayas. Noong unang pagkakataon, ang espirituwal kong kasiyahan ay mataas; ngayong gabi ay ginugulo ako ng aking konsensiya habang naiisip kong iiwanan ko ang aking guru.

Nang sumunod na umaga, hinanap ko si Behari Pundit, ang aking propesor sa Sanskrit sa Scottish Church College.

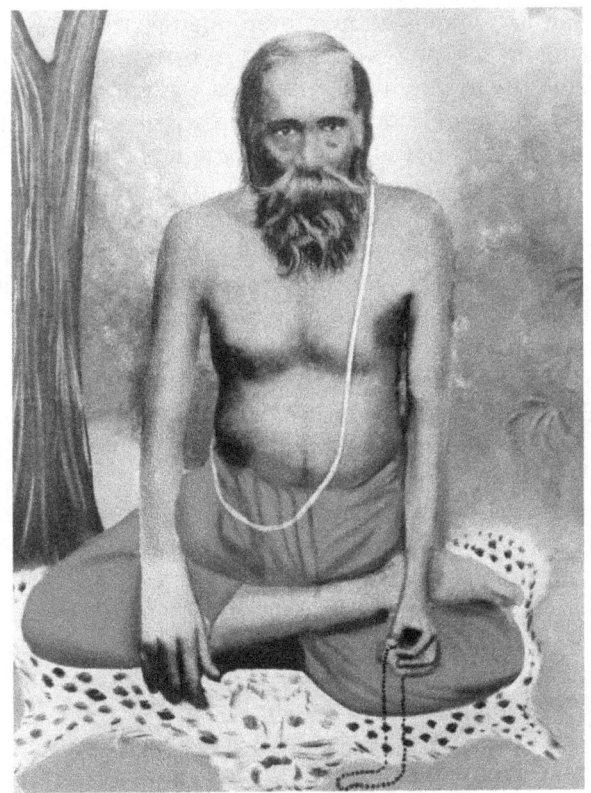

RAM GOPAL MUZUMDAR
"Ang Hindi Natutulog na Banal"

"Ginoo, nabanggit ninyo ang inyong pakikipagkaibigan sa isang dakilang disipulo ni Lahiri Mahasaya. Kung maaari po, pakibigay sa akin ang kanyang tirahan."

"Ibig mong sabihin si Ram Gopal Muzumdar. Ang tawag ko sa kanya ay 'walang tulog na banal.' Siya ay palaging gising sa maligayang kamalayan. Ang kanyang tahanan ay nasa Ranbajpur, malapit sa Tarakeswar."

Pinasalamatan ko ang propesor at sumakay kaagad ng tren papuntang Tarakeswar. Ako ay umasang matatahimik ang pagaalala kapag nakuha ko ang pahintulot mula sa "walang tulog na banal" na hayaan ang sarili sa pag-iisang meditasyon sa Himalayas. Sinabi sa akin ni Behari Pundit na si Ram Gopal ay nakatanggap ng kaliwanagan pagkatapos ng maraming taong pagsasanay ng *Kriya Yoga* sa ilang malalayong mga kuweba sa Bengal.

Sa Tarakeswar, ako ay nagpunta sa isang tanyag na templo. Ipinapalagay ng mga Hindu na ito ay nararapat igalang katulad ng pakiramdam ng mga Katoliko sa santuario ng Lourdes sa Pransiya. Hindi mabilang na milagro ng paggaling ay nangyari na sa Tarakeswar, kasama na ang isang miyembro ng aking pamilya.

"Ako ay naupo sa templong iyon nang isang linggo," ang aking pinakamatandang tiyahin ay minsang nagsabi sa akin. "Lubos na nag-aayuno, ako ay dumadalangin para sa paggaling ng iyong Tiyo Sarada mula sa matagal nang hindi gumaling-galing na karamdaman. Sa ikapitong araw nakita ko ang damong-gamot sa aking kamay! Pinakuluan ko ang mga dahon at ipinainom ko sa iyong tiyuhin. Ang karamdaman niya ay kaagad nawala at hindi na bumalik kahit kailan."

Ako ay pumasok sa sagradong templo ng Tarakeswar; ang altar ay walang laman maliban sa isang bilog na bato. Ang kabilugan, walang pinagmulan at walang katapusan, ay maaaring nangangahulugan ng Walang Hangganan. Sa India ang kosmikong pakahulugan ay nauunawaan ng kahit na walang pinag-aralang magsasaka; sa katunayan, ang mga taga-Kanluran ay pinagbibintangan sila kung minsan na nabubuhay sa mga pakahulugan!

Ang aking kondisyon sa oras na iyon ay napaka-simple na wala akong ganang yumuko sa harap ng batong simbulo. Ang Diyos ay nararapat hanapin, sa aking palagay, sa loob lamang ng kaluluwa.

Iniwan ko ang templo na hindi lumuhod sa kanang tuhod at mabilis na naglakad papunta sa malayong nayon ng Ranbajpur. Hindi ako nakatitiyak sa mga daanan. Ang pakiusap ko sa isang nagdadaan ay nagbigay pa sa kanya ng malalim na pagninilay-nilay.

"Kapag nakarating ka sa magkasalubong na daan, kumanan ka at magpatuloy ng paglalakad." pangwakas na bigkas niyang tila nanghuhula.

Sumunod sa mga direksiyon, nagpatuloy ako sa paglalakbay sa tabi ng mga pampang ng isang kanal. Kumagat ang dilim; ang labas ng kanayunan ay buhay na buhay sa kumukurap na mga alitaptap at mga alulong ng malalapit na mga asong gubat. Ang liwanag ng buwan ay masyadong malabo para makatulong. Naglakad akong pasuray-suray ng dalawang oras.

Nakasisiyang tunog ng kampana ng baka! Ang paulit-ulit kong sigaw ay nagwakas sa paglabas ng isang magsasaka sa tabi ko.

"Hinahanap ko si Ram Gopal Babu."

"Walang ganoong pangalan ang nakatira sa aming nayon." Ang tono ng tao ay masungit. "Marahil ikaw ay isang sinungaling na detektib."

Sa pag-asang mabawasan ang paghihinala sa kanyang magulong pampulitikang isipan, ako ay makabagbag-damdaming nagpaliwanag ng aking suliranin. Isinama niya ako sa kanyang tahanan at binigyan ng nakasisiyang pagtanggap.

"Ang Ranbajpur ay napakalayo dito," sabi niya. "Doon sa magkasalubong ng daan, ikaw ay dapat kumaliwa, hindi kumanan."

Malungkot kong naisip na ang unang napagtanungan ko ay tiyak na mapanganib sa mga manlalakbay. Pagkatapos ng isang masarap na magaspang na kanin, lentil-*dal* at patatas na may curry na may hilaw na saging, ako ay nagpahinga sa maliit na kubong karatig sa patyo. Sa may kalayuan, ang mga taga-nayon ay kumakanta sa malakas na saliw ng *mridangas** at mga cymbal. Ang tulog ay hindi mahalaga sa gabing iyon, ako ay malalim na nagdasal upang ituro ang malayong yogi, si Ram Gopal.

Habang ang unang sinag ng bukang-liwayway ay tumagos sa bitak ng aking kubo, ako ay umalis patungo sa Ranbajpur. Habang binibagtas ko ang baku-bakong kabukiran, natapakan ko ang kumpol ng matinik na halaman at sa paligid ng tambak na tuyong luwad. Ang paminsan-minsang nasasalubong na magsasaka ay sinasabing may katiyakan na ang aking paroroonan ay "isang *krosha* lamang" (dalawang milya). Sa loob ng anim na oras, ang araw ay matagumpay na naglakbay mula sa pinanggalingan hanggang sa katanghalian, ngunit ang pakiramdam ko ay palagi lang akong malayo sa Ranbajpur ng isa pang *krosha*.

Sa kalagitnaan ng hapon, ang mundo ko ay naroroon pa sa walang katapusang pilapil sa bukid. Ang init na bumubuhos mula sa hindi-matakasang kalangitan ay nagbibigay sa akin ng pakiramdam na malapit na akong bumagsak. Nakita ko ang isang tao na papalapit sa akin nang dahan-dahan. Halos hindi na ako makabigkas ng aking dating katanungan, baka magbigay ng walang-pagbabagong "isang *krosha*" na lang.

Ang hindi-kilalang tao ay tumigil sa tabi ko. Mababa at payat, siya ay may pangangatawang hindi makatawag-pansin maliban sa mga matang matatalim na maiitim.

"Ako ay nagbabalak umalis sa Ranbajpur, ngunit ang iyong pakay ay mabuti, kaya hinintay kita." Iniwasiwas ang kanyang

---

* Mga tambol na tinutugtog ng kamay, na karaniwang ginagamit upang saliwan ang debosyonal na pag-awit (*kirtan*) sa mga relihiyosong seremonya at prusisyon.

daliri sa aking nabiglang mukha. "Hindi ka ba matalas mag-isip na, kahit walang pasabi ay masusunggaban mo ako? Iyong propesor Behari ay walang karapatan upang ibigay sa iyo ang aking tirahan."

Kung isasaalang-alang ang pagpapakilala sa aking sarili ay kalabisang pananalita lamang sa harap ng ganitong maestro, natigilan akong walang imik, medyo nagdamdam sa kanyang pagtanggap sa akin. Ang sumunod na pangungusap ay mabilis at direkto.

"Sabihin mo sa akin, nasaan, sa palagay mo, ang Diyos?"

"Aba, Siya ay nasa aking kalooban at sa lahat ng dako." Nakatitiyak akong nagmukha akong nalilito na tulad ng aking pakiramdam.

"Nasa lahat ng dako, eh?" Pabirong salita ng banal. "Kung ganoon, batang ginoo, bakit nakaligtaan mong yumuko sa harap ng Walang Hanggan sa batong simbulo sa templo ng Tarakeswar kahapon?"* Ang iyong kayabangan ay nagbunga para sa iyo ng kaparusahan ng maling pagtuturo ng taong nagdadaan na hindi nabahala sa mga pinong pagkakaiba sa pagitan ng kaliwa at kanan. Ngayon, din, ikaw ay nagkaroon ng medyo hindi maginhawang panahon dito!"

Ako ay sumang-ayon ng buong puso, namamangha na ang Nasa-Lahat-ng-Dakong mata ay nagtatago sa loob ng hindi kapansin-pansin na katawang nasa harap ko. Ang nagpapagaling na lakas ay lumalabas mula sa yogi; biglang nanariwa ang pakiramdam ko sa matinding init ng kabukiran.

"Gustong isaisip ng deboto na ang kanyang daan sa Diyos ay siya lamang daan," sabi niya." Ang yoga, kung saan ang Dibino ay natatagpuan sa loob, ay walang pagdududang pinakamataas na daan, tulad ng sinabi sa atin ni Lahiri Mahasaya. Ngunit, sapagkat natagpuan ang Panginoon sa loob, Siya'y nakikita natin kaagad sa labas. Ang mga banal sa templo sa Tarakeswar at saanman ay makatwirang iginagalang bilang mga nuklear na sentro ng lakas espirituwal."

Ang mapamunang kilos ng banal ay nawala; ang mga mata ay naging mahabaging malambot. Tinapik niya ang aking balikat.

"Batang yogi, nakita ko na ikaw ay lumalayo sa iyong maestro. Nasa kanya ang lahat ng iyong kailangan; dapat kang bumalik sa kanya." Idinagdag niya, "Ang mga bundok ay hindi maaring guru mo"—parehong mga saloobin na binigkas ni Sri Yukteswar dalawang araw na ang nakararaan.

"Ang mga maestro ay hindi pinipilit ng puwersang kosmiko na

---

* "Ang taong hindi yumuyuko sa anuman ay hindi kailanman makakayanan ang bigat ng kanyang sarili."—Dostoyevsky, *The Possessed*.

manirahan lamang sa mga bundok." Ang kasama ko ay sumulyap sa akin na pabiro. "Ang mga bundok ng Himalayas sa India at Tibet ay hindi sinasarili ang mga banal. Ang hindi pinagsisikapang hanapin sa loob ay hindi matatagpuan kahit na dalhin ang katawan dito at doon.. Sa sandaling ang deboto ay *maluwag ang kalooban na* upang pumunta kahit sa dulo ng daigdig para sa kaliwanagang espirituwal, ang kanyang guru ay magpapakita sa malapit."

Ako ay tahimik na sumang-ayon, ginugunita ko ang aking panalangin sa Banaras Hermitage, na sinundan ng pagkikita namin ni Sri Yukteswar sa isang mataong daan.

"Kaya mo bang magkaroon ng isang maliit na silid kung saan maari mong ipinid ang pintuan at mapag-isa?"

"Opo." Napag-isip ko na ang banal na ito ay bumaba mula sa panlahatan tungo sa pansarili na may nakalilitong bilis.

"Iyon ang iyong kuweba." Ang yogi ay nagbigay sa akin ng tinging nakapagpapaliwanag na hindi ko kailanman nalimutan. "Iyon ang iyong banal na kabundukan. Doon mo matatagpuan ang Kaharian Ng Diyos."

Ang kanyang simpleng mga salita ay madaling nagpaalis sa aking habang buhay na pagkahumaling sa mga bundok ng Himalayas. Sa isang nagbabagang kabukiran ako ay nagising sa pangarap na mga bundok at walang-katapusang pagyeyelo.

"Batang ginoo, ang pagkauhaw mo sa Dibino ay kapuri-puri. Nararamdaman ko ang malaking pagmamahal sa iyo." Kinuha ni Ram Gopal ang aking kamay at dinala ako sa maliit na bahay sa kanayunan sa gitna ng kaingin sa kagubatan. Ang mga bahay ay gawa sa adobe na natatakpan ng dahon ng niyog at may palamuti sa mga harapan na mga sariwang bulaklak pang-tropiko.

Pinaupo ako ng banal sa malilim na upuang kawayan ng kanyang maliit na bahay. Pagkatapos niya akong bigyan ng matamis na katas ng dayap at kapirasong matigas na kendi, pumasok kami sa kanyang patyo at naupo sa posisyong lotus. Apat na oras na meditasyon ang lumipas. Binuksan ko ang aking mga mata at nakita ko na ang naliliwanagan ng buwang anyo ng yogi ay hindi pa gumagalaw. Habang mahigpit kong ipinapaalaala sa aking tiyan na ang tao ay hindi nabubuhay sa tinapay lamang, si Ram Gopal ay tumayo sa kinauupuan.

"Nakikita ko na gutom ka na," sabi niya. "Ang pagkain ay maihahanda na, maya-maya lang."

"Nagpaningas siya ng apoy sa luad na lutuan sa patyo. Maya-maya pa, kami ay kumakain na ng kanin at *dal* na inihain sa

mga malalapad na dahon ng saging. Ang nag-anyaya sa akin ay ma-
galang na tumanggi sa lahat ng aking tulong sa gawaing pagluluto.
"Ang panauhin ay Diyos," isang kasabihang Hindu, ay nag-uutos
ng banal na pagtupad sa India mula noong matagal nang panahon.
Sa huli kong mga paglalakbay sa buong daigdig, ako ay mapalad
na nakakita ng parehong respeto sa mga panauhin sa kanayunang
bahagi ng maraming bansa. Ang mga naninirahan sa siyudad ay
nababawasan ang mabuting pagtanggap sa mga panauhin dahil sa
napakadaming hindi kilalang mga mukha.

Ang mga palengke ng tao ay tila hindi maisip sa kalayuan
habang ako ay nakaupo sa tabi ng yogi sa ilang na pagbubukod ng
maliit na nayon sa kagubatan. Ang silid sa maliit na bahay ay ma-
hiwagang nailawan ng isang malamlam na liwanag. Si Ram Gopal
ay nag-ayos ng mga sirang kumot sa sahig para sa aking higaan,
at naupo siya sa isang banig. Napuspos ng kanyang espirituwal na
pang-akit, nagbakasakali akong humiling.

"Ginoo, bakit hindi po ninyo ako pagkalooban ng *samadhi*?

"Aking mahal, ako ay masisiyahang maghatid ng Dibinong
pakikipag-ugnay, ngunit hindi ako ang nasa lugar upang gumawa
nito." Ang banal ay tumingin sa akin na bukas-kalahati ang mata.
"Ipagkakaloob ng iyong maestro ang ganoong karanasan sa iyo,
sandali na lamang. Ang katawan mo ay hindi pa handa ngayon. Ang
isang maliit na bombilya ay madudurog ng malakas na boltahe ng
elektrisidad, gayundin ang iyong mga ugat ay hindi pa handa para sa
kosmikong kuryente. Kapag ibinigay ko sa iyo ang walang katapu-
sang lubos na kagalakan sa oras na ito, ikaw ay masusunog na tila
lahat ng selula ng katawan mo ay nag-aapoy.

"Ikaw ay humihiling ng kaliwanagan mula sa akin," pagpa-
tuloy ng yogi na nag-iisip, "samantalang ako ay namamangha, na
ang walang-halagang tulad ko, at sa kaunting meditasyon na aking
nagawa—kung ako ay nagtagumpay na maging kawili-wili sa Diyos,
at kung ano ang aking halaga sa huling pagtutuos."

"Ginoo, hindi po ba mag-isa ninyong hinanap ang Panginoong
Diyos nang matagal na panahon?"

"Ako ay wala pang maraming nagagawa. Maaring sinabihan ka
ni Behari ng mga bagay sa aking buhay. Sa loob ng dalawampung
taon, ako ay nanatili sa isang sekretong grotto, nag-mi-meditasyon
ng labingwalong oras sa isang araw. Pagkatapos lumipat ako sa isang
hindi-madaling marating na kuweba at nanatili doon nang dalampu't
limang taon, at nanatili sa unyon ng yoga sa loob ng dalawampung
oras araw-araw. Hindi ko kailangan ang tulog, sapagkat palagi kong

kapiling ang Diyos. Ang aking katawan ay mas nakapagpapahinga sa pamamagitan ng lubos na kapayapaan ng mataas na kamalayan kaysa sa hindi ganap na kapayapaan ng karaniwang kubling-kama-layang kalagayan.

"Ang mga kalamnan ay nagpapahinga sa oras ng pagtulog; ngu-nit ang puso, baga at ang sirkulasyon ay palaging nagtatrabaho; wala silang pahinga. Sa pinaka-mataas na kamalayan, lahat ng panloob na sangkap ay nananatili sa napatigil na kalagayan, nakuryente ng enerhiyang kosmiko. Sa ganoong pamamaraan, napag-alaman kong hindi kinakailangang matulog ng maraming taon. Idinagdag niya, "darating ang oras na ikaw, din, ay hindi na kailangang matulog."

"Naku! Kayo ay nag-meditasyon nang napakatagal, at ngayon wala pang katiyakan sa tulong ng Panginoon!" sabi kong may pag-kamangha. "Kung ganoon, papaano na kaming kaawa-awang mga mortal?"

"Kung gayon, hindi mo ba nakikita, mahal kong bata, na ang Diyos ay ang Walang Hangganan mismo? Upang ipagpalagay na Siya ay lubos na makikilala ninuman sa apat-na-pu't- limang taong meditasyon ay lalo pang kakatwang pag-asam. Gayunman, si Babaji ay nagbigay ng katiyakan sa atin, na kahit na kaunting meditasyon ay maililigtas tayo mula sa labis na takot sa kamatayan, at sa mga kalagayan pagkamatay. Huwag mong ipirme ang iyong espirituwal na mithiin sa mga bulubundukin, subalit kumapit ka sa tala ng karapat-dapat na Dibinong kakayahan. Kapag nagsikap ka, makaka-rating ka doon."

Nabighani sa pagkakataon, hinilingan ko siya ng karagdagang naka-pagpapaliwanag na mga salita. Isinalaysay niya ang kamang-ha-manghang kuwento ng una niyang pagkikita sa guru ni Lahiri Mahasaya, si Babaji.* Bandang hating-gabi, si Ram Gopal ay nana-himik, at ako ay nahiga sa aking mga kumot. Pagpikit ko, nakita ko ang mga kislap ng kidlat; ang kalawakan sa aking kalooban ay isang bulwagan ng natunaw na liwanag. Dumilat ako at nakita ko ang parehong nakasisilaw na ningning. Ang silid ay naging bahagi ng walang-hangganang arko na aking nakikita sa panloob na paningin.

Ang yogi ay nagsalita, "Bakit hindi ka pa matulog?"

"Ginoo, paano po ako makakatulog habang ang kidlat ay nag-liliyab sa aking paligid, kahit na ang aking mga mata ay nakapikit o dilat?"

"Ikaw ay pinagpala sa pagkakaroon ng ganitong karanasan. Ang

---

* Tingnan ang mga pahina 355-358

espirituwal na radyasyon ay hindi madaling makita." Ang banal ay nagdagdag ng ilang mga salitang may pagmamahal.

Pagdating ng madaling-araw binigyan ako ni Ram Gopal ng ilang matitigas na kendi at sinabing dapat na akong umalis. Ako ay nakaramdam ng pag-aatubiling magpaalam sa kanya at umagos ang luha sa aking mga pisngi.

"Hindi kita pababayaang umalis na walang dala." Ang yogi ay nagsalita ng may pagmamahal. "Ako ay may gagawin para sa iyo."

Siya ay ngumiti at tumitig sa akin ng walang puknat. Ako ay hindi makakilos, parang nag-ugat sa lupa; ang kinig ng kapayapaan na nagmumula sa banal ay umagos sa aking pagkatao. Ako ay kagyat na gumaling sa isang pananakit sa aking likuran na lumiligalig sa akin ng paulit-ulit nang ilang taon.

Pinagbago, napaliguan sa isang karagatan ng nagbigay-liwanag na tuwa, hindi na ako nanangis. Pagkatapos kong hipuin ang mga paa ni Ram Gopal, pumasok na ako sa kagubatan. Ako ay naglakad sa gitna ng masalimuot na tropikong kagubatang at sa ibabaw ng maraming palayang bukirin hanggang nakarating ako sa Tarakeswar.

Pagdating ko doon, ako ay dumalaw ng pangalawang ulit sa tanyag na templo, at buong pusong nagpatirapa sa harap ng altar. Ang bilog na bato ay lumaki sa aking panloob na paningin, hanggang naging kosmikong mga kalipunan: pabilog sa loob ng pabilog pa, mga sona at sona pa, lahat ay pinamanahan ng pagkadibino.

Pagkatapos ng isang oras, ako ay masayang sumakay ng tren patungong Calcutta.

Ang aking paglalakbay ay nagwakas, hindi sa matatayog na mga bundok, kundi sa Himalayang presensiya ng aking maestro.

Isang Karanasan ko sa Kosmikong Kamalayan

"Narito ako, Guriji," Ang aking pagkahiya ay mas malakas nagsalita kaysa sa akin.

"Tayo na sa kusina at maghanap ng anumang makakain." Ang kilos ni Sri Yukteswar ay kaswal, parang mga oras lamang at di mga araw kaming nagkahiwalay.

"Maestro, marahil nabigyan ko kayo ng kabiguan sa biglang pag-iwan sa aking mga gawain dito; naisip kong baka kayo ay galit sa akin."

"Hindi, totoong hindi!" Ang galit ay sumisibol lamang mula sa nahadlangang pagnanais. Ako ay walang inaasahan mula sa ibang tao, kaya ang kanilang mga galaw ay hindi maaaring maging salungat sa aking mga pagnanais. Hindi kita gagamitin para sa pansarili kong kapakanan; ako ay masaya lamang sa iyong tunay na kasiyahan.

"Ginoo, ang sinuman ay naririnig ang dibinong pagmamahal sa isang malabong paraan, subalit ngayon, ako ay tunay na nag-kakaroon ng matibay na halimbawa mula sa inyong mala-anghel na sarili! Sa mundong ito, kahit ang isang ama ay hindi madaling magpatawad sa kanyang anak kapag iniwan ang pangangalaga ng magulang nang walang babala. Ngunit hindi kayo nagpakita ng kahit na kaunting pagkainis, bagama't maaring nailagay ko kayo sa malaking kaabalahan sanhi ng maraming hindi tapos na gawaing iniwan ko."

Nagtinginan kami sa mata ng bawat isa, kung saan may mga luhang kumikinang. Isang napakaligayang alon ang humigop sa akin; namalayan ko na ang Panginoon, sa anyo ng aking guru, ay pinalalawak ang limitadong sigasig ng aking puso sa malawak na nasasakupan ng kosmikong pagmamahal.

Makalipas ang ilang mga umaga, ako ay nagtungo sa walang-taong silid ng Maestro. Ako ay nagbalak mag-meditasyon ngunit ang aking kapuri-puring hangarin ay hindi sinang-ayunan ang suwail kong pag-iisip. Sila ay kalat-kalat na tulad ng mga ibon sa harap ng mangangaso.

"Mukunda!" Ang boses ni Sri Yukteswar ay narinig ko mula sa malayong balkonahe.

Ako ay nakaramdam ng paghihimagsik tulad ng aking kaisipan. "Si Maestro ay lagi akong inaanyayahang mag-meditasyon," ang usal ko sa sarili. "Hindi niya ako dapat abalahin gayong nalalaman niya kung bakit ako pumaroon sa kanyang silid."

Tinawag akong muli, nanatili akong sutil, walang kibo. Sa pangatlong tawag ang tono niya ay may kasamang paninisi.

"Ginoo, ako ay nasa meditasyon." Ako ay tumutol na pasigaw.

"Alam ko ang paraan ng iyong meditasyon," ang sagot ng aking guru," ang isip mo ay parang nagkalat na mga dahon sa bagyo! Halika dito sa akin."

Napigilan at nabisto, ako ay nalulungkot na pumunta sa tabi niya.

"Kawawang bata, ang mga bundok ay hindi kayang ibigay ang iyong kagustuhan." Ang maestro ay nangusap ng may pagmamahal at nang-aaliw. Ang mahinahon niyang sulyap ay napakalalim. "Ang pagnanais ng iyong puso ay magkakaroon ng katuparan."

Si Sri Yukteswar ay bihirang gumamit ng palaisipan; ako ay nalito. Tinapik niya ako nang marahan sa dibdib sa bandang ibabaw ng puso.

Ang katawan ko ay naging matatag na tila nag-ugat; ang hininga ko ay hinigop palabas sa aking baga ng parang isang malaking magnet. Ang kaluluwa at kaisipan ay biglaang nawala sa katawan at umagos na parang lusaw na tumatagos na liwanag sa bawat butas ng aking balat. Ang laman ay tila walang buhay, subalit sa aking pinaka-mataas na kamalayan nalalaman ko na kahit kailan ay hindi pa ako naging buhay na buhay na ganito. Ang pakiramdam ko sa sarili ay hindi na makitid at kulong sa katawan kundi laganap sa nakapalibot na mga atomo. Ang mga tao sa malayong kalsada ay tila naglalakad nang marahan sa abot ng aking tanaw. Ang ugat ng mga halaman at mga puno ay nakikita kong malamlam na anino sa lupa; napapansin ko ang papasok na daloy ng kanilang dagta.

Ang buong kapaligiran ay kitang-kita sa harap ko. Ang karaniwang paningin ko sa harapan ay naging malawak na pabilog tingnan, at magkakasabay kong pinagmamasdan ang lahat. Sa bandang likuran ng aking ulo, nakikita ko ang mga lalaking naglalakad pababa ng Rai Gat Lane, at napuna ko rin ang puting baka na banayad na lumalapit. Nang makarating siya sa bukas na tarangkahan ng ashram, siniyasat ko siya na parang ng aking dalawang mata. Pagkatapos siyang magdaan sa likod ng ladrilyong pader ng patyo, nakikita ko pa rin siya nang maliwanag.

Lahat ng mga bagay na nakikita ng aking malawak na paningin ay nangatal at nanginig na tulad ng mabilis na sine. Ang katawan ko, ang kay maestro, ang patyong may poste, ang mga kagamitan at sahig, ang mga puno at liwanag ng araw, ay kung magka-minsan ay marahas na nababalisa, hanggang ang lahat ay natunaw sa kumikinang na karagatan; na katulad ng butil ng asukal, na inilagay sa baso ng tubig, at natunaw pagkatapos itong haluin. Ang nagkakaisang liwanag ay salit-salit na nagpapakita ng uri, ang pagbabagong-anyo ay nagbubunyag ng batas ng sanhi at epekto sa paglalang.

Isang karagatan nang katuwaan ay nabuksan sa payapang walang-hangganang baybayin ng aking kaluluwa. Ang Espiritu ng Diyos, aking napagtanto, ay Hindi-Nauubos na kaluwalhatian; ang Katawan Niya ay hindi mabilang na himaymay ng liwanag. Ang sumasabog na kaluwalhatian sa akin ay nagsimulang sakupin ang mga kabayanan, kontinente, ang mundo, ang galaw ng araw at mga bituin, manipis na mga ulap at lumulutang na mga sandaigdig. Ang buong kosmos, marahang makinang, tulad ng siyudad na nakikitang malayo sa gabi, ay kumukutitap sa loob nang walang-hangganan ng aking pagkatao. Ang nakasisilaw na liwanag sa labas ng matalim na parisukat ng mga daigdig ay marahang naglaho sa pinaka-malalayong mga gilid; doon ay nakita ko ang malamlam na liwanag, kailanman hindi nababawasan. Ito ay hindi maipaliwanag sa kapinuhan; ang mga larawan ng mga planeta ay nabuo sa mas magaspang na liwanag.*

Ang dibinong paghihiwalay ng mga sinag ay ibinuhos mula sa Walang-Hanggang Pinagmulan, nagliyab sa mga galaksi, nagbagong anyo sa hindi maipahayag na mga aura. Paulit-ulit, nakita ko ang mapanlikhang mga sinag, pinaikli para maging mga konstelasyon, pagkatapos nagpasiyang maging dahon ng naaaninag na ningas. Sa paraan ng maindayog na kabaligtaran, anim na trilyong mga daigdig ay dumadaan sa naaaninag na kinang, pagkatapos ang apoy ay naging arko ng Langit.

Nalaman ko ang gitna ng pinakamataas bilang isang punto ng intuwisyong pang-unawa sa aking puso. Ang nag-iilaw na kaning-ningan na nagmumula sa aking kaibuturan tungo sa bawat bahagi ng pandaigdig na anyo. Napakaligayang *amrita*, nektar ng walang kamatayan, ay tumibok sa akin na may isang tila asoheng

---

* Ang ilaw bilang esensiya ng paglikha ay ipinaliliwanag sa kabanata 30.

pagkalikido. Ang Mapanlikhang Tinig ng Diyos ay narinig kong umaalingawngaw bilang *Aum*,* ang pagyanig ng Kosmikong Makina.

Walang ano-ano ang hininga ay nagbalik sa aking baga. May kabiguang halos hindi ko matanggap, naunawaan ko na ang aking walang-hanggang kalawakan ay nawala. Minsan pa ako ay limitado sa nakakahiyang kulungan ng isang katawan, hindi madaling ialay na tirahan sa Espiritu. Tulad ng isang waldas na anak, ako ay lumayas mula sa aking malawak na tahanan at ibinilanggo ang aking sarili sa isang tahanang makitid na napakaliit.

Ang aking guru ay nakatayong hindi gumagalaw sa harap ko; ako ay nagsimulang magpatirapa sa kanyang banal na paa bilang pagtanaw ng utang na loob sa pagkakaloob niya sa akin ng karanasan sa kosmikong kamalayan na aking matagal nang masidhing inaasam-asam. Ako'y kanyang itinayo at tahimik na nagsalita:

"Hindi ka dapat masyadong magpakalasing sa lubos na kaligayahan. Marami pang gawain ang naghihintay para sa iyo sa mundo. Halika, wawalisin natin ang sahig ng balkonahe; pagkatapos tayo ay maglalakad sa tabi ng ilog Ganges

Ako ay kumuha ng walis; si Maestro, alam ko, ay itinuro sa akin ang lihim ng balanseng pamumuhay. Kailangang maabot ng kaluluwa ang kosmikong kalaliman, samantalang ang katawan ay gumagawa ng mga pang-araw-araw na katungkulan.

Noong si Sri Yukteswar at ako ay lumabas upang maglakad, ako ay nalulunod pa sa tuwa sa hindi mabigkas na masidhing kagalakan. Nakita ko ang aming mga katawan na dalawang astral na larawan, gumagalaw sa isang daanan sa tabing-ilog na ang diwa ay puro liwanag.

"Ang Espiritu ng Diyos ang masiglang nagpapatuloy ng bawat anyo at lakas sa sandaigdig; gayunman, Siya ay nangingibabaw at malayo sa napakaligayang hindi pa nalalang na kawalan sa labas ng mga daigdig ng panginig na penomena,"† paliwanag ni Maestro.

* "Sa pasimula pa'y naroon na ang Salita.at ang Salita ay Kasama ng Diyos, at ang Salita ay Diyos."—Juan 1:1

† "Hindi humahatol kaninuman ang Ama. Ibinigay niya sa Anak ang buong kapangyarihang humatol."—Juan 5:22. "Kailanma'y walang nakakita sa Diyos, subalit ipinakilala siya ng bugtong na Anak—siya'y Diyos—na lubos na minamahal ng Ama."—Juan 1:18. "Ang Diyos...ang lumikha ng lahat sa pamamagitan ni Hesu Kristo."—Efeso 3:9. "Ang nananalig sa akin ay makagagawa ng mga ginagawa ko at higit pa rito, sapagkat pupunta na ako sa Ama." –Juan 14:12. "Ang Patnubay, ang Espiritu Santo na susuguin ng Ama sa pangalan ko, ang siyang magtuturo sa inyo ng lahat ng bagay at magpapaalaala ng lahat ng sinabi ko sa inyo."—Juan 14:26. Ang mga salitang Bibliyang ito ay tumutukoy sa tatlong-katauhang kalikasan ng

"Ang mga nagkamit ng Pansariling kaganapan sa mundo ay nabubuhay ng katulad na dalawang uri ng buhay. Maingat na ginagawa ang kanilang tungkulin sa mundo, gayuman sila ay nawiwili sa panloob na kabanalan.

"Nilikha ng Panginoon ang lahat ng mga tao mula sa walang-hanggang ligaya ng Kanyang pagka-Diyos. Kahit na ang tao ay hirap na nakasiksik sa katawan, ang Diyos ay umaasa pa rin na sila na nilalang na kawangis Niya ay sa wakas babangon at lalagpasan ang mga damdaming pagkakakilanlan at makikiisa sa Kanya."

Ang kosmikong pangitain ay nag-iwan ng maraming permanenteng aral. Sa pamamagitan ng araw-araw na pananahimik ng aking kaisipan, ako ay matagumpay na nakakawala sa mapanlinlang na paniniwala na ang aking katawan ay isang kumpol na laman at buto na bumabagtas sa matigas na lupa. Nakita ko na ang hininga at ang hindi-mapalagay na kaisipan, ay parang mga unos na hinahampas ng dagat ng liwanag upang maging alon ng materyal na anyo—lupa, ulap, taong nilalang, mga hayop, mga ibon, mga puno. Walang pang-unawa sa Walang Hanggan bilang Isang Liwanag ang makakamit kapag hindi pinapayapa ang mga unos na iyon.

Kasing-dalas ng pagpapatahimik ng dalawang natural na pagka-balisa, natunghayan ko ang pagkatunaw ng marami pang ibaibang alon ng paglalang para maging isang nagliliwanag na karagatan; parang alon ng dagat, kapag ang unos ay humupa ay payapang natutunaw sa pagkakaisa.

Iginagawad ng isang maestro ang dibinong karanasan ng kosmikong kamalayan kapag ang disipulo, sa pamamagitan ng meditasyon, ay napagtibay na ang kanyang kaisipan at hindi na malipos na matabunan ng kalawakan ng kaalaman. Ang intelektuwal na kusang loob na pagpapayag o bukas na kaisipan lamang ay hindi sapat. Ang tamang pagpapalawak ng kamalayan sa pamamagitan ng yoga at

<hr>

Diyos bilang Ama, Anak at Espiritu Santo (*Sat, Tat, Aum* sa banal na kasulatan ng Hindu). Ang Diyos Ama ay ang Ganap, Di-Nakikita, nananatili sa *higit sa hangganan* ng nanginginig na paglalang. And Diyos Anak ay ang Kristong Kamalayan (si Brahma o *Kutastha Chaitanya*) na nananatili *sa loob* ng nanginginig na paglalang; itong Kristong Kamalayan ay ang "bugtong na anak" o natatanging repleksiyon ng Di-nalilikhang Walang-Hanggan. Ang panlabas na manipestasyon ng nasa lahat ng dakong Kristong Kamalayan, ang kanyang "saksi" (Pahayag 3:14), ay *Aum*, ang Salita o Banal na Espiritu: di-nakikitang dibinong kapangyarihan, ang tanging tagagawa, ang nag-iisang pinagmulan at gumagalaw na pwersa na nag-aangat ng lahat ng nilalang sa pamamagitan ng pagyanig. Ang *Aum* na siyang maligayang Tagabigay-ginhawa ay naririnig sa meditasyon at ibinubunyag sa deboto ang ganap na Katotohanan, na nagdadala "ng lahat ng bagay sa...alaala."

debosyon lamang ang makapaghahanda sa isang deboto upang tang-gapin ang nakapagpapalayang buhos ng pagka-nasa-lahat-ng-dako.

Ang dibinong karanasan ay talagang kusang dumarating sa isang tapat na mag-aaral.

Ang marubdob niyang pagnanais ang humihila sa Diyos na may hindi matanggihang lakas. Ang Panginoon, bilang isang Kosmikong Pangitain ay hinihila ng may balaning pananabik sa abot nang ka-malayan ng taong naghahanap.

Sa mga huling panahon ng aking buhay ay isinulat ko ang tu-lang "Samadhi," sa pagsisikap kong maipahatid ang isang sulyap ng kanyang kaluwalhatian:

Naglaho na ang lambong ng liwanag at dilim,
Inangat ang bawat hamog ng pighati.
Naglayag palayo lahat ng bukang-liwayway ng panandaliang
    ligaya,
Wala na, ang malabong malikmata ng pandamdam.
Pag-ibig, poot, kalusugan, karamdaman, buhay, kamatayan:
Naglaho itong mga huwad na anino sa tabing ng pagiging
    dalawahan.
Ang unos ng *maya* ay natahimik
Ng mahikong baston ng intuwisyong malalim.
Ngayon, kahapon, bukas, at wala na para sa akin,
Ngunit ako na palaging ngayon, lahat-umaagos ako, ako, sa lahat
    ng dako.
Mga planeta, mga bituin, buntot ng tala, daigdig,
Pagsabog ng bulkan sa marahas na katapusan ng mundo,
Pugon ng paghubog sa paglikha,
Bulubunduking yelo ng mga tahimik na x-ray, nagbabagang baha
    ng electron,
Pag-iisip ng lahat ng tao, kahapon, ngayon at bukas,
Bawat dahon ng damo, ako, sangkatauhan,
Bawat butil ng sandaigdigang alikabok,
Galit, kasakiman, kabutihan, kasamaan, kaligtasan, pagnanasa,
Aking nilunok, binago lahat
Sa malawak na dagat ng dugo ng aking sariling isang Katauhan.
Nagbabagang kagalakan, laging binubugahan ng meditasyon
Binubulag ang aking mga matang luhaan,
Sumabog sa walang hanggang lagablab ng kaluwalhatian,
Umubos sa aking mga luha, sa balangkas ng aking katawan, at
    lahat sa akin.
Ikaw ay ako, ako ay Ikaw,
Pagkakaalam, Nakakaalam, Nalaman, bilang Isa!

Natahimik, walang patid na tuwa, nabubuhay nang walang-hang-
  gan, laging-bagong kapayapaan.
Kasiyahang higit sa inaaasahan, *samadhi*, kaluwalhatian!
Hindi isang kawalang malay na kalagayan
O tulog na diwa na walang pagnanais bumalik,
Samadhi, pinalalawig ang aking kamalayan
Higit pa sa hangganan ng aking may kamatayang katawan
Sa pinakamalayong hangganan ng kawalang-hanggan
Kung saan ako, ang Kosmikong Dagat,
Pinagmamasdan ang munting sariling lumulutang sa Akin.
Gumagalaw na bulong ng atomo ay narinig,
Ang madilim na mundo, kabundukan, kapatagan, masdan! Nag-
  babagang likido!
Umaagos na dagat nagiging abuabo ng kumpol ng gas ng mga
  bituin!
Binubugahan ng *Aum* ang mga abuabo, kagila-gilalas na binubuk-
  san ang kanyang lambong,
Karagata'y matatag na nabubunyag, kumikinang na mga elektron
Hanggang, sa huling tunog ng kosmikong tambol,*
Pawiin ang mas magaspang na liwanag tungo sa walang-hanggang
  sinag
Ng pang-kalahating-kaluwalhatian.
Mula sa ligaya ako ay dumating, para sa ligaya ako'y nabubuhay,
  sa banal na ligaya ako'y matutunaw.
Karagatan ng isip, ininom ko lahat ng alon ng paglalang.
Apat na lambong ng mga bagay, likido, hamog, ilaw,
Inangat lahat.
Ako, sa lahat ng bagay, papasok sa Malawak na Sarili.
Naglaho magpakailanman: manaka-naka, kumukutitap na anino
  ng alaala ng tao;
Walang-bahid ang langit ng aking kaisipan—sa ibaba, sa itaas, at
  sa napakataas;
Ang Walang-Hanggan at ako, iisang magkasamang sinag.
Isang munting bula ng tawa, Ako
Ay naging Karagatan ng Mismong Kasayahan.

Tinuruan ako ni Sri Yukteswar kung papaano tawagin ang ba-
nal na karanasan kapag ginusto, at saka kung papaano ilipat ito sa
ibat kapag ang kanilang daluyan ng intuwisyon ay nakahanda na.
    Sa loob ng ilang buwan, pagkatapos ng unang pagkakataon, na

---

* *Aum*, ang malikhaing pagyanig na nagpapalabas ng lahat ng nilikha.
† Ibinigay ko ang Kosmikong Pananaw sa ilang mga *Kriya Yogi* sa Silangan at
Kanluran. Isa sa mga ito, si G. James J. Lynn, ay ipinakikitang nasa *samadhi* sa
larawang katapat ng p. 291.

pumasok ako sa maligayang pakikiisa, inuunawa araw-araw kung bakit sinabi ng "Upanishads" na ang Diyos ay *rasa*, "ang pinaka-masarap na lasapin." Gayunpaman, isang umaga ay naghain ako ng suliranin kay Maestro.

"Ibig kong malaman, Ginoo—kailan ko matatagpuan ang Diyos?"

"Natagpuan mo na Siya."

"Oh, hindi po, Ginoo, palagay ko hindi pa!"

Ang aking guru ay napangiti. "Nakatitiyak ako na hindi mo inaasahan ang isang kagalang-galang na personang nakapalamuti sa isang trono na walang bahid-dumi na sulok ng sanlibutan! Nakikita ko, gayunman, na marahil naiisip mo na ang pagkakaroon ng mga mahimalang kapangyarihan ay katunayan na ang isang tao ay natagpuan na ang Diyos. Hindi. Ang isang tao'y maaring magkaroon ng kapangyarihang pamahalaan ang sandaigdig—ngunit malayo pa rin ang Diyos sa kanya. Ang kaunlarang espirituwal ay hindi dapat sukatin sa pamamagitan ng pagpapakita ng panlabas na kapangyarihan, kundi sa tanging lalim ng kaligayahan niya sa meditasyon.

"*Ang Laging-bagong Ligaya ay ang Diyos*. Siya ay walang pagkaubos; habang ikaw ay nagpapatuloy ng meditasyon sa mga taon, lilibangin ka Niya sa isang walang katapusang katalinuhan. Ang mga debotong katulad mo na natagpuan ang daan patungo sa Diyos kailanman ay hindi mangangarap ipagpalit Siya sa iba pang kaligayahan; Siya ay kaakit-akit na higit pa sa anumang maisip na kompetisyon.

"Gaano kabilis tayong napapagod sa makamundong kaligayahan! Ang pagnanasa sa mga materyal na bagay ay walang katapusan; ang tao ay hindi lubos na nasisiyahan kailanman, at naghahangad ng isa pang hangarin, pagkatapos ng isa. Ang 'iba naman' na kanyang hinahanap ay ang Panginoon, na Siya lamang makapagbibigay ng walang hanggang kasayahan.

"Itataboy tayo ng panlabas na pangangailangan mula sa Eden ng kalooban; sila ay nag-aalok ng maling kasiyahan na ginagaya lamang ang tuwa ng kaluluwa. Ang nawalang paraiso ay madaling mabawi sa pamamagitan ng dibinong meditasyon. Dahil ang Diyos ay Palaging Bago, hindi tayo kailanman magsasawa sa Kanya. Maari ba tayong manghinawa sa kaluwalhatian, nakatutuwang paiba-iba hanggang katapusan?"

"Nauunawaan ko na ngayon, ginoo, kung bakit tinatawag ng mga banal ang Panginoon na napakalalim. Pati na ang walang-katapusang buhay ay kulang upang Siya ay maunawaan."

"Totoo iyan, subalit Siya rin ay malapit at napakamahal. Pag-katapos malinis ng *Kriya Yoga* ang kaisipan ng mga hadlang na pandamdam, ang meditasyon ay magbibigay ng dalawang katibayan ng Diyos. Ang palaging masayang pakiramdam ay katunayan ng Kanyang buhay, kapani-paniwala sa mismong ating mga atomo. At sa meditasyon ang tao ay nakatatanggap ng mabilis Niyang patnu-bay, ang Kanyang tamang kasagutan sa lahat ng kahirapan."

"Alam ko na, Guruji; nalutas mo na ang aking suliranin." Na-pangiti akong nagpapasalamat. "Nalalaman ko na ngayon na natag-puan ko na ang Diyos, sapagkat tuwing ang galak ng meditasyon ay bumabalik sa aking kamalayan sa oras ng masiglang paggawa, ako ay marahang tinuturuan ng dapat gawin sa lahat ng pangyayari, maging ang maliliit na mga detalye."

"Ang buhay ng tao ay may kaakibat na pighati habang hindi pa tayo marunong makiniig sa Dibinong Pagnanais, na kung saan ang 'tamang paraan' ay madalas nakalilito sa makasariling katalinu-han," ang sabi ni Maestro.

"Ang Diyos lamang ang makapagbibigay ng walang-salang payo; sino kung hindi Siya ang nagdadala sa bigat ng sanlibutan?"

Ang tabing-dagat na ashram ni Sri Yukteswar sa Puri, Orissa, malapit sa Bay of Bengal

Swami Sri Yukteswar sa posturang lotus

Ang Pagnanakaw ng Cauliflower

"Maestro, isang handog para sa inyo! Itong anim na malalaking cauliflower ay itinanim ng aking mga kamay; binantayan ko ang kanilang paglaki na tulad nang pag-aalaga ng isang inang nagpapasuso sa kanyang anak." Inialay ko ang basket ng mga gulay na may isang ma-seremonyang kumpas.

"Salamat sa iyo!" Ang ngiti ni Sri Yukteswar ay magiliw na may pagpapahalaga. "Pakitago sa iyong silid; kakailanganin ko iyan bukas sa isang natatanging hapunan."

Kararating ko lamang sa Puri* upang gugulin ang aking tag-araw na bakasyon sa kolehiyo sa piling ng aking guru sa kanyang tabing-dagat na hermitage. Itinayo ni Maestro at ng kanyang mga disipulo, ang masayang maliit na dalawang palapag na bakasyunan na nakaharap sa Bay of Bengal.

Maaga akong nagising kinaumagahan, guminhawa sa maalat na hanging-dagat at ang tahimik na ganda ng ashram. Ang mahimig na tinig ng aking guru ay tumatawag; tiningnan ko ang mga mahalagang cauliflower at maayos kong itinulak sa ilalim ng aking higaan.

"Halikayo, punta tayo sa tabing dagat." Pinangunahan ni Maestro ang daanan; ilang mga batang disipulo at ako ay sumunod bilang isang kalat na grupo. Sinuri kami ng aming guru na may banayad na pagpuna.

"Kapag ang ating mga kapatid sa Kanluran ay naglalakad, sila ay karaniwang may pagmamalaking sabay-sabay. Ngayon, pakiusap, magmartsa nang dalawahang hilera; sikaping humakbang ng maindayog na sabay-sabay." Si Sri Yukteswar ay nakamasid habang kami ay sumusunod; nagsimula siyang umawit: "Mga bata ay paro't parito, sa hanay na marikit maliit." Hindi ko mapigilan ang paghanga kung paano kadali niyang nasusundan ni Maestro ang mabilis na hakbang ng kanyang mga batang mag-aaral.

---

* Ang Puri, humigit-kumulang 310 milya sa timog ng Calcutta, ay isang tanyag na siyudad ng peregrinasyon para sa mga deboto ni Krishna; ang pagsamba sa kanya ay ipinagdiriwang doon na may dalawang malalaking taunang kapistahan, ang *Snanayatra* at *Rathayatra*.

"Tigil!" Ang mga mata ng aking guru ay nakatuon sa akin. "Naalala mo bang ikandado ang pintuan sa likuran ng hermitage?"

"Palagay ko po, Ginoo."

Si Sri Yukteswar ay tumahimik nang ilang minuto na may isang medyo pigil na ngiti sa kanyang mga labi. "Hindi, nalimutan mo," patapos niyang sabi. "Ang dibinong pagninilay-nilay ay hindi dapat maging dahilan sa materyal na pagwawalang-bahala.

Ikaw ay nagpabaya sa iyong katungkulan na pangalagaan ang ashram; dapat kang parusahan."

Akala ko siya ay malabong nagbibiro noong idagdag niya: "Ang anim mong cauliflower ay malapit nang maging lima na lamang."

Umikot kami sa utos ni Maestro at nagmartsa pabalik hanggang malapit na kami sa hermitage.

"Magpahinga muna. Mukunda, tumingin ka sa kabila ng bakuran sa bandang kaliwa; pagmasdan mo ang kalsada sa malayo; may isang tao na parating doon ngayon, siya ang magiging paraan ng iyong parusa."

Itinago ko ang aking pagkainis sa ganitong hindi maintindihang pananalita. Isang magsasaka ang madaling dumating sa daanan; siya ay nagsasayaw na lubhang nakakatawa at winawagayway ang mga kamay sa wala namang ibig sabihing mga galaw. Halos maparalisa sa kuryosidad, idinikit ko ang aking mga mata sa nakakatawang panoorin. Samantalang ang tao ay nakarating na sa puntong hindi na namin nakikita, sabi ni Sri Yukteswar, "Ngayon, babalik siya."

Ang magsasaka ay dali-daling nagbago ang patutunguhan at tumuloy sa bandang likod ng ashram. Binagtas ang mabuhanging daan, at pumasok siya sa likurang pinto ng aming gusali. Naiwang hindi ko naikandado, na tulad ng sabi ng aking guru. Ang tao ay lumabas maya-maya, hawak ang isa sa aking mahalagang cauliflower. Siya ngayon ay naglakad na magalang, binigyang- dangal ng pagmamay-ari.

Ang natunghayang palabas na katatawanan, kung saan ang aking papel ay mukhang isang nalililitong biktima ay hindi naman nakakataranta na hindi ko nakuhang habulin at magalit sa magnanakaw. Ako ay nangangalahati na sa daan nang tawagin akong pabalik ni Maestro. Siya ay nanginginig mula ulo hanggang paa sa katatawa.

"Ang kaawa-awang baliw na tao ay matagal nang nasasabik sa isang cauliflower." Paliwanag niya sa pagitan ng kanyang pag-ihit ng tawa. "Naisip kong magiging mabuting ideya kung bigyan siya ng isa sa iyong mga cauliflower, na hindi maingat na nabantayan!"

Sumugod ako sa aking silid, kung saan nakita ko na ang magnanakaw, maliwanag na may pagkahumaling sa gulay, ay iniwan at hindi ginalaw ang aking mga gintong singsing, orasan sa kamay at mga pera na lahat nakalatag na walang takip sa kumot. Sa halip, gumapang siya sa ilalim ng higaan, kung saan naroon ang basket ng mga cauliflower, lubos na natatago sa karaniwang paningin, ay nagpakita sa pakay ng kanyang nag-iisang hangarin.

Tinanong ko si Sri Yukteswar noong gabing iyon na ipaliwanag ang pangyayari (na mayroon, sa palagay ko, ng kaunting nakalilitong tampok).

Ang aking guru ay umiling-iling nang marahan. "Mauunawaan mo ito pagdating ng araw. Ang siyensiya ay malapit nang matuklasan ang ilan sa ganitong natatagong mga batas."

Nang ang kahanga-hangang radyo ay lumabas pagkalipas ng ilang taon sa nagtatakang mundo, naalala ko ang hula ni Maestro. Ang lumang paniniwala sa panahon at kalawakan ay nawala na; walang pamamahay ng tao ang napakaliit na hindi makapasok ang London o Calcutta! Ang pinakamapurol na talino ay lumalaki sa harap ng hindi-matutulang patunay ng isang aspeto ng pagiging nasa-lahat-ng-dako ng tao.

Ang "sabwatan" sa komedya ng cauliflower ay madaling maunawaan kapag ginamit ang paghahalintulad sa radyo.* Ang aking

---

* Isang radio mikroskopyong ginawa noong 1939 ang nagbunyag ng mga sinag na hanggang noon ay di-nakikita. "Ang tao mismo, tulad ng lahat ng uri ng tila di-gumagalaw na bagay ay palagiang naglalabas ng mga sinag na 'nakikita' ng instrumentong ito," pahayag ng *Associated Press.* "Ang mga naniniwala sa telepathy, pangalawang paningin, at kapangyarihang manghula, ay nagkakaroon sa pahayag na ito ng unang siyentipikong pagpapatunay ng pagkakaroon ng di-nakikitang sinag na totoong naglalakbay mula sa isang tao patungo sa isa pa. Ang kagamitang pan-radyo ay tunay na isang radio-frequency spectroscope. Pareho rin nitong ginagawa para sa mga malamig, hindi-kumikinang na bagay ang ginagawa ng spectroscope kapag ibinubunyag nito ang mga uri ng atomo na gumagawa ng mga tala....Ang pagkakaroon ng ganitong uri ng sinag na nanggagaling sa tao at lahat ng bagay na may buhay ay hinihinala ng mga siyentipiko nang maraming taon. Ngayon ang unang patunay ng kanilang pagsubok ng pagkakaroon nito. Ang pagkakatuklas ay nagpapakita na ang bawat atomo at bawat molecule sa kalikasan ay isang estasyon ng radyong tuluy-tuloy na nagbo-brodkast....Kung gayon, kahit pagkatapos ng kamatayan, ang bagay na dating tao ay patuloy na nagpapadala ng kanyang mga maliliit na sinag. Ang haba ng mga alon ng ganitong sinag ay mula sa higit na maikli kaysa ginagamit ngayon sa pagbo-brodkast hanggang sa pinakamahabang alon ng radyo. Ang kaguluhan ng mga along ito ay halos hindi matalos. Milyun-milyon ang mga ito. Ang nag-iisang napakalaking molecule ay maaaring magpadala ng 1,000,000 na iba't-ibang haba ng alon nang sabay-sabay. Ang pinakamahahaba sa mga ito ay naglalakbay nang may husay at bilis ng tulad ng mga alon ng radyo....May isang kagila-gilalas na pagkakaiba ng bagong sinag ng radyo at karaniwang sinag tulad ng liwanag. Ito ay ang pinahabang

guru ay isang ganap na radyong nagkatawang-tao. Ang mga iniisip ng tao ay mga pinong pagyanig na gumagalaw sa eter. Tulad ng isang radyong wasto ang pagkatono ay nakakakuha ng nagustuhang programang musikal mula sa libong iba pang mga programa na nanggagaling sa bawat direksiyon, ganoon din, si Sri Yukteswar ay madaling makaramdam at tumatanggap sa isang nauukol na kaisipan (ang sa taong sinto-sinto na nagmithi ng cauliflower), mula sa hindi mabilang na kaisipan ng tao na nagpapahayag sa buong mundo. Habang naglalakad papunta sa tabing-dagat, naramdaman ni Maestro ang simpleng pagnanais ng magsasaka, at handa siyang bigyan ito ng kasiyahan. Nakita ng dibinong mga mata ni Sri Yukteswar ang taong nagsasayaw sa kalsada, bago siya nakita ng mga disipulo. Ang pagkalimot ko sa pagkakandado ng pintuan sa ashram ay nagbigay kay maestro ng angkop na dahilan upang mawalan ako ng isa sa pinahahalagahan kong mga gulay.

Pagkatapos ng pagiging isang tagatanggap na instrumento, si Sri Yukteswar ay gumanap sa pamamagitan ng kanyang makapangyarihang pagnanais, bilang isang tagapagpahayag o nagpapadalang instrumento.* Sa ganoong papel, siya ay nagtagumpay na pag-utusan ang magsasaka na bumalik at pumunta sa isang tiyak na silid para sa isang cauliflower.

Ang intuwisyon ay gabay ng kaluluwa, likas na lumalabas sa tao sa pagkakataong ang kanyang isip ay payapa. Halos lahat ng tao ay nagkaroon na ng karanasan ng hindi maipaliwanag na tamang "kutob" o paglipat ng kanyang tamang iniisip sa ibang tao.

Ang pantaong-isip, nakalaya mula sa kaguluhan o "estatika" ng pagkabalisa, ay may kakayahang gawin ang lahat ng komplikadong mekanismo ng radyo—ipinadadala at tinatanggap ang mga kaisipan at hindi pinapansin ang hindi kanais-nais na pag-uusap. Katulad ng kakayahan ng isang estasyon ng radyo na pinamamahalaan ang lakas ng elektrisidad na kayang gamitin, gayundin ang bisa ng radyo ng tao, na depende sa lakas ng pagnanais ng bawat tao.

Lahat ng iniisip ng tao ay yumayanig magpakailanman sa kosmos. Sa pamamagitan ng malalim na konsentrasyon, ang isang maestro ay maaring matiktikan ang pag-iisip ng kahit sinong tao, buhay o patay. Ang mga kaisipan ay pandaigdig, hindi nag-uugat sa isang pinagmulan; ang katotohanan ay hindi maaring lalangin, kundi inuunawa lamang. Anumang maling kaisipan ng tao ay bunga

panahon, na kabuuang libu-libong taon, na ang mga alon ng radyo ay magpapatuloy na magpapadala mula sa di-nagagambalang bagay."

* Tingnan ang tala sa ph. 305.

ng pagiging-di-ganap, malaki o maliit, sa kanyang pang-unawa. Ang layunin ng siyensiya ng yoga ay patahimikin ang isip para, kung walang pagbaluktot ay maririnig ang walang-pagkakamaling payo ng Panloob-Na-Tinig.

Ang radyo at telebisyon ay nagdala ng biglaang tunog at anyo ng malalayong mga tao sa dapugong may tsimenea ng mga milyong tao na nakikinig: ang unang bahagyang siyentipikong mga paalaala na ang tao ay isang espiritung laganap sa lahat ng dako. Bagama't ang pagka-makasarili sa pinaka-malupit na mga paraan ay maki-pag-sabwatan upang maalipin siya, ang tao ay hindi isang katawang nakakulong sa isang tuldok ng kalawakan kundi isang sadyang kaluluwang nasa lahat ng dako.

"Lubhang kakaiba, kamangha-mangha, parang di-maarok na penomena ay maaari pang lumantad, na kapag ito'y nangyari, ay hindi tayo gugulatin nang tulad na ng pagkagulat natin sa lahat ng naituro sa atin ng siyensiya sa nakaraang dantaon," ito ang pahayag ni Charles Robert Richet,* isang Nobel laureate sa pisyolohiya. "Ipinagpapalagay na ang penomenang walang-tinag na tinatanggap na natin ngayon, ay hindi nakakagulat dahil nauu-nawaan natin ang mga ito. Ngunit hindi ito ang kaso. Kung hindi nila tayo ginugulat, hindi dahil sa nauunawaan natin ang mga ito, ito ay dahil sila ay pangkaraniwan; dahil kung iyong hindi nauunawaan ay dapat makagulat sa atin, sana ay nagugulat tayo sa lahat ng bagay—ang pagbagsak ng initsang bato, ang acorn na nagiging matayog na punong oak, ang mercury na lumalaki kapag nainitan, at bakal na naaakit ng magnet.

"Ang siyensiya sa ngayon ay bagay na hindi pinapapansin.... Yaong mga kagila-gilalas na katotohanan na matutuklasan ng ating mga susunod na kaanak ay pumapaligid na sa atin ngayon, tinititigan tayo sa mata, 'ika nga; bagamat di natin sila nakikita. Ngunit hindi sapat na sabihing hindi natin sila nakikita; ayaw natin silang makita—dahil sa sandaling ang isang di-inaasahan at di-karaniwang bagay ay lalantad, sinusubukan natin silang iha-nay sa balangkas ng karaniwang lugar ng tanggap na kaalaman, at nagagalit tayo sa sinumang magtangkang lalo pang sumubok."

Isang nakakatawang pangyayari ang naganap ilang araw pagka-tapos nang hindi kapani-paniwalang ako ay ninakawan ng isang cauliflower. Ang isang lampara ay hindi makita.

Sa dahilang nasaksihan ko kamakailan ang kaalaman sa lahat

---

* May-akda ng *Our Sixth Sense* (London: Rider & Co.).

ng bagay ng aking guru, akala ko ipapakita niya na parang laro ng bata ang paghahanap ng lampara.

Naunawaan ni Maestro ang aking inaasahan. Masyado niyang pinabigat ang paghahanap, at tinanong lahat ang residente ng ashram. Ang isang batang disipulo ay nagtapat na ginamit niya ang lampara para pumunta sa balon sa likuran ng bahay.

Si Sri Yukteswar ay nagbigay ng pormal na payo: "Hanapin ang lampara sa tabi ng balon."

Humangos ako doon; walang lampara! Lupaypay, bumalik ako sa aking guru. Siya ngayon ay masayang nagtatawa, na walang agam-agam sa aking pagkalito.

"Lubhang masama, hindi ko kayo madadala sa nawawalang lampara; hindi ako manghuhula!" Nagniningning ang mga mata na idinagdag niya, "Ni hindi ako isang kasiya-siyang Sherlock Holmes!"

Nalaman ko na ang Maestro ay hindi kailanman nagpapakita ng kanyang galing kapag hinamon, o para sa mga walang kuwentang bagay.

Masayang mga linggo ang lumipas. Si Sri Yukteswar ay nag-babalak ng isang relihiyosong prusisyon. Hinilingan niya akong pangunahan ang mga disipulo hanggang sa bayan at sa tabing-dagat ng Puri. Ang masayang araw (tag-araw na solstisyo) ay nagsimula nang ubod ng init.

"Guruji, papaano ko mapaglalakad na walang sapin sa paa ang mga mag-aaral sa nagbabagang buhangin?" Ang tanong kong nawawalan ng pag-asa."

"May sasabihin akong lihim sa iyo," sabi ni Maestro, "Ang Panginoon ay magpapadala ng payong na ulap; kayong lahat ay mag-lalakad nang maginhawa."

Masaya kong pinangasiwaan ang prusisyon; ang aming pangkat ay nagsimula sa ashram na may bandilang Satsanga*. Diniseniyo ito ni Sri Yukteswar, ito ay may simbolo ng isang mata,† ang teleskop-yong paningin ng intuwisyon.

---

* *Sat* ay literal na "pagiging," kung gayon, "esensya, katotohanan, realidad"; ang *sanga* ay "kaugnayan." Tinawag ni Sri Yukteswar ang kanyang organisasyong hermitage na *Satsanga*, "pagsama sa katotohanan."

† Kaya't kung malinaw ang iyong mata, maliliwanagan ang buo mong katawan."— Mateo 6:22. Sa panahon ng malalim na meditasyon, ang nag-iisa o espirituwal na mata ay nakikita sa loob ng gitnang bahagi ng noo. Itong matang nakakakita ng lahat ay binabanggit din sa banal na kasulatan bilang pangatlong mata, tala ng Silangan, panloob na mata, kalapating bumababa mula sa langit, mata ni Shiva, mata ng intuwisyon, at iba pa.

Hindi natagalan pag-alis namin sa hermitage, ang kalangitan ay napuno ng ulap na parang himala. Sa saliw ng magkakasabay na gulat na gulat na mga bulalas ng mga nakakakita, isang marahang pag-ulan ang bumagsak, pinalamig ang daan ng siyudad at ang nakakapasong tabing-dagat.

Ang nakapag-papaginhawang patak ng ulan ay bumaba sa loob ng dalawang oras ng parada. Sa tamang oras na pagbabalik ng aming grupo sa ashram, ang mga ulap at ang ulan ay nawala.

"Nakita na ninyo kung paano tayo iniingatan ng Diyos?" Ang sagot ni Maestro pagkatapos kong maipahayag ang aking pasasala-mat. "Ang Panginoon ay sumasagot sa lahat at gumagawa para sa lahat. Tulad ng pagpapapadala Niya ng ulan sa aking pakiusap, ganoon din, Siya ay tumutugon sa matapat na hangarin ng Kanyang deboto. Bihirang nauunawaan ng mga tao kung gaano kadalas sumasagot ang Diyos sa kanilang mga panalangin. Hindi Niya kinikilingan ang kaunti, kundi nakikinig sa lahat ng lumalapit sa kanya ng buong pagtitiwala. Ang kanyang mga anak ay dapat magkaroon ng walang pasubaling pananampalataya sa mapagmahal na kabaitan ng kani-lang Amang nasa lahat ng dako."*

Si Sri Yukteswar ay tumatangkilik ng apat na taunang pagdi-riwang, sa mga "ekinoksiyo" at mga "solstisyo", kung saan ang kanyang mag-aaral ay nagtitipon mula sa malayo at malapit. Ang taglamig na solstisyo ay ginaganap sa Serampore; ang unang pag-kakataon na nadaluhan ko ay nakadalo ay nag-iwan sa akin ng pirmihang biyaya.

Ang pagdiriwang ay nagsimula sa umaga ng walang sapin sa paang prusisyon sa kalye. Ang tinig ng isang daang mag-aaral ay tumunog sa matamis na relihiyosong mga awitin; ang ilang mga musikero ay tumugtog ng plauta at *khol kartal* (drums at cymbals). Ang masigasig na mga mamamayan ay naghagis ng mga bulaklak sa daanan, natutuwa silang matawagan mula sa nakakainip na mga gawain sa pamamagitan ng aming maiingay na papuri sa banal na pangalan ng Diyos. Ang mahabang prusisyon ay nagwawakas sa patyo ng hermitage. Pagdating doon ay pinapalibutan namin ang aming guru, samantalang mga mag-aaral sa itaas ng balkonahe ay pinapaulanan kami ng bulaklak ng marigold.

Maraming mga panauhin ang umakyat sa itaas upang tumang-gap ng pudding na *channa* at dalandan. Pinuntahan ko ang grupo

---

* "Itong Diyos na lumikha nitong ating mata't tainga, akala ba ninyo'y bingi at ni hindi makakita? Sa lahat ng mga bansa di ba siya ang hahatol? Di ba siya ang nagtuturo ng karunungan , pagkat siya ang marunong?"—Awit 94:9-10.

ng mga kapatid na disipulo na naglilingkod ngayon bilang mga ku-
sinero. Ang pagkain sa ganoong malaking pagtitipon ay kinakaila-
ngang lutuin sa labas sa malalaking mga kawa. Ang improbisadong
ginagatungan ng kahoy na kalang-bato ay mausok at nakakaluha,
ngunit kami ay masayang nagtatawanan sa aming ginagawa. Ang
mga relihiyosong pagtitipon sa India ay hindi kailanman itinuturing
na abala; bawat deboto ay masayang ginagampanan ang kanyang pa-
pel, nagbibigay ng pera, bigas at gulay, o kaya ng kanyang personal
na mga serbisyo.

Maya-maya, si Maestro ay biglang kasama namin, pinama-
mahalaan ang detalye ng pagtitipon. Abalang-abala sa bawat san-
dali, siya ay nakakahabol sa galaw ng pinakamalikot na batang
estudyante.

Isang *sankirtan* (grupong awitan) na sinasaliwan ng harmo-
nium at tambol na Indian, ay kasalukuyang ginaganap sa ikalawang
palapag. Si Sri Yukteswar ay malugod na nakikinig; ang kanyang
pandamdam sa musika ay matindi at ganap.

"Wala sila sa tono!" Iniwan ni Maestro ang mga kusinero at
sumama sa mga tumutugtog. Ang himig ay narinig muli, at sa pag-
kakataong ito ay nasa tama na.

Ang Sama Veda ay napapalooban ng pinakamaagang kasulatan
ng mundo sa siyensiya ng musika. Sa India, ang musika, pagpinta,
at ang dula ay ipinapalagay na mga dibinong sining. Si Brahma,
Vishnu at Shiva, ang Walang Hanggang Tatlong Persona ay ang pi-
nakaunang musikero. Si Shiva sa kanyang aspetong si Nataraja, ang
Kosmikong Mananayaw, ay kinakatawan sa kasulatan na siyang
pinagmulan ng walang katapusang kumpas sa proseso ng pandaigdig
na paglalang, pagpapanatili at pagkawasak, samantalang si Brahma
at Vishnu ay nagbigay diin sa pagkumpas ng tiyempo: Si Brahma
ay kumakalantog sa cymbals at si Vishnu ay nagpapatunog ng *mri-
danga* o banal na tambol.

Si Saraswati, ang Diyosa ng karunungan, ay sumisimbulo ng
pagpapatunog ng *vina*, ang ina ng lahat ng may kuwerdas na instru-
mento. Si Krishna, ang pagkabuhay na muli ni Vishnu, ay nakikita
sa sining ng Hindu na may isang plauta; dito ay tinutugtog niya ang
nakabibighaning awitin na nagpapaalaala sa tunay na tahanan ng
mga kaluluwa na naglalagalag sa delusyon ng *maya*.

Ang matibay na batayan ng musika ng Hindu, ay mga *ragas*
o pirming himig ng mga iskala. Ang anim na pangunahing sa-
ngay ng *ragas* ay nagsanga ng 126 na pinagmulan ng *raginis* (mga
asawang babae) at putras (mga anak na lalaki). Bawat *raga* ay may

pinakamababang limang nota: ang nangungunang nota (*vadi* o hari), isang pangalawang nota (*samavadi* o pinunong ministro), katulong na nota (*anuvadi*, nagsisilbi) at ang salungat na nota (*vivadi*, ang kalaban).

Bawat isa sa anim na *ragas* ay may likas na kaugnayan sa tiyak na oras ng araw, panahon sa isang taon, at isang namamahalang diwata na nagbibigay ng sapat na lakas. Sa ganoon (1) ang *Hindole Raga* ay naririnig lamang sa madaling-araw ng tagsibol, upang gisingin ang pandaigdig na pagmamahal; (2) ang *Deepaka Raga* ay tinutugtog sa gabi ng tag-araw, upang gisingin ang awa; (3) ang *Megha Raga* ay isang himig sa katanghalian sa panahon ng tag-ulan, upang tawagin ang katapangan; (4) ang *Bhairava Raga* ay tinutugtog sa mga umaga ng Agosto, Setyembre at Oktubre, upang magkaroon ng kapayapaan; (5) ang *Sri Raga* ay nirereserba sa taglagas na takipsilim, upang makamit ng tunay na pag-ibig; (6) Ang *Malkounsa Raga* ay naririnig sa mga hating-gabi ng taglamig para sa kagitingan.

Nadiskubre ng mga sinaunang Rishi ang mga batas na ito ng alyansa ng tunog sa pagitan ng kalikasan at tao. Sapagkat ang kalikasan ay kinatawan ng *Aum*, ang Pangunahing Tunog o Panginig na Salita, ang tao ay maaaring makakuha ng pamamahala sa lahat ng likas na mga pagpapakita sa pamamagitan ng tiyak na mga *mantras* o "mga awit".* Ang makasaysayang mga dokumento ay nagsasaad ng pambihirang kapangyarihang mayroon si Miyan Tan Sen, ang ikalabing-anim na siglong musikero sa palasyo ni Akbar The Great. Inutusan ng Emperador na umawit ng panggabing *raga* habang ang araw ay tirik na tirik, si Tan Sen ay umawit ng *mantra* na naging dahilan upang biglang mabalutan ng kadiliman ang buong kapaligiran ng palasyo.

Hinahati ng musika ng India ang oktabo sa dalawampu't dalawang "*srutis*" o demi-semitones. Itong mga mikrotonong pagitan

---

* Ang kuwentong-bayan ng lahat ng mga tao ay naglalaman ng tungkol sa mga pahayag na may kapangyarihan sa Kalikasan. Ang mga American Indian ay gumawa ng mga epektibong ritwal ng tunog para sa ulan at hangin. Si Tan Sen, ang dakilang musikerong Hindu, ay nakapapatay ng apoy sa kapangyarihan ng kanyang awit.

Si Charles Kellog, ang naturalistang taga-California, ay nagbigay ng demonstrasyon ng epekto ng pagyanig ng tono sa apoy noong 1926 sa harap ng isang grupo ng mga tagapatay-ng-sunog sa New York. "Sa pamamagitan ng pagpapadaan ng pana na tulad ng pinalaking arko ng biyulin sa aluminyong tinidor na pantono, nakalikha siya ng matinis na tunog na tulad ng matinding statik ng radyo. Dagli, ang dilaw na apoy ng kalan, na dalawang talampakan ang taas, na lumiliyab sa loob ng isang glass tube, ay bumaba sa taas na anim na pulgada at naging bumubusang asul na siklab. Isa pang pagtatangka ng pana, at isa pang matinis na tunog ng pagyanig, at tuluyang naapula ito."

ay pinapayagan ang pinong kulay ng musikang pahayag na hindi makuha ng kanlurang kromatikong iskala ng labindalawang se-mitones. Bawat isa sa pitong nota ng octaba ay may kinalaman sa mitolohiyang Hindu na may kulay, at ang likas na hiyaw ng ibon o hayop—*Do* ay kasama ng berde, at ang paboreal; *Re* ay pula, at ang ibon na skylark; *Mi* ay ginto, at ang kambing; *Fa* ay dilaw na maputi, at ang tagak; *Sol* ay itim, at ang ruwisyon (nightingale); *La* ay dilaw, at ang kabayo; *Si*, ay ang kombinasyon ng lahat ng kulay, at ang elepante.

Ang musika ng India ay binabalangkas ang pitumpu't dalawang (72) *thatas* o mga iskala. Ang isang musikero ay mayroong malik-haing saklaw para sa walang-katapusang improbisasyon sa palibot ng tradisyonal na himig o *'raga'*; siya ay nagtutuon ng pansin sa sen-timiyento o tiyak na kaloobang binalangkas na tema ng musika at pinapalamutian niya sa abot ng makakaya ng kanyang orihinalidad. Ang musikerong Hindu ay hindi bumabasa ng nakasulat na nota; sa bawat tugtugan, binubuo niyang panibago ang balangkas ng *raga*, madalas nililimitahan ang sarili sa iisang himig na magkakasunod, pinagdidiinan nang paulit-ulit ang lahat ng pinong *'microtonal'* at maindayog na pag-iiba-iba.

Si Bach, sa lahat ng Kanlurang kompositor, ay nauuunawaan ang kagandahan at lakas ng paulit-ulit na himig na bahagyang nagka-iba-iba sa isang daang may maraming bahaging pamamaraan.

Ang literature ng Sanskrit ay naglalarawan ng 120 *tala* o suka-tan ng tiyempo. Ang tradisyonal na nagtatag ng musikang Hindu, si Bharata, ay sinasabing nagbukod-bukod ng tatlumpu't dalawang uri ng mga *tala* sa awitin ng isang ibong langay-langayan. Ang pinagmulan ng *'tala'* o indayog ay nag-ugat sa galaw ng tao—ang dobleng bilis na hakbang, ang tripleng bilis ng paghinga sa pagtulog, kapag ang pagpasok ng hininga ay dalawang beses ang tagal kaysa paglabas ng hininga.

Matagal nang kinilala ng India ang tinig ng tao bilang pinaka-ganap na instrumento ng tunog. Ang musikang Hindu, samakatwid ay malawakang pinananatili sa abot ng tinig ng tatlong octaba. Sa ganoong dahilan, ang himig (relasyon ng paulit-ulit na nota) ay idi-nidiin, kaysa armoniya (relasyon ng magkakasabay na nota).

Ang musikang Hindu ay pansarili, espirituwal, at pansariling sining, hindi hangad ang katalinuhan sa simponya kundi sa pansa-riling armoniya sa higit na Mataas na Kaluluwa. Lahat ng kilalang awitin ng India ay kumposisyon ng mga deboto ng Dibino. Ang

Sanskrit na salita para sa "musikero" ay *bhagavathar,* "siya na umaawit ng mga papuri sa Diyos."

Ang mga *"sankirtan"* o pagtitipon para sa musika ay mabisang paraan ng yoga o disiplinang espirituwal, nangangailangan ng malalim na konsentrasyon, matutunghayan ang pinagmulan ng kaisipan at tunog. Sapagkat ang tao mismo ay isang pahayag ng Mapanlikhang Salita, ang tunog ay may isang mabisa at dagliang epekto sa kanya. Ang mga dakilang relihiyosong musika ng Silangan at Kanluran ay nagbibigay ng kasiyahan sa tao sapagkat ito ay nagiging sanhi ng isang paggising ng isang pansamantalang pangangatal sa isa sa kanyang natatagong sentro ng gulugod*. Sa ganoong malualhating mga sandali, dumarating sa kanya ang malamlam na alaala ng kanyang dibinong pinagmulan.

Ang *sankirtan* na nagmumula sa ikalawang palapag na silid tanggapan ni Sri Yukteswar, sa araw ng pagtitipon ay nagbigay ng inspirasyon sa mga tagapagluto sa gitna ng umuusok na mga kaldero. Ang aking mga kapatid na disipulo at ako ay masayang inawit ang koro, at kinukumpas ang tiyempo sa pamamagitan ng aming mga kamay.

Pagdating ng dapit-hapon ay napagsilbihan namin ang

---

* Ang paggising sa mga sentro ng lihim sa ulo at gulugod (*mga chakra,* mga astral na lotus) ay ang banal na layunin ng isang yogi. Hindi naintindihan ng mga Kanluraning iskolar ng bibliya na ang Bagong Tipan na kabanata ng Pahayag ay naglalaman ng mga sagisag ng pahayag ng isang siyensyang yogic, na itinuro ng Panginoong Hesus kay Juan at iba pang malapit niyang disipulo. Binabanggit ni Juan (Pahayag 1:20) ang "misteryo ng pitong bituin at ng pitong simbahan"; tinutukoy ng mga sagisag na ito ang pitong lotus ng liwanag, na inilalarawan sa mga panulat na yogic na pitong "trap doors" sa cerebrospinal axis. Sa pamamagitan ng mga nakaplanong dibinong "labasang" ito, ang yogi, sa pamamagitan ng siyentipikong meditasyon, ay tumatakas sa pangkatawang kulungan at ipinagpapatuloy ang kanyang totoong pagkakakilanlan bilang Espiritu. (Tingnan ang Kabanata 26.

Ang ikapitong sentro, ang "isanlibong-talulot na lotus" sa utak, ay ang trono ng Walang-Hanggang Kamalayan. Sa kalagayan ng dibinong kaliwanagan, sinasabing ang isang yogi ay nakakaramdam sa Brahma o Diyos na Manlilikha bilang Padmaja, "Siya na ipinanganak mula sa lotus."

Ang posisyong lotus ay nagkaroon ng ganitong katawagan dahil sa ganoong tradisyunal na posisyong nakikita ng yogi ang iba-ibang kulay na lotus (*padmas*) ng mga sentrong cerebrospinal. Bawat lotus ay nagtataglay ng natatanging bilang ng talulot o sinag na binubuo ng *prana* (lakas ng buhay). Ang mga *padma* ay tinatagurian ding *chakra* o mga gulong.

Ang posisyong lotus (*padmasana*) ay matatag na humahawak sa gulugod at isiniseguro ang katawan mula sa panganib ng pagkahulog, palikod o paharap, sa sandali ng kalagayang parang nangangarap (*sabikalpa samadhi*); ito kung gayon ang paboritong posisyon ng yogi habang nagmi-meditasyon. Gayunpaman, ang *padmasana* ay maaaring magdulot ng ilang kahirapan sa nag-uumpisa pa lang, at hindi dapat tangkain nang walang paggabay ng isang eksperto ng *Hatha Yoga.*

daan-daang mga panauhin ng *khichuri* (kanin at lentils), gulay na may curry, at kalamay na kanin. Naglatag kami ng mga kumot sa patyo. Hindi nagtagal, ang kapulungan ay nakaupo na sa ilalim ng mabituing langit, tahimik na nakikinig sa karunungang lumalabas sa mga labi ni Sri Yukteswar. Ang kanyang pampublikong mga pahayag ay nagbibigay-diin sa kahalagahan ng *Kriya Yoga*, at isang buhay na may pagpapahalaga sa sarili, pagka-mahinahon, determinasyon, simpleng pagkain, at araw-araw na ehersisyo.

Isang grupo ng mga batang-batang disipulo pagkatapos ay umawit ng ilang sagradong mga himno; ang pagtitipon ay nagwakas sa marubdob na *sankirtan*. Mula ika-sampu ng gabi hanggang hatinggabi, ang mga residente ng ashram ay naglinis ng mga kaldero at mga kawali at naglinis ng bakuran. Tinawag ako ng aking guru sa kanyang tabi.

"Ako ay natutuwa sa inyong masayang paggawa ngayon at sa buong linggong paghahanda. Ibig kong makasama kita; maaari kang matulog sa aking higaan ngayong gabi."

Ito ay isang pribilehiyong hindi ko akalaing magiging kapalaran ko. Naupo kami habang nasa isang kalagayang malalim na dibinong kapayapaan. Mga sampung minuto pagkatapos naming mahiga upang matulog, tumayo si Maestro at nagsimulang magbihis.

"Ano po ang nangyari, ginoo?" Ang kasiyahang matulog sa tabi ng aking guru ay biglang nabahiran ng walang katuparan. ay darating

"Sa palagay ko ang ilang mga mag-aaral na hindi umabot sa paglilipatang tren ay darating na maya-maya lamang. Tayo ay maghahanda ng mga pagkain."

"Guruji, walang darating sa oras na ala-una ng umaga!"

"Mahiga ka na, ikaw ay lubhang napagod sa mga gawain. Subalit ako ay magluluto."

Sa paniniguradong tono ni Sri Yukteswar, ako ay lumundag at sinundan ko siya sa maliit na kusina na katabi ng pangalawang palapag na balkonahe sa loob. Di-nagtagal ang kanin at *dal* ay kumukulo na.

Ang aking guru ay mapagmahal na napangiti. "Ngayong gabi ay nalupig mo ang pagod at takot sa mahirap na gawain; ikaw ay hindi na nila maaabala kailanman sa hinaharap."

Samantalang binibigkas niya itong mga salitang pang-habambuhay na basbas may yabag ng mga paa ang narinig sa bakuran. Tumakbo ako pababa ng hagdanan upang patuluyin ang isang grupo ng mag-aaral.

"Mahal na kapatid," sabi ng isang tao, "hindi namin kagustuhang abalahin si Maestro sa ganitong oras! Nagkamali kami sa takdang pag-alis ng tren, subalit pakiramdam namin hindi kami makakabalik sa aming mga tahanan nang hindi nasisilayan ang ating guru."

"Inaasahan niya ang inyong pagdating at sa ngayon nga ay naghahanda ng inyong pagkain."

Ang malugod na tinig ng pagtanggap ni Sri Yukteswar ay narinig; pinangunahan ko ang nagtatakang mga panauhin sa kusina. Si Maestro ay lumingon sa akin na nagniningning ang mga mata.

"Ngayong kayo ay tapos na sa paghahambing ng kaalaman, walang dudang ikaw ay nasisiyahan na ang ating mga panauhin ay tunay na naiwan ng kanilang tren!"

Sinundan ko siya sa kanyang silid-tulugan pagkatapos ng kalahating oras, masayang umaasa sa karangalan ng pagtulog sa tabi ng isang parang-diyos na guru.

KABANATA 16

Paglilinlang sa mga Bituin

"Mukunda, bakit hindi ka kumuha ng pulseras na astrolohika?"

"Dapat ba Maestro? Hindi ako naniniwala sa astrolohika.

"Ang tanong ay hindi tungkol sa *paniniwala*; ang siyentipikong saloobin na dapat kunin sa anumang paksa ay kung ito ay *totoo.*" Ang batas ng grabitasyon ay mabisang umiiral bago si Newton at pagkatapos niya. Ang sanlibutan ay magiging medyo magulo kung ang kanyang mga batas ay hindi mapapaandar nang walang pahintulot ang paniniwala ng tao,

"Dinala ng mga taong nagkunwaring marurunong ang sinaunang pambituing siyensiya sa kanyang kasalukuyang masamang reputasyon. Ang astrolohika ay masyadong malawak, kapwa sa matematika* at sa pilosopiya, upang maunawaan ng tama, maliban ng mga taong may malalim na pang-unawa. Kung ang mga taong

---

* Mula sa reperensiyang astronomikal sa sinaunang literaturang Hindu, natiyak ng mga iskolar ang mga petsa ng mga may-akda. Ang kaalamang siyentipiko ng mga rishi ay malawak; sa *Kaushitaki Brahmana* may mga maliwanag na bahaging sinipi sa astronomiya na nagsasabing nuong 3100 B. C. ang mga Hindu ay napakamaunlad sa astronomiya na may praktikal na gamit sa pagtiyak sa magandang panahon para sa pagdiriwang ng mga seremonyang astrolohikal. Isang artikulo ni Tara Mata sa *East-West*, Pebrero 1934, ay nagsasaad tungkol sa *Iyotish* o kabuuan ng mga astronomikal na paglalahad ng mga Vedas: "Ito'y naglalaman ng kaalamang siyentipiko na naglagay sa India sa unahan ng lahat ng mga sinaunang nasyon at ginawa itong sentro ng mga naghahanap ng karunungan. Ang *Brahmagupta*, isa sa mga katha ng *Iyotish*, ay isang aklat astronomikal tungkol sa pag-ikot ng mga planeta sa araw, ang pahilig na posisyon ng ecliptic, ang pabilog na hugis ng mundo, ang naaaninag na liwanag ng buwan, ang araw-araw na pag-ikot ng mundo sa aksis nito, ang pagkakaroon ng pirmihang mga bituin sa Milky Way galaxy, ang batas ng grabitasyon, at iba pang siyentipikong katotohanan na hindi lumabas sa Kanluraning daigdig hanggang sa kapanahunan nina Copernicus at Newton."

Ang tinatawag na "Arabic numerals", na mahalaga sa pag-unlad ng Kanluraning matematika ay dumating sa Europa noong ika-siyam na siglo, sa pamamagitan ng mga Arabo, buhat sa India, kung saan ang sistemang iyan ng pagtatala ay sinauna nang binalangkas. Makikita ang karagdagang kaalaman tungkol sa malawak na siyentipikong pamana ng India, sa aklat ni P. C. Roy na History *of Hindu Chemistry*, sa sinulat ni B.N.Seal na *Positive Sciences of the Ancient Hindu*, sa aklat ni B.K. Sarkar na *Hindu Achievements in Exact Science*, at sa kanyang *The Positive Background of Hindu Sociology*, at sa sinulat ni U. C. Dutt na *Materia Medica of the Hindus.*

walang pinag-aralan ay nagkamali ng pagbasa sa kalangitan, at ang nakita doon ay guhit sa halip na porma ng sulat, iyon ay inaasahan dito sa mundong walang kaganapan. Ang sinuman ay hindi dapat ipagwalang-bahala ang karunungan kasama ang 'matalino'.

"Lahat ng mga bahagi ng paglalang ay magkakaugnay at nagpapalitan ng kanilang mga impluwensiya. Ang balanseng pag-indayog ng sandaigdig ay nag-ugat sa pagtutulungan," patuloy ng aking guru. "Ang tao, sa kanyang aspeto bilang tao, ay kailangang paglabanan ang dalawang pangkat ng lakas—una, ang kaguluhan sa loob ng kanyang katauhan, sanhi ng makahalong lupa, tubig, apoy, hangin at makalangit na elemento; pangalawa, ang panlabas na nakawawasak na lakas ng kalikasan. Habang ang tao ay nakikipaglaban sa kanyang buhay na may kamatayan, siya ay naiimpluwensiyahan ng katakut-takot na dami ng pagbabago ng langit at lupa.

Ang astrolohiya ay pag-aaral sa tugon ng mga tao sa bawat galaw ng mga planeta.. Ang mga bituin ay walang kinalaman sa kabaitan at kasamaan; sila ay nagpapadala lamang ng positibo at negatibong mga radyasyon. Kung sila lamang, hindi nila kayang tumulong o kaya magpahamak ng mga tao, ngunit nag-aalay sila ng paraang ayon sa batas, para sa panlabas na pagpapairal ng pagbalanse ng sanhi at epekto na inumpisahan ng bawat tao sa nakaraan niyang buhay.

"Ang isang bata ay isisilang sa araw at oras na ang makalangit na sinag ay nasa matematikong pagsang-ayon sa kanyang pansariling karma. Ang kanyang oroskopyo ay isang naghahamong larawan, ibinubunyag ang hindi mababagong nakaraan at ang maaaring mangyari sa hinaharap. Ngunit ang tsart ng kapanganakan ay maari lamang bigyan ng tamang kahulugan ng mga taong may intuwisyong karunungan; sila ay iilan.

"Ang mensaheng matapang na nakasagisag sa kalangitan sa sandali ng kapanganakan ay hindi nagbibigay-diin sa tadhana—ang bunga ng nakaraang mabuti at masama—kung hindi upang buhayin ang damdamin ng tao para makawala sa pagkaalipin sa mundo. Kung ano ang sanhi ng nagawa niya, ay maaaring niyang baguhin. Walang iba kung hindi ang sarili niya ang nagpasimula ng anumang epekto na laganap ngayon sa kanyang kasalukuyang buhay. Maari niyang madaig ang anumang limitasyon, sapagkat siya ang lumikha sa unang dahilan sa pamamagitan ng kanyang sariling pagkilos, at sapagkat siya ay may kayamanang espirituwal na hindi sakop ng impluwensiya ng mga planeta.

"Ang mapamahiing pagkasindak sa astrolohiya ay ginagawang

automaton ang sinuman, nagpapaaliping umaasa sa mekanikong patnubay. Ang matalinong tao ay tinatalo ang kanyang mga planeta—ang ibig sabihin, ang kanyang nakaraan—sa pamamagitan ng paglilipat ng katapatan mula sa nilikha sa Naglikha. Mas lalo niyang nauunawaan ang kanyang pakikiisa sa Espiritu, mas mababa ang pagkakataong siya ay matatakot sa mga bagay. Ang kaluluwa ay laging malaya; ito ay walang kamatayan sapagkat walang kapanganakan. Hindi ito maaring pamahalaan ng mga bituin.

Ang tao *ay* isang kaluluwa, at *mayroong* katawan. Kapag tama ang pagkakalagay ng kanyang pagkakilala sa sarili, iniiwan lahat ang mga sapilitang tularan. Habang siya ay nananatiling nalilito sa kanyang pangkaraniwang kalagayan sa pagkalimot na espirituwal, malalaman niya ang pinong tanikala ng batas ng kapaligiran.

"Ang Diyos ay Pagkakasundo; ang debotong naitono ang sarili, ay hindi kailanman gagawa ng anumang kilos na mali. Ang kanyang mga gawain ay tamang-tama at likas na napapanahon upang kasang-ayon sa batas ng astrolohiya. Pagkatapos ng malalim na panalangin at meditasyon, siya ay nakaugnay sa dibinong kamalayan; walang lakas ng kapangyarihang hihigit pa kaysa sa panloob na proteksiyon,"

"Kung ganoon, mahal na Maestro, bakit mo ako gustong magsuot ng astrolohikang pulseras?" Lakas-loob kong itinanong ito pagkatapos ng mahabang pananahimik; sinubukan kong intindihin ang marangal na pagpapaliwanag ni Sri Yukteswar na may kaisipang napakabago sa akin.

"Kapag nakarating na ang isang manlalakbay sa kanyang patutunguhan, ay saka lamang niya mabibigyan-dahilan ang pagtapon niya ng kanyang mga mapa. Sa panahon ng paglalakbay ay sinasamantala niya ang lahat ng maginhawang malapit na daan. Ang mga sinaunang pantas, ay nakadiskubre ng maraming paraan upang mapadali ang panahon ng pagkakulong ng tao sa delusyon. May mga tiyak na mekanikal na katangian sa batas ng karma na may kasanayang maisaayos ng mga daliri ng karunungan.

"Lahat ng kasamaan ng tao ay nagsimula sa mga paglabag ng batas pandaigdig. Itinuturo ng kasulatan na ang tao ay dapat bigyan ng kasiyahan ang batas ng kalikasan, habang hindi pinasisinungalingan ang dibinong kapangyarihan. Dapat niyang sabihin ang ganito: 'Panginoon, ako ay nagtitiwala sa Iyo, at alam kong Kayo ay makakatulong sa akin, ngunit ako rin ay magsisikap na itama ang anumang pagkakamaling nagawa ko.'Sa ilang pamamaraan—sa panalangin, sa lakas ng kagustuhan, sa yoga-meditasyon, sa pagkokonsulta sa mga banal, sa paggamit ng mga astrolohikang pulseras—ang masamang epekto ng unang mga pagkakamali ay mababawasan o napapawalang bisa.

"Tulad ng isang bahay na maaaring lapatan ng tansong baras upang sipsipin ang pagyanig ng kidlat, ganoon din, ang templong katawan ay maaring proteksiyunan sa tiyak na mga pamamaraan.

"Ang elektrikal at magnetikong mga radyasyon ay walang tigil na umiikot sa daigdig; sila ay may impluensiya sa katawan ng tao para sa mabuti at masama. Maraming panahon na ang nakalipas, ang ating mga pantas ay pinag-isipan ang suliranin kung papaano mapaglabanan ang nakasasamang mga epekto ng pinong kosmikong mga impluensiya. Natuklasan ng mga pantas na ang purong mga metal ay nagbubuga ng astral na liwanag na makapangyarihang hinahadlangan ang negatibong hila ng mga planeta. Ilang kombinasyon ng mga halaman ay natuklasan ding nakakatulong. Ang pinakamabisa sa lahat ay ang walang bahid na hiyas na hindi mababa sa dalawang karat.

"Ang praktikong panghadlang na gamit ng astrolohiya ay bihirang masusing napag-aralan sa labas ng India. Isang di-gaanong alam na katotohanan ay ang tamang mga hiyas, mga metal at mga halamang preparasyon ay walang halaga maliban kung ang kinakailangang timbang ay matamo at maliban kung ang panlunas ay nakasuot na sunod sa balat."

"Ginoo, sigurado po tatanggapin ko ang inyong payo at kukuha ako ng isang pulseras. Ako ay naiintriga sa kaisipang malilinlang ko ang isang planeta!"

"Para sa pangkalahatang layunin ipinapayo ko ang paggamit ng brasaletang gawa sa ginto, pilak, at tanso. Ngunit para sa isang tiyak na layunin ibig kong kumuha ka ng isang pilak at tingga." Si Sri Yukteswar ay nagdagdag ng maingat na pag-uutos.

"Guruji, ano po ang 'tiyak na layunin' ang ibig ninyong sabihin?"

"Ang mga bituin ay halos malapit nang magbigay ng 'hindi-magiliw' na pagtingin sa iyo, Mukunda. Huwag kang matakot, ikaw ay may proteksiyon. Sa loob ng isang buwan ang iyong atay ay bibigyan ka ng malaking ligalig.Ang karamdaman ay nakatalang magtatagal ng anim na buwan, ngunit ang paggamit mo ng isang astrolohikang brasaleta ay mapapaikli ang panahon sa dalawampu't apat na araw." Ako ay naghanap ng mag-aalahas nang sumunod na araw, at hindi nagtagal ay suot ko na ang pulseras. Ang aking kalusugan ay napakahusay; ang panghuhula ni Maestro ay nawala sa aking isip. Siya ay umalis sa Serampore upang dumalaw sa Banaras. Tatlumpung araw pagkatapos ng aming pag-uusap, ako ay nakaramdam ng biglang pananakit sa bahagi ng aking atay. Ang sumunod na mga linggo ay bangungot sa pagdurusang sakit. Nag-atubili akong abalahin ang aking guru, kaya naisipan kong matapang na tiisin ang aking pagsubok na nag-iisa.

Ngunit ang dalawampu't tatlong araw ng matinding sakit ay nagpahina sa aking katatagan. Sumakay ako ng tren papuntang Banaras. Doon, sinalubong ako ni Sri Yukteswar ng may di-pangkaraniwang giliw, ngunit hindi ako binigyan ng pagkakataong sabihin ng sarilinan sa kanya ang aking paghihirap. Maraming mga deboto ang dumalaw kay Maestro noong araw na iyon, para lamang sa isang *"darshan."** May karamdaman at napabayaan, naupo ako sa isang sulok.Nang matapos ang hapunan, ay saka lamang umalis ang lahat ng panauhin. Pinasundo ako ng aking guru sa oktagonong balkonahe ng kabahayan.

"Marahil pumarito ka dahil sa iyong sakit sa atay." Ang paningin ni Sri Yukteswar ay umiiwas, naglalakad na pabalik-balik, at paminsan-minsan, siya ay nasisinagan ng liwanag ng buwan. "Tingnan ko, ikaw ay may karamdaman ng dalawampu't apat na araw na ngayon, hindi ba?"

"Opo, ginoo."

"Kung maaari gawin mo ang ehersisyo sa tiyan na itinuro ko sa iyo."

"Kung alam ninyo ang abot-saklaw ng aking paghihirap Maestro, hindi ninyo ako hihilingang mag-ehersisyo." Ganoon pa man ako ay gumawa ng mahinay na pagtatangka upang sumunod sa kanya.

"Ang sabi mo may masakit sa iyo; ang sabi ko naman ay wala. Paano mangyayari ang ganoong kontradiksiyon?" Ang aking guru ay tumitig sa akin na nagtatanong.

Ako ay natuliro, at pagkatapos napangibabawan ng malugod na ginhawa. Hindi ko na man naramdaman ang tuloy-tuloy na paghihirap na nagpanatiling halos walang tulog sa akin ng ilang linggo; sa mga salita ni Sri Yukteswar, ang paghihirap ko ay nawala na parang walang nangyari.

Ako ay nagsimulang lumuhod sa kanyang paanan sa pasasalamat, ngunit madali niya akong pinigilan.

"Huwag kang parang bata. Tumayo ka at ikasiya ang ganda ng buwan sa ilog Ganges." Ngunit ang mga mata ni Maestro ay

---

* Ang biyaya na dumadaloy mula sa pagtanaw sa isang banal.

masayang nagniningning samantalang ako ay tahimik na nakatayo sa tabi niya. Naunawaan ko sa kanyang kilos na gusto niyang maramdaman ko na hindi siya, kundi ang Diyos ang Nagpapagaling.

Suot-suot ko pa hanggang ngayon ang mabigat na pilak at tinggang brasaleta, isang alaala noong araw na iyon–matagal nang nakaraan, laging masarap sariwain–noong malaman kong panibago na ako ay nabubuhay sa piling ng isang mahalagang tao na tunay na higit sa karaniwang tao. Noong huling mga pagkakataon, kapag dinadala ko ang aking mga kaibigan kay Sri Yukteswar upang magpagamot, siya ay walang salang nagtatagubilin ng mga hiyas, o kaya ang mga pulseras,* pinapupurihan ang paggamit nito bilang gawang karunungan sa astrolohika.

Ako ay may masamang palagay sa astrolohika mula sa aking pagkabata, sapagkat napansin ko na maraming tao ang sunod-sunuran at labis na naniniwala dito at dahilan din sa panghuhulang ginawa ng astrologo ng pamilya: "Ikaw ay mag-aasawa ng tatlong beses, at magiging biyudo ng dalawang beses." Ako ay nagmukmok sa mga hulang ito, pakiramdam ko ay parang kambing na naghihintay ialay sa harap ng templo ng tatlong matrimonya.

"Mas mabuting sumuko ka na sa iyong tadhana," ang sabi ng kapatid kong si Ananta." "Tama ang nakasulat sa iyong oroskopyo na ikaw ay lilipad mula sa ating sa tahanan papunta sa Himalayas, sa panahon ng iyong maagang pagkabata, ngunit sapilitan kang ibabalik. Ang panghuhula tungkol sa iyong pag-aasawa ay nakatakdang maging totoo."

Isang malinaw na intuwisyon ang dumating sa akin isang gabi na ang panghuhula ay kabuuang pagkakamali. Sinunog ko ang balumbon ng oroskopyo, at inilagay ang mga abo sa isang supot na papel kung saan isinulat ko ang ganito: "Ang mga buto ng nakaraang karma ay hindi maaaring tumubo kapag sila ay sinunog sa apoy ng dibinong karunungan." Inilagay ko ang supot sa madaling makitang lugar; madaling nabasa ni Ananta ang naghahamon kong komentaryo.

"Hindi mo masisira ang katotohanan na kasindali ng pagsunog mo sa balumbon ng papel na ito." Ang kapatid ko ay nanlilibak na nagtawa.

Totoo na sa tatlong mga pagkakataon bago ako dumating sa aking kahustuhang gulang, sinubukang ayusin ang aking pamilya ang aking kasunduang pagpapapakasal. Sa bawat pagkakataon,

---

* tingnan ang p 372 n.

tumanggi akong sangayunan ang mga plano*, nalalaman ko na ang aking pagmamahal sa Diyos ay mas mananaig kaysa alinmang astrolohikang panghihikayat mula sa nakaraan.

"Mas malalim ang Sariling-pagkaunawa ng isang tao, mas lalong naiimpluwensiyahan niya ang buong daigdig ng kanyang mapinong espirituwal na panginig, at siya mismo ay bahagya lamang apektado ng nakamamanghang agos." Ang mga salitang ito ni Maestro ay madalas bumabalik at nagpapasigla sa aking isip.

Paminsan-minsan sinasabihan ko ang mga astrolohiko na piliin ang pinakamasama kong mga panahon sang-ayon sa mga palatandaan ng mga planeta, at kaya ko pa ring magampanan ang anumang gawain na maibigan ko. May katotohanan na ang aking tagumpay sa ganoong mga panahon ay napangunahan ng pambihirang kahirapan. Ngunit ang paniniwala ko ay palaging makatwiran: pananampalataya sa dibinong pagkalinga, at sa tamang paggamit ng lakas ng loob na ibinigay ng Diyos, ay mga puwersang mas makapangyarihan kaysa sa mga impluwensiyang umaagos mula sa mga kalangitan.

Ang inukit sa mga bituin sa kapanganakan ng tao, naunawaaan ko, ay hindi ibig sabihin na ang tao ay isang manika ng kanyang nakaraan. Ang mensahe manapa'y sundot sa banidad; ang mismong mga kalangitan ay nagsisikap upang gisingin ang determinasyon ng tao upang makawala sa bawat limitasyon. Nilikha ng Diyos ang bawat tao bilang isang kaluluwa, binahagian ng pagkakaiba, kaya kinakailangan sa pandaigdig na kaayusan, maaring sa pansamantalang papel na haligi o parasito. Ang kalayaan niya ay pinal at kaagad, kapag ginusto niya; ito ay depende, hindi sa panlabas, kundi sa panloob na mga tagumpay.

Natuklasan ni Sri Yukteswar ang matematikong pagbuo ng 24,000 taong pag-ikot ng gabi at araw sa kasalukuyang panahon.† Ang pag-ulit -ulit ay nahahati sa Pataas na Arko at Pababang Arko, at bawat isa ay 12,000 taon. Sa loob ng bawat arko ay nasasakupan ng (4) apat na *yugas* o mga panahon na kung tawagin ay *Kali, Dwapara, Treta* at *Satya*, na katumbas ng Griyegong kaalaman sa Bakal, Tanso, Pilak at Gintong mga Panahon.

Tiniyak ng aking guru sa pamamagitan ng iba't-ibang

---

* Isa sa mga babaeng pinili ng aking pamilya na maaring maging kabiyak ko , ay sa kalaunan ay napangasawa ng aking pinsan, si Prabhas Chandra Ghosh (Si Sri Ghosh ay naging bise-presidente ng Yogoda Satsanga Society of India (tingnan ang pp. 452-455) mula 1936 hanggang sa kanyang kamatayan noong 1975).

† Ang mga siklong ito ay ipinaliliwanag sa unang bahagi ng aklat ni Sri Yukteswar na *The Holy Science* (inilathala ng Self-Realization Fellowship).

kalkulasyon na ang huling Kali Yuga o Iron Age ng Pataas na Arko, ay nagsimula pa noong 500 AD. Ang Iron Age na tumagal ng 1,200 ay panahon ng materyalismo; ito ay nagwakas noong 1,700 AD. Sa taon na iyon ay pumasok ang Duwapara Yuga, isang 2,400 taon na panahon ng elektrisidad at atomikong sigla na pagsulong: ang panahon ng telegrapiya, radio, eroplano at ibang pangkalawakang pampuksa.

Ang 3,600 taong panahon ng *Treta Yuga* ay magsisimula sa 4,100 AD. Ang panahong ito ay makikilala sa pangkaraniwang kaalaman ng telepatikong pakikipag-usap at iba pang pampuksa ng panahon. Sa loob ng 4,800 taon ng *Satya Yuga*, ang panghuling panahon ng Paakyat na Arko, ang katalinuhan ng tao ay lubhang mabilis na uunlad; at siya ay kikilos at makikipagtulungan sa dibinong plano.

Ang Pababang Arko ng 12,000 taon, magmumula sa Pababang Ginintuang Panahon ng 4,800 taon, pagkatapos ay magsisimula para sa mundo (sa A.D. 12,500); ang tao ay dahan-dahang lulubog sa kamangmangan. Itong mga pag-ikot na ito ay ang walang katapusang pabilog na pag-ikot ng *maya*, ang pagkakaiba-iba at pagkaka-ugnayan ng kahanga-hangang sandaigdig.* Ang mga tao, ay isa-isang, nakakawala mula sa dalawahang pagkabilanggo ng mga nilikha habang sila ay nagigising sa kamalayan ng kanilang hindi maputol na dibinong pagkakaisa sa Lumikha.

Pinalawak ni Maestro ang aking pang-unawa, hindi lang sa astrolohika kundi sa mga kasulatan ng mundo. Inilagak ang mga

---

* Inilalagay ng banal na kasulatan ng mga Hindu ang kasalukuyang panahon na nangyayari sa loob ng *Kali Yuga* ng isang higit na mahabang siklo ng sanlibutan kaysa sa simpleng 24,000-taong equinoctial cycle na ikinabahala ni Sri Yukteswar. Ang sanlibutang siklo sa banal na kasulatan ay 4,300,560,000 na taong haba, na sinusukat ang isang Araw ng Paglikha. Ang malawak na numerong ito ay batay sa ugnayan ng haba ng isang solar year at ang dami ng pi (3.1416, ang tumbasan ng palibot sa diyametro ng isang bilog).

Ang haba ng buhay para sa isang uniberso, ayon sa sinaunang mga propeta, ay 314,159,000,000,000 solar na mga taon, o "Isang Panahon ni Brahma."

Inihahayag ng kasulatang Hindu na ang isang mundong tulad ng sa atin ay natutunaw sa isa o dalawang paraan: ang mga naninirahan sa kabuuan ay nagiging ganap na mabuti o ganap na masama. Ang kaisipan ng mundo kung gayon ay gumagawa ng lakas na nagpapakawala sa mga naipon na mga atomo na bumubuo ng isang mundo.

Mga nakapangingilabot na mga pahayag ay paminsan-minsang inilalathala tungkol sa "katapusan ng mundo." Bagama't umiikot pa rin ang mga planeta ayon sa isang isang maayos na dibinong plano. Walang pangmundong pagkatunaw ang nakikita sa ngayon; maraming pataas at pababang enaksiyong pag-ikot ang mga magaganap pa sa ating planeta sa kasalukuyan niyang anyo.

banal na salita sa walang bahid na duming hapag ng kanyang kaisipan, nagkaroon siya ng pagkakataong suriin sila sa talim ng maintuwisyong pangangatwiran, at upang paghiwalayin ang mga pagkakamali at pagdaragdag ng mga iskolar sa katotohanang unang ipinahayag ng mga propeta.

"Ipirmi ang paningin sa dulo ng ilong." Itong hindi tamang pakahulugan ng isang talata ng Bhagavad Gita,* na malawakang tinanggap ng mga pantas sa Silangan at Kanlurang tagapagsalin, ay dati-rating nakapanggising ng natatawang pagpula ni Maestro.

"Ang landas ng isang yogi ay natatangi na", sabi niya. "Bakit mo siya pagpapayuhang dapat din niyang gawing duling ang sarili? Ang tunay na kahulugan ng *nasikagram* ay 'pinagmulan ng ilong,' hindi 'dulo ng ilong.' Ang ilong ay nagsisimula sa puntong pagitan ng mga kilay, ang luklukan ng pananaw-spirituwal."†

Ang isang kasabihang *Sankhya*‡ ay nababasa: na *Ishwar asid-dhe*§ (Ang Panginoong Lumikha ay Hindi Maaring Maunawaan o dili kaya "Ang Diyos ay hindi Napatutunayan"). Base lamang sa pangungusap na ito, karamihan sa mga iskolar ay tinatawag ang buong pilosopiya na walang Diyos.

"Ang berso ay hindi kawalan ng paniniwala sa Diyos," paliwanag ni Sri Yukteswar. "Nangangahulugan lamang na, sa taong hindi pa naliliwanagan, at umaasa sa limang pandamdam para sa lahat ng mga huling paghatol, ang katibayan ng Diyos ay dapat manatiling hindi nalalaman at kung ganoon ay walang katunayan. Ang mga tunay na tagasunod ng *Sankhya* na mayroong matibay na maliwanag na pagkaunawa bunga ng meditasyon, ay nauunawaan na ang Panginoon ay buhay at maaaring malaman."

Tinalakay ni Maestro ang Bibliyang Kristiyano ng napaka-liwanag. Ito ay mula sa aking Hindung guru, na hindi kilala sa talaang-tawag ng samahang Kristiyano, kung saan natutunan kong unawain ang walang kamatayang diwa ng Bibliya, at upang maunawaan ang katotohanan sa pahayag ni Kristo – tiyak na

---

* Kabanata VI:13.

† "Ang ilaw ng katawan ay ang mata: kaya kung ang iyong mata ay iisa, ang buo mong katawan ay puno din ng liwanag; ngunit kung ang iyong mata ay masama, ang iyong katawan ay puno ng kadiliman. Kaya mag-ingat ka na ang liwanag na nasa iyo ay hindi maging kadiliman."—Lucas 11:34-35.

‡ Isa sa anim na sistema ng pilosopiyang Hindu. Itinuturo ng *Sankhya* ang pinal na kalayaan sa pamamagitan ng kaalaman tungkol sa dalawampu't-limang prinsipyo, na nag-uumpisa sa *prakriti* o kalikasan at nagtatapos sa *purusha* o kaluluwa.

§ *Talinhagang Sankya*, 1:92.

ang pinaka-nakatutuwa at radikal na kanyang binigkas: "Mawala man ang langit at lupa, ngunit ang aking mga salita, ay hindi mawawala." *

Ang dakilang mga Maestro ng India ay hinubog ang kanilang mga buhay sa parehong maka-Diyos na pamantayan na nagpasigla kay Hesus; ang mga taong ito ay ang kanyang iprinoklamang ka-anak: "Kung sinuman ang susunod sa kagustuhan ng aking Amang nasa langit, siya ay aking kapatid na lalaki, kapatid na babae, at aking Ina."† "Kapag kayo ay nagpatuloy sa aking salita," turo ni Kristo, "tunay ngang kayo ay aking mga disipulo, at malalaman ninyo ang katotohanan, at ang katotohanan ay magpapalaya sa inyo."‡ Mga Taong Malayang lahat, mga panginoon ng kanilang mga Sarili, ang mga Yogi-Kristo ng India ay bahagi ng walang kama-tayang kapatiran: ang mga nagkamit ng isang nakapagpapalayang kaalaman sa Nag-iisang Ama.

"Ang istorya ni Adan at Eba ay hindi ko maunawaan!" Ang sabi kong may kaukulang init isang araw sa aking maagang pagsi-sikap na maintindihan ang alegorya. "Bakit pinarusahan ng Diyos, hindi lamang ang nagkasalang pares kundi kasama rin ang walang malay na hindi pa ipinanganganak na henerasyon?"

Si Maestro ay naaliw, mas higit sa aking kapusukang magta-nong kaysa sa aking kamangmangan. "Ang Genesis ay malalim na simbolismo, at hindi maaaring makuha sa literal na interpretas-yon," paliwanag niya. "Ang 'puno ng buhay' ay ang katawan ng tao. Ang gulugud ng tao ay parang punong pabaligtad, ang buhok ng tao ay mga ugat, at ang nagdadala nang palapit at palabas na damdamin ay ang mga nerbiyo o mga pandamdam. Ang puno ng mga pandam-dam ay nagdadala ng maraming kasiya-siyang mga bunga, o mga damdamin sa paningin, tunog, pang-amoy, panlasa at pakiramdam. Ang tao ay may karapatang makatikim ng mga ito, ngunit siya ay pinagbawalang makaranas ng pagtatalik, ang 'mansanas' na nasa gitna ng katawan ('sa gitna ng halamanan').§

---

* Mateo 24:35

† Mateo 12:50.

‡ Juan 8:31-32. Patotoo ni Santong Juan: "Ngunit ang lahat ng tumanggap at nanalig sa kanya, ay pinagkalooban niya ng karapatang maging anak ng Diyos, kahit sa kanila naniniwala sa kanyang pangalan (kahit sa kanilang natatag sa nasa lahat ng dakong Kamalayang Kristo)."—Juan 1:12.

§ "Maaari naming kainin ang anumang bunga sa halamanan, huwag lamang ang bunga ng puno na nasa gitna niyon. Sinabi ng Diyos na huwag naming kakainin ni hihipuin man ang bunga nito; kung kami raw ay kakain nito, mamamatay kami."— Genesis 3:2-3.

Ang 'ahas' ay kinakatawan ng nakapulupot na lakas sa gulugud na nagbibigay sigla sa mga ugat ng pagtatalik. Ang 'Adan' ay katwiran, at ang 'Eba' ay pakiramdam. Kapag ang damdamin o Kamalayang-Eba ng sinumang nilalang ay nalukuban ng simbuyo ng sex, ang kanyang katwiran o 'Adan' ay susuko na rin.*

"Nilikha ng Diyos ang uri ng mga tao sa pamamagitan ng pagpapakita sa mga katawan ng mga lalaki at babae sa tulong ng lakas ng Kanyang pagnanais; ginawaran Niya ang mga bagong uri ng kapangyarihang lumikha ng mga anak sa isang katulad na 'busilak' o dibinong paraan.† Sapagkat ang pagpapakita Niya ng sari-sariling mga kaluluwa noon ay limitado sa mga hayop, tali-sa-simbuyo at walang kakayahan ng buong katwiran, nilikha ng Diyos ang kauna-unahang mga katawan ng tao, na sumisimbulo sa tawag na Adan at Eba. Ang mga ito, para sa makabubuting pasulong na ebolusyon, inilipat Niya ang mga kaluluwa o dibinong sangkap ng dalawang hayop.‡ Kay Adan, o ang lalaki, ang katwiran ay nangingibabaw; kay Eba o ang babae, ang damdamin ay nakatataas. Sa ganoon, ay naipahayag ang dalawahan o magkasalungat na batayan ng kahangahangang mga daigdig. Ang katwiran at damdamin ay mananatili sa isang kalangitan ng nagkakatulungang galak huwag lang malinlang ang kaisipan ng tao ng mala-ahas na sigla ng kagustuhang pang-hayop.

Samakatwid ang katawan ng tao, ay hindi nag-iisang bunga ng ebolusyon mula sa mga hayop, ngunit ginawa sa pamamagitan ng tanging paglikha ng Diyos. Ang anyo ng mga hayop ay napakagaspang upang ipahayag ang buong pagka-dibino; ang tao ay bukodtanging binigyan ng natatagong kakayahang malaman ang lahat ng bagay, 'isang-libong talulot ng lotus' sa utak, at ang matinding paggising sa lihim na mga sentro ng gulugud.

"Ang Diyos o ang Dibinong Kamalayan na naroroon sa loob ng unang nilalang na pares, ay pinayuhan silang ikatuwa ang lahat ng

---

* "Kasi, pinakain po ako ng babaeng ibinigay Ninyo sa akin," tugon ng lalaki. "Bakit mo ginawa ang bagay na iyon?" tanong ng Panginoong Yahweh sa babae. "Mangyari po'y nilinlang ako ng ahas, kaya ako natuksong kumain," sagot naman nito.—Gen. 3:12-13.

† "Nilalang nga ng Diyos ang tao ayon sa kanyang larawan. Sila'y kanyang nilalang na isang lalaki at isang babae, at sila'y pinagpala niya. Sinabi niya, "Magpakarami kayo at punuin ninyo ng inyong mga anak ang buong daigdig, at kayo ang mamahala nito. Binibigyan ko kayo ng kapangyarihan sa mga isda sa tubig, sa mga ibon sa himpapawid, at sa lahat ng mga hayop na nasa ibabaw ng lupa."—Gen. 1:27-28

‡ "Pagkatapos, ginawa ng Panginoong Yahweh, ang tao mula sa alabok, hiningahan Niya sa ilong, at nagkaroon ito ng buhay."—Gen. 2:7.

pantaong damdamin, maliban sa isa: ang damdaming pakikipagta- lik.* Ang mga ito ay ipinagbabawal, at baka madaya ang sangkatau- han at makulong ang sarili sa mababang uring pamamaraang hayop na pagpapalaganap. Ang babala na huwag gisingin ang mababang kamalayang may pang-hayop na alaala ay hindi pinakinggan. Ipinag- patuloy ang paraan ng pang-hayop na pag-susupling, si Adan at si Eba ay nahulog mula sa kalagayan ng makalangit na ligaya na likas sa unang ganap na tao. Noong 'malaman nila na sila pala ay hubad' ang kanilang kamalayang walang kamatayan ay nawala, kahit sila ay binalaan ng Diyos, inilagay ang kanilang mga sarili sa ilalim ng batas pisikal na kung saan ang ipinanganak na katawan ay dapat masundan ng kamatayan ng katawan.

"Ang kaalaman ng 'mabuti at masama', na ipinangako kay Eba ng 'ahas' ay tinutukoy ang pang-dalawahan at magkasalungat na mga karanasan, na ang may mga kamatayang nasa ilalim ng *maya* ay kinakailangang pagdaanan. Bumagsak sa delusyon sanhi ng ma- ling paggamit ng kanyang damdamin at katwiran, o ang kamalayang Eba at Adan, ang tao ay iniwan ang karapatan upang makapasok sa halamanan ng dibinong kasapatan sa lahat ng pangangailangan.† Ang pansariling pananagutan ng bawat taong nilalang ay ibalik ang kanyang "pinagmulang lahi" o nagkasalungat na kalikasan sa isang pinag-isang armoniya o "Eden".

Samantalang patapos na ang pagpapaliwanag ni Sri Yukteswar, sinulyapan ko ng may panibagong paggalang ang mga pahina ng Genesis.

"Mahal na Maestro," ang sabi ko, "Sa unang pagkakataon, may nararamdaman akong isang tamang tungkulin ng anak sa magulang para kay Adan at Eba."‡

---

* "Ang ahas (pwersang seks) ang pinakatuso sa lahat ng hayop" (anumang iba pang pandama ng katawan.)—Gen. 3:1

† "Gumawa ang Panginoong Yahweh ng isang halamanan sa Eden, sa dakong silangan, at doon dinala ang kanyang taong nilalang."—Gen. 2:8. "Kaya, pinalayas Niya sa halamanan ng Eden ang tao upang magbungkal ng lupang kanyang pinagmulan."—Gen. 3:23. Ang dibinong taong unang ginawa ng Diyos ay nagkaroon ng kamalayang nakatuon sa makapangyarihang nag-iisang mata sa noo (pa-silangan). Ang mapanlikhang kapangyarihan ng kanyang kalooban, na nakapako sa lugar na iyon, ay nawala sa tao nang umpisahan niyang "magbungkal" ng kanyang pisikal na pagkatao.

‡ Ang kuwentong Adan at Eba ng mga Hindu ay isinasalaysay sa napakatandang *purana, Srimad Bhagavata.* Ang unang lalaki at babae (mga nilalang sa pisikal na katauhan) ay tinatawag na Swayambhuva Manu ("taong isinilang mula sa Manlilikha") at ang kanyang asawang si Shatarupa ("mayroong isandaang imahe o anyo"). Ang kanilang limang anak ay nagsipag-asawa sa mga *Prajapati* (mga ganap

na nilalang na maaaring magkaroon ng katawan); mula sa unang dibinong pamilyang ito, naisilang ang lahi ng tao.

Kailanman ay hindi ko narinig sa Silangan o Kanluran ang napakalalim na pagpapaliwanag sa mga Kristiyanong kasulatan na tulad ng kay Sri Yukteswar. "Hindi naipakahulugang mabuti ng mga teologo ang mga salita ni Kristo," sabi ni Maestro, "sa mga pahayag na tulad ng 'Ako ang daan, ang katotohanan, at ang buhay: walang makapupunta sa Ama kundi sa pamamagitan ko' (Juan 14:6). Ang ibig sabihin ni Hesus, hindi kailanman na siya ang tanging Anak ng Diyos, kundi walang sinuman ang makakatamo ng tanging Kaganapan, ang nangingibabaw na Ama *na higit pa* sa paglikha, hangga't hindi pa niya unang naipakita ang 'Anak' o bumubuhay na Kristong Kamalayan *sa loob* ng paglikha. Si Hesus, na nakamit ang buong pakikiisa sa nasabing Kamalayang Kristo, ay nakiisa dito yamang ang kanyang pagka-makasarili ay malaon nang nawala." (Tingnan ang p 173 n.)

Nang isinulat ni Pablo ang: "Diyos...na lumikha ng lahat ng bagay sa pamamagitan ni HesuKristo" (Efeso 3:9), at nang sabihin ni Hesus na: "Bago ipinanganak si Abraham, Ako'y Ako Na" (Juan 8:58), ang diwa ng mga salita ay kawalan ng kakanyahan.

Ang isang anyo ng espirituwal na karuwagan ang umaakay sa karamihan ng tao upang maginhawang manampalataya na iisang tao lang ang Anak ng Diyos. "Si Kristo ay nilikha nang pambihira," paliwanag nila, "kaya paano ako, na isang mortal lamang, magiging katulad Niya?" Ngunit lahat ng tao ay dibinong nilikha, at balang araw ay susundin nila ang utos ni Kristo: "Kaya, dapat kayong maging ganap, gaya ng inyong Amang nasa langit" (Mateo 5:48). "Tingnan ninyo kung gaano kalaki ang pag-ibig sa atin ng Ama! Tinatawag niya tayong mga anak ng Diyos, at iyan nga ang totoo." (I Juan 3:1).

Ang pag-uunawa sa batas ng karma at ang resulta nito, ang muling pagkabuhay (tingnan ang ph. 531, n., 532, at Kabanata 43), ay naipapakita sa maraming pahayag sa Bibliya; hal. "Sinumang pumatay ng kanyang kapwa, buhay ang kabayaran sa kanyang ginawa" (Gen. 9:6). Kung ang bawat mamamatay-tao ay papatayin din "ng tao," malinaw na ang balik na proseso, sa maraming pagkakataon, ay mangangailangan ng higit pa sa isang buhay. Ang mga kasalukuyang pulis ay sadyang kulang ang bilis!

Tinanggap ng unang simbahang Kristiyano ang doktrina ng muling pagkabuhay, na ipinaliwanag ng mga Gnostiko at maraming ama ng simbahan, kabilang na si Clement ng Alexandria, ang tanyag na Origen (kapwa ikatlong siglo), at St. Jerome (ikalimang siglo). Ang doktrina ay unang idineklarang erehiya noong A.D. 553 ng Second Council of Constantinople. Sa panahong iyon, inisip ng maraming Kristiyano na ang doktrinang muling pagkabuhay ay nagbibigay sa tao ng napakalawak na panahon at espasyo upang hikayatin siyang magsikap upang dagliang maligtas. Ngunit ang mga katotohanang pinigil ay nagdulot ng maraming pagkakamali. Hindi nagamit ng milyun-milyon ang kanilang "isang buhay" upang hanapin ang Diyos, kundi upang lasapin ang mundong ito—na pambihirang nakamit, at napakadaling mawala kailanman! Ang katotohanan ay muling nabubuhay sa mundo ang tao hangga't hindi niya buong kamalayang nababawi ang kalagayan niya bilang anak ng Diyos.

Si Sasi at ang Tatlong Sapiro

"Sapagkat ikaw at ang aking anak ay may mataas na pagtingin kay Swami Sri Yukteswar, titingnan ko siya." Ang tono ng boses na ginamit ni Dr. Narayan Chunder Roy ay nagpapahiwatig na pinagtatawanan niya ang kapritso ng mga batang kulang-kulang. Itinago ko ang aking galit, sa pinaka-mabuting kaugalian ng isang nangungumbinse.

Ang kasama ko, isang beterinaryong siruhano, ay isang tunay na agnostiko. Ang kanyang batang anak na lalaking si Santosh ay nakiusap sa akin na bigyan ng pansin ang kanyang ama. Sa kasalukuyan, ang napakahalaga kong tulong ay medyo hindi gaanong nakikita.

Sinamahan ako ni Dr. Roy nang sumunod na araw sa Serampore Hermitage. Pagkatapos siyang bigyan ni Maestro ng isang maiksing panayam, na may tanda sa karamihan ng bahagi ng katahimikan sa bawat panig, ang panauhin ay may kabastusang umalis.

"Bakit ka nagdala ng patay na tao sa ashram?" tumingin sa akin si Sri Yukteswar na nagtatanong sa sandaling naisara ang pintuan sa taga-Calcuttang-walang paniniwala.

"Ginoo! Ang doktor ay buhay na buhay!"

"Ngunit sa maikling panahon, siya ay mamamatay."

Ako ay nabigla. "Ginoo, ito ay magiging isang kakila-kilabot na dagok sa kanyang anak. Si Santosh ay umaasa pa na may panahon upang baguhin ang materyalistikong pananaw ng kanyang ama. Nakikiusap ako sa inyo, Maestro, na tulungan ang tao."

"Sige, – para sa iyong kapakanan." Ang mukha ng aking guru ay walang damdamin. "Ang mayabang na manggagamot ng mga kabayo ay malala na ang diabetes, bagaman ito ay hindi niya alam. Sa loob ng labinlimang araw, siya ay mararatay sa higaan. Isusuko na siya ng mga manggagamot; ang likas na panahon upang iwanan niya ang mundong ito ay anim na linggo mula ngayon. Dahil sa iyong pamamagitan, gayunman, sa araw na iyon siya ay gagaling. Ngunit may isang kondisyon: kinakailangan mo siyang mapagsuot ng pulseras na astrolohika. Siya ay walang dudang tatanggi ng labis

na katulad ng isa sa kanyang mga kabayo bago ang pagtitistis,"
marahang tawa ni Maestro.

Pagkatapos ng isang katahimikan, kung saan ako ay nag-iisip
kung papaano kami makakagawa ni Santosh ng pinakamabuting
sining ng panghihikayat sa doktor, si Sri Yukteswar ay nagbigay pa
ng karagdagang pagbubunyag.

"Sa sandaling ang tao ay gumaling, pagpayuhan mo siyang huwag
nang kumain ng karne. Hindi siya makikinig sa ganitong payo; gayun-
man, sa loob ng anim na buwan, kung kalian ang kanyang pakiram-
dam ay pinakamabuti, siya ay babagsak, patay."Ang aking guru ay
nagdagdag, "Ang anim na buwang karagdagan ng kanyang buhay ay
ipinagkakaloob lamang sa kanya sapagkat ikaw ay nakiusap."

Nang sumunod na araw, iminungkahi ko kay Santosh na siya
ay magpagawa ng pulseras sa mag-aalahas. Ito ay naihanda sa loob
ng isang linggo, ngunit tumanggi si Dr. Roy na isuot ito.

"Ako ay nasa pinaka-mabuting kalusugan. Hindi ninyo ako
mapapahanga kahit kailan sa ganitong astrolohikang pamahiin."
Ang doctor ay sumulyap sa akin na nanlalaban.

Natandaan kong naaaliw, na si Maestro ay makatwirang ini-
hambing ang taong ito sa isang may matigas na ulong kabayo. Isa
pang karagdagang pitong araw ang nakalipas; ang doktor, na biglang
may karamdaman, ay maamong sumang-ayon na isuot ang pulseras.
Pagkatapos ng dalawang linggo, sinabi sa akin ng manggagamot na
nag-aasikaso na ang kalagayan ng kanyang pasyente ay wala nang
pag-asa. Siya ay naglahad ng mga nakapanlulumong mga detalye ng
pinsalang nagawa ng diabetes.

Napailing ako. "Sinabi ng aking guru na pagkatapos ng isang
karamdamang tatagal nang isang buwan si Dr. Roy ay gagaling."

Ang manggagamot ay tumingin sa aking hindi makapaniwala.
Subalit hinanap niya ako pagkaraan ng dalawang linggo at humingi
ng paumanhin.

"Si Dr.Roy ay ganap na gumaling!" ang sigaw niya. "Ito ang
pinaka-kagilagilalas na kaso sa aking karanasan. Kahit kailan ay
hindi pa ako nakakita ng taong namamatay na nagpakita ng hindi
maipaliwanag na paggaling. Ang iyong guru ay tunay na isang
nakapagpapagaling na propeta!"

Pagkatapos ng isang panayam kay Dr. Roy, kung saan inulit
ko ang payo ni Sri Yukteswar tungkol sa pagkaing walang karne,
hindi ko na siya nakita nang anim na buwan. Siya ay tumigil at
nakipag-usap isang gabi habang ako ay nakaupo sa balkonahe ng
tahanan ng aming pamilya.

"Sabihin mo sa iyong guru na sa pamamagitan ng malimit kong pagkain ng karne, ako ay lubos na nakabawi ng lakas. Hindi ako nahikayat ng kanyang walang siyensiyang ideya sa pang-araw-araw na pagkain." Totoo na si Dr. Roy ay larawan ng kalusugan.

Subalit nang sumunod na araw, si Santosh ay tumatakbong dumating sa akin mula sa kanilang tahanan sa kabilang bloke. "Ngayong umaga ang aking ama ay bumagsak, patay!"

Ang kasong ito ay isa sa aking pinaka-kakaibang mga karanasan kay Maestro. Napagaling niya ang matigas ang ulo na beterinaryong siruhano sa kabila ng kanyang kawalan ng paniniwala, at pinalawig ang likas na termino sa lupa ng tao ng anim na buwan, nang dahil sa aking taimtim na pakiusap. Si Sri Yukteswar ay walang hangganan ang kabaitan kapag tumutugon sa mahalagang panalangin ng isang deboto.

Isa sa aking ipinagmamalaking pribilehiyo ang magdala ng mga kaibigan mula kolehiyo upang makilala ang aking guru. Marami sa kanila ang isinasaisantabi – kahit sa ashram lamang! – ang sunod sa modang pang-akademyang pagkukunwari ng pagdududa sa relihiyon.

Isa sa aking mga kaibigan, si Sasi, ay nag-ukol ng masasayang pagtatapos ng linggo sa Serampore. Si Maestro ay naging masyadong magiliw sa bata, at idinaing na ang pribadong buhay nito ay magulo.

"Sasi, hangga't hindi ka nagbabago, isang taon mula ngayon ikaw ay magkakaroon ng mapanganib na karamdaman." Pinagmasdan ni Sri Yukteswar ang aking kaibigan ng may mapagmahal na pagka-yamot. "Testigo si Mukunda; huwag mong sabihin pagkatapos na hindi kita pinaalalahanan."

Nagtawa si Sasi. "Maestro, bahala na po kayong hilingin ang matamis na awa ng kosmos sa aking sariling malungkot na kaso! Ang espiritu ko ay pumapayag, ngunit ang aking pagnanais ay mahina. Kayo lamang ang aking tagapagligtas sa mundo; ako ay wala nang pinaniniwalaan pa."

"Sana man lang ikaw ay magsuot ng isang dalawang karat na asul na sapiro. Ito ay makakatulong sa iyo."

"Hindi ko iyon kayang bilhin. Ganoon pa man, mahal na Guruji, kapag dumating ang kaguluhan sa buhay ko, lubos kong pinaniniwalaan na ipagtatanggol ninyo ako."

"Sa loob ng isang taon magdadala ka ng tatlong sapiro," sagot ni Sri Yukteswar. Wala nang silbi ang mga ito sa panahong iyon."

Iba't ibang bersyon ng ganitong pangungusap ay palaging nangyayari. "Hindi ko kayang magbago!" Ang isasagot ni Sasi na may nakaaaliw na kawalan ng pag-asa. "At ang pagtitiwala ko sa inyo, Maestro, ay mas mahalaga sa akin kaysa anumang bato!"

Isang taon ang lumipas. Isang araw ako ay dumadalaw sa aking guru sa tahanan sa Calcutta ng kanyang disipulo, si Naren Babu. Mag-aalas diyes ng umaga, samantalang si Sri Yukteswar at ako ay nakaupo sa ikalawang palapag na salas, narinig ko ang pintuan sa harapan na bumukas. Dumeretso ng upo si Maestro.

"Si Sasi iyon," ang sabi niyang seryoso. "Ang panahon ay dumating na; wala na ang kanyang dalawang baga. Sabihin mo sa kanya na ayaw ko siyang makita."

Medyo nalito ako sa kahigpitan ni Sri Yukteswar, tumakbo akong pababa sa hagdanan. Si Sasi ay paakyat.

"O Mukunda! Sana ay narito si Maestro, mayroon akong pakiramdam na maaaring narito siya."

"Oo, pero ayaw niyang maabala."

Si Sasi ay bumunghalit ng iyak at dumaan sa harap ko. Hinagis niya ang sarili sa paanan ni Sri Yukteswar, at inilapag niya doon ang tatlong magagandang sapiro.

"Nakakaalam-ng-Lahat na Guru, ang sabi ng mga doktor ako ay mayroong pulmonary tuberculosis. Binigyan lamang nila ako ng tatlong buwan na mabuhay! Buong kabahaang-loob akong nagsusumamo sa inyong tulong; nalalaman kong mapapagaling ninyo ako!"

"Hindi ba medyo huli na ngayon upang mag-alala sa iyong buhay? Umalis ka na kasama ang iyong mga hiyas; ang panahon ng kanilang kahalagahan ay tapos na." Pagkatapos, naupo si Maestro na walang katinag-tinag sa hindi mapukaw na katahimikan, ginambala ng mga hikbi ng batang humihingi ng awa.

Isang batay sa intuwisyong paniniwala ang dumating sa akin na sinusubukan lamang ni Sri Yukteswar ang lalim ng pananampalataya ni Sasi sa dibinong nagpapagaling na lakas. Hindi ako nagulat pagkatapos ng nakaninerbiyos na isang oras nang si Maestro ay nahahabag na tiningnan ang nakadapa kong kaibigan.

"Tumayo ka, Sasi, anong kaguluhan ang ginagawa mo sa pamamahay ng ibang tao! Isauli mo ang mga sapiro sa mag-aalahas; sila ay hindi kinakailangang mga gastusin sa ngayon. Ngunit kumuha ka ng pulseras na astrolohika at isuot mo. Huwag kang matakot; sa loob ng ilang linggo, ikaw ay gagaling."

Ang ngiti ni Sasi ay nagbigay-liwanag sa kanyang luhaang mukha na tulad ng biglang pagsikat ng araw sa basang-basang tanawin. "Pinakamamahal na Guru, dapat ko po bang inumin ang mga gamot na ibinigay ng mga doktor?"

"Bahala ka—inumin mo o itapon mo; hindi na mahalaga. Imposible nang mamatay ka sa tuberculosis, kasing imposible ng pagpapalit ng posisyon ng araw at buwan." Biglang idinagdag ito ni Sri Yukteswar, "Umalis ka na, bago magbago ang isip ko!"

Nababagabag na yumuko, ang kaibigan ko ay nagmamadaling umalis. Dinalaw ko siya ng maraming pagkakataon sa sumunod na ilang linggo, at natakot ako nang makita ko ang kanyang kalagayan na lumalala.

"Si Sasi ay hindi tatagal sa magdamag." Ang mga salitang ito mula sa kanyang manggagamot, at ang tanawin ng aking kaibigan na ngayon ay para na lang kalansay, ang biglang nagpasugod sa akin sa Serampore. Ang aking Guru ay malamig na nakinig sa mangi-yak-ngiyak kong pag-uulat.

"Bakit ka naparito upang ako ay abalahin? Narinig mo na akong tiniyak ang paggaling ni Sasi."

Yumuko ako sa harap niya na may paghanga, at lumabas sa pintuan. Walang sinabi si Sri Yukteswar na anumang salitang pa-mamaalam, ngunit pumasok na naman sa katahimikan, ang mata'y hindi kumukurap, nangalahating bukas, ang paningin ay lumipad sa ibang daigdig.

Bumalik ako kaagad sa bahay ni Sasi sa Calcutta. May pagka-mangha kong natagpuan ang aking kaibigan na nakaupo, umiinom ng gatas.

"O Mukunda! Ano itong isang himala! Apat na oras na ang nakalilipas nang naramdaman kong naririto si Maestro sa silid; ang napakahirap kong sintomas ay dagling nawala. Ang pakiramdam ko, sa pamamagitan ng kanyang grasya ako ay lubos nang magaling."

Sa loob ng ilang linggo, si Sasi ay tumaba, at nasa mas ma-buting kalusugan kaysa sa dati.* Ngunit ang kanyang reaksiyon sa kanyang paggaling ay may bahid ng kawalan ng utang na loob: bihira niyang dalawing muli si Sri Yukteswar! Ang kaibigan ko ay nagsabi isang araw, na pinagsisisihan niya ang naunang gulo ng kanyang buhay, at siya ay nahihiya na humarap kay Maestro.

Naipalagay ko na ang pagkakasakit ni Sasi ay nagkaroon ng magkaibang epekto na nagpatibay ng kanyang lakas ng loob at nag-pasama naman ng kanyang pag-uugali.

Ang unang dalawang taon ng aking kurso sa Scottish Church College ay malapit nang magwakas. Ang pagpunta ko sa silid-aralan ay naging masyadong pabugso-bugso. Ang kaunti kong ginawang pag-aaral ay upang mabigyan lamang ng katahimikan ang aking

* Noong 1936 narinig ko mula sa isang kaibigan na si Sasi ay nasa mabuting kalusugan.

pamilya. Ang dalawa kong pribadong guro ay palaging dumarating sa aming bahay, ngunit ako ay karaniwang wala; ito lang ang naisip kong kaayusan sa aking pag-aaral!

Sa India, ang dalawang matagumpay na taon ng kolehiyo ay magbibigay ng Intermediate Arts Diploma; pagkatapos ay maari ng asahan ng mag-aaral ang dalawang taon pa at ang kanyang titulong A.B.

Ang huling pagsusulit ng Intermediate Arts ay nagbabadya nang darating. Tumakas ako patungong Puri, kung saan ang aking guru ay naninirahan nang ilang linggo. Medyo malabo akong umaasa na sasabihin niya sa akin na hindi na ako kinakailangang magpakita sa huling pagsusulit, sinabi ko sa kanya ang aking kawalan ng paghahanda.

Si Sri Yukteswar ay ngumiti nang paaliw. "Buong puso mong sinunod ang espirituwal mong tungkulin, at hindi maiiwasang mapabayaan ang pag-aaral mo sa kolehiyo. Pagsikapan mong pag-aralan ang iyong mga aklat sa susunod na linggo. Ikaw ay makakaraos sa mahigpit na pagsubok nang walang pagkabigo."

Bumalik ako sa Calcutta, at pilit kong hinahadlangan ang makatwirang pangamba na paminsan-minsan ay gumugulo sa aking isip. Kapag tinitingnan ko ang ga-bundok na mga aklat sa aking mesa, ang pakiramdam ko ay para akong naligaw na manlalakbay sa kaparangan.

Isang mahabang panahon ng meditasyon ang nagbigay sa akin ng isang makakabawas-trabahong inspirasyon. Binubuksan ko ang bawat aklat ng ala-suwerte at pinag-aaralan ko lamang ang mga pahinang lumantad sa aking harapan. Pagkatapos kong sinunod ang ganitong paraan sa loob ng labingwalong oras sa bawat araw sa loob ng isang linggo, ay ipinalagay ko na ang aking sarili na dalubhasa sa sining ng madaliang pagrepaso.

Ang mga sumunod na araw sa bulwagan ng pagsusulit ay nagbigay ng katarungan sa aking parang pagbabaka-sakaling paraan ng pag-aaral. Naipasa ko ang lahat ng pagsusulit ng ga-buhok lamang. Ang pagbati ng aking mga kaibigan at kamag-anak ay katawa-tawang may kahalong bulalas nang pagtataka.

Sa pagbabalik niya mula sa Puri, binigyan ako ni Sri Yukteswar ng isang nakalulugod na sorpresa.

"Ang pag-aaral mo sa Calcutta ay tapos na," sabi niya. "Titiyakin ko na ipagpapatuloy mo ang huling dalawang taon ng iyong pag-aaral sa unibersidad dito mismo sa Serampore."

Ako ay nagtaka. "Ginoo, walang kursong Bachelor of Arts sa

Sri Yogananda sa edad na labing-anim

bayang ito." Ang Serampore College, ang iisang paaralan ng mataas na karunungan ay naghahandog lamang ng isang dalawang taong kurso sa Intermmediate Arts.

Si Maestro ay napangiting may kapilyuhan. "Ako ay napaka-tanda na para mag-ipon ng mga donasyon upang maitatag ang isang kolehiyong A.B. para sa iyo. Sa palagay ko, kinakailangang ayusin ko ang mga bagay na ito sa tulong ng ibang tao."

Pagkaraan ng dalawang buwan, si Propesor Howells, ang

pangulo ng Serampore College, ay naghayag sa publiko na siya ay matagumpay na nakalikom ng sapat na halaga upang magbigay ng isang apat na taong kurso. Ang Serampore College ay naging kasaping sangay ng Calcutta University. Ako ay isa sa mga unang mag-aaral na nagpatala sa Serampore bilang kandidato para sa kursong A.B.

"Guruji, napakabait ninyo sa akin! Ako ay nananabik umalis sa Calcutta at mapalapit sa inyo araw-araw sa Serampore. Hindi alam ni Propesor Howells kung gaano kalaki ang pagkakautang niya sa tahimik ninyong pagtulong!"

Tumitig sa akin si Sri Yukteswar na may pakunwaring kabagsikan. "Ngayon, hindi ka na kinakailangang gumugol ng maraming oras sa mga tren; napakaraming libreng oras para sa iyong pag-aaral! Marahil ikaw ay hindi na magiging gaanong huling-minutong mag-aaral at mas higit nang maging isang iskolar."

Subalit, ang kanyang tono ay kulang sa paniniwala.*

---

* Si Sri Yukteswar, tulad ng maraming ibang pantas, ay nalungkot sa materyalistikong kalakaran ng modernong edukasyon. Kaunting paaralan ang nagpapaliwanag ng mga espirituwal na batas ng kaligayahan o nagtuturo na ang karunungan ay binubuo sa pamamagitan ng pamamatnubay sa buhay ng "takot sa Diyos," ibig sabihin, pamimitagan sa Lumikha sa kanya.

Ang mga kabataan, na sa ngayon ay natututo sa mga mataas na paaralan at kolehiyo na ang tao ay isang "mataas na uri ng hayop" lamang, ay kadalasang nagiging ateista. Hindi sila nagtatangka ng anumang pag-aaral sa kaluluwa o ituring ang kanilang sarili, sa kanilang likas na diwa, bilang "imahe ng Diyos." Puna ni Emerson: "Iyon lamang mayroon tayo sa loob, ang nakikita natin sa labas. Kung hindi tayo nakakakita ng mga diyos, ito ay dahil wala tayo noon." Ang sinumang nangangarap na kanyang hayop na kalikasan ang tangi niyang katotohanan ay nahihiwalay sa dibinong paghahangad

Ang isang sistemang edukasyon na hindi nagtatanghal sa Espiritu bilang pangunahing Katotohanan ng pagkatao ay nag-aalay ng *avidya,* o maling karunungan. "Sinasabi mo, ako'y mayaman, sagana sa lahat ng bagay at wala nang kailangan pa, ngunit hindi mo nalalamang ikaw ay kawawa at kahabag-habag, at mahirap at bulag at hubad" (Pahayag 3:17).

Ang edukasyon ng kabataan sa sinaunang India ay uliran. Sa edad na siyam, ang estudyante ay tinatanggap "bilang isang anak" sa isang *gurukula* (tahanan ng isang guru bilang sentro ng pagkatuto). "Ginugugol ng isang modernong batang lalaki [kada taon] ang ikawalo ng kanyang panahon sa paaralan; ginugol ng isang batang Indian ang buong panahon niya doon." isinulat ni Propesor S.V. Venkatweswara sa *Indian Culture Through the Ages* (Vol. I; Longmans, Green & Co.). "Mayroong mainam na pakiramdam ng kapatiran at tungkulin, at maraming pagkakataon upang magkaroon ng tiwala sa sarili at kakanyahan. May mataas na pamantayan sa kultura, disiplina sa sarili, at matatag na pagtingin sa gawain, hindi makasariling pagkilos, at pagtitiis, na may paggalang sa sarili at pamimitagan sa iba; isang mataas na pamantayan ng dangal sa pag-aaral, at ang diwa ng...kadakilaan at mataas na adhika ng buhay ng tao."

Isang Mahimalang Mohammedan

"Maraming taon nang nakalipas, dito sa mismong silid na tini-tirhan mo ngayon, isang Mohammedang manggagawa ng kababalag-han ang nagpakita ng apat na milagro sa harap ko!"

Sinabi ito ni Sri Yukteswar sa kanyang unang pagdalaw sa aking bagong tirahan. Pagkatapos kong pumasok sa Serampore College, agad akong umupa ng isang silid sa malapit na dormitoryo, na kung tawagin ay Panthi.* Ito ay isang lumang mansiyon na gawa sa laryo, at nakaharap sa Ganges.

"Maestro, anong pagkataon! Ito bang bagong gayak na mga dingding ay tunay na may napakatanda nang mga alaala?" Tumi-ngin ako na may panibagong interes sa paligid ng aking silid na may simpleng kagamitan.

"Ito ay isang mahabang kuwento." Ang aking guru ay nakangiti sa paggunita ng nakaraan. "Ang pangalan ng *fakir* † ay Afzal Khan. Siya ay nakakuha ng pambihirang galing sa isang hindi inaasahang pagkakataon sa isang Hindu yogi.

"'Anak, ako ay nauuhaw; ikuha mo ako ng tubig.' Isang naba-balutan-ng-alikabok na *sannyasi* ang gumawa ng kahilingang ito kay Afzal isang araw nang siya'y bata pa sa isang maliit na nayon ng silangang Bengal.

"'Maestro, ako po ay isang Mohammedan. Papaanong kayo, isang Hindu, ay tatanggap ng inumin mula sa aking mga kamay?'

"'Ang iyong katapatan ay ikinatutuwa ko, aking anak. Hindi ko pinapansin ang mga alituntunin ng pagtatakwil ng walang pagka-Diyos na sektaryanismo. Humayo ka, bigyan mo ako ng tubig, dali.'

"Ang magalang na pagsunod ni Afzal ay ginantimpalaan ng isang mapagmahal na sulyap mula sa yogi.

"'Ikaw ay nag-aangkin ng magandang karma mula sa mga

---

* Tirahan para sa mga estudyante; mula sa *pantha,* gumagala, naghahanap ng karunungan.

† Isang yoging Moslem; mula sa Arabic na *faqir,* mahirap; unang ginamit sa mga dervish na may panata ng karukhaan.

nakaraang buhay,' ang tapat niyang pagmamasid. 'Ako ay magtu-
turo sa iyo ng isang tiyak na pamamaraan ng yoga na magbibigay
sa iyo ng kapangyarihang pag-utusan ang isa sa hindi nakikitang
mga kaharian. Ang malawak na kapangyarihan na mapapasa-iyo
ay dapat lamang gamitin sa karapat-dapat na layunin; kailanman
ay huwag gamitin sa pang-sarili! Nakikita ko na ikaw ay nagdala
mula sa nakaraan ng mga binhi ng mapanirang pag-uugali. Huwag
mong pabayaang tumubo ang mga ito sa pamamagitan ng pagdidilig
sa kanila ng bagong masamang gawain. Hinihingi ng masalimuot
mong nakaraang karma na dapat gamitin mo ang pagkabuhay mo
ngayon upang pagkasunduin ang mga naisakatuparan mo sa yoga sa
pinakamataas na hangaring paglilingkod sa sangkatauhan.'

   "Pagkatapos turuan ang gulat na gulat na bata sa isang masali-
muot na pamamaraan, ang Maestro ay nawala.

   "Buong katapatang sinunod ni Afzal ang pamamaraan ng yoga
nang dalawampung taon. Ang kanyang mga mahimalang gawaing
katangi-tangi ay nagsimulang umakit ng malawakang pansin. Wa-
ring siya ay palaging sinasamahan ng walang katawang espiritu
na kung tawagin niya ay 'Hazrat'. Itong hindi nakikitang espiritu
ang may kakayahang magbigay ng kaganapan sa pinaka-maliit na
kahilingang ng *fakir*.

   "Hindi pinansin ni Afzal ang babala ng kanyang maestro. Nag-
simula niyang gamitin sa masama ang kanyang kapangyarihan.
Anumang bagay ang kanyang hawakan, tapos ibabalik, ay dagling
mawawala ng walang palatandaan. Dahil dito, ang Mohammedan
ay itinuring na hindi kanais-nais na panauhin!

   "Dinadalaw niya paminsan-minsan ang malalaking tindahan
ng alahas sa Calcutta at nagpapanggap na mamimili.Anumang
hiyas ang mahawakan niya, ay mawawala sa sandaling nakaalis na
siya sa tindahan."

   "Si Afzal ay malimit napapaligiran ng daan-daang estudyante na
naaakit sa pag-asang matututunan ang kanyang mga lihim. Pamin-
san-minsan ay inaanyayahan sila ng *fakir* na maglakbay na kasama
siya. Sa estasyon ng tren ay pinagsisikapan niyang mahawakan ang
rolyo ng ticket. Pagkatapos itutulak pabalik sa nagtitinda at mag-
sasabing: 'Nagbago ang isip ko, hindi na ako bibili ngayon.' Ngunit
kapag sumakay na sa tren na kasama ang kanyang mga tagasunod
ay hawak na ni Afzal ang kinakailangang mga ticket.*

   "Ang mga masasamang gawaing ito ay naglikha ng galít at

---

* Nang lumaon, sinabi sa akin ng aking ama na ang kanyang kompanya, ang Bengal-
Nagpur Railway ay isa sa mga naging biktima ni Afzal Khan.

kaguluhan; ang mga mag-aalahas na Bengali at nagtitinda ng ticket ay nagkakasakit na sa nerbiyos! Ang mga pulis na naghanap upang arestuhin si Afzal ay walang magawa; maaaring alisin ng *fakir* ang magsasangkot na ebidensya sa pagsasabi lamang ng: 'Hazrat, kunin mo ito.'"

Tumayo si Sri Yukteswar mula sa upuan at naglakad sa balkonahe ng aking silid, na nakatunghay sa ilog Ganges. Sinundan ko siya, sabik na makarinig pa ng tungkol sa nakalilitong Mohammedang Raffles.

"Itong kabahayang Panthi ay dating pag-mamay-ari ng aking kaibigan. Siya ay naging kakilala ni Afzal at kinumbida siya dito. Ang aking kaibigan ay nag-anyaya din ng dalawampung mga kapitbahay, kasama ako. Ako ay bata pa noon, at nakaramdam ng masayang kausyusuhan tungkol dito sa kilalang-kilalang masamang *fakir.*" Nagtawa si Maestro. "Ako ay nag-ingat at hindi nagsuot ng anumang bagay na mahalaga. Si Afzal ay tumingin sa akin na nagtatanong, tapos nangusap:

"'Mayroon kang malalakas na mga kamay. Pumunta ka sa ibaba sa halamanan; kumuha ka ng makinis na bato at isulat ng tisa ang iyong pangalan dito, pagkatapos ihagis ang bato nang pinakamalayong kaya mong abutin sa ilog Ganges.'

"Sinunod ko siya. Sa sandaling ang bato ay nawala sa ilalim ng malalayong mga alon, ay pinagsabihan akong muli ng Mohammedan:

"'Punuin mo ang palayok ng tubig mula sa Ganges malapit sa harapan ng bahay na ito.'

"Pagkatapos kong makabalik na may dalang lalagyan ng tubig, ang *fakir* ay sumigaw, 'Hazrat, ilagay mo ang bato sa palayok!'

"Ang bato ay nagpakita kaagad. Inalis ko sa lalagyan at nakita ko ang aking pangalan na kasing-linaw na tulad ng unang pagkasulat ko dito.

"Si Babu,* isa sa aking mga kaibigan na nasa silid, ay may suot na mabigat na lumang gintong orasan na may tanikala. Siniyasat ang mga ito ng *fakir* na may paghanga. Hindi nagtagal ang mga ito ay nawala!

"'Afzal, pakiusap, isauli mo ang aking mahalagang namanang gamit!' Si Babu ay malapit nang umiyak.

"Ang Mohammedan ay nanatiling tahimik sumandali, pagkatapos ay nagsalita, 'Mayroon kang limang daang rupee na nasa bakal

---

* Hindi ko matandaan ang pangalan ng kaibigan ni Sri Yukteswar, kaya kailangan ko siyang tukuyin bilang "Babu" (Ginoo).

na kaha. Ibigay mo sa akin at sasabihin ko sa iyo kung saan mo makikita ang iyong orasan.'

"Ang naguguluhang Babu ay nagmamadaling umalis patungo sa kanyang tahanan. Hindi. nagtagal, bumalik siya kay Afzal at iniabot ang kinakailangang halaga.

"'Pumunta ka sa maliit na tulay malapit sa bahay mo,' pagtuturo ng *fakir* kay Babu. 'Tumawag ka kay Hazrat na ibigay sa iyo ang orasan at tanikala.'

"Si Babu ay nagmamadaling umalis. Pagbalik niya, nakangiti siya ng maluwalhati at walang alahas na suot kahit ano.

"Noong inutusan ko si Hazrat na tulad ng sinabi, pagpapahayag niya, 'ang aking orasan ay bumagsak mula sa hangin papunta sa aking kanang kamay! Tiniyak kong nakakandado ang aking pamanang alahas sa aking kaha bago ako sumamang muli sa grupo dito!'

"Ang mga kaibigan ni Babu, saksi sa nakakatawang trahedya ng pagtubos sa orasan, ay nakatitig na may kasamang galit kay Afzal. Siya ngayon ay nagsalita ng may pampalubag-loob.

"'Kung maaari banggitin ang anumang inuming gusto ninyo; Ibibigay ito ni Hazrat.'

"Ang ilan ay humingi ng gatas, ang iba ay katas ng prutas. Hindi ako masyadong nagulat nang ang nasiraan ng loob na Babu ay humiling ng whisky! Nag-utos ang Mohammedan at ang masunuring Hazrat ay nagpadala ng mga selyadong lalagyan na lumagapak sa sahig. Nakita ng bawat tao ang gustong nilang inumin.

"'Ang pangako ng pang-apat na panooring kahanga-hanga nang araw na iyon ay walang dudang nagbigay ng kasiyahan sa nag-anyaya sa amin: si Afzal ay nag-alok na magpapadala ng madaliang pananghalian!

"'Humiling tayo ng pinakamahal na pagkain', nalulungkot na mungkahi ni Babu. Ibig ko ang pinakamarangyang pagkain kapalit ng aking limang daang rupee. Lahat ay dapat ihain sa ginintuang mga pinggan!'

"Sa sandaling nasabi ng bawat tao ang gusto, ang *fakir* ay nagsalita sa hindi nauubusang si Hazrat. Isang malakas na ingay ang narinig; mga gintong pinggang puno ng iba't ibang pagkahandang curry, mainit na *luchi* at maraming wala sa panahong mga prutas ang bumagsak sa aming paanan mula sa kawalan. Lahat ng pagkain ay napakasarap. Pagkatapos magpakasawa nang isang oras, kami ay nagsimulang umalis sa silid. Isang napakalakas na ingay, na parang ang mga kagamitang kinainan ay pinagpatong-patong ang nag-udyok sa amin na lumingon sa paligid. Masdan! Walang bakas ng makikintab na mga pinggan o mga tirang pagkain."

"Guruji," ang sabad ko, "kung si Afzal ay madaling makakuha ng gintong mga pinggan, bakit pinag-imbutan pa ni Afzal ang pag-aari ng iba?"

"Ang *fakir* ay hindi mataas ang kaunlarang espirituwal," ang paliwanag ni Sri Yukteswar. "Ang kagalingan niya sa isang paraan ng yoga, ay nagbigay sa kanya ng daan sa astral kung saan ang bawat maibigan ay madaling naisasakatuparan. Sa pakikipag-ugnayan niya sa nilalang na astral na si Hazrat, napag-uutusan ng Mohammedan ang atomo ng anumang bagay mula sa enerhiya ng kalawakan sa bisa ng malakas na pagnanais. Ngunit ang mga bagay na nanggaling sa astral ay madaling maglaho, hindi sila maaring manatili nang matagal.* Si Afzal ay naghahangad pa rin ng yaman sa mundo, na kahit na mahirap kitain, ay maaari namang asahan ang tibay."

Natawa ako. "Iyon din ay nawawala kung minsan na hindi malaman kung papaano!"

"Si Afzal ay hindi isang taong may kamalayan sa Diyos," patuloy ni Maestro. "Ang mga himalang hindi nagbabago at nakakabuti ay ginagawa ng tunay na banal sapagkat sila ay kaisa na sa Makapangyarihang Lumikha. Si Afzal ay isa lamang pangkaraniwang tao na may pambihirang lakas upang marating ang ibang pinong kaharian na hindi napapasukan ng mga mortal hanggang hindi pa namamatay."

"Naunawaan ko na ngayon, Guruji. Ang kabilang buhay ay lumalabas na may mga katangiang nakakaakit."

Sumang-ayon si Maestro. "Hindi ko na nakita si Afzal pagkatapos ng araw na iyon, ngunit makaraan ang ilang taon, si Babu ay nagpunta sa aking tahanan upang ipakita ang lathala sa pahayagan ng pagkukumpisal sa madla ng Mohammedan. Mula doon ay nalaman ko ang mga katunayang kasasabi ko sa iyo tungkol sa maagang inisasyon ni Afzal mula sa gurung Hindu."

Ang buod ng huling bahagi ng nailathalang kasulatan, sa pagkakaalam ni Sri Yukteswar, ay ang sumusunod: "Ako, si Afzal Khan, ay nagpapahayag ng ganitong mga pananalita bilang pagsisisi at bilang babala sa mga naghahangad na magkaroon ng mga mahimalang kamangha-manghang kakayahang ipinagkaloob sa akin na nagmula sa biyaya ng Diyos at ng aking maestro. Ako ay nalasing sa pagka-makasarili, pakiramdam ko ay nalagpasan ko na ang

---

* Tulad ng aking pilak na agimat, na isang bagay na ginawa sa astral, at nawala nang lubusan sa mundong ito. (Ang astral na mundo ay inilalarawan sa kabanata 43.)

pangkaraniwang batas ng moralidad. Sa wakas, ang araw ng aking pagtutuos ay dumating.

"Kamakailan lamang, nakilala ko ang isang matandang lalaki sa isang daan sa labas ng Calcutta. Siya ay umiika at nasasaktang naglalakad, na may dalang kumikinang na bagay na mukhang ginto. Kinausap ko siyang may pagnanasa sa aking puso.

"'Ako si Afzal Khan, ang batikang *fakir*. Ano ang mayroon ka diyan?'

"'Itong bolang ginto ay ang tangi kong materyal na yaman; ito ay walang halaga sa isang *fakir*. Nagsusumamo ako sa inyo, ginoo, na gamutin ninyo ang aking pilay.'

"Hinawakan ko ang bola at tumalikod na walang kasagutan. Ang matandang lalaki ay paugod-ugod sa humabol sa akin. Madali siyang sumigaw ng ganito: 'Ang aking gintong bola ay nawala!'

"Dahil hindi ko siya pinansin, bigla siyang nagsalita sa napakalakas na tinig na di-pangkaraniwang nagmula sa kanyang mahinang katawan.

"'Hindi mo ako nakikilala?'

"Natigilan ako at hindi makaimik, natakot sa huling pagkatuklas na itong hindi kapansin- pansin na matandang pilay ay walang iba kung hindi ang dakilang banal na matagal na matagal nang panahon ay tinanggap ako sa pagsasanay ng yoga. Iniunat niya ang kanyang katawan at bigla siyang naging malakas at bata."

"'Ah ganoon!' Umaapoy ang titig ng aking guru. 'Nakita ng aking sariling mga mata na ginamit mo ang iyong kapangyarihan, hindi upang tumulong sa naghihirap na sangkatauhan, kundi upang mambiktima na tulad ng isang karaniwang magnanakaw! Binabawi ko na ang mahiwaga mong kapangyarihan. Nakawala na sa iyo ngayon si Hazrat. Hindi ka na magiging kilabot sa Bengal!'

"Tinawag ko si Hazrat sa tinig na nagdadalamhati; sa unang pagkakataon, hindi siya nagpakita sa aking panloob na paningin. Ngunit isang madilim na talukbong ang biglang nahawi; maliwanag na nakita ko ang kalapastanganan ko sa aking buhay.

"'Aking guru, nagpapasalamat ako sa pagdating mo upang alisin ang matagal ko nang pagkakalinlang.' Ako ay humagulgol sa kanyang paanan. 'Ako ay nangangakong tatalikuran ko ang aking makamundong adhikain. Ako ay mananahimik sa kabundukan para sa nag-iisang meditasyon sa Diyos, umaasang mapagbabayaran ko ang aking makasalanang nakaraan.'

"Pinagmasdan ako ng aking maestro na may tahimik na pagkahabag. 'Nararamdaman ko ang iyong katapatan,' pangwakas niyang salita. 'Dahilan sa mga naunang mga taong mahigpit mong pagsunod, at dahilan sa kasalukuyan mong pagsisisi, bibigyan kita ng isang biyaya. Ang lahat ng iba mong kapangyarihan ay wala na, ngunit sa anumang oras na kailangan mo ng pagkain at damit, ikaw ay maari pa ring matagumpay na tumawag kay Hazrat para ibigay ang mga ito sa iyo. Pag-ukulan mo ng buong puso ang dibinong pang-unawa sa iyong pag-iisa sa kabundukan.'

"Biglang nawala ang aking guru. Naiwan ako sa aking mga luha at mga pagninilay-nilay. Paalam, daigdig! Ako'y paroroon upang hanapin ang kapatawaran ng Kosmikong Pinakamamahal."

Ang Aking Maestro, Nasa Calcutta, Nagpakita sa Serampore

"Ako ay madalas mapuno ng pagdududa na walang Diyos. Gayunman, kung minsan, dinadalaw ako ng isang nagpapahirap na hinala: maari kayang may hindi natutuklasang mga posibilidad ang kaluluwa ? Di kaya nawawala ang tunay na tadhana ng tao kapag bigo siya na magalugad ang mga ito?"

Itong mga pangungusap ni Dijen Babu, ang aking kakuwarto sa dormitoryo sa Panthi, ay resulta ng aking anyaya na makilala niya ang akin guru.

"Bibigyan ka ni Sri Yukteswar ng pasimula sa *Kriya Yoga*," ang sagot ko. "Ito ay nagbibigay ng kapayapaan sa dalawahang kaguluhan sa tulong ng isang dibinong panloob na katiyakan."

Noong gabing iyon, sumama sa akin si Dijen patungo sa hermitage. Sa presensiya ni Maestro, ang aking kaibigan ay tumanggap ng tunay na kapayapaang espirituwal kaya sa madaling panahon siya ay naging madalas na panauhin.

Ang hindi mahalagang kaabalahan sa pang-araw-araw na buhay ay hindi nagbibigay ng kasiyahan sa malalim nating pangangailangan; ang tao ay may likas na kagutuman din para sa karunungan. Sa tulong ng mga salita ni Sri Yukteswar, napukaw ang sigla ni Dijen upang subukang matagpuan sa kanyang kalooban ang mas tunay na sarili kaysa sa mababaw na pagka-makasarili ng isang pansamantalang pagkakatawang-tao.

Habang si Dijen at ako ay parehong nag-aaral ng kursong A.B. sa Serampore College, naging ugali na namin ang magkasamang maglakad patungong ashram sa sandaling matapos ang aming mga klase. Madalas ay natatanaw namin si Sri Yukteswar na nakatayo sa ikalawang palapag na balkonahe, malugod na tinatanggap na nakangiti ang aming pagdating.

Isang hapon, si Kanai, isang batang naninirahan sa hermitage, ay sinalubong si Dijen at ako sa pintuan na may hindi kasiya-siyang balita.

"Si Maestro ay wala dito. Siya ay ipinatawag sa Calcutta na may apurahang pasabi."

Nang sumunod na araw, ako ay nakatanggap ng postkard mula sa aking guru. "Ako ay aalis sa Calcutta Miyerkules ng umaga," isinulat niya. "Salubungin mo at ni Dijen ang alas nuwebe ng umagang tren sa estasyon ng Serampore."

Mag-aalas otso-at-kalahati ng umaga pagdating ng Miyerkules, isang telepatikong mensahe mula kay Sri Yukteswar ang kumislap nang paulit-ulit sa aking isipan. "Ako ay maantala ng pagdating; huwag salubungin ang alas-nuwebe ng umagang tren."

Sinabi ko ang pinakahuling habilin kay Dijen, na nakabihis na upang umalis.

"Ikaw at ang iyong intuwisyon!" Ang boses ng aking kaibigan ay may talim ng paghamak. Ako ay mas nagtitiwala sa nakasulat na salita ni Maestro."

Nagkibit-balikat ako at tahimik na naupo. Galit na bubulong-bulong na pumunta sa pinto si Dijen at maingay na isinara ito pagtalikod niya.

Dahil ang silid ay medyo madilim, lumapit ako sa isang bintana na tanaw ang kalsada. Ang kaunting sinag ng araw ay biglang sumikat nang matindi kung saan ang rehas na bakal ng bintana ay lubos na nawala. Sa harap nitong nakasisilaw na tanawin ay lumabas ang maliwanag na anyo ni Sri Yukteswar!

Nalito sa puntong pagka-sindak, tumayo ako sa kinauupuan at lumuhod sa harap niya. Sa nakaugalian kong magalang na pagbati sa paanan ng aking guru, hinawakan ko ang kanyang sapatos. Ito ay isang pares na alam na alam ko na, tubog sa kulay dalandan na canvas na may suwelas na lubid. Ang kulay dalandan na telang pang-swami ay sumagi sa akin; malinaw na naramdaman ko, hindi lamang ang habi ng kanyang bata, kundi pati ang magaspang na ibabaw ng sapatos, at ang puwersa ng mga daliri niya sa paa na nasa loob nito. Masyado akong nabigla upang bumigkas ng salita, tumayo ako at tumitig sa kanya na nagtatanong.

"Ako ay nasisiyahan na natanggap mo ang aking telepatikong mensahe." Ang tinig ni Maestro ay mahinahon, lubos na pangkaraniwan. "Natapos ko na ang aking tungkulin sa Calcutta, at darating sa Serampore sakay ng alas-diyes na tren."

Habang ako ay nakatitig at hindi makapagsalita, nagpatuloy si Sri Yukteswar, "hindi ito guni-guni, kundi ang aking laman at dugong anyo. Ako ay dibinong napag-utusan na ipalasap sa iyo ang ganitong karanasan, na bibihira ang nakakaalam sa mundo.

Salubungin ninyo ako sa estasyon, ikaw at si Dijen ay makikita akong papalapit sa inyo, na bihis na tulad ngayon. May mauuna sa akin na kapwa pasahero-isang batang lalaki na may dalang pilak na pitsel."

Ipinatong ng aking guru ang kanyang dalawang kamay sa aking ulo, at bumulong ng pagbabasbas. Habang siya ay nagtapos sa mga katagang, *"Tabe asi,"** ako ay nakarinig ng kakaibang dagundong na tunog.† Ang kanyang katawan ay natutunaw na dahan-dahan sa gitna ng tagusang liwanag. Unang nawala ang kanyang mga paa, sumunod ang kanyang balakang at ulo, na tulad nang rolyo ng manuskrito na itinataas na palilis. Hanggang sa katapusan, ay nararamdaman ko ang kanyang mga daliri na marahang nakapatong sa aking buhok. Ang kinang ay naglaho; walang natira sa harap ko kung hindi ang may rehas na bintana at malamlam na sinag ng araw.

Ako ay nanatiling medyo tuliro, nagtatanong kung ako ba ay isang biktima ng guni-guni. Isang lupaypay na Dijen ang madaling pumasok sa silid.

"Si Maestro ay wala sa alas nuwebeng tren at wala rin sa alas nuwebe y medya." Ang aking kaibigan ay nagpahayag ng ganito nang may kaunting paghingi ng paumanhin.

"Halika, alam ko na darating siya ng alas diyes ng umaga." Hinawakan ko ang kamay ni Dijen, sapilitang isinama at hindi ko pansin ang kanyang pagtutol. Sa loob ng sampung minuto, pumasok na kami sa estasyon, kung saan ang tren ay umuusok at dahan-dahang huminto.

"Ang buong tren ay napupuno ng liwanag ng aura ni Maestro. Nariyan siya!" Ang masaya kong bulalas.

"Napanaginip mo ba?" Nagtatawa si Dijen na nakakainsulto.

"Maghintay tayo dito." Sinabi ko sa aking kaibigan ang detalye kung papaano lalapit sa amin ang aming guru. Nang matapos ko ang aking paglalarawan, si Sri Yukteswar ay natanaw namin, pareho ang kasuotan nang makita ko siya kanina lang. Siya ay naglalakad ng dahan-dahan at kasunod ng isang maliit na batang lalaki na may dalang pilak na pitsel.

Sa loob ng ilang saglit isang alon ng malamig na takot ang nagdaan sa akin, sa di-kapani-paniwalang kaibahan nang aking karanasan. Naramdaman ko ang materiyalismong ikadalawampung siglong daigdig na nawawala sa akin; ako ba ay bumalik sa

---

* "Paalam" sa Bengali; sa literal na pakahulugan, ito ay umaasang kabalintunaan: "Pagkatapos darating ako."

† Ang karaniwang tunog ng pagkawala ng mga atomo sa katawan.

sinaunang panahon noong si Hesus ay nagpakita sa harap ni Pedro sa ibabaw ng dagat?

Habang si Sri Yukteswar, isang makabagong Yoging-Kristo, ay papalapit na kung saan ako at si Dijen ay nakatayong walang imik, si Maestro ay napangiti sa aking kaibigan at nagsabing:

"Pinadalhan din kita ng mensahe ngunit hindi mo nakayang unawain ito." Si Dijen ay tahimik subalit nandilat sa akin na nag-hihinala. Pagkatapos naming samahan ang aming guru sa kanyang hermitage, ang aking kaibigan at ako ay nagtuloy na sa Serampore College. Tumigil si Dijen sa aming paglalakad, umaagos ang pag-ngingitngit mula sa bawat butas ng kanyang balat

"Sige, magsalita ka! Si Maestro ay nagpadala sa akin ng men-sahe. Ngunit itinago mo ito! Kailangan ko ng isang paliwanag!"

"Ano ang magagawa ko kung ang salamin ng iyong pag-iisip ay umuugoy sa pagka-balisa kaya hindi mo kayang maitala ang habilin ng ating guru?" Ang pabalik kong sagot.

Nawala ang galit sa mukha ni Dijen. "Alam ko na ang ibig mong sabihin," ang malungkot niyang kasagutan. "Ngunit paki-pa-liwanag kung papaano mo nalaman ang tungkol sa batang may dalang pitsel."

Sa oras na natapos ko ang salaysay ng pambihirang pagpapakita ni Maestro sa bahay-tuluyan noong umagang iyon, ang kaibigan ko at ako ay nakarating na sa Serampore College.

"Ang mga salaysay na ngayon ko lamang napakinggan tungkol sa mga kapangyarihan ng ating guru," ang sabi ni Dijen, "ay nag-bibigay sa akin ng pakiramdam na alinmang Unibersidad sa buong mundo ay isa lamang pang-kindergarten."*

---

* "Ang ganitong mga bagay ay nabunyag sa akin sa ngayon, sa tingin ko, lahat ng naisulat ko ay hindi hihigit ang halaga sa dayami."

Ito ang tinuran ni St. Thomas Aquinas, ang "Prinsipe ng mga Eskolastiko", bilang sagot sa nag-aalaalang pakiusap ng kanyang kalihim na tapusin na niya ang *Summa Theologiae*. Isang araw noong taong 1273, habang may Misa sa isang simbahan sa Naples, Italy, nakaranas si Santo Tomas ng isang malalim na mistikong maliwanag na pagkaunawa. Ang biyaya ng dibinong karunungan ay lumipos sa kanya at buhat noon ay nawalan siya ng interes sa kakayahang pang-isip.

Cf. Ang mga salita ni Socrates (sa *Phaedrus* ni Plato): "Para sa akin, ang tanging nalalaman ko ay wala akong alam."

Hindi Kami Dumalaw sa Kashmir

"Ama, ibig kong anyayahan si Maestro at ang apat kong kaibi-gan na samahan ako sa mga bulubundukin ng Himalayas sa pana-hon ng aking bakasyon sa tag-init. Puwede ba ninyo akong bigyan ng anim na pases ng tren papuntang Kashmir at sapat na halaga upang may panggastos kami?"

Katulad ng aking inaasahan, si Ama ay masiglang nagtawa. "Ito ang pangatlong pagkakataon na binigyan mo ako ng ganyang hindi nagkakatotoong kuwento. Hindi ba humiling ka na ng ganyan noong nakaraang tag-init, at nung taong nakaraan pa? Sa huling sandali, si Sri Yukteswar ay ayaw sumama."

"Totoo po Ama; hindi ko alam kung bakit ang aking guru ay ayaw magbigay ng tiyak na kasagutan tungkol sa Kashmir.* Ngunit kung sasabihin ko na mayroon na akong nahinging pases mula sa inyo, palagay ko ngayon siya ay papayag nang sumama sa paglalakbay."

Si Ama ay hindi kumbinsido sa oras na iyon, subalit noong sumunod na araw, pagkatapos ng masayang biruan, inabutan niya ako ng anim na pases, at isang rolyo ng tig-sasampung rupee.

"Mahirap kong maisip na ang ipinapalagay mong paglalakbay ay kailangan ng tulong," ang sabi niya, "ngunit eto na sila."

Nang hapong iyon ay ipinakita ko ang aking gantimpala kay Sri Yukteswar. Kahit napangiti siya sa aking sigasig, ang kanyang mga salita ay walang pahiwatig ng pag-sangayon: "Gusto kong maka-sama; tingnan natin." Wala siyang ibinigay na puna sa kahilingin kong samahan kami ng maliit na disipulo sa hermitage na si Kanai. Ako ay nag-anyaya pa ng tatlong kaibigan—si Rajendra Nath Mitra, Jotin Auddy at isa pang batang lalaki. Ang petsa ng aming pag-alis ay itinakda sa susunod na Lunes.

Sa araw ng Sabado at Linggo ako ay namalagi sa Calcutta kung

---

* Bagama't nabigong magbigay si Maestro ng anumang paliwanag, ang pag-aatubili niyang dumalaw sa Kashmir sa dalawang tag-araw na iyon ay maaaring dahil sa kaalamang hindi pa tama ang panahon para sa kanyang karamdaman doon (tingnan ang ph 239 ff.).

saan may pang-kasalang seremonya para sa isang pinsan na ipinag-
diwang sa tahanan ng aking pamilya. Dumating ako sa Serampore
kasama ang aking mga dala-dalahan noong maagang Lunes ng
umaga. Sinalubong ako ni Rajendra sa pintuan ng hermitage.

"Si Maestro ay nasa labas, naglalakad. Tumanggi siyang
sumama."

Ako ay kapwa namighati at tumigas ang damdamin. " Hindi
ko bibigyan si ama ng pangatlong pagkakataon upang pagtawanan
ang malabo kong planong makarating sa Kashmir. Ang iba sa atin
ay dapat tumuloy."

Sumang-ayon si Rajendra; umalis ako sa ashram upang maghana-
nap ng tagasilbi. Si Kanai, sa pagkakaalam ko, ay hindi sasama sa
paglalakbay na wala si Maestro, at isang tao ang kailangan upang
bantayan ang mga dala-dalahan. Naisip ko si Behari, na dating isang
naglilingkod sa aming tahanan, na ngayon ay nagsisilbi sa isang
punong-guro sa Serampore. Samantalang ako ay naglalakad nang
mabilis, nasalubong ko ang aking guru sa tapat ng simbahang Kris-
tiano malapit sa Serampore Courthouse.

"Saan ka pupunta?" Ang mukha ni Sri Yukteswar ay hindi
nakangiti. "Ginoo, narinig ko po na kayo at si Kanai ay hindi
sasama sa paglalakbay na aming binabalak. Hahanapin ko si Behari.
Kung natatandaan ninyo noong isang taon, gustung-gusto niyang
makita ang Kashmir, at nag-alok pa siyang magsilbi ng walang
bayad."

"Natatandaan ko. Gayun pa man, sa aking palagay, si Behari ay
hindi papayag na sumama."

Nainis ako. "Siya ay sabik na naghihintay sa ganitong
pagkakataon!"

Ang aking guru ay tahimik na nagpatuloy sa kanyang pagla-
lakad; hindi nagtagal narating ko ang bahay ng punong-guro. Si
Behari, na nasa patyo, ay magiliw na bumati ngunit biglang nawala
sa sandaling binanggit ko ang Kashmir. May pabulong na mga
salitang humihingi ng paumanhin, iniwan ako ng tagapaglingkod
sabay pasok sa bahay ng kanyang pinaglilingkuran. Naghintay ako
ng kalahating oras, kinakabahang tinitiyak ko sa aking sarili na ang
pagkaantala ni Behari ay dahil naghahanda siya para sa kanyang
paglalakbay. Sa wakas, kumatok ako sa pinto sa harapan.

"Si Behari ay umalis at nagdaan sa hagdanan sa likod tatlum-
pung minuto na ang nakararaan," isang lalaki ang nagsabi sa akin.
Isang bahagyang ngiti ang nasa kanyang mga labi.

Umalis akong nalulungkot, nagtataka na baka ang aking

pag-aanyaya ay masyadong pagpupumilit, o baka kaya ang hindi nakikitang impluwensiya ni Maestro ay nagtatrabaho. Pagdaan ko sa simbahang Kristiano, muli nasalubong ko ang aking guru naglalakad nang marahan papalapit sa akin. Hindi na makahintay na marinig ang aking sumbong, sumigaw siya:

"Kung ganoon si Behari ay ayaw sumama! Ngayon, ano ang binabalak mo?"

Ako ay nakaramdam na parang batang matigas ang ulo na nagpupumilit hamunin ang kapangyarihan ng ama. "Ginoo, susubukan ko lang pong hilingin sa aking tiyuhin na ipahiram sa akin ang kanyang tagapaglingkod, si Lal Dhari."

"Puntahan mo ang iyong tiyuhin kung gusto mo," sagot ni Sri Yukteswar na marahang tumawa. "Ngunit, mahirap kong isiping ikatutuwa mo ang iyong pagdalaw."

Nangangamba, subalit naghihimagsik, iniwan ko ang aking guru at pumasok sa Serampore Courthouse. Ang tiyuhin ko sa ama, si Sarada Ghosh, isang abogado ng gobyerno, ay malugod akong tinanggap.

"Aalis ako ngayon na kasama ko ang ilang kaibigan papuntang Kashmir," ang sabi ko. "Sa loob ng maraming taon, ay inasam-asam ko itong paglalakbay sa Himalayas."

"Ako ay nasisiyahan para sa iyo Mukunda. Mayroon ba akong maaring magawa para maging maginhawa ang iyong paglalakbay?"

Ang mga mababait na pananalitang ito ay nagbigay sa akin ng ibayong pag-asa. "Mahal na tiyuhin, sabi ko, "maari bang ipahiram mo sa akin ang iyong tagapagsilbing si Lal Dhari?"

Ang simple kong pakiusap ay may epektong parang lindol. Si tiyo ay napalundag ng malakas, at ang kanyang inuupuan ay natumba, ang mga papeles sa ibabaw ng mesa ay nagliparan sa lahat ng dako ng silid, at ang pipa, isang mahabang tangkay ng niyog na hubble bubble, ay nalaglag sa sahig na may malakas na tunog.

"Ikaw na makasariling bata," sigaw niyang nanginginig sa galit, ano itong pambihirang kahilingan mo! Sino ang mag-aalaga sa akin kung isasama mo ang aking tagapagsilbi sa isa sa iyong pagliliwaliw?"

Itinago ko ang aking pagkamangha, ginugunita ko ang aking masuyong tiyuhin na biglang nagbago ang pag-uugali, na naging isa pang palaisipan sa aking araw na punung-puno ng pangyayaring hindi ko maunawaan. Ang pag-alis ko mula sa opisina ng bahay-hustisya ay mas masigla kaysa kagalang-galang.

Bumalik ako sa hermitage, kung saan ang aking mga kaibigan

ay umaasang naghihintay. Isang paniniwala ang nabuo sa aking isipan, na mayroong sapat at lubhang malalim na dahilan, ang nasa likod ng pagkilos ni Maestro. Sinakluban ako ng pagsisisi sa ginawa kong pagsuway sa kagustuhan ng aking Maestro.

"Mukunda, ibig mo bang manatili nang kaunti pang panahon sa piling ko?" Tanong ni Sri Yukteswar. "Si Rajendra at ang ibang mga kasama ay maaari nang mauna ngayon, at hihintayin ka sa Calcutta. May maraming oras pa upang makasabay sa panggabing tren paalis sa Calcutta patungong Kashmir."

"Ginoo, hindi ko po gustong umalis na wala kayo," ang sabi kong nagdadalamhati.

Hindi pinansin ng aking mga kaibigan kahit na kaunti ang aking pangungusap. Sila ay tumawag ng karwahe at umalis na bitbit ang lahat na mga dala-dalahan. Si Kanai at ako ay naupong tahimik sa paanan ng aming guru. Pagkatapos ng kalahating oras na pananahimik, si Maestro ay tumayo at naglakad papunta sa ikalawang palapag na balkonaheng kainan.

"Kanai, maari bang silbihan mo si Mukunda ng pagkain, ang kanyang tren ay malapit nang umalis." Pagtayo ko mula sa aking kinauupuang kumot, napasuray akong biglang nasusuka at may kumukulong pakiramdam sa aking tiyan. Ang humihiwang sakit ay napakatindi na sa pakiramdam ko ay bigla akong inihagis sa isang malupit na impiyerno. Kinapa kong parang bulag ang aking guru, ako ay hinimatay sa harap niya, nagpapakita ng lahat ng palatandaan ng nakakatakot na Asiatic cholera. Binuhat ako ni Sri Yukteswar at Kanai at dinala sa silid tanggapan.

Humagulgol ako sa matinding paghihirap: "Maestro, isinusuko ko ang aking buhay sa iyo;" sapagkat ako ay naniniwala na ito ay mabilis na umuurong sa baybayin ng aking katawan.

Inilagay ni Sri Yukteswar ang aking ulo sa kanyang kandungan, hinaplus-haplos ang aking noo na may mala-anghel na pagmamahal.

"Nakita mo na ba ngayon kung ano ang mangyayari kung ikaw ay nasa estasyon na kasama ang iyong mga kaibigan," sabi niya. "Kailangang bantayan kita sa ganitong kakaibang pangyayari, sapagkat pinili mong mag-alinlangan sa aking pagpapasya tungkol sa pagsasagawa nang paglalakbay sa ganitong kapanahunan."

Sa wakas naunawaan ko. Tulad ng karamihan sa mga maestro na bihirang minamabuting ipakita ang kanilang mga kapangyarihan nang hayagan, ang isang karaniwang nagmamasid ng mga pangyayaari sa isang araw ay maaaring ipinagpalagay silang karaniwan lamang. Ang pamamagitan ng aking guru ay masyadong hindi halata upang bigyan ng pansin. Hindi siya nahalatang gumamit nang kanyang pagnanais mangyari sa pamamagitan ni Behari, ang aking tiyuhin, si Rajendra at iyong iba. Maaring ang lahat, maliban sa akin ang nakaisip na ang mga pangyayari ay makatwiran at pang-karaniwan lamang.

Sa dahilang si Sri Yukteswar ay hindi kailanman nagkulang sa kanyang katungkulan sa lipunan, pinag-utusan niya si Kanai na sumundo ng manggagamot, at magpasabi sa aking tiyuhin.

"Maestro," pagtutol ko, "kayo lamang ang makapagpapagaling sa akin. Ako ay malala na para sa isang manggagamot."

"Anak, ikaw ay kinakalinga ng Dibinong Awa. Huwag kang mag-alala tungkol sa manggagamot; hindi ka niya aabutan sa gani-tong kalagayan. Ikaw ay magaling na."

Sa tulong ng mga salita ng aking guru, iniwan ako ng napaka-sakit na paghihirap. Naupo akong nanghihina. Isang manggagamot ang madaling dumating at siniyasat akong mabuti.

"Tila nakalagpas ka na sa pinaka-malala," ang sabi niya. "Kukuha ako ng ilang ispesimen upang suriin sa laboratoryo."

Nang sumunod na umaga ang manggagamot ay dumating na nagmamadali. Ako ay nakaupo na may mabuting pakiramdam.

"Magaling, magaling, eto ka, nakangiti at nakikipag-usap na parang hindi ka nanggaling sa bingit ng kamatayan." Tinapik niya nang marahan ang aking mga kamay. "Halos hindi ko inaasahang makita kang buhay, pagkatapos kong natuklasan mula sa mga muwestra na ang iyong karamdaman ay Asiatic cholera. Mapalad ka, batang ginoo, sa pagkakaroon mo ng isang guru na may dibinong nakapagpapagaling na kapangyarihan! Ako ay kumbinsido dito!"

Ako ay sumang-ayon nang buong-puso. Noong papaalis na ang manggagamot, si Rajendra at Auddy ay nagpakita sa pintuan. Ang pagdaramdam sa kanilang mga mukha ay napalitan ng awa, nang sila ay napatingin sa manggagamot at pagkatapos ay sa aking medyo namumutlang mukha.

"Nagalit kami nang hindi ka sumipot sa pinag-usapan natin sa estasyon ng tren sa Calcutta. Ikaw pala ay nagkasakit?"

"Oo." Hindi ko napigilan ang pagtawa habang inilalapag ng aking mga kaibigan ang mga bagahe sa mismong sulok na pinaglag-yan nila kahapon. Ako ay nangusap ng ganito:

"Mayroong isang barko na tumulak papuntang España; bago nakarating, ito ay nakabalik na muli!"

Si Maestro ay pumasok sa silid. Pinahintulutan ko ang aking

sarili ng kalayaan ng isang nagpapagaling, at mapagmahal na binihag ko ang kanyang mga kamay.

"Guruji," ang sabi ko, "mula noong ikalabindalawang taon ko hanggang ngayon, ako ay hindi nagtagumpay sa maraming pagtatangkang makarating sa Himalayas. Sa wakas, ako ay naniniwala na kung wala ang inyong bendisyon, ay hindi ako tatanggapin ng Diyosang si Parvati* !"

* Literal na, "ng mga kabundukan." Si Parvati ay mitolohikang sinasagisag bilang anak ni King Himalaya (literal na, "tirahan ng mga niyebe"), na ang tahanan ay isang tanging taluktok sa hangganan ng Tibet. Ang mga nagtatakang manlalakbay, na bumabagtas sa ilalim nung hindi marating na tuktok, ay makakakita sa kalayuan ng isang malawak na anyo ng mga niyebe na parang palasyo, na may nagyeyelong simboryo at tore.

Sina Parvati, Kali, Durga, Uma at iba pang mga diyosa ay aspeto ni Jaganmatri, "Dibinong Ina ng Mundo," na may iba-ibang pangalan upang ibukod and iba-ibang gawain. Ang Diyos o Shiva (tingnan ang ph. 346 n.) sa Kanyang *para* o aspetong nangingibabaw ay hindi kumikilos sa paglikha; ang Kanyang *shakti* (enerhiya, puwersang kumikilos) ay ipinauuubaya sa kanyang mga "konsorte," ang gumagawang "babaeng" kapangyarihan na siyang nagpaluwal sa walang-hanggang paghahayag sa sanlibutan.

Binabanggit ang Himalayas ng mga kuwentong mitolohikal sa *Puranas* bilang tirahan ni Shiva. Ang Diyosang si Ganga ay bumaba mula sa langit upang maging diwatang tagapamahala ng ilog na nanggagaling sa Himalayas; kaya, ang Ganges ay matulaing sinasabi na dumadaloy mula sa langit patungo sa lupa sa pamamagitan ng buhok ni Shiva, "Hari ng mga Yogi" at ang Tagasira-Tagagawa ng Santisima Trinidad. Si Kalidasa, ang "Indian Shakespeare," ay naglarawan sa Himalayas bilang "ang kalipunan ng tawa ni Shiva." "Maaaring maisip ng mambabasa ang kahabaan ng dakilang puting ngipin," isinulat ni F.W. Thomas sa *The Legacy of India* (Oxford), ngunit ang buong ideya ay hindi pa rin mapapasakanya, maliban kung napagtanto niya ang anyo ng dakilang Ascete, walang-hanggang nakaluklok sa napakatayog na mundong bundok, kung saan ang Ganges sa kanyang pagbaba mula sa langit ay dumadaan sa kanyang buhul-buhol na buhok, kasama ang buwan bilang hiyas-ng-kanilang-tuktok." (Tingnan ang larawan ni Shiva sa p. 230)

Sa sining Hindu, laging ipinapakita si Shiva na nakasuot ng mala-pelus na itim na balat ng usa, na sumisimbolo sa kadiliman at hiwaga ng Gabi—ang tanging kasuotan Niya na isang *digambara*, "nadadamitan-ng-langit." Ilang sekto ni Shiva ang hindi nagsusuot ng anuman upang parangalan ang Panginoong nagmamay-ari ng wala—at ng lahat.

Isa sa mga santong patron ng Kashmir, nung ika-labing-apat na siglo na si Lalla Yogiswari (Supreme Mistress of Yoga) ay deboto ng Shivang "nadadamitan-ng-langit". Isang naiskandalong kaedad ang nagtanong sa santo kung bakit siya nakahubad. "Bakit hindi?" mapaklang sagot niya. "Wala akong nakikitang lalaki dito." Sa mahigpit na pananaw ni Lalla, ang sinumang nagkukulang sa pang-unawa sa Diyos ay hindi karapat-dapat sa pangalang "tao." Nagsanay siya sa isang pamamaraan, malapit sa *Kriya Yoga,* na ang mapagpalayang bisa nito ay kanyang ipinagdiwang sa maraming mga apatang taludtod. Isinasalin ko rito ang isa sa mga iyon:

Anong asido ng lumbay ang hindi ko nainom?
Di na mabilang ang pag-ikot ko sa kapanganakan at kamatayan.
Masdan! Wala kundi nektar sa aking kopa
Tinungga ng sining ng paghinga.

Panginoong Shiva

Sagisag ng espiritu ng asetisimo, ang Panginoong Shiva ay kinakatawan ang Nagwawasak-Nagpapabagong aspeto ng tatluhang katangian ng Diyos (Paglikha, Pagpapanatili, Pagwawasak). Simbolo ng kanyang nakahihigit na katangian, si Shiva ay inilalarawan na nasa *samadhing* kagalakan sa Himalayas. Ang kanyang mga ahas na kulyar (*mga kundala*) at brasaleta ay nagpapahiwatig ng kanyang kadalubhasaan laban sa delusyon at ang kanyang lakas sa paglikha.

Hindi sumailalim sa kamatayang mortal, pinalaho ng santo ang kanyang sarili sa apoy. Pagkaraan, tumambad siya sa paningin ng kanyang mga nalulumbay na kababayan, isang buhay na anyo na nababalot sa ginintuang mga bata—lubusang nakadamit sa wakas!

Dumalaw Kami sa Kashmir

"Ikaw ay may sapat na lakas na ngayon upang maglakbay. Sasa-mahan kita sa Kashmir," pabatid ni Sri Yukteswar sa akin dalawang araw pagkatapos ng aking ma-himalang paggaling mula sa Asiatic cholera.

Noong gabing iyon, ang aming pangkat na anim ay sumakay ng tren pahilaga. Ang unang banayad naming pagtigil ay sa Simla, isang mala-reynang siyudad na nakahimlay sa trono ng bulubundu-kin ng Himalayas. Namasyal kami sa matatarik na mga lansangan, at hinangaan ang magagandang mga tanawin.

"Mga English strawberries, ipinagbibili!" sigaw ng isang matan-dang babae, na nakatalungko sa kaakit-akit na bukas na pamilihan.

Si Maestro ay nag-usyoso sa hindi karaniwang maliliit na pu-lang prutas. Bumili siya ng isang malaking basket ng mga ito at inialok kay Kanai at sa akin na malapit sa kanya. Tumikim ako ng isa ngunit idinura ko kaagad ito sa lupa.

"Ginoo, napakaasim na prutas! Hindi ko kailanman magugus-tuhan ang mga strawberries!"

Nagtawa ang aking guru. "Ah, magugustuhan mo sila – sa America. Sa isang hapunan doon, ang mayhanda ay ihahain sa iyo ang mga ito na may asukal at krema. Pagkatapos niyang durugin ang mga berries ng tinidor, titikman mo ang mga ito at magsasabi ka ng: 'Napakasarap na strawberries!' Sa ganoon mo maaalala ang araw na ito sa Simla."

[Ang panghuhula ni Sri Yukteswar ay nawala sa aking isipan, ngunit lumabas muli pagkatapos nang maraming taon, hindi nag-tagal pagdating ko sa America. Ako ay panauhin pang-hapunan sa tahanan ni Ginang Alice T. Hasey [Sister Yogmata] sa West Somer-ville, Massachusetts. Nang ang panghimagas na strawberries ay inilagay na sa mesa, ang nag-anyaya sa akin ay kumuha ng tinidor at dinurog ang aking mga berries, at dinagdagan ng krema at asukal. "Ang prutas ay medyo maasim; palagay ko magugustuhan mo kung ihahanda nang ganito," paliwanag niya. Sumubo ako."Napakasarap na strawberries!" Ang bulalas ko. Dagliang lumabas sa malalim na kuweba ng alaala ang hula ng aking guru sa Simla. Ako ay na-mangha nang maunawaan ko na noong panahon na iyon, ang kan-yang pakikiisa sa Diyos sa pag-iisip, ay natiktikan ang mga karmang nakatakdang mangyayari na naglilibot sa eter ng hinaharap.)

Hindi nagtagal ang aming pangkat ay umalis sa Simla at nag-tren papuntang Rawalpindi. Doon kami ay nag-arkila ng malaki at may bubong na karwahe, hila ng dalawang kabayo, para sa pitong araw na paglalakbay papuntang Srinagar, ang kapitolyo ng Kashmir. Sa ikalawang araw ng aming pahilagang paglalakbay ay tumambad sa aming paningin ng tunay na kalawakan ng Himalayas. Habang ang bakal na gulong ng aming karwahe ay lumalangitngit sa pagbag-tas ng mainit at mabatong mga daanan, kami ay labis na nasiyahan sa nagbabagong tanawin ng kahanga-hangang bulubundukin.

"Ginoo," sabi ni Auddy kay Maestro, "Ako po ay labis na nasisiyahan sa maluwalhating mga tanawin sa banal ninyong presensiya."

Nakaramdam ako ng tibok ng kasiyahan sa pagpapahalaga ni Auddy, sapagkat ako ang tumatayong may-anyaya sa paglalakbay na ito. Nahagip ni Sri Yukteswar ang aking iniiisip; binalingan ako at bumulong:

"Huwag mong purihin ang sarili mo; si Auddy ay hindi naman talaga nasisiyahan sa mga tanawin, mas mahigit siyang nasisiyahan sa pagkakataong iwanan tayo nang sapat na panahon upang makahi-tit ng isang sigarilyo."*

Ako ay nabigla. "Ginoo," ang mahina kong sagot, "huwag ninyo sanang sirain ang ating pagkakaisa sa ganitong hindi magan-dang mga salita. Hindi ako makapaniwala na si Auddy ay naghaha-ngad makapanigarilyo." Pinagmasdan kong nangangamba ang aking karaniwang hindi mapigilang guru.

"Sige, wala akong sasabihin kay Auddy." Sagot ni Maestro na marahang tumawa. "Ngunit makikita mo maya-maya, na kapag ang karwahe ay tumigil, mabilis niyang sasamantalahin ang pagkakataon."

Ang karwahe ay dumating sa isang maliit na bahay-panuluyan. Nang ang mga kabayo ay inaakay patungo sa tubigan upang makai-nom, nagtanong si Auddy, "Ginoo, maari po bang sabayan ko ang kutsero upang makalanghap ng sariwang hangin?"

Si Sri Yukteswar ay nagbigay ng pahintulot, ngunit sinabi sa akin, "gusto niya ng sariwang usok, hindi sariwang hangin."

---

* Isang tanda ng kawalang-galang, sa India, na manigarilyo sa harap ng nakatatanda at nakaaangat.

Ang karwahe ay nagpatuloy ng maingay nitong paggulong sa maalikabok na mga daan. Ang mga mata ni Maestro ay nagniningning; inutusan ako: "panghabain mo ang iyong leeg sa pintuan ng karwahe at tingnan mo kung ano ang ginagawa ni Auddy sa hangin."

Sumunod ako, at nagulat nang mapagmasdan ko si Auddy na nagbubuga ng pabilog na usok ng sigarilyo. Ang sulyap ko kay Sri Yukteswar ay humihingi ng paumanhin.

"Tama po kayo, tulad ng dati, Ginoo. Si Auddy ay nasisiyahan sa hitit na kasabay ng mga tanawin." Ang sapantaha ko ay tumanggap ng handog ang aking kaibigan mula sa kutsero; alam ko na si Auddy ay walang dalang sigarilyo mula sa Calcutta.

Nagpatuloy kami sa paikot-ikot na daan, natutuwa sa tanawin ng mga ilog, kapatagan, matatarik na batong nakausli, at napakaraming hanay ng bulubundukin. Tuwing gabi, kami ay tumitigil sa panuluyang-pambukid at nagluluto ng aming pagkain. Si Sri Yukteswar ay nagsagawa ng tanging pag-iingat sa aking pagkain, at sapilitang pinaiinom ako ng katas ng dayap sa lahat ng pagkain. Mahina pa ang aking katawan, ngunit araw-araw ay bumubuti, kahit na ang maingay na karwahe ay talagang dinisenyo para sa kawalan ng ginhawa.

Ang aming mga puso ay puno ng maligayang pag-asa habang papalapit kami sa gitnang Kashmir: paraisong lupain ng mga lawang lotus, lumulutang sa mga hardin, magayak na binubungang mga bangkang bahay, ang maraming tulay na Jhelum river, at nalalatagan ng bulaklak na pastulan. Lahat ng ito ay pinalilibutan ng Himalayas.

Ang pagpasok namin sa Srinagar ay sa daanang may matataas at sumasalubong na mga punong kahoy. Kami ay umupa ng matutuluyan sa isang dalawang palapag na bahay panuluyan sa mataas na mga burol. Walang umaagos na tubig sa bahay kaya kami ay sumasalok ng aming pangangailangan sa kalapit na balon. Ang panahon ng tag-araw ay tamang-tama: mainit-init ang mga araw at bahagyang malamig ang mga gabi.

Kami ay naglakbay sa banal na lumang templo sa Srinagar, na inihandog kay Swami Shankara. Habang pinagmamasdan ko ang hermitage na nasa tuktok ng bundok, na nakalantad sa sa kalangitan, ako ay nawala sa sarili sa kaligayahan. Isang pangitain ang nabuo, isang mansiyon sa taluktok ng bundok sa malayong lupain; ang napakataas na templo ni Shankara sa Srinagar ay nagbagong-anyo at naging gusali kung saan, pagkaraan ng maraming taon, ay aking naitatag ang Punong-Tanggapan ng Self-Realization Fellowship sa Amerika. (Noong unang dumalaw ako sa Los Angeles, at nakita ko ang malaking gusali sa taluktok ng Mt. Washington, ay nakilala ko agad ito mula sa matagal ko nang mga nagdaang pangitain sa Kashmir at sa ibang dako.)

Ilang araw pa sa Srinagar; pagkatapos patungo sa Gulmarg ("mabulaklak na mga daan sa bundok"); walong libo at limang-daang talampakan ang taas. Doon ay nagkaroon ako ng kauna-unahang pagsakay sa isang malaking kabayo. Sinakyan ni Rajendra ang isang maliit na kabayo na mahilig tumakbo nang mabilis. Nagpunta kami sa matarik na Khilanmarg; ang daan ay patungo sa makapal na kagubatan, na sagana sa mga kabuting-kahoy, at ang mga landas ay nababalutan ng manipis na ulap ay madalas na mapanganib. Ngunit ang maliit na kabayo ni Rajendra ay hindi kailanman binigyan ng pagkakataon ang malaking kabayong sinasakyan ko ng bahagyang pahinga, kahit sa mga pinaka-peligrosong pagliko. Sige, sige, walang kapaguran ang kabayo ni Rajendra, walang alintana sa lahat kundi ang galak sa pakikipag-unahan sa pagtakbo.

Ang masigla naming karera ay nabigyan ng gantimpalang makapigil-hiningang kagandahan ng tanawin. Sa unang pagkakataon sa buhay na ito, pinagmasdan ko sa lahat ng dako ng napakagandang natatakpan ng niyebeng bulubundukin ng Himalayas, nakahimlay na hagdan-hagdan na parang anyo ng mga malalaking osong puti. Ang aking mga mata ay napakasayang nagpakasawa sa walang katapusang hangganan ng nagyeyelong kabundukan sa ilalim ng asul na kalangitan.

Kasama ang mga bata kong kasamahan, na lahat ay nakasuot ng mga pangginaw, masaya akong nagpagulung-gulong sa kumikinang na puting dalisdis. Sa aming pababang paglalakbay, nakakita kami sa may kalayuan ng isang malawak na alpombra ng dilaw na mga bulaklak, na pinagbagong-anyo ang kabuuan ng mapanglaw na mga burol.

Ang sumunod naming pamamasyal ay sa tanyag na "mga hardin ng kasiyahan" ni Emperador Jehangir sa Shalimar at Nishat Bagh. Ang napakatandang palasyo sa Nishat Bagh ay ipinatayo sa tapat mismo ng isang likas na talon. Lumalagaslas mula sa mga bundok, ang malakas na agos ay mahusay na naisaayos sa pamamagitan ng pagbabalangkas upang umagos sa makukulay na mga terasa at upang bumulusok ang tubig sa gitna ng kahanga-hangang halamanan. Ang daloy ng tubig ay pumapasok din sa maraming silid sa palasyo, at tuluyang bumabagsak sa lawa sa ibaba. Ang

Gusaling Pangasiwaan ng Pandaigdig na Punong Tanggapan, ng Self-Realization Fellowship (Yogoda Satsanga Society of India), itinatag ni Sri Yogananda noong taong 1925, sa tuktok ng Mount Washington sa Los Angeles, California

napakalawak na hardin ay masaya sa iba't ibang kulay—mga rosas, jasmine, lily, snapdragon, pansy, lavender at poppy. Ang esmeraldang nakapalibot ay binubuo ng magkakaparehong hanay ng *"chinars,"** mga cypress, puno ng cherry; sa ibayo nito ay ang matataas na kaputian ng bundok ng Himalayas.

Ang ubas-Kashmir ay ipinapalagay na bihirang pagkain sa Calcutta. Si Rajendra na palaging nagbabanggit ng pista ng ubas na naghihintay sa amin sa Kashmir, ay nabigo nang malaman niya na walang malalaking ubasan doon. Paminsan-minsan, kinakantiyawan ko siya sa kanyang walang basehang pag-asa.

"Oh, ako ay busog na busog sa pagkain ng ubas, hindi ako makalakad!" Sasabihin ko. "Ang hindi nakikitang ubas ay kumukulo sa aking tiyan!" Sa bandang huli, narinig namin na ang matatamis na ubas ay masaganang tumutubo sa Kabul, sa kanluran ng Kashmir. Inaliw na lang namin ang aming mga sarili sa pagkain ng ice cream na gawa sa *rabri* (mabigat na gatas kondensada), na tinimplahan ng mga buong buto ng pistachio.

May ilang paglalakbay kami na sakay ng *shikaras*, mga maliliit na bangkang nililiman ng burdadong pulang bubong, na naglalayag sa masalimuot na lagusan ng Dal Lake—isang dugtong-dugtong na mga kanal na parang isang matubig na sapot ng gagamba. Dito, ang napakaraming lumulutang na hardin, pansamantalang binuo mula sa mga troso at lupa, ay nakakamangha, na tila hindi tama sa unang pagkakita ng mga gulay at milon na tumutubo sa gitna ng malawak na tubigan. Paminsan-minsan ay may makikitang magsasaka, na umiiwas na "mag-ugat sa lupa", hinihila ang kanyang kapirasong "lupa" sa isang bagong kalalagyan sa maraming sanga-sangang lawa.

Dito sa anda-andanang kapatagan ay matatagpuan ang halimbawa ng lahat ng kagandahan ng daigdig. Ang Dilag ng Kashmir ay may koronang bundok, kuwintas na mga lawa, at sapatos na mga bulaklak. Sa huling mga taon, pagkatapos kong makapaglakbay sa maraming mga bansa, ay naunawaan ko kung bakit ang Kashmir ay madalas tawagin na pinakamagandang tanawing pook sa buong mundo. Ito ay nagtataglay ng ilang pang-akit ng Swiss Alps at ng Loch Lomond sa Scotland, at ng katangi-tanging mga English lakes. Ang isang Amerikanong manlalakbay sa Kashmir ay makakatagpo ng maraming magpapaalaala sa kanya ng mga baku-bakong kagandahan ng Alaska at ng Pikes Peak na malapit sa Denver.

Bilang kalahok sa isang paligsahan ng magagandang tanawin, iniaalay ko bilang primera premyo, ang napakagandang tanawin

---

* Ang plane tree ng Silangan.

(Kaliwa – Pakanan) Si Rajarsi Janakananda, pinunong espirituwal at pangulo ng Self-Realization Fellowship/Yogoda Satsanga Society of India, 1951-1955. Si Sri Daya Mata ang pumalit kay Rajarsi Janakananda noong taong 1955, naglingkod ng mahigit na limampu't limang (55) taon hanggang siya ay pumanaw noong taong 2010. Si Sri Mrinalini Mata, isa pang matapat na disipulo ng dakilang maestro, pinili at sinanay niya bilang isa sa mamumuno ng kanyang gawain pagkatapos ng kanyang pagpanaw, ay siya ngayon ang kasalukuyang pangulo at pinunong espirituwal ng SRF/YSS.

ng Xochimilco sa Mexico, kung saan ang mga ulap, mga bundok
at mga poplar ay naaaninag, sa gitna ng naglalarong mga isda, sa
napakaraming landas ng tubig, o kaya, ang mga lawa ng Kashmir,
na iniingatan na tulad ng magagandang mga dalaga, ng mahigpit
na pagbabantay ng Himalayas. Ang dalawang pook na ito ay na-
mumukod sa aking alaala bilang mga pinaka-magagandang pook sa
buong mundo.

Gayunman, ako ay humanga din nung aking namasdan ang
kababalaghan ng Yellowstone National Park, at ang Grand Canyon
ng Colorado, at ang Alaska. Marahil ang Yellowstone ay siya la-
mang pook sa mundo kung saan makikita ang napakaraming mga
bukal na sumasabog nang malakas sa kalawakan na halos regular
sa oras. Sa mabulkang pook na ito, ang Kalikasan ay nag-iwan ng
mga katibayan ng mga naunang paglalang: mainit na asupring batis,
mga lawang kulay opalo at sapiro, malupit na mga geyser, at libreng
gumagalang mga oso, lobo, bison at iba pang maiilap na mga hayop.
Naglalakbay sa kahabaan ng lansangan ng Wyoming papunta sa
"Devil's Paint Pot", na bumubulwak ng mainit na putik, pinagma-
masdan ang lumalaguklok na mga batis, tumatalsik na mga geyser,
at mausok na bukal, ako ay nakahandang magsabi na ang Yellow-
stone ay nararapat na magkaroon ng namumukod na gantimpala sa
pagiging walang katulad.

Sa Yosemite Park sa California, ang matatandang dakilang
puno ng sequoias, na nakaunat ng malalaking haliging nakaturo
sa langit, ay mga berdeng likas na mga katedral na iginuhit ng di-
binong kadalubhasaan. Kahit na mayroong kahanga-hangang mga
talon sa Oriente, walang makakapantay sa malakas at magandang
talon ng Niagara, sa New York, sa hangganan ng Canada. Ang Mam-
moth Cave sa Kentucky at ang Carlsbad Caverns sa New Mexico
ay kakatwang mga lupain ng mga diwata. Ang mga mahahabang
stalactite na nakabitin mula sa kisame ng mga kuweba, at nasasa-
lamin sa tubigang nasa ilalim ng lupa, ay nagbibigay ng isang sulyap
sa ibang mga daigdig na guni-guni ng tao.

Sa Kashmir, isang malaking bilang ng mga mamamayan, na
tanyag sa mundo sa kanilang kagandahan, ay kasing-puti ng mga
taga-Europa, at may katulad na katangian ng mukha at balangkas
ng buto; ang karamihan ay kulay asul ang mga mata, at blonde ang
mga buhok. Kapag nakadamit ng pang-kanluran, sila ay mukhang
mga Amerikano. Ang lamig sa Himalayas ay nagbibigay ng ginhawa
sa mga Kashmiris mula sa matinding init ng araw at napapanatili
ang maliwanag na kulay ng kanilang balat. Kapag sinuman ay

maglakbay sa tropikong kalawakang bahagi ng India, makikita ni-yang pasulong ang kaitiman ng mga tao.

Pagkatapos gugulin ang masasayang mga linggo sa Kashmir, ako ay napilitang gumawa ng paghahanda upang makabalik sa Bengal para sa taglagas na termino ng Serampore College. Si Sri Yukteswar, Kanai, at Auddy ay maiiwan sa Srinagar nang medyo mas matagal. Bago ako umalis, si Maestro ay nagpahiwatig na ang kanyang katawan ay mapapasailalim sa paghihirap sa Kashmir.

"Ginoo, kayo po ay larawan ng kalusugan," pagtutol ko.

"May isang pagkakataon na ako ay maari pa ngang umalis sa mundong ito."

"Guruji!" Bumagsak ako sa kanyang paanan, na nagpapahayag ng pagsusumamo. "Pakiusap po, mangako kayo na hindi ninyo ii-wan ang inyong katawan ngayon. Ako ay lubusang hindi nakahanda na magpatuloy na wala kayo."

Si Sri Yukteswar ay tahimik, ngunit ngumiti sa akin ng buong pagkahabag at ako ay nakaramdam ng pagtitiwalang muli. Bantulot na iniwan ko siya.

"Malubha si Maestro." Ang telegramang ito mula kay Auddy ay nakarating sa akin hindi pa natatagalan ang pagkabalik ko sa Serampore.

"Ginoo," balisang-balisa akong nagtelegrama sa aking guru, "hiningi ko ang inyong pangako na hindi ninyo ako iiwanan. Na-kikiusap po akong ingatan ninyo ang inyong katawan; kung hindi, mamamatay din ako."

"Mangyayari, ayon sa iyong kahilingan." Ito ang kasagutan ni Maestro mula sa Kashmir.

Isang liham mula kay Auddy ang dumating sa loob ng ilang araw, ipinababatid sa akin na si Maestro ay magaling na. Sa kanyang pagbabalik sa sumunod na dalawang linggo, ako ay nalungkot pag-kakakita ko na ang katawan ng aking guru ay nabawasan ng kalahati sa dating karaniwan nitong timbang.

Sa kabutihang palad para sa kanyang mga disipulo, sinunog ni Sri Yukteswar ang karamihan sa kanilang mga kasalanan sa init ng kanyang matinding lagnat sa Kashmir. Ang metapisikong pamama-raan kung papaano naililipat ang pisikal na karamdaman ay alam ng mga lubhang mataas na mga yogi. Ang isang malakas na tao ay maaring tumulong sa isang mahina, kung ito ay tutulong magbitbit ng mabigat na dalahin; ang isang espirituwal na superman ay ka-yang magbawas ng pisikal at pangkaisipang suliranin ng kanyang disipulo sa pamamagitan ng pag-aako ng isang bahagi ng kanilang mabigat na karma. Katulad ng isang mayamang tao, na mag-iiwan ng salapi upang pagbayaran ang malaking pagkakautang ng mapang-waldas na anak, at sa ganoon ay mailigtas ito sa masamang bunga ng kanyang kalokohan, gayundin ang isang Maestro na maluwag sa kalooban na isinasakripisyo ang bahagi ng kanyang kalusugang yaman upang maging magaan ang paghihirap ng kanyang mga disipulo.*

Sa isang sekretong paraan ng yoga, pinag-iisa ng isang banal ang kanyang isip at astral na balangkas sa isip at astral na katawan ng naghihirap na tao; ang karamdaman ay naililipat ng buo o ng bahagi lamang, sa katawang laman ng isang yogi. Sapagkat inani na niya ang Diyos sa larangang pisikal, ang isang maestro ay hindi na nag-aalala sa kanyang katawan. Kahit na pababayaan niya itong magkasakit upang makapagbigay ng ginhawa sa ibang tao, ang kanyang isip, dahil malinis, ay hindi apektado. Ipinapalagay niya na mapalad siya sa pagkakataong makapagsilbi. Upang matamo ang pangwakas na pagliligtas sa Panginoon ay tunay ngang upang malaman na ang katawang-tao ay lubos na natupad ang pakay nito; ang isang maestro pagkatapos ay ginagamit ito sa anumang paraang inaakala niyang tama.

Ang tungkulin ng isang guru sa mundo ay upang bawasan ang pagdadalamhati ng sangkatauhan, maging sa paraang espirituwal o kaya ay pangkaisipang pagpapayo, o pagpapalakas ng pagnanais, o pisikal na paglilipat ng karamdaman. Maaring makatakas sa mataas na kamalayan, kapag ninais niya, ang isang maestro ay maaring malimutan ang karamdaman sa katawan. Kung minsan, upang maging halimbawa sa mga disipulo, ay pinipili niyang magtiis ng sakit sa katawan. Sa pag-ako niya sa karamdaman ng iba, ang yogi ay nakapagbibigay ng kasiyahan, para sa kanila, sa batas ng karma na sanhi at epekto. Ang batas na ito ay parang makina o matematikong umaandar; ang mga pagpapalakad nito ay maaaring siyentipikong manipulahin ng mga taong may dibinong katalinuhan.

Ang batas espirituwal ay hindi nangangailangan ng pagkakasa-kit ng isang maestro tuwing siya ay nagpapagaling ng ibang tao. Ang paggaling ay karaniwang nangyayari dahil sa kaalaman ng banal ng iba't ibang mga paraan sa agarang paggaling kung saan walang pana-nakit sa espirituwal na manggagamot ang sangkot. May mga pambi-hirang pagkakataon, gayunman, na ang isang maestro na malaki ang pagnanais na mapabilis ang ebolusyon ng kanyang mga disipulo, ay

---

* Maraming santong Kristiyano, kasama na si Therese Neumann (tingnan ang ph. 424), ang nakakaalam sa metapisikal na paglipat ng karamdaman.

kusang-loob na tatanggapin sa kanyang katawan ang isang malaking bahagi ng kanilang hindi kanais-nais na karma.

Ipinakilala ni Hesus ang sarili bilang isang pantubos sa mga kasalanan ng marami. Sa kanyang dibinong kapangyarihan,* Si Kristo ay hindi dapat kailanman naharap sa kamatayan sa pagkapako sa krus kung hindi siya kusang-loob na nakipagtulungan sa pinong kosmikong batas ng sanhi at epekto. Sa ganoon, inako Niya sa kanyang sarili ang epekto ng karma ng iba, lalung-lalo na iyong sa kanyang mga disipulo. Sa ganitong paraan, sila ay lubhang pinadalisay at naging karapat-dapat na tanggapin ang nasa-lahat-ng-dakong kamalayan o Banal na Espiritu na ng lumaon ay lumukob sa kanila.†

Ang isang maestrong may Sariling-pagkaunawa lamang ang maaaring maglipat ng kanyang lakas ng buhay o tanggapin sa sariling katawan ang mga karamdaman ng iba. Ang pangkaraniwang tao ay hindi kayang gawin ang ganitong paraan ng yogang panggagamot; at hindi kanais-nais na gawin niya ito, sapagkat ang wala sa mabuting kalagayang pisikal na kasangkapan ay sagabal sa malalim na meditasyon. Ang kasulatan ng Hindu ay itinuturo na ang ipinag-uutos na tungkulin ng tao ay upang ilagay sa mabuting kalagayan ang katawan; kung hindi, ang isip ay hindi kayang ipirmi sa pang-debosyong konsentrasyon.

Ang isang malakas na pag-iisip, gayunman, ay maaaring lagpasan ang lahat ng paghihirap ng katawan at makamit ang pagkaunawa-sa-Diyos. Maraming mga santo ang nagwalang-bahala sa karamdaman at nagtagumpay sa kanilang dibinong paghahanap. Si St. Francis ng Assisi mismo na may malubhang mga karamdaman, ay nagpagaling ng ibang mga tao, at bumuhay pa ng patay.

May nakilala akong isang banal na Indian, na kalahati ng katawan, noong kanyang kabataan, ay nababalutan ng mga sugat. Ang kanyang sakit na diabetes ay napakalala na kaya mahirap siyang maupo ng pirme nang minsanan nang higit sa labinlimang minuto. Ngunit ang kanyang espirituwal na hangarin ay hindi mahadlangan. "Panginoon," panalangin niya, "maaari po ba Kayong dumating sa aking sirang templo?" Sa pamamagitan nang walang-tigil na pagmamando sa pagnanais, ang banal ay unti-unting nakaupo sa posturang lotus araw-araw sa loob ng labing-walong oras, at wiling-wili sa

---

* Sinabi ni Kristo, bago siya inilayo upang ipako sa krus: "Hindi mo ba alam na makahihingi ako sa aking Ama ng higit pa sa labindalawang batalyon ng mga anghel at padadalhan niya ako agad? Ngunit paano matutupad ang mga Kasulatang nagsasabi na ito'y dapat mangyari?"—Mateo 26:53-54.

† Gawa 1:8; 2:1-4.

kawalang malay-taong kaligayahan. "At,"sabi niya sa akin, "pagka-
tapos ng tatlong taon, natagpuan ko ang Walang Hanggang Liwanag
na nagliliyab sa aking pagkatao. Nagagalak sa Kanyang kariktan,
nalimutan ko ang katawan. Pagkatapos, nakita ko ito ay naging buo
sa pamamagitan ng Dibinong Awa."

Isang makasaysayang pangyayari ng panggagamot ay may
kinalaman kay Haring Baber (1483-1530), ang nagtatag ng Mogul
Empire sa India. Ang kanyang anak na si Humayun,* ay nagkaroon
ng malubhang karamdaman. Ang ama ay nanalangin nang buong
pagdadalamhating pagpapasya na ilipat sa kanya ang karamdaman
at sana ang kanyang anak na lalaki ay makaligtas. Si Humayun ay
gumaling, at si Baber ay mabilis na nagkaroon ng karamdaman at
namatay sa parehong karamdaman na tumama sa kanyang anak.

Maraming mga tao ang naniniwala, na ang isang batikang
maestro ay dapat may kalusugan at lakas ng isang Sandow. † Ang
palagay ay walang batayan. Ang isang masasakiting katawan ay
hindi nagpapakita na ang isang guru ay kulang sa mga dibinong
kapangyarihan, mas lalong ang habang buhay na kalusugan ay hindi
nangangahulugan ng panloob na kaliwanagan. Ang nagpapakilalang
katangian ng isang maestro ay hindi mga pisikal kundi espirituwal.

Hindi mabilang na nalilitong naghahanap ng katotohanan sa
Kanluran ang may palagay na ang magaling magsalita o magsulat
hinggil sa metapisiko ay tiyak na isang maestro. Ang katibayan
ng pagiging isang maestro, gayunman, ay tinutustusan lamang ng
kakayahang pumasok, kapag ninais, sa walang hiningang kalagayan
(*sabikalpa Samadhi*) at ang pagkakamit ng walang-pagbabagong
galak (*nirbikalpa Samadhi*). ‡ Itinuring ng mga pantas na tanging
sa ganitong mga kaganapan lamang na maaaring ang isang taong
nilalang ay maipamalas sa kanya nang nasupil ang *maya*, ang da-
lawahang kosmikong delusyon. Siya lamang ang makapagsasabi

---

* Si Humayun ay naging ama ni Akbar the Great. May kasamang sigasig ng Islam,
unang pinagmalupitan ni Akbar ang mga Hindu. "Habang lumago ako sa karunungan,
napuspos ako sa kahihiyan," nang malaon ay sinabi niya. "Nangyayari ang mga
himala sa mga templo ng bawat paniniwala." Inayos niya ang pagsasalin sa Persian
ng Bhagavad Gita, at inanyayahan sa kanyang palasyo ang ilang Heswitang Pari mula
sa Roma. Hindi tama ngunit mapagmahal na ipinalagay ni Akbar, na sinabi ni Kristo
ang sumusunod na pahayag (nakasulat sa Victory Arch sa bagong lungsod ni Akbar na
Fatehpur Sikri): "si Hesus, Anak ni Maria (na sana'y magkaroon ng kapayapaan), ay
nagsabi: *Ang mundo ay isang tulay; dumaan sa taas nito, ngunit huwag magpatayo
ng bahay dito.*"

† Isang atletang Aleman (d. 1925) na kinilalang "pinakamalakas na tao sa mundo."

‡ Tingnan ang ph 282, 497 n.

mula sa kailaliman ng pagka-unawa: *"Ekam sat"* ("Isa lamang ang nabubuhay").

"Kapag may dalawahan dahilan sa kamangmangan, nakikita mo ang lahat na kaiba sa iyong Sarili," sinulat ni Shankara, isang batikang monist. "Kapag ang lahat ay nakikilala bilang iyong Sarili, ni ang atomo ay hindi nakikitang iba sa Sarili....sa sandaling ang kaalaman sa Katotohanan ay sumibol, hindi magkakaroon ng bunga ang nakaraan na mararanasan, dahilan sa hindi totoo ang katawan, na tulad ng walang panaginip pagkatapos magising."

Mga dakilang guru lamang ang may kakayahang umako ng karma ng kanilang mga disipulo. Si Sri Yukteswar ay hindi kinailangang maghirap sa Srinagar* maliban kung siya ay tumanggap ng pahintulot mula sa Espiritu sa nasa kanya upang tulungan ang kanyang mga disipulo sa ganoong kakaibang paraan. Ilang mga banal lamang ang mas madamdaming may kakayahang karunungan upang maisagawa ang dibinong pag-uutos kaisa sa Diyos na Maestro.

Noong sinubukan kong magbigay ng kaunting salita ng pakikiramay sa kanyang nangayayat na anyo, masayang nagsabi ng ganito ang aking guru:

"Mayroon itong mabuting mga puntos; ako ngayon ay nakapagsusuot ng ilang maliit na *ganjis* (pang-ilalim na kamiseta) na hindi ko naisuot ng maraming taon!"

Habang napapakinggan ko ang masayang tawa ng aking Maestro, naalala ko ang mga salita ni St. Francis ng Sales: "Ang banal na malungkot ay isang malungkot na banal!"

---

* Ang Srinagar, kabiserang lungsod ng Kashmir, ay itinatag noong ikatlong siglo B.C. ni Emperador Asoka. Nagpatayo siya doon ng 500 monasteryo, kung saan 100 dito ay naroon pa noong dumalaw sa Kashmir ang Tsinong peregrinong si Hiuen Tsiang makaraan ang 1000 taon. Isa pang Tsinong manunulat, si Fa-Hsien (ikalimang siglo), na tumitingin sa guho ng malawak na palasyo ni Asoka sa Pataliputra (modernong Patna) ang nagsasabi sa atin na ang istruktura ay may di-kapanipaniwalang kagandahan sa kanyang arkitektura at palamuting iskultura na ito'y "maaaring gawa ng hindi mortal na mga kamay."

Ang Puso ng Isang Imaheng Bato

"Bilang tapat na maybahay na Hindu, hindi ko nais isumbong ang asawa ko. Ngunit ako ay naghahangad na makita siyang tumalikod sa kanyang maka-materyal na pananaw. Siya ay natutuwa sa pagkutya sa mga larawan ng mga banal sa aking silid-meditasyon. Mahal na kapatid, ako ay may malalim na paniniwala na matutulungan mo siya. Maaari ba?"

Ang aking pinaka-matandang kapatid na babae na si Roma ay nakatinging nagsusumamo sa akin. Ako ay saglit na dumalaw sa kanyang tahanan sa Calcutta sa Girish Vidyaratna Lane. Nabagbag ang aking damdamin sa pakiusap niya, sapagkat siya ay nakagawa ng malalim na impluwensiyang espirituwal sa aking pagkabata, at mapagmahal niyang sinubukang punuin ang puwang na naiwan sa buong pamilya sa pagkamatay ng aming Ina.

"Pinakamamahal kong ate, marapat lang na gagawin ko kahit ano ang makakaya ko." Ngumiti ako, sabik na maalis ang lungkot na kitang-kita sa kanyang mukha, na may kaibahan sa kanyang karaniwang mahinahon at masayahing anyo.

Si Roma at ako ay naupo sumandali, tahimik na nagdasal at humingi ng patnubay. Noong nakaraang taon, ang kapatid ko ay humiling na turuan ko siya ng *Kriya Yoga* kung saan siya ay nakakagawa ng kapansing-pansing pagsulong.

Nagkaroon ako ng inspirasyon. "Bukas," sabi ko, "ako ay pupunta sa templo ni Kali sa Dakshineswar. Pakiusap, sumama ka sa akin, at hikayatin mo ang iyong asawa na samahan tayo. May pakiramdam ako sa mga panginig noong banal na lugar, hihipuin ng Dibinong Ina ang kanyang puso. Ngunit huwag mong ipaalam ang pakay natin kung bakit gusto natin siyang sumama."

Ang ate ko ay may pag-asang sumang-ayon. Maaga pa kinabukasan nasiyahan akong malaman na si Roma at ang kanyang asawa ay handang-handa na sa paglalakbay. Habang ang aming karwahe ay kumakalampag sa lansangan ng Upper Circular Road patungong Dakshineswar, ang aking bayaw, na si Satish Chandra

Bose, ay nililibang ang sarili at minamaliit ang halaga ng mga guru. Napuna ko na si Roma ay tahimik na lumuluha.

"Ate, magsaya ka!" bulong ko. "Huwag mong bigyan ang asawa mo ng kasiyahan na malamang pinaniniwalaan nating taimtim ang kanyang panlilibak."

"Mukunda, bakit mo hinahangaan ang mga walang kwentang mandaraya?" Ang sabi ni Satish. "Ang anyo pa lamang ng isang sadhu ay kasuklam-suklam na. Kung hindi siya kasing-payat ng kalansay, ay makasalanang kasintaba ng elepante!"

Nanginig ako sa katatawa—isang reaksyon na ikinainis ni Satish. Siya ay nanahimik at nagmaktol. Samantalang ang aming sasakyan ay pumapasok na sa bakuran ng templo sa Dakshineswar, siya ay nanunuyang ngumiti.

"Itong pamamasyal na ito, sa palagay ko, ay isang panukala upang ako ay magbago?"

Nang ako ay tumalikod na walang sagot, hinawakan niya ang aking braso. "Batang Ginoong Monghe," sabi niya, "huwag mong kalimutang gumawa ng tamang pakikipag-ayos sa namamahala ng templo na maglaan para sa ating pananghalian." Si Satish ay nagsikap na iligtas ang sarili sa anumang pakikipag-usap sa mga pari ng templo.

"Ako ay magmi-meditasyon na. Huwag kang mag-alala sa iyong pananghalian," ang matalim kong sagot. "Ang Dibinong Ina ay siyang bahala dun."

"Hindi ako nagtitiwala sa Dibinong Ina na gumawa ng kahit na isang bagay para sa akin. Ikaw ang may pananagutan para sa aking pagkain." Ang mga tono ni Satish ay nananakot.

Nagpunta akong mag-isa sa portiko sa harapan ng malawak na templo ni Kali (Ang Diyos sa aspeto ng Ina ng Kalikasan). Pinili ko ang malilim na lugar malapit sa isa sa mga haligi, naupo akong anyong pa-lotus. Kahit na alas siete pa lang ng umaga, ang sikat ng araw ay malapit nang uminit.

Ang mundo ay nawala habang ako ay malugod na nagdebosyon. Ang aking isip ay nakatuon kay Diyosang Kali. Ang kanyang estatwa dito sa mismong templo ng Dakshineswar ay naging tanging sadya sa pagsamba ng magiting na maestrong si Sri Ramakrishna Paramahansa. Bilang sagot sa kanyang nagdadalamhating mga paghiling, ang batong imahen ay madalas nagkakabuhay at nakikipag-usap sa kanya..

"Tahimik na Inang Bato," panalangin ko, "Ikaw ay napuno ng buhay sa pakiusap ng iyong pinakamamahal na debotong si

Ramakrishna, bakit hindi mo rin pakinggan ang panaghoy nitong nananabik na Iyong anak?"

Ang sigasig ng aking paghahangad ay nadagdagan ng walang hangganan, at sinamahan ng isang dibinong kapayapaan. Gayunman, nang limang oras na ang nakalilipas, at ang Diyosa na aking inilalarawan sa kaisipan ay walang ibinigay na kasagutan, ako ay bahagyang nasiraan ng loob. Kung minsan, isang pagsubok ng Diyos ang pagpapaliban sa katuparan ng mga dalangin. Ngunit sa wakas Siya ay nagpapakita sa matiyagang deboto sa anumang anyo na mahal sa kanya. Ang isang debotong Kristiyano ay makikita si Hesus, ang isang Hindu ay makikita si Krishna, o ang Diyosang Kali, o ang lumalawak na liwanag kapag ang kanyang pagsamba ay nagkaroon ng isang pang-kalahatang liko.

Nag-aatubili kong binuksan ang aking mga mata, at nakitang ang mga pintuan ng templo ay ikinakandado na ng isang pari, bilang pagsunod sa tanghaling kaugalian. Tumayo ako sa tago kong kinauupuan sa portiko at lumabas sa patyo. Ang ibabaw ng bato ay nadarang ng araw sa katanghalian, kaya ang walang sapin kong paa ay masakit na nasusunog.

"Dibinong Ina," ako ay tahimik na tumutol, "Ikaw ay hindi nagpakita sa akin sa malikmata, at ngayon ikaw ay nakatago sa templong sarado na ang mga pintuan. Gusto ko sanang mag-alay ng tanging panalangin sa Iyo ngayon sa pangalan ng aking bayaw."

Ang panloob kong kahilingan ay dagling pinagbigyan. Una, isang malamig na hangin ang bumaba sa aking likod at sa ilalim ng aking mga paa na nagpawala ng lahat ng hirap. Pagkatapos, sa aking pagka-gulat, ang templo ay lubhang pinalaki. Ang mga malalaking pinto ay dahan-dahang nagbukas at ipinakita ang batong anyo ng Diyosang Kali. Unti-unti ang estatwa ay nagbago at naging buhay ang anyo, nakangiting tumango ng pagbati, kinilig ako sa galak na hindi ko maipaliwanag. Parang sa tulong ng isang mistikong heringgilya, ang aking hininga ay nawala sa aking baga; ang aking katawan ay naging matahimik, ngunit kaya ko namang igalaw.

Isang napakaligayang paglawak ng kamalayan ang sumunod. Nakikita kong maliwanag ng maraming milya sa ibabaw ng ilog Ganges sa aking kaliwa, at lagpas pa sa templo hanggang sa buong sakop ng Dakshineswar. Ang mga pader at lahat ng mga gusali ay kumikislap na naaninag, sa loob nila ay napagmasdan ko ang mga taong naglalakad na paroo't parito sa malalayong lupain.

Kahit ako ay hindi humihinga, at kahit na ang aking katawan ay nananatiling may kakaibang kapayapaan, ay maari ko namang malayang naigagalaw ang aking mga kamay at paa. Mga ilang mi-nutong sinubukan kong isara at buksan ang aking mga mata, sa bawat kalagayan, ay nakikita kong mabuti ang buong tanawin ng Dakshineswar.

Ang paninging espirituwal, tulad ng x-ray, ay tumatagos sa lahat ng bagay; ang Dibinong paningin ay nasa sentro kahit saan, nawawala ang paligid. Panibago kong napag-alaman, habang naka-tayo sa maaraw na patyo, na kapag ang tao ay tumigil sa pagiging alibughang anak ng Diyos, lulong sa pisikal na mundo na tunay na pangarap lamang, walang saligan na tulad ng bula, ay muling niyang mamanahin ang kanyang mga walang hanggang kaharian. Kung ang pagtalikod sa katotohanan ang kailangan ng tao na nakatali sa ma-kitid na katauhan, mayroon pa bang pagtakas na matutularan kung hindi ang pagsasalahat-ng-dako?"

Sa aking banal na karanasan sa Dakshineswar, ang mga pam-bihirang pinalaking bagay lamang ay ang templo at ang anyo ng Diyosa. Lahat ng ibang bagay ay nagpakita sa karaniwang sukat, kahit ang bawat bagay ay nababalutan ng sinag ng malambot na liwanag—puti, asul, mga pastel na kulay ng bahaghari. Ang aking katawan ay tila pang-makalangit na sustansya, nakahandang pu-mainlanlang. Lubos na nalalaman ang aking kapaligiran, ako ay nagmamasid at naglalakad ng marahan upang hindi ko maabala ang patuloy na maluwalhating malik-mata.

Sa likod ng pader ng templo, bigla kong napansin ang aking ba-yaw, habang siya ay nakaupo sa ilalim ng matinik na sanga ng sagra-dong puno ng *bel*. Wala akong kahirap-hirap na mawari ang landas ng kanyang pag-iisip. Bahagyang masigla sa banal na impluwensiya ng Dakshineswar, ang kanyang kaisipan ay mayroon pang hindi ka-siya-siyang pag-iisip tungkol sa akin. Dumeretso akong tuloy-tuloy sa magiliw na anyo ng Diyosa.

"Dibinong Ina," panalangin ko "Maari po bang bigyan ninyo ng espirituwal na pagbabago ang asawa ng aking kapatid?"

Ang magandang anyo, na hanggang ngayon ay tahimik, sa wakas ay nagsalita. "Ang iyong kahilingan ay ipagkakaloob!"

Masaya akong tumingin kay Satish. Parang likas niyang nama-malayan na may espirituwal na lakas na gumagalaw, tumayo siyang masama ang loob mula sa kinauupuan sa lupa. Nakita ko siyang tumatatakbo sa likod ng templo; lumapit siya sa akin, inaalog ang kanyang kamao.

Ang lahat-saklaw na malik-mata ay nawala. Hindi ko na ma-kita ang Dakilang Diyosa; Nawala ang panganganinag ng templo at

bumalik sa karaniwang sukat. Ang aking katawan ay muling nai-
nitan sa ilalim ng matinding sikat ng araw. Tumalon ako sa silong
ng portiko, kung saan hinabol ako ni Satish na nagagalit. Tumingin
ako sa aking orasan. Ala-una na nang tanghali; ang banal na ma-
lik-mata ay nagtagal nang isang oras.

"Ikaw, maliit na baliw," bulalas ng aking bayaw. "Nakaupo ka
diyan na naka-krus ang mga paa, at naka-krus ang mga mata ng ma-
raming oras, samantalang ako ay pabalik-balik, binabantayan kita.
Nasaan ang pagkain natin? Ngayon ang templo ay sarado, hindi mo
ipinaalam sa mga tagapamahala ang tungkol sa atin; masyadong
huli na upang makipag-ayos para sa ating tanghalian!"

Ang labis na kasiyahan na naramdaman ko sa harapan ng Di-
yosa ay nararamdaman ko pa. Napabulalas ako, "ang Dibinong Ina
ang magpapakain sa atin!"

"Katapusan na ito," sigaw ni Satish, "Ibig kong makita ang
iyong Dibinong Ina na nagbibigay ng pagkain dito na walang pau-
nang pakikipag-ayos!"

Hindi pa niya halos natapos mabigkas ang mga salita nang ang
pari ng templo ay tumawid sa patyo at sumama sa amin.

"Anak," kinausap niya ako, "pinagmamasdan ko ang iyong
mukha na payapang nagniningning sa oras ng iyong mga meditas-
yon. Nakita ko ang pagdating ng inyong pangkat ngayong umaga, at
nagkaroon ako ng hangaring ipagtabi kayo ng sapat na pagkain para
sa inyong tanghalian. Labag sa patakaran ng templo ang magpakain
sa mga taong hindi nakikipag-ayos nang maaga, ngunit ako ay nag-
bigay ng pagtatangi sa inyo."

Nagpasalamat ako, at tumitig nang diretso sa mga mata ni
Satish. Siya ay namula, at, nagbaba ng paningin sa tahimik na pag-
sisisi. Nang kami ay sinilbihan ng marangyang tanghalian, na may
kasamang wala sa panahong mga mangga, napuna ko na walang
ganang kumain ang aking bayaw. Siya ay naguguluhan, sumisisid
nang malalim sa dagat ng kaisipan.

Sa paglalakbay naming pabalik sa Calcutta, si Satish na lu-
mambot na ang anyo, ay paminsan-minsang sumusulyap sa akin
na nakikiusap. Ngunit hindi siya nagsalita kahit isang salita, pag-
karaan ng mga sandaling ang pari, na tila kasagutan sa hamon ni
Satish, ay nagpakita upang anyayahan kami na mananghali.

Nang sumunod na hapon, dinalaw ko ang aking kapatid sa
kanyang tahanan. Magiliw niya akong sinalubong.

"Mahal na kapatid," ang iyak niya, "Isang himala! Kagabi ang
aking asawa ay umiyak sa harap ko.

"Pinakamamahal na Devi,'* ang sabi niya 'ako ay masayang hindi ko maipaliwanag na itong pagpapabagong panukala ng iyong kapatid ay nagbigay sa akin ng pagbabago. Ako ay babawi sa lahat ng aking maling nagawa sa iyo. Mula ngayong gabi, gagamitin natin ang malaking silid-tulugan bilang lugar ng ating pagdedebosyon lamang; ang iyong maliit na silid pang-meditasyon ay siyang magiging tulugan natin. Ako ay lubos na nagsisisi na pinagtawanan ko ang iyong kapatid. Para sa nakakahiyang pag-uugaling ko, parurusahan ko ang aking sarili sa pamamaraang hindi ako makikipag-usap kay Mukunda hangga't hindi ako umunlad sa landas—espirituwal. Masugid kong hahanapin ang Dibinong Ina mula ngayon, darating ang araw nakatitiyak akong matatagpuan ko Siya!'"

Maraming taon ang nagdaan (noong 1936), dinalaw ko si Satish sa Delhi. Lubos akong naligayahan nang malaman kong siya ay labis na umunlad sa sariling pagkaunawa at mapalad na nakita niya ang Dibinong Ina. Sa panahong kasama ko siya, napuna ko na si Satish ay patagong ginugugol ang mahabang oras ng gabi sa malalim na meditasyon, kahit na siya ay naghihirap dahil sa malubhang karamdaman, at siya ay abala sa maghapon sa kanyang opisina.

May kaisipang dumating sa akin na ang buhay ng aking bayaw ay hindi na magtatagal. Nabasa marahil ni Roma ang aking isip.

"Mahal kong kapatid," sabi niya, "ako ay malusog, at ang asawa ko ay maysakit. Gayunman, ibig kong malaman mo na bilang tapat na maybahay na Hindu, ako ang unang mamamatay.† Hindi na magtatagal ngayon bago ako sumakabilang buhay."

Nagulat ako sa kanyang babalang salita, ngunit alam kong may kirot ng katotohanan. Nasa Amerika na ako nang namatay ang aking kapatid, labingwalong buwan pagkatapos ng kanyang panghuhula. Ang pinakabata kong kapatid na si Bishnu ay siyang nagbigay sa akin ng mga detalye.

"Si Roma at si Satish ay nasa Calcutta nung oras ng kanyang kamatayan," sabi ni Bishnu sa akin. "Noong umagang iyon, siya ay nagsuot ng kanyang damit pangkasal.

"Ano ang ibig sabihin nitong natatanging kasuotan?" pagtatanong ni Satish.

"'Ito ang huling araw ng aking pagsisilbi sa iyo sa mundo,' ang

---

* Diyosa; literal na, "ang nagniningning"; mula sa Sanskrit na pandiwang ugat na *div,* magningning.

† Naniniwala ang isang Hindung asawang babae na tanda ng espirituwal na pag-unlad kung mamamatay siya bago ang asawa niya, bilang patunay ng kanyang tapat na paglilingkod sa kanya, o "mamamatay sa singkawan."

sagot ni Roma. Ilang sandali pa siya ay inatake sa puso. Habang ang kanyang anak ay nagmamadali upang humingi ng tulong, nagsabi siya ng:

"'Anak, huwag mo akong iwanan. Hindi na kailangan; ako ay mawawala na bago pa man dumating ang manggagamot.' Sampung minuto ang nakararaan, habang nakahawak sa mga paa ng kanyang asawa bilang paggalang, si Roma ay sinadyang iniwan ang kanyang katawan, maligaya at walang paghihirap.

"Si Satish ay naging mapag-isa magmula nang mamatay ang asawa," patuloy ni Bishnu. "Isang araw si Satish at ako ay nakatingin sa larawan ng nakangiting si Roma.

"'Bakit ka nakangiti?' biglang bulalas ni Satish, na parang ang kanyang maybahay ay naroroon. "Sa palagay mo magaling ka dahil naayos mong mauna ka sa akin. Patutunayan ko na hindi ka maaaring magtagal na malayo sa akin; sandali na lang at magsasama na tayo.'

"Kahit na sa panahong iyon si Satish ay lubos na magaling na sa kanyang karamdaman, at mahusay ang kalusugan, siya ay namatay na walang nakikitang dahilan hindi nagtagal matapos ang kanyang kataka-takang pangungusap sa harap ng larawan."

Ganoon pumanaw ng ayon sa kanilang hula ang pinakamamahal kong kapatid na si Roma at ang kanyang asawang si Satish— siya na nagbago sa Dakshineswar mula sa karaniwang makamundong tao tungo sa isang tahimik na banal.

Tinanggap Ko Ang Aking Titulo sa Unibersidad

"Hindi mo pinapansin ang mga takdang aralin sa aklat ng pilosopiya. Walang dudang ikaw ay aasa sa walang hirap na 'intuwisyon' upang makapasa ka sa mga pagsusulit. Ngunit kapag hindi mo inayos ang sarili mo upang maging mas mabuting mag-aaral, titiyakin kong hindi mo maipapasa ang kursong ito."

Mabagsik akong kinausap ni Propesor D.C. Ghoshal ng Serampore College. Kapag hindi ko naipasa ang kanyang panghuling nakasulat na pagsusulit sa silid-aralan, ako ay hindi maaring kumuha ng mga panghuling pagsusulit. Ito ay mga patakarang ginawa ng mga nagtuturo sa Calcutta University, kung saan ang Serampore College ay kabilang sa mga kasaping sangay. Sa mga unibersidad sa India, ang isang mag-aaral na hindi nakapasa sa isang asignatura sa panghuling pagsusulit sa A.B. ay dapat magsulit nang panibago sa *lahat* ng asignatura sa susunod na taon.

Ang aking mga tagapagturo sa Serampore College ay karaniwang pinakikitunguhan akong mabuti, hindi walang bahid ng pagkaaliw. "Si Mukunda ay medyo labis ang kalasingan sa relihiyon." Sa ganoong pagbubuod sa akin, maingat nilang iniiwasang bigyan ako ng kahihiyan na subukang sagutin ang mga katanungan sa silid-aralan; umaasa sila sa huling nakasulat na pagsusulit na ako ay hindi maisasama sa listahan ng mga kandidato ng A.B. Ang panghuhusga ng aking kapwa mag-aaral ay ipinapahayag sa palayaw nila sa akin na—"Baliw na Monghe."

Ako ay gumawa ng isang mapanlikhang hakbang upang mapawalang-bisa ang pananakot ni Propesor Ghoshal sa akin na pagbagsak sa pilosopiya. Nang ang mga resulta ng panghuling pagsusulit ay malapit nang ihayag sa publiko, hiniling ko sa isang kamag-aral na samahan ako sa silid ng propesor.

"Sumama ka, kailangan ko ng saksi," ang sabi ko sa kasama ko. "Ako ay masyadong mabibigo kapag hindi ako nagtagumpay sa pagiging higit na matalino kaysa sa tagapagturo."

Umiling-iling si Propesor Ghoshal pagkatapos kong tanungin kung anong marka ang ibinigay sa aking papel.

"Hindi ka kasama doon sa mga nakapasa," ang sagot niyang nagtagumpay. Siya ay naghanap sa maraming magkakapatong na mga papel sa ibabaw ng kanyang mesa. "Ang iyong papel ay wala dito, ikaw ay bumagsak, sa ano pa man, sa iyong hindi pagpapakita sa araw nang pagsusulit."

Natawa ako ng marahan. "Ginoo, ako ay naroon. Maari po bang ako mismo ang tumingin sa salansan ?"

Ang propesor, na nalito, ay nagbigay ng kanyang pahintulot; madali kong nakita ang aking papel, kung saan maingat kong hindi isinama ang aking pagkakakilanlang marka maliban sa aking numerong pantawag. Walang babala ng "pulang bandila" ng aking pangalan, ang tagapagturo ay nagbigay ng mataas na marka sa aking mga sagot kahit na hindi pinaganda ng mga kasabihan na galing sa aklat pampaaralan.*

Nakita ang aking panlalansi, siya ngayon ay parang kulog na sumigaw, "Purong suwerte!" Umaasa siyang nagdagdag, "Ikaw ay tiyak na babagsak sa panghuling pagsusulit sa A.B."

Sa mga pagsusulit sa aking ibang mga asignatura, nakatanggap ako ng mga pagtuturo lalung-lalo na sa mahal kong kaibigan at pinsan, si Prabhas Chandra Ghosh, anak ng tiyuhin kong si Sarada. Ako ay nahirapang pasuray-suray ngunit matagumpay—na may pinakamababang posibleng pasadong mga marka—sa lahat ng aking panghuling pagsusulit.

Ngayon, pagkatapos ng apat na taon sa kolehiyo, ako ay ka-rapat-dapat nang maupo para sa pagsusulit sa A.B. Gayunman, hindi ko halos inaasahang tanggapin ang pribilehiyo. Ang panghu-ling pagsusulit sa Serampore College ay parang laro ng bata kung ihahambing sa mahihirap na pagsusulit na ibinibigay ng Calcutta University para sa titulong A. B. Ang halos araw-araw na pagdalaw ko kay Sri Yukteswar ay sanhi ng kaunting panahon para pumasok sa mga bulwagan ng kolehiyo. Doon, ang aking pagpasok at hindi ang aking di-pagpasok sa silid-aralan ang sanhi upang sumigaw sa pagkagulat ang aking mga kamag-aral.

Ang kalakaran na sinusunod ko ay nagsisimula sa aking

---

* Bibigyang-katarungan ko si Propesor Ghoshal sa pagtanggap na ang namuong hindi magandang relasyon sa pagitan namin ay hindi dahil sa pagkakasala niya, kundi dahil lang sa pagliban ko sa kanyang mga klase.

Si Propesor Ghoshal ay isang magaling na mananalumpati na may malawak na kaalaman sa pilosopiya. Sa mga sumunod na taon, nagkaroon kami ng magalang na unawaan.

pagbibisikleta ng alas nuwebe y medya ng umaga. Sa isang kamay ay may bitbit akong alay sa aking guru—kaunting bulaklak mula sa halamanan ng aking pangaserahan sa Panthi. Binabati akong magi-liw, si Maestro ay mag-aanyaya sa akin upang mananghalian. Tiyak na mabilis ko itong tatanggapin, natutuwang mawala ang kaisipan ng kolehiyo sa maghapon. Paglipas ng maraming oras sa piling ni Sri Yukteswar, nakikinig sa kanyang walang katulad na agos ng talino o kaya tumutulong sa mga gawain sa ashram, ako ay bantulot na aalis bandang hatinggabi pabalik sa Panthi. Paminsan-minsan ako ay natutulog sa piling ng aking guru, napakasayang wiling-wili sa kanyang pangungusap na hindi ko namamalayan na ang kadiliman ay napalitan na ng bukang-liwayway.

Isang gabi, mga alas onse, habang ako ay nagsusuot ng sapatos[*] bilang paghahanda sa aking pagbabalik sa dormitoryo, tinanong ako ni Maestro nang seryoso.

"Kailan magsisimula ang pagsusulit mo sa A.B.?"

"Limang araw mula ngayon, Ginoo."

"Umaasa akong ikaw ay handa sa mga iyon."

Natigilan akong may pangamba, hawak ko ang isang sapatos sa hangin. "Ginoo, "pagtutol ko, "alam naman ninyo na ang aking mga araw ay lumilipas sa tabi ninyo sa halip na sa mga propesor. Papaano ko magagawang magkunwari na magpapakita ako sa ma-hirap na huling pagsusulit?"

Ang mga mata ni Sri Yukteswar ay napatinging tagos sa aking mga mata. "Kailangan kang magpakita." Ang tono niya ay mala-mig at tiyak. "Hindi natin dapat bigyan ng dahilan ang iyong ama at ibang kamag-anak na pintasan ang pagkagusto mo sa buhay sa ashram. Basta mangako ka sa akin na ikaw ay paparoon sa araw ng pagsusulit; sagutan mo sila sa abot ng iyong makakaya."

Hindi mapigilang pagluha ang dumaloy sa aking mukha. Paki-ramdam ko ang utos ni Maestro ay wala sa katwiran at ang kanyang interes, ay huli na.

"Magpapakita ako, kung gusto ninyo," ang sabi kong humi-hikbi. "Ngunit wala nang panahong natitira para sa tamang pag-hahanda." Sa aking sarili ibinulong ko. "Bilang kasagutan sa mga katanungan, pupunuin ko ang mga papel ng iyong mga turo!"

Nang ako ay pumasok sa hermitage ng sumunod na araw sa karaniwang dating ko, inialay ko na nagdadalamhati ang palumpon ng bulaklak kay Sri Yukteswar. Pinagtawanan niya ang dating kong mukhang nagdurusa.

---

[*] Ang isang disipulo ay laging nagtatanggal ng sapatos sa isang hermitage na Indian.

"Mukunda, ang Panginoon ba ay binigo ka na, sa isang pagsu-sulit o saanman?"

"Hindi po, ginoo," ang masigla kong sagot. Bumaha ang mga alaala ng pagpapasalamat.

"Hindi katamaran ngunit nag-aapoy na sigasig sa Diyos ang hu-madlang sa iyo sa paghahanap ng karangalan sa kolehiyo," ang may kabaitang salita ng aking guru. Pagkatapos ng isang katahimikan, siya ay nagbanggit, "'Hanapin mo muna ang kaharian ng Diyos, at ang Kanyang kabanalan; at lahat ng mga bagay na ito ay idadagdag sa iyo.'" *

Sa isang libong pagkakataon, naramdaman ko ang aking mga pasanin na inangat na sa harap ni Maestro. Nang makatapos kami ng maagang pananghalian, iminungkahi niya na ako ay bumalik sa Panthi.

"Ang kaibigan mo bang si Romesh Chandra Dutt, ay nakatira pa sa bahay-panuluyan?"

"Opo, ginoo."

"Makipag-ugnayan ka sa kanya; bibigyan siya ng inspirasyon ng Panginoon upang tulungan ka sa mga pagsusulit."

"Mabuti kung ganoon, ginoo; ngunit si Romesh ay aba-lang-abala. Siya ang taong pandangal sa aming klase, at may da-la-dalang mas mabigat na kurso kaysa sa iba."

Ipinag-walang-bahala ni Maestro ang aking pagtutol. "Pag-uuku-lan ka ng panahon ni Romesh. Lakad na."

Nagbisikleta akong pabalik sa Panthi. Ang unang taong nakita ko sa bakuran ng bahay- panuluyan ay ang matalinong si Romesh. Parang ang kanyang mga araw ay masyadong malaya, siya ay mapagbigay na sumang-ayon sa aking kiming kahilingan.

"Oo naman! Ako ay tutulong sa iyo." Gumugol siya ng mara-ming oras noong araw na iyon at sa bawat isa sa mga sumunod na araw sa pagtulong sa akin sa iba't ibang mga asignatura.

"Naniniwala akong karamihan sa mga katanungan sa literatu-rang English na pagsusulit ay patungkol sa rutang tinahak ni Childe Harold," ang sabi niya sa akin. "Kailangan makakuha tayo ng atlas ngayon din."

Nagmamadali akong pumunta sa tahanan ni Tiyo Sarada at nanghiram ng atlas. Minarkahan ni Romesh sa mapa ng Europa ang mga pook na dinalaw ng romantikong manlalakbay ni Byron.

May kaunting mga kamag-aral ang nag-ipon sa paligid upang pakinggan ang pagtuturo. "Pinagpapayuhan ka ni Romesh ng mali,"

---

* Mateo 6:33

PRABHAS CHANDRA GHOSH at PARAMAHANSA YOGANANDA, Calcutta, Disyembre 1919. Sri Ghosh, isang pinsan, at habang buhay na kaibigan at disipulo ni Sri Yogananda, ay naging Pangalawang Pangulo ng Yogoda Satsanga Society ng India nang halos apatnapung taon, hanggang sa kanyang pagpapanaw noong 1975.

ang isa sa kanila ay nagkomento sa akin pagkatapos ng isang sesyon. "Karaniwan, singkuwenta porsyento lamang ng mga tanong ang tungkol sa mga aklat; ang kalahati ay may kinalaman sa buhay ng may akda."

Nang ako ay naupo sa pagsusulit sa literaturang English, sa unang sulyap ko sa mga katanungan ay tumulo ang luha ko sa pasasalamat at nabasa ang aking papel. Ang tagabantay ng silid-aralan ay nilapitan ako at nagtanong na nakikiramay.

"Ang aking dakilang guru ay nanghula na si Romesh ay

tutulong sa akin," paliwanag ko. "Tingnan mo, ang mismong mga katanungang iminungkahi sa akin ni Romesh ay narito sa papel ng pagsusulit!" Idinagdag ko, "Mapalad ako, kaunti lamang ang mga katanungan ngayong taong ito tungkol sa mga British na may-akda, na ang mga buhay ay nababalutan ng malalim na misteryo, kung ako ang tatanungin."

Ang aking bahay-panuluyan ay nagkakagulo sa aking pagbabalik. Ang mga batang nagtatawa sa akin sa pagtitiwala ko sa pagtuturo ni Romesh ngayon ay halos mabingi ako sa kanilang mga pagbati. Sa mga linggo ng pagsusulit, nagpatuloy akong gumugol ng panahon hangga't maari sa piling ni Romesh, na siyang nagbalangkas ng mga katanungan na inaakala niyang maaring ibigay ng mga propesor. Araw-araw, ang mga katanungan ni Romesh ay lumalabas na halos iisang mga salita sa mga papel ng pagsusulit.

Ang balita ay malawak na umikot sa kolehiyo na may bagay na katulad ng himala ang nagaganap at maaaring magtagumpay ang lumilipad ang isip na "Baliw na Monghe". Ako ay hindi nagtangkang itago ang mga katunayan ng kaso. Ang lokal na mga propesor ay walang kapangyarihang baguhin ang mga katanungan, na isinaayos ng mga propesor sa Unibersidad ng Calcutta.

Nang iniisip ko ang pagsusulit sa literaturang English, napag-alaman ko isang umaga na ako ay nakagawa ng isang malalang pagkakamali. May tanging mga katanungan na hinati sa dalawang bahagi: A. o B, at C o D. Sa halip na pumili ng isang tanong sa bawat bahagi, sinagot ko ang dalawang katanungan sa unang bahagi, at napabayaan ang ikalawang bahagi. Ang maaring pinakamataas na marka ko sa papel na iyon ay 33—tatlong puntos ang kulang sa pasadong 36.

Tumakbo ako kay Maestro at ibinuhos ang aking mga problema.

"Ginoo, ako po ay nakagawa ng malalang pagkakamali. Hindi ako nararapat sa dibinong biyaya na dala ni Romesh; ako ay hindi karapat-dapat."

"Magdiwang ka, Mukunda." Ang tono ni Sri Yukteswar ay magaang at walang pagkabahala. Itinuro ang asul na arko ng langit. "Mas malamang na ang araw at buwan ay magpalit ng kalagayan sa kalawakan kaysa hindi mo makuha ang iyong titulo!"

Umalis ako sa hermitage na may mas tahimik na kalooban, kahit na ayon sa matematika, hindi kapani-paniwala na ako ay papasa. Lumingon ako nang isa o dalawang beses na may pangamba sa kalangitan; ang Panginoon ng Araw ay lumalabas na matatag sa nakasanayang pag-ikot.

Nang dumating ako sa Panthi, naulinigan ko ang pangungu-sap ng isang kamag-aral: "Nalaman ko na ngayong taon, sa unang pagkakataon, ang kinakailangang pasadong marka sa literaturang English ay pinababa."

Napakabilis kong pumasok sa silid ng mga batang lalaki, at siya ay napatingin sa pag-aalala. Tinanong ko siyang nananabik.

"Mahabang buhok na monghe," ang sabi niyang nagtatatawa, "Bakit ano itong biglang pagpansin sa mga bagay sa pag-aaral? Bakit ka iiyak sa huling sandali? Ngunit, totoo na ang pasadong marka ay pinababa ngayon lang sa 33 puntos."

Ilang masasayang pagtalon ang nagdala sa akin sa sarili kong silid, kung saan ako ay lumuhod at pinapurihan ang matematikong kaganapan ng aking Dibinong Ama.

Bawat araw ako ay nangingilig sa kamalayan ng isang Presensi-yang Espirituwal na maliwanag kong nararamdaman na gumagabay sa akin kay Romesh. Isang makahulugang insidente ang nangyari na may kinalaman sa kurso sa salitang Bengali. Isang umaga si Ro-mesh, na hindi ako tinuruan sa asignaturang iyon, ay tumawag sa akin habang ako paalis sa bahay-panuluyan papunta na sa bulwagan ng pagsusulit.

"Ayun si Romesh tumatawag sa iyo," isang kamag-aral ang walang tiyagang nagsabi. "Huwag kang babalik, mahuhuli tayo sa bulwagan."

Hindi ko pinansin ang paalaala, tumakbo akong pabalik sa bahay.

"Karaniwan na ang pagsusulit sa Bengali ay madaling naipapasa ng ating mga Bengaling bata," ang sabi ni Romesh. "Ngunit ako ay nagkaroon ngayon lamang ng kutob na ngayong taon na ito ang mga propesor ay nagpanukalang 'puksain' ang mag-aaral sa pamamagi-tan ng pagtatanong tungkol sa kailangang-basahing mga aklat." At siya ay nagbigay-buod ng dalawang kuwento sa buhay ni Vidyasa-gar, isang kilalang pilantropong Bengali ng ikalabing-siyam na siglo.

Pinasalamatan ko si Romesh at nagmamadaling nagbisikleta papuntang bulwagan. Doon ay nakita ko na ang pagsusulit na papel sa Bengali ay mayroong dalawang bahagi.

Ang unang tagubilin ay: "Magbigay ng dalawang pagkakataon ng pagkakawanggawa ni Vidyasagar."* Habang isinusulat ko sa

---

* Nakalimutan ko ang eksaktong salita ng instruksiyon, ngunit natatandaan ko na tungkol ito sa mga kuwentong sinabi sa akin ni Romesh tungkol kay Vidyasagar.

Dahil sa kanyang karunungan, malawakang nakilala si Pundit Ishwar Chandra sa Bengal sa simpleng katawagang *Vidyasagar* ("Dagat ng Karunungan").

papel ang kaalamang kanina ko lamang narinig, ako ay pabulong na sumambit ng ilang salita ng pasasalamat na pinakinggan ko ang huling tagubilin sa pagtawag ni Romesh. Kung ako ay walang ka-alaman sa pagkakawanggawa ni Vidyasagar (na kasama na ang isa sa akin), ako ay hindi sana nakapasa sa pagsusulit sa Bengali.

Ang pangalawang tagubilin sa papel ay ganito: "Magsulat ng salaysay sa salitang Bengali sa buhay ng taong nagbigay sa iyo ng pinaka-masiglang inspirasyon." Butihing mambabasa, hindi ko na kailangang ipaalam sa iyo kung sino ang taong napili ko sa aking salaysay. Habang ako ay nagsusulat ng pahina sa bawat pahina ng papuri sa aking guru, ako ay napangiti na ang pabulong kong pang-huhula ay nagiging totoo: "Pupunuin ko ang mga papel na ito ng iyong pagtuturo!"

Hindi ko naisip na tanungin si Romesh tungkol sa aking asig-natura sa pilosopiya. Pinagkatiwalaan ko ang mahabang pagsasanay kay Sri Yukteswar, at maingat kong ipinagwalang-bahala ang mga pagpapaliwanag ng mga aklat ng paaralan. Ang pinakamataas na markang ibinigay sa akin sa alinmang pagsusulit ay ang sa piloso-piya. Ang puntos sa lahat ng ibang mga asignatura ay halos nasa pasadong marka lamang.

Isang kasiyahan na maitala na ang mapagbigay na kaibigan kong si Romesh ay tumanggap ng sariling titulo na cum laude.

Ang aking ama ay nakoronahan ng ngiti sa aking pagtatapos. "Hindi ko akalaing papasa ka, Mukunda," ang kanyang pagtatapat. "Gumugol ka ng maraming panahon sa iyong guru." Tunay ngang tamang-tamang natiktikan ni Maestro ang hindi binibigkas na pin-tas ng aking ama.

Sa loob ng maraming taon, hindi ako makatiyak na darating ang araw na ang A.B. ay susunod sa aking pangalan. Bihira kong gamitin ang titulo na hindi ginugunita na ito ay isang dibinong han-dog, na iginawad sa akin sa dahilang medyo malabo. Paminsan-min-san nakakarinig ako ng mga taong nagtapos sa kolehiyo na nagsabi na napakakaunti ng pinagsiksikang kaalaman ang nanatili sa kanila noong makapagtapos. Ang pagtanggap na iyon ay nagpalubag-loob sa akin sa walang-dudang kakulangan sa akademya.

Sa araw noong Hunyo 1915 na ako ay tumanggap ng titulo mula sa Calcutta University, lumuhod ako sa paanan ng aking guru at pinasalamatan siya sa lahat ng biyayang umaagos mula sa kanyang buhay* patungo sa akin.

---

* Ang kapangyarihang maka-impluwensiya ng mga isipan ng iba at ang takbo ng mga pangyayari ay isang *vibhuti* (kapangyarihang yogic) na binabanggit sa *Yoga Sutras*

"Tumayo ka Mukunda," ang sabi niyang mapagpalayaw. "Mas nadalian ang Panginoon na gawin kang nakapagtapos kaysa baguhin ang kinalalagyan ng araw at buwan!"

III: 24 ni Patanjali, na ipinaliliwanag niyang resulta ng "pandaigdigang simpatiya." [Dalawang mahuhusay na aklat tungkol sa mga *Sutra* ay *Yoga-System ni Patanjali* (Vol.17, Oriental Series, Harvard Univ.) at *Yoga Philosophy* ni Dasgupta (Trubner's, London).]

Inihahayag ng lahat ng kasulatan na nilikha ng Panginoon ang tao sa Kanyang makapangyarihang imahe. Ang pamamahala sa sandaigdig ay tila supernatural, ngunit ang katotohanan ay ang nasabing kapangyarihan ay likas sa lahat ng nakaabot sa "tamang alaala" ng kanyang dibinong pinagmulan. Ang mga taong may pagkakaunawa-sa-Diyos tulad ni Sri Yukteswar ay walang prinsipyong-makasarili (*ahamkara*) at mga paghihimagsik ng makasariling pagnanasa nito; ang mga kilos ng tunay na guru ay walang-hirap na nakaayon sa *rita*, likas na kabutihan. Sa mga salita ni Emerson, lahat ng mga dakila ay nagiging "hindi ma-birtud, kundi Birtud; kung gayon natutugunan ang wakas ng paglalang, at lubhang malugod ang Diyos."

Ang sinumang may dibinong pagkakaunawa ay makagagawa ng mga milagro, dahil, tulad ni Kristo, nauunawaan niya ang pinong mga batas ng paglikha; ngunit hindi lahat ng guru ay pinipiling gamitin ang mga malalakas na kapangyarihan. (Tingnan ang ph. 268 n.) Inaaninag ng bawat santo ang Diyos sa kanyang tanging paraan; ang pagpapahayag ng kakanyahan ay mahalaga sa isang mundo kung saan walang dalawang butil ang eksaktong magkatulad.

Ang mga hindi nagbabagong tuntunin ay maaaring hindi mabalangkas tungkol sa santong may liwanag ng Diyos: ang ilan ay gumagawa ng milagro, ang iba ay hindi; ang ilan ay hindi kumikilos, samantalang ang iba (tulad ni Haring Janaka ng sinaunang India at St. Teresa of Avila) ay may pakialam sa malalaking mga bagay; ang ilan ay nagtuturo, naglalakbay, at tumatanggap ng disipulo, samantalang pinadadaan ng iba ang kanilang buhay nang tahimik at marahan na parang isang anino. Walang makamundong kritiko ang makakabasa sa lihim na nakasulat sa balumbon ng karma (nakaraang kilos) na bumubukas para sa bawat banal ng isang kakaibang dula.

KABANATA 24

Ako ay Naging Isang Monghe ng Swami Order

"Maestro, ang aking ama ay nasasabik na tanggapin ko ang tungkuling tagapangasiwa sa Bengal-Nagpur Railway. Ngunit ito ay tiyakang tinanggihan ko." Umaasa akong nagdagdag, "\Ginoo, maari po bang gawin ninyo akong monghe ng Swami Order?" Nagsusumamo akong nakatitig sa aking guru. Sa mga taong naka-raan, upang masubukan ang lalim ng aking pagsisikap, tinanggihan niya ang kahilingang ito. Ngayon, gayunman, siya ay magiliw na nakangiti.

"Napakabuti, bukas ako ay gagawa ng inisasyon para sa iyong buhay monghe." Siya ay payapang nagpatuloy, "Ako ay nasisiyahan na ikaw ay nagsumigasig sa iyong pagnanais na maging monghe. Si Lahiri Mahasaya ay madalas magsabi ng: 'Kapag hindi mo inanya-yahan ang Diyos para maging panauhin mo sa tag-araw, hindi Siya darating sa taglamig ng iyong buhay.'"

"Mahal na Maestro, hindi ko kailanman maaring iwanan ang pagnanais kong makasapi sa Swami Order na tulad ng inyong kagalang-galang na sarili." Ngumiti ako na may walang sukat na pagmamahal.

"Siya na walang asawa ay nag-iingat sa mga bagay na pagma-may-ari ng Panginoon, kung papaano niya mabibigyan ng kasiyahan ang Panginoon: ngunit siya na may asawa ay nag-iingat sa mga bagay sa mundo, kung papaano niya mabibigyan ng kasiyahan ang kanyang asawa."* Sinuri ko ang buhay ng marami sa aking mga kaibigan na, pagkatapos magsanay sa ilang disiplinang pang-espirituwal, ay nag-asawa. Nabuyo sa karagatan ng pang-mundong pananagutan, sila ay nakalimot sa kanilang mga pagpapasyang mag-meditasyon nang malalim.

Ang iukol sa Panginoon ang pangalawang puwesto† sa buhay,

---

* I Corinto 7:32-33.

† "Siya na nag-aalay sa Diyos ng pangalawang puwesto ay nag-aalay sa Kanya ng walang puwesto."—Ruskin

para sa akin, ay hindi masukat ng isip. Siya ang tanging Nagma-may-ari ng kosmos, tahimik na pinaaambunan ang tao ng mga han-dog sa bawat buhay. May isa lamang handog ang tao na maaaring ialay bilang ganti—ang kanyang pagmamahal, na may kapangyari-han niyang ipagkait o ipagkaloob.

Sa pamamagitan ng walang hanggang pagiingat na balutan ng misteryo ang kanyang presensiya sa mga atomo ng paglikha, ang Lumikha ay maaaring may sadyang iisang motibo, isang madam-daming pagnanais: na ang tao ay hanapin lamang Siya sa malayang pagnanais. Kung anong guwantes na pelus ng bawat kababaang-loob ang hindi niya itinakip sa kamay na bakal ng kapangyarihan!

Ang sumunod na araw ay isa sa hindi malilimot sa aking bu-hay. Ito ay isang mainit na araw ng Huwebes, natatandaan ko pa, noong Hulyo 1915, ilang linggo pagkatapos ng aking pagtatapos sa kolehiyo. Sa loob na balkonahe ng kanyang Serampore hermitage, si Maestro ay nagtubog ng bagong pirasong puting seda sa isang pangkulay na kulay dalandan, ang tradisyonal na kulay ng Swami Order. Pagkatapos matuyo ng tela, ibinalabal itong palibot sa akin ng aking guru bilang isang bata ng tumalikod sa mundo.

"Balang araw ikaw ay pupunta sa Kanluran, kung saan ang seda ay mas gusto nila," aniya. "Bilang simbulo, pinili ko para sa iyo itong materyal na seda sa halip na ang nakaugaliang bulak."

Sa India, kung saan ang mga monghe ay niyayakap ang huwa-ran ng kahirapan, ang isang may kasuotang seda na swami ay bihi-rang makita. Maraming mga yogi, gayunman, ang nagsusuot ng mga sedang bata, na nagpapanatili ng ilang tiyak na pinong daloy na init ng katawan na mas mabuti kaysa bulak.

"Ako ay hindi mahilig sa mga seremonya," ang sabi ni Sri Yuk-teswar. "Gagawin kitang Swami sa *bidwat* (walang seremonyang) pamamaraan."

Ang *bibidisa* o magarbong inisasyon sa buhay swami ay may kasamang isang seremonya ng apoy, kung saan ang simbulo ng seremonya ng paglilibing ay ginagawa. Ang pisikal na katawan ng disipulo ay kinakatawan bilang patay, sinunog sa apoy ng karunun-gan. Ang bagong swami ay binibigyan ng awit tulad ng: "Ang *atma* o kaluluwang ito ay ang Lumalang"* o "Ikaw ay Iyon" o "Ako ay Siya". Ganoon pa man, si Sri Yukteswar, sa kanyang pagmamahal

---

* Literal na, "Ang kaluluwang ito ay Espiritu." Ang Pinakamataas na Espiritu, ang Hindi Nalikha, ay buong-buong walang kondisyon (*neti, neti,* hindi ito, hindi iyan) ngunit laging tinutukoy sa *Vedanta* bilang *Sat-Chit-Ananda,* ibig sabihin, Nilalang-Karunungan-Lubos na Kaligayahan.

sa pagkasimple, ay inalis ang lahat ng pormal na seremonya at hinilingan na lamang akong pumili ng bagong pangalan.

"Bibigyan kita ng karapatang pumili nito," ang sabi niyang nakangiti.

"Yogananda,"* ang sagot ko pagkatapos ng ilang saglit na pag-iisip. Ang ibig sabihin ng pangalan ay "kaluwalhatian" (*ananda*) sa pamamagitan ng Dibinong pakikiisa (*yoga*)."

"Siya nawa. Iiwanan mo ang pangalan ng pampamilyang pangalan mo na Mukunda Lal Ghosh, mula ngayon ikaw ay tatawagin sa pangalang Yogananda ng sangay ng Giri ng Swami Order."

Habang ako ay nakaluhod sa harap ni Sri Yukteswar, at sa unang pagkakataon narinig ko siyang binigkas ang aking bagong pangalan, ang aking puso ay nag-uumapaw sa pasasalamat. Napaka-mapagmahal at walang kapagurang paghihirap ang kanyang ginawa para ang batang si Mukunda, pagdating ng araw ay magbabagong-anyo at magiging ang monghe na si Yogananda!

Ako ay masayang umawit ng kaunting talata mula sa mahabang Sanskrit na awitin ng Panginoong Shankara:†

> Isip, hindi talino, di rin sarili, damdamin;
> Langit, lupa, mga metal ay hindi rin ako.
> Ako ay Siya, ako ay Siya, Banal na Espiritu, ako ay Siya!
> Walang kapanganakan, walang kamatayan, walang kasta ako;
> Ama, Ina, ako ay wala.

---

* Ang Yogananda ay karaniwang pangalan sa mga swami.

† Si Shankara ay kadalasang tinatawag na Shankaracharya; ang ibig sabihin ng *acharya* ay "relihiyosong guro." Ang panahon ni Shankara ay sentro ng karaniwang di-pagkakaunawaan sa pag-aaral. Inihahayag ng ilang panulat na ang walang-katulad na monist ay nabuhay noong ikaanim na siglo B.C.; ibinibigay ng pantas na si Anandagiri ang mga panahong 44-12 B.C.; itinatalaga ng mga Kanluraning mananalaysay si Shankara sa ikawalo o maagang ika-siyam na siglo A.D. Isang pagkakaugnay nang maraming panahon!

Ang yumaong Jagadguru Sri Shankaracharya ng sinaunang Gowardhan Math sa Puri, ang Kanyang Kabanalang Bharati Krishna Tirtha, ay dumalaw sa America nang tatlong buwan noong 1958. Ito ang unang pagkakataon na isang Shankaracharya ay naglakbay sa Kanluran. Ang kanyang makasaysayang paglalakbay ay sinagot ng Self-Realization Fellowship. Nagsalita ang Jagadguru sa harap ng mga pangunahing unibersidad sa America at lumahok sa isang panayam tungkol sa pandaigdigang pangkapayapaan kasama ang tanyag na mananalaysay na si Dr. Arnold Toynbee.

Noong 1959 tinanggap ni Sri Shankaracharya ng Puri ang paanyaya ni Sri Daya Mata, ang pangulo noon, upang gumanap na kinatawan ng mga Guru ng Self-Realization Fellowship/Yogoda Satsanga Society of India sa pag inisasyon tungo sa pagiging swami ang dalawang monghe ng Yogoda Satsanga. Ginawa niya ang seremonya sa Sri Yukteswar temple sa Yogoda Satsanga Ashram sa Puri. (*Tala ng Tagapaglathala*)

Ako ay Siya, ako ay Siya, Banal na Espiritu, ako ay Siya!
Lagpas sa lipad ng guni-guni, walang anyo ako,
Tagos sa mga paa at kamay ng lahat ng buhay;
Pagkaalipin hindi ako takot; ako ay malaya, laging malaya,
Ako ay Siya, ako ay Siya, Banal na Espiritu, ako ay Siya!

Bawat swami ay kasapi sa kalipunan ng mga monastikong orden na pinararangalan sa India mula sa hindi na mabilang na panahon. Itinatag na muli ni Shankaracharya may daang taon na ang nakararaan, ito ay pinangungunahan ng walang patid na kapita-pitagang mga guru (bawat isa ay nagtataglay ng titulong Jagadguru Sri Shankaracharya). Maraming mga monghe, malamang isang milyon, ang bumubuo ng Swami Order; upang makapasok dito dapat tuparin nila ang isang pangangailangan upang makatanggap ng inisasyon mula sa mga taong mismong mga swami. Lahat ng monghe ng Swami Order, ay natatalunton ang kanilang linyang espirituwal na nagmula sa iisang gurung panlahat, si Adi ("ang una") na Shankaracharya. Sila ay may mga panata ng kahirapan (walang pagpapapahalaga sa mga ari-arian), kalinisang puri, at pagsunod sa nakatataas o may kapangyarihang espirituwal. Sa maraming paraan, ang monastikong orden ng Katolikong Kristiyano ay katulad ng mas sinaunang mga Orden ng mga Swami.

Sa kanyang bagong pangalan ang isang swami ay nagdadagdag ng isang salita na nagpapahayag ng pormal na ugnayan sa isa sa sampung bahagi ng Swami Order. Itong mga *dasanamis* o sampung agnomens ay kasama ang *Giri* (bundok), kung saan si Swami Sri Yukteswar Giri, at pagkatapos, ako mismo, ay kasapi. Ang ibang mga sangay ay *Sagara* (dagat) *Bharati* (lupa) *Puri* (sukat) *Saraswati* (talino ng Kalikasan) *Tirtha* (pook ng kabanalan), at *Aranya* (kagubatan).

Ang monastikong pangalan ng isang swami, na karaniwang nagtatapos sa *ananda* (kaluwalhatian) ay nangangahulugan ng kanyang hangad na makamit ang kalayaan sa pamamagitan ng isang tanging landas, kalagayan o uri ng pagka-dibino—pag-ibig, karunungan, diskriminasyon, debosyon, paglilingkod, yoga. Ang kanyang bansag ay tanda ng pakikipag-isa sa Kalikasan.

Ang ulirang walang pag-iimbot na serbisyo sa lahat ng sangkatauhan at ang pagtalikod sa pansariling kaugnayan at ambisyon ang nagdadala ng karamihan sa mga swami na magsagawa ng gawaing pang-kawanggawa at pang-edukasyong gawain sa India o paminsan-minsan sa mga dayuhang lupain. Iniwawaksi ang pagkiling sa kasta, paniniwala, uri, kulay, kasarian at lahi, ang isang swami ay

SRI SHANKARACHARYA sa SRF-YSS PUNONG-TANGGAPAN
Sri Jagadguru Shankaracharya Bharati Krishna Tirtha ng Puri, India sa Self-
Realization Fellowship Pangdaigdig na Punong-Tanggapan, Los Angeles
(Itinatag noong 1925 ni Paramahansa Yogananda). Noong 1958, ang
Jagadguru, pinakamataas na Pinuno ng Swami Order, ay nagpaunlak ng
tatlong-buwang pagdalaw sa Amerika sa pagtangkilik ng Self-Realization
Fellowship. Ito ang kauna-unahan sa kasaysayan ng sinaunang Swami
Order na ang isang Shankaracharya ay naglakbay sa Kanluran.

sinusunod ang tuntuning pagkakapatiran. Ang kanyang layunin ay lubos na pakikiisa sa Espiritu. Pinupuno ang gising at natutulog na kamalayan ng kaisipang, "Ako ay Siya," naglalakbay siyang nasisiyahan sa mundo, ngunit hindi para sa mundo. Sa ganoon lamang niya mabibigyan ng katwiran ang kanyang titulong *swami:* ang sinumang nagsisikap na makamit ang pakikiisa sa *Swa* o Sarili.

Si Sri Yukteswar ay parehong swami at yogi. Ang isang swami, isang pormal na monghe dahilan sa kanyang kaugnayan sa kagalang-galang na Orden, ay hindi kinakailangang maging yogi. Ang sinumang nagsasanay ng isang siyentipikong pamamaraan para sa dibinong realisasyon ay isang yogi. Siya ay maaring may-asawa o walang asawa, maaaring isang taong may katungkulan sa mundo, o isang may pormal na kaugnayan sa relihiyon.

Ang isang swami ay maaring isaisip na sumunod lamang sa daan ng tamang pangangatwiran, ng malamig na pagtalikod; ngunit ang isang yogi ay tumatahak sa isang tiyak na paitaas na hakbang na paraan kung saan ang katawan at isipan ay nadidisiplina at ang kaluluwa ay dahan-dahang nagkakaroon ng kalayaan. Walang ipinagwawalang-bahala sa damdamin o paniniwala, ang isang yogi ay nagsasanay ng masusing subok na subok nang sunod-sunod na ehersisyo na unang binalangkas ng sinaunang mga pantas. Sa bawat kapanahunan ng India, ang yoga ay nakagagawa ng mga taong naging tunay na malaya, tunay na mga Kristong-Yogi.

Katulad ng ibang agham, ang yoga ay angkop sa mga tao sa bawat klima at panahon. Ang teoryang napangunahan ng ilang mangmang na manunulat na ang yoga ay "mapanganib" o "hindi nararapat", para sa mga taga-Kanluran ay lubos na kasinungalingan, at nakalulungkot na napigilan ang maraming tapat na mga mag-aaral sa paghahanap ng kanyang maraming iba't ibang mga biyaya.

Ang yoga ay isang paraan upang mapigilan ang likas na kaguluhan ng kaisipan, na kung hindi ay walang salang pipigilan ang lahat ng tao, sa lahat ng lupain, upang masulyapan ang tunay na kalikasan ng Espiritu. Katulad ng nakapagpapagaling na sikat ng araw, ang yoga ay pantay na kapaki-pakinabang sa mga tao ng Silangan gayundin sa mga tao sa Kanluran. Ang kaisipan ng karamihan sa mga tao ay maligalig at pabago-bago; isang malinaw na pangangailangan ang umiiral para sa yoga: ang siyensiya ng pagpipigil ng isip.

Ipinaliwanag ng sinaunang pantas na si Patanjali* ang yoga

---

* Ang panahon ni Patanjali ay hindi alam, bagamat maraming mga dalubhasa ang nagtatalaga sa kanya sa ikalawang siglo B.C. Gumawa ng mga malalalim na panulat ang mga rishi tungkol sa malawak na bilang ng mga paksa na hindi kayang alisin

bilang "pagpapayapa ng magkakaibang alon sa kamalayan."* Ang kanyang maikli at dalubhasang akda na *Yoga Sutras*, ay bumubuo sa isa sa anim na sistema ng pilosopiyang Hindu. Bilang kabaligta-ran sa mga pilosopiya ng Kanluran, lahat ng anim† na sistemang Hindu ay kumakatawan, hindi lamang sa mga itinuturong mga teorya kundi maging sa mga praktikal din. Pagkatapos tugisin ang bawat maisipang katanungan sa kalikasan ng katotohanan, ang mga sistemang Hindu ay nagbabalangkas ng anim na tiyak na mga disiplina layon ang pirmihang pag-aalis ng kahirapan at pagkakamit ng walang hangganang kaluwalhatian..

Ang sumunod na *Upanishads* ay sinang-ayunan ang *Yoga Su-tras* na isa sa anim na sistema, na naglalaman ng pinakamabisang paraan ng pagtatamo ng tuwirang pang-unawa ng katotohanan. Sa pamamagitan ng praktikal na paraan ng yoga, iniiwan ng tao mag-pakailanman ang tigang na mga daigdig ng haka-haka at kinikilala ang pagdaranas ng karanasan ng totoong Esensiya.

Ang sistemang *Yoga* ni Patanjali ay kilala bilang ang Walong Tiklop na Landas.‡ Ang mga unang hakbang ay (1) *Yama* (marangal na asal), at (2) *Niyama* (pagtupad sa relihiyosong pagdiriwang). Ang *Yama* ay natutupad sa hindi pamiminsala sa iba, katapatan, hindi pagnanakaw, pagpipigil, at walang pag-iimbot. Ang mga kautusang *niyama* ay kalinisan ng katawan at isip, kasiyahan sa lahat ng

---

sa uso ng mga panahon; gayunpaman, sa panghihilakbot ng mga mananalaysay hindi man lang inilagay ng mga pantas ang kanilang mga petsa o pagkakakilanlan sa kanilang mga malikhaing akda. Alam nila na ang kanilang maikling panahon ay mayroon lamang panandaliang kahalagahan bilang kislap ng dakilang walang hanggang Buhay; at ang katotohanan ay walang panahon, imposibleng lagyan ng tatak-pangkalakal, at walang sariling ari-arian.

* "*Chitta vritti nirodha*" (*Yoga Sutras* I:2), na maaari ring isalin bilang "pagtigil ng mga pag-iiba-iba ng mga bagay-bagay sa isipan." Ang *chitta* ay malawakang termino para sa prinsipyong pag-iisip, na sumasakop sa pranic na lakas ng buhay, *manas* (isip o kamalayang pandama), *ahamkara* (pagka-makasarili), at *buddhi* (karunungang intuwisyon). Ang *vritti* (literal na "puyo ng tubig") ay tumutukoy sa mga alon ng pag-iisip at pakiramdam na walang-tigil na pumapaibabaw at pumapailalim sa kamalayan ng tao. Ang *nirodha* ay pag-alis ng pagkiling, pagpapatigil, at pamamahala.

† Ang anim na tinatanggap (nakabatay-sa-Vedas) na sistema ay *Sankya, Yoga, Vedanta, Mimamsa, Nyaya*, at Vaisesika. Ang mga mambabasang mahilig sa mahuhusay ay matutuwa sa mga pino at malawak na sakop nitong mga sinaunang panulat na nilalagom sa Ingles sa *A History of Indian Philosophy*, Vol. I, ni Prof. Surendranath Dasgupta (Cambridge Univ. Press).

‡ Hindi dapat ituring na "Noble Eightfold Path" ng Buddhism, isang patnubay sa paraan ng pamumuhay ng tao, na mga sumusunod: (1) tamang mga huwaran, (2) tamang motibo, (3) tamang pananalita, (4) tamang kilos, (5) tamang paraan ng hanapbuhay, (6) tamang pagsisikap, (7) tamang pag-aalala (sa Sarili), at (8) tamang pag-unawa (*samadhi*).

kalagayan, disiplina sa sarili, pagninilay-nilay at debosyon sa Diyos at guru.

Ang mga susunod na hakbang ay (3) *asana* (tamang posisyon); ang gulugud ay dapat ituwid, at ang katawan ay matatag sa maginhawang posisyon para sa meditasyon. (4) *Pranayama* (pamamahala ng hininga, pinong daloy ng buhay, at (5) *Pratyahara* (pag-urong ng pandamdam) mula sa mga panlabas na mga bagay)

Ang mga huling hakbang ay mga anyo ng wastong yoga. (6) *dharana* (konsentrasyon), ang pagtuon ng isip sa isang paksa; (7) *dhyana* (meditasyon) at (8) *samadhi* (pinakamataas na kamalayan). Itong Walong Tiklop na Landas ng Yoga ay patungo sa panghuling layunin na *kaivalya* (kaganapan), kung saan ang yogi ay mauunawaan ang Katotohanan sa kabila ng lahat ng pangamba ng kaisipan.

"Alin ang mas dakila," maaaring itanong, "ang swami o ang yogi?" Kapag at kung makamit ang pakikiisa sa Diyos, ang pagkakaiba ng iba't-ibang mga landas ay nawawala. Gayunman, itinuturo ng Bhagavad Gita na ang mga sistema ng yoga ay sumasakop sa lahat. Ang mga pamamaraang ito ay hindi lamang nauukol sa ilang uri at pag-uugali, na tulad ng iilang mga tao na may pagkiling sa buhay monastiko; ang yoga ay hindi nangangailangan ng pormal na pakikipagsapi. Sapagkat ang siyensiya ng yoga ay nakakatugon sa sandaigdigang pangangailangan, mayroon itong likas na pang-akit sa sanlibutan.

Ang tunay na yogi ay maaring manatili sa katungkulan sa mundo; doon siya ay tulad ng mantekilya sa tubig, hindi katulad ng hindi pa nahahalo at madaling lumabnaw na gatas nang walang disiplinang sangkatauhan. Ang pagtupad ng pananagutan sa mundo ay hindi kinakailangang humiwalay ang tao sa Diyos, kapag mapapanatili niya ang walang ugnayang kaisipan sa pansariling pagnanais at gampanan ang tungkulin sa buhay bilang maluwag sa kaloobang kasangkapan ng Dibino.

May ilang bilang ng mga dakilang tao, na nabubuhay ngayon sa Amerika o Europa o iba pang hindi Hindung katawan, na kahit hindi pa narinig ang salitang *yogi* at *swami*, ay tunay na mga halimbawa ng mga ganoong salita. Sa pamamagitan ng kanilang walang pag-iimbot na paglilingkod sa sangkatauhan, o kaya dahil sa pagtatagumpay nila sa silakbo ng damdamin at kaisipan, o dahilan sa kanilang taos-pusong pag-ibig sa Diyos, o dahilan sa kanilang malakas na konsentrasyon, sila ay, maituturing na mga yogi; naitakda nila ang mga sarili sa layunin ng yoga—pagpipigil sa sarili. Ang mga taong ito ay maiaangat pa ang sarili sa pinakamatayog na kalagayan kung sila ay naturuan ng tiyak na siyensiya ng yoga, kung saan maaring bigyan pa ng lalong may kamalayang pamamahala ang isip at buhay.

Ang yoga ay mababaw na binigyan ng maling pagkaunawa ng ilang mga manunulat sa Kanluran, ngunit ang mga kritiko nito ay hindi kailanman naging kabilang sa mga pagsasanay ng yoga. Kabilang sa maalalahaning parangal sa yoga ay maaring banggitin ang isa mula kay Dr. C.G. Jung, ang tanyag na Swissong sikologo.

"Kapag ang relihiyosong paraan ay inirerekomenda ang sarili bilang 'pansiyensiya', ito ay nakatitiyak ng pagkakaroon ng tagapakinig sa Kanluran. Tinutupad ng yoga ang ganitong inaasahan," sinulat ni Dr. Jung.* "Ganap na hiwalay sa pang-akit ng pagiging bago, at ang pagkalugod sa hindi gaanong nauunawaan, mayroong magandang dahilan ang Yoga para magkaroon ng maraming tagasunod. Ito ay nag-aalay ng posibilidad ng napipigil na karanasan, at sa gayon ay natutugunan ang kailangan ng siyensiya na 'katotohanan'; at, bukod pa rito, sa dahilan ng kanyang kaluwangan at kalaliman, ang kagalang-galang na kapanahunan, ang kanyang paniniwala at paraan kung saan kasama ang bawat antas ng buhay, ito ay nangangako ng hindi-pa-napapangarap na posilibidad.

"Bawat relihiyoso at pilosopikal na pagsasanay ay nangangahulugan ng pang-sikolohikal na disiplina, ang paraan ng pangangalaga ng pag-iisip. Ang marami at iba't ibang purong pang-katawang pamamaraan ng Yoga† ay nangangahulugan din ng pangangalaga ng katawan, na mas mahusay kaysa pangkaraniwang dyimnastiks at ehersisyo sa paghinga sa dahilang hindi lamang mekanikal at makasiyensiya, kundi ito rin ay pilosopikal; sa kanyang pagsasanay sa mga bahagi ng katawan, at pinag-iisa niya ito sa kabuuan ng espiritu, na maliwanag, halimbawa, sa ehersisyong *Pranayama* kung saan ang *Prana* ay parehong ang hininga at ang pandaigdig na dinamika ng kosmos....

"Ang pagsasanay sa Yoga...ay hindi magiging mabisa kung walang konsepto sa batayan ng yoga. Pinagsasama niya ang pang-katawan at ang pang-espirituwal sa isang pambihirang ganap na paraan.

* Dumalo si Dr. Jung sa Indian Science Congress noong 1937 at tumanggap ng isang honorary degree mula sa University of Calcutta.

† Dito ay tinutukoy ni Dr. Jung ang *Hatha Yoga*, isang natatanging sangay ng posisyon ng katawan at pamamaraan para sa kalusugan at pagpapahaba ng buhay. Ang *hatha* ay mahalaga, at nakakagawa ng kagila-gilalas na epekto sa katawan, ngunit itong sangay ng yoga ay bihirang ginagamit ng mga yogi na nakatutok sa espirituwal na kalayaan.

"Sa Silangan, kung saan ang mga ideya at pagsasanay dito ay umunlad, at kung saan sa ilang libong panahon ng walang patid na tradisyon ay nakalikha ng kinakailangang mga pundasyong espirituwal, ang Yoga ay, tulad ng madali kong paniwalaan, ang ganap at angkop na paraan sa pagsasanib ng katawan at isip upang makabuo ng pagkakaisa na bihirang pinag-aalinlanganan. Ang pagkakaisang ito ay nakalilikha ng sikolohikal na kalooban na nagiging daan ng mga intuwisyon na lampas sa kamalayan."

Nalalapit na ang araw sa Kanluran kung saan ang panloob na siyensiya ng pagpigil sa sarili ay matutuklasang kailangan na tulad ng panlabas na pananakop sa Kalikasan. Makikita na sa Panahong Atomiko na ang kaisipan ng mga tao ay nagkaroon ng kahinahunan at napalawak sa kasalukuyang siyentipikong hindi matutulang katotohanan na ang bagay sa totoo lang ay isang konsentrasyon ng enerhiya. Makakayanan at dapat pakawalan ng isip ng tao sa kanyang kalooban ang mga enerhiyang mas higit kaysa sa nasa loob ng mga bato at metal, at baka ang materyal na atomikong higante, na bago pa lang pinakakawalan, ay bumaling sa mundo at walang patumanggang manira. Ang hindi tuwirang pakinabang sa malasakit ng sangkatauhan sa bombang atomiko ay maaaring ang ibayong praktikal na interes sa siyensya ng yoga,* isang tunay na "hindi tinatalaban-ng-bombang silungan".

---

* Maraming hindi maalam na tao ang bumabanggit sa yoga bilang *Hatha Yoga* o inaakala ang yoga bilang "mahika," madilim at misteryosong mga ritwal upang maabot ang kagila-gilalas na mga kapangyarihan. Bagama't kapag binanggit ng mga iskolar ang yoga, ang ibig nilang sabihin ay ang sistemang ipinapaliwanag sa *Yoga Sutras* (na kinikilala din bilang *Patanjali's Aphorisms*): *Raja* ("maharlikang") *Yoga*. Ang panulat ay sumasaklaw sa mga pilosopiyang konseptong lubhang dakila upang manghikayat ng mga komentaryo ng ilang dakilang tagaisip sa India, kasama na ang naliwanagang Maestro na si Sadasivendra (tingnan ang ph. 468 n.).

Tulad ng lima pang tinatanggap (batay-sa-Vedas) na sistemang pilosopikal, ipinagpapalagay ng *Yoga Sutras* ang "mahika" ng dalisay na puri (ang "sampung utos" ng *yama* at *niyama*) bilang kinakailangang batayan para sa matibay na imbestigasyong pilosopikal. Itong personal na hinihingi, na hindi ipinagpipilitan sa Kanluran, ang nagbibigay ng matibay na kasiglaan sa anim na disiplinang Indian. Ang kosmikong kaayusan (*rita*) na nag-aangat sa sandaigdig ay hindi naiiba sa kaayusang kabutihan na namamahala sa kapalaran ng tao. Ang sinumang hindi pumapayag na sumunod sa pandaigdigang tuntuning-pangkabutihan ay hindi tunay na nagsisikap na hanapin ang katotohanan.

Binabanggit ng Seksiyon III ng *Yoga Sutras* ang iba't ibang milagrosong kapangyarihan ng yoga (*vibhutis* at *siddhis*). Ang totoong karunungan ay laging kapangyarihan. Ang daan ng yoga ay nahahati sa apat na yugto, ang bawat isa ay mayroong tanging pagpapahayag na *vibhuti*. Sa pag-abot ng tanging kapangyarihan, nalalaman ng yogi na matagumpay niyang naipasa ang mga pagsubok ng isa sa apat na yugto. Ang paglabas ng natatanging mga kapangyarihan ay pagpapatunay sa siyentipikong balangkas ng sistemang yoga, kung saan ang mapanlinlang na kaisipan tungkol sa "espirituwal na pag-unlad" ay nawawala; kinakailangan ang patunay!

Binabalaan ni Patanjali ang deboto na ang pakikiisa sa Espiritu ang natatanging adhika, hindi ang pagkakaroon ng mga *vibhutis*—ang nagkataon lamang na mga bulaklak sa banal na daan. Sana ay hanapin ang Walang-Hanggang Tagabigay, hindi ang Kanyang pambihirang mga handog! Hindi ibinubunyag ng Diyos ang Kanyang Sarili sa isang naghahanap na kuntento sa higit na mababang maaabot. Ang nagsisikap na yogi kung gayon ay maingat na hindi gamitin ang kanyang pambihirang kapangyarihan, kung hindi ay mapapalabas ang maling kayabangan at maaabala siya sa pagpasok sa sukdulan na kalagayang *Kaivalya*.

Kapag naabot na ng yogi ang kanyang Walang-Hanggang Adhika, ginagamit niya ang mga *vibhutis*, o magpigil sa paggamit ng mga ito, kung anuman ang naisin niya. Kung gayon, lahat ng kanyang kilos, mahimala man o hindi, ay magagawa nang walang kinalaman ang karma. Ang mga pinagkikilang bakal ng karma ay naaakit lamang kapag nananatili pa rin ang magneto ng pagka-makasarili.

KABANATA 25

Ang Kuya Ananta at Kapatid kong si Nalini

"Si Ananta ay hindi mabubuhay; ang mga buhangin ng kanyang karma sa buhay na ito ay paubos na."

Ang matatag na mga salitang ito ay nakarating sa aking panloob na kamalayan samantalang ako ay nakaupo isang umaga sa malalim na meditasyon. Sa loob nang maikling panahon pagkatapos kong pumasok sa Swami Order, dumalaw ako sa pook ng aking kapanganakan, sa Gorakhpur, bilang panauhin ng aking nakatatandang kapatid na si Ananta. Isang biglaang karamdaman ang sanhi ng kanyang pagkaratay sa higaan; kaya inalagaan ko siya nang buong pagmamahal.

Pinuno ako ng dalamhati ng seryosong panloob na pahayag. Sa pakiramdam ko, hindi ko kayang manatili nang matagal sa Gorakhpur, upang makita ko lamang ang aking kapatid na mawala sa harap ko na wala akong magawa. Sa gitna ng hindi nakauunawang pagpuna mula sa aking mga kamag-anak, umalis ako sa India sakay ng unang maaaring masakyang barko. Ito ay naglayag patungong Burma, China Sea, at Japan. Ako ay bumaba sa Kobe, kung saan ako tumigil nang ilang araw lamang. Ang puso ko ay masyadong mabigat upang panoorin ang mga tanawin.

Sa pabalik na paglalakbay sa India, ang bapor ay dumaong sa Shanghai. Doon, si Dr. Misra, ang manggagamot ng barko, ay sinamahan ako sa maraming tindahan ng mga pasalubong, kung saan ako ay pumili ng iba't ibang regalo para kay Sri Yukteswar, sa aking pamilya at mga kaibigan. Para kay Ananta, bumili ako ng isang malaking pirasong inukit na kawayan. Hindi pa natatagalang iniabot sa akin ang kawayang alaala ng Tsinong nagtitinda, nang ito ay aking nabitawan at nahulog sa sahig. Napasigaw ako ng, "binili ko ito para sa mahal kong patay na kapatid!"

Isang maliwanag na realisasyon ang sumagi sa akin na ang kanyang kaluluwa ay kasalukuyang pinakakawalan sa Walang Hanggan. Ang alaala ay matindi at makahulugang nabiyak sa kanyang pagbagsak; sa gitna ng aking paghikbi, isinulat ko sa ibabaw ng kawayan: "Para sa pinakamamahal kong si Ananta, na ngayon ay wala na."

Ang aking kasama, ang doktor, ay pinagmamasdan akong nakangiting nanunuya.

"Pigilan mo ang iyong pagluha," ang sabi niya, "Bakit mo pinatutulo, hangga't hindi mo natitiyak na siya ay patay nga?"

Nang makarating ang aming barko sa Calcutta, sinamahan akong muli ni Dr.Misra. Ang pinakabata kong kapatid na si Bishnu ay naghihintay upang salubungin ako sa pantalan.

"Alam ko na si Ananta ay umalis sa buhay na ito," ang sabi ko kay Bishnu, bago pa siya nagkaroon ng panahong makapagsalita. "Maaari ba sabihin mo sa akin, at sa Doktor na naririto, kung kailan namatay si Ananta."

Sinabi ni Bishnu ang petsa, na siya mismong araw na binili ko ang mga pasalubong sa Shanghai.

"Makinig ka!" ang bulalas ni Dr. Misra, "Huwag mong pabayaang makalabas ang anumang balita tungkol dito! Ang mga propesor ay magdadagdag pa ng isang taong pag-aaral nang kaisipang telepatiya sa kursong medisina, na ngayon ay sapat na ang haba!"

Magiliw akong niyakap ng aking ama pagpasok ko sa aming tahanan. "Dumating ka na," ang malambing niyang salita. Dalawang malalaking luha ang bumagsak mula sa kanyang mga mata. Karaniwan siyang hindi nagpapakita ng damdamin, at kahit kailan ay hindi pa niya ipinakita itong panlabas na tanda ng pagmamahal. Sa panlabas na anyo siya ay pormal na ama, ngunit ang kalooban ay may madaling matunaw na puso ng isang ina. Sa lahat ng kapakanan ng pamilya, ginagampanan niya itong dalawang papel ng magulang.

Hindi nagtagal, pagkatapos ng pagpanaw ni Ananta, ang nakababata kong kapatid na si Nalini ay naibalik mula sa pintuan ng kamatayan, sa tulong ng isang dibinong pagpapagaling. Bago ko ituloy ang salaysay, babalikan ko ang ilang aspeto ng aming maagang buhay.

Ang kabataang ugnayan sa pagitan ni Nalini at ako ay hindi likas na pinakamasaya. Ako ay napakapayat; at siya ay mas payat pa. Sa hindi sinasadyang motibo, na ang mga sikolohista ay hindi mahihirapang tukuyin, ako ay madalas manudyo sa aking kapatid tungkol sa kanyang itsura. Ang mga sagot niya sa akin ay parehong puno ng walang pakiramdam na katapatan ng sukdulang kabataan. Kung minsan, si Ina ay namamagitan at panandaliang tatapusin ang away-bata sa pamamagitan ng marahang suntok sa aking tainga (ang nakatatandang tainga).

Pagkatapos ng kanyang pag-aaral, si Nalini ay naitakdang ikasal kay Doctor Panchanon Bose, isang kalugud-lugod na batang manggagamot sa Calcutta. Isang detalyadong ritwal ng pagiisang- dibdib ang ipinagdiwang sa angkop na panahon. Sa gabi ng kasal, sumali ako sa marami, at masasayang grupo ng mga kamag-anak sa salas ng aming tahanan sa Calcutta. Ang lalaking ikakasal ay nakasandal sa malaking gintong brokadong unan, at si Nalini ay nasa kanyang tabi. Ang isang maringal na moradong sutlang *sari** ay hindi sapat, upang pagtakpan nang buo ang kanyang patulis na katawan. Sumilong ako sa likod ng unang inuupuan ng aking bagong bayaw at ngumisi sa anyong pagkakaibigan. Hindi pa niya kailanman nakita si Nalini hanggang sa araw ng seremonya ng kasal, kung kailan sa wakas ay nalaman niya kung ano ang kanyang makukuha sa loterya ng matrimonya.

Nararamdaman niya ang aking simpatiya, banayad na itinuro ni Dr. Bose si Nalini, at ibinulong sa aking tainga ang, "Sabihin mo, ano ba ito?"

"Aba, Doktor," ang sagot ko, "Iyan ay isang kalansay para sa iyong pag-aaral!"

Sa paglipas ng mga taon ay napamahal si Dr. Bose sa aming pamilya, na tinatawag siya kapag may nagkakasakit. Siya at ako ay mabilis na naging magkaibigan, madalas nagkakabiruan na karaniwang si Nalini ang aming pinatutungkulan.

"Ito ay isang pambihirang medikal na bagay," ang sabi sa akin ng aking bayaw isang araw, "Nasubukan ko na ang lahat sa iyong payat na kapatid—cod liver oil, mantekilya, chocolate, pulut-pukyutan, isda, karne, itlog, mga inuming pampagana. Ayaw pa ring tumaba kahit ika-isang daang bahagi ng isang pulgada."

Pagkaraan ng ilang araw, dumalaw ako sa tahanan ng mga Bose. Ang sadya ko roon ay nagtagal lamang nang ilang minuto, ako ay papaalis na, hindi napansin, sa pag-aakala ko, ni Nalini. Pagdating ko sa pintuan sa harapan, narinig ko ang kanyang boses, taos-puso ngunit nagmamando.

"Kapatid, halika dito. Hindi ka makalulusot ngayon. Gusto kong makipagusap sa iyo."

Inakyat ko ang hagdanan papunta sa kanyang silid. Nagulat ako, dahil siya ay lumuluha.

"Mahal na kapatid," ang sabi niya, "ibaon na natin ang lumang

---

* Ang mayuming ibinabalot na damit ng mga kababaihang Indian

palataw. Nakikita ko na ang iyong mga paa ay matatag nang nani-
nindigan sa landas espirituwal. Ibig kong maging katulad mo sa la-
hat ng bagay." Umaasa siyang nagdagdag, "Ikaw ngayon ay malusog
ang kaanyuan; maari mo ba akong tulungan?" Ang aking asawa ay
ayaw lumapit sa akin; at mahal na mahal ko siya! Ngunit ang aking
pangunahing hangarin ay upang umunlad sa pang-unawa sa Diyos,
kahit na ako ay mananatiling payat* at hindi kaakit-akit."

Ang aking puso ay labis na naantig sa kanyang pakiusap. Ang
aming bagong pagkakaibigan ay matatag na umunlad; isang araw,
hiniling niyang maging disipulo ko.

"Sanayin mo ako sa anumang paraang ibig mo. Ako ay umaasa
sa Diyos sa halip na sa mga inuming pampalakas ng katawan." Ini-
pon niya lahat sa kanyang bisig ang mga medisina at ibinuhos ang
mga ito sa alulod sa labas ng kanyang bintana.

Bilang pagsubok sa tibay ng kanyang paniniwala, hiniling kong
alisin niya sa kanyang karaniwang kinakain ang lahat ng isda, karne
at itlog.

Pagkatapos ng maraming buwan, kung saan si Nalini ay mahig-
pit na sinunod ang maraming patakaran na aking binalangkas, at
nanindigan sa kanyang pagkain lamang ng gulay kahit na mahirap,
ako ay dumalaw sa kanya.

"Kapatid, ikaw ay matapat na sumusunod sa espirituwal na
pag-uutos, malapit na ang iyong gantimpala." Ngumiti akong may
kapiluyhan. "Gaano kataba mo gustong lumaki? Kasing taba ba ng
ating tiyahin na hindi pa nakikita ang kanyang mga paa sa loob ng
maraming taon?"

"Hindi! Ngunit ako ay nasasabik na maging kasing-taba mo."

Sumagot akong taimtim. "Sa pamamagitan ng grasya ng Di-
yos, katulad nang pagsasabi ko ng katotohanan lamang,† ako ay

---

* Dahil karamihan sa mga tao sa India ay payat, ang makatwirang katabaan ay
itinuturing na kanais-nais.

† Ipinapahayag ng mga kasulatang Hindu na iyong mga palagiang nagsasabi ng
katotohanan ay napapaunlad ang kapangyarihan ng pagpapatotoo ng kanilang mga
salita. Alinmang utos na sinasambit nila mula sa puso ay natutupad. (*Yoga Sutras*
II:36)

Dahil ang mga mundo ay nakabatay sa katotohanan, pinupuri ito ng lahat ng mga
kasulatan bilang isang birtud na maaaring gamitin ng tao upang iangkop ang kanyang
buhay sa Walang Hanggan. Laging sinasabi ni Mahatma Gandhi na: "Ang Diyos ay
Katotohanan"; ang habambuhay niyang pagsisikap ay tungo sa ganap na katotohanan
sa isip, salita, at gawa. Sa lahat ng panahon, ang huwarang *satya* (katotohanan) ay
lumaganap sa lipunang Hindu. Sinasabi sa atin ni Marco Polo na ang mga *Brahmin*
"ay hindi magsisinungaling para sa anuman sa mundo." Sinasabi ng isang Ingles
na hukom sa India, na si William Sleeman sa kanyang *Journey Through Oudh in*

nagsasabi ng totoo ngayon. Sa tulong ng dibinong mga biyaya, ang iyong katawan ay siguradong magbabago mula ngayon; sa loob ng isang buwan, ito ay magkakaroon ng pantay na bigat sa aking katawan."

Itong mga salitang nagmula sa aking puso ay nagkaroon ng katuparan. Sa loob ng tatlumpung araw, ang timbang ni Nalini ay pumantay sa akin. Ang bagong bilugang katawan ay nagbigay sa kanya ng kagandahan; ang kanyang asawa ay umibig nang malalim sa kanya. Ang kanilang kasal na nagsimula nang hindi kasiya-siya ay naging huwaran sa kaligayahan.

Sa aking pagbabalik mula sa Japan, nalaman ko na sa panahon ng aking paglalakbay, si Nalini ay tinamaan ng sakit na tipus. Nagmadali akong pumunta sa kanilang tahanan, ako ay nangilabot ng makita siyang sukdulang namayat. Siya ay walang-malay.

Ang bayaw ko ay nagsabi sa akin, "bago nalito ang kanyang pag-iisip dahilan sa kanyang karamdaman, siya ay madalas magsabi ng: 'kung ang kapatid kong si Mukunda ay narito, hindi ako magkakaganito.'" Idinagdag niyang luhaan, "Ang ibang mga doktor at ako ay walang nakikitang sinag ng pag-asa. Pagkatapos ng mahabang pakikibaka sa sakit na tipus, ang madugong disinterya ay nagsimula na."

Sinubukan kong matinag ang langit at lupa sa aking panalangin. Hiningan ko ng tulong ang isang Anglo-Indian na nars, na nagbigay ng buong pusong pakikipagtulungan, at ginamit ko sa aking kapatid ang maraming yogang paraan ng paggamot. Ang madugong disinterya ay nawala.

Ngunit si Dr. Bose ay umiiling na nagdadalamhati. "Talagang wala na siyang natirang dugo upang ilabas."

"Siya ay gagaling," ang matatag kong sagot. "Sa loob ng pitong araw, ang kanyang lagnat ay mawawala."

Paglipas ng isang linggo, natuwa akong makita si Nalini na dumilat ang mga mata at tumingin sa akin nang may mapagmahal na pagkilala. Magmula sa araw na iyon naging mabilis ang kanyang paggaling. Kahit na naibalik ang kanyang dating bigat, siya ay may dala-dalang malungkot na tanda ng kamuntik nang ikinamatay na pagkakasakit. Ang kanyang mga paa ay naparalisa. Ang mga espesyalistang Indian at English ay nagpahayag na siya ay isang walang pag-asang lumpo.

1849-50: "Napasaakin ang daan-daang kaso kung saan ang ari-arian ng isang tao, ang kanyang kalayaan, o buhay ay nakabatay sa kanyang pagsisinungaling; at tumanggi siyang magsabi nito."

Ang walang tigil na pakikibaka para sa kanyang buhay na aking inilunsad sa panalangin ay umubos ng aking lakas. Ako ay nagpunta sa Serampore upang humingi ng tulong kay Sri Yukteswar. Ang kanyang mga mata ay nagpakita ng malalim na pakikiramay habang sinasabi ko ang naging kapalaran ni Nalini.

"Ang mga paa ng iyong kapatid ay magiging normal pagkatapos ng isang buwan." Dagdag pa niya, "Bigyan mo siya ng isang bigkis na may walang butas na dalawang karat na perlas at isuot ito na dikit sa kanyang balat."

Ako ay nagpatirapa sa kanyang paanan na may maginhawang kasiyahan.

"Ginoo, kayo po ay isang maestro; ang inyong salita na siya ay gagaling ay sapat na. Ngunit kung iyon ang gusto ninyo, ako ay magmamadaling ikuha siya ng perlas!"

Tumango ang aking guru. "Oo, gawin mo iyon." Siya ay nag-patuloy na ilarawan nang tama ang mga katangiang pisikal at pang-kaisipan ni Nalini, na kahit kailan ay hindi pa niya nakikita.

"Ginoo," tanong ko,"ito po ba ay astrolohikang pagsusuri? Hindi ninyo alam ang oras at araw ng kanyang kapanganakan."

Ngumiti si Sri Yukteswar. "Mayroong isang mas malalim na astrolohika, na hindi umaasa sa pahayag ng mga kalendaryo at orasan. Bawat tao ay isang bahagi ng Lumikha o Kosmikong Tao; mayroon siyang katawang panlangit at isa para sa lupa. Ang pani-ngin ng tao ay nakikita ang pisikal na anyo, ngunit ang panloob na paningin ay tumatagos nang mas malalim, kahit na sa pandaigdig na padron kung saan ang bawat tao ay mahalaga at kasama sa ka-buuan at indibiduwal na bahagi."

Bumalik ako sa Calcutta at bumili ng perlas* para kay Nalini.

---

* Ang mga perlas at iba pang hiyas, pati mga metal at halaman, na direktang inilalagay sa balat ng tao, ay nagkakaroon ng electromagnetikong impluwensiya sa mga selyula ng katawan. Ang katawan ng isang tao ay nagtataglay ng carbon at iba-ibang elementong metal na naroon din sa halaman, sa metal, at hiyas. Ang mga natuklasan ng mga rishi sa mga larangang ito ay walang-dudang magkakaroon ng kumpirmasyon mula sa mga pisyolohista. Ang sensitibong katawan ng tao, na mayroong buhay na koryente, ay isang sentro ng maraming kababalaghang hindi pa natutuklasan.

Bagama't may halagang panlunas ang mga metal na pulseras sa katawan, mayroon pang isang dahilan si Sri Yukteswar upang irekomenda ang mga ito. Hindi ninanais ng mga Maestro na ipakitang sila ay dakilang manggagamot: ang Diyos lamang ang Manggagamot. Dahil dito, kadalasang nilalambungan ng mga santo ng iba-ibang pagbabalatkayo ang kanilang mga kapangyarihan na may kababaang-loob na natanggap nila mula sa Panginoon. Kadalasang pinagkakatiwalaan ng tao ang mga bagay na nakikita; kapag nagpapagamot ang mga tao sa aking guru, pinapayuhan niya ang mga ito na magsuot ng pulseras o hiyas upang gisingin ang kanilang pananampalataya at upang ibaling din ang atensyon mula sa kanya. Tinataglay din

Pagkaraan ng isang buwan, ang naparalisa niyang mga paa ay tuluyang ganap na gumaling.

Hiniling ng kapatid ko na iparating ko ang kanyang taos-pusong pasasalamat sa aking guru. Siya ay tahimik na nakinig sa mensahe. Ngunit nang ako ay paalis na, siya ay nagbigay ng isang lipos na komentaryo:

"Ang kapatid mo ay pinagsabihan ng maraming mga manggagamot na hindi na siya kailanman maaring magkaanak. Tiyakin mo sa kanya na sa loob ng ilang taon siya ay magluluwal ng dalawang anak na babae."

Paglipas ng ilang taon, sa kagalakan ni Nalini, nagkaanak siya ng isang babae, at, sa loob nang kaunti pang mga taon, isa pang anak na babae.

---

ng mga pulseras at hiyas, kasama ng nga likas nilang elektromagnetikong lakas na magpagaling, ang natatagong biyayang espirituwal ni Maestro.

SRI DAYA MATA sa DIBINONG PAKIKIPAGNIIG

Sri Daya Mata, ikatlong pangulo ng Self-Realization Fellowship/Yogoda Satsanga Society of India, nasa malalim na meditasyon, sa panahon ng isang pagdalaw sa India noong 1968. "Itinuro ni Paramahansa Yogananda sa amin ang paraan," isinulat niya, "hindi lamang sa kanyang pananalita at dibinong huwaran kundi ibinigay niya sa amin ang siyentipikong mga paraan ng meditasyong SRF. Hindi posibleng matugunan ang pagkauhaw ng kaluluwa sa pagbabasa lamang ng tungkol sa katotohanan. Kailangang uminom ng malalim mula sa Bukal ng Katotohanan—Diyos. Ang Sariling-Pang-unawa ay ganyan lamang ang kahulugan: tuwirang karanasan sa Diyos"

Isang tunay na "Ina ng Awa," tulad ng ipinahihiwatig ng kanyang pangalang Daya Mata, ang naging tema ng kanyang buhay ay mahalin ang Diyos at ibahagi ang Kanyang pagmamahal sa lahat.

Ang Siyensiya ng Kriya Yoga

Ang siyensiya ng *Kriya Yoga,* na madalas banggitin sa mga pahinang ito, ay naging malawak na kaalaman sa makabagong India sa pamamagitan ni Lahiri Mahasaya, ang guru ng aking guru.ang Sanskrit na ugat ng *kriya* ay *kri,* gawin paggawa at tugon; ganoon din ang ugat na makikita sa salitang *karma,* ang likas na prinsipyo nang sanhi at epekto. Ang *Kriya Yoga* kung ganoon ay "pag-iisa (*yoga*) sa Walang Hanggan sa pamamagitan ng isang gawa o ritwal (*kriya*)." Ang isang yogi na matapat na nagsasanay sa paraan ay dahan-dahang nakakawala sa karma o ang alinsunod sa batas na magkakakabit at magkatimbang na sanhi at epekto.

Dahil sa ilang sinaunang mga kautusan ng yoga, ako ay hindi maaring magbigay ng buong paliwanag ng *Kriya Yoga* sa isang aklat na nauukol sa pang-kalahatang publiko. Ang tunay na paraan ay dapat lamang malaman mula sa nabigyan nang pahintulot na *Kriyaban* (Kriya Yogi) ng Self-Realization Fellowship (Yogoda Satsanga Society of India),* Para dito, ang isang malawak na pagbanggit ay sapat na.

Ang *Kriya Yoga* ay isang simpleng pangkaisipan at pangkatawang paraan kung saan ang dugo ng tao ay inaalisan ng carbonic acid at muling kinakargahan ng oksiheno. Ang mga atomo nitong karagdagang oksiheno ay nababago at nagiging daloy ng buhay na lumalaganap upang mapasiglang muli ang isip at mga sentro ng gulugud. Sa pamamagitan ng pagpapatigil ng pag-ipon ng makamandag na dugo, maaaring bawasan o pigilan ng isang yogi ang pagkabulok ng mga tisyu. Ang masulong na yogi ay binabago ang kanyang selula upang maging enerhiya. Si Elijah, Hesus, Kabir at iba pang mga

---

* Iginawad ni Paramahansa Yogananda sa mga papalit sa kanya bilang pangulo at espirituwal na pinuno ng kanyang kapisanan (Self-Realization Fellowship/Yogoda Satsanga Society of India) ang kapangyarihang magbigay ng pag-aaral na *Kriya Yoga* at inisasyon sa mga karapat-dapat na estudyante, o atasan ang naordinahang SRF/YSS na ministro upang gawin ito. Pinaghandaan din niya ang walang hanggang pagpapalawak ng siyensiyang *Kriya Yoga* sa pamamagitan ng kanyang *Araling Self Realization Fellowship (Yogoda),* na makukuha sa SRF International Headquarters sa Los Angeles (tingnan ang ph.602). (*Tala ng Tagapaglathala*)

propeta ay naunang mga Maestro sa paggamit ng *Kriya* o isang ka-tulad na pamamaraan, kung saan may kakayahan silang magpakita at magpawala ng kanilang mga katawan sa kanilang kagustuhan.

Ang *Kriya* ay isang sinaunang siyensiya. Tinanggap ito ni Lahiri Mahasaya mula sa kanyang dakilang guru, si Babaji, na siyang mu-ling nakatuklas at nagpaliwanag sa pamamaraan pagkatapos nitong mawala sa Madilim na Panahon. Binigyan ito ng bagong pangalan ni Babaji, simpleng, *Kriya Yoga.*

"Ang *Kriya Yoga* na aking ibinibigay sa mundo sa pamamagitan mo dito sa ikalabing-siyam na siglo," ang sabi ni Babaji kay Lahiri Mahasaya, " ay isang pagbibigay-buhay sa dating siyensiya na ibi-nigay ni Krishna libo-libong taon na ang nakararaan kay Arjuna; na pagkatapos ay nalaman nina Patanjali at Kristo, at ni San Juan, San Pablo, at iba pang mga disipulo."

Ang *Kriya Yoga* ay dalawang ulit binanggit ni Panginoon Krishna, ang pinakadakilang propeta ng India, sa Bhagavad Gita. Ang isang taludtod ay nagsasaad: "Iniaalay ang papasok na hininga sa papa-labas na hininga, at iniaalay ang papalabas na hininga sa papasok na hininga, ang yogi ay pinagpapantay ang dalawang hininga; sa ganoon ay naglalabas siya ng *prana* mula sa puso at dinadala ang nagbibigay-buhay na lakas sa kanyang pamamahala."* Ang pakahu-lugan ay ganito: "Ang isang yogi ay pinatitigil ang pagkabulok ng katawan, sa pamamagitan ng pagkuha ng karagdagang panustos na *prana* (lakas ng buhay) sa paraan ng pamamayapa ng baga at tibok ng puso; pinatitigil din niya ang mutasyon o mga pagbabago ng anyo o hugis ng mga pagtubo sa katawan, tulad ng tumor o iba pa, sa pamamahala ng *apana* (tagapag-alis na daloy). Kaya, sa pagpapatigil ng pagkabulok at pagtubo, ang yogi ay natututong pamahalaan ang lakas ng buhay."

Isa pang taludtod sa Gita ay nagsasaad: "Na ang dalubhasa sa meditasyon (*muni*) ay nagiging malayang walang hanggan, siya na naghahanap ng Pinakamataas na Layunin, ay maaaring umurong mula sa panlabas na pangyayari sa pamamagitan ng pagpipirmi ng titig sa loob sa pagitan ng dalawang kilay at sa pamamagitan ng pagpapawalang-bisa sa pantay na daloy ng *prana* at *apana* (ang agos) sa loob ng butas ng ilong at baga; at upang pigilan ang madaling makaramdam na isip at diwa; at upang alisin ang pagnanasa, takot, at galit."†

* Bhagavad Gita IV:29
† *Ibid.* V27-28. Tingnan ang mga ph. 537, 539-40 para sa karagdagang paliwanag tungkol sa siyensiya ng hininga.

Si Krishna ay nagsalaysay din*na siya, sa dating pagkabuhay, ang nagturo sa walang pagkasirang yoga sa isang sinaunang illuminato, si Vivasvat, na nagbigay nito kay Manu, ang batikang mambabatas.†Siya naman ang nagturo kay Ikshwaku, ang nagtatag ng Solar Warrior Dynasty ng India.Sa ganyang pagsasalin mula sa isa tungo sa isa pa, ang maharlikang yoga ay binantayan ng mga pantas hanggang sa pagdating ng maka-materyal na panahon. ‡Pagkatapos, nang dahil sa paglilihim ng mga pari at ang pagwawalang-bahala ng mga tao, ang sagradong kaalaman ay dahan-dahang naging mahirap malaman.

Ang *Kriya Yoga* ay dalawang beses binanggit ng sinaunang pantas na si Patanjali, ang pangunahing tagapagtaguyod ng yoga, na nagsulat ng: "Ang *Kriya Yoga* ay bumubuo ng disiplinang pang-katawan, pamamahala ng kaisipan at meditasyon sa *Aum*.§ Si Patanjali ay nagpahayag na ang Diyos Mismo ang Kosmikong Tunog ng *Aum* na naririnig sa meditasyon.¶ Ang *Aum* ay ang Pag-lalang na Salita, ang ugong ng Panginig na Motor, ang saksi** ng Dibinong Presensiya. Kahit na ang baguhan sa yoga ay madaling marinig ang nakamamanghang tunog ng Aum. Nang dahil dito sa

* *Ibid.* IV:1-2

† Ang nauna pa sa kasaysayan na may-akda ng *Manava Dharma Shastra* o *Laws of Manu*. Ang mga institusyon ng panuntunan ng karaniwang batas ay epektibo pa sa India hanggang sa kasalukuyan.

‡ Ang umpisa ng maka-materyal na panahon, ayon sa pag-aaral ng kasulatan ng India, ay 3102 B.C. Ang taong iyon ang umpisa ng huling Pababang *Dwapara Yuga* ng Equinoctial Cycle, at umpisa rin ng *Kali Yuga* ng Universal Cycle (Tingnan ang ph. 199). Maraming antropologo, na naniniwalang 10,000 na taon na ang nakalilipas, ang sangkatauhan ay namuhay sa isang mabangis na Panahong ang gamit ay Yari sa bato(*Stone Age*), ay ipinagwawalang-bahala at itinuturing na mga "alamat" sa malawak na tradisyon ng sinaunaang sibilisasyon sa Lemuria, Atlantis, India, China, Japan, Egypt, Mexico, at maraming iba pang mga lupain.

§ *Yoga Sutras* II: I. Sa paggamit sa mga salitang *Kriya Yoga*, tinutukoy ni Patanjali ang pamamaraang nang kalaunan ay itinuro ni Babaji o isang kahalintulad na pamamaraan. Na binabanggit ni Patanjali ang isang tiyak na pamamaraan ng pamamahala sa lakas ng buhay ay pinatotohanan ng kanyang kasabihan sa *Yoga Sutras* II: 49 (na binabanggit sa pahinang ito).

¶ *Ibid.* I:27.

** "Ito ang sinasabi niya na ang pangalan ay Amen, ang matapat at tunay na *saksi*, at siyang pinagmulan ng lahat ng nilalang ng Diyos."—Pahayag 3:14. "Nang pasimula ay naroon na ang Salita; ang Salita ay kasama na ng Diyos, at ang Salita ay Diyos.... Nilikha ang lahat ng bagay sa pamamagitan niya [ang Salita o *Aum*]; at walang anumang nalikha nang hindi sa pamamagitan niya."—Juan1:1-3. Ang *Aum* ng mga Vedas ay naging ang sagradong salitang *Hum* ng mga Tibetan, *Amin* ng mga Moslem, at *Amen* ng mga taga-Ehipto, Griyego, Romano, Hudyo, at Kristiyano. Ang kahulugan nito sa Hebreo ay *sigurado, tapat.*

napakamaluwalhating espirituwal na pampasigla, siya ay nanini-
wala na siya ay nakikipag-niig sa makalangit na mga kaharian.

Tinutukoy na ikalawang beses ni Patanjali ang paraan ng
Kriya o pamamahala ng lakas ng buhay ng ganito: "Ang kalayaan
ay maaaring makamit sa ganyang pranayama na naisasagawa sa
paraang paghihiwalay ng daanan ng paglanghap at paglalabas ng
hininga."*

Nalaman ni San Pablo ang *Kriya Yoga*, o isang kahalintulad na
paraan, kung saan marunong siyang maglipat ng daloy ng buhay pa-
loob at palabas sa kanyang mga pandamdam. Kaya, siya ay nakapag-
salita ng: "Ako ay tumututol sa pamamagitan ng ating katuwaan na
mayroon ako kay Kristo, *ako ay namamatay araw-araw.*"† Sa isang
pamamaraan ng pagsesentro ng kalooban sa lahat ng daloy ng buhay
(na pangkaraniwang pinalalabas sa daigdig ng pandama,kaya ito ay
parang lumalabas na totoo), si San Pablo ay nakaranas ng araw-araw
na yoga ng pakikiisa sa "katuwaan" (luwalhati) ng Kristong Kama-
layan. Sa ganoong nakatutuwang kalagayan, siya ay may kamalayan
bilang "patay" o nakawala sa mga pandaraya ng pandamdam, ang
daigdig ng *maya.*

Sa mga unang kalagayan ng pakikiisa sa Diyos (*sabikalpa sa-
madhi*) ang kamalayan ng deboto ay nakikipag-isa sa Kosmikong
Espiritu; ang lakas ng kanyang buhay ay nawawala sa katawan, na
nagmumukhang "patay", o walang galaw at matigas. Ang yogi ay
lubos na namamalayan ang kalagayan ng katawang pigil na pag-
kabuhay. Habang siya ay umuunlad sa mas mataas na kalagayang
spiritual, (*nirbikalpa samadhi*), gayunman, siya ay nakikipagniig sa
Diyos nang walang pagkapit sa katawan, at sa kanyang karaniwang
gising na kamalayan, kahit sa gitna ng mahirap na tungkulin sa
mundo.‡

"Ang *Kriya Yoga* ay isang instrumento kung saan ang ebolus-
yon ng tao ay mapapadali," paliwanag ni Sri Yukteswar sa kanyang
mga mag-aaral. "Natuklasan na ng mga sinaunang Yogi na ang

---

* *Yoga Sutras* II:49.

† I Corinto 15:31. "Ating Katuwaan" ang tamang salin; hindi, na siyang karaniwang
ibinibigay, "inyong katuwaan." Tinutukoy ni San Pablo ang *pandaigdigan* ng
Kristong Kamalayan.

‡ Ang Sanskrit na salitang *bikalpa* ay nangangahulugang "pagkakaiba, walang
pagkakakilanlan." Ang *sabikalpa* ay isang kalagayan ng *samadhi* na "may
pagkakaiba," *nirbikalpa* ay ang kalagayang "walang pagkakaiba." Ibig sabihin, sa
sabikalpa samadhi pinananatili pa rin ng isang deboto ang bahagyang pakiramdam
ng pagkakahiwalay sa Diyos; sa *nirbikalpa samadhi* lubos niyang napagtatanto ang
kanyang pagkakakilanlan bilang Espiritu.

lihim ng kosmikong kamalayan ay lubos ang kinalaman sa pama-mahala ng paghinga. Ito ang walang katulad at walang kamatayang ambag ng India sa karunungang yaman ng daigdig. Ang lakas ng buhay, na karaniwang sinisipsip sa pagpapanatili ng pintig ng puso, ay dapat pakawalan para sa mataas na mga gawain sa isang paraan ng pagpapapayapa at pagpapatahimik sa walang tigil na pangangaila-ngan ng hininga."

Ang *Kriya Yogi* ay pangkaisipang nag-uutos sa kanyang ener-hiya ng buhay upang umikot ng paitaas at paibaba, sa palibot ng anim na mga sentro ng gulugud (medulla, serbikal, palaypay ng likod, panlikod, panrito, kuyukut, at sistema ng mga ugat), na tumutugon sa labindalawang tanda ng sodyako, ang simbulo ng Kosmikong Tao. Ang kalahating minuto ng pag-ikot ng enerhiya sa palibot ng madaling makaramdam na gulugud ng tao ay nagbu-bunga ng pinong pagsulong sa kanyang ebolusyon; iyong kalahating minuto ng *Kriya* ay katumbas ng isang taong likas na pamumukad-kad na espirituwal.

Ang astral na sistema ng isang tao, na may anim (labindalawa dahilan sa magkabilang dulo) na konstelasyon paikot sa araw ng la-hat-natatanaw na matang espirituwal, ay may kaugnayan sa pisikal na araw at ang labindalawang tanda ng sodyako. Samakatwid, lahat ng tao ay apektado ng panloob at panlabas na daigdig. Natuklasan ng mga matatandang pantas na ang kapaligiran sa mundo at langit ng isang tao, sa isang magkakasunod na tig-lalabindalawang pag-ikot ay nagtutulak pasulong sa kanyang likas na daan. Pinatutu-nayan ng mga kasulatan na ang tao ay nangangailangan ng isang milyong taong karaniwan at walang karamdamang ebolusyon upang maging ganap ang kanyang pantaong utak at magkamit ng Kosmikong Kamalayan.

Isang libong *Kriyas* na isinagawa sa loob ng walo at kalahating oras ay nagbibigay sa isang yogi, sa loob ng isang araw, ng katum-bas ng isang libong taon ng karaniwang ebolusyon: 365,000 taon ng ebolusyon sa loob ng isang taon. Sa loob ng tatlong taon, ang isang *Kriya Yogi* kung ganoon, ay maaaring isagawa sa paraan ng matali-nong sariling-pagsisikap ang kapantay na resulta na kayang gawin ng kalikasan sa loob ng isang milyong mga taon. Ang tuwirang daan ng *Kriya*, sa katotohanan, ay maari lamang tahakin ng malalim na ang pag-unlad na mga yogi. Sa pamamagitan ng patnubay ng isang guru, ang ganyang uri ng mga yogi ay maingat na inihanda ang ka-nilang mga katawan at isip upang matagalan ang lakas ng kapang-yarihang likha ng matinding pagsasanay.

Ang baguhan sa *Kriya* ay gamit ang pamamaraan ng yoga nang labing-apat hanggang dalawampu't-apat lamang, dalawang beses isang araw. May ilang mga yogi ang nagkakamit ng kalayaan sa loob ng anim o labindalawa, o dalawampu't-apat, o apatnapu't walong mga taon. Ang isang yogi na pumanaw bago makamit ang lubos na kamalayan, ay dala dala ang mabuting karma ng kanyang naunang pagsisikap sa *Kriya* sa kanyang bagong buhay, siya ay likas na nadadala patungo sa kanyang Walang Hangganang Layunin.

Ang katawan ng karaniwang tao ay tulad ng limampung wat na ilawan, na hindi makakayanan ang bilyong lakas na ginigising ng labis na pagsasanay sa *kriya*. Sa pamamagitan ng unti-unti at palaging pagdami ng simple at walang palyang paraan ng *kriya*, ang katawan ng tao ay nagkakaroon ng astral na pagbabagong anyo sa araw-araw, at sa wakas ay kayang ipahayag ang walang hanggang maaaring mangyaring gawin ng kosmikong enerhiya na bumubuo sa unang materyal na aktibong pahayag ng Espiritu.

Ang *Kriya Yoga* ay hindi katulad ng hindi siyentipikong pagsasanay sa paghinga na itinuturo ng mga ilang ligaw na panatiko. Ang tangkang pagpigil ng hininga nang sapilitan sa baga ay hindi karaniwan at walang alinlangang hindi kasiya-siya. Ang pagsasanay sa *kriya* sa kabilang dako, ay sinasamahan mula sa mismong umpisa nang damdaming kapayapaan at ng nakagiginhawang pakiramdam ng nagpapabagong-buhay na epekto sa gulugod.

Ang sinaunang pamamaraan ng yoga ay pinapalitan ang hininga upang maging sangkap pang-kaisipan. Sa pamamagitan ng pag-unlad sa espiritu, ang isang tao ay maaring malaman na ang hininga ay isang pang-kaisipang palagay, gawa ng isip: isang pangarap na hininga.

Maraming paglalarawan ang maaring ipahayag tungkol sa matematikong ugnayan sa pagitan ng bilis ng hininga ng tao at ang pag-iiba-iba ng lagay ng kanyang kamalayan. Ang tao na ang atensiyon ay wiling-wili na tulad nang pagsunod sa matalinong pag-tatalo, o kaya ay sinusubukan ang delikado o mahirap na gawaing pisikal, ay kusang humihinga nang napakabagal. Ang pagpirme ng atensiyon ay depende sa marahang paghinga; ang mabilis at hindi pantay na paghinga ay ang hindi maiiwasang kasama ng nakapi-pinsalang kalagayan ng damdamin: takot, pagnanasa, at galit. Ang hindi mapalagay na unggoy ay humihinga sa bilis na 32 ulit bawat minuto, may kaibahan sa paghinga ng karaniwan sa tao na 18 ulit. Ang elepante, pagong at ahas, at iba pang mga nilalang na kilala sa kahabaan ng kanilang buhay ay may bilis ng paghinga na mas mabagal kaysa tao. Ang higanteng pagong, halimbawa, na maaring makamit ang gulang na tatlong daang taon, ay humihinga lamang nang apat na ulit bawat minuto.

Ang nakapagpapalakas na epekto ng pagtulog sa tao ay dahil sa pansamantalang walang kamalayan sa katawan at paghinga. Ang natutulog na tao ay nagiging isang yogi; bawat gabi hindi niya namamalayang ginaganap niya ang yogang seremonya ng pagkalas ng kamalayan sa katawan, at ang pagsasama ng lakas ng buhay sa nagpapagaling na daloy sa pangunahing panig ng utak at sa loob ng anim na maliit na dinamo ng kanyang mga sentro ng gulugud. Hindi niya namamalayan, ang taong natutulog sa ganoon, ay muling nakakargahan ng kosmikong enerhiya na nagbibigay lakas sa lahat ng buhay.

Ang kusang-loob na yogi ay gumagawa ng isang simple at likas na paraang may kamalayan, hindi walang kamalayan katulad nang marahang nakakatulog. Ang *kriya yogi* ay ginagamit ang kanyang paraan upang mababad at mapakain ang lahat ng kanyang pisikal na selula ng hindi nabubulok na liwanag at sa ganoon ay maingatan sila sa isang espirituwal na magbatubalaning kalagayan. Maka-siyentipikong niyang nagagawa na hindi na kailangan ang paghinga, at hindi siya pumapasok (sa panahon ng kanyang pagsasanay) sa mga negatibong kalagayan ng pagtulog, walang pagkamalay, o kamatayan.

Sa mga taong nasa ilalim ng *maya* o batas ng kalikasan, ang daloy ng enerhiya ng buhay ay patungo sa panlabas na mundo; ang mga kuryente ay nasasayang at naaabuso sa mga pandamdam. Ang pagsasanay sa *Kriya* ay ibinabalik ang daloy; ang lakas ng buhay ay pinapatnubayan ng isip tungo sa panloob na kosmos at nakikipag-isang muli sa mga pinong enerhiya ng gulugud. Sa ganyang pampatibay ng lakas ng buhay, ang katawan ng yogi at selula ng utak ay napapanariwa ng espirituwal na inuming pampalakas.

Sa pamagitan ng tamang pagkain, sikat ng araw at maayos na pag-iisip, ang mga taong ginagabayan lamang ng Kalikasan at ng kanyang dibinong plano ay maaaring magkamit ng Pansariling realisasyon sa loob ng isang milyong taon. Labindalawang taon ng karaniwang malusog na pamumuhay ang kinakailangan upang magkaroon ng kahit na bahagyang kapinuhan sa kaayusan ng utak; isang milyong ikot ng araw ang kailangan upang mapadalisay ang balangkas ng utak at maging sapat para magpakita ng kosmikong kamalayan. Ang isang *Kriya Yogi*, gayunman, sa paggamit ng isang siyensiyang espirituwal ay inaalis ang sarili mula sa

pangangailangan ng isang mahabang panahon ng maingat na pagtu-
pad ng natural na batas.

Kinakalas ang tali ng hininga na gumagapos sa kaluluwa sa
katawan, ang *Kriya* ay nagsisilbing pampahaba ng buhay at pina-
palawak ang kamalayan tungo sa walang hanggan. Nasusupil ng
pamamaraan ng yoga ang batakan sa pagitan ng pag-iisip at ng mga
pandamdam na napupuluputan ng mga bagay, at pinakakawalan ang
deboto upang muling magmana ng kanyang walang hanggang kaha-
rian. Nalaman niya sa ganoon na ang kanyang tunay na katauhan ay
hindi nakatali sa balangkas ng katawan o kaya sa hininga—sagisag
ng may kamatayang tao sa pagkaalipin sa hangin, at sa pangunahing
lakas ng Kalikasan na hindi mapaglabanan.

Panginoon ng kanyang katawan at isip, ang *Kriya Yogi* ay
pangwakas na nagkakamit ng tagumpay sa "huling kaaway,"* ang
Kamatayan.

> Kaya kakainin mo ang Kamatayan, na nabubuhay sa sangkatauhan:
> At ang Kamatayan minsang mamatay na, wala nang mamamatay
>   pagkatapos.†

Ang pagsisiyasat sa sarili, o "pag-upo sa katahimikan," ay isang
hindi siyentipikong paraan ng pagsisikap na puwersahang paghi-
walayin ang isip at damdamin, na pinagbuklod ng lakas ng buhay.
Ang mapagnilay-nilay na pag-iisip, na nagsusumikap na bumalik sa
pagka-dibino, ay palaging kinakaladkad pabalik sa mga pandamdam
ng mga daloy ng buhay. Ang *Kriya* na pinamamahalaan ang isip ng
tuwiran sa pamamagitan ng lakas ng buhay, ay ang pinakamadali,
pinakamabisa at ang pinaka-siyentipikong daan ng paglapit sa
Walang Hanggan. Hindi katulad ng mabagal, walang katiyakang
"kariton" ng teolohikong landas patungo sa Diyos, ang *Kriya Yoga*
ay makatwirang dapat matawag na ang "eroplanong" ruta..

Ang siyensiya ng yoga ay hango sa kuha sa karanasang

---

* "Ang kahuli-hulihang kaaway na lulupigin ay ang kamatayan" (I Corinto 15:26).
Ang hindi pagkasira ng katawan ni Paramahansa Yogananda pagkatapos ng kamatayan
(tingnan ang ph. 599) ay pagpapatunay ng kanyang pagiging ganap na *Kriya Yogi*.
Hindi lahat ng guro ay nagpapakita ng hindi pagkasira ng katawan pagkamatay.
(Tingnan ang ph. 359 n.) Sinasabi ng mga kasulatang Hindu na ang mga himalang ito
ay nangyayari lamang para sa mga natatanging dahilan. Sa kaso ni Paramahansaji, ang
"natatanging dahilan" ay walang dudang upang kumbinsihin ang Kanluran sa halaga
ng yoga. Inutusan nina Babaji at Sri Yukteswarji si Yoganandaji na pagsilbihan ang
Kanluran; tinupad ni Paramahansaji ang pagtitiwalang iyon kapwa sa kanyang buhay
at sa kamatayan. (*Tala ngTaga paglathala*)

† Shakespeare: *Sonnet 146.*

obserbasyon ng lahat ng uri ng pamamaraan ng konsentrasyon at meditasyon. Ang yoga ay nagbibigay ng kakayahan sa deboto upang patayin o buhayin, kung gugustuhin, ang daloy ng buhay sa limang teleponong pandamdam na paningin, tunog, pang-amoy, panlasa at pakiramdam. Sa pagkakamit nitong kapangyarihan ng pagputol ng pandamdam, nakikita ng yogi na simpleng pag-isahin ang isip kung nanaisin, sa dibinong kaharian o sa daigdig ng mga bagay. Hindi na siya sapilitang ibabalik ng puwersa ng buhay sa makalupang kalipunan ng magulong mga damdamin at malikot na mga pag-iisip.

Ang buhay ng masulong na *Kriya Yogi* ay naiimpluwensiyahan, hindi ng mga epekto ng nakaraang mga gawain, kundi sa tanging pag-uutos mula sa kaluluwa. Ang deboto sa ganoon ay iniiwasan ang mabagal, na tagabantay ng ebolusyon ng makasariling asal, mabuti at masama, ng karaniwang buhay—mahirap at mabagal na parang susô sa mga may pusong agila.

Ang nakahihigit na paraan ng pamumuhay ng kaluluwa ay nagpapalaya ng isang yogi; lumalabas sa kanyang pagkakulong sa sarili, natitikman niya ang malalim na hangin ng nasa lahat ng dako. Ang pagkaalipin sa likas na pamumuhay ay, bilang paghahambing, nakatakda sa hakbang na ikahihiya. Itinutulad lamang ang kanyang buhay sa kaayusan ng ebolusyon, ang isang tao ay hindi maaring mag-utos na magmadaling pagkalooban siya ng Kalikasan. Kahit na siya ay nabubuhay nang walang pagkakamali laban sa batas na sumasakop sa kanyang katawan at isip, siya ay mangangailangan pa rin ng isang milyong taong pagbabalatkayo sa katawang tao upang makamit ang pangwakas na kalayaan.

Ang teleskopyong mga paraan ng isang yogi, na kumakawala mula sa pisikal at isipang pagkakakilanlan pabor sa kasarinlan ng kaluluwa, samakatwid ay pinapapurihan kaysa sa mga nakatinging may panghihimagsik sa libo-libong mga taon. Itong bilang na ito ay pinalalawak para sa karaniwang tao, na hindi makapamuhay nang may pagkakaisa, ni hindi man lang sa Kalikasan, lalo na ang kanyang kaluluwa; sa halip ay tinutugis ang pambihirang masalimuot na gulo at nagkakasala sa kanyang pag-iisip at katawan sa matamis na katinuan ng Kalikasan. Para sa kanya, dalawang beses na isang milyong taon ay hindi magiging sapat upang makalaya.

Ang magaspang na tao ay bihira o hindi kailanman nauunawaan na ang kanyang katawan ay isang kaharian na pinamamahalaan ni Kaluluwang Emperador na nasa trono ng bao ng ulo, na may katulong na mga rehente na nasa anim na sentro ng gulugud o kalipunan ng kamalayan. Ang teokrasyang ito ay umaabot sa karamihan ng masunuring mga nasasakupan: dalawampu't pitong libong bilyong selula (pinagkalooban ng tiyak na tila baga automatikong talino kung saan sila ay tumutupad sa lahat ng tungkuling pag-unlad ng katawan, mga pagbabago, at mga pagbubuwag) at limampung milyong mga sangay ng isip, mga damdamin, at pag-iiba-iba ng magkahali-haliling pagbabagong-anyo sa kamalayan ng tao sa karaniwang buhay na animnapung taon.

Anumang maliwanag na paghihimagsik sa katawan ng tao o pag-iisip laban sa Kaluluwang Emperador, na nagpapakita bilang karamdaman o kawalan ng katwiran ay dahil sa hindi walang katapatan sa karamihang mababang-loob na nasasakupan ngunit tumubo mula sa nakaraan o kasalukuyang maling paggamit ng tao sa kasarinlan o malayang pagnanais—ibinigay sa kanya kasabay ng isang kaluluwa at walang bawian kailanman.

Kinikilala ang sarili niya na may isang mababaw na pagkamakasarili, inaakala ng tao na siya ang nag-iisip, nagnanais, nakikiramdam, tumutunaw ng pagkain, at pinananatiling buhay ang sarili, hindi kailanman umaamin sa pamamagitan ng pagninilay-nilay (kaunti lamang nito ay sapat na) na sa kanyang karaniwang buhay, siya ay walang iba kung hindi tau-tauhan ng nakaraang asal (karma) at ng Kalikasan at kapaligiran. Ang matalinong mga reaksyon ng bawat tao, pakiramdam, lagay ng loob, at pag-uugali ay bunga lamang ng nagdaang mga dahilan, maaring ito o ang nakaraang pagkabuhay. Mas matayog dito sa mga impluwensiya, gayunman, ay ang marangal niyang kaluluwa. Tinatanggihan ang pansamantalang katotohanan at mga kalayaan, ang *Kriya Yogi* ay nilalagpasan ang lahat ng pagkabigo tungo sa kanyang walang tanikalang Pagkatao. Ang mga kasulatan ng mundo ay nagpapahayag na ang katawan ng tao ay walang kasiraan kundi isang nabubuhay na kaluluwa; sa *Kriya Yoga,* siya ay nakakatagpo ng paraan upang patunayan ang patotoo ng kasulatan.

"Ang panlabas na seremonya ay hindi maaaring makasira ng kamangmangan, sapagkat hindi sila magkaiba sa isat-isa," sinulat ni Shankara sa kanyang tanyag na *Century of Verses.* "Ang naunawaang kaalaman lamang ang sumisira ng kamangmangan.... Ang kaalaman ay hindi maaring sumibol sa anumang paraan kundi sa pagtatanong. 'Sino ako? Papaano isinilang ang sanlibutan? Sino ang gumawa nito? Ano ang kanyang materyal na pinagmulan?' Ito ang uri ng katanungang binabanggit." Ang isip ay walang kasagutan sa mga ganitong katanungan; kaya pinaunlad ng mga pantas ang yoga bilang paraan ng espirituwal na pag-uusisa.

Ang tunay na yogi, pinipigilan ang kanyang pag-iisip, pagnanais, at mga damdamin mula sa maling pagkakilala sa pagnanasa ng katawan, nakikipag-isa sa kanyang isip sa mga puwersa ng pinakamataas na kamalayan sa mga templo ng gulugud; sa ganoon ay nabubuhay sa mundo ayon sa plano ng Diyos; siya ay itinutulak, hindi dahil sa bunsod ng nakaraan at hindi rin ng sariwang udyok ng makataong kahangalan.Tumatanggap ng kaganapan ng kanyang Pinakamataas na Hangarin, siya ay walang panganib sa panghuling daungan ng walang kaubusang puno ng kaluwalhatian ng Espiritu.

Tinutukoy ang tiyak at sistematikong bisa ng yoga, pinapurihan ni Krishna ang teknolohikal na yogi sa mga sumusunod na pananalita: "Ang yogi ay mas higit kaysa sa madisiplina-sa-katawang asetiko, lalong higit kaysa sa mga tagasunod ng daan ng karunungan (*Jnana Yoga*), o sa daan ng paggawa (*Karma Yoga*); O disipulong Arjuna, maging isa kang yogi!" *

Ang "Kriya Yoga" ay ang tunay na "seremonyang apoy" na malimit papurihan sa Gita. Inihahagis ng yogi ang maka-taong pananabik sa sigâ ng nag-iisang pinaniniwalaan na inialay sa walang katulad na Diyos. Ito ang tunay na totoong seremonyang apoy ng

---

* Bhagavad Gita VI: 46.

Inuumpisahan nang tuklasin ng makabagong siyensiya ang tunay na dipangkaraniwang nagpapagaling at nagpapasiglang epekto, sa katawan at pag-iisip, ng hindi-paghinga. Si Dr. Alvan L. Barach ng College of Physicians and Surgeons sa New York ay nagsimula ang isang lokal na therapy ng pagpapahinga-ng-baga na muling nagpapasigla sa mga maysakit sa baga. Ang paggamit ng isang equalizing pressure chamber ang nagpapahinto ng paghinga ng isang pasyente. Binanggit ng *New York Times* noong Peb. 1, 1947, na nagsabi si Dr. Barach ng ganito: "Ang epekto ng paghinto ng paghinga sa central nervous system ay lubhang interesante. Ang bugso ng paggalaw ng mga voluntary muscles sa mga kamay at paa ay lubhang nabawasan. Ang pasyente ay maaaring humiga sa chamber nang ilang oras na hindi iginagalaw ang kanyang kamay o nagbabago ng posisyon. Ang pagnanais na manigarilyo ay nawawala kapag huminto ang boluntaryong paghinga, kahit sa mga pasyenteng sanay manigarilyo ng dalawang pakete araw-araw. Sa maraming pagkakataon lubhang malalim ang pagkakapahinga na hindi nangangailangan ang pasyente ng paglilibang." Noong taong 1951, kinumpirma ni Dr. Barach sa publiko ang halaga ng paggagamot, na, sabi niya ay, "hindi lamang nagpapahinga sa mga baga kundi sa buong katawan, at, tila, sa isipan. Ang puso, halimbawa, ay nabawasan sa paggawa nang ikatlo. Humihinto sa pag-aalala ang mga pasyente namin. Wala sa kanila ang nabagot."

Mula sa mga patotoong ito, naiintindihan natin kung paano maging posible para sa mga yogi na umupong hindi gumagalaw nang mahabang oras na walang paghahangad sa isip at katawan upang magkaroon ng balisang gawain. Sa pamamagitan lang ng ganitong kahinahunan muling mahahanap ng kaluluwa ang daan patungo sa Diyos. Bagama't kailangang manatili ang mga karaniwang tao sa isang equalizing pressure chamber upang makakuha ng tanging benepisyo sa hindi-paghinga, walang kailangan ang yogi kundi ang pamamaraan ng *Kriya Yoga* upang matanggap ang mga gantimpala sa katawan at isip, at sa pagkaunawa sa kaluluwa.

yoga, kung saan lahat ng nakaraan at kasalukuyang pagnanasa ay panggatong na nauubos ng pagmamahal na dibino. Tinatanggap ng Sukdulang Ningas ang sakripisyo ng lahat ng kabaliwan ng tao, hanggang ang tao ay luminis na sa dumi. Ang kanyang patalingha-gang mga buto na hinubaran sa lahat nang mapaghangad na laman, ang kanyang kalansay ng karma, na pinaputi ng antiseptikong araw ng karunungan, walang pagkakasala sa harap ng tao at Lumikha, siya ay malinis na sa wakas.

ISANG TAGA KANLURANG NASA 'SAMADHI',
RAJARSI JANAKANANDA (James J. Lynn)

Sa isang pribadong dalampasigan sa Encinitas, California noong Enero 1937, pagkatapos ng limang taong araw-araw na pagsasanay ng *Kriya Yoga*, si Ginoong Lynn ay tinanggap habang nasa kamalayang *samadhi* (pinakamataas na antas ng kamalayan) ang banal na pangitain: Ang Walang Hanggang Panginoon na Siyang Naninirahang Kaluwalhatian.

"Ang balanseng buhay ni Ginoong Lynn ay maaaring magsilbing isang inspirasyon para sa lahat ng tao." sinabi ni Yogananda. "Tapat sa kanyang pananagutan, ginagawa ang mga tungkulin ng kanyang pang-mundong buhay, gayunman, si Ginoong Lynn ay nagkaroon ng panahon para sa malalim na meditasyon sa Diyos sa araw-araw. Ang matagumpay na mangangalakal ay naging isang naliwanagang *Kriya Yogi* (Tingnan ang pahina 430, 569-571.)

Madalas mapagmahal siyang tukuyin ni Paramahansaji na "Banal na Lynn," at noong taong 1951 ay iginawad sa kanya ang monastikong pangalang Rajarsi Janakananda (hango sa pangalan ng dakilang espirituwal na Haring Janaka ng sinaunang India). Ang titulong *rajarsi*, ay literal na "maharlikang rishi", ay nagmula sa salitang *raja ("hari")* + *rsi* (o *rishi*, "dakilang banal").

Ang Pagtatatag ng Isang Paaralang Yoga sa Ranchi

"Bakit ka tutol sa gawaing pang-organisasyon?"

Bahagya akong nagulat sa katanungan ni Maestro. Totoo nga na ang aking pansariling paniniwala sa panahong iyon ay "pugad ng putakti" ang mga organisasyon.

"Ito ay gawaing hindi nagtatamo ng pasasalamat, ginoo," ang sagot ko. "Anuman ang gawin ng pinuno, o hindi niya gawin, siya ay pinupulaan."

"Ibig mo ba na ang buong dibinong *channa* (malapot na bahagi ng gatas) ay para sa sarili mo lamang?" Ang tugon ng aking guru ay may kasamang istriktong sulyap. "Makakamit mo kaya o ng ninuman ang pagkakaroon nang pakikiisa-sa-Diyos sa paraan ng yoga, kung ang isang linya ng mapagbigay-pusong mga maestro ay hindi naging maluwag ang kalooban upang ipabatid ang kanilang karunungan sa iba?" Idinagdag niya, "ang Diyos ay ang Pulut-pukyutan, ang mga kapisanan ay ang mga bahay-pukyutan; pareho silang kailangan. Anumang *anyo* ay wala talagang halaga, kung wala ang espiritu, ngunit bakit hindi ka magpasimula ng abalang mga bahay-pukyutan na puno ng nectar na espirituwal?"

Ang kanyang payo ay nakaantig nang malalim sa akin. Bagama't ako ay walang ginawang panlabas na kasagutan, isang matatag na pagpapasiya ang nabuhay sa aking dibdib: ibabahagi ko sa aking kapwa, ang anumang makakayanan ng aking lakas, ang nakakapag-palayang mga katotohanan na aking natutunan sa paanan ng aking guru. "Panginoon," panalangin ko, "harinawang ang Iyong pag-ibig ay sumikat nang walang hanggan, sa santuwaryo ng aking debosyon, at sana makayanan kong gisingin ang Iyong pagmamahal sa lahat ng mga puso."

Sa isang naunang pagkakataon, bago ako sumapi sa orden monastiko, si Sri Yukteswar ay nagpahayag ng isang pinaka-hindi-inaasahang pangungusap.

"Papaano na hindi mo mararanasan ang pagsasama ng may, asawa sa iyong pagtanda!" wika niya. "Hindi ba sangayon ka na ang taong may pamilya, abala sa mga kapaki-pakinabang na gawain upang mapanatili ang asawa at anak, ay gumagawa ng isang maka-buluhang papel sa mata ng Diyos?"

"Ginoo", ako ay tumutol na nabahala, "alam mong ang aking pagnanais sa buhay na ito ay para lamang sa Kosmikong Pinakamamahal."

Si Maestro ay masayang-masayang tumawa kaya naunawaan ko na ang mga salita niya ay binigkas lamang upang subukan ako.

"Tandaan mo," marahan niyang salita, "na ang sinumang tumanggi sa karaniwang makamundong tungkulin ay mabibigyan lamang ng katarungan ang sarili sa paraang pag-aako ng isang uri ng pananagutan para sa isang mas mahigit na malaking pamilya."

Ang huwaran ng wastong edukasyon para sa mga kabataan ay laging naging napakalapit sa aking puso. Nakita kong maliwanag ang hindi kawili-wiling mga resulta ng pangkaraniwang pagtuturo, na ang layunin lamang ay ang pag-unlad ng katawan at karunungan. Ang moral at espirituwal na katangian, na kung walang pagpapapaha-laga ay walang taong makakalapit sa kaligayahan, ay hindi pa isi-nasama sa pormal na kurikulum. Ako ay determinadong magtatag ng isang paaralan kung saan ang mga kabataang lalaki ay maaring paunlarin nang ganap ang pagka-lalaki. Ang una kong hakbang patungo sa ganoong direksiyon ay nagsimula sa pitong mga bata sa Dihika, isang maliit na nayon sa Bengal.

Pagkaraan ng isang taon, noong 1918, sa kagandahang-loob ni Ginoong Manindra Chandra Nundy, ang Maharaja ng Kasimbazar, ako ay nagkaroon ng pagkakataong mailipat ang aking mabilis na lumalaking grupo sa Ranchi. Ang bayang ito sa Bihar, mga dalawang daang milya mula sa Calcutta ay nabiyayaan ng isa sa nakapagpa-palusog na klima sa India. Ang Kasimbazar na palasyo sa Ranchi ay naging pangunahing gusali ng bagong paaralan, na aking pinangala-nang "Yogoda Satsanga Brahmacharya Vidyalaya."*

Ako ay nagtatag ng programa sa balarila at sa mataas na paaralan. Ito ay kinabibilangan ng agrikultura, pang-industriya,

---

* *Vidyalaya,* paaralan. Ang *Bramacharya* dito ay tumutukoy sa isa sa apat na hakbang sa planong Vedic para sa buhay ng tao, na binubuo ng (1) ang walang-asawang estudyante (*brahmachari*); (2) ang maybahay na may makamundong pananagutan (*grihastha*); (3) ang ermitanyo (*vanaprastha*); (4) ang namumuhay sa kagubatan o lagalag, na malaya sa lahat ng mga makamundong alalahanin (*sannyasi*). Ang huwarang pamamaraan ng buhay na ito, bagama't hindi malawakang ginagawa sa makabagong India, ay mayroon pa ring maraming tagasunod. Ang apat na hakbang ay masugid na sinusunod sa loob ng habambuhay na patnubay ng isang guru.

Ang karagdagang impormasyon tungkol sa Yogoda Satsanga school sa Ranchi ay nasa kabanata 40.

pang-komersiyal, at pang-akademyang mga asignatura. Sa pagsunod sa pang-edukasyong huwaran ng mga pantas (na ang mga templo sa kagubatan ay naging mga sinaunang luklukan ng karunungan kapwa sekular at dibino, para sa kabataan ng India), inayos ko na karamihan sa mga klase ay gawin sa labas.

Ang mga mag-aaral sa Ranchi ay tinuruan ng yogang meditasyon, at ng walang katulad na sistema ng pang-kalusugan at pisikal na pagpapaunlad, *Yogoda*, na ang mga prinsipyo ay aking natuklasan noong taong 1916.

Naunawaan ko na ang katawan ng tao ay parang baterya ng elektrisidad, naisip ko na ito ay maaring kargahang muli ng enerhiya sa tulong ng direktang paggamit nang pagnanais ng tao. Dahil walang paggawa ng anumang ang maaari kung walang *pagnanais*, ang tao ay maaaring magamit ang pangunahing nagpanukala, ang pagnanais, upang mapanibago ang kanyang lakas, na walang mabigat na aparato o mekanikal na ehersisyo. Sa simpleng pamamaraang Yogoda, sinuman ay may malay at kaagad mabigyan ng panibagong lakas ang kanyang lakas ng buhay (nakasentro sa medulla oblongata) mula sa walang pagka-ubos na panustos ng kosmikong enerhiya.

Ang mga kabataang lalaki sa Ranchi ay tumugong mabuti sa pagsasanay ngYogoda, pambihirang umunlad ang kakayahan na mailipat ang lakas ng buhay mula sa isang bahagi ng katawan tungo sa ibang bahagi at maupo sa ganap na katatagan sa mahihirap na *asanas* (posisyon).* Sila ay nagpakita ng kahanga-hangang lakas at tatag na hindi kayang pantayan ng maraming mga mas malalakas na matatanda.

Ang pinakabata kong kapatid na lalaki, na si Bishnu Charan Ghosh ay sumama sa paaralan sa Ranchi; hindi nagtagal siya ay naging kilalang physical culturist. Siya at isa sa kanyang mag-aaral ay naglakbay sa Kanluran noong 1938-39, upang magbigay ng pagtatanghal ng lakas at pagpigil ng kalamnan. Ang mga propesor sa Columbia University sa New York at sa iba pang mga unibersidad sa Amerika at Europa ay nagulat sa pagtatanghal ng lakas ng kaisipan upang pasunurin ang katawan.†

Makalipas ang isang taon sa Ranchi, ang mga aplikasyon sa pagpasok ay umabot ng dalawang libo. Ngunit ang paaralan sa panahong iyon ay pang-tirahan lamang, at maaari lamang maglaman

---

* Ipinapakita ang lumalagong pagkawili sa Kanluran sa *asanas* (posisyong yoga), ilang aklat sa paksang ito na may larawan ang lumitaw.

† Namatay si Bishnu Charan Ghosh noong ika-9 ng Hulyo, 1970, sa Calcutta. (*Tala ng Naglathala*)

ng isang daang katao. Ang pagtuturo sa mga mag-aaral sa araw ay agad nadagdagan.

Sa Vidyalaya, kinailangan kong gumanap na tatay-nanay sa mga batang maliliit at gampanan ang maraming mahihirap na gawaing pang-organisasyon. Madalas kong magunita ang mga salita ni Kristo: "Walang tao ang umalis sa kanyang tahanan, o kapatid na lalaki, o kapatid na babae, o ama, o ina, o asawa. o mga anak, at mga lupain, para sa aking kapakanan, at sa ebanghelyo, na hindi makatatanggap ng isang-daang ibayo sa kasalukuyang panahon, mga bahay, mga kapatid na lalaki, mga kapatid na babae, at mga ina, at mga anak, at mga lupain, na may pag-uusig; at sa darating na daigdig, ng walang hanggan buhay."*

Ipinakahulugan ni Sri Yukteswar ang mga salitang ito sa sumu-sunod: "Ang debotong pinalagpas ang karaniwang mga karanasan sa buhay na pag-aasawa at pag-aalaga sa pamilya, upang gumanap ng mas malaking mga katungkulan—iyong para sa pangkalahatang lipunan ("isangdaangtiklop ngayon sa panahong ito, mga tahanan at mga kapatid")—ay nagsasagawa ng gawaing malimit na may kasamang pag-uusig mula sa isang hindi nakakaunawang mundo. Ngunit ang mga malalawak na pagkakakilanlan ay tumutulong sa deboto na madaig ang kadamutan at dalhan siya ng isang dibinong gantimpala."

Isang araw, ang aking ama ay dumating sa Ranchi upang igawad ang pagbabasbas ng isang ama, na matagal nang ipinagkait sapagkat sinaktan ko ang kanyang damdamin sa pagtanggi ko sa kanyang alok na panunungkulan sa Bengal-Nagpur Railway.

"Anak," ang sabi niya, "tanggap ko na ang iyong napili sa bu-hay. Nagbibigay ng galak sa akin na makita ka sa gitna nitong ma-sasayang, masisigasig na mga kabataan; ikaw ay para dito at hindi sa walang buhay na mga numero ng mga itineraryo ng daang-bakal." Siya ay kumaway sa isang pangkat ng isang dosenang maliliit na mga bata na nakabuntot sa akin. "Ako ay mayroon lamang walong anak," ang pansin niyang kumikislap ang mga mata, "ngunit ako ay nakakaramdam para sa iyo!"

Mayroong dalawampu't limang mayamang ektarya na maaaring magamit, ang mga mag-aaral, mga nagtuturo at ako ay masayang araw-araw na nagtatanim ng mga halaman at iba pang panlabas na gawain. Marami kaming mga alagang hayop, kasama dito ang isang batang usa na lubhang kinagigiliwan ng mga bata. Ako din, napa-mahal na sa akin ang batang usa na pinayagan ko siyang matulog

---

* Marcos 10:29-30.

sa aking silid. Pagsikat ng liwanag ng umaga, ang munting nilalang ay hahakbang patungo sa aking higaan para sa isang pang-umagang haplos.

Isang araw, sapagkat may mahalagang tungkulin ang nanga-ngailangan ng aking pansin sa kabayanan ng Ranchi, pinakain ko ang alagang usa nang mas maaga kaysa dati. Pinagsabihan ko ang mga bata na huwag pakainin ang usa hanggang hindi ako dumara-ting. Ang isang bata ay hindi sumunod sa aking habilin at binigyan ito ng maraming gatas. Pagdating ko sa gabi, malungkot na balita ang bumati sa akin: "Ang batang usa ay halos patay na dahil sa sobrang pagpapakain."

Luhaan, inilagay ko ang tila walang buhay na alagang usa sa aking kandungan. Nanalangin akong nagmamakaawa sa Diyos na hayaan pa siyang mabuhay. Ilang oras pagkatapos, ang maliit na nilalang ay dumilat, tumayo at naglakad nang dahan- dahan. Ang buong paaralan ay sumigaw sa galak.

Ngunit isang malalim na aral ang dumating sa akin noong gabing iyon, na kailanman ay hindi ko malilimutan. Ako ay gi-sing kasama ang batang usa hanggang alas dos ng madaling araw, hanggang ako ay nakatulog. Ang usa ay nagpakita sa panaginip, at nangusap sa akin:

"Pinipigilan mo ako. Maaari ba pakawalan mo ako; pakawalan mo ako!"

"O, siya sige," ang sagot ko sa panaginip.

Gumising akong nagmamadali at sumigaw ng, "Mga bata, ang usa ay namamatay!" Ang mga bata ay mabilis na nagsilapit sa aking tabi.

Tumakbo ako sa sulok ng silid kung saan inilagay ko ang ala-gang usa. Sinubukan niyang tumayo sa isang huling pagkakataon, natapilok sa harap ko, pagkatapos bumagsak sa aking paanan, patay.

Ayon sa pang-maramihang karma na pumapatnubay at nag-sa-sayos ng mga tadhana ng mga hayop, ang buhay ng usa ay tapos na, at ito ay handa nang sumulong sa isang mas mataas na anyo. Ngunit dahil sa aking malalim na pagmamahal, na pagkatapos ay naunawaan kong makasarili, at sa tulong ng aking maalab na panalangin, ako ay nagkaroon ng kakayahang pigilan siya sa hang-ganang anyo ng hayop kung saan ang kaluluwa ay nagpupumilit na makawala. Ang kaluluwa ng usa ay nakiusap sa panaginip sapagkat, kung wala ang aking mapagmahal na pagpapayag, hindi niya gugus-tuhing umalis o kaya hindi siya makakaalis. Sa sandaling ako ay sumang-ayon, siya ay umalis.

Iniwan ako ng lahat ng dalamhati; naunawaan kong panibago na ibig ng Diyos na mahalin ng Kanyang mga anak ang lahat ng bagay bilang bahagi Niya, at huwag magkamaling makaramdam na ang kamatayan ay katapusan ng lahat. Ang mangmang na tao ay nakikita lamang ang napakataaas na pader ng kamatayan, itinatago, tila magpakailanman, ang mga minahal niyang kaibigan. Ngunit ang taong hindi nakatali, siya na mahal ang kapwa bilang mga pahayag ng Panginoon, ay nakakaunawa na sa kamatayan, ang mga mahal sa buhay ay bumalik lamang upang magpahinga sandali sa kagalakan sa Kanya.

Ang paaralan sa Ranchi ay lumaki mula sa maliit at simpleng pinagmulan sa isang institusyon na ngayon ay kilalang-kilala sa Bihar at Bengal. Maraming departamento ng paaralan ang itinataguyod ng kusang pagtulong mula sa mga nagagalak na mapanatili ang huwarang edukasyon ng mga pantas. Mga yumayabong na mga sangay ng paaralan ang naitatag sa Midnapore at Lakhanpur.

Ang tanggapan sa Ranchi ay nagpapanatili ng isang Departamento ng Medisina kung saan ang mga gamot at paglilingkod ng mga manggagamot ay ipinamamahagi ng walang kabayaran sa mga mahihirap sa paligid. Ang bilang ng mga napaglingkuran ay karaniwang hihigit pa sa 18,000 katao sa isang taon. Ang Vidyalaya ay nakagawa din ng marka, sa paligsahan ng laro at sa larangan ng talino, kung saan maraming nakapagtapos sa Ranchi ang napabantog ang mga sarili sa mga sumunod na buhay sa pamantasan.

Sa nakaraang tatlong dekada, ang paaralang Ranchi ay pinarangalan ng pagdalaw ng maraming matataas na tao mula sa Silangan at Kanluran. Si Swami Pranabananda, ang "banal na may dalawang katawan" ng Banaras, ay dumalaw sa Ranchi nang ilang araw noong 1918. Habang minamasdan ng dakilang maestro ang napakagandang mga klase sa ilalim ng mga puno, at nakita sa gabi na ang mga batang lalaki ay nakaupong walang-tinag ng maraming oras sa yoga meditasyon, siya ay naantig ng malalim.

"Nagagalak ang aking puso," ang sabi niya, "na makita ang huwaran ni Lahiri Mahasaya para sa tamang pagsasanay ng mga kabataan ay isinasagawa sa paaralang ito. Nawa'y basbasan ito ng aking guru."

Ang isang batang lalaki na nakaupo sa aking tabi ay naglakasloob na magtanong sa dakilang yogi.

"Ginoo," ang sabi niya, "ako po ba ay magiging monghe? Ang buhay ko ba ay para sa Diyos lamang?"

Kahit na ngumiti nang marahan si Swami Pranabananda, ang kanyang mga mata ay nakatuon na sa kinabukasan.

"Anak," ang sagot niya, "Paglaki mo, mayroong isang magandang nobya ang naghihintay sa iyo." (Ang batang lalaki ay nangyaring nag-asawa, pagkatapos pinaghandaan ng maraming taon ang pagpasok sa Swami Order.)

Hindi pa natatagalan pagkatapos dumalaw si Swami Pranabananda sa Ranchi, sinamahan ko ang aking ama sa bahay sa Calcutta kung saan ang yogi ay nakatirang pansamantala. Ang hula ni Pranabananda, maraming taon na ang nakaraan, ay bigla kong naalala. "Magkikita tayo, na kasama ang iyong ama, pagdating ng panahon."

Habang ang aking ama ay pumapasok sa silid ng swami, ang dakilang yogi ay tumayo sa kinauupuan, at niyakap ang aking magulang nang buong paggalang.

"Bhagabati," ang sabi niya, "ano ang ginagawa mo sa iyong sarili? Hindi mo ba nakikita ang iyong anak na lumilipad patungo sa Walang Hanggan?" Ako ay namula pagkarinig ko ng kanyang papuri sa harap ng aking ama. Ang swami ay nagpatuloy, "Natatandaan mo ba kung gaano kadalas na ang ating banal na guru ay nagsasabi ng: 'Banat, banat, ban jai'* Kaya pagsikapang magsanay ng *Kriya Yoga*, upang mabilis marating ang Dibinong Pintuan."

Ang katawan ni Pranabananda, na nakikitang napakalusog at malakas sa panahon ng nakakagulat na unang dalaw ko sa kanya sa Banaras, ngayon ay nagpapakita ng tunay na pagtanda, kahit na ang tindig ay kahanga-hanga pang matuwid.

"Swamiji," ang tanong ko, na diretsong nakatingin sa kanyang mga mata, "sabihin po ninyo sa akin: Hindi po ba ninyo nararamdaman ang pagtanda? Habang ang katawan ay humihina, ang inyo po bang pang-unawa sa Diyos ay nakakaranas ng kabawasan?"

Siya ay napangiti na parang anghel. "Ang Pinakamamahal ay mas lalong nasa akin ngayon." Ang kanyang ganap na paniniwala ay lumipos sa aking isip at kaluluwa. Nagpatuloy siya, "ako ay nakikinabang pa rin sa aking dalawang pensiyon—ang isa mula kay Bhagabati dito, at ang isa ay mula sa itaas." Nakaturo ang kanyang mga daliri sa kalangitan, sa loob ng kaunting panahon, ang banal, ay natigilan sa labis na tuwa; ang kanyang mukha ay nasindihan ng dibinong liwanag. Isang sapat na kasagutan sa aking katanungan!

---

* Isa sa paboritong pahayag ni Lahiri Mahasaya, na panghikayat niya sa mga estudyante upang magpatuloy sa meditasyon. Ang literal na ibig sabihin ay: "Gumagawa, gumagawa, isang araw ay nagawa na." Maaaring isalin ito nang: "Nagsisikap, nagsisikap, isang araw ay! Ang Dibinong Adhika."

Napuna ko na ang silid ni Pranabananda ay mayroong maraming mga halaman at pakete ng mga buto, tinanong ko ang kanilang pakay.

"Umalis na ako sa Banaras nang pirmihan," ang sabi niya, "at ako ngayon ay patungo sa Himalayas. Doon ako ay magbubukas ng ashram para sa aking mga disipulo. Ang mga butong ito ay magbibigay ng spinach at iba pang mga gulay. Ang mga mahal ko ay mamumuhay nang simple, magpapalipas ng kanilang panahon sa maligayang pakikiisa sa Diyos. Wala nang iba pang pangangailangan."

Tinanong ng aking ama ang kanyang kapatid na disipulo kung kailan ito babalik sa Calcutta.

"Hindi na kailanman." Ang sagot ng banal. "Ito ang taon na sinabi ni Lahiri Mahasaya na iiwan ko ang pinakamamahal kong Banaras magpakailanman at magtutungo sa Himalayas, doon ay upang iwanan ko ang aking may kamatayang balangkas."

Ang mga mata ko ay napuno ng luha sa kanyang sinabi, ngunit ang swami ay ngumiti nang may kapayapaan. Ipinaalaala niya sa akin ang isang maliit na makalangit na bata, nakaupo nang buong katatagan sa kandungan ng Dibinong Ina. Ang bigat ng mga taon ay walang masamang epekto sa isang dakilang yogi na puno ng pagtataglay ng pinakamataas na lakas na espirituwal. Kaya niyang baguhin ang katawan kung nanaisin niya, subalit, kung minsan ay hindi niya nais pigilan ang pagtanda, ngunit kanyang pinahihintulutan ang karma na naubos sa pisikal na kaanyuan, na gamit ang kasalukuyang katawan upang makatipid ng panahon para hindi maisama ang kailangang pagbayarang natitirang butil ng karma sa panibagong pagkabuhay sa mundo.

Ilang buwan ang lumipas, nakita ko ang dating kaibigan, si Sanandan, na isa sa mga malalapit na disipulo ni Pranabananda.

"Ang karapat-dapat sambahin kong guru ay pumanaw na," ang sabi niya sa akin, sa pagitan ng mga hikbi. "Siya ay nagtatag ng hermitage malapit sa Rishikesh, at binigyan kami ng mapagmahal na pagsasanay. Noong maayos na ang aming kinalalagyan, at naging mabilis ang pag-unlad naming espirituwal sa kanyang piling, siya ay nagmungkahi isang araw na magpakain ng maraming tao mula sa bayan ng Rishikesh. Tinanong ko kung bakit kailangan niya ang napakaraming bilang '"

"'Ito ang aking huling pagdiriwang na seremonya,' ang sabi niya. Hindi ko naunawaan ang buong kahulugan ng kanyang mga salita.

"Si Pranabanandaji ay tumulong sa pagluluto ng napakaraming

mga pagkain. Kami ay nakapagpakain ng 2,000 na mga panauhin. Pagkatapos ng kainan, siya ay naupo sa isang mataas na plataporma at nagbigay ng inspiradong parangal sa Walang Hanggan. Sa bandang huli, sa harap ng libong mga tao, lumingon siya sa akin, habang ako ay nakaupo sa tabi niya sa plataporma, at nagsalita nang hindi pangkaraniwang lakas.

"'Sanandan, humanda ka, sisikaran ko na ang balangkas.'*

"Pagkatapos ng nakasisindak na katahimikan, sumigaw ako nang malakas, 'Maestro, huwag ninyong gawin! Pakiusap po huwag ninyong gawin!' Ang maraming tao ay nanatiling tahimik, nagtataka sa aking mga salita. Si Pranabanandaji ay ngumiti sa akin, ngunit ang kanyang mga mata ay nakatingin na sa Kawalang-Hanggan.

"'Huwag kang madamot, ang sabi niya, at huwag magdalamhati para sa akin. Ako ay matagal nang masayang naglilingkod sa inyong lahat; ngayon, magdiwang kayo at naisin ninyong ako ay mabilis mapa-sa-Diyos. Ako ay aalis upang makipagkita sa Kosmikong Pinakamamahal.' Pabulong, si Pranabanandaji ay nagdagdag ng: 'Ako ay ipapanganak na muli. Pagkatapos kong magsaya nang maikling panahon sa Walang Hanggang Kaluwalhatian, ako ay babalik sa lupa at sasama kay Babaji.† Madali ninyong malalaman kung kailan at kung saan ang aking kaluluwa ay nabalutan ng isang bagong katawan.'

"Sumigaw siyang muli, "Sanandan, eto sisikaran ko ang balangkas sa tulong nang pangalawang *Kriya Yoga*.‡

"Siya ay tumingin sa karagatan ng mga mukha sa harap namin, at nagbigay ng pagbabasbas. Itinuon ang panloob na paningin sa matang espirituwal, siya ay naging walang kagalaw-galaw. Samantalang ang naguguluhang mga tao ay nag-aakalang siya ay

---

* Ibig sabihin, isusuko na ang katawan.

† Ang guru ni Lahiri Mahasaya, na nabubuhay pa. (Tingnan ang kabanata 33.)

‡ Ang totoong pamamaraang ginamit ni Pranabananda ay kilala sa mga mas mataas na mag-aaral ng *Kriya Yoga* ng daang Self-Realization bilang Pangatlong Inisasyon ng *Kriya Yoga*. Nang ibinigay kay Pranabananda ni Lahiri Mahasaya, ito ang "pangalawang" *Kriya* na natanggap niya mula sa Yogavatar. Bibigyang-kakayahan ng *Kriya*ng ito ang debotong nakapagsanay nito upang umalis at bumalik sa katawan nang may kamalayan sa anumang oras. Ang mga matataas na yogi ay gumagamit nitong pamamaraang *Kriya* sa pinakahuling paglabas sa kamatayan—isang sandaling lubos na nilang nalalaman.

Ang mga dakilang yogi ay "lumalabas at pumapasok" sa espirituwal na mata, ang pranic na bituing "pintuan" ng kaligtasan. Sinabi ni Kristo: "Ako nga ang pintuan. Ang sinumang pumapasok sa pamamagitan ko'y maliligtas. Papasok siya't lalabas, at makakatagpo ng pastulan. Dumarating ang magnanakaw (*maya* o panlilinlang) para lamang magnakaw, pumatay, at manira. Naparito ako (Kristong Kamalayan) upang ang mga tupa ay magkaroon ng buhay, ng isang buhay na masagana at ganap" (Juan 10:9-10).

YOGODA SATSANGA BRANCH MATH
Ang Yogoda Satsanga Society ng India Branch Math at Ashram, sa Ranchi, ay itinatag ni Paramahansa Yogananda nang inilipat niya ang kanyang paaralan para sa mga batang lalaki sa lugar na ito noong 1918. Sa kasalukuyan, ang Branch Math ay nagsisilbi sa mga kasapi ng YSS at namamahagi ang mga pagtuturo ng *Kriya Yoga* sa buong India. Bilang karagdagan sa kanyang mga gawaing espirituwal, ang sentrong ito ay pinapanatili ang maraming institusyon ng karunungan at isang kawang-gawang dispensaryo.

nagmi-meditasyon sa isang kasiya-siyang kalagayan, siya ay naka-alis na sa tabernakulo ng laman at lumundag na ang kaluluwa sa kosmikong kalawakan. Ang mga disipulo ay humipo sa kanyang ka-tawan, nakaupo sa lotus na posisyon, ngunit hindi na ito mainit na laman. Isa na lamang nanigas na balangkas ang natira, ang nakatira ay lumipad na sa walang kamatayang dalampasigan."

Nang si Sanandan ay nakatapos na sa kanyang pagsasalaysay, naisip ko: "ang 'banal na may dalawang katawan' ay madula sa kanyang kamatayan na tulad ng kanyang buhay!"

Ako ay nagtanong kung saan maipapanganak si Pranabananda.

"Ipinapalagay ko ang ganoong kaalaman na isang sagradong pagtitiwala," ang sagot ni Sanandan. "Hindi ko dapat sabihin ka-ninuman. Marahil maari mo itong malaman sa ibang paraan."

Pagkatapos ng maraming taon, natuklasan ko mula kay Swami Keshabananda* na si Pranabananda, ilang taon pagkatapos nang kanyang kapanganakan sa bagong katawan, ay nagpunta sa Badrinarayan sa Himalayas, at doon ay sumama sa grupo ng mga banal sa paligid ng dakilang Babaji.

* Ang pakikipagtagpo ko kay Keshabananda ay inilalarawan sa ph. 488-500

Si Kashi, Ipinanganak Muli at Natuklasan

"Pakiusap, huwag kayong pupunta sa tubig. Maliligo tayong gagamiting pansalok ang ating mga balde."

Pinagsasabihan ko ang mga batang mag-aaral sa Ranchi na kasama ko sa isang walong milyang paglalakad sa kalapit na burol. Ang lawa sa harap namin ay parang nanghihikayat, ngunit isang pag-ayaw dito ang pumasok sa aking isip. Karamihan sa mga bata ay nagsimulang isalok ang kanilang mga balde, ngunit may ilang mga bata ang hindi napigilan ang tukso ng malamig na tubig. Hindi pa nagtatagal ang kanilang pagsisid nang may malalaking tubig-ahas ang kumawag-kawag sa paligid nila. Anong mga tilian at sabuyan! Anong katawa-tawang pagmamadali sa pag-ahon sa lawa!

Kami ay nasiyahan sa isang piknik na pananghalian pagkatapos naming marating ang aming patutunguhan. Naupo ako sa ilalim ng isang puno na napapaligiran ng mga bata. Nakita nilang ako ay may masiglang disposisyon, kaya pinaulanan ako ng mga katanungan.

"Pakiusap, sabihin mo, ginoo," isang kabataan ang nagtanong, "kung ako ay laging sasama sa inyo sa landas nang pagtalikod."

"Ah, hindi," ang sagot ko, "ikaw ay sapilitang kukunin pauwi sa inyong tahanan, at pagkatapos ikaw ay mag-aasawa."

Hindi makapaniwala, siya ay marahas na tumutol. "Tanging kung ako'y patay na, saka lamang ako maaring dalhin sa aming tahanan." (Ngunit sa loob ng ilang buwan ang kanyang mga magulang ay dumating upang kunin siya, sa kabila ng kanyang luhaang pagtanggi. Pagkatapos ng ilang taon, nag-asawa nga siya.)

Pagkatapos sagutin ang maraming mga katanungan, ako ay kinausap ng isang binatilyong ang pangalan ay Kashi. Siya ay labing-dalawang taon gulang, isang matalinong mag-aaral, at pinakamamahal ng lahat.

"Ginoo," ang sabi niya, "Ano po ang aking magiging kapalaran?"

"Hindi magtatagal, ikaw ay mamamatay." Isang hindi mapaglabanang lakas, ang tila nagpumilit ilabas ang mga salita mula sa aking mga labi.

Ang paghahayag ay naging sanhi ng pagkabigla at pagdadalamhati ko at ng lahat. Tahimik kong sinisisi ang aking sarili bilang isang *enfant terrible* (isang taong ang di-pangkaraniwang pananalita ay nagiging sanhi ng kahihiyan o kontrobersiya), tumanggi na akong sumagot sa mga karagdagang katanungan.

Pagbalik namin sa paaralan, si Kashi ay pumasok sa aking silid.

"Kung ako ay mamatay, maari mo ba akong hanapin kapag ako ay ipinanganak at dalhin muli sa landas espirituwal?"ang tanong niya habang humihikbi.

Napilitan akong tumanggi sa mahirap na pambihirang pananagutang ito. Ngunit sa mga sumunod na linggo, naging masidhi ang pagpilit sa akin ni Kashi. Nakita kong nasisiraan na siya ng loob at tila bibigay na, kaya sa wakas ay inaliw ko siya.

"Oo", ako ay nangako. "Kung ang Ama sa Langit ay magbibigay ng tulong, susubukan kong hanapin ka."

Sa panahon ng tag-araw na bakasyon, ako ay nagsimula ng isang maikling paglalakbay. Nalulungkot na hindi ko maisasama si Kashi, bago ako umalis tinawag ko siya sa aking silid at buong ingat ko siyang pinagbilinan na manatili, laban sa anumang pamimilit, sa espirituwal na kapayapaan ng paaralan. Kahit paano, naramdaman ko na kung hindi siya uuwi sa kanilang tahanan, baka maiwasan niya ang nakaambang kalamidad.

Hindi nagtagal pag-alis ko ay dumating ang ama ni Kashi sa Ranchi. Sa loob ng labinlimang araw ay sinubukan niyang baliin ang kagustuhan ng anak, ipinaliwanag niya na kung sasama si Kashi sa Calcutta kahit apat na araw lamang upang dalawin ang kanyang ina, siya ay maaari nang bumalik. Si Kashi ay paulit-ulit na tumanggi. Sa wakas, ang ama ay nagsabi na ipagsasama niya ang bata sa tulong ng mga pulis. Ang pagbabanta ay ikinabahala ni Kashi, sapagkat hindi niya gustong maging dahilan ng nakapipinsalang publisidad sa paaralan. Wala siyang nagawa kundi sumama.

Bumalik ako sa Ranchi pagkatapos ng ilang araw. Noong malaman ko kung papaano kinuha si Kashi, sumakay kaagad ako ng tren papuntang Calcutta.Doon ako ay umarkila ng isang karwahe. Nakapagtataka, ngunit nang ang sasakyan ay lumagpas sa tulay ng Howrah sa ilog Ganges, ang unang mga taong nakita ko ay ang ama ni Kashi at ibang mga kamag-anak na nakadamit panluksa. Sumigaw ako sa kutsero na tumigil, lumundag ako mula sa karwahe at pinandilatan ang kapos-palad na ama.

"Ginoong mamamatay-tao," ang sigaw kong medyo wala sa katwiran, "pinatay mo ang aking anak!"

Naunawaan na ng ama ang pagkakamaling nagawa niya sa kanyang pamimilit na dalhin sa Calcutta si Kashi. Sa loob ng ilang araw na ang bata ay naroroon, siya ay nakakain ng kontaminadong pagkain, nagkasakit ng kolera, at namatay.

Ang pagmamahal ko kay Kashi, at ang pangako kong hanapin siya pagkatapos ng kanyang kamatayan, ay namalagi sa aking isip gabi at araw. Kahit saan ako pumaroon, ang mukha niya ay lumilitaw sa harap ko. Ako ay nagsimula ng isang makasaysayang paghahanap sa kanya, tulad ng matagal nang panahong lumipas nang ako ay naghanap sa aking nawawalang ina.

Naramdam ko na yamang binigyan ako ng Diyos ng kakayahang mangatwiran, dapat ko itong gamitin at gawin ang lahat ng aking makakaya upang matuklasan ang mga pinong batas kung saan malalaman ko ang astral na kinaroroonan ng bata. Siya ay kaluluwang nangangatal sa hindi natupad na pagnanais, napagtanto ko—isang kumpol na liwanag na lumulutang sa gitna ng milyon-milyong nagliliwanag na kaluluwa sa mga pook na astral. Papaano ako makikiisa sa kanya, sa karamihan ng bibrasyon ng liwanag ng ibang mga kaluluwa?

Gamit ang isang lihim na paraan ng yoga, ipinahayag ko ang aking pagmamahal sa kaluluwa ni Kashi sa pamamagitan ng "mikropono" ng matang espirituwal, ang panloob na tuldok sa pagitan ng dalawang kilay.* Naramdaman ng aking intuwisyon na hindi magtatagal si Kashi ay babalik sa lupa, at kung hindi ko titigilan ang pag-bobrodkast ng tawag ko sa kanya, ang kaluluwa niya ay sasagot. Alam ko na ang bahagyang bugso ng kagustuhang ipapadala sa akin ni Kashi ay mararamdaman ko sa ugat ng aking mga daliri, braso at gulugud.

Gamit ko ang nakataas na kamay bilang antenna, madalas akong umiikot ng umiikot, sinusubukang matuklasan ang direksiyon ng pook kung saan, sa aking paniniwala, si Kashi ay muli nang naipanganak bilang embryo. Ako ay umaasang makatanggap ng kasagutan mula sa kanya sa nakatonong konsentrasyon ng "radyo" ng aking puso.

Sa hindi nababawasang sigasig, nagsanay ako sa ganoong yogang

---

* Ang nasa, na inilalabas mula sa tuldok sa pagitan ng kilay, ay ang *nag-bobroadcast* na aparato ng isip. Ang pakiramdam ng tao o kapangyarihang pandama, na payapang natutuon sa puso, ay ginagawa itong maging isang kaisipang radyo na *tumatanggap* ng mga mensahe ng ibang tao, malayo man o malapit. Sa telepatiya, ang mga pinong pagyanig ng isip sa isang tao ay naililipat sa pamamagitan ng mga pinong pagyanig sa astral na ether saka sa higit na makapal na ether ng mundo, na lumilikha ng mga along nagiging alon ng isipan ng isa pang tao.

KASHI
Mag-aaral sa Ranchi School

pamamaraan nang buong katatagan sa loob nang anim na buwan pagkamatay ni Kashi.Naglalakad akong kasama ang ilang mga kaibigan isang umaga sa mataong Bowbazar na bahagi ng Calcutta, itinaas ko ang aking mga kamay gaya ng dati. Sa unang pagkakataon, may katugunan. Natuwa akong matiktikan ang mala-kuryenteng bugso na gumagapang pababa sa aking mga daliri at kamay. Ang mga daloy na ito ng elektrisidad ay isinalin sa isang napakalakas na kaisipan mula sa kalaliman ng aking kamalayan: "Ako si Kashi, Ako si Kashi; halika sa akin!"

Ang pag-iisip ay halos naririnig habang ang konsentrasyon ko ay nasa aking radyo sa puso. Sa karaniwang, medyo malat na bulong ni Kashi,* narinig ko ang kanyang pagtawag ng paulit-ulit.

---

* Bawat kaluluwa sa kanyang dalisay na kalagayan ay nakababatid ng kalahat-lahatan. Natandaan ng kaluluwa ni Kashi ang lahat ng katangian ni Kashi, ang batang lalaki, at kaya ginaya niya ang malat na boses nito upang pukawin ang aking pagkilala.

Hinawakan ko ang braso ng isa sa aking mga kasama, si Prokash Das, at ngumiti sa kanya nang buong kasiyahan.

"Tila natagpuan ko na si Kashi!"

Nagsimula akong umikot nang umikot, sa hindi maitagong kaaliwan ng aking mga kaibigan at ang mga pulutong na nagdadaan. Ang mga mala-kuryenteng bugso ay nararamdaman lamang sa aking mga daliri kapag ako ay nakaharap sa kalapit na daan, na kung tawagin ay "Serpentine Lane". Ang daloy na astral ay nawawala kapag ako'y lumingon sa ibang mga direksiyon.

"Ah," ang bulalas ko, "ang kaluluwa ni Kashi ay maaring nabubuhay sa sinapupunan ng isang ina na ang tahanan ay nasa daanang ito."

Ang mga kasama ko at ako ay naglakad nang papalapit sa Serpentine Lane; ang panginginig sa aking nakataas na kamay ay naging malakas at maliwanag. Parang isang kaparaanan ng isang magneto, ako ay hinila patungo sa kanang bahagi ng daan. Pagdating sa pasukan ng isang bahay, nagtataka akong natigilan sa pagkakatayo. Ako ay kumatok sa pintuan na may matinding kagalakan at pigil ang aking hininga. Naramdaman ko, na ang aking mahaba at hindi pangkaraniwang paghahanap ay dumating sa matagumpay na katapusan.

Ang pintuan ay binuksan ng isang tagapagsilbi, na nagsabi sa akin na ang kanyang amo ay nasa tahanan. Siya ay bumaba sa hagdanan mula sa ikalawang palapag at ngumiti sa akin na nagtatanong. Hindi ko malaman kung papaano ko babalangkasin ang aking katanungan, na magkasabay na nararapat at di-nararapat.

"Maaari bang sabihin ninyo sa akin, ginoo, kung kayo at ang inyong maybahay ay anim na buwan nang may inaasahang supling?"*

---

* Bagama't maraming tao, pagkamatay, ay nananatili sa astral na mundo sa loob ng 500 o 1000 na taon, walang panuntunan tungkol sa haba ng panahon sa pagitan ng pagkabuhay-na-muli. (Tingnan ang kabanata 43.) Ang itinakdang haba ng buhay ng isang tao sa isang pisikal o astral na pagkakaroon ng katawan ay itinadhana ng karma.

Ang kamatayan, at gayundin ang pagtulog, "ang maliit na kamatayan," ay pangagailangan ng katawan, na pansamantalang nagpapalaya sa hindi naliwanagang tao mula sa tanikala ng mga pandama. Dahil ang mahalagang kalikasan ng tao ay Espiritu, natatanggap niya ang pagtulog at sa kamatayan ang tanging nakabubuhay na pagpapaalaala ng kanyang walang-kasiraan.

Ang nagbabalanseng batas ng karma, na ipinapaliwanag sa mga kasulatang Hindu, ay ang pagkilos at katugunan sa kilos, sanhi at epekto, pagpunla at pag-ani. Sa kaparaanan ng likas na kabutihan (*rita*), bawat tao, sa pamamagitan ng kanyang mga isip at gawa, ang nagiging tagahulma ng kanyang kapalaran. Anumang pandaigdigang lakas na siya mismo ang nagpakilos, sa kanyang karunungan o kawalang-karunungan, ay kailangang bumalik sa kanya na kanilang pinagmulan, tulad ng isang bilog na kailangang bumuo ng kanyang sarili. "Ang mundo ay parang matematikal

"Oo, ganoon nga." Sapagkat nakikita niya na ako ay isang swami, isang tumalikod sa mundo na bihis sa tradisyonal na kulay dalandan na tela, siya ay magalang na nagdagdag, "Sabihin ninyo sa akin kung papaano ninyo nalaman ang aking kalagayan sa buhay?"

Nang marinig niya ang tungkol kay Kashi at ang pangako kong ibinigay, pinaniwalaan ng nagulat na ginoo ang aking salaysay.

"Isang batang lalaki na may magandang kutis ang ipapanganak sa inyo," ang sabi ko sa kanya. "Siya ay mayroong malapad na mukha, maypuyo sa itaas ng noo. Ang pag-uugali ay mapupunang maka-espirituwal."Nakaramdam ako ng katiyakan na ang padating na anak ay magdadala ng ganitong pagkakawangis kay Kashi.

Nang lumaon dinalaw ko ang bata,na pinangalanan ng kanyang mga magulang ng dati niyang pangalang Kashi. Kahit sa pagka-sang-gol ay kapansin-pansin ang kanyang pagkakatulad sa kaanyuan ng aking mahal na mag-aaral sa Ranchi. Ang bata ay nagpakita sa akin ng biglang pagmamahal; ang pang-akit nang nakaraan ay nagising nang may pinag-ibayong lakas.

Pagkaraan ng maraming taon, ang binatilyo ay lumiham sa akin, sa panahon ng aking pamamalagi sa Amerika. Ipinaliwanag niya ang kanyang matinding pananabik na sundan ang landas ng isang tumalikod sa mundo. Itinuro ko sa kanya ang isang maestro sa Himalayas, na tinanggap bilang disipulo, ang ipinanganak na muling si Kashi.

---

na pagpapantay, na, kapag pinaikot mo ayon sa iyong kagustuhan, ay kusang bumabalanse.Bawat lihim ay nabubunyag, bawat krimen ay naparurusahan, bawat birtud ay napararangalan, bawat pagkakamali ay naiwawasto, sa katahimikan at katiyakan."—*Emerson, "Compensation."* Ang isang pag-unawa sa karma bilang batas ng hustisya na saligan ng hindi pagkakapantay-pantay sa buhay ay nagsisilbing pagpapalaya sa kaisipan ng tao mula sa paghihinanakit sa Diyos at sa tao. (Tingnan ang ph. 204.)

Si Rabindranath Tagore at Ako
Naghambing ng mga Paaralan

"Tinuruan kami ni Rabindranath Tagore na umawit bilang likas na paraan ng sariling- pagpapahayag, na walang kahirap-hirap na tulad ng mga ibon"

Si Bhola Nath, isang matalinong labing-apat-na-taong binatilyo sa aking paaralan sa Ranchi ay nagbigay sa akin ng ganoong paliwanag pagkatapos ko siyang papurihan isang umaga sa kanyang mahimig na bulalas. Mayroon o walang pag-uudyok, ang binatilyo ay patuloy na bumubulalas ng mahimig na agos. Siya ay nauna nang pumasok sa tanyag na paaralan ni Tagore, ang Santiniketan (Kanlungan ng Kapayapaan), sa Bolpur.

"Ang mga awitin ni Rabindranath ay nasa aking mga labi magmula pa sa aking kabataan," ang sabi ko sa aking kasamahan. "Lahat ng mga Bengali, kahit na yung mga hindi nakapag-aral na magsasaka, ay natutuwa sa kanyang dakilang mga berso."

Si Bhola at ako ay magkasabay na umawit ng ilang koro mula kay Tagore, na isina-musika ang libu-libong tula ng India; ang iba ay kanyang sariling komposisyon at ang iba ay may sinaunang pinagmulan.

"Nakilala ko si Rabindranath pagkatapos na matanggap niya ang Nobel Prize sa Literatura," ang sabi ko pagkaraan ng aming bokalisasyon. "Ako ay naakit na dalawin siya sapagkat hinangaan ko ang kanyang hindi diplomatikong lakas ng loob upang ilagay sa lugar ang kanyang mga literaryong kritiko. Tumawa ako ng marahan.

Si Bhola, na mausisa, ay tinanong ang kuwento.

"Tinuligsang mabuti ng mga iskolar si Tagore dahil sa kanyang pagpapakilala ng isang bagong istilo ng pag-tula sa Bengali," panimula ko. "Pinaghalo niya ang pang-araw-araw at klasikong mga pagpapahayag, binale-wala niya ang lahat ng itinakdang hangganan na mahalaga sa puso ng mga pantas. Ang kanyang mga awit ay nagpapahayag ng malalalim na katotohanan alinsunod sa pilosopiya, sa makabagbag-damdaming termino, at kaunti lamang ang pagsasa-alang-alang sa tanggap na anyo ng literatura.

"Isang maimpluwensiyang kritiko ang pagalit na tinukoy si Rabindranath bilang isang 'kalapating-makata na ipinagbibili ang kanyang mga huni na nakalimbag para sa isang rupee.' Ngunit ang ganti ni Tagore ay malapit na; ang buong mundo ng literatura ng Kanluran ay nagbigay-galang sa kanyang paanan hindi nagtagal pag-katapos na siya mismo ay nagsalin sa wikang English ng kanyang *Gitanjali* ("Mga awit ng Pag-aalay"). Isang buong tren na punung-puno ng mga pantas, na kasama ang mga dati niyang kritiko, ay nagpunta sa Santiniketan upang mag-alay ng kanilang mga pagbati.

"Tinanggap lamang ni Rabindranath ang kanyang mga panau-hin pagkatapos ng sinadyang mahabang pagpapaliban, at pagka-tapos pinakinggan ang kanilang mga papuri sa isang mahinahong katahimikan. Sa wakas, ibinalik niya laban sa kanila ang sariling nakaugaliang sandata ng pamimintas.

"'Mga Ginoo,' ang sabi niya, 'ang mabangong mga parangal na iginagawad ninyo ngayon ay hindi bagay na nahaluan ng mabahong amoy ng inyong nakaraang paghamak. Mayroon bang posibleng anumang kinalaman sa pagitan ng aking gantimpalang Nobel Prize, at ang inyong biglang matinding lakas ng pagpapahalaga? Ako pa rin ang makatang nagpagalit sa inyo noong unang inialay ko ang aking mga abang bulaklak sa templo ng Bengal.'

"Ang mga pahayagan ay naglathala ng salaysay sa pangahas na parusang ibinigay ni Tagore. Ako ay humanga sa hayagang salita ng isang tao na hindi na-hihipnotismo ng mga pakunwaring papuri," ang patuloy ko. "Ako ay ipinakilala kay Rabindranath sa Calcutta ng kanyang kalihim, si Ginoong C.F.Andrews,*na simpleng naka-bihis ng isang Bengali *dhoti.* Mapagmahal niyang tinukoy si Tagore bilang 'Gurudeva.'

"Tinanggap ako ni Rabindranath nang buong giliw.Siya ay may aurang panghalina, kultura at paggalang. Bilang kasagutan sa aking mga tanong tungkol sa kanyang karanasan sa literatura, sinabi niya sa akin na siya, higit sa lahat, ay nahikayat ng mga mahahabang tulang pang-relihiyon at ng mga gawa ni Vidyapati, isang kilalang ika-labing-apat na siglong makata."

Napasigla ng mga ganitong alaala, nagsimula akong umawit ng bersyon ni Tagore ng isang matandang awit na Bengali, na

* Ang Ingles na manunulat at tagalathala, na malapit na kaibigan ni Mahatma Gandhi. Si G. Andrews ay pinararangalan sa India dahil sa kanyang maraming serbisyo sa inampon niyang bayan.

RABINDRANATH TAGORE
Inspiradong Makata ng Bengal, at Nobel Laureate sa Literatura

pinamagatang "Light the Lamp of Thy Love." Si Bhola at ako ay
masayang umawit habang kami ay namamasyal sa bakuran ng
Vidyalaya.

Mga dalawang taon pagkatapos kong naitatag ang paaralan sa
Ranchi, ako ay nakatanggap ng isang paanyaya mula kay Rabindra-
nath upang dalawin siya sa Santiniketan at pag-usapan ang aming
mga pang-edukasyong huwaran. Masaya akong nagpaunlak. Ang
makata ay nakaupo sa kanyang silid- aralan nang ako ay pumasok;
naisip ko noon, tulad ng aming unang pagkikita, na siya ay isang
kapansin-pansing halimbawa ng pinaka-mabikas na pagkalalaki na
maaring naisin ng kahit sinong pintor. Ang magandang hugis ng
kanyang mukha, marangal at aristokratiko, ay nakabalangkas sa
mahabang buhok at umaagos na mga balbas. Siya'y may malaki, at
nakatutunaw tuminging mga mata, mala-anghel na ngiti at may ti-
nig na parang plauta ang katangian na labis na kaakit-akit. Matatag,
mataas at seryoso, napaghalo niya ang halos babaeng kalambutan at
ang kalugud-lugod na pagka-natural ng isang bata. Walang ulirang

ideya ng isang makata ang makakatagpo pa ng nararapat na sagisag kaysa dito sa mabait na mang-aawit.

Di nagtagal, si Tagore at ako ay nasa isang malalim na paham-bing na pag-aaral ng aming mga paaralan, na parehong itinatag sa hindi pa tinatanggap na mga ideya. Nakatagpo kami ng maraming magkaparehong katangian—pagtuturo sa labas, kasimplehan, malawak na saklaw para sa malikhaing kaluluwa ng bata. Gayun-man, si Rabindranath ay nagbigay ng malaking pagpapahalaga sa pag-aaral ng literatura at mga tula, at sa sariling-pahayag sa pama-magitan ng musika at awit na aking nakita sa kaso ni Bhola. Ang mga bata sa Santiniketan ay sumusunod sa oras ng katahimikan ngunit walang bukod na pagsasanay sa yoga.

Ang makata ay nakinig nang may nakabibigay-puring pansin sa aking paglalarawan sa pampasiglang pagsasanay na Yogoda at ang konsentrasyon sa yogang pamamaraan na itinuturo sa lahat ng mag-aaral sa Ranchi.

Sinabi sa akin ni Tagore ang kanyang maagang pansariling pagsisikap sa pag-aaral. "Tumakas ako mula sa paaralan pagkatapos ng ikalimang baitang," ang sabi niyang nagtatawa. Madali kong na-unawaan kung paanong ang likas na maselang kalooban ng makata ay malapastangan ng malungkot at mahigpit na paligid ng isang silid- aralan.

"Ito ang dahilan kung bakit binuksan ko ang Santiniketan sa ilalim ng malilim na mga puno at luwalhati ng langit." Mabisa siyang sumenyas sa isang maliit na pangkat na nagsisipag-aral sa magandang halamanan."Ang isang bata ay nasa likas na tagpuan sa gitna ng mga bulaklak at mga ibong umaawit. Doon ay madali niyang maipapahayag ang tagong yaman ng kanyang pansariling ka-loob na kakayahan. Ang tunay na edukasyon ay hindi ibinobomba at isinisiksik paloob mula sa panlabas na pinanggalingan, kundi tumutulong sa pagpapalabas ng walang katapusang naimbak na karunungan sa loob." *

Sumang-ayon ako, at idinagdag na, "Sa mga karaniwang paara-lan, ang idealista at pagsamba-sa-bayaning katutubong gawi ng mga bata ay ginugutom sa tanging diyeta ng estadistiko at sunud-sunod na mga kapanahunan."

Malugod na tinukoy ng makata ang kanyang ama, si

* "Ang kaluluwa na madalas nang naipanganak, o, tulad ng sinasabi ng mga Hindu, 'naglalakbay sa daan ng pagkabuhay sa pamamagitan ng libo-libong kapanganakan'… na walang hindi niya nalaman; hindi kagulat-gulat na naaalala niya…ang dati na niyang nalalaman….Dahil ang pagsisiyasat at pagkatuto ay buong pag-aalaala." *Emerson, "Representative Men."*

Devendranath, na siyang nagbigay ng inspirasyon na pinagmulan ng Santiniketan.

"Inihandog sa akin ng aking ama itong matabang lupa, kung saan naitayo na niya ang isang bahay pang-panauhin at isang templo," ang sabi sa akin ni Rabindranath."Sinimulan ko ang aking pagsubok na pang-edukasyon dito noong 1901, na mayroon lamang sampung mga bata. Ang gantimpalang walong libong pounds na kasama ng Nobel Prize ay napunta lahat sa pangangalaga ng paaralan."

Ang nakakatandang Tagore, si Devendranath, na kilala sa malayo at malawak bilang "Maharishi" ("dakilang pantas"), ay isang pambihirang tao, na maaaring matuklasan mula sa kanyang *Talambuhay*. Dalawang taon ng kanyang kahustuhang gulang ay ginugol sa meditasyon sa Himalayas. Ang kanyang namang ama na si Dwarkanath Tagore, ay naging tanyag na mapagbigay ng tulong sa madla sa buong kabayanan ng Bengal. Mula dito sa mabunying puno ay tumubo ang isang pamilya ng mga henyo. Hindi lamang si Rabindranath; lahat ng kanyang mga kamag-anak ay napatanyag ang kanilang mga sarili sa malikhaing pagpapahayag. Ang kanyang mga pamangkin na sina Gogonendra at Abanindra, ay kabilang sa mga nangungunang pintor*ng India. Ang kapatid na lalaki ni Rabindranath, si Dwijendra, ay isang malalim tuminging pilosopo na pinakamamahal ng kahit na mga ibon at mga nilalang sa kagubatan.

Inanyayahan akong manatili magdamag ni Rabindranath sa kanyang bahay pang-panauhin. Pagsapit ng gabi, ako ay nahalina ng isang pagtatanghal ng makata at isang pangkat sa patyo. Ang panahon ay lumadlad pabalik: ang tagpo sa harap ko ay tulad ng isa sa sinaunang hermitage—ang masayang mang-aawit ay napapalibutan ng kanyang mga deboto, lahat ay nababalutan ng Dibinong pagmamahal. Nilala ni Tagore ang bawat pantali ng pagkakaibigan gamit ang maliit na lubid ng pagkakaisa. Hindi kailanman namimilit, hinihila niya at binibihag ang puso sa pamamagitan ng hindi mapigilang magnetismo. Isang pambihirang bulaklak ng mga tula na namumukadkad sa hardin ng Panginoon, hinihikayat ang iba sa pamamagitan ng isang likas na kabanguhan!

Sa kanyang mahimig na boses, binasa ni Rabindranath sa amin ang ilan sa kanyang mga katangi-tanging tula, na bagong likha. Karamihan sa kanyang mga awit at mga dula, na isinulat para sa kagalakan ng kanyang mga mag-aaral, ay kinatha sa Santiniketan.

---

* Si Rabindranath din, sa kanyang mahigit na ika-animnapung taon ay seryosong nag-aral ng pagpinta. Ang kanyang mga gawa ay naipakita ilang taon na ang nakararaan sa mga kabisera sa Europe at sa New York.

Ang kagandahan ng kanyang mga linya, para sa akin, ay nakasalalay sa kanyang sining na pagtukoy sa Diyos sa halos bawat taludtod, gayunman bibihirang banggitin ang sagradong Pangalan. "Lasing sa luwalhati ng pag-awit,"isinulat niya, "nalimutan ko ang aking sarili, at tinawag ko Kayong kaibigan na Siya kong Panginoon."

Nang sumunod na araw, pagka-pananghali, ako ay bantulot na nagpaalam sa makata. Ako ay nagagalak na ang kanyang maliit na paaralan ay lumaki na upang maging isang pamantasang inter-nasyonal, ang Visva-Bharati,* kung saan ang mga iskolar mula sa maraming lupain ay nakakatagpo ng ulirang kapaligiran.

"Kung saan ang isip ay walang takot, at ang noo ay nakataas;
Kung saan ang karunungan ay libre;
Kung saan ang mundo ay hindi pa nasira sa pira-pirasong makitid
    na pader-pantahanan;
Kung saan ang mga salita ay lumalabas mula sa kailaliman ng
    katotohanan;
Kung saan ang walang kapagurang pagsisikap ay inuunat ang mga
    braso tungo sa kaganapan;
Kung saan ang maliwanag na agos ng katwiran ay hindi naligaw
    ng landas sa walang siglang desyertong buhangin ng patay
    na pag-uugali;
Kung saan ang isip ay inaakay Mo ng pasulong sa laging lu-
    malawak na kaisipan at paggawa;
Patungo sa langit ng kalayaan, aking Ama, tulutan Ninyong ma-
    gising ang aking bansa!" †
                        RABINDRANATH TAGORE

---

* Bagama't ang pinakamamahal na makata ay namatay noong 1941, ang kanyang institusyong Visva-Bharati ay lumalago pa. Noong Enero 1950, animnapu't limang guro at mag-aaral mula sa Santiniketan ay dumalaw nang sampung araw sa paaralan ng Yogoda Satsanga sa Ranchi. Ang grupo ay pinangunahan ni Sri S.N. Ghosal, rector ng school department ng Visva-Bharati. Nagbigay ng malaking kaluguran ang mga panauhin sa mga estudyante ng Ranchi sa pamamagitan ng isang madulang pagtatanghal sa magandang tula ni Rabindranath, ang "Pujarini."

† *Gitanjali* (Macmillan Co.). Isang maalalahaning pag-aaral sa makata ay matatagpuan sa *The Philosophy of Rabindranath Tagore,* ng bantog na iskolar na si Sir S. Radhakrishnan (Macmillan, 1918).

Ang Batas ng mga Himala

Ang bantog na nobelistang si Leo Tolstoy* ay sumulat ng isang nakakatuwang kuwentong bayan, *Ang Tatlong Ermitanyo*. Ang kaibigan niyang si Nicholas Roerich ay binuod ito nang ganito:

"Sa isang isla ay may nakatirang tatlong matandang ermitanyo. Sila ay napaka-simple na ang tanging dasal na ginagamit ay: "Tatlo kami; Kayo ay Tatlo—maawa kayo sa amin!' Malalaking mga himala ang naipakita sa ganitong simpleng pagdarasal.

"Nakarating sa pandinig ng lokal na obispo† ang tungkol sa tatlong ermitanyo at ang kanilang hindi katanggap-tanggap na pagdarasal, at nagpasyang dalawin sila upang turuan ng kanonikong panawagan. Dumating siya sa isla, sinabihan ang mga ermitanyo na ang kanilang makalangit na kahilingan ay hindi marangal, at tinuruan sila ng mga nakaugaliang mga pagdarasal. Ang obispo pagkatapos ay umalis na sakay ng isang bangka. Nakita niya, na sumusunod sa bangka, ang isang nagnininingning na liwanag. Habang papalapit, nakilala niya ang tatlong ermitanyo, na magkahawak-kamay at tumatakbo sa ibabaw ng mga alon sa pagnanasang lagpasan ang bangka.

"'Nalimutan namin ang dasal na itinuro mo sa amin,' ang sigaw nila nang inabutan ang obispo, 'at humabol kaming nagmadali upang hilingin sa iyo na ulitin ang mga ito.' Ang namanghang obispo ay umiling-iling.

"'Mga mahal,'ang mapagpakumbaba niyang sagot, 'ipagpatuloy ninyong mabuhay sa inyong nakasanayang pagdarasal.'"

Papaano nakalakad ang tatlong mga santo sa ibabaw ng tubig?

* Maraming mga huwaran si Tolstoy na katulad ng kay Mahatma Gandhi; magkatulad ang dalawa sa paksa ng kawalang-karahasan. Ipinagpalagay ni Tolstoy na pangunahing pangaral ni Kristo ang "huwag lalabanan ng masama (ang masama)" (Mateo 5:39). Dapat lamang na "labanan" ang masama ng kanyang makatwirang epektibong kabaligtaran: kabutihan o pagmamahal.

† Malinaw na may batayan sa kasaysayan ang kuwento; isang editoryal na pahayag ang nagsasabi sa atin na ang obispo ay nakipagtagpo sa tatlong ermitanyo habang lumalayag siya mula Archangel patungong Monasteryo ng Slovetsky, sa bunganga ng Dvina River.

Papaano binuhay ni Kristo ang kanyang ipinakong katawan?

Papaano ginawa ni Lahiri Mahasaya at ni Sri Yukteswar ang kanilang mga himala?

Ang makabagong siyensiya ay, sa ngayon, wala pang kasagutan; kahit na sa pagdating ng Panahong Atomiko ang saklaw ng kaisipan ng mundo ay biglang napalawak. Ang salitang "imposible" ay nagiging hindi na gaanong kilala sa bokabularyo ng tao.

Ang mga kasulatan ng Veda ay nagpapahayag na ang pisikal na mundo ay gumagalaw sa ilalim ng isang pangunahing batas ng *maya*, ang prinsipyo ng pagkaiba-iba at pang-dalawahan. Ang Diyos, ang Tanging Buhay, ay Lubos na Pagkakaisa; upang humarap bilang hiwalay at iba- ibang mga pagpapakita ng isang nilikha Siya ay nagsusuot ng isang huwad o hindi totoong belo. Iyong hindi tunay na dalawang belo kung tawagin ay *maya*.* Maraming malalaking siyentipikong tuklas ng bagong panahon ang nagpapatotoo dito sa simpleng pahayag ng mga sinaunang pantas.

Ang Batas ng Galaw ni Newton ay batas ng *maya:* "Sa bawat pagkilos ay laging may kasukat at kasalungat na reaksyon; ang magkaisang mga anumang dalawang katawan ay laging pantay at magkatapat ang direksiyon." Ang galaw at reaksyon kung ganoon, ay tamang- tamang pantay. "Ang magkaroon ng iisang puwersa ay imposible. Dapat mayroon, at laging mayroong isang magkapares na puwersa na pantay at magkatapat."

Ang pangunahing likas na mga pagkilos ay lahat ipinakikita ng kanilang pinagmulang maya. Ang elektrisidad, halimbawa, ay kahanga-hangang pangtaboy at pang-akit; ang kanyang mga electron at proton ay mga magkatapat na elektrisidad. Iba pang halimbawa: ang atomo o huling katiting na bagay ay, parang ang mundo mismo, isang bato-balaning may positibo at negatibong mga dulo. Ang buong kahanga-hangang daigdig ay nasa ilalim ng hindi magbabago na paggalaw ng polaridad; walang batas ng pisika, kimika, o alin mang siyensiya ay nakitaang malaya mula sa likas na magkatapat o magkaibang mga pamamaraan.

Ang likas na agham, kung ganoon, ay hindi makakagawa ng batas na labas ng *maya:* ang mismong anyo at balangkas ng pag-likha. Ang Kalikasan mismo ay *maya*; ang natural na siyensiya ay dapat sapilitang makipagkasundo sa kanyang hindi maiiwasang katangian. Sa kanyang sariling nasasakupan, siya ay walang hanggan at hindi nauubusan; ang mga siyentipiko sa kinabukasan ay walang magagawang mas higit sa pagsisiyasat ng bawat isang aspeto

---

* Tingnan ang ph. 45 n., 50 n.

ng kanyang iba't ibang kawalang hanggan. Ang siyensiya sa ganoon, ay nananatiling palaging nagbabago, hindi kayang palaging marating ang kawakasan; karapat-dapat ngang matuklasan ang batas ng nabubuhay at gumagalaw na sanlibutan, ngunit walang kakayahang matiktikan ang Nagbalangkas ng Batas at ang Tanging Tagapangasiwa. Ang makaharing pagpapakita ng grabitasyon at elektrisidad ay nalaman na, ngunit kung ano ang grabitasyon at elektrisidad ay, walang tao ang nakakaalam.*

Ang mapagtagumpayan ang *maya* ay ang gawaing iniukol sa sangkatauhan ng mga milenyong propeta. Upang mapangibabawan ang dalawahang paglikha at maunawaan ang pagkakaisa ng Lumikha ay inakalang pinakamataas na layunin ng tao. Ang mga kumakapit sa kosmikong ilusyon ay dapat tanggapin ang kinakailangang batas ng magkatapat na lakas: pag-agos at kati, paitaas at pababa, araw at gabi, kasiyahan at kalungkutan, masama at mabuti, kapanganakan at kamatayan. Itong paikot na disenyo ay gumaganap ng tiyak na nakaka-pagdalamhating pagkainip pagkatapos na ang tao ay makaranas ng ilang libong taong kapanganakan; kaya siya ay magsisimulang tumingin sa kabila ng pamimilit ng *maya*.

Ang pag-alis ng belo ng *maya* ay ang pagsiwalat ng lihim ng paglalang. Ang sinuman na mahuhubaran nang ganoon ang daigdig ay siya lamang ang totoong iisa ang paniniwala. Lahat ng iba ay sumasamba sa paganong imahen. Habang ang tao ay nananatiling sakop ng dalawahang mga ilusyon ng Kalikasan, ang Janus na mukha ng *Maya* ay ang kanyang diyosa; hindi niya maaaring malaman ang iisang tunay na Diyos.

Ang pandaigdig na ilusyon, ang *maya* ay nakikita sa tao bilang *avidya*, na ang ibig sabihin ay "walang-talino," kamangmangan, delusyon. Ang *maya* o *avidya* ay hindi kailanman masisira sa pamamagitan ng matalinong paniniwala o pagsusuri, ngunit tanging sa pamamagitan lamang ng pagkakamit ng panloob na kalagayang *nirbikalpa samadhi*. Ang mga propeta ng Lumang Tipan, at mga propeta ng lahat ng lupain at panahon, ay nagsipag-salita mula sa ganoong kalagayan ng kamalayan.

Ang sabi ni Ezekiel:† "Pagkatapos dinala niya ako sa tarangkahan, at sa tarangkahang nakaharap sa silangan: at, pagmasdan,

---

* Si Marconi, ang dakilang imbentor, ay gumawa ng sumusunod na pag-amin sa kakulangan ng siyensiya sa harap ng mga bagay na hindi na mababago: "Ang kakulangan ng siyensiya upang lutasin ang buhay ay ganap. Ang katotohanang ito ay tunay na nakakatakot kung hindi dahil sa pananampalataya. Ang himala ng buhay ay tiyak na siyang pinakamapilit na suliraning idinulog sa isip ng tao."

† Ezekiel 43:1-2.

ang kaluwalhatian ng Diyos ng Israel ay dumating mula sa gawing silanganan: at ang kanyang tinig ay parang ingay ng maraming tubig: at ang mundo ay lumiwanag sa kanyang kaluwalhatian." Sa pamamagitan ng dibinong mata sa noo (silangan), ang yogi ay pinaglalayag ang kanyang kamalayan sa lahat ng dako, napapakinggan ang Salita o *Aum,* ang dibinong tinig ng "maraming tubig": ang panginig ng liwanag na bumubuo sa tanging katunayan ng paglalang.

Sa trilyong mga misteryo ng kosmos, ang pinaka-kahanga-hanga ay ang liwanag. Hindi tulad ng tunog ng alon, kung saan sa paghahatid ay nangangailangan ng hangin, at iba pang materyal na mamamagitan, ang alon ng liwanag ay malayang nagdadaan sa pamamagitan ng bakyum sa paligid ng mga bituin sa kalawakan. Kahit na ang ipinagpapalagay na eter na gamit bilang pamamaraan ng paghahatid ng liwanag sa pagitan ng mga planeta sa umalon-along teorya, ay maaring iwaksi sa mga batayang Einsteinian na ang geometrikong katangian ng kalawakan ay hindi na kailangan ang isang teorya ng eter. Sa ilalim ng alinmang haypotesis, ang liwanag ay nananatiling pinakapino at pinakamalaya mula sa materyal na paggamit ng kahit anumang likas na pagpapakita.

Sa mala-higanteng kuru-kuro ni Einstein, ang bilis ng liwanag—186,300 milya bawat segundo—ay nangingibabaw sa buong Teorya ng Relatibidad. Siya ang matematikong nagpapatunay na ang bilis ng liwanag ay, sa abot ng kaya ng isip ng tao, ay siya lamang hindi nagbabago sa pandaigdig na galaw ng mga bagay. Sa tanging "ganap" na bilis ng liwanag nakabatay ang lahat ng pantaong pamantayan ng panahon at kalawakan. Hindi naman walang hanggan na tulad ng dating akala, ang panahon at kalawakan ay magkaugnay at may hangganan. Nakukuha nila ang may kondisyong panukat na patotoo, sa pagsangguni lamang sa sukatan ng bilis ng liwanag.

Sa paglahok sa kalawakan bilang sukatan ng pagkakaugnay, ang panahon ay nahuhubaran sa kanyang nararapat na kalikasan: isang simpleng diwa ng kalabuan. Sa pamamagitan ng ilang ekwasyong hagod ng kanyang pluma, tinanggal ni Einstein sa sandaigdig ang bawat pirmihang katotohanan maliban sa liwanag.

Sa mga sumunod na pagsulong, ang kanyang Unified Field Theory, ang bantog na pisisista ay sinubukang isama sa isang matematikong pormula ang batas ng grabitasyon, at ang elektromagnetismo. Binawasan ang kosmikong balangkas sa pagkaka-iba-iba sa iisang batas, bumalik sa nakaraan si Einstein at nakarating sa panahon ng mga pantas na nagpahayag ng iisang guhit ng paglalang: ang nag-iibang anyong *maya*.*

Sa pang-mahabang panahong Theory of Relativity ay nabuhay ang matematikong posibilidad na siyasatin ang walang-wakas na atomo. Ang mabubunying mga siyentipiko ay matapang ngayong nagpapatunay na ang atomo ay enerhiya, at hindi bagay, ngunit ang lakas ng atomiko ay totoong yari sa sangkap ng isip.

"Ang tapat na pagkatanto na ang likas na agham ay may kina-laman sa mundo ng mga anino ay isa sa mga makahulugang pagsu-long," ito ang sinulat ni Ginoong Arthur Stanley Eddington sa *The Nature of the Physical World*.† "Sa mundo ng pisika pinanonood natin ang isang aninong-grapika sa pagsasadula ng pangkaraniwang buhay. Ang anino ng aking siko ay nakapatong sa anino ng mesa habang ang anino ng tinta ay umaagos sa anino ng papel. Lahat ay simbulo, at bilang isang simbulo iiwanan ito ng pisisista. Pagkata-pos, siyang pagdating ng alkimikong Isip na siyang magpapabago ng mga simbulo....Upang ipahayag ang pagkaunawa na may kagaspa-ngan, ang mga bagay sa mundo ay sangkap ng isip."

Sa kamakailan lamang na paglikha ng mikroskopyong elec-tron ay dumating ang tiyak na patunay sa diwang-liwanag ng mga atomo at ang mga hindi matatakasang pagkadalawa ng kalikasan. Ang *New York Times* ay nagbigay ng sumusunod na ulat ng isang 1937 na demonstrasyon ng mikroskopyong electron sa harap ng isang pagtitipon ng American Association for the Advancement of Science:

> Ang mala-kristal na ayos ng tungsten, na hanggang ngayon ay kilala lamang ng hindi tuwiran sa pamamagitan ng mga x-ray, ay malaking ibinalangkas sa isang fluorescent na tabing, na nag-papakita ng siyam na atomo sa tamang kalagayan sa espasyong sala-sala, isang kubiko, na may isang atomo sa bawat sulok at isa sa gitna. Ang mga atomo sa krystal na sala-sala ng tungsten ay lumabas sa tabing na flourescent bilang mga punto ng liwa-nag, isinaayos sa geometrikong padron. Sa harap ng kristal na kubikong liwanag ang ibinubugang mga molekulo ng hangin ay

---

* Kumbinsido si Einstein na ang ugnayan ng mga batas ng elektromagnetismo at grabidad ay maipapahayag sa isang matematikal na pormula (ang Unified Field Theory), na ginagawa niya sa panahon ng pagsusulat ng aklat na ito. Bagama't hindi niya ito natapos habang siya'y nabubuhay, maraming mga pisisista sa ngayon ang sumasang-ayon sa paniniwala ni Einstein na mahahanap ang nasabing ugnayan. (*Tala ng Tagapaglathala*)

† Macmillan Company.

makikitang nagsasayaw na mga punto ng liwanag, na katulad ng tuldok ng sinag ng araw na kumikislap sa umaalong tubig...

Ang prinsipyo ng mikroskopyong electron ay unang natuklasan noong 1927 nina Drs. Clinton J. Davisson at Lester H. Germer ng Bell Telephone Laboratories sa New York City, na nakatuklas na ang electron ay mayroong dalawang personalidad, pinagsasaluhan nito ang parehong katangian ng isang katiting at ng isang alon.* Ang kahusayan ng pag-alon ay nagbigay sa electron ng katangian na liwanag, at isang sinimulan ang pagsisiyasat upang magbalangkas ng paraan upang "pagtuunan" ang mga electron sa paraang katulad ng pag-pokus ng liwanag sa pamamagitan ng lente.

Sa kanyang pagkakatuklas ng Jekyll-Hyde na katangian ng mga elektron, kung saan...ay ipinakita na ang buong kaharian ng pisikal na kalikasan ay may dalawang personalidad, si Dr. Davisson ay tumanggap ng Nobel Prize sa pisika.

"Ang agos ng karunungan," sinulat ni Ginoong James Jeans sa *The Mysterious Universe*,† "ay kumikilos patungo sa isang hindi pang-makinang realidad; ang daigdig ay nagsisimulang magmukhang parang mas malaking kaisipan kaysa isang malaking makinarya."

Ang ikadalawampung siglong siyensiya kung ganoon ay parang tinig ng isang pahina mula sa matandang mga Vedas.

Mula sa siyensiya, kung kinakailangan, hayaan ang taong malaman ang pilosopiyang katotohanan na walang materyal na daigdig; ang kanyang kiwal at hibla ay *maya*, ilusyon. Sa ilalim nang pagsusuri, lahat ng kanyang malikmata ng katotohanan ay natutunaw. Habang, isa-isa, ang nakapagbibigay-tiwalang gabay ng isang pisikal na kosmos ay bumabagsak sa ilalim niya, malabong naiintidihan ng tao ang kanyang maka-idolong pagtitiwala, sa kanyang paglabag sa Dibinong Kautusan: "Kayo ay hindi dapat magkaroon ng ibang Diyos liban sa Akin."‡

Sa kanyang tanyag na ekwasyon na iginuguhit ang pagkapantay ng masa at enerhiya, pinatunayan ni Einstein na ang enerhiya sa bawat katiting na bagay ay katumbas ng kanyang bigat multiplikahin sa parisukat ng bilis ng liwanag. Ang pagpapapakawala ng mga atomikong enerhiya ay nangyayari dahil sa paglilipol ng katiting na

---

* Ibig sabihin, kapwa bagay at enerhiya.
† Cambridge University Press.
‡ Exodo 20:03

materyal. Ang "kamatayan" ng bagay ay nagbigay-buhay sa isang Atomikong Kapanahunan.

Ang bilis ng liwanag ay isang matematikong pamantayan o panayan, hindi dahil mayroon tiyak na halaga sa 186,300 milya bawat segundo, kundi sa dahilang walang katawang materyal, na ang bigat ay dumadami sa bilis, ang kailanman makakapantay sa bilis ng liwanag. Pagsasabi sa ibang paraan: ang materyal na katawan lamang na ang masa ay walang hanggan ang kayang pantayan ang bilis ng liwanag.

Ang kaisipang ito ay magdadala sa atin sa batas ng mga himala.

Ang mga maestro na kayang magpakita at magpawala ng kanilang katawan at iba pang mga bagay, at gumalaw na kasing-bilis ng liwanag at gumamit ang malikhaing rayos ng liwanag sa pagdadala nang biglang bisibilidad ang anumang pisikal na pagpapakita, ay nakatupad sa nasa-batas na kalagayan: ang kanilang masa ay walang hanggan.

Ang kamalayan ng isang naging ganap na yogi ay madaling nakikilala, hindi sa makitid na katawan, kundi sa pandaigdig na balangkas. Ang grabitasyon, maging ang "puwersa" ni Newton o kaya ang Einsteinian "pagpapakita ng pagkawalang-galaw," ay walang lakas na *pilitin* ang isang maestro upang pagtibayin ang katangian ng bigat: ang nagpapakilalang kalagayan ng grabitasyon ng lahat ng materyal na mga bagay. Siya na nakikilala ang sarili bilang nasa lahat ng dakong Espiritu, ay hindi na sasailalim sa katigasan ng isang katawan sa panahon at kalawakan. Ang nakakabilanggong "rings-pass-not" ay sumuko sa nakatutunaw na: *Ako ay Siya.*

"Magkaroon ng liwanag! At nagkaroon nga ng liwanag."* Sa paglikha ng sandaigdig, ang unang kautusan ng Diyos ay nagdala ng kinakailangan pagbabalangkas: ang liwanag. Sa sinag nitong hindi materyal na kasangkapan ay nangyayari ang lahat ng dibinong mga pakita. Ang mga deboto ng bawat panahon ay nagpapatunay sa pagpapakita ng Diyos bilang isang lagablab at liwanag. "Ang Kanyang mga mata ay parang lumalagablab na apoy," sinasabi ni San Juan sa atin. ".... at ang kanyang pagmumukha ay parang ang araw na sumisinag ng kanyang kalakasan."†

Ang isang yogi na sa paraan ng ganap na meditasyon ay napag-isa ang kanyang kamalayan sa Lumalang ay nadadama ang kosmikong diwa bilang liwanag (pagyanig ng enerhiya ng buhay); sa kanya ay walang kaibahan sa pagitan ng sinag ng liwanag na

---

* Genesis 1:3.

† Pahayag 1:14-16.

bumubuo ng tubig at ng sinag ng liwanag na bumubuo ng lupa. Malaya sa kamalayan ng mga bagay, malaya mula sa tatlong di-mensiyon ng kalawakan, at ang pang-apat na dimensiyon ng pana-hon, naililipat ng isang maestro ang kanyang katawang liwanag na kasing dali o sa pamamagitan ng sinag ng liwanag ng lupa, tubig, apoy at hangin.

"Ang mga mata ang ilaw ng katawan. Kung malinaw ang iyong paningin, *maliliwanagan ang* iyong buong katawan."* Ang matagal na konsentrasyon sa nagpapalayang matang espirituwal ay nagbigay ng kakayahan sa yogi na sirain ang lahat ng panlilinlang tungkol sa mga bagay at ang bigat ng grabitasyon nito; nakikita niya ang sandaigdig kung papaano ito nilalang ng Panginoon: isang hindi pinagbukod-bukod na masa ng liwanag.

"Ang mga larawang nakikita ng mata," sabi sa atin ni Dr. L. T. Troland ng Harvard, "ay ipinatayo sa iisang prinsipyo na tulad ng karaniwang 'halftone' na inukit; ibig sabihin, gawa sila sa maliliit na tuldok o mga guhit na pinung-pino na masyadong napakaliit para makita ng mga mata.... Napakalakas makaramdam ang retina ng mga mata kaya ang isang kasiya-siyang karanasan ay maaaring magawa sa pamamagitan ng medyo kaunting dami ng tamang uri ng liwanag.

Ang batas ng mga himala ay maaring paandarin ng kahit sinong tao na nakaunawa na ang diwa ng paglalang ay liwanag. Ang isang maestro ay kayang gumamit ng kanyang dibinong ka-runungan sa kahanga-hangang liwanag upang biglang mapansin ang pagpapakita ng nasa-lahat- ng-dakong atomo ng liwanag. Ang totoong anyo ng pagpapakita (kahit ano pa: isang puno, isang gamot, isang katawan ng tao) ay ayon sa kahilingan ng yogi at sa lakas ng kanyang pagnanais at paglalarawan.

Sa gabi, ang tao ay pumapasok sa kalagayang panaginip na ka-malayan at tumatakas mula sa maling pansariling kakulangan na araw-araw ay pumapalibot sa kanya. Sa pagtulog, mayroon siyang palaging paulit-ulit na pagpapatotoo ng kapangyarihan ng kanyang isip. Masdan! sa panaginip ay nagpapakita ang kanyang matagal nang patay na mga kaibigan, ang pinakamalalayong lupain, ang nabuhay na muling tagpo ng kanyang kabataan.

Ang malaya at walang pasubaling kamalayang iyan, na panan-daliang nararanasan ng lahat ng tao sa ilang mga panaginip, ay ang pirmihang kalagayan ng isip ng isang kaisa sa Diyos na maestro. Walang malay sa lahat ng pansariling motibo at ginagamit ang

---

* Mateo 6:22

malikhaing pagnanasang ipinagkaloob sa kanya ng Lumalang, isinasaayos ng isang yogi ang atomo ng liwanag ng daigdig upang pagbigyan ang tapat na panalangin ng isang deboto.

"At sinabi ng Diyos, gawin natin ang tao na ating kawangis, na ating kapareho: at hayaan silang magkaroon ng kapangyarihan sa lahat ng isda sa dagat, at sa lahat ng lumilipad sa kalawakan, at sa lahat ng baka at lahat ng mundo at sa lahat ng gumagapang na bagay na nasa ibabaw ng lupa." *

Sa ganitong layunin ang tao at mga nilalang ay ginawa: na siya ay dapat bumangon bilang panginoon ng *maya*, nalalaman niya ang kanyang kapangyarihan sa buong kalawakan.

Noong taong1915, hindi pa natatagalan pagkatapos akong pumasok sa Swami Order, ako ay nakasaksi ng kakaibang pangitain. Nang dahil dito ay naunawaan ko ang kaugnayan ng kamalayan ng tao, at maliwanag na naunawaan ko ang pagkakaisa ng Walang Hanggang liwanag sa likod ng masakit na dalawahang anyo ng *maya*. Ang pangitain ay dumating sa akin habang ako ay nakaupo isang umaga sa aking maliit na silid sa atik sa tahanan ng aking ama sa Garpar Road. Ilang buwan nang nananalanta ang Unang Pandaigdig na Digmaan sa Europa; malungkot kong ginugunita ang napakalaking bilang ng mga namamatay.

Nang ipinikit ko ang aking mga mata sa meditasyon, ang aking kamalayan ay biglang lumipat sa katawan ng isang kapitan na siyang namumuno sa barkong pandigma. Ang kulog ng mga kanyon ay sumasabog sa ere, habang nagpapapalitan ang mga putok ng mga bateriya sa dalampasigan at ang mga kanyon ng barko. Isang malaking putok ng kanyon ang tumama sa powder magazine ng baril at nahati ang aking barko. Tumalon ako sa tubig, na kasama ang ilang mga marinong nakaligtas sa pagsabog.

Malakas ang kaba ng aking dibdib, ligtas akong nakarating sa pampang. Subalit, naku! Isang ligaw na bala ang winakasan ang mabilis nitong paglipad at tumama sa aking dibdib. Ako ay bumagsak na umuungol sa lupa. Ang aking buong katawan ay naparalisa, subalit namamalayan ko ito na parang kung ang isang paa ay natutulog.

"Sa wakas ang mahiwagang hakbang ng Kamatayan ay umabot sa akin," ang naisip ko. Sa isang pangwakas na buntong-hininga, ako ay malapit nang lumubog sa kawalang-malay, nang, aba! nakita ko ang aking sarili na nakaupo na naka-lotus na posisyon sa aking silid sa Garpar Road.

* Genesis 1:26.

Naguguluhang masayang mga luha ang tumulo habang tuwang-tuwa kong hinaplos at kinurot ang aking nabawing pagmamayari ng buhay: isang katawang malaya sa butas ng bala sa dibdib. Inu-goy-ugoy kong pabalik-balik ang aking sarili, humihingang papasok at palabas upang tiyakin sa aking sarili na ako ay buhay. Sa gitna nitong pansariling pagbati, muli ay nakita ko ang aking kamalayan na lumipat sa katawang patay ng kapitan sa madugong pampang. Lubos na pagkalito ng isip ang dumating sa akin.

"Panginoon," ang dasal ko, "ako ba ay patay o buhay?"

Isang nakasisilaw na liwanag ang pumuno sa buong kapaligiran. Isang marahang dagundong ng tinig ang nagbuo ng ganitong mga salita:

"Ano ang kinalaman ng buhay at kamatayan sa liwanag? Sa larawan ng Aking liwanag ay nilalang kita. Ang pagkakaugnay ng buhay at kamatayan ay pag-aari ng kosmikong panaginip. Pagmasdan ang walang panaginip mong pagkatao! Gising, Aking anak, gising!"

Bilang hakbang sa paggising ng tao, binigyan ng Panginoon ng inspiration ang mga siyentipiko upang makatuklas, sa tamang panahon at kalagayan, ng mga lihim ng Kanyang paglalang. Maraming makabagong mga tuklas ang tumutulong sa tao upang maintindihan ang kalawakan bilang isang iba-ibang pahayag ng isang kapangyarihan—ang liwanag, ginagabayan ng dibinong katalinuhan. Ang kamangha-manghang sine, ang radyo, ang telebisyon, ang radar, ang bateriya ng pagkuha ng larawan—ang kagulat-gulat na "matang elektrisidad" ang enerhiya ng atomiko, lahat na ito ay batay sa elektromagnetikong kababalaghan ng liwanag.

Ang sining ng sine ay maaring maglarawan ng kahit anong himala. Mula sa kahanga- hangang tinging pananaw, walang kababalaghan ang hindi kayang gawin ng mapanlinlang na potograpiya. Ang tao ay maaaring makita bilang naaaninag na astral na katawan na umaakyat palabas mula sa kanyang mabigat na anyong pisikal. Siya ay maaaring maglakad sa ibabaw ng tubig, buhayin ang patay, baligtarin ang likas na magkakasunod na pangyayari at pinsalain ang panahon at kalawakan. Maaaring pagsama-samahin ng dalubhasa sa potograpiya ang mga larawan kung paano niya gusto, nagkakamit sa paningin ng kamangha-manghang paglalarawan, katulad sa mga nagagawa ng tunay na maestro sa totoong rayos ng liwanag.

Ang mga sine, na mayroong mga larawang sinlaki ng mga tao, ay naglalarawan ng maraming katotohanan na may kinalaman sa paglalang. Ang Kosmikong Direktor ay sumulat ng Kanyang sariling mga dula at tumawag ng napakaraming mga artista para sa maringal na palabas ng mga siglo. Mula sa madilim na tanghalan ng walang hanggan, ipinapadala Niya ang Kanyang silahis ng liwanag sa pamamagitan ng mga pelikula ng sunud-sunod na mga panahon, at ang mga larawan ay itinatapon sa senaryo ng kalawakan.

Tulad ng mga larawan sa sine na parang totoo ngunit sila ay magkahalo lamang na liwanag at lilim, ganoon din ang pandaigdig na pagkakaiba na para bagang panlilinlang. Ang kalipunan ng mga planeta, at ang kanilang hindi mabilang na mga anyo ng buhay, ay walang iba kung hindi mga pigura sa isang kosmikong pelikula. Pansamantalang totoo sa limang damdaming pang-unawa ng tao, ang pansamantalang mga tagpo ay ipinupukol sa tabing ng kamalayan ng tao, ng walang hanggang malikhaing sinag.

Ang mga nanonood ng sine ay maaring tumingala at makita na ang lahat ng mga larawan sa tabing ay lumalabas sa pamamagitan ng pagiging kasangkapan ng isang walang larawang sinag ng liwanag. Ang makulay na pandaigdig na dula ay ganoon din lumabas mula sa iisang puting liwanag ng Kosmikong Pinagmulan. Sa hindi kayang ipaliwanag na katalinuhan, ang Diyos ay nagtatanghal ng "Pinakamagagarang-Napakalaking" libangan para sa Kanyang mga anak, na ginagawa silang mga artista at mga manonood sa Kanyang pang-planetang dulaan.

Isang araw ako ay pumasok sa sinehan upang panoorin ang pagbabalita ng digmaan sa Europa. Ang Unang Pandaigdig na Digmaan ay nagpapatuloy pa sa Kanluran. Ang ipinakita ng balita na patayan ay may sapat na realismo na ako ay lumabas sa sinehan na may naligalig na puso.

"Panginoon," panalangin ko, "bakit Mo pinahihintulutan ang ganoong pagdurusa?"

Sa matindi kong pagkagulat, isang mabilis na sagot ang dumating sa anyo ng isang pangitain sa kasalukuyang larangan ng mga digmaan sa Europa. Ang mga tagpuan, punung-puno ng mga patay at mga namamatay, ay malayong nilagpasan ang kalupitan ng anumang ipinakita sa pelikulang pambalita.

"Tumingin kang mabuti!" Isang marahang Tinig ang nagsalita sa aking panloob na kamalayan. "Makikita mo na itong mga tagpo ngayon na isinasakatuparan sa France ay walang iba kung hindi dula ng liwanag at anino upang matamo ang tamang epekto. Sila ay ang mga kosmikong sine, na kasing-totoo at hindi totoo na tulad ng pagbabalita sa dulaan na iyong nakita—isang palabas sa loob ng isang palabas."

Ang puso ko ay hindi pa rin nasiyahan. Ang Dibinong Tinig

ay nagpatuloy: "Ang paglalang ay parehong liwanag at anino, kung hindi ay walang larawan ang mangyayari. Ang mabuti at masama ng *maya* ay laging nagpapalitan ng kapangyarihan. Kung walang tigil ang kaligayahan dito sa mundo, ang tao kaya ay magnanais pa ng iba?" Kung walang paghihirap, tiyak na hindi niya maaalaala na tinalikuran niya ang kanyang walang hanggang tahanan. Ang kirot ay pagsundot sa mga alaala. Ang daan ng pagtakas ay sa pamamagitan ng karunungan. Ang trahedya ng kamatayan ay hindi tunay; ang mga taong nanginginig dito ay katulad ng mangmang na artista na namamatay sa takot sa entablado na kung saan wala namang tumama sa kanya kung hindi blankong kartutso. Ang aking mga anak ay mga anak ng liwanag; hindi sila matutulog sa delusyon magpakailanman."

Kahit na ako ay nakabasa ng salaysay ng kasulatan tungkol sa *maya*, hindi nila ako nabigyan ng malalim na pang-unawa na dumating kasama ang pansariling mga pananaw na may salitang pampalubag-loob. Ang pagpapahalaga ng tao ay malalim na nagbabago kapag sa wakas siya ay nakumbinsi na ang paglikha ay isa lamang malawak na palabas na pelikula; at hindi sa loob nito, ngunit sa labas nito, nakasalalay ang kanyang sariling katotohanan.

Pagkatapos kong wakasan ang pagsusulat sa kabanatang ito, naupo ako sa aking higaan sa posturang lotus. Ang aking silid* ay malamlam na naliliwanagan ng dalawang lampara. Pagtaas ng aking paningin, napansin ko na ang kisame ay may maliliit na tuldok na kulay mustasang liwanag, kumikislap at nanginginig na parang radyum na kinang. Maraming parang lapis na sinag, parang buhos ng ulan, ang nagtipon na parang naaaninag na poste at payapang bumuhos sa akin.

Biglang nawala ang bigat ng aking pisikal na katawan at nagbagong anyo at naging katawang astral ang pagkahabi. Nakadama ako ng isang lumulutang na pakiramdam, habang, halos hindi maramdaman ang higaan, ang walang bigat na katawan ay bahagyang gumagalaw nang halinhinang pakanan at pakaliwa. Tumingin ako sa paligid ng silid; ang mga kagamitan at ang dingding ay katulad ng dati, ngunit ang maliit na kumpol ng liwanag ay dumami na hindi na makita ang kisame. Ako ay namangha.

"Ito ang mekanismo ng kosmikong sine." Isang Tinig ang nagsalita na tila mula sa loob ng liwanag. "Nagluno ng kanyang sinag sa puting tabing ng iyong sapin sa kama, ito ay nagbibigay ng

* Sa Self-Realization Fellowship hermitage, Encinitas, California. (*Tala ng Tagapaglathala*)

larawan ng iyong katawan. Pagmasdan, ang iyong anyo ay walang iba kung hindi liwanag!"

Pinagmasdan ko ang aking mga braso at iginalaw ko sila nang buweltahan, subalit hindi ko maramdaman ang kanilang bigat. Napuspos ako ng kalugud-lugod na tuwa. Ang kosmikong tangkay ng liwanag na namumulaklak bilang katawan ko, ay parang Dibinong kopya ng sinag ng liwanag na umaagos palabas mula sa silid na may prodyektor na silid ng sinehan at ipinapakita ang mga larawan sa tabing.

Matagal kong naranasan itong parang sine ng aking katawan, sa malamlam na ilaw na dulaan ng aking sariling silid-tulugan. Kahit na ako ay nagkaroon na ng maraming pangitain, wala kahit isa ang mas namumukod. Habang ang ilusyon ng solidong mabigat na katawan ay tuluyang nawala, at habang ang aking pang-unawa ay lumalim na ang diwa ng lahat ng mga bagay ay liwanag, tumingin ako sa tumitibok na agos ng lifetrons at nagsalitang nakikiusap:

"Dibinong Liwanag, nakikiusap akong ibalik ito, ang abang larawan ng aking katawan, sa Iyong Sarili; na tulad ni Elijah na umakyat sa langit sakay ng karwaheng apoy,"*

---

* II Mga Hari 2:11

Ang isang "himala" ay karaniwang itinuturing bilang epekto o pangyayaring walang batas, o higit pa sa batas. Ngunit lahat ng pangyayari sa ating ganap na nahubog na sandaigdig ay makatarungang nangyari at makatarungang maipapaliwanag. Ang tinatawag na mahimalang kapangyarihan ng isang dakilang maestro ay likas na kasama sa kanyang ganap na pagkaunawa sa mga pinong batas na umiiral sa panloob ng kosmos ng kamalayan.

Walang tunay na maituturing na "himala" kundi sa pinakamalalim na kahulugan nito na ang lahat ay himala. Na ang bawat isa sa atin ay nababalot sa isang lubhang organisadong katawan, at inilagay sa mundo na umiikot sa kalawakan kasama ang mga bituin—may iba pa bang higit na karaniwan? O higit na mahimala?

Ang mga dakilang propeta na tulad ni Kristo at Lahiri Mahasaya ay karaniwang gumagawa ng maraming himala. Ang tulad nilang mga maestro ay may malaki at mahirap na espirituwal na misyon na dapat tuparin para sa mga tao; ang mahimalang pagtulong nila sa mga nahihirapan ay mukhang kasama sa nasabing misyon. (Tingnan ang ph. 259.) Ang mga dibinong kautusan ay kinakailangan laban sa mga karamdamang wala nang lunas at mga walang kalutasang problema ng tao. Noong hiningi ng isang maharlika ang pagpapagaling ni Hesus sa anak nitong malapit nang mamatay sa Capernaum, sumagot si Hesus na walang sigla: "Hanggat hindi kayo nakakakita ng mga himala at kababalaghan, ay hindi kayo sasampalataya." Ngunit idinagdag niya: "Humayo ka; gagaling ang inyong anak." (Juan 4:46-54).

Sa kabanatang ito, ibinigay ko ang Vedic na paliwanag ng *maya*, ang kamangha-manghang kapangyarihan ng ilusyon na sumasailalim sa mga mundo ng kababalaghan. Natuklasan na ng Kanlurang siyensya na ang "mahika" ng hindi katotohanan ay umiiral sa atomikong "bagay." Gayunpaman, hindi lang Kalikasan, kundi tao rin (sa kanyang aspetong namamatay) ay sumasailalim sa *maya*: ang prinsipyo ng pagkakaugnayan, salungatan, dalawahan, kabaligtaran, magkatapat na kalagayan.

Ang panalanging ito ay maliwanag na nakagugulat, kaya ang sinag ay nawala. Ang aking katawan ay nagbalik sa karaniwang bigat at bumagsak sa higaan; ang namutiktik na nagniningning na mga liwanag sa kisame ay kumislap-kislap at nawala. Ang panahon ng pag-alis ko sa mundong ito ay maliwanag na hindi pa dumarating.

Bukod dito, napag-isip kong namimilosopo, na "maaring hindi nagustuhan ni Elijah ang aking pangahas na pag-aakala!"

Hindi dapat pangarapin na ang katotohanan tungkol sa *maya* ay naintindihan lamang ng mga pantas. Tinawag ng mga propeta ng Lumang Tipan ang *maya* sa pangalan ng diyablo (literal, sa Hebreo, na "ang kaaway"). Ang Testamentong Griyego, bilang katumbas ni Satanas, ay gumagamit ng *diabolos* o demonyo. Satanas o *maya* ay ang Kosmikong Salamangkero na lumilikha ng maraming anyo upang itago iyong Isang Walang-hugis na Katotohanan. Sa plano at laro (*lila*) ng Diyos, ang tanging gawain ni Satanas o *maya* ay ang magtangkang ibaling ang tao mula sa Espiritu patungo sa bagay, mula sa Realidad patungo sa kawalan ng realidad.

Malikhaing inilalarawan ni Kristo ang *maya* bilang demonyo, isang mamamatay-tao, at isang sinungaling. "Noon pa man ay mamamatay-tao na siya. Hindi siya pumanig sa katotohanan kailanman, sapagkat walang puwang sa kanya ang katotohanan. Likas sa kanya ang magsinungaling, sapagkat siya'y talagang sinungaling, at siya ang ama ng kasinungalingan" (Juan 8:44).

"Sapagkat sa simula pa'y gumagawa na ng kasalanan ang diyablo. Kaya't naparito ang Anak ng Diyos upang wasakin ang mga gawa ng diyablo" (I Juan 3:8). Ibig sabihin, ang pagpapakita sa Kamalayang Kristo, sa loob mismo ng katauhan ng tao, ay sinisira nang walang kahirap-hirap ang mga ilusyon o "gawain ng demonyo."

Ang *maya* ay "mula noong umpisa" dahil sa likas nitong balangkas sa mga mundong kababalaghan. Ang mga ito ay laging nasa transisyunal na pabago-bago bilang kabaligtaran ng Dibinong Katatagan.

Isang Pakikipanayam sa Sagradong Ina

"Kapita-pitagang Ina, ako ay nabinyagan sa kamusmusan ng inyong propetang-asawa. Siya ang guru ng aking mga magulang at ng aking sariling guru si Sri Yukteswarji. Maari po kayang bigyan ninyo ako ng karapatang marinig ang ilang pangyayari sa inyong sagradong buhay?"

Kinakausap ko si Srimati Kashi Moni, ang kasama sa buhay ni Lahiri Mahasaya. Dahil nasa Banaras ako nang maikling panahon, tinutupad ko ang isang matagal nang nararamdamang pagnanais na madalaw ang kagalang-galang na babae.

Magiliw niya akong tinanggap sa tahanan ng pamilyang Lahiri sa pook ng Garudeswar Mohulla ng Banaras. Kahit matanda, siya ay namumulaklak na parang lotus, pinagmumulan ng halimuyak espirituwal. Siya ay may katamtamang pangangatawan, may kainaman ang balat, payat na leeg, at malalaking nagniningning na mga mata.

"Anak, ikaw ay malugod na tinatanggap dito, halika sa itaas."

Pinangunahan ni Kashi Moni ang pagpunta sa isang napakaliit na silid kung saan, sa loob ng isang panahon, siya ay nabuhay na kasama ang kanyang asawa. Nakaramdam ako ng parangal na masaksihan ang templo kung saan ang walang kapantay na maestro ay nagpakababa upang gumanap ng makataong dula ng pag-aasawa. Sinenyasan ako ng mayuming babae sa isang almohadon sa kanyang tabi.

"Maraming taon bago ko naunawaan ang dibinong antas ng aking asawa," ang panimula niya. "Isang gabi, dito sa mismong silid na ito, ako ay nagkaroon ng malinaw na panaginip. Maluwalhating mga anghel ang lumulutang nang hindi mailarawang kariktan sa itaas ko. Parang totoong-totoo ang nakita ko kaya nagising ako agad; nakapagtatakang, ang silid ay nabalutan ng nakasisilaw na liwanag.

"Ang aking asawa na, nasa posisyong lotus, ay nakalutang sa gitna ng silid, na napapaligiran ng mga anghel. May dangal na nagsusumamo, sila ay sumasamba sa kanya na may tiklop-palad na mga kamay.

"Hindi masukat ang aking pagtataka, ako ay nakumbinsing nananaginip pa ako.

" 'Babae,' ang sabi ni Lahiri Mahasaya, 'hindi ka nananaginip. Iwanan mo ang iyong pagtulog magpakailanman.' Habang siya ay dahan-dahang bumababa sa sahig, ako ay nagpatirapa sa kanyang paanan.

" 'Maestro,' ang aking sigaw, 'paulit-ulit ako ay yumuyuko sa harap mo! Maaari mo ba akong patawarin na itinuring ka bilang aking asawa? Ako ay mamamatay sa kahihiyan na malaman na ako ay nanatiling tulog sa kamangmangan sa tabi ng isang nagising sa kabanalan. Mula sa gabing ito, ikaw ay hindi na aking asawa kundi guru. Tatanggapin mo ba ang aking walang kabuluhang sarili bilang iyong disipulo?'*

"Hinipo ako ng marahan ng maestro. 'Sagradong kaluluwa, bumangon ka. Ikaw ay aking tinatanggap.' Siya ay sumenyas patungo sa mga anghel. 'Maaari bang yumuko ka sa bawat isa sa nariritong mga banal na mga anghel.'

"Nang matapos ko ang abang pagluhod ng kanang tuhod, ang boses ng mga anghel ay narinig ng sabay-sabay, parang isang koro sa isang lumang kasulatan.

"'Konsorte ng Dibinong Iisa, ikaw ay mapalad. Kami ay nagpupugay sa iyo.' Yumuko sila sa aking paanan, at masdan! Ang napakaliwanag nilang mga anyo ay naglaho. Ang silid ay naging madilim.

Hiniling ng aking guru na tanggapin ko ang inisasyon sa *Kriya Yoga.*

"'Oo nga.' ang sagot ko. 'Ako ay nagsisisi sa hindi ko pagtanggap ng grasyang iyon nang mas maaga sa aking buhay.'

"'Hindi pa napapanahon.' Si Lahiri Mahasaya ay ngumiting nagbibigay aliw. 'Tahimik kitang tinulungan upang marami sa iyong karma ay maayos mo. Ngayon ikaw ay nagkukusang loob at handa na.'

"Hinawakan niya ang aking noo. Kumpol-kumpol na umiikot na liwanag ang nagpakita; ang liwanag ay dahan-dahang nag-anyong isang kulay opal na asul na matang espirituwal, na may gintong pabilog at may napapagitna ang puting pentagonal na bituin.

"'Patagusin ang iyong kamalayan tuluy-tuloy sa tala hanggang sa kaharian ng Walang Hanggan,' ang tinig ng aking guru ay may bagong nota, malambing na parang malayong musika.

---

* "Siya na lalaki ay para sa Diyos lamang, siya na babae ay para sa Diyos na nasa lalaki."—*Milton*

"Sunod-sunod na malikmata, ang sumabog na parang daluyong ng karagatan sa baybayin ng aking kaluluwa. Ang malalawak na tanawin ay sa wakas natunaw sa dagat ng kaluwalhatian. Nawala ang aking sarili sa laging dumadaluyong na kaligayahan. Nang ako ay nakabalik ilang oras pagkatapos sa kamalayan ng mundong ito, ibinigay sa akin ng Maestro ang paraan ng *Kriya Yoga*.

"Mula sa gabing iyon, si Lahiri Mahasaya ay hindi na muling natulog sa aking silid. Mula rin noon, hindi na rin siya natulog. Siya ay namalagi sa harapang silid sa ibaba ng bahay kasama ang kanyang mga disipulo sa bawat araw at gabi."

Ang tanyag na babae ay nanatiling tahimik. Naunawaan ko ang walang katulad na kaugnayan niya sa dakilang yogi at sa wakas ako ay naglakas-loob na humiling ng mga karagdagang alaala.

"Anak, matakaw ka. Gayunman, magkakaroon ka ng isa pang salaysay. Mahiyain siyang napangiti. "Ikukumpisal ko ang isang kasalanan na nagawa ko laban sa aking asawang-guru. Ilang buwan pagkatapos ng aking inisasyon bilang disipulo, nagsimula akong makaramdam ng kalungkutan at kapabayaan. Isang umaga, si Lahiri Mahasaya ay pumasok dito sa maliit na silid upang kunin ang isang bagay; ako ay mabilis na sumunod sa kanya. Napangibabawan ng delusyon, nakapagsalita ako ng nakakasakit.

"'Ginugugol mo ang lahat ng panahon sa iyong mga disipulo. Papaano ang iyong pananagutan sa iyong asawa at mga anak? Ako'y nalulungkot na ikaw ay hindi gumagawa ng paraan upang magkaloob ng karagdagang salapi para sa pamilya.'

Ang maestro ay tumingin sa akin ng ilang sandali, pagkatapos, masdan! Nawala siya.

Namangha at natakot, ako ay nakarinig ng tinig na nagmumula sa bawat sulok ng silid:

"'Lahat ay wala, hindi mo ba nakikita? Papaanong ang isang wala na katulad ko ay makapagbibigay ng kayamanan para sa iyo?'

"'Guruji,' ang iyak ko, 'Ako ay nagsusumamo ng kapatawaran ng isang milyong beses! Ang makasalanan kong mga mata ay hindi ka na makita; nakikiusap ako na magpakita ka sa iyong sagradong anyo.'

"'Ako ay narito.' Ang kasagutang ito ay nanggaling sa dakong itaas sa tapat ko. Tumingin akong paitaas at nakita ko ang maestro na nagpakita mula sa hangin, ang ulo ay abot sa kisame. Ang mga mata ay tila nakakabulag sa pagliliyab. Pagkatapos niyang tahimik na bumaba sa sahig, ako'y takot na takot na sumubsob na umiiyak sa kanyang paanan.

"'Babae, ang sabi niya, 'hanapin mo ang dibinong yaman, hindi ang katiting na palara ng mundo. Pagkatapos magtamo ng panloob na kayamanan, makikita mo na ang panlabas na kayamanan ay palaging darating,' Idinagdag niya, 'Isa sa aking mga anak na espirituwal ay magbibigay ng panustos para sa iyo.'

"Ang mga salita ng aking guru ay talagang nagkatotoo; isang disipulo ang nag-iwan ng isang malaking halaga para sa aming pamilya."

Pinasalamatan ko si Kashi Moni sa pakikibahagi niya sa akin ng kanyang kamangha-manghang karanasan.* Nang sumunod na araw ay bumalik ako sa kanyang tahanan at maraming oras na malugod na nakipagtalakayan ng pilosopiya kina Tincouri at Ducouri Lahiri. Itong dalawang parang santong mga anak ng dakilang yogi ng India, ay masugid na tagasunod ng kanyang ulirang mga hakbang. Ang dalawang lalaki ay may kaputian, mataas, matatag, at malago ang mga balbas, na may malambot na mga tinig at may makalumang mapanghalinang mga pagkilos.

Ang kanyang maybahay ay hindi nag-iisang babaeng disipulo ni Lahiri Mahasaya; mayroong daan-daang iba pa, kasama na ang aking ina. Isang babaeng disipulo (*chela*) ay minsang humiling sa guru ng kanyang larawan. Inabutan siya ng kopya, at nagwikang, "kung ipapalagay mong ito ay isang pananggalang, mangyayari nga; kung hindi, ito ay larawan lamang."

Pagkaraan ng ilang araw, ang babaeng ito at ang manugang na babae ni Lahiri Mahasaya ay nagkataong pinag-aaralan ang Bhagavad Gita sa isang mesa na sa likurang dingding nito ay nakasabit ang larawan ng guru. Isang elektrikal na bagyo ang sumabog nang ubod ng lakas.

"Lahiri Mahasaya, ipag-adya mo kami!" Ang mga babae ay yumuko sa harap ng larawan. Ang kidlat ay tumama sa aklat na nasa mesa, ngunit ang dalawang deboto ay hindi nasaktan.

"Naramdaman ko na parang isang malaking kumot na yelo ang nakabalabal sa akin, upang salagin ang nakasusunog na init," ang salaysay ng disipulo.

Si Lahiri Mahasaya ay nagpakita ng dalawang himala na may kinalaman sa isang babaeng disipulo, si Abhoya. Siya at ang kanyang asawa, na isang manananggol sa Calcutta, ay naghanda isang araw papuntang Banaras upang dalawin ang guru. Ang kanilang karwahe ay naantala ng mabigat na trapiko; nakarating sila sa pangunahing estasyon ng Howrah sa Calcutta, upang marinig lamang ang tren sa Banaras na pumipito para umalis.

* Ang dakilang ina ay pumanaw noong ika-25 ng Marso, 1930.

Si Abhoya, na malapit sa bilihan ng tiket, ay tahimik na nakatayo.

"Lahiri Mahasaya, nagsusumamo ako na patigilin mo ang tren!" ang tahimik niyang panalangin. "Hindi ko kayang tiisin ang kirot ng pagkaantala sa paghihintay ng isa pang araw upang makita ka."

Ang gulong ng sumisingasing na tren ay nagpatuloy na umi-ikot, ngunit ito ay hindi lumalayo. Ang inhinyero at mga pasahero ay bumaba upang tingnan ang kababalaghan. Salungat sa kina-ugalian, nagprisinta ang Ingles na guwardiya ng kanyang serbisyo. "Babu," wika niya, "ibigay mo sa akin ang pera. Ako na ang bibili ng inyong mga tiket habang kayo ay sumasakay."

Sa sandaling ang mag-asawa ay naupo na, at natanggap na ang mga tiket, ang tren ay dahan-dahang kumilos pasulong. Nataranta sa takot, ang inhinyero at mga pasahero ay umakyat muli sa kani-lang mga upuan. Hindi nila alam kung papaano gumalaw ang tren at ang dahilan kung bakit ito tumigil.

Pagdating sa tahanan ni Lahiri Mahasaya sa Banaras, si Abhoya ay tahimik na nagpatirapa sa harap ng maestro, at sinubukang hi-puin ang kanyang mga paa.

"Huminahon ka Abhoya," wika niya. "Gustung-gusto mo akong abalahin! Para bang hindi ka na makararating dito sa susunod na tren!"

Si Abhoya ay dumalaw kay Lahiri Mahasaya sa isa pang hindi malilimutang pagkakataon. Sa panahong ito, nais niya ang pama-magitan ng pantas, hindi sa tren, kung hindi sa ibong stork.

"Ako ay humihiling na mabigyan ninyo ng biyaya na ang aking pang-siyam na anak ay mabuhay," ang pakiusap niya. "Walong mga sanggol ang naipanganak ko; lahat ay pumanaw pagkasilang."

Ang maestro ay nakikiramay na napangiti. "Ang darating mong sanggol ay mabubuhay. Pakiusap, sumunod ka sa aking kautusan nang buong ingat. Ang sanggol, isang babae, ay ipapanganak sa gabi. Tiyakin mong ang langis sa lampara ay nagniningas hanggang mag-umaga. Iwasan mong makatulog upang hindi mapabayaan na mamatay ang liwanag."

Ang anak ni Abhoya ay isang babae, ipinanganak sa gabi, katu-lad ng naipahayag ng gurung may kaalaman ng lahat. Pinagbilinan ng ina ang nars na punuin ng langis ang lampara. Ang dalawang ba-bae ay matiyagang nagbantay nang matagal hanggang mag-umaga, ngunit sa wakas ay nakatulog sila. Ang langis ng lampara ay paubos na; ang liwanag ay mahinang kumukutitap. Nawala ang trangka sa pintuan ng silid, at palipad na nabuksan ito ng napakalakas. Ang nagulat na mga babae ay nagising. Napagmasdan ng kanilang namanghang mga mata ang anyo ni Lahiri Mahasaya.

"Abhoya, pagmasdan, ang liwanang ay malapit nang mawala!" Itinuro niya ang lampara, na nagmamadaling pinuno muli ng nars. Sa sandaling ito ay muling nagningas nang maliwanag, ang maestro ay nawala. Ang pintuan ay nagsara; ang trangka ay naibalik na walang nakikitang gumawa nito.

Ang pang-siyam na anak ni Abhoya ay nabuhay; noong 1935, nang ako ay nagtanung-tanong, siya ay nabubuhay pa.

Isa sa mga disipulo ni Lahiri Mahasaya, ang kagalang-galang na si Kali Kumar Roy, ay nagsalaysay sa akin ng maraming kabighabighaning detalye ng kanyang buhay sa piling ng maestro.

"Ako ay madalas na panauhin sa kanyang tahanan sa Banaras at tumatagal nang ilang linggo," ang sabi ni Roy sa akin. "Namasdan ko na maraming mga banal ang anyo, mga *dandi* swami,* ang dumarating sa katahimikan ng gabi upang maupo sa paanan ng guru. Kung minsan, sila ay sumasali sa talakayan sa meditasyon at mga puntong pilosopiya. Pagkagat ng liwanag, ang mga matayog na panauhin ay aalis na. Nasaksihan ko sa panahon ng aking mga pagdalaw na si Lahiri Mahasaya ay hindi kahit minsan nahiga upang matulog.

"Sa mga unang panahon ng aking kaugnayan sa maestro, ako ay kinakailangang manindigan sa pakikipaglaban sa aking amo." Ang patuloy ni Roy. "Buhos na buhos ang kanyang kalooban sa materyalismo.

"'Ayaw kong magkaroon ng mga relihiyosong panatiko sa aking mga tauhan,' ang kanyang pangungutya. 'Kapag nakilala ko ang nagmamarunong mong guru, bibigyan ko siya ng mga salitang hindi niya malilimutan.'

"Hindi napigil ng panakot niyang ito ang aking palagiang programa; ginugugol ko ang halos lahat ng gabi sa presensiya ng aking guru. Isang gabi, sinundan ako ng aking amo, at bastos na sumugod sa salas. Walang dudang tinangka niyang sabihin ang mga salitang kanyang ipinangako. Pagkaupong-pagkaupo ng aking amo, kinausap ni Lahiri Masaya ang pangkat ng labindalawang disipulo.

"'Ibig ba ninyo lahat makakita ng isang larawan?'

"Nang kami ay tumango, hinilingan niya kaming padilimin

---

* Mga kasapi ng isang tanging orden ng mga monghe na ma-ritwal na nagdadala ng isang *danda* (tungkod na kawayan) bilang simbolo ng *Brahma-danda* ("tungkod ni Brahma") na, sa tao, ay ang gulugud. Ang pagkagising ng pitong sentro ng ulo hanggang gulugud ang bumubuo ng tunay na daan tungo sa Walang Hanggan.

ang silid. 'Maupo sa likuran ng bawat isa nang pabilog,' ang sabi ni-ya,'at ilagay ang mga kamay sa mga mata ng taong nasa harap mo.'

"Hindi ako nagulat na napagmasdan na ang aking amo ay sumusunod din, kahit na hindi maluwag sa kanyang kalooban, sa kautusan ng maestro. Sa loob ng ilang minuto, si Lahiri Mahasaya ay nagtanong sa amin kung ano ang aming nakikita.

"'Ginoo,' ang sagot ko, 'isang magandang babae ang nagpapakita. Siya ay nakasuot ng may pulang gilid na *sari*, at nakatayo sa tabi ng halaman na tainga-ng -elepante.' Lahat ng ibang mga disipulo ay nagbigay ng iisang paglalarawan. Binalingan ng maestro ang aking amo. 'Nakikilala mo ba ang babaeng iyon?'

"'Oo,' Ang tao ay maliwanag na nagsisikap labanan ang damdaming bago sa kanyang katauhan. 'Ako ay nalolokong gumagasta ng aking pera sa kanya, kahit na ako ay may mabuting asawa. Ikinahihiya ko ang layunin ng aking pagparito. Maaari mo ba akong patawarin at tanggapin ako bilang isang disipulo?'

"'Kapag namuhay ka nang mabuti at malinis sa loob ng anim na buwan, tatanggapin kita.' Dagdag ng maestro, 'kapag hindi, hindi ko kailangang tanggapin ka.'

"Sa loob ng tatlong buwan ang aking amo ay umiwas sa tukso; pagkatapos ay ipinagpatuloy niya ang dating kaugnayan sa babae. Pagkatapos ng dalawang buwan siya ay namatay. Noon ko, naunawaan ang nakatagong panghuhula ng aking guru sa malamang na hindi maaaring pagtanggap sa kanya."

Si Lahiri Mahasaya ay may bantog na kaibigan, si Trailanga Swami, na pinaniniwalaang may mahigit na tatlong daang taong gulang. Ang dalawang yogi ay madalas na nakaupong magkasama sa meditasyon. Ang kabantugan ni Trailanga ay napakalawak, na kaunting mga Hindu ang ikakaila ang katotohanan sa anumang kwento ng kanyang mga lubhang kataka-takang mga himala. Kapag si Kristo ay bumalik sa lupa at naglakad sa mga kalsada sa New York at ipinakita ang kanyang dibinong kapangyarihan, ito ay magbibigay ng kapantay na pagkamangha sa mga taong nakakita kay Trailanga ilang dekada na ang nakalilipas nang siya ay naglakad sa mataong mga daanan ng Banaras. Siya ay isa sa mga siddhas (ganap na nilalang) na nagpatatag sa India laban sa pagguho ng panahon.

Sa maraming mga pagkakataon, ang swami ay nakitang uminom ng mga pinakamabagsik na lason na walang nangyayari sa kanya. Libu-libong mga tao, kasama ang mga ilang nabubuhay pa, ay nakita si Trailanga na lumulutang sa Ganges. Sa loob ng mga sunud-sunod na araw, siya ay nakaupo sa ibabaw ng tubig o nananatiling nakatago nang matagal sa ilalim ng mga alon. Isang karaniwang tanawin sa Manikarnika Ghat ay ang walang kati-nag-tinag na katawan ng swami sa nakapapasong tipak ng mga bato, nakabilad ng buo sa walang-awang init ng araw ng India.

Sa mga ganitong dakilang gawa, sinusubukang ipakita sa tao ni Trailanga na ang buhay ng tao ay hindi kailangang umasa sa oksi-heno o kaya sa ilang kalagayan o pag-iingat. Kahit na ang dakilang yogi ay nasa ibabaw ng tubig o kaya nasa ilalim nito, at kahit na ang kanyang katawan ay hinahamon ang matalim na sikat ng araw, pinatunayan niya na siya ay nabuhay sa pamamagitan ng dibinong kamalayan: hindi siya maaaring galawin ng kamatayan.

Ang yogi ay bantog, hindi lamang sa espirituwal, kundi maging sa pisikal na bagay. Ang kanyang timbang ay lumagpas sa tatlong daang libra: isang libra sa bawat taon ng kanyang buhay! Dahilan sa bibihira siyang kumain, ang hiwaga ay lalong lumalalim. Ang isang maestro, ganoon pa man, ay madaling ipagwalang-bahala ang lahat ng karaniwang batas ng kalusugan, kapag ginusto niyang gawin para sa mga mahalagang dahilan, na madalas ay isang lihim na dahilan na siya lamang ang nakakaalam.

Ang dakilang mga banal na nagising mula sa kosmikong pana-ginip ng *maya* at napagtanto na ang mundong ito ay isang ideya sa Dibinong Kaisipan, ay maaring gawin ang anumang magustuhan sa katawan, sapagkat nalalaman nilang ito ay isa lamang naghihintay mahawakang anyo ng pinalapot o namuong enerhiya. Bagama't nauunawaan na ngayon ng mga pisikal na siyentipiko na ang bagay ay walang iba kung hindi namuong enerhiya, ang naliwanagang mga maestro ay nakapasang maluwalhati mula sa teorya tungo sa kasanayang paggawa sa larangan ng pamamahala ng mga bagay.

Si Trailanga ay nananatiling ganap na hubad. Ang naliligalig na mga alagad ng batas sa Banaras ay ipinapalagay na siya ay isang mahirap sawataing problemang bata. Ang likas na swami, tulad ng unang Adan sa Hardin ng Eden, ay walang kamalayan sa kanyang pagiging hubo't hubad. Ngunit alam itong lubos ng mga pulis, at siya ay walang-pakundangang ipinasok sa kulungan. Isang pangkalahatang pagkapahiya ang nangyari: ang napakalaking katawan ni Trailanga maya-maya ay nakita sa kanyang kabuuan, sa bubungan ng kulungan. Ang kanyang selda, na mahigpit na nakakandado, ay hindi nakitaan ng pahiwatig ng kanyang paraan ng pagtakas.

Ang nawalan ng pag-asang mga opisyales ng batas ay minsan pang isinagawa ang kanilang tungkulin. Sa pagkakataong ito, isang guwardiya ang itinalaga sa harap ng selda ng swami. Ang Lakas ay muling umurong sa harap ng Matuwid: ang dakilang yogi ay muli na namang namasdan na walang bahalang naglalakad sa ibabaw ng bubungan.

Ang Diyosa ng Katarungan ay may piring sa mata; sa kaso ni Trailanga, ang nalinlang na mga pulis ay nagpasyang sumunod sa halimbawa ng Diyosa.

Pinanatili ng dakilang yogi ang naging ugaling katahimikan.* Sa kabila ng kanyang bilugang mukha at malaking, parang bariles na tiyan, si Trailanga ay paminsan-minsan lang kumakain. Pagkatapos ng ilang linggong walang pagkain, tatapusin niya ang pag-aayuno sa pamamagitan ng pagkain ng pala-palayok na pinaasim na gatas na inialay sa kanya ng mga deboto. Isang nagdududang tao ang minsa'y nagpasyang ibunyag si Trailanga bilang isang taong nagkukunyari. Isang malaking balde ng kalsiyo at apog, na ginagamit na pangkulay sa mga pader, ang inilagay sa harap ng swami.

"Maestro," ang sabi ng materyalistang tao, na may pakunwaring paggalang, "dinalhan ko kayo ng pinaasim na gatas. Pakiusap, inumin ninyo."

Walang atubiling ininom ni Trailanga, hanggang sa huling patak, ang balde ng napakainit na apog. Sa loob ng ilang minuto ang gumawa ng masama ay naghihirap na bumagsak sa lupa.

"Tulong, swami, tulungan mo ako!" ang sigaw niya. "Ako ay nasusunog. Patawarin mo ang masama kong pagsubok."

Binasag ng dakilang yogi ang naging ugaling katahimikan. "Mangungutya," ang sabi niya, "hindi mo alam noong alukin mo ako ng lason na ang buhay ko ay kaisa sa iyong buhay. Maliban sa aking kaalaman na ang Diyos ay narito sa aking tiyan, na tulad ng sa bawat atomo ng paglalang, napatay na sana ako ng apog. Ngayon na nalalaman mo na ang dibinong kahulugan ng boomerang, huwag ka kailanman muling manlilinlang ng kahit sino."

Ang makasalanan, na napagaling ng mga pangungusap ni Trailanga, ay mahinang tumalilis papalayo.

Ang pagbaligtad ng sakit ay hindi resulta ng pagnanais ng maestro kung hindi sa pag-andar ng Batas ng Katarungan† na ipinagtatanggol ang pinakamalayong umuugoy na globo. Ang

---

* Siya ay isang *muni*, o monghe, na nagsasagawa ng *mauna*, espirituwal na katahimikan. Ang Sanskrit na *muni* ay tulad ng Griyegong *monos*, "nag-iisa, iisa," kung saan nanggaling ang mga salitang English na *monk* at *monism*.

† Cf. II Mga Hari 2:19-24. Pagkatapos gawin ni Elisha ang himala ng "paghilom sa mga katubigan" sa Jericho, tinuya siya ng isang grupo ng kabataan. "Mula sa kagubata'y lumabas ang dalawang babaeng oso at nilapa ang apatnapu't dalawa sa mga kabataang kumukutya sa kanya."

pag-iral ng dibinong batas ay madalian para sa mga taong may Kaganapan sa Diyos na katulad ni Trailanga; napakawalan na nila nang habang panahon ang lahat ng hadlang na pasalungat na agos ng pagkamakasarili.

Ang pananampalataya sa automatikong pag-aayos ng pagkamakatarungan (madalas nababayaran sa hindi inaasahang paraan, na katulad sa kaso ni Trailanga at ang naghangad na maging mamamatay-tao) ay nagpapatahimik ng ating mabilis na galit sa kawalan ng katarungang pantao. "Nasa akin ang paghihiganti; Ako ang magbabayad, ang sabi ng Panginoon."* Ano ang pangangailangan para sa mahirap na kalagayan ng tao? Ang sandaigdig ay nararapat na nakikipagsabwatan para gumanti.

Ang mapupurol na mga pag-iisip ay hindi nagbibigay-halaga sa posibilidad ng dibinong katarungan, pagmamahal, lubos na kaalaman at kawalan ng kamatayan. "Mga mahanging sapantaha sa kasulatan!" Ang mga taong mayroong ganitong walang pakiramdam na paniniwala, walang paggalang at takot sa harap ng kosmikong panoorin, ay nagpapasimula ng galaw sa kanilang buhay ng hindi magkakatugmang sunud-sunod na pangyayari, na sa bandang huli ay magpipilit sa kanila upang maghanap ng karunungan.

Ang kapangyarihan ng batas espirituwal ay tinukoy ni Hesus sa panahon ng kanyang matagumpay na pagpasok sa Herusalem. Samantalang ang mga disipulo at ang karamihan ng mga tao ay nagsisigawan sa galak at sumisigaw ng, "Kapayapaan sa Langit, at Kaluwalhatian sa Kataas-taasan," ang ilang mga Pariseo ay tumutol sa hindi marangal na panoorin. "Maestro," ang sumbong nila, "pagalitan mo ang iyong mga disipulo."

Ngunit si Hesus ay sumagot na kapag ang kanyang mga disipulo ay tumahimik, ang mga bato ay dali-daling sisigaw."†

Sa ganitong pangaral sa mga Pariseo, si Hesus ay nagtuturo na ang dibinong katarungan ay hindi isang matalinghagang isakatuparan, at ang taong sugo ng kapayapaan, kahit na ang dila niya ay bunutin sa ugat nito, ay maaari pa ring magsalita, at ang pagtatanggol niya sa katatagan ng paglalang ay mismong ang kaayusan ng daigdig.

"Iniisip ba ninyo," ang sabi ni Hesus, "na patahimikin ang mga sugo ng kapayapaan? Kung ganoon, para na rin kayong umasang sakaling ang tinig ng Diyos, kung saan ang mga batong ito ay umaawit ng Kanyang kaluwalhatian at Kanyang pagsasalahat-ng-dako. Hihingiin din ba ninyo na ang mga tao ay huwag

---

* Roma 12:19
† Lucas 19:37-40.

Isang *yogini* (babaeng yogi), si Shankari Mai Jiew, ang nag-iisang nabubuhay na disipulo ni Trailanga Swami. Siya ay ipinakikita dito (kasama ang tatlong kinatawan mula sa paaralang YSS sa Ranchi) sa *Kumbha Mela* sa Hardwar, 1938; ang *Yogini* sa panahong iyon ay 112 taong gulang na.

magkakasamang magdiwang ng parangal ng kapayapaan sa langit? Papayuhan ba ninyo sila na magsama-sama nang maramihan at ipahayag lamang ang pagkakaisa sa pagkakataon ng digmaan sa lupa? Kung ganoon, maghanda kayo, O mga Pariseo, upang mabuwag ang saligan ng mundo; sapagkat ang mabubuting tao pati na rin ang mga bato o lupa, at tubig at apoy at hangin ay babangon laban sa inyo upang magbigay saksi sa dibinong pagkakaisa sa paglalang."

Ang grasya ng parang-kristong yogi, na si Trailanga, ay minsang ipinagkaloob sa aking *sejo mama* (amain sa ina). Isang umaga, ang aking amain ay nakita ang maestro sa gitna ng maraming mga deboto sa isang ilog sa Banaras. Nagkaroon siya ng pagkakataong makalapit kay Trailanga at buong kababaang-loob na hinawakan ang paa ng yogi. Ang aking Amain ay namangha nang maramdaman ang biglang paglaya niya mula sa isang masakit na paulit-ulit na karamdaman.*

Ang tanging kilalang buhay na disipulo ng tanyag na yogi ay isang babae, si Shankari Mai Jiew.† Anak na babae ng isa sa mga disipulo ni Trailanga, siya ay nakatanggap ng pagsasanay ng swami mula sa kanyang maagang kabataan. Siya ay namuhay nang apat-napung taon sa magkakasunod na malulungkot na mga kuweba ng Himalayas malapit sa Badrinath, Kedarnath, Amarnath at Pasupa-tinath. Ang *Brahmacharini* (babaeng asetik), na ipinanganak noong 1826, ay ngayon ay mahigit nang isang daang taon. Hindi matanda ang panlabas na anyo, ganoon pa man, napanatili niya ang itim na buhok, makinang na mga ngipin, at kagulat-gulat na sigla. Siya ay lumalabas sa kanyang pag-iisa sa bawat ilang taon upang dumalo sa napapanahong mga *melas* o relihiyosong mga pagdiriwang.

Malimit dalawin ng babaeng banal si Lahiri Mahasaya. Isinalay-say niya na isang araw, sa purok Barrackpore malapit sa Calcutta, samantalang siya ay nakaupo sa tabi ni Lahiri Mahasaya, ang kan-yang dakilang guru na si Babaji ay tahimik na pumasok sa silid at nakipag-usap sa kanilang dalawa. "Ang walang-kamatayang maes-tro ay nakasuot ng basang damit," ang alaala niya, "na parang siya ay kagagaling lamang sa paglulublob sa ilog. Pinagkalooban niya ako ng mga payong espirituwal."

Si Trailanga, sa isang tanging pagkakataon sa Banaras, ay ini-wan ang nakaugaliang pananahimik upang magbigay ng publikong paggalang kay Lahiri Mahasaya. Isa sa mga disipulo ni Trailanga ay tumutol.

"Ginoo," ang sabi niya, "Bakit kayo, na isang swami at isang tumalikod sa mundo, ay nagpapakita ng paggalang sa isang ama ng tahanan?"

"Aking anak," ang sagot ni Trailanga, "Si Lahiri Mahasaya ay parang dibinong kuting, nananatili kahit saan siya ilagay ng Kos-mikong Ina. Habang ginagampanan ang tungkulin ng isang tao sa mundo, siya ay nakatanggap nang ganap na Sariling-Pagkatanto na aking hinangad sa paraan ng pagtalikod sa lahat—pati na ang aking bahag!"

---

* Ang mga buhay nina Trailanga at iba pang dakilang maestro ay nagpapaalala sa atin sa mga salita ni Hesus: "Ang mga sumasampalataya ay bibigyan ng kapangyarihang gumawa ng mga himala: sa pangalan ko'y (Kristong kamalayan) magpapalayas sila ng mga demonyo at magsasalita ng iba't ibang wika. Hindi sila maaano kahit dumampot sila ng ahas o uminom ng lason; at gagaling ang mga maysakit na papatungan nila ng kamay." Marcos 16:17-18.

† Bersiyong Bengali ng hulaping *ji*, na nagpapahiwatig ng paggalang.

Si Rama ay Muling Binuhay

"'Ngayon, isang lalaki ang may karamdaman, ang pangalan ay Lazarus...Nang marinig ni Hesus iyon, ang sabi niya, Ang karamdamang ito ay hindi para sa kamatayan, ngunit para sa kaluwalhatian ng Diyos, upang sa ganoon ang Anak ng Diyos ay maluwalhati rin.'"*

Si Sri Yukteswar ay nagpapaliwanag ng Kristiyanong banal na kasulatan isang maaraw na umaga sa balkonahe ng kanyang Serampore hermitage. Bukod sa kaunting disipulo ni Maestro, ako ay naroroon na kasama ang isang grupo ng aking mga mag-aaral sa Ranchi.

"Sa mga salitang ito si Hesus ay tinawag ang sarili na Anak ng Diyos. Kahit na Siya ay tunay na kaisa sa Diyos, ang pagtukoy niya dito ay may malalim na pangkalahatang kabuluhan," ang paliwanag ng aking guru. "Ang Anak ng Diyos ay ang Kristo o Dibinong Kamalayan sa tao. Walang *may kamatayan* ang makakaluwalhati sa Diyos. Ang tanging karangalan na maaaring ibigay ng tao sa kanyang Lumikha ay ang hanapin Siya; ang tao ay hindi maaaring luwalhatiin ang isang konsepto at pangkalahatang prinsipyo na hindi niya alam. Ang 'luwalhati' o ang ulap sa palibot ng ulo ng mga santo ay isang simbulong saksi ng kanilang *kakayahang* magbigay ng dibinong paggalang."

Si Sri Yukteswar ay nagpatuloy sa pagbabasa ng kagila-gilalas na salaysay ng muling pagkabuhay ni Lazarus. Sa kanyang pagwawakas, si Maestro ay nanahimik nang matagal, ang sagradong aklat ay bukas na nakapatong sa kanyang mga tuhod.

"Ako rin ay nagkaroon ng karangalang mapagmasdan ang isang katulad na himala." Ang aking guru sa wakas ay nagsalita nang pormal na may sigla. "Binuhay na muli ni Lahiri Mahasaya ang isa sa aking mga kaibigan."

Ang mga batang lalaki sa tabi ko may ngngitiang may matalas na pagkawili. Mayroon ding sapat na kamusmusan sa akin, upang masiyahan, hindi lamang sa pilosopiya, ngunit lalo na, sa anumang

* Juan 11:1-4.

kuwentong maipapasalaysay ko kay Sri Yukteswar tungkol sa kan-yang kamangha-manghang karanasan sa kanyang guru.

"Ang kaibigan kong si Rama at ako ay hindi mapaghiwalay," pasimula ni Maestro. "Sa dahilang siya ay mahiyain at mapag-isa, napagpasiyahan niyang dalawin lamang ang aming gurung si Lahiri Mahasaya sa pagitan ng hatinggabi at madaling araw, kapag ang maraming pang-araw na disipulo ay wala. Sapagkat ako ang pinaka-malapit na kaibigan ni Rama, ipinagtatapat niya sa akin ang marami sa kanyang malalim na karanasang espirituwal. Ako ay nakakita ng inspirasyon sa kanyang ulirang pakikisama." Ang mukha ng aking guru ay lumambot sa mga alaala.

"Si Rama ay biglang inilagay sa isang matinding pagsubok," patuloy ni Sri Yukteswar. "Siya ay nagkaroon ng karamdamang Asiatic cholera. Sa dahilang ang aming maestro ay hindi kailanman tumututol sa pagsisilbi ng mga manggagamot sa panahon nang malubhang karamdaman, dalawang espesyalista ang ipinasundo. Sa gitna ng nakatataranta at nagmamadaling pag-aasikaso sa taong maysakit, ako ay malalim na dumalangin kay Lahiri Mahasaya para tumulong. Ako ay nagmadaling pumunta sa kanyang tahanan at paiyak akong nagsalaysay.

"'Tinitingnan na ng mga doktor si Rama. Siya ay gagaling na.' Ang aking guru ay. masayang ngumiti.

"Bumalik akong magaang ang puso sa tabi ng higaan ng aking kaibigan, nguni't nakita ko siyang nasa naghihingalong kalagayan.

"'Hindi siya maaring tumagal nang higit sa isa o dalawang oras,' sinabi sa akin ng isa sa mga manggagamot na may kumpas ng kawalan ng pag-asa. Minsan pa, ako'y nagmadaling lumapit kay Lahiri Mahasaya.

"'Ang mga doktor ay mga tapat na tao. Nakatitiyak akong si Rama gagaling,' Pinaalis akong masaya ni Maestro.

"Sa tahanan ni Rama, nakita kong wala na ang mga doktor. Ang isa ay nag-iwan sa akin ng isang tala: 'Ginawa na namin ang pi-nakamabuting magagawa, nguni't ang kaso niya ay walang pag-asa.'

"Ang aking kaibigan ay tunay na larawan ng isang taong naghi-hingalo. Hindi ko maunawaan kung papaano mabibigong magkato-too ang mga salita ni LahiriMahasaya, nguni't ang anyo ni Rama na mabilis na nawawalan ng buhay ay laging pumapasok sa aking isip. 'Lahat ay tapos na ngayon.' Sinisiklut-siklot ng alon ng paniniwala at pag-aalinlangan, ako ay naglingkod sa aking kaibigan sa abot ng aking kaya. Ginising niya ang kanyang sarili upang sumigaw ng:

"'Yukteswar, tumakbo ka kay Maestro at sabihin mo sa kanya

na wala na ako. Hilingan mo siyang basbasan ang aking katawan bago gawin ang huling seremonya,' Sa mga salitang ito si Rama ay malalim na bumuntong- hininga at pinakawalan ang kaluluwa.*

"Ako ay tumangis nang isang oras sa kanyang tabing higaan. Laging mapagmahal ng katahimikan, ngayon ay nakamit na niya ang lubos na katahimikan ng kamatayan. Isa pang disipulo ang pumasok; pinakiusapan ko siyang manatili sa bahay hanggang sa aking pagbabalik. Medyo tuliro, ako ay naglakad na mabigat ang mga paa pabalik sa aking guru.

"'Kumusta si Rama ngayon?' Ang mukha ni Lahiri Mahasaya ay nakokoronahan ng mga ngiti.

"'Ginoo, malapit n'yo nang makita ang kalagayan niya,' ako ay napabulalas ng pagdaramdam. 'Sa loob ng ilang oras makikita ninyo ang kanyang katawan, bago siya dalhin sa krematoryo.' Napaiyak ako at nanaghoy nang hayagan.

"'Yukteswar, pigilan mo ang iyong sarili, Maupo nang payapa at mag-meditasyon. Ang aking guru ay nagpahinga sa *samadhi*. Ang hapon at ang gabi ay nagdaan ng walang patid na katahimikan; ako ay nabigong mabawi ang panloob na katatagan.

"Pagdating ng madaling araw, si Lahiri Mahasaya ay sumulyap sa akin na may pakonsuelo. 'Nakikita ko na ikaw ay nababalisa pa. Bakit hindi mo ipinaliwanag sa akin kahapon na inaasahan mo na bigyan ko si Rama ng nakikitang tulong sa anyo ng mga gamot?' Itinuro ng maestro ang korteng kopitang lampara na mayroong magaspang na castor oil. 'Punuin mo ang isang maliit na botelya ng langis mula sa lampara; maglagay ka ng pitong patak sa bibig ni Rama.'

"'Ginoo,' ang aking tutol, 'siya ay patay na mula kahapon ng tanghali. Ano ang kabuluhan ng langis ngayon?'

"'Hindi bale, basta sumunod ka sa aking kahilingan.' Ang masayang lagay ng kalooban ng aking guru ay hindi ko maintindihan; ako ay nasa hindi pa mapatahimik na matinding paghihirap ng pangungulila. Pagkabuhos ko ng kaunting langis sa botelya, ako ay umalis papunta sa bahay ni Rama.

"Nakita ko ang katawan ng aking kaibigan na matigas sa yapos ng kamatayan. Hindi ko pansin ang nakatatakot niyang kalagayan, binuksan ko ang kanyang mga labi sa aking kanang hintuturo at nagsikap sa tulong ng aking kaliwang kamay, at sa tulong ng tapon, na ilagay ang langis na patak bawat patak sa ibabaw ng nagkuyom na mga ngipin. Habang ang pang-pitong patak ay dumampi sa

---

* Ang isang biktima ng cholera ay kadalasang makatwiran at mayroong malay-tao hanggang sa sandali ng kamatayan.

kanyang malamig na mga labi, si Rama ay marahas na nanginig. Ang kanyang mga kalamnam mula sa ulo hanggang paa ay nanginginig habang siya ay naupong manghang-mangha.

"'Nakita ko si Lahiri Mahasaya sa lumalagablab na liwanag!' ang iyak niya. 'Siya ay nagliliwanag na parang araw. "Bangon, iwanan ang pagtulog," pinag-utusan ako. "Sumama ka kay Yukteswar upang makita ako."'"

"Halos hindi ako makapaniwala sa aking nakikita nang si Rama ay nagbihis at may sapat na lakas pagkatapos ng nakakamatay na karamdaman, na maglakad papunta sa tahanan ng aming guru. Doon ay nagpatirapa siya sa harap ni Lahiri Mahasaya na may luha ng pasasalamat.

"Walang pagsidlan ng kagalakan ang maestro. Ang mga mata ay kumikislap sa akin na may kasamang pagbibiro.

"'Yukteswar,' ang sabi niya, 'siguradong mula ngayon ay hindi mo kaliligtaang magdala ng isang botelya ng castor oil sa iyong katawan. Sa bawat pagkakataong makakakita ka ng bangkay, basta patakan mo siya ng langis. Bakit, pitong patak ng langis ng lampara ay tiyak na mapipigilan ang kapangyarihan ni Yama'*

"'Guruji, pinagtatawanan ninyo ako. Hindi ko maunawaan; pakiusap ituro ninyo sa akin ang uri ng aking pagkakamali.'

"'Sinabihan kitang dalawang ulit na si Rama ay gagaling; subalit hindi mo ako lubusang pinaniwalaan,' paliwanag ni Lahiri Mahasaya. 'Hindi ko ibig sabihin na maari siyang pagalingin ng mga doctor; sinabi ko lamang na sila ang nag-aasikaso. Hindi ko gustong makialam sa mga manggagamot; sila ay dapat ding mabuhay.' Sa tinig na umaalingawngaw sa tuwa, ang aking guru ay nagdagdag, 'Palaging tandaan na ang Makapangyarihang Paramatman† ay maaring mapagaling ang kahit sinuman, may doktor o walang doktor.'

"'Nakita ko ang aking pagkakamali,' pagtanggap kong nagsisisi, 'Alam ko na ngayon na ang simple ninyong pananalita ay umiiral sa buong kosmos.'"

Nang natapos na ni Sri Yukteswar ang kanyang kasindak-sindak na kuwento, ang isa mula sa mga kabataan sa Ranchi ay nangahas na nagtanong, na mula sa isang bata, ay ibayong kauna-unawa.

"Ginoo," ang sabi niya "bakit nagpadala ng castor oil ang inyong guru?"

"Anak, ang pagbibigay ng langis ay walang mahalagang kahulugan. Sa dahilang ako ay umasam ng bagay na materyal, pinili ni

* Ang diyos ng kamatayan.
† Literal na, "Pinakamataas na Kaluluwa."

Lahiri Mahasaya ang kalapit na langis bilang materyal na simbulo upang gisingin ang aking mas matibay na paniniwala. Pinabayaan ng maestro na mamatay si Rama, sapagkat ako ay may pag-aalinlangan. Ngunit nalalaman ng dibinong guru na dahil sa nasabi na niya na ang disipulo ay gagaling, ang paggaling ay dapat mangyari, kahit na kailangang hugutin si Rama sa kamatayan, isang kalagayang karaniwan ay katapusan!"

Pinauwi na ni Sri Yukteswar ang maliit na grupo, at sinenyasan ako sa isang kumot na upuan sa kanyang paanan.

"Yogananda," ang sabi niya na may pambihirang kabigatan, "ikaw ay napapaligiran mula sa iyong pagkapanganak ng mga tuwirang disipulo ni Lahiri Mahasaya. Ang dakilang maestro ay ginugol ang kanyang napakagandang pamumuhay sa madalas na pag-iisa, at naging matatag na tinanggihan ang pagbibigay ng pahintulot sa kanyang mga tagasunod na magtatag ng anumang kapisanan na may kinalaman sa kanyang katuruan. Ganoon pa man, siya ay gumawa ng makahulugang panghuhula.

"'Mga limampung taon pagkatapos ng aking pagpanaw,' ang sabi niya, 'isang salaysay ng aking buhay ang maitatala nang dahil sa malalim na pagkawili sa yoga na magigising sa Kanluran. Ang mensahe ng yoga ay papalibot sa daigdig. Ito ay makakatulong sa pagtatatag ng kapatiran ng tao; isang pagkakaisang hango sa tuwirang pang-unawa ng mga tao sa Iisang Ama.'

"Aking anak, Yogananda," ang patuloy ni Sri Yukteswar, "kailangan mong gawin ang iyong bahagi sa pagpapalaganap ng mensaheng iyan, at sa pagsulat ng sagradong buhay na iyan."

"'Mga limampung taon pagkatapos ng pagpanaw ni Lahiri Mahasaya noong 1895 na nagwakas noong 1945, ang taon ng pagtatapos nitong kasalukuyang aklat. Hindi ko mapigilang mamangha sa pagkakataon na ang taong 1945 ay nagpasimula rin ng isang bagong panahon—ang panahon ng mapanghimagsik na mga lakas atomiko. Lahat ng maalalahaning isipan ay natuon, na wala pang katulad, sa mahalagang suliranin ng kapayapaan at kapatiran, upang hindi magpatuloy ang paggamit ng panlabas na puwersa na lilipol sa lahat ng tao na kasabay ng mga suliranin.

Bagama't ang mga nagawa ng lahi ng tao ay mawala ng walang bakas dahil sa panahon o bomba, ang araw ay hindi titigil sa kanyang pag-ikot; ang mga bituin ay mananatili sa kanilang walang-pagbabagong pagpupuyat. Ang batas kosmiko ay hindi maaring ipagpaliban o baguhin, at mas makabubuti sa tao kung siya ay makipagkaisa dito. Kung ang kosmos ay laban sa kapangyarihan, kung ang araw ay hindi nakikipaglaban sa kalawakan kundi namamahinga sa takdang oras, upang bigyan ang mga bituin ng kanilang kaunting ugoy, ano ang pakinabang ng ating kamao? Mayroon bang kapayapaang makukuha dito? Hindi kalupitan, bagkus mabuting pakikipagkapwa ang nagtataguyod ng pandaigdig na lakas; malalaman ng sangkatauhang may kapayapaan ang walang-katapusang bunga ng tagumpay, matamis sa panlasa kaysa alinmang binuhay sa duguang lupa.

Ang mabisang League of Nations ay magiging isang likas, at walang pangalang kapisanan ng mga puso. Ang malawak na awa at may kakayahang makita ang maliwanag na pang-unawa para sa paggamot ng pang-mundong pamimighati ay hindi maaaring umagos mula lamang sa talino at pagsaalang-alang sa kaibahan ng mga tao, kundi mula sa kaalaman ng malalim na pagkakaisa ng tao—pagiging malapit sa Diyos. Patungo sa pagkakatanto ng pinakamataas na adhikain ng mundo—kapayapaan sa pamamagitan ng kapatiran—harinawang ang yoga, ang siyensya ng pansariling pakikipag-isa sa Dibino, ay kumalat sa tamang panahon sa lahat ng tao sa lahat ng lupain.

Bagaman ang India ay mayroong isang sibilisasyon na mas matanda kaysa alinmang bansa, iilang mananalaysay lamang ang nakapansin na ang kanyang tagumpay na makaligtas ay tiyak na hindi isang pagkakataon lamang kundi isang makatwirang pangyayari sa talaan ng debosyon sa walang hanggang katotohanan na inialay ng India sa pamamagitan ng kanyang pinakamagaling na tao sa bawat henerasyon. Sa pamamagitan na pagpapatuloy ng pagiging bansa, sa hindi pagbabago sa pagdaan ng panahon (kaya bang ilahad ng mga naalikabukang iskolar kung ilan?), ang India ay nakapagbigay ng pinakamahalagang kasagutan ng sinumang mamamayan sa hamon ng panahon.

Ang salaysay sa Bibliya sa pakiusap ni Abraham sa Panginoon* na ang siyudad ng Sodom ay patawarin kung kahit na sampung makatarungang mga tao ay makikita doon, at ang Dibinong kasagutan: "Hindi ko ito gugunawin alang-alang sa kapakanan ng sampu," ay nagkaroon ng bagong kahulugan dahil sa nakaiwas ang India mula sa pagkalimot. Wala na ang mga kaharian ng matatayog na mga bansa, na sanay sa sining ng digmaan, na minsan ay mga kaalinsabay ng India: ang sinaunang Ehipto, Babylonia, Gresya at Roma.

Ang kasagutan ng Panginoon ay maliwanag na nagpapakita na

---

* Genesis 18:23-32

ang lupain ay nabubuhay, hindi sa kanyang materyal na tagumpay, kundi sa kanyang obra maestrang mga mamamayan.

Hayaang marinig muli ang mga dibinong salita, dito sa ika-dalawampung siglo, na sa ikalawang pagkakataon ay nakulayan ng dugo bago pa matapos ang kalahati nito. Walang bansa na makapag-bibigay ng sampung magiting na mga tao sa mata ng hindi Masuhu-lang Hukom ang malilipol.

Sa pagpansin sa ganitong mga paghimok, napatunayan ng India na siya ay hindi walang alam laban sa libu-libong katu-suhan ng Panahon. Pinabanal ang kanyang lupain ng mga may Sariling-Pagkaunawang mga Maestro sa bawat siglo. Ang mga makabagong mala-Kristong mga pantas, tulad ni Lahiri Mahasaya at Sri Yukteswar, ay babangon upang ipahayag na ang karunungan sa yoga, ang siyensiya ng pagkakatanto sa Diyos, ay mahalaga sa kaligayahan ng tao at sa kahabaan ng buhay ng isang bansa.

Napaka-kaunting mga kaalaman tungkol sa buhay ni Lahiri Mahasaya at ang kanyang pandaigdig na doktrina ang nailimbag kahit kailan.* Sa loob ng tatlong dekada sa India, America at Eu-ropa ako ay nakatagpo ng malalim at tapat na pagkawili sa kanyang mensaheng nagpapalayang yoga; isang naisulat na salaysay ng bu-hay ng maestro, tulad ng kanyang hinulaan, ay kinakailangan na ngayon sa Kanluran, kung saan kakaunti ang nakakaalam ng buhay ng mga dakilang makabagong yogi.

Si Lahiri Mahasaya ay ipinanganak noong Setyembre 30, 1828, sa isang banal na pamilyang *Brahmin* na galing sa matandang ang-kan. Ang pook ng kapanganakan niya ay ang nayon ng Ghurni, sa distrito ng Nadia malapit sa Krishnanagar, Bengal. Siya ang tanging anak ni Muktakashi, pangalawang asawa ng itinatanging si Gaur Mohan Lahiri (na ang unang asawa, pagkapanganak ng tatlong anak na lalaki ay namatay sa panahon ng paglalakbay). Ang ina ng bata ay pumanaw noong siya ay bata pa. Kaunti lang ang aming nalalaman tungkol sa kanya, maliban sa hayag na katotohanan: siya ay masu-gid na deboto ni Panginoong Shiva,† nahirang sa kasulatan bilang ang "Hari ng mga Yogi."

Ang bata, na ang buong pangalan ay Shyama Charan Lahiri, ay

---

* Isang maikling talambuhay sa Bengali, *Sri Sri Shyama Charan Lahiri Mahasaya,* ni Swami Satyananda, ang lumitaw noong 1941. Mula sa mga pahina nito isinalin ko ang ilang pahayag para sa bahaging ito tungkol kay Lahiri Mahasaya.

† Isa sa trinidad ng Pagka-Diyos: Brahma, Vishnu, Shiva, na ang pandaigdig na gawain ay ang mga sumusunod: paglalang, pagpapanatili, at pagsira-pagbuong-muli. Si Shiva (kung minsan ay binabaybay na Siva), na sinasagisag sa mitolohiya bilang Panginoon ng mga Tumalikod, ay lumilitaw sa mga pangitain sa Kanyang mga deboto sa ilalim

ginugol ang panahon ng kabataan sa minanang tahanan sa Ghurni. Sa gulang na tatlo o apat na taon, madalas siyang namamasdan na nakaupo sa buhangin sa isang tunay na yogang ayos na ang katawan ay lubos na lubog sa buhangin maliban sa ulo.

Ang asyenda ng mga Lahiri ay napinsala sa taglamig ng taong 1833, nang ang kalapit na ilog ng Jalangi ay nagpalit ng daanan ng agos at nawala at nakipag-isa sa kalaliman ng Ganges. Isa sa mga templo ni Shiva na itinatag ng mga Lahiri ay sumama sa agos ng ilog pati ang tahanan ng pamilya. Isang deboto ang sumagip sa batong imahen ng Panginoong Shiva mula sa nag-aalimpuyong tubig at inilagay sa bagong templo, na ngayon ay kilalang-kilala bilang Ghurni Shiva Site.

Si Gaur Mohan Lahiri at ang kanyang pamilya ay umalis sa Ghurni at naging mamamayan ng Banaras, kung saan ang ama ay mabilis na nagpatayo ng templo ni Shiva. Pinamahalaan niya ang pamamahay sa panuntunan ng disiplina ng kasulatan ng Veda, na may palagiang pagtupad ng seremonyang pagsamba, mga gawaing pang-kawanggawa, at pag-aaral sa kasulatan. Makatarungan at bukas ang kaisipan, gayuman, hindi niya ipinagwalang -bahala ang kapaki-pakinabang na agos ng makabagong kaisipan.

Ang batang Lahiri ay tumanggap ng mga aralin sa Hindi at Urdu sa samahan ng mag-aaral sa Banaras. Siya ay dumalo sa paaralang pinamamahalaan ni Joy Narayan Ghosal, tumanggap ng pagtuturo sa Sanskrit, Bengali, French at English. Iniukol ang sarili sa masusing pag-aaral ng mga Vedas, ang batang yogi ay nakinig nang

---

ng iba-ibang anyo, tulad ng Mahadeva, ang may buhaghag na buhok na asetik, at Nataraja ang Kosmikong Mananayaw.

Ang Panginoon bilang Shiva o Tagasira ay, sa maraming pag-iisip, isang mahirap na kaisipan. Sa *Mahimnastava,* isang himno ni Puspadanta, isang deboto ni Shiva, nalulumbay niyang tinatanong: "Bakit Ninyo nilikha ang mga mundo, upang sirain lang ang mga ito?" Ito ang isinasaad ng isang saknong ng *Mahimnastava* (isinalin ni Arthur Avalon):

"Sa pagpadyak ng Inyong paa ang kaligtasan ng mundo ay biglang nalagay sa
   panganib,
Sa paggalaw ng Inyong mga bisig, malakas na tulad ng bakal,
Naghiwa-hiwalay ang mga bituin sa eter.
Hinampas ng Inyong lugay na buhok, naguluhan ang kalangitan.
Totoong mahusay ang Inyong pagsayaw!
Ngunit ang guluhin ang mundo upang iligtas ito—
Anong misteryo ito?"
Ngunit tinatapos ito ng sinaunang makata:
"Malaki ang kaibahan ng aking pag-iisip—
Kaunti lang ang kayang intindihin, at maraming pighati—
At ang Inyong walang-hanggang luwalhati, hinihigitan ang lahat ng katangian!"

LAHIRI MAHASAYA
"Ako ay Espiritu. Kaya bang ilarawan ng kamera mo ang Nasa Lahat ng
Dakong Espiritung Hindi Nakikita?" Pagkatapos ng maraming pagkuha
ng larawan kung saan walang mukha ni Lahiri Mahasaya ang nakunan,
ang Yogavatar ay sa wakas pinahintulutan ang kanyang "templong
katawan" na makunan ng larawan. "Ang Maestro ay hindi na kailanman
pumusisyon para sa anumang larawan. Sa abot kaya ng aking kaalaman,
wala pa akong nakita." Isinulat ni Paramahansaji.

buong pananabik sa pagtatalakay sa kasulatan ng malalim ang ka-
alamang mga *Brahmins*, na kasama ang may kaalamang Mahratta
na ang pangalan ay Nag-Bhatta.
    Si Shyama Charan ay isang mabait, marahan at matapang na
bata na mahal ng lahat ng kanyang kasamahan. Siya ay may mabi-
kas, malusog at malakas na pangangatawan, siya ay napakagaling sa
paglangoy at sa maraming kahanga-hangang gawa sa kamay.
    Noong taong 1846 si Shyama Charan Lahiri ay ikinasal kay

Srimati Kashi Moni, anak na babae ni Sri Debnarayan Sanyal. Isang modelong asawang Indian, si Kashi Moni ay masayang ginampanan ang kanyang tungkulin sa tahanan at sinunod ang katungkulan ng maybahay na pagsilbihan ang mga panauhin at ang mga mahihirap. Nabiyayaan ang unyon ng dalawang banal na anak na lalaki, si Tincouri at Ducouri, at dalawang anak na babae. Sa edad na dalawampu't-tatlo, noong 1851, tinanggap ni Lahiri Mahasaya ang tungkuling tagatuos sa Military Engineering Department ng pamahalaan ng Britanya. Siya ay nakatanggap ng maraming pagtaas ng katungkulan sa panahon ng kanyang serbisyo. Sa ganoon, hindi lamang siya maestro sa mata ng Diyos, kundi isa ring tagumpay sa maliit na dulaan ng tao kung saan siya ay gumanap ng isang abang tungkulin bilang isang manggagawa ng opisina sa mundo.

Sa iba't ibang pagkakataon, inililipat ng Engineering Department si Lahiri Mahasaya sa kanilang mga opisina sa Gazipur, Mirjapur, Naini Tal, Danapur at Banaras. Pagkatapos ng kamatayan ng kanyang ama, ginampanan ni Lahiri ang katungkulan nito sa mga miyembro ng kanyang buong pamilya. Siya ay bumili para sa kanila ng tahanan sa tagung- tagong Garudeswar Mohulla sa Banaras.

Sa kanyang ikatatlumpu't-tatlong taong gulang, nakita ni Lahiri Mahasaya* ang kaganapan ng pakay kung bakit siya ay nabuhay na muli sa mundo. Nakilala niya ang kanyang dakilang guru, si Babaji, malapit sa Ranikhet sa mga bundok ng Himalayas, at siya ay binigyan ng inisasyon sa *Kriya Yoga.*

Itong mapalad na pagkakataon ay hindi lamang kay Lahiri Mahasaya nangyari; ito ay mapalad na sandali para sa lahat ng lahi ng tao sa mundo. Ang nawala, o matagal nang nawalang, pinakamataas na sining ng yoga ay muling dinala sa liwanag.

Samantalang ang Ganges† ay dumating mula sa langit patungo

---

* Ang kahulugan ng Sanskrit na relihiyosong titulong *Mahasaya* ay "malaking-kaisipan."

† Ang mga katubigan ng Inang Ganga, ang banal na ilog ng mga Hindu, ay nagmumula sa nagyeyelong kuweba ng mga Himalayas sa gitna ng palagiang niyebe at katahimikan. Sa mga nagdaang siglo libu-libong mga santo ang nawili sa pananatili malapit sa Ganges; iniwan nila sa mga baybayin nito ang isang aura ng biyaya. (Tingnan ang ph. 229 n.)

Ang isang hindi pangkaraniwan, marahil ay pambihirang, katangian ng Ilog Ganges ay ang hindi nito pagiging marumi. Walang bacteria ang namumuhay sa dalisay nitong kalinisan. Milyun-milyong mga Hindu, nang walang panganib, ay gumagamit sa tubig nito sa pagligo at pag-inom. Ang katotohanang ito ay nakalito sa modernong siyentipiko. Isa sa kanila, si Dr. John Howard Northrop, isa sa mga nanalo ng Nobel Prize para sa Chemistry noong 1946, kamakailan ay nagsabing: "Alam natin na lubhang kontaminado ang Ganges. Ngunit dito umiinom ang mga Indian, lumalangoy

sa lupa, sa kuwento ng Purana, nag-aalay ng isang dibinong inumin sa tigang na debotong si Bhagirath, ganoon din noong 1861 ang makalangit na ilog ng *Kriya Yoga* ay nagsimulang umagos mula sa lihim na pook ng Himalayas patungo sa maalikabok na mga lugar ng mga tao sa mundo.

---

sila dito, at malinaw na hindi sila apektado." Idinagdag niya, na umaasa: "Marahil, ang bacteriophage (ang virus na sumisira sa bacteria) ang nagpapalinis sa ilog."

Ikinikintal ng Vedas ang paggalang sa lahat ng mga likas na kahanga-hangang bagay. Lubos na nauunawaan ng taimtim na Hindu ang papuri ni St. Francis of Assisi: "Purihin ang aking Panginoon para sa ating Kapatid na Tubig, napaka-mahalaga, napaka-mapagpakumbaba, dalisay at itinatangi."

Si Babaji, Ang Kristong-Yogi ng Makabagong India

Ang matatarik na mga batong nakausli sa Hilagang Himalayas malapit sa Badrinarayan ay pinabanal pa rin ng buhay na presensiya ni Babaji, ang guru ni Lahiri Mahasaya. Ang tagong maestro ay napanatili ang anyong pisikal nang maraming siglo, marahil nang ilang milenyo. Ang walang kamatayang Babaji ay isang *avatara*. Ang Sanskrit na salitang ito ay nangangahulugan ng "pagbaba"; ang mga ugat ay *ava* "baba" at *tri* "upang dumaan." Sa mga kasulatan ng Hindu, ang *avatara* ay nangangahulugan ng pagbaba ng Dibino sa laman.

"Ang kalagayang espirituwal ni Babaji ay lagpas sa unawa ng tao." Ito ang paliwanag ni Sri Yukteswar sa akin. "Ang makitid na pananaw ng tao ay hindi kayang tumagos sa kanyang nakahihigit na bituin. Mabibigo ang anumang pagtatangka kahit na ilarawan lamang ang mga tagumpay ng avatar. Ito'y mahirap paniwalaan."

Masusing pinaghiwa-hiwalay ng *Upanishads* ang bawat yugto ng pagsulong na espirituwal. Ang isang *siddha* ("ganap na nilalang") ay nagpatuloy mula sa kalagayan ng isang *jivanmukta* ("lumaya habang nabubuhay") patungo sa isang *paramukta* ("pinakamataas na kalayaan"—lubos na kapangyarihan sa kamatayan); ang pangalawa ay ganap na nakatakas mula sa pagka-alipin ng maya at ang paulit-ulit na pagkabuhay. Ang *paramukta* kung ganoon ay bihirang bumalik sa katawang pisikal; kapag siya ay bumalik, siya ay isang avatar, isang dibinong hirang na kasangkapan ng makalangit na biyaya sa mundo. Ang isang avatar ay hindi nasasakupan ng pandaigdig na pamamalakad; ang kanyang dalisay na katawan, na nakikita bilang liwanag na imahe, ay malaya sa anumang utang sa Kalikasan.

Ang karaniwang tingin ay maaaring walang makikitang pambihira sa anyo ng isang avatar; ngunit, may pagkakataon na, wala itong anino o bakas ng paa sa lupa. Ito ay mga panlabas na simbulong mga patunay ng isang panloob na kalayaan mula sa kadiliman at pagka-alipin sa mga bagay na materyal. Ang ganitong Diyos-na-tao lamang ang nakakaalam ng Katotohanang nasa likod ng iba't

ibang ugnayan ng buhay at kamatayan. Si Omar Khayyam, na
madalas na hindi maunawaan, ay umawit tungkol sa malayang tao
sa walang kamatayang kasulatan, ang *Rubaiyat:*

> Ah, Buwan ng aking Tuwa na hindi humihina,
> Ang Buwan ng Kalangitan ay minsan pang sumisikat;
> Gaano kadalas mula ngayon, sa kanyang pagsikat ako'y kanyang
>   hahanapin.
> Sa mismong Hardin na ito paglisan ko—bigo!

Ang "Buwan ng aking Tuwa na hindi humihina" ay ang Diyos,
walang hanggang tala, hindi kailanman nawawala sa panahon. Ang
"Buwan ng Kalangitan ay minsan pang sumisikat" ay ang panlabas
na cosmos, nakatali sa batas ng pana-panahong pangyayari. Sa pa-
mamagitan ng Sariling- Pang-unawa, ng taga-Persiang propeta ay
walang hanggang pinawalan ang sarili mula sa sapilitang pagbabalik
sa mundo: ang "hardin" ng Kalikasan o *Maya.* "Gaano kadalas mula
ngayon, siya ay sisikat maghahanap sa akin—bigo."* Anong kabi-
guan sa paghahanap ng isang namamanghang daigdig para sa isang
tiyak na hindi makasama!

Ipinahayag ni Kristo ang kanyang kalayaan sa ibang paraan: "At
ang isang manunulat ay dumating, at sinabi sa kanya, "Maestro,
susunod ako sa Iyo kahit saan man kayo pumunta. At si Hesus ay
nagsabi sa kanya, "May mga lungga ang mga asong gubat, at may
mga pugad ang mga ibon, ngunit walang matulugan ang Anak Ng
Tao."†

Malawak ang pagiging nasa-lahat-ng-dako, maari nga kayang
masundan si Kristo maliban sa umarkong Espiritu?

Si Krishna, Rama, Buddha, at Patanjali ay ilan sa mga sinau-
nang mga avatar ng India. May maraming patulang literatura sa
Tamil ang lumago sa paligid ni Agastya, isang avatar ng Timog
India. Siya ay gumawa ng maraming himala sa panahon ng mga
siglong nauna, at pagkatapos ng kapanahunan ng Kristiyanismo, at
sinasabing napanatili niya ang kanyang pisikal na anyo hanggang
sa araw na ito.

Ang misyon ni Babaji sa India ay upang tumulong sa mga pro-
peta sa pagsasagawa ng kanilang mga sadyang pamamahagi. Siya,
kung ganoon, ay karapat-dapat sa pag-uuri ng kasulatan ng titulong
Mahavatar (Dakilang Avatar). Ipinahayag niya na siya ang nagbigay

---

* Salin ni Edward FitzGerald.
† Mateo 8:19-20.

ng inisasyon sa yoga kay Shankara,* na siyang nagtayong muli ng Swami Order, at kay Kabir, ang tanyag na sinaunang maestro. Ang pangunahing ikalabing-siyam na siglong disipulo ay, ayon sa pagkakaalam natin, si Lahiri Mahasaya, ang bumuhay na muli sa nawalang sining ng *Kriya.*

Si Babaji ay palaging nakikipag-isa kay Kristo; magkasama silang nagpapadala ng mga yanig ng pagtubos sa kasalanan at pinaghandaan ang pamamaraang espirituwal ng pagliligtas para sa kasalukuyang panahon. Ang gawain nitong dalawang lubos na naliwanagang mga maestro—ang isa ay may katawan, at ang isa ay walang katawan – ay upang bigyan ng inspirasyon ang mga bansa upang talikuran ang mga digmaan, pagkapoot sa ibang lahi, relihiyosong kasektahan, at ang bumerang na kasamaan ng materyalismo. Lubos na batid ni Babaji ang kalakaran ng makabagong panahon, lalung-lalo na ang panghihikayat at kaguluhan ng Kanluraning sibilisasyon, at nauunawaan niya ang pangangailangan ng pantay na pagpapalawak ng mga pansariling pagpapalaya ng yoga sa Kanluran at sa Silangan.

Hindi natin dapat ikagulat na walang tinutukoy ang kasaysayan tungkol kay Babaji. Ang dakilang guru ay hindi kailanman hayagang nagpakita kahit sa anumang siglo; ang hindi tamang ningning ng mga publisidad ay walang paglagyan sa kanyang mga planong pang-milenyo. Tulad ng Lumikha, ang nag-iisa ngunit tahimik na Kapangyarihan, si Babaji ay nagtatrabaho nang patago at may kababaang-loob.

Ang mga dakilang propeta tulad nina Kristo at Krishna ay dumating sa mundo para sa isang tiyak at kagila-gilalas na layunin; aalis sila sa sandaling ito ay tapos na. Ang ibang mga avatar na tulad ni Babaji, ay nagsasagawa ng trabahong may mas kinalaman sa mabagal na pag-unlad ng ebolusyon ng tao sa mga siglo kaysa kahit na anong mahalagang pangyayari sa kasaysayan. Ang ganoong mga maestro ay palaging may talukbong ang mga sarili mula sa magaspang na paningin ng madla at may kapangyarihang mawala sa paningin sa kanilang kagustuhan. Sa ganitong mga dahilan, at sapagkat karaniwan nang pinagbibilinan ang mga disipulo na manahimik tungkol sa kanila, may ilang mga matataas na pigurang espirituwal ang nananatiling hindi kilala ng daigdig. Ang inilalahad ko

---

* Si Shankara, na ang makasaysayang niyang guru ay si Govinda Jati, ay nakatanggap ng inisasyon ng *Kriya Yoga* mula kay Babaji sa Banaras. Sa pagsalaysay ni Babaji ng kuwento kay Lahiri Mahasaya at Swami Kebalananda, nagbigay siya ng maraming kamangha-manghang detalye ng kanyang pakikipagtagpo sa dakilang monistiko.

sa mga pahinang ito tungkol kay Babaji ay isang pahiwatig lamang ng kanyang buhay—kaunting mga katotohanan lamang na inaakala niyang angkop at makatutulong upang ipahayag sa madla.

Walang takdang katibayan hinggil sa pamilya ni Babaji o kung saan siya ipinanganak, na mahalaga sa puso ng nagsasalaysay, ang natuklasan kailanman. Ang kanyang mga pananalita ay pangkaraniwan sa salitang Hindi, subalit siya ay madaling makipag-usap sa anumang wika. Inangkin niya ang simpleng pangalang Babaji (Kagalang-galang na Ama); ang iba pang mga titulo ng paggalang na ibinigay sa kanya ng mga disipulo ni Lahiri Mahasaya ay Mahamuni Babaji Maharaj (Pinakamataas na Kalugod-lugod na Maestro), Maha Yogi (Ang DakilangYogi), at Trambak Baba o Shiva Baba (titulo ng mga avatar ni Shiva). Mahalaga bang hindi natin alam ang apelyido ng isang ganap ang pagkatantong maestro?

"Sa bawat pagkakataong bigkasin ninuman nang may paggalang ang pangalan ni Babaji," ang sabi ni Lahiri Mahasaya, "ang debotong iyon ay umaakit ng biglang biyayang espirituwal."

Ang walang kamatayang guru ay walang marka ng panahon sa kanyang katawan; siya ay nakikitang isang binatang hindi hihigit sa gulang na dalawampu't lima. Maputi, katamtaman ang hubog at taas ng katawan, si Babaji ay mabikas, at sa kanyang malakas na katawan ay nababanaag ang kapansin-pansing liwanag. Ang kanyang mga mata ay maiitim, payapa at malambot; ang mahaba at makinang na buhok ay kulay tanso. Kung minsan, ang mukha ni Babaji ay malapit na katulad ng kay Lahiri Mahasaya. May mga pagkakataong ang pagkakatulad ay kapansin-pansin na si Lahiri Mahasaya, sa kanyang huling panahon, ay maaring makapasa bilang ama ng napakabatang tingnan na si Babaji.

Si Swami Kebalananda, ang aking parang santong tagapagturo ng Sanskrit, ay tumira ng ilang panahon kasama si Babaji *.sa Himalayas.

"Ang walang kapantay na Maestro ay nagpapalipat-lipat na kasama ang kanyang pangkat sa iba't ibang pook sa kabundukan," ang sabi ni Kebalananda sa akin. "Ang kanyang maliit na pangkat ay may kasamang dalawang napakataas ang pagsulong na mga Amerikanong disipulo. Pagkatapos ng pagtigil ni Babaji sa isang pook nang matagal-tagal, sinasabi niya ang: '*Dera danda uthao.*' (Buhatin

---

* Ang Babaji (pinagpipitagang ama) ay karaniwang titulo; maraming tanyag na guro sa India ang tinatawag na "Babaji". Ngunit wala sa kanila ang Babaji na guru ni Lahiri Mahasaya. Ang pagkabuhay ng Mahavatar ay unang ibinunyag sa publiko noong 1946, sa *Autobiography of a Yogi*.

natin ang ating kampo at tungkod.) Siya ay may dalang *danda* (tungkod na kawayan). Ang kanyang mga salita ay hudyat upang biglaang lumipat sa ibang lugar kasama ang kanyang pangkat. Hindi niya laging ginagawa ang ganitong paraang astral na paglalakbay; kung minsan siya ay naglalakad nang palipat-lipat sa mga taluktok.

"Si Babaji ay maari lamang makita o makilala ng iba kapag ito ay ginusto niya. Siya ay kilalang nagpapakita sa bahagyang magkakaibang anyo sa iba't ibang mga deboto—kung minsan may bigote at balbas at kung minsan ay wala. Ang kanyang hindi nabubulok na katawan ay hindi nangangailangan ng pagkain; ang maestro, kung ganoon, ay bihirang kumain. Bilang paggalang sa mga dumadalaw na disipulo, paminsan-minsan siya ay tumatanggap ng prutas, o kanin na niluto sa gatas at tinunaw na mantikilya.

"Dalawang kagulat-gulat na pangyayari sa buhay ni Babaji ang nalalaman ko," ang patuloy na salaysay ni Kebalananda. "Ang kanyang mga disipulo ay nakaupo isang gabi na nakapalibot sa apoy na pinagningas para sa isang sagradong seremonyang Veda. Biglang dinampot ng guru ang nagliliyab na pangmarka at bahagyang hinataw ang hubad na balikat ng isang baguhang disipulo na malapit sa apoy.

"'Ginoo, anong kalupitan!' Si Lahiri Mahasaya, na naroroon, ang nagsalita ng ganitong pagtutol.

"'Mas mamarapatin mo bang makita siyang masunog hanggang maging abo sa iyong harapan, ayon sa utos ng kanyang nakaraang karma?'

"Kasabay ng ganitong mga salita, inilagay ni Babaji ang kanyang nakapaghihilom na mga kamay sa pumangit na balikat ng disipulo. 'Pinakawalan kita ngayong gabi mula sa masakit na kamatayan. Ang batas ng karma ay nabigyan ng kasiyahan sa pamamagitan ng bahagya mong pagdurusa sa apoy.'

"Sa iba pang pagkakataon, ang banal na sirkulo ni Babaji ay nabulabog sa pagdating ng isang hindi kilalang tao. Siya ay umakyat nang may kagulat-gulat na kasanayan sa halos hindi marating na nakausling tagaytay na bato malapit sa kampo ng guru.

"'Ginoo, tiyak na kayo ang dakilang Babaji.' Ang mukha ng tao ay nagliwanag sa hindi maipahayag na paggalang. 'Sa loob ng ilang buwan ako ay sumunod nang walang tigil na paghahanap sa inyo sa gitna nitong nakatatakot na matulis na batuhan. Nagsusumamo ako sa inyong tanggapin ako bilang isang disipulo.'

"Nang ang dakilang guru ay hindi sumagot, itinuro ng tao ang nakapaligid na mabatong bangin sa ibaba ng nakausling tagaytay na bato. 'Kapag tumanggi kayo, ako ay tatalon mula sa bundok na ito.

Ang buhay ay wala nang halaga kapag hindi ko matamo ang inyong pagpapatnubay sa Dibino.'

"'Tumalon ka kung ganoon,' sagot ni Babaji nang walang damdamin. 'Hindi kita matatanggap sa iyong kasalukuyang antas ng pag-unlad.'"

"Biglang inihagis ng tao ang sarili sa bangin. Inutusan ni Babaji ang nayanig na mga disipulo na kunin ang katawan nang hindi nakilalang lalaki. Pagkatapos nilang makabalik na dala-dala ang nagkaluray-luray na katawan, inilagay ng maestro ang mga kamay sa patay na tao. Masdan! Idinilat nito ang kanyang mga mata at nagpatirapa nang buong kababaang-loob sa harap ng makapangyarihang guru.

"'Ngayon ay handa ka na para maging disipulo,' Si Babaji ay buong pagmamahal na ngumiti sa nabuhay-na-muling bagong disipulo. 'Ikaw ay buong tapang na nakapasa sa isang mahirap na pagsubok.* Hindi ka na maaaring galawin ng kamatayan kahit kailan; ngayon ikaw ay isa na sa ating walang kamatayang kawan.' Pagkatapos ay sinambit niya ang karaniwang salita ng paglisan, '*Dera danda uthao*'; ang buong pangkat ay nawala sa kabundukan."

Ang avatar ay nabubuhay sa lahat-ng-dakong-Espiritu; para sa kanya ay walang distansiya ang kabaligtaran ng parisukat. Isang dahilan lamang, kung ganoon, ang nag-uudyok kay Babaji na panatilihin ang kanyang pisikal na anyo sa bawat siglo; ang pagnanais na bigyan ang sangkatauhan ng isang matatag na halimbawa ng kanyang sariling posibilidad. Kung ang tao ay hindi kailanman napagkalooban ng sulyap sa isang Dibino na nagkatawan-tao, siya ay mananatiling naaapi ng mabigat na panlilinlang ng maya na hindi niya kayang lagpasan ang kanyang kamatayan.

Sa simula pa ay nalalaman na ni Hesus ang pagkakasunud-sunod ng kanyang buhay; nilagpasan Niya ang bawat pangyayari hindi para sa Kanya, hindi rin mula sa anumang pagpupumilit ng karma, ngunit tanging para sa pagpapaunlad ng mapagliming mga tao. Ang apat na mga ebanghelista—si Mateo, Marcos, Lukas at Juan—ay itinala ang di-kayang mailarawan na dula para sa kapakinabangan ng mga susunod na henerasyon.

Ganoon din, para kay Babaji, walang pagkakaiba ang nakaraan,

---

* Ang pagsubok ay tungkol sa pagiging masunurin. Nang sinabi ng naliwanagang maestro ang: "Tumalon," sumunod ang lalaki. Kung nag-atubili siya, napasubalian sana niya ang kanyang pag-gigiit na itinuturing niyang walang halaga ang kanyang buhay kung walang paggabay si Babaji. Kung nag-atubili siya naibunyag sana niya na nagkulang siya ng lubos na pagtitiwala sa guru. Kung gayon, bagama't marahas at hindi karaniwan, ang pagsubok ay ganap na pangyayari.

kasalukuyan at hinaharap; mula sa simula ay alam na niya ang lahat ng bahagi ng kanyang buhay. Hinihirati ang sarili sa limitadong pang-unawa ng tao, siya ay nakaganap ng maraming yugto ng kanyang dibinong pamumuhay sa harap ng isa o higit pang mga saksi. Sa ganoon, ay nangyaring ang isang disipulo ni Lahiri Mahasaya ay naroroon noong si Babaji ay nakapagpasyang ang panahon ay hinog na para ipahayag niya ang posibilidad ng kawalan ng kamatayan ng katawan. Binigkas niya ang pangakong ito sa harap ni Ram Gopal Muzumdar, upang sa wakas ay maunawaan para maging inspirasyon ng ibang naghahanap na mga puso. Ang dakilang iilan ay binibigkas ang kanilang mga salita at lumalahok sa parang likas na daloy ng mga pangyayari, para lamang sa kabutihan ng tao, na tulad ng sinabi ni Kristo: "Ama, nalaman ko na Ikaw ay palaging nakikinig sa akin: ngunit *nang dahil sa mga taong nakatayo ngayon, sinasabi ko ito,* upang sila ay maniwala na Ikaw ang nagsugo sa akin."*

Sa panahon ng aking pagdalaw sa Ranbajpur kay Ram Gopal, "ang hindi natutulog na banal,"† isinalaysay niya ang kamanghamanghang kuwento ng kanyang unang pakikipagkita kay Babaji.

"Kung minsan ako ay umaalis sa aking tagong kuweba upang maupo sa paanan ni Lahiri Mahasaya sa Banaras," ang sabi sa akin ni Ram Gopal. "Isang hatinggabi habang ako ay tahimik na nagmi-meditasyon kasama ang isang grupo ng kanyang mga disipulo, ang maestro ay nagsagawa ng kagulat-gulat na kahilingan.

"'Ram Gopal,' wika niya, 'pumunta ka ngayon din sa ilog paliguan (bathing *ghat*) ng Dasaswamedh.'

"Ako ay madaling nakarating sa natatagong pook. Ang gabi ay maliwanag sa sinag ng buwan at ng nagniningning na mga bituin. Pagkatapos kong maupo sa matiyagang katahimikan ng ilang sandali, natuon ang aking pansin sa malaking tipak ng bato na malapit sa aking paanan. Umangat itong dahan-dahan at ipinakita ang kuweba sa ilalim ng lupa. Samantalang ang bato ay hindi gumagalaw, na tila may nakahawak sa hindi maipaliwanag na paraan, ang nakabalabal na anyo ng isang bata pa, at kamangha-manghang kaibig-ibig na babae ang lumabas sa kuweba at lumutang ng paitaas sa hangin. Napapaligiran ng malamlam na sinag sa ulo, siya ay dahan- dahang bumaba sa aking harapan at nakatayong walang galaw, nakaangat sa galak. Sa wakas siya ay gumalaw at nagsalita nang marahan.

* Juan 11:41-42

† Ang nasa lahat-ng-dakong yogi na nakapansin na nakaligtaan kong yumuko sa harap ng Tarakeshwar.shrine (kabanata 13).

"'Ako si Mataji* ang kapatid ni Babaji. Pinakiusapan ko siya at si Lahiri Mahasaya na pumunta sa aking kuweba ngayong gabi upang pag-usapan ang isang bagay na napakahalaga.'

"Isang parang ulap na liwanag ang mabilis na lumulutang sa ibabaw ng Ganges; ang kataka-takang liwanag ay naaninag sa hindi tinatagos ng liwanag na tubig. Ito ay palapit na nang palapit hanggang, sa isang nakakabulag na ningning, ito ay nagpakita sa tabi ni Mataji at biglang pinaliit ang sarili sa anyong katawan ni Lahiri Mahasaya. Siya ay buong kababaang-loob na yumuko sa paanan ng babaeng banal.

"Bago ako nakabawi sa aking pagkalito, naragdagan pa ang aking pagkamangha nang mamasdan ang umiikot na tumpok ng mistikong liwanag na naglalakbay sa kalangitan. Mabilis na bumaba, ang nagliliyab na alimpuyo at lumapit sa aming pangkat at nagpakita bilang katawan ng isang matipunong kabataan. Nakilala ko kaagad na siya ay si Babaji. Kamukha siya ni Lahiri Mahasaya; bagama't si Babaji ay nagpapakitang mas bata kaysa kanyang disipulo, at mayroong mahaba, at malagong makinang na buhok.

"Si Lahiri Mahasaya, Mataji at ako ay lumuhod sa paanan ng dakilang guru. Isang makalangit na damdamin ng napakaligayang kaluwalhatian ang nagpanginig sa bawat hibla ng aking katauhan habang hinihipo ko ang kanyang dibinong laman.

"'Banal na kapatid,' sabi ni Babaji, 'binabalak kong ilaglag ang aking anyo at sumisid sa Walang Hanggang Daloy-ng-Buhay.'

"'Nasulyapan ko na ang iyong panukala, pinakamamahal na Maestro. Gusto ko sanang pag-usapan natin ngayong gabi. Bakit mo iiwanan ang iyong katawan?' Ang maluwalhating babae ay nakatingin sa kanya na nagsusumamo.

"'Ano ang pagkakaiba kung ako ay gumamit ng nakikita o hindi nakikitang alon ng karagatan ng aking Espiritu?'

"Si Mataji ay sumagot nang may kaibang silakbo ng kislap ng talino. 'Walang kamatayang guru, kung wala palang pagkakaiba, kung ganoon pakiusap na huwag mong iwanan kailanman ang iyong anyo.'†

---

* "Banal na Ina." Nabuhay din si Mataji sa loob ng mga siglo; Siya ay halos kasing-taas na ang pagsulong espirituwal na tulad ng kanyang kapatid na lalaki. Nananatili siya sa matinding kagalakan sa isang tagong kuweba sa ilalim ng lupa malapit sa Dasaswamedh *ghat*.

† Ang pangyayaring ito ay nagpapaalala kay Thales. Itinuro ng Griyegong pilosopo na walang pagkakaiba ang buhay at kamatayan.

"Kung gayon ay bakit," tanong ng isang kritiko, "hindi ka mamamatay?"

"Dahil," sagot ni Thales, "hindi magkakaroon ng pagkakaiba."

"'Maging ganoon nga,' ang pormal na sagot ni Babaji. 'Hindi ko kailanman iiwanan ang aking katawang panlupa. Ito ay mananatiling nakikita ng kahit maliit na bilang ng tao sa mundong ito. Ang Panginoon ay nagsalita ng Kanyang sariling pagnanais sa pamamagitan ng iyong mga labi.'

"Habang ako ay nakikinig nang may magkahalong paggalang, takot at pagtataka sa pag-uusap nitong mga dinadakilang nilalang, ang dakilang guru ay lumingon sa akin na may mabait at kaaya-ayang pahayag.

"'Huwag kang matakot, Ram Gopal,' ang sabi niya, 'ikaw ay mapalad na naging saksi sa tagpuan nitong walang kamatayang pangako.'

"Habang ang matamis na himig ng tinig ni Babaji ay pawala, ang anyo nito at ang kay Lahiri Mahasaya ay dahan-dahang pumailanlang at lumisan ng patalikod papalayo sa ibabaw ng Ganges. Isang umiikot na nakasisilaw na liwanag ang nakapalibot sa kanilang katawan habang sila ay nawala sa himpapawid ng gabi. Ang anyo ni Mataji ay lumutang sa kuweba at bumaba; ang tipak ng bato ay bumaba at nagsara sa kuweba, na parang pinagalaw ng hindi nakikitang mga kamay.

"Walang Hangganan ang naramdamang sigla, ako ay nagpatuloy ng paglalakbay sa bahay ni Lahiri Mahasaya. Habang ako ay yumuko sa kanyang harapan noong madaling araw na, ang aking guru ay nakakaunawang ngumiti sa akin.

"'Ako ay masaya para sa iyo Ram Gopal,' ang sabi niya. 'Ang iyong pagnanais na makita si Babaji at Mataji, na madalas mong maipahayag sa akin, sa wakas ay nagkaroon ng kamangha-manghang katuparan.'

"Sinabi sa akin ng aking mga kapwa disipulo na si Lahiri Mahasaya ay hindi gumalaw mula sa kanyang kinauupuang dais mula nang ako'y umalis noong hatinggabi.

"'Siya ay nagbigay ng kahanga-hangang panayam tungkol sa kawalan ng kamatayan pagkatapos mong lumisan papunta sa Dasaswamedh *ghat*,' sabi sa akin ng isa sa mga bagong disipulo. Sa unang pagkakataon, lubos kong naunawaan ang katotohanan sa mga talata ng kasulatan na nagsasabing ang taong may Sariling Pagkatanto ay maaaring magpakita sa iba-ibang mga pook sa dalawa o higit pang mga katawan nang sabay-sabay.

"Pagkatapos, ipinaliwanag ni Lahiri Mahasaya sa akin ang maraming metapisikong puntos na may kinalaman sa tagong dibinong panukala para sa mundong ito," pagtatapos ni Ram Gopal. "Si

Babaji ay pinili ng Diyos na manatili sa kanyang katawan sa buong panahon nitong kasalukuyang paulit-ulit na daigdig. Ang mga panahon ay darating at mawawala— siya pa rin ang walang kamatayang maestro* minamasdan ang dula ng mga siglo, ay tiyak na naririto sa ibabaw nitong panlupang entablado."

---

* "Ang tumutupad ng aking salita (tuluy-tuloy na mananatili sa Kamalayang Kristo) ay hindi mamamatay kailanman." (Juan 8:51)

Sa mga salitang ito, hindi tinutukoy ni Hesus ang buhay na walang hanggan sa pisikal na katawan—isang walang pagbabagong pagkakakulong sa mahirap igawad sa isang makasalanan, lalo na sa isang santo! Ang naliwanagang tao na binabanggit ni Kristo ay isang tao na gising na mula sa nakamamatay na kawalan ng ulirat ng kamangmangan sa buhay na Walang Hanggan (Tingnan ang Kabanata 43)

Ang mahalagang kalikasan ng tao ay walang anyong nasa lahat-ng-dakong espiritu. Ang sapilitan o pagkakaroon ng katawang dulot ng karma ay bunga ng *avidya* o kamangmangan. Itinuturo ng mga kasulatang Hindu na ang kapanganakan at kamatayan ay paghahayag ng *maya,* ang kosmikong panlilinlang. Ang kapanganakan at kamatayan ay may kahulugan lamang sa mundo ng pagkakaugnayan.

Si Babaji ay hindi nalilimitahan sa isang pisikal na katawan o sa planetang ito, kundi sa pagnanais ng Diyos, siya ay tumutupad ng isang natatanging misyon para sa mundo.

Ang mga dakilang maestro tulad ni Swami Pranabananda (tingnan ang ph. 301) na bumalik sa mundo sa bagong kaanyuan ay gumagawa nito sa kadahilanang sila lang ang nakakaalam. Ang muli nilang pagkabuhay sa planetang ito ay hindi nasasailalim sa mahigpit na pagtatakda ng karma. Ang mga kusang pagbabalik ay tinatawag na *vyutthana* o pagbabalik sa buhay sa mundo sa pagkawala ng pagkabulag sa *maya.*

Anuman ang dahilan ng kanyang kamatayan, karaniwan man o kahanga-hanga, ang isang maestrong napagtanto ang Diyos ay kayang buhaying muli ang kanyang katawan at magpakitang gamit ito sa harap ng mga nabubuhay sa mundo. Ang pagpapapakita sa mga atomo ng isang pisikal na katawan ay ni hindi makakapagpahirap sa mga kapangyarihan ng taong nakiisa na sa Panginoon—Siya na nagmamay-ari sa mga solar system na hindi kayang kuwentahin!"

"Iniaalay ko ang aking buhay upang ito'y makuha kong muli," pahayag ni Kristo. "Walang taong makakakuha ng aking buhay; kusa ko itong ibinibigay. Mayroon akong kapangyarihang ibigay ito at kuning muli" (Juan 10:17-18)

BABAJI
Isang Mahavatar, "Dibinong Pagkabuhay muli"
Guru ni Lahiri Mahasaya

Si Yognandaji ay tumulong sa isang pintor upang iguhit ang tunay na larawan ng dakilang Yoging Kristo ng makabagong India.

Si Mahavatar Babaji ay tumangging ibunyag sa kanyang mga disipulo ang anuman tungkol sa pook at petsa ng kanyang kapanganakan. Siya ay nabubuhay ng maraming siglo sa gitna ng nagyeyelong kabundukan ng Himalayas.

"Kailanman ang sinuman ay tumawag na may paggalang sa pangalan ni Babaji," ang sabi ni Lahiri Mahasaya, ang debotong iyon ay makakaakit ng agarang espirituwal na pagbabasbas."

Pagpapakita ng Isang Palasyo sa Himalayas

"Ang unang pakikipagkita ni Babaji kay Lahiri Mahasaya ay isang nakabibighaning salaysay, at isa sa iilang makapagbibigay sa atin ng detalyadong sulyap sa walang kamatayang guru."

Ang mga salitang ito ay mga panimula ni Swami Kebalananda sa isang kamangha-manghang salaysay. Sa unang pagkakataong ikinuwento niya ito, ako ay labis na nabighani. Sa maraming iba pang mga pagkakataon, nagsumamo ako sa aking butihing tagapag-turo ng Sanskrit na ulitin ang salaysay, na pagkatapos ay isinalaysay din nang buo sa halos iisang mga pananalita ni Sri Yukteswar. Itong parehong disipulo ni Lahiri Mahasaya ay kapwa nakarinig na nitong kahanga-hangang salaysay na nagmula mismo sa labi ng kanilang guru.

"Ang unang pagtatagpo namin ni Babaji ay nangyari sa aking ika-tatlumpu't-tatlong taong gulang," ang sabi ni Lahiri Mahasaya. "Sa panahon ng taglagas noong taong 1861, ako ay itinalaga sa Danapur bilang tagapagtuos ng Military Engineering Department ng Pamahalaan. Isang umaga, ipinatawag ako ng tagapamahala ng opisina.

"'Lahiri,' wika niya, 'isang telegrama ang kararating lamang mula sa ating punong tanggapan. Ikaw ay malilipat sa Ranikhet, kung saan ang isang kampo* ng militar ay kasalukuyang itinatatag.'

"Kasama ang isang tagapagsilbi, ako ay nagpasimula ng isang 500-milyang paglalakbay. Naglakbay sa pamamagitan ng kabayo at karwahe, kami ay nakarating sa loob ng tatlumpung araw sa Himalayang pook ng Ranikhet.†

"Ang aking mga tungkulin sa opisina ay hindi mabigat; ako ay may pagkakataong gamitin ang maraming oras sa paglilibot sa

---

* Sa mga sumunod na panahon ay naging sanatorium ng militar. Noong 1861 nakatatag na sa India ang Pamahalaang British ng isang sistemang telegrapiko.

† Ang Ranikhet, sa distritong Almora, ay nasa paanan ng Nanda Devi, isa sa pinakamatayog na bundok ng Himalayas. (25,661 talampakan).

kahanga-hangang mga burol. Isang balita ang nakarating sa akin na may mga dakilang santo ang nagpabanal sa pook dahil sa kanilang pamamalagi doon; nakaramdam ako ng malakas na pagnanais na makita sila. Habang ako ay pagala-gala isang maagang hapon, ako ay nabigla ng marinig ang isang tinig sa may kalayuan na tumatawag sa aking pangalan. Ipinagpatuloy ko ang masiglang pag-akyat sa Bundok ng Drongiri. Isang kaunting pagkabalisa ang gumambala sa akin nang maisip ko na maaaring hindi ko matunton muli ang aking mga bakas bago kumagat ang dilim sa kagubatan.

"Sa wakas nakarating ako sa isang maliit na kaingin na ang mga gilid ay natutuldukan ng mga kuweba. Sa isa sa mga mabatong tagaytay ay may nakatayong nakangiting binata, iniaabot ang kamay sa masayang pagtanggap. Napuna kong may pagtataka na, maliban sa kanyang kulay-tansong buhok, siya ay may kapansin-pansing pagkakahawig sa akin.

"'Lahiri,* dumating ka!' Ang banal ay may pagmamahal akong kinausap sa wikang Hindi. 'Magpahinga ka dito sa kuweba. Ako ang tumawag sa iyo.'

"Ako ay pumasok sa isang maayos na maliit na yungib na mayroong maraming kumot na lana at ilang mga *kamandalus* (palayok ng tubig).

"'Lahiri, natatandaan mo ba ang upuang iyan?' Itinuro ng yogi ang nakatuping kumot sa isang tabi.

"'Hindi po Ginoo,' Medyo tuliro sa aking kataka-takang pakikipagsapalaran, ako ay nagdagdag ng, 'Kailangan na akong umalis bago dumilim. Ako ay may trabaho pagdating ng umaga sa aking tanggapan.'

"Ang misteryosong banal ay sumagot sa wikang Ingles. "Ang tanggapan ay dinala para sa iyo, at hindi ikaw para sa tanggapan.'

"Ako ay natigilan dahil ang asetiko-sa-gubat na ito ay hindi lamang nagsasalita ng English kundi ipinahayag din sa ibang pangungusap ang mga salita ni Kristo.†

---

* Ang talagang sinabi ni Babaji ay "Gangadhar," ang pangalang pinagkakilanlan kay Lahiri Mahasaya sa kanyang naunang muling pagkabuhay. Ang Gangadhar (literal na, "siya na humahawak sa Ganga, ang Ilog Ganges") ay isa sa mga pangalan ni Panginoong Shiva. Ayon sa Puranic na alamat, ang banal na ilog Ganga ay bumaba mula sa langit. Sakaling hindi makayanang tiisin ng lupa ang puwersa ng makapangyarihang pagbaba nito, hinuli ng Panginoong Shiva ang katubigan nito sa kanyang buhul-buhol na buhok, nang sa gayon ay pakawalan ito sa marahang pagdaloy. Ang kahalagahang metapisiko ng "Gangadhar" ay: "siya na namamahala sa 'ilog' ng koryente ng buhay sa gulugud."

† "Itinakda ang araw ng pamamahinga para sa ikabubuti ng tao; hindi nilikha ang tao para sa Araw ng Pamamahinga." (Marcos 2:27)

"'Nakita kong naging mabisa ang aking telegrama.' Ang pangungusap ng yogi ay hindi ko maintindihan; tinanong ko ang kahulugan nito.

"'Tinutukoy ko ang telegramang nagpatawag sa iyo dito sa mga ilang na bahagi ng Himalayas. Ako ang tahimik na nagmungkahi sa isip ng iyong nakatataas na opisyal na ikaw ay mailipat sa Ranikhet. Kapag ang tao ay nakaramdam ng pagkakaisa sa sangkatauhan, lahat ng kaisipan ay nagiging tagapaghatid kung saan magagawa niya ang anumang magustuhan.' Siya ay nagdagdag, 'Lahiri, siguro naman ang kuwebang ito ay tila kilala mo?'

"Habang nanatili akong tahimik na nalilito, ang banal ay lumapit at tinapik akong marahan sa noo. Sa kanyang may batubalaning paghipo, isang nakakamanghang daloy ang humaplos sa aking utak at pinakawalan ang matamis na binhing-alaala ng aking nakaraang buhay.

"'Naaalala ko!' Ang aking tinig ay medyo nasasakal ng mga maligayang paghikbi. 'Ikaw ang aking gurung si Babaji, na naging para sa akin lagi! Mga tagpo ng nakaraan ang malinaw na nagising sa aking isip; dito sa kuwebang ito ginugol ko ang maraming taon ng aking huling pagkabuhay! Habang ako ay napuspos ng hindi maipahayag na alaala, luhaan kong niyakap ang paa ng aking maestro.

"'Mahigit tatlong dekada akong naghintay na bumalik ka sa akin,' ang boses ni Babaji ay may himig na makalangit na pagmamahal.

"'Ikaw ay nakawala at lumayo sa magulong alon ng buhay sa dako pa roon ng kamatayan. Nilibang ka ng iyong mahiwagang baston ng iyong karma at ikaw ay nawala! Bagama't nawala ako sa iyong paningin, kahit kailan ay hindi ka nawala sa akin! Sinundan kita sa kumikinang na astral na dagat ng kung saan ang maluwalhating mga anghel ay naglalayag. Sa kabila ng kalungkutan, bagyo, pagbabago at liwanag ako ay sumunod sa iyo, tulad ng isang inang ibon na binabantayan ang kanyang sisiw. Habang ikaw ay nabubuhay sa sinapupunan, at lumabas na isang sanggol, ang aking mga mata ay palaging nasa iyo. Noong tinakpan mo ang iyong maliit na anyo sa posisyong lotus sa ilalim ng buhangin ng Ghurni sa iyong pagkabata, ako ay hindi nakikita, ngunit naroroon. Buong tiyaga, bawat buwan, bawat taon, ako ay nakamasid sa iyo, naghihintay sa ganap na araw na ito. Ngayon ikaw ay kasama ko! Ito ang iyong kuweba, minahal ko noong unang panahon; sinikap kong mapanatiling laging malinis at handa para sa iyo. Ito ang pinabanal mong kumot pang-*asana* kung saan araw-araw ikaw ay naupo upang punuin mo ng Diyos ang lumalawak mong puso. Ito ang iyong mangkok, kung saan ikaw ay malimit uminom ng nektar na inihanda ko para sa iyo. Tingnan mo kung gaano ako nagsikap mapakinis na nagniningning sa kintab, ang tansong kopita, upang balang araw maari kang uminom muli dito. Sariling akin, ngayon nauunawaan mo na ba?'

"'Aking guru, ano ang maaari kong sabihin?' pabulong akong putul-putol na nagsalita. 'Saan ka nakadinig ng ganyang walang kamatayang pagmamahal?' Ako ay tumitig nang matagal at nagagalak sa aking walang hanggang kayamanan, ang aking guru sa buhay at kamatayan.

"'Lahiri, kailangan mo ng paglilinis. Inumin mo ang langis sa mangkok na ito at mahiga ka sa tabing ilog.' Ang maparaang karunungan ni Babaji, nagunita ko na may isang mabilis na ngiti ng alaala, ay laging nangunguna.

"Ako ay sumunod sa kanyang ipinag-uutos. Kahit na ang nagyeyelong gabi ng Himalayas ay bumababa na, isang mainit, at maginhawang radyesiyon ang nagsimulang tumibok sa loob ko. Ako ay nagtaka. Ito kayang walang pangalang langis ay may kasamang kosmikong init?

"Matinding hangin ang humagupit sa paligid ko sa kadiliman, tumitili ng matinding hamon. Ang lamig ng maliliit na alon ng ilog ng Gogash ay humahampas paminsan-minsan sa aking katawan, na nakatihaya sa mabatong pampang. Ang mga tigre ay umaalulong sa hindi kalayuan, ngunit ang aking puso ay walang takot; ang maliwanag na lakas na bagong likha sa akin ay nagpapahatid ng katiyakan ng mahirap labanang pagsasanggalang. Maraming oras ang mabilis na nagdaan; mga kumupas na alaala ng ibang pagkabuhay ay humabi sa kasalukuyang maningning na tularan ng pakikipagkitang muli sa aking dibinong guru.

"Ang aking nag-iisang pagmumuni-muni ay nagambala ng paparating na yabag. Sa kadiliman, isang kamay ng lalaki ang marahang tumulong sa akin upang tumayo, at binigyan ako ng mga tuyong kasuotan.

"'Halika na kapatid,' ang sabi ng aking kasama. 'Ang Maestro ay naghihintay sa iyo.' Pinangunahan niya ang daanan sa gitna ng kagubatan. Nang kami ay nakarating sa paliko sa daanan, ang madilim na gabi ay biglang nagliwanag sa isang matatag na kakinangan sa may kalayuan.

"'Maari kayang iyan ay pagsikat na ng araw?' Tanong ko. 'Tiyak namang ang buong gabi ay hindi pa nagdadaan?'

KUWEBA NI BABAJI SA HIMALAYAS
Isang kuwebang malapit sa Raniket, na paminsan-minsang tinitirahan ni
Mahavatar Babaji. Isang apo ni Lahiri Mahasaya, si Ananda Mohan Lahiri
(nakaputi), at tatlong iba pang mga deboto ay dumalaw sa sagradong
pook.

"'Ang oras ay hatinggabi,' ang marahang tawa ng aking pat-
nubay. 'Ang ilaw na yaon ay ang pagliliwanag ng isang gintong pa-
lasyo, na binuo dito ngayong gabi ng walang kapantay na si Babaji.
Sa isang malabong nakaraan, ikaw ay minsang nagpahayag ng isang
pagnanais na maaliw sa mga kagandahan ng isang palasyo. Ang
ating maestro ngayon ay nagbibigay ng kasiyahan sa iyong pagna-
nais, sa ganoon, pinakakawalan ka sa panghuling kaugnayan mo
sa iyong karma.'* Idinagdag niya, 'ang kahanga-hangang palasyo ay
ang lugar na pagdarausan ng iyong inisasyon ngayong gabi sa *Kriya*

---

* Hinihingi ng batas ng karma na ang bawat kahilingan ng tao ay ganap na matutupad.
Ang mga hindi espirituwal na pagnanais kung gayon ay ang tanikalang nag-uugnay sa
tao sa gulong ng muling pagkabuhay.

Yoga. Lahat ng iyong mga kapatid dito ay magkakasamang masa-yang tumatanggap, nagbubunyi sa katapusan ng iyong pagkatapon. Masdan mo!'

"Sa harap namin ay nakatayo ang isang malawak na palasyo na gawa sa nakasisilaw na ginto. Napapalamutian ng hindi mabilang na mga hiyas, sa gitna ng maaayos na mga hardin, na naaaninag sa mga payapang maliliit na lawa—isang panooring walang kapantay na karangyaan! Ang mga matataas na arko ay madetalyang na-papalamutian ng malalaking mga diyamante, mga sapiro at mga esmeralda. Mga lalaking may mala-anghel na mukha ang nakatayo sa mga tarangkahan na namumulang nagniningning sa kinang ng mga hiyas na ruby.

"Sinundan ko ang aking kasama sa malawak na bulwagan ng pagtanggap. Ang amoy ng insenso at rosas ay natangay ng hangin; ang mga malamlam na lampara ay nagbigay ng iba't ibang kulay ng pagliliwanag. Maliliit na pangkat ng mga deboto, ang iba ay maputi, ang iba ay matingkad ang balat, ay umawit ng marahan o nakaupong payapa sa anyong meditasyon, babad sa panloob na kapayapaan. Isang mataginting na tuwa ang laganap sa kapaligiran.

" 'Magpakasawa ka ng tingin; mag-aliw sa masining na ning-ning ng palasyong ito; sapagkat ito ay bukod-tanging ginawa para sa iyong karangalan,' ang pangungusap ng aking patnubay, nakangiting nakauunawa habang ako ay napapabulalas sa pagkamangha.

"'Kapatid,' ang sabi ko, 'ang kagandahan ng gusaling ito ay lumampas sa hangganan na kayang abutin ng imahinasyon ng tao. Nakikiusap akong ipaliwanag mo sa akin ang hiwaga ng kanyang pinagmulan.'

" 'Nasisiyahan akong ipaliwanag sa iyo.' Ang maiitim na mga mata ng aking kasama ay kumikislap sa karunungan. 'Walang bagay na hindi maipapaliwanag tungkol dito sa pagpapakita ng palasyo. Ang buong kosmos ay isang panukalang pinag-isipan ng Lumalang. Ang mabigat na tigkal na lupa, na nakalutang sa kalawakan, ay isang pangarap ng Diyos. Ginawa Niya ang lahat ng bagay mula sa Kanyang Isip, na tulad ng tao sa kanyang panaginip na kamalayan ay maaring kopyahin at bigyan ng buhay ang isang likha kasama ng mga nilikha.

"'Unang ginawa ng Panginoon ang lupa bilang isang ideya. Binigyan Niya ito ng buhay; ang enerhiyang atomiko at pagkatapos ang mga bagay na materyal ay lumabas. Pinagtugma Niya ang mga atomo ng lupa upang maging isang solidong kalipunan. Lahat ng kanyang mga molekulo ay hawak na magkakasama ng kagustuhan ng Diyos. Kapag binawi Niya ang Kanyang kagustuhan, lahat ng mga atomo ng lupa ay magbabagong-anyo at magiging enerhiya. Ang enerhiya ng atomiko ay babalik sa kanyang pinanggalingan: ang kamalayan. Ang ideyang lupa ay mawawala sa nilalayon.

"'Ang diwa ng isang panaginip ay nananatiling nangyayari sa pamamagitan ng kubling malay na isipan ng taong nananaginip. Kapag ang magkakaugnay na kaisipan ay iniurong pagkagising, ang panaginip at ang kanyang mga sangkap ay natutunaw. Ipinipikit ng tao ang kanyang mga mata at nagtatayo siya ng isang likha ng panaginip na sa kanyang paggising, ay walang hirap niyang tinutu-naw. Sumusunod siya sa dibinong pinagmulang huwaran. Katulad din kapag siya ay nagising sa kosmikong kamalayan, walang hirap niyang tinutunaw ang ilusyon ng isang kosmikong pangarap na daigdig.

"'Kaisa sa walang hanggang lahat-magagawang Pagnanais, na-pag-uutusan ni Babaji ang elementong mga atomo upang magsama at magpakita ng kanilang sarili kahit anumang kaanyuan. Ang gin-tong palasyong ito, na biglang binuo ay totoo—na tulad din ng pa-giging totoo ng mundo. Nilikha ni Babaji itong magandang palasyo mula sa kanyang isip at hawak niya ang mga atomo sa pamamagi-tan ng lakas ng kanyang pagnanais, na tulad din ng isip ng Diyos na naglikha sa mundo at ang Kanyang pagnanais ang nagpapanatili dito.' Idinagdag niya, 'Kapag napagsilbihan na ng balangkas na ito ang kanyang layunin, tutunawin na ito ni Babaji.'

"Samantalang ako ay nanatiling tahimik na manghang-mangha, ang aking patnubay ay nagsagawa ng isang malawak na, pagkum-pas. 'Itong kumikinang na palasyo, na napaka-marangyang napapa-lamutian ng mga hiyas, ay hindi itinayo ng pagpupunyagi ng tao; ang kanyang mga ginto at mamahaling mga bato ay hindi pinaghi-rapang hukayin sa minahan. Ito ay nakatayong matatag, isang mo-numentong pang-habang panahong hamon sa tao.[*] Ang sinumang makaunawa sa kanyang sarili bilang isang anak ng Diyos, na tulad ng nagawa ni Babaji, ay maaaring abutin ng kahit anong layunin sa pamamagitan ng walang hanggang kapangyarihang nakatago sa loob niya. Ang isang karaniwang bato ay lihim na mayroong kagulat-gu-lat na atomikong mga enerhiya;[†] gayon din, ang pinaka-abang may kamatayan ay isang planta ng pagka-dibino.'

---

[*] "Ano ang isang himala? Ito'y isang paninisi,/ ito'y pahiwatig na pagtuya sa sangkatauhan."—*Edward Young, "Night Thoughts."*

[†] Ang teorya ng balangkas ng atomo ng bagay ay ipinaliliwanag sa sinaunang sulating *Vaisesika* at *Nyaya* ng mga Indian. "Mga malalawak na mundo ay naroroon sa

"'Dinampot ng pantas mula sa malapit na mesa ang isang kaaya-ayang plorera na ang hawakan ay nagliliyab sa mga diyamante. 'Ang ating dakilang guru ay nilikha ang palasyong ito sa pamamagitan ng pagbubuo ng napakaraming libreng kosmikong mga sinag,' nagpatuloy siya. Hawakan mo ang plorerang ito at ang kanyang mga diyamante; sila ay makakapasa sa lahat ng pagsubok ng pandamdam na karanasan.'

"Siniyasat ko ang plorera; ang kanyang mga hiyas ay katumbas ng tinipon ng isang Hari. Hinagod ko ang aking kamay sa dingding ng mga silid, na makapal sa kumikislap na ginto. Isang malalim na kasiyahan ang sumaklaw sa aking isip. Isang pagnanais, na nakatago sa aking kubling-kamalayan mula sa mga pagkabuhay na ngayon ay tapos na, ay tila magkasabay na napagbigyan ng kasiyahan at nawala.

Ang aking maringal na kasama ay pinangunahan ako sa mga magayak na arko at mga pasilyo sa loob ng sunud-sunod na malalaking silid na marangyang nilagyan ng mga muebles sa estilo ng isang palasyo ng emperador. Pumasok kami sa isang napakalaking bulwagan. Sa gitna ay naroroon ang tronong ginto, na nababalutan ng mga hiyas na nagbubuhos ng nakasisilaw na pinaghalong mga kulay. Doon, sa posturang lotus, ay nakaupo ang pinakamataas na si Babaji. Ako ay lumuhod sa nagniningning na sahig sa kanyang paanan.

"'Lahiri, ikaw ba ay nagpapakasawa pa sa iyong pangarap na pagnanais sa gintong palasyo?' Ang mga mata ng aking guru ay kumikislap na tila kanyang sariling mga sapiro. 'Gising! Lahat nang pagkauhaw mo sa mundo ay malapit nang magwakas magpakailanman.' Siya ay bumulong ng mistikong mga salita ng pagbabasbas. 'Aking anak, bumangon ka. Tanggapin mo ang iyong pasimula sa kaharian ng Diyos sa pamamagitan ng *Kriya Yoga.*'

"Iniunat ni Babaji ang kanyang kamay; isang *homa* (pansakripisyong) apoy ang nagpakita, na napapaligiran ng mga prutas at bulaklak. Tinanggap ko ang nakapagpapalayang paraan ng yoga sa harap nitong nagliliyab na altar.

"Ang seremonya ay nagtapos sa madaling araw. Sa aking napakaligayang kalagayan hindi ko kinailangang matulog. Ako ay naglibot sa mga silid ng palasyo, puno ng mga kayamanan at katangi-tanging bagay na pansining, at dinalaw ang mga hardin. Napuna ko, sa malapit, ang mga kuweba at tigang na tagaytay ng

---

pagitan ng bawat atomo, iba-iba tulad ng mga maliliit na butil ng alikabok sa sinag ng araw."—*Yoga Vasishtha.*

mga bundok na nakita ko kahapon; ngunit sila ay hindi karugtong ng malaking gusali at mabulaklak na mga terasa.

"Pagpasok kong muli sa palasyo, na kahanga-hangang kumikislap sa malamig na sinag ng araw sa Himalayas, hinanap ko ang kinaroroonan ng aking maestro. Siya ay naroroon pa rin sa trono, napapaligiran ng tahimik na mga disipulo.

"'Lahiri, ikaw ay gutom na.' Dagdag ni Babaji, 'Ipikit mo ang iyong mga mata.'

"Noong binuksan ko silang muli, ang kaakit -akit na palasyo at ang mga hardin ay nawala na. Ang sarili kong katawan at mga anyo ni Babaji at ng kanyang mga disipulo ay lahat ngayon nakaupo sa walang-gayak na lupa sa eksaktong lugar ng nawalang palasyo, hindi kalayuan mula sa naaarawang mga bungad ng mabatong mga yungib. Naalala ko na sinabi ng aking patnubay na ang palasyo ay mawawala, ang kanyang pinagsama-samang mga atomo ay pakakawalan sa diwa ng kaisipan kung saan ito ay nanggaling. Kahit na ako ay tulala, ako ay nakatinging nagtitiwala sa akin guru. Hindi ko alam kung ano ang dapat asahang susunod pa sa araw na ito ng mga himala.

"'Ang layunin kung bakit ang palasyo ay nilikha ay nagkaroon na ng katuparan,' ang paliwanag ni Babaji. Binuhat niya ang isang sisidlang yari sa luwad mula sa lupa.'Ilagay mo ang iyong mga kamay diyan at tanggapin ang kahit anumang pagkaing gusto mo.'

"Hinawakan ko ang maluwang, at walang lamang mangkok; mainit na pinahiran ng mantikilyang mga *luchi*, curry, at mga kendi ang lumabas. Habang ako ay kumakain, napuna ko na ang mangkok ay laging puno. Pagkatapos kong kumain, tumingin ako sa paligid para sa tubig. Itinuro ng aking guru ang mangkok sa harap ko. Ang pagkain ay nawala, sa halip ay naging tubig ang laman nito.

"'Iilan lamang sa mga may kamatayan ang nakakaalam na ang kaharian ng Diyos ay kasama ang mga makalupang katuparan,' ang puna ni Babaji. 'Ang dibinong kaharian ay umaabot sa makamundo, ngunit ang pangalawa, na hindi tunay ang katangian, ay hindi naglalaman ng diwa ng Katotohanan.'

"'Pinakamamahal na guru, kagabi itinanghal mo para sa akin ang kaugnayan ng kagandahan ng langit at lupa!' Ngumiti ako sa alaala ng nawalang palasyo; tiyak na walang karaniwang yogi ang kailanman ay tumanggap ng seremonya ng inisasyon sa kapita-pitagang misteryo ng Espiritu sa gitna ng kapaligiran ng mas kahanga-hanga ang karangyaan! Ako ay nakatinging payapa sa ganap na kaibahan ng kasalukuyang lugar. Ang payat na lupa, ang kulay-langit na bubong, ang mga kuwebang nag-aalay ng sinaunang silungan—lahat ay tila isang maligaya at masayang katutubong tagpuan para sa mga tila mga anghel na banal na nakapaligid sa akin.

"Naupo ako noong hapong iyon sa aking kumot, na pinabanal ng mga ugnayan sa mga nakaraang buhay na pagkatanto. Ang aking dibinong guru ay lumapit at pinadaanan ng kanyang kamay ang aking ulo. Ako ay pumasok sa kalagayang *nirbikalpa samadhi* nanatiling walang patid sa kanyang lubos na kaligayahan sa loob ng pitong araw. Tumawid sa sunud-sunod na patong ng Sariling-kaalaman, lumago ako sa walang-kamatayang mga kaharian ng Katotohanan. Lahat ng mapanlinlang na mga hangganan ay nawala; ang aking kaluluwa ay lubos na naging matatag sa dambana ng Kosmikong Espiritu.

"Sa ikawalong araw, ako ay bumagsak sa paanan ng aking guru at nagsumamo sa kanya na panatilihin akong laging malapit sa kanyang tabi dito sa sagradong kagubatan.

" 'Aking anak,' ang sabi ni Babaji, at niyakap ako, 'ang iyong tungkulin sa pagkabuhay na ito ay dapat mong gawin sa harap ng napakaraming tao. Pinabanal ka bago isilang dahil sa maraming pagkabuhay sa nakalulumbay na pagmi-meditasyon, ikaw ngayon ay dapat makihalubilo sa daigdig ng mga tao.

"'Isang malalim na layunin ang nasa likod ng katotohanan na hindi mo ako nakilala ngayon hangga't ikaw ay isa ng may-asawang tao, na may kainamang pananagutan sa pamilya at sa negosyo. Kailangang isantabi mo ang kaisipang sumama sa ating lihim na pangkat sa Himalayas. Ang buhay mo ay nararapat sa gitna ng mataong siyudad, upang magsilbing halimbawa ng isang ulirang yoging padre de familia.

"'Ang pagtangis ng maraming nalilitong nasa mundong mga lalaki at mga babae ay narinig ng Dakilang mga Banal,' pagpapatuloy niya. 'Ikaw ay napili upang magdala ng ginhawang espirituwal sa paraan ng *Kriya Yoga* sa napakaraming masigasig na mga naghahanap. Ang mga milyon na nakatali sa kaugnayan ng pamilya at mabigat na katungkulan sa mundo ay magkakaroon ng panibagong pag-asa mula sa iyo, isang may-ari ng bahay na tulad nila. Dapat mo silang patnubayan upang maunawaan na ang pinakamataas na matatamo sa yoga ay hindi ipinagkakait sa isang taong may pamilya. Kahit na sa mundo, ang yogi na buong katapatang gumaganap ng katungkulan na walang pansariling motibo o pagkagiliw, ay tumatahak sa tiyak na landas ng kaliwanagan.

"'Walang pangangailangan ang namimilit sa iyo na iwanan

ang mundo, sapagkat ang kalooban mo ay humiwalay na sa bawat kaugnayan niya sa karma. Hindi ka sa mundong ito, subalit kailangang narito ka pa. Maraming taon pa ang natitirang dapat maingat mong gampanan ang katungkulan sa iyong pamilya, hanapbuhay, sa bayan at espirituwal na gawain. Isang matamis na bagong buhay ng dibinong pag-asa ang tatagos sa tigang na puso ng makamundong mga tao. Mula sa iyong balanseng pamumuhay, mauunawaan nila na ang kalayaan ay hango sa panloob, kaysa sa panlabas, na pagtalikod sa mundo.'

"Parang napakalayo ng aking pamilya, ang opisina, ang mundo, habang ako ay nakikinig sa aking guru sa mataas na kapanglawan ng Himalayas! Gayunman, matigas na katotohanan ang tunog sa kanyang mga salita; ako ay masunuring sumang-ayon na iwanan ang banal na kanlungan ng kapayapaan. Tinuruan ako ni Babaji sa sinaunang mahigpit na patakaran sa pamamahala sa paghahatid ng sining ng yoga mula sa guru tungo sa disipulo.

"'Ipagkaloob mo lamang ang susi ng *Kriya* sa karapat-dapat na mga *chela* (disipulo). ang sabi ni Babaji. 'Siya na matapat na mangangakong iaalay ang lahat sa paghahanap sa Dibino ay karapat-dapat na kalasin ang mga panghuling misteryo ng buhay sa pamamagitan ng siyensiya ng meditasyon.'

"'Mala-anghel na guru, sapagkat binigyan mo na ng tulong ang sangkatauhan sa pagbibigay-buhay muli sa nawalang sining ng *Kriya*, maaari mo bang dagdagan ang pakinabang sa pagbibigay ng kaluwagan sa mahigpit na pangangailangan para maging disipulo?' Nakatingin akong nagsusumamo kay Babaji. 'Ipinagdarasal ko na bigyan mo ako ng pahintulot na igawad ang *Kriya* sa lahat ng tapat na naghahanap, kahit na sa simula ay hindi nila kayang ipangako ang mga sarili sa lubos na panloob na pagtalikod. Ang naghihirap na lalaki at babae sa mundo, ay tinutugis ng pinagtatlong pagdurusa,* ay nangangailangan ng namumukod na lakas at pag-asa. Maaaring kailanman ay hindi na sila magtangkang maghanap ng daan upang makalaya kung ang inisasyon ng *kriya* ay ipagkakait sa kanila.'

"'Magkaganoon nga. Ang dibinong kahilingan ay naipahayag sa tulong mo. Ibigay ang *kriya* sa lahat ng may kababaang-loob na humihiling sa iyo ng tulong,' ang sagot ng maawaing guru.†

---

* Paghihirap ng katawan, pag-iisip at espiritu; na isa-isang naipapakita, sa karamdaman, sikolohikal na kakulangan o mga "complex," at kamangmangan sa espiritu.

† Noong una, nagbigay ng permiso si Babaji kay Lahiri Mahasaya, na tanging magtuturo ng *Kriya Yoga* sa iba. Pagkatapos ay hiningi ng Yogavatar na ilan sa kanyang mga disipulo ang mabigyang-kapangyarihan din upang magturo ng *Kriya*. Pumayag si Babaji, at nag-utos na ang pagtuturo ng *Kriya* ay tatakdaan, sa hinaharap,

"Pagkatapos ng katahimikan, si Babaji ay nagdagdag, 'Ulitin mo sa bawat isa sa iyong mga disipulo itong dakilang pangako mula sa Bhagavad Gita:* *Swalpamapyasya dharmasya trayate mahato bhayat.*" ["Kahit na kaunting pagsasanay nitong *dharma* (relihiyosong seremonya o banal na gawa) ay magliligtas sa iyo mula sa malaking takot (*mahato bhayat*)"—ang mga napakalaking paghihirap na likas sa paulit-ulit na kapanganakan at kamatayan.]

"Habang ako ay nakaluhod kinaumagahan sa paanan ng aking guru para sa pamamaalam na bendisyon, naramdaman niya ang malalim kong pag-aatubiling iwanan siya.

"'Walang paghihiwalay para sa atin, aking pinakamamahal na anak.' Hinawakan niya ang aking balikat ng may pagmamahal. 'Kahit nasaan ka, kahit kailan mo ako tawagin, ako ay darating kaagad sa iyong tabi.'

"Nabigyang kasiyahan ng kanyang nakamamanghang pangako, at mayaman sa bagong tuklas na ginintuang karunungan sa Diyos, ako ay nagsimulang naglakbay pababa ng kabundukan. Sa opisina,

---

sa mga malalim na ang natahak sa *Kriya* at sa mga nabigyan ng kapangyarihan ni Lahiri Mahasaya o ng mga ugnayang naitatag ng mga otorisadong disipulo ng Yogavatar. Mapagmalasakit na ipinangako ni Babaji na akuin ang tungkulin sa bawat buhay-pagkatapos-ng-iba-pang-buhay para sa espirituwal na kabutihan ng lahat ng matapat na *Kriya Yogi* na tinanggap ng mga lubos na otorisadong guro.

Ang mga *Kriya Yoga* na mag-aaral ng Self-Realization Fellowship at Yogoda Satsanga Society ng India ay mahigpit na hinihingang lagdaan ang isang pangako na hindi nila ibubunyag ang paraang *Kriya* sa iba. Sa ganitong paraan ang simple ngunit eksaktong pamamaraan ng *Kriya* ay mapangangalagaan laban sa mga pagbabago at pagkasirang gawa ng mga di-otorisadong guro, at mananatili sa kanyang orihinal, di-nasisirang anyo.

Bagama't ang mga sinaunang pagtatakda ng asetisismo at pagtatakwil ay iniurong na ni Babaji upang mabiyayaan ng *Kriya Yoga* ang karamihan, gayunman ay hiningi niya kay Lahiri Mahasaya at lahat ng tagasunod sa kanyang espirituwal na linya (ang SRF-YSS na linya ng mga Guru) na ipatutupad nila sa sinumang nais tumanggap nito ang isang panahon ng paunang espirituwal na pagsasanay, bilang paghahanda sa pagsasagawa ng *Kriya Yoga*. Ang pagsasagawa ng isang mataas na pamamaraan tulad ng *Kriya* ay hindi kaagapay ng isang walang-patutunguhang buhay espirituwal. Ang *Kriya Yoga* ay higit pa sa isang pamamaraan ng meditasyon; isa rin itong pamamaraan ng pamumuhay, at nangangailangan ng pagtanggap ng mag-aaral ng tanging disiplinang espirituwal at utos. Matapat na naisagawa ng Self-Realization Fellowship at Yogoda Satsanga Society of India ang mga utos na ito na minana pa mula kay Babaji, Lahiri Mahasaya, Sri Yukteswar, at Paramahansa Yogananda. Ang *Hong-Sau* at *Aum* na pamamaraan, na itinuturo sa mga aralin ng SRF-YSS at ng mga otorisadong representante ng SRF-YSS bilang pauna sa *Kriya Yoga,* ay mahalagang bahagi ng daang *Kriya Yoga.* Lubhang epektibo ang mga pamamaraang ito sa pag-angat ng kamalayan tungo sa Pagkilala-sa-Sarili, at sa pagpapalaya sa kaluluwa mula sa pagkaalipin. (*Tala ng Tagapaglathala*)

* Kabanata II:40.

ako ay malugod na tinanggap ng aking mga kapwa empleyado, na
sa loob ng sampung araw ay inakala nilang ako ay nawala sa kagu-
batan ng Himalayas. Isang liham ang hindi nagtagal ay dumating
mula sa punong tanggapan.

"'Si Lahiri ay dapat bumalik sa opisina sa Danapur,' ang basa
niya. 'Ang kanyang pagkalipat sa Ranikhet ay nangyari dahil sa pag-
kakamali. Ibang tao ang dapat ipinadala upang gampanan ang mga
tungkulin sa Ranikhet.'

"Napangiti ako, nagbabalik-gunita sa tagong pasalungat na agos
ng mga pangyayari na nagdala sa akin sa pinakamalayong pook ng
India.

"Bago ako bumalik sa Danapur,* ako ay namalagi nang ilang
araw sa isang pamilyang Bengali sa Moradabad. Isang pangkat ng
anim na magkakaibigan ang nag-ipon-ipon upang ako ay batiin.
Nang dinala ko ang usapan sa paksang espirituwal, ang nag-anyaya
sa akin ay nagbigay ng mapanglaw na pagpuna:

"'Oh, ngayong mga araw, ang India ay salat sa mga banal!'

"'Babu,' masigla kong tutol, 'tunay na mayroon pang dakilang
mga maestro sa lupaing ito!'

"Sa isang masiglang-masiglang alab ng damdamin, napilitan
akong isalaysay ang aking mga mahimalang karanasan sa Himala-
yas. Ang maliit na pangkat ay magalang na hindi makapaniwala.

"'Lahiri,' pamamayapang sabi ng isang tao, 'Ang iyong isip ay
napagod sa pambihirang hangin sa kabundukan. Ito ay mga panga-
ngarap nang gising na iyong naisalaysay.'

"Nag-aapoy sa sigasig ng katotohanan, ako ay nagsalita na
hindi nag-iisip. "Kapag tinawag ko siya, ang aking guru ay darating
dito mismo sa bahay na ito.'

"Ang pananabik ay nakita sa bawat mata; hindi nakakapagtaka
na ang grupo ay sabik na mapagmasdan ang kababalaghan. Medyo
nag-aatubili, ako ay humiling ng isang tahimik na silid at dalawang
bagong mga kumot na lana.

"'Ang maestro ay magpapakita mula sa hangin,' ang sabi
ko.'Manatiling tahimik sa labas ng pintuan; hindi magtatagal ta-
tawagin ko kayo.'

"Ako ay pumailalim ng kalagayang meditasyon, buong kaba-
baang- loob kong tinawag ang aking guru. Ang madilim na silid
ay napuno ng malamlam, na nagpapaginhawang mamula-mulang
liwanag; ang nagniningning na anyo ni Babaji ay lumitaw.

"'Lahiri, tinawag mo ba ako para sa maliit na bagay?' Ang

---

* Isang bayang malapit sa Banaras

tingin ni maestro ay mahigpit. Ang katotohanan ay para sa sabik na naghahanap, hindi para sa walang magawang nag-uusyoso. Madaling maniwala kapag may nakikita; wala ng kailangang masusing paghahanap ng kaluluwa. Mataas sa pandamdam na katotohanan ay marapat matuklasan ng mga taong nasupil na ang likas na materyalismong kawalan ng paniniwala.' Idinagdag niyang seryoso, 'Pakawalan mo ako!'

"Ako ay lumuhod na nagsumamo sa kanyang paanan. 'Banal na guru, napagtanto ko ang aking malubhang pagkakamali; buong kababaang-loob akong humihingi ng kapatawaran. Ito ay upang makalikha ng pananampalataya dito sa mga nabubulagang kaisipang espirituwal kung kaya ako ay naglakas-loob na tawagan kayo. Sapagkat kayo ay malugod na nagpakita sa aking panalangin, nakikiusap ako na huwag kayong umalis na hindi iginagawad ang inyong basbas sa aking mga kaibigan. Kahit hindi sila naniniwala, sila naman ay maluwag ang kaloobang siyasatin ang katotohanan ng aking kataka-takang pagpapahayag.'

"'Mabuti kung ganoon, ako ay mananatili muna. Hindi ko gustong mapasinungalingan ang iyong mga salita sa harap ng iyong mga kaibigan.' Ang mukha ni Babaji ay lumambot, ngunit siya ay nagdagdag ng marahan, 'Mula ngayon, aking anak, ako ay darating anumang oras na kailangan mo ako; hindi palaging kung tinatawag mo ako.'*

"'Nakakanerbiyos na katahimikan ang naghari sa maliit na grupo nang buksan ko ang pintuan. Parang walang tiwala sa kanilang mga damdamin, ang aking mga kaibigan ay nakatitig sa makinang na anyo sa kumot na upuan.

" 'Ito ay pangkalahatang hipnotismo!' Isang tao ang nakakaiinis na tumawa ng malakas. 'Walang sinuman ang posibleng nakapasok sa silid na hindi namin nalalaman!'

"Si Babaji ay nakangiting sumulong at sumenyas na hipuin ang mainit at solidong laman ng kanyang katawan. Nawala ang pagdududa, lahat ng aking mga kaibigan ay nagpatirapa sa sahig sa hangang-hangang pagsisisi.

"'Maghanda ng *haluat*,' Si Babaji ay nagsagawa ng ganitong

---

* Sa daan patungong Walang Hanggan, kahit mga naliwanagang maestro na tulad ni Lahiri Mahasaya ay maaaring mahirapan dahil sa labis na karubduban, at mapailalim sa disiplina. Sa Bhagavad Gita, mababasa natin ang maraming pahayag kung saan nagbibigay ng kaparusahan ang dibinong gurung si Krishna sa prinsipe ng mga deboto na si Arjuna.

† Isang malapot na puding na yari sa trigong harina na prinito sa mantekilya at pinakuluan sa gatas at asukal.

kahilingan, alam ko, bilang karagdagang katiyakan sa grupo ng kanyang pisikal na katotohanan. Habang ang lugaw ay kumukulo, ang dibinong guru ay mabait na nakikipag-usap. Napakalaki ng pagbabago nitong mga nagdududang mga Tomas na naging mga debotong San Pablo. Pagkatapos naming kumain, isa-isa kaming binasbasan ni Babaji. Mayroong biglang kumislap; nakita namin ang biglang pagbabalik ng elektronikong elemento ng katawan ni Babaji sa lumalawak na mausok na liwanag. Ang kaisa-sa-Diyos na pagnanais ng maestro ay pinawalan ang kapit sa atomong eter na nagsamang dikit-dikit bilang kanyang katawan; kaagad na naglaho ang trilyong katiting na tilamsik ng lakas ng buhay sa walang hang-gang sisidlan.

"Nakita ng sarili kong mga mata ang mananakop ng kamata-yan.' Si Maitra,* isa sa grupo ay mapitagang nagsalita. Ang kanyang mukha ay nagbagong-anyo sa katuwaan ng kanyang kamakailan lamang na paggising. 'Ang pinakamataas na guro ay pinaglaruan ang panahon at kalawakan, na tulad ng batang naglalaro ng mga bula. Napagmasdan ko ang isa na may hawak ng susi ng langit at lupa.'

"Ako ay dagling bumalik sa Danapur," ang pagtatapos ni Lahiri Mahasaya. "Matatag na naka-angkla sa Espiritu, muli ay aking ginampanan ang iba't ibang tungkuling pampamilya at pang-hanap-buhay na pananagutan ng isang padre de familia."

Isinalaysay din ni Lahiri Mahasaya kay Swami Kebalananda at kay Sri Yukteswar ang kuwento ng isa pang pagkikita nila ni Babaji. Ang pagkakataon ay isa sa marami kung saan ang pinakamataas na guro ay tinupad ang kanyang pangako: "Ako ay darating kailanman na ako ay iyong kailangan."

"Ang tagpuan ay isang *Kumbha Mela* sa Allahabad," ang sabi ni Lahiri Mahasaya sa kanyang mga disipulo. "Nagpunta ako doon sa panahon ng aking maikling pagbabakasyon mula sa aking mga tungkulin sa opisina. Habang ako ay naglilibot sa gitna ng mara-ming mga monghe at mga banal na nagmula sa malalayong pook upang dumalo sa banal na pagdiriwang, napansin ko ang isang na-pahiran ng abong asetiko na may hawak na mangkok sa pagpapali-mos. Naisip ko na ang taong iyon ay mapagkunwari, may kasuotan

---

* Ang lalaki, na sa kalaunan ay nakilalang si Maitra Mahasaya, ay lubhang umangat sa Pagkilala-sa-Sarili. Nakilala ko si Maitra hindi pa katagalan ng aking pagtatapos sa mataas na paaralan; dinalaw niya ang *Mahamandal* hermitage sa Banaras, habang ako ay nakatira doon. Noon nga ay sinabi niya ang pagpapakita ni Babaji sa harap ng isang grupo sa Morabadad. "Bilang bunga ng himala," paliwanag ni Maitra sa akin, "naging habambuhay akong disipulo ni Lahiri Mahasaya."

ng panlabas na simbulo ng pagtalikod na wala namang kaukulang panloob na grasya.

"Kalalagpas ko lang sa asetiko nang ang aking nagtatakang mga mata ay dumako kay Babaji. Siya ay nakaluhod sa harap ng may sala-salabat na buhok na ermitanyo.

"'Guruji!' nagmadali akong lumapit sa kanyang tabi.'Ginoo, ano ang ginagawa ninyo dito?'

"'Hinuhugasan ko ang mga paa nitong taong tumalikod sa lahat, pagkatapos ay lilinisin ko ang kanyang kagamitan sa pagluluto.' Si Babaji ay ngumiti sa akin na tulad ng maliit na bata; alam kong ibig niyang iparamdam sa akin, na ibig niyang huwag kong pulaan ang kahit sino, ngunit dapat makita ang Panginoon na naninirahan ng pantay-pantay sa lahat ng templo ng mga katawan kahit na katawan ng makapangyarihan o mababa man ang katauhan.

"Idinagdag ng dakilang guru, 'Sa pagsisilbi sa mga matalino at mga mangmang na banal, natutunan ko ang pinaka-mahalaga sa lahat ng mga katangian na kalugud-lugod sa Diyos ng higit sa lahat—ang kababaang-loob'"*

---

* "Buhat sa itaas siya'y tumutunghay, ang lupa at langit kanyang minamasdan" (Awit 113:6). "Ang nagmamataas ay ibababa, at ang nagpapakumbaba ay itataas." (Mateo 23:12).

Ang pagpapakumbaba ng maka- sarili (ego) o huwad na sarili ay upang matuklasan ang walang hanggang pagkakilanlan.

Ang Mala-Kristong Buhay ni Lahiri Mahasaya

"'Hayaan mong ito ang mangyari ngayon, sapagkat ito ang nararapat nating gawin upang matupad ang kalooban ng Diyos."* Sa mga salitang ito kay Juan Bautista, at sa kanyang kahilingan kay Juan Bautista na binyagan siya, kinikilala ni Hesus ang dibinong mga karapatan ng kanyang guru.

Mula sa isang magalang na pag-aaral ng Bibliya, buhat sa pan-silangang palagay, † at mula sa pang-intuwisyong pang-unawa, ako ay naniniwala na si Juan Bautista ay naging guru ni Kristo sa mga nakaraang buhay. Hindi mabilang na mga banggit sa Bibliya ang nagpapahiwatig na si Juan at si Hesus, sa kanilang huling pagkabu-hay, ay sina Elijah at ang kanyang disipulong si Elisha. (Ito ang mga pagbabaybay sa Lumang Tipan. Sinulat ng mga Griyegong tagasalin ang mga pangalang Elias at Eliseus; sila ay lumabas muli sa Bagong Tipan sa ganitong nagbagong mga pangalan.)

Ang mismong katapusan ng Lumang Tipan ay isang panghu-hula ng muling pagkabuhay nina Elijah at Elisha: "Masdan, ipada-dala ko sa inyo si Elijah, ang propeta, bago dumating ang malaki at nakasisindak na araw ng Panginoon."‡ Sa ganoon si Juan (Elijah), na ipinadala "bago dumating ...ang Panginoon," ay ipinanganak na medyo mas maaga upang gampanan ang pagbabalita sa pagdating ni Kristo. Isang anghel ang nagpakita kay Zacharias, ang ama, upang

---

* Mateo 3:15

† Maraming pahayag sa Bibliya ang nagbubunyag na ang batas ng pagkabuhay na muli ay naintindihan at natanggap. Ang mga siklo ng paulit-ulit na pagkabuhay ay higit na makatwirang paliwanag sa mga iba-ibang kalagayan ng ebolusyon kung saan matatagpuan ang tao, kaysa ang pangkaraniwang teoryang Kanluranin na nagpapalagay na mayroong (kamalayan sa sarili) nalalang nang walang pinanggalingan, nabuhay na may iba-ibang antas ng kasakiman sa loob ng tatlumpu hanggang siyamnapung taon, at pagkatapos ay bumalik sa orihinal na kawalan. Ang hindi mawaring kalikasan ng nasabing kawalan ay isang suliranin upang bigyang-aliw ang puso ng mag-aaral sa gitna ng mga panahon.

‡ Malakias 4:5.

magpatunay na ang darating niyang anak na si Juan ay walang iba kung hindi si Elijah (Elias).

"Ngunit ang anghel ay nagsabi sa kanya, huwag matakot, Zacharias: sapagkat ang iyong dalangin ay narinig; at ang iyong asawang si Elizabeth ay magbibigay sa iyo ng isang anak na lalaki, at tatawagin mo siyang Juan ....At karamihan sa mga anak ng Israel ay dadalhin niya sa Panginoon ang kanilang Diyos. At siya ay mauuna sa Kanya* *na taglay ang espiritu at kapangyarihan ni Elias,* upang pagkasunduin ang mga ama at ang kanilang mga anak, at ang mga suwail ay pabalingin sa dunong ng makatarungan; upang ihanda ang isang bayang naghihintay sa Panginoon."†

Dalawang ulit na malinaw na tinukoy ni Hesus si Elijah (Elias) bilang Juan: "Si Elias ay dumating na, at hindi siya nakikilala.... Sa ganoon, naunawaan ng mga disipulo na ang tinutukoy sa kanila ay si Juan Bautista."‡ Muli, ang sabi ni Kristo: "Sapagkat lahat ng mga propeta at ang kautusan ay nagpahayag hanggang kay Juan. Kung maniniwala kayo sa pahayag na ito, si Juan na nga ang Elias na ipinangakong darating." §

Noong itinanggi ni Juan na siya ay si Elias (Elijah),¶ ang ibig niyang sabihin ay sa abang pananamit ni Juan, hindi siya dumating sa panlabas na kataasan ni Elias, ang dakilang guru. Sa kanyang dating pagkabuhay ibinigay niya ang "kapa" ng kanyang kaluwalhatian at ang kayamanang espirituwal sa kanyang disipulong si Elisha. At sinabi ni Elisha, 'ako ay nagsusumamo, hayaan mong ang dalawang bahagi ng iyong espiritu ay mapasa-akin. At siya ay sumagot, may kabigatan ang inyong hiling; gayunman, kapag nakita ninyo ako sa panahon na kinuha ako mula sa inyo, ay ganoon na nga para sa inyo....at kinuha ang *kapa* ni Elijah na nalaglag mula sa kanya."**

Ang mga papel ay nabaligtad, sapagkat si Elijah-Juan ay hindi na kailangan upang maging hayagang guru ni Elisha-Hesus, na ngayon ay ganap na ang pagka-dibino.

Noong nagbago ang anyo ni Hesus sa kabundukan†† ang kanyang gurung si Elias, na kasama ni Moses, ang kanyang nakita. Sa

---

* "Bago sa kanya," i.e., "bago ang Panginoon."
† Lucas 1:13-17.
‡ Mateo 17:12-13.
§ Mateo 11:13-14.
¶ Juan 1:21.
** II Hari 2:9-14.
†† Mateo 17:3.

oras ng kasukdulang hirap Niya sa krus, si Hesus ay sumigaw ng: *"Eli, Eli, lama sabachthani?* Na ang ibig sabihin, Diyos ko, Diyos ko, bakit mo ako pinabayaan? Noong marinig iyon ng iba sa kanila na nakatayo doon, sila ay nagsabi, ang taong ito ay tumatawag kay Elias....Tingnan natin kung si Elias ay darating upang iligtas siya."*

Ang walang katapusang ugnayan ng guru at disipulo na umiiral sa pagitan ni Juan at ni Hesus ay naroroon din kay Babaji at Lahiri Mahasaya. May mabait na pag-aalala, ang walang kamatayang guru ay lumangoy sa hindi masukat na lalim ng tubig na umikot sa pagitan sa dalawang pagkabuhay ng kanyang disipulo, at ginabayan ang magkakasunod na hakbang sa buhay ng isang bata at pagkatapos nang isang taong si Lahiri Mahasaya. Hindi ito nangyari hanggang ang disipulo ay nakarating sa kanyang ika-tatlumpu't -tatlong taong gulang, kung kailan ipinalalagay ni Babaji na ang panahon ay hinog na upang itatag na muling hayagan ang hindi kailanman naputol na ugnayan.

Pagkatapos ng maikling pagkikita nila malapit sa Ranikhet, hindi pinigilan ng mapagbigay na guru ang pinakamamahal na disipulo sa kanyang tabi, bagkus pinalaya si Lahiri Mahasaya para sa panlabas na misyon sa daigdig. "Aking anak, darating ako kailanman at kailangan mo ako." Sinong mortal na mangingibig ang makatutupad sa walang hanggang pahiwatig ng ganitong pangako?

Lingid sa kaalaman ng pangkalahatang lipunan, isang dakilang espirituwal na muling pagsilang ang nagsimula noong taong 1861 sa isang malayong sulok ng Banaras. Katulad ng halimuyak ng mga bulaklak na hindi maaaring itago, ganoon din si Lahiri Mahasaya, na payapang namumuhay bilang isang ama ng tahanan, ay hindi naitago ang likas niyang kaluwalhatian. Ang mga debotong bubuyog sa bawat dako ng India ay nagsimulang hanapin ang dibinong nektar ng lumayang maestro.

Ang Ingles na tagapamahala sa tanggapan ay isa sa mga unang nakapansin ng nangingibabaw na pagbabago sa kanyang empleyado, na magiliw niyang tinawag na "Nakalulugod na Ginoo."

"Ginoo, kayo po ay tila malungkot. Ano ang lumiligalig sa inyo?" Ito ang maalalahaning tanong ni Lahiri Mahasaya isang umaga sa kanyang tagapamahala.

"Ang aking maybahay sa England ay may malubhang karamdaman. Naghihirap ang aking kalooban sa pagkabahala."

"Ako ay kukuha ng balita tungkol sa kanya." Si Lahiri Mahasaya

* Mateo 27:46-49.

ay umalis sa silid at naupo ng maikling sandali sa isang natatagong lugar. Sa kanyang pagbabalik, magiliw siyang nakangiti.

"Bumubuti na ang kalagayan ng inyong maybahay; siya ngayon ay nagsusulat ng liham para sa inyo." Ang nakababatid ng lahat na yogi ay bumanggit ng ilang bahagi ng mensahe.

"Kalugod-lugod na Ginoo, alam ko na ikaw ay hindi karaniwang tao. Ngunit hindi ako makapaniwala na, sa iyong kagustuhan, ay napapawala mo ang panahon at kalawakan!"

Ang naipangakong liham sa wakas ay dumating. Nalaman ng namamanghang tagpamahala na hindi lamang ito may kasamang mabuting balita ng paggaling ng kanyang maybahay, ngunit ang katulad ding mga pangungusap na, noong mga linggong nagdaan, ay siyang binanggit ng dakilang maestro.

Dumating sa India ang maybahay pagkatapos ng ilang buwan. Pagkakita kay Lahiri Mahasaya, siya ay mapitagang tumitig sa kanya.

"Ginoo," ang sabi niya, "ang inyong anyong may sinag sa ulo ng kaluwalhatiang liwanag, ang aking namasdan noong mga nakaraang buwan sa aking higaan sa London. Sa mga sandaling iyon, ako ay ganap na gumaling! Hindi nagtagal, ako ay nagkaroon ng lakas na magsagawa ng mahabang paglalakbay-dagat patungong India."

Bawat araw, ang marangal na guru ay nagbibigay ng inisasyong sa isa o dalawang deboto sa *Kriya Yoga*. Karagdagan sa kanyang mga katungkulang espirituwal at sa mga pananagutan sa hanapbuhay at buhay bilang ama ng tahanan, ang dakilang guru ay nagpakita ng masigasig na interes sa kapakanan ng edukasyon. Siya ay nagtatag ng maraming grupo ng pag-aaral at nagkaroon ng masiglang bahagi sa paglago ng isang malaking mataas na paaralan sa pook ng Bengalitola sa Banaras. Sa mga lingguhang pagtitipon, na tinaguriang kanyang "Pagtitipon sa Gita," ipinaliwanag ng guru ang mga kasulatan sa maraming sabik na naghahanap ng katotohanan.

Sa ganitong sari-saring mga gawain, sinikap ni Lahiri Mahasaya na bigyang-kasagutan ang karaniwang mga hamon sa buhay: "Pagkatapos isagawa ang mga tungkulin sa hanapbuhay at sa lipunan, nasaan ang panahon sa meditasyong pang-debosyon?" Ang mapayapa at balansing buhay ng dakilang ama ng tahanan-guru ay naging inspirasyon ng libu-libong mga lalaki at babae. Kumikita lamang ng katamtamang suweldo, matipid, hindi marangya, madaling lapitan ng lahat, namuhay ang maestro ng likas at masaya sa landas ng madisiplinang buhay sa mundo.

Kahit na siya ay komportable sa upuan ng Pinakamataas na

LAHIRI MAHASAYA (1828-1895)
Isang Yogavatar "Pagkakatawang-tao ng Yoga"
Disipulo ni Babaji, Guru ni Sri Yukteswar
Nagbigay-buhay sa makabagong India sa sinaunang siyensiya
ng *Kriya Yoga*.

Iisa, si Lahiri Mahasaya ay nagpakita ng paggalang sa lahat ng tao, walang kinalaman ang kanilang magkakaibang mga katangian. Kapag ang kanyang mga deboto ay nagpupugay sa kanya, siya ay yumuyuko bilang balik sa kanila. May kababaang-loob na tila ng isang bata, madalas na hinihipo ng maestro ang mga paa ng iba, ngunit bihirang pinahihintulutan silang ibigay sa kanya ang katulad na karangalan, kahit na ang ganoong paggalang sa isang guru ay isang matandang kaugalian ng Silangan.

Isang mahalagang katangian ng buhay ni Lahiri Mahasaya ay ang paghahandog niya ng *Kriyang* inisasyon sa bawat pananampalataya. Hindi lamang mga Hindu, ngunit mga Moslem at mga Kristiyano ang kasama sa kanyang mga pangunahing mga disipulo. Ang mga monista at mga duwalista, ang mga iba-ibang uri ng pananampalataya o ang mga walang matatag na panampalataya ay walang kinikilingang tinatanggap at tinuturuan ng pandaigdig na guru. Isa sa kanyang mataas na ang narating na mag-aaral ay si Abdul Gufoor Khan, isang Moslem. Si Lahiri Mahasaya, na siyang kaanib mismo sa pinakamataas o kastang *Brahmin*, ay gumawa ng matapang na pagsisikap upang mabuwag ang mahigpit na pagkapanatiko sa kasta ng kanyang panahon. Ang mga nanggaling sa bawat kalagayan ng buhay ay nakatagpo ng silungan sa ilalim ng sumasalahat-ng-dakong pakpak ng maestro. Katulad ng lahat ng ibang nabigyan ng sigla ng Maykapal na mga propeta, si Lahiri Mahasaya ay nagbigay ng bagong pag-asa sa mga itinakwil at mga sawimpalad ng lipunan.

"Tandaan na ikaw ay hindi pag-aari ng sinuman at walang sinuman ang may pag-aari sa iyo. Pagnilay-nilayin na balang araw ay kinakailangan na bigla mong iiwan ang lahat sa mundong ito—kaya nga magsikap na makilala ang Diyos ngayon," sabi ng dakilang guru sa kanyang mga disipulo. "Ihanda ang sarili sa darating na astral na paglalakbay sa kamatayan sa pamamagitan ng pagsakay sa bawat araw sa isang lobo ng dibinong pang-unawa. Nang dahil sa panlilinlang, inaakala mo na ikaw ay isang tungkos ng laman at buto, na sa pinakamabuti, ay isang pugad ng kaguluhan.* Magmeditasyon nang walang humpay, upang madali mong matunghayan ang sarili bilang ang Pinakamataas na Diwa, na malaya mula sa bawat anyo ng kahirapan. Itigil ang pagiging bilanggo ng katawan; gamit ang lihim na susi ng *Kriya*, pag-aralang makaalpas tungo sa Espiritu."

Tinutulungan ng Maestro ang iba't-iba niyang mga disipulo

---

* "Ilang mga uri ng kamatayan ang naririto sa ating mga katawan! Walang anumang naroroon kundi kamatayan."—*Martin Luther, "Table-Talk."*

upang kumapit sa mabuting tradisyonal na disiplina ng kanilang sari-sariling mga pananampalataya. Idinidiin ang kahalagahan ng sakop-ang-lahat na katangian ng *Kriya Yoga*, bilang isang maisasa-gawang paraan ng paglaya, binigyan ni Lahiri Mahasaya ang kan-yang mga *bagong mag-aaral* ng kalayaan upang ihayag ang kanilang buhay sang-ayon sa kapaligiran at nakalakihan.

"Ang isang Moslem ay dapat isagawa ang kanyang *namaj** na pagsamba limang beses bawat araw," ang pagtuturo ng maestro. "Ilang ulit sa bawat araw ang isang Hindu ay kailangang maupo sa meditasyon. Ang isang Kristiyano ay kailangang lumuhod nang maraming ulit araw-araw, manalangin sa Diyos at pagkatapos ay magbasa ng Bibliya."

Sa tulong ng matalinong pagkakilala ay ginabayan ng guru ang kanyang mga tagasunod sa mga landas ng *Bhakti* (debosyon), *Karma* (pagkilos), *Jnana* (karunungan), o *Raja* (maharlika o lubos na pakiki-isa) *Yoga*, sangayon sa likas na pagkahilig ng bawat tao. Ang maes-tro, na mabagal magbigay ng kanyang pahintulot sa mga debotong nagnanais na pumasok sa pormal na landas ng pagka-monghe, ay laging may paunang paalala sa kanila na pagnilay-nilaying mabuti ang kahigpitan ng buhay monastiko.

Tinuruan ng dakilang guru ang kanyang mga disipulong umi-was sa panteoryang pagtalakay sa mga kasulatan. "Siya lamang ang matalino na nagtatalaga sa sarili upang maunawaan at hindi bina-basa lamang, ang mga sinaunang rebelasyon," sabi niya. "Lutasin ang lahat ng inyong mga suliranin sa pamamagitan ng meditasyon.† Ipagpalit ang walang pakinabang na mga pagbabaka-sakali sa tunay na pakikipag-niig sa Diyos.

"Liwanagin ang isip sa mga dogmatikong teolohikal na mga basura; papasukin ang sariwa, nagpapagaling na tubig ng tuwirang pang-unawa. Itono ang sarili sa masiglang panloob na Patnubay; ang Dibinong Tinig ay may kasagutan sa lahat ng mahirap na kalaga-yang suliranin ng buhay. Bagama't ang katalinuhan ng tao na ilagay ang sarili sa gulo ay tila walang katapusan, ang Walang Hanggang Saklolo ay hindi nawawalan ng pamamaraan."

Ang Pagsasalahat-ng-Dako ng Maestro ay pinatunayan isang araw sa harap ng isang grupo ng mga disipulo na noon ay naki-kinig sa kanyang pagtatalakay ng Bhagavad Gita. Samantalang

---

* Ang pangunahing panalangin ng mga Moslem, na inuulit ng limang beses isang araw.

† "Hanapin ang katotohanan sa meditasyon, hindi sa inaamag na mga libro. Tumingin sa langit upang mahanap ang buwan, hindi sa lawa."—*Kawikaang Persian.*

ipinapaliwanag niya ang kahulugan ng *Kutastha Chaitanya* o ang Kristong Kamalayan sa lahat ng nilalang ng pagyanig, si Lahiri Mahasaya ay biglang suminghap-singhap at sumigaw ng:

"Ako ay nalulunod sa katawan ng maraming kaluluwa sa banda roon ng baybayin ng Japan!"

Nang sumunod na umaga, nabasa ng mga *chela* ang isang padala sa kableng salaysay ng pahayagan sa mga kamatayan ng ilang mga tao kung saan ang isang barko ay lumubog noong nakaraang araw sa malapit sa Japan.

Maraming malalayong disipulo ni Lahiri Mahasaya ang nakakaalam ng kanyang bumabalot na mapagkalingang presensiya. "Ako ay palaging kasama ng mga nagsasanay ng *Kriya*." Ang sabi niyang nagpapalakas-loob sa mga *chela* na hindi kayang manatili sa kanyang tabi. Gagabayan ko kayo sa Kosmikong Tahanan sa tulong ng inyong laging lumalawak na mga pang-unawang espirituwal."

Si Sri Bhupendra Nath Sanyal,* isang tanyag na disipulo ng dakilang guru, ay nagsaad na, sa kanyang kabataan noon taong 1892, hindi niya kayang pumunta sa Banaras, siya ay nanalangin sa maestro upang magkaroon ng katuruang espirituwal. Si Lahiri Mahasaya ay nagpakita sa harap ni Bhupendra sa isang panaginip at binigyan siya ng *diksha* (inisasyon). Pagkatapos ang batang lalaki ay nagpunta sa Banaras at hinilingan ang guru ng *diksha*. "Ako ay nagbigay na sa iyo ng inisasyon sa panaginip." Ang sagot ni Lahiri Mahasaya.

Kapag ang isang disipulo ay nagpabaya sa kahit anuman sa kanyang mga katungkulan sa daigdig, marahang iniwawasto at dinidisiplina ito ng maestro.

"Ang mga pananalita ni Lahiri Mahasaya ay malumanay at nakapagpapagaling, kahit na siya ay napipilitang sabihin nang harapan ang mga pagkukulang ng isang bagong mag-aaral," sinabi minsan ni Sri Yukteswar sa akin. Ang dagdag niyang nalulungkot, "Walang disipulo ang umiwas mula sa mga matatalim na salita ng aming maestro." Hindi ako makatiis na hindi tumawa, ngunit buong katapatan kong binigyan ng katiyakan ang aking guru na, matalim o hindi, ang kanyang bawat salita ay musika sa aking mga tainga.

Maingat na binigyan ni Lahiri Mahasaya ng antas ang *Kriya* sa apat na progresibong mga inisasyon.† Iginagawad lamang niya ang tatlong pinakamataas na pamamaraan pagkatapos maipakita

---

* Namatay si Sri Sanyal noong 1962. (*Tala ng Tagapaglathala*)

† Ang *Kriya Yoga* ay may maraming bahagi; napagtanto ni Lahiri Mahasaya ang

ng isang deboto ang isang maliwanag na pagsulong espirituwal. Isang araw isang bagong mag-aaral, na naniniwalang ang kanyang kahalagahan ay hindi nabibigyan ng karampatang pagtasa ay nagbigay-tinig sa kanyang walang kasiyahan.

"Maestro," ang sabi niya, "siguradong ako ay handa na ngayon para sa pangalawang inisasyon." Sa pagkakataong ito, ang pintuan ay bumukas upang tanggapin ang isang mapagkumbabang disipulo, si Brinda Bhagat. Siya ay isang tagahatid ng mga liham sa Banaras.

"Brinda, maupo ka dito sa tabi ko." Ang dakilang guru ay mapagmahal na ngumiti sa kanya. "Magsabi ka sa akin, handa ka na ba para sa ikalawang *Kriya?"*

Ang maliit na kartero ay tiklop-palad na nagsumamo. "Gurudeva," ang sabi niyang may pangamba, "wala nang mga inisasyon, nakikiusap ako! Papaano ako makakaintindi ng anumang mas mataas na mga katuruan? Ako ay naririto ngayon upang hilingin ang inyong bendisyon, sa dahilang pinuno ako ng unang *Kriya* ng dibinong kalasingan na hindi ko na maihatid ang mga liham!"

"Lumalangoy na si Brinda sa karagatan ng Espiritu." Sa mga salitang ito mula kay Lahiri Mahasaya, ang isa pang mag-aaral ay yumuko.

"Maestro," ang sabi niya, "nakita kong ako ay naging isang pobreng manggagawa, na naghahanap ng mali sa aking mga kagamitan."

Ang may mababang-loob na kartero, na hindi nakapag-aral, ay nang lumaon, napaunlad ng malawakan ang kanyang maliwanag na pagkaunawa sa tulong ng *Kriya*, na ang mga mag-aral ay paminsan-minsang humihingi ng kanyang pakahulugan sa mga masalimuot na mga punto ng kasulatan. Walang kamalayan kapwa tungkol sa kasalanan sa Diyos at palaugnayan ng mga salita, nakamit ng maliit na Brinda ang kabantugan sa nasasakupan ng marunong na mga pantas.

Maliban sa napakaraming disipulo sa Banaras ni Lahiri Mahasaya, daan-daan ang dumarating sa kanya mula sa malalalayong mga pook ng India. Siya mismo ay naglalakbay sa Bengal sa ilang mga pagkakataon upang dalawin ang mga tahanan ng mga biyenang lalaki ng kanyang dalawang anak na lalaki. Kaya nabibiyayaan ng kanyang presensiya, ang Bengal ay naging pugad ng mga maliliit na mga grupo ng *Kriya*. Lalung-lalo na sa mga pook ng Krishnanagar at Bishnupur, maraming tahimik na mga deboto hanggang sa

---

apat na mahahalagang hakbang—iyong nagtataglay ng pinakamataas na praktikal na halaga.

panahong ito ay pinanatiling umaagos ang hindi nakikitang daloy ng meditasyong espirituwal.

Sa maraming mga banal na nakatanggap ng *Kriya* mula kay Lahiri Mahasaya na maaring banggitin dito ay ang tanyag na si Swami Bhaskarananda Saraswati ng Banaras at ang Deoghar na asetikong may mataas na antas ng kakayahan na si Balananda Brahmachari. May ilang panahong si Lahiri Mahasaya ay naglingkod bilang pribadong tagapagturo sa anak na lalaki ni Maharaja Iswari Narayan Sinha Bahadur ng Banaras. Kinikilala ang espirituwal na kakayahan ng maestro, ang Maharaja, at ang kanyang anak na lalaki ay humiling ng inisasyong *Kriya*, ganoon din ang Maharaja Jotindra Mohan Thakur.

May ilang mga disipulo si Lahiri Mahasaya na may maimpluwensiyang posisyon sa daigdig na naghangad na palawakin ang sirkulo ng *Kriya* sa pamamagitan ng publisidad. Ang guru ay hindi nagbigay ng pahintulot. Isang *chela*, ang makaharing manggagamot sa Panginoon ng Banaras, ay nagpasimula ng organisadong pagsisikap upang palaganapin ang pangalan ng maestro bilang "Kashi Baba (Marangal na Iisa ng Banaras).* Muling ipinagbawal ito ng guru.

"Hayaang ang halimuyak ng bulaklak ng *Kriya* ay sumimoy sa likas na paraan," ang sabi niya. "Ang mga binhi ng *Kriya* ay siguradong mag-uugat sa lupa ng masaganang mga pusong espirituwal."

Kahit na hindi ginamit ng dakilang maestro ang sistema ng pangangaral sa tulong ng modernong kaayusan ng isang organisasyon, o sa pamamagitan ng paglilimbag, nalalaman niya na ang lakas ng kanyang mensahe ay tataas na tulad ng hindi mapigilang pagbaha, palulubugin ng kanyang sariling lakas ang dalampasigan ng mga isip ng tao. Ang nagbago at napadalisay na buhay ng mga deboto ay ang mga simpleng katiyakan ng walang kamatayang lakas ng *Kriya*.

Noong taong 1886, dalawampu't limang taon pagkatapos ng kanyang inisasyon sa Ranikhet, si Lahiri Mahasaya ay nagretiro at tumanggap ng pension.† Dahil may panahon na siya sa araw, hinanap siya ng mga disipulong parami nang parami ang bilang. Ang dakilang guru ngayon ay kadalasan nakaupo ng tahimik, nakapinid sa payapang posisyong lotus. Bihira siyang umalis sa kanyang

---

* Ang iba pang titulo na ibinigay kay Lahiri Mahasaya ng kanyang mga disipulo ay *Yogibar* (pinakadakila sa mga yogi), at *Yogiraj* (hari ng mga yogis), at *Munibar* (pinakadakila sa mga banal). Idinagdag ko ang *Yogavatar* (pagkabuhay na muli ng yoga).

† Naibigay niya, sa kabuuan, ang tatlumpu't limang taong serbisyo sa isang sangay ng pamahalaan.

PANCHANON BHATTACHARYA
Disipulo ni Lahiri Mahasaya

maliit na salas, kahit na sa isang paglalakad o upang dalawin ang
ibang bahagi ng kabahayan. Isang tahimik na daloy ng mga *chela*
ang dumarating na halos walang tigil, para sa isang *darshan* (banal
na pagtanaw) ng guru.

Sa pagkamangha ng lahat ng nakamamasid, ang nakaugaliang
kalagayan ng katawan ni Lahiri Mahasaya ay nagpamalas ng pinaka-
mataas na katangian ng walang paghinga, walang tulog, paghinto
ng pulso at pintig ng puso, payapang mga matang hindi kumukurap
sa loob ng maraming oras at isang malalim na aura ng kapayapaan.

Walang mga dumalaw ang umalis na hindi napasigla ang espiritu; alam ng lahat na sila ay nakatanggap ng tahimik na biyaya ng isang tunay na sugo ng Diyos.

Ang maestro ngayon ay nagbigay ng pahintulot sa kanyang disipulo, si Panchanon Bhattacharya, na magbukas sa Calcutta ng isang sentro ng yoga, ang "Arya Mission Institution." Ang sentro ay namahagi ng mga halamang gamot* ng yoga at nailathala ang unang mumurahing pagkalimbag ng Bhagavad Gita sa Bengal. Ang *Arya Mission Gita*, sa Hindi at Bengali ay nakarating sa libu-libong mga tahanan.

Alinsunod sa sinaunang kaugalian, ang maestro ay nagbibigay sa mga tao ng pangkalahatang panlunas na langis ng *neem*† para sa iba't ibang karamdaman. Kapag hinilingan ng guru ang isang disipulo upang dalisayin ang langis madali niya itong maisasagawa. Kapag sinubukan ito ng kahit sino, siya ay nakakaranas ng kataka-takang hirap; at makikita na pagkatapos padaanin ang langis sa kinakailangang paraan ng pagdadalisay, ang likido ay halos lubos nang sumingaw. Maliwanag na ang bendisyon ng maestro ay isang mahalagang sangkap.

Ang sulat-kamay at lagda ni Lahiri Mahasaya sa titik Bengali ay makikita sa kabilang pahina. Ang mga linya ay lumabas sa isang liham sa isang *chela*; ipinakahulugan ng dakilang guro ang Sanskrit na berso sa sumusunod: "Siya na nakapagkamit ng isang kalagayang pagkamahinahon kung saan ang talukap ng mga mata ay hindi kumukurap ay nakapagtamo ng *Sambhabi Mudra*.‡ (*Lagda, ibaba kaliwa*) "Sri Shyama Charan Deva Sharman"

---

* Ang mga medikal na panulat sa Hindu ay tinatawag na *Ayurveda*. Ang mga manggagamot na Vedic ay gumagamit ng pinong instrumentong pang-opera, gumagawa ng plastic surgery, nakakaintindi ng paglaban sa epekto ng hanging nakalalason, nagsasagawa ng caesarian section at nag-oopera ng utak, at mahusay sa paggawa ng gamot. Hiniram ni Hippocrates (ika-4 na siglo, B.C.) ang marami sa kanyang *materia medica* mula sa mga Hindu.

† Punong margosa sa Silangang India. Ang mga kahalagahan nito sa medisina ay nakikilala na sa Kanluran, kung saan ang mapait na balat ng punong *neem* ay ginagamit bilang inumin, at ang langis mula sa mga buto at bunga ay ginagamit para sa ketong at iba pang karamdaman.

‡ Ang ibig sabihin ng *Sambhabi Mudra* ay itinutuon ang tingin sa lugar sa pagitan ng mga kilay. Kapag narating na ng yogi ang isang tanging kalagayan ng kapayapaan ng kaisipan, hindi na kumukurap ang kanyang mata; abala na siya sa panloob na mundo.

Ang mudra ("simbulo") ay karaniwang tumutukoy sa isang pang-ritwal na kumpas ng mga daliri at kamay. Maraming mudra ang nagbibigay ng hinahon sa pamamagitan ng pagkakaroon ng epekto sa ilang mga nerbiyo. Ang sinaunang mga artikulong Hindu ay klinasipika ang mga *nadis* (72,000 na daanan ng nerbiyu) at ang kanilang kaugnayan sa pag-iisip. Ang mga *mudras* ay nakikita rin sa pagsamba at sa yoga, sa

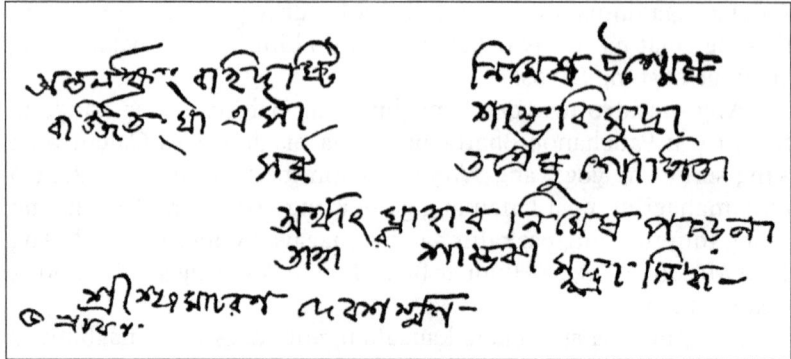

Katulad ng ibang maraming dakilang mga propeta, si Lahiri Mahasaya mismo ay hindi nagsulat ng anumang mga aklat, ngunit nagbigay ng katuruan sa maraming mga disipulo sa pakahulugan sa mga kasulatan. Ang mahal kong kaibigan na si Sri Ananda Mohan Lahiri, isang yumaong apo ng maestro, ay sumulat ng sumusunod:

"Ang Bhagavad Gita at ibang mga bahagi ng epikong *Mahabharata* ay mayroong maraming puntong-buhol (*vyas-kutas*). Hayaang hindi itinatanong ang mga puntong-buhol, at matatagpuan lamang natin ang isang gawa-gawang mga salaysay ng isang kakatwa at madaling mapagkamaliang pakahulugang tipong kuwento. Iwanan ang mga puntong-buhol na walang paliwanag, at mawawala sa atin ang siyensiyang pinangalagaan ng India nang higit sa karaniwang magagawa ng tao, pagkatapos ng paghahanap nang libu-libong taong pagsubok. *

"Dinala ni Lahiri Mahasaya sa liwanag, na malaya sa mga alegorya, ang siyensiya ng relihiyon na matalinong inalis sa paningin sa isang palaisipang matalinhagang paglalarawan ng kasulatan. Wala na ang hindi maintindihang pagsasalamangka ng mga salita,

---

ganoon ang mga ito ay may basing siyentipiko. Isang madetalyeng lengguwahe ng mga mudra ay makikita sa ikonograpiya at mga sayaw pang-ritwal ng India.

* "Ilang pantatak ang kailan lamang nahukay mula sa mga archaeological site sa Hindus Valley na tinantiyang nasa ikatlong milenyong B.C. ang nagpapakita sa mga pigurang posisyong meditasyon na sa ngayon ay ginagamit sa sistema ng Yoga, at naglalahad ng patotoo na kahit sa panahong iyon ilan sa sinusunod na Yoga ay kilala na. Hindi tayo maaaring walang katwirang magbuo ng paniniwala na ang pagninilay-nilay sa tulong ng pinag-aralang paraan ay ginagawa na sa India sa loob ng limang libong taon." – *Propesor W. Norman Brown*, sa *"Bulletin of the American Council of Learned Societies,"* Washington, D.C.

Ang patotoo ng mga kasulatang Hindu gayunman, ay ang siyensiya ng Yoga ay kilala na sa India sa loob ng hindi mabilang na milenyo.

ang mga pormula ng pagsamba sa Veda ay napatunayan ng maestro na puno ng siyentipikong katuturan.

"Nalalaman natin na ang tao ay karaniwang mahina laban sa masamang silakbo ng. damdamin; ngunit ang mga ito ay nawawalan ng kapangyarihan at ang tao ay wala ng motibo para magpakasawa sa mga ito kapag nagising sa kanya ang isang kamalayan na mas nakahihigit at nagtatagal na lubos na kaluwalhatian sa tulong ng *Kriya Yoga.* Dito ang pagsuko, ang pag-ayaw sa mababang pag-uu-gali, ay magkasabay sa isang pag-angat, ang karanasan ng pagiging banal. Kapag walang ganitong paraan, ang mga salawikaing moral na may kalakip lamang na mga negatibo ay walang silbi sa atin.

"Ang Walang Hanggan, ang Karagatan ng Kapangyarihan, ang nasa likod ng lahat ng mga kahanga-hangang pagpapakita. Ang ating kasabikan sa pang-mundong gawain ay pumapatay sa ating pandama sa paghangang espirituwal. Sapagkat tinuturuan tayo ng makabagong siyensiya kung papaano gamitin ang kapangyarihan ng Kalikasan, bigo tayong unawain ang Dakilang Buhay na nasa likod ng lahat ng mga pangalan at mga anyo. Ang lubos na pagkaalam sa Kalikasan ay nagdulot ng paglait sa kanyang mga panghuling lihim; ang ating kaugnayan sa kanya ay isang mapraktikang negosyo.Ti-nutudyo natin siya, wika nga, upang matuklasan ang mga paraan kung papaano niya sapilitang pagsilbihan ang ating mga hangarin; ginagamit natin ang kanyang lakas, na ang Pinagmulan ay hindi pa nalalaman. Sa siyensiya, ang ating kaugnayan sa Kalikasan ay katulad ng sa pagitan ng isang mapagmataas na tao at ng kanyang tagasilbi; o kaya, sa isang maka-pilosopiyang pag-unawa, ang Kali-kasan ay tulad ng isang bihag na nasa hukuman bilang saksi. Siya ay ating tinatanong na paulit-ulit, hinahamon siya, at masinsinang tinitimbang ang kanyang katibayan sa pantaong mga timbangan na hindi kayang sukatin ang kanyang natatagong mga halaga.

"Sa kabilang dako, kapag ang sarili ay nakipagniig sa isang mataas na kapangyarihan, ang Kalikasan ay kusang sumusunod, na walang hirap at puwersa, sa pagnanais ng tao. Itong walang hirap na pag-uutos sa Kalikasan ay tinatawag na 'mahimala' ng hindi nakakaunawang materyalista.

"Ang buhay ni Lahiri Mahasaya ay naging halimbawa na nag-pabago sa maling pag-aakala na ang yoga ay isang misteryosong pagsasanay. Sa kabila ng katotohanan ng likas na agham, ang bawat tao ay makakakita ng paraan sa tulong ng *Kriya Yoga* upang unawain ang kanyang tamang kaugnayan sa Kalikasan at makaram-dam ng espirituwal na paggalang sa lahat ng mga kahanga-hangang pangyayari,* kahit na ito ay mistiko o pang-araw-araw na pangyayari. Dapat nating isipin na maraming mga bagay na hindi maipaliwanag isang libong taon na ang nakararaan ay hindi na ganoon, at ang mga bagay na misteryoso ngayon ay maaring maging kauna-unawa ayon sa batas ilang taon mula ngayon.

"Ang siyentipikong *Kriya Yoga* ay walang hanggan. Ito ay totoong tulad ng matematika; tulad ng simpleng patakaran ng pag-dagdag at pagbawas, ang batas ng *Kriya* kailanman ay hindi maaa-ring sirain. Sunugin man hanggang maabo ang lahat ng aklat sa matematika; ang makatwirang isip ay palaging matutuklasan muli ang ganoong katotohanan. Hadlangan man ang lahat ng mga aklat sa yoga; ang mga batayan ay muling mabubunyag kapag mayroong isang lumabas na pantas na may dalisay na debosyon at samakatwid dalisay na karunungan."

Katulad ng si Babaji ay kabilang sa mga pinakadakila sa lahat ng mga avatar, isang *Mahavatar*, at samantalang si Sri Yukteswar ay maaring tawaging isang *Jnanavatar* o pagkakatawang-tao ng karunungan, ganoon din si Lahiri Mahasaya ay isang *Yogavatar* o pagsasakatawang-taong muli ng yoga.†

Sa mga pamantayan ng kapwa husay at dami ng kabutihan, itinaas ng dakilang maestro ang pamantayang espirituwal ng li-punan. Sa kanyang kapangyarihan na itaas ang malalapit niyang mga disipulo sa mala-kristong antas at ang kanyang malawak na pagpapalaganap ng katotohanan sa mga karaniwang tao, si Lahiri Mahasaya ay maihahanay sa mga tagapagligtas ng sangkatauhan.

Ang kanyang kaibahan bilang propeta ay nasa kanyang maprak-tikang pagbibigay-halaga sa isang tiyak na pamamaraan, ang *Kriya*, na binuksan sa unang pagkakataon ang mga pintuan ng kalayaan ng yoga sa lahat ng tao. Bukod sa mga himala ng kanyang sariling buhay, tiyak na ang *Yogavatar* ay nakarating sa kasukdulan ng la-hat ng kababalaghan sa pagbabawas ng sinaunang mga kaguluhan

---

* "Ang taong hindi maaaring magtaka, hindi palaging nagtataka (at sumamba) kahit siya man ay pangulo ng di-mabilang na Maharlikang Kapisanan at dala...ang halimbawa ng lahat ng laboratoryo at obserbatoryo, at ang resulta ng mga ito, sa kanyang iisang ulo ay isa lamang salamin sa mata na sa likod nito'y wala namang mga mata." – *Carlyle, "Sartor Resartus."*

† Tinukoy ni Sri Yukteswar ang kanyang *chela* na si Paramahansa Yogananda bilang pagkabuhay na mag-uli ng dibinong pag-ibig. Pagkamatay ni Paramahansaji, ang kanyang punong disipulo at espirituwal na tagasunod, si Rajarsi Janakananda (James J. Lynn) ay opisyal na ipinataw sa kanya ang titulong *Premavatar* o pagkakatawang-tao ng Pag-ibig. (*Tala ng Tagapaglathala*)

ng yoga tungo sa mabisang pagkasimple sa loob ng karaniwang kakayahan.

Sa pagbanggit sa mga himala, si Lahiri Mahasaya ay madalas magsabi, na "Ang pagpapatakbo ng pinong mga batas na hindi nalalaman ng karamihan ng mga tao ay hindi dapat pag-usapan sa publiko o ilathala nang walang karampatang pagtatangi." Kung sa mga pahinang ito lumalabas na hinahamak ko ang kanyang babalang mga salita, ito ay sapagkat binigyan niya ako ng panloob na muling pagtiyak. Gayunman, sa pagtatala ko ng mga buhay ni Babaji, ni Lahiri Mahasaya, at ni Sri Yukteswar, napag-isipan kong mas mabuting huwag isama ang mga ibang mahimalang mga salaysay. Hindi ko halos kayang isama sila na hindi ko rin isusulat, ang dami ng pagpapaliwanag ng mga malabong pilosopiya.

Bilang isang ama-ng-tahanang yogi, si Lahiri Mahasaya ay nagdala ng isang mapakikinabangang mensahe na angkop sa pangangailangan ng daigdig ngayon. Ang pinakamagaling na pangkabuhayan at relihiyosong kondisyon ng sinaunang India ay wala na. Ang dakilang maestro kung ganoon, ay hindi pinasigla ang lumang huwaran ng isang yogi bilang isang pagala-galang asetiko na may isang mangkok sa pagpapalimos. Binigyang-diin niya ang kabutihan para sa isang yogi ng paghahanap ng sariling ikabubuhay, at huwag umasa ng suporta sa isang naghihirap na lipunan, at ang pagsasanay ng yoga nang sarilinan sa kanyang tahanan. Sa ganitong mga payo, idinagdag ni Lahiri Mahasaya ang nakasisiyang lakas ng kanyang sariling halimbawa. Siya ay makabagong "pinasimpleng" modelo ng isang yogi. Ang paraan ng kanyang pamumuhay, ayon sa plano ni Babaji, ay nilalayon na maging isang patnubay sa mga naghahangad na maging yogi sa lahat ng bahagi ng mundo.

Bagong pag-asa para sa mga bagong tao! "Dibinong pagkakaisa," ang pahayag ng *Yogavatar*, "ay maaaring mangyari sa pamamagitan ng sariling-sikap, at ito ay hindi umaasa sa teolohikal na mga paniniwala o sa sariling kagustuhan ng isang Kosmikong Diktador."

Sa pamamagitan ng paggamit ng susi ng *Kriya*, ang mga taong hindi kayang paniwalaan ang pagkadibino ng alinmang tao ay mapagmamasdan sa wakas ang ganap na pagkadibino ng kani-kanilang mga sarili.

Ang Pagmamalasakit ni Babaji sa Kanluran

"Maestro, nagkita na ba kayo ni Babaji?"

Ito ay isang payapang gabi ng tag-araw sa Serampore; ang malalaking bituin ng tropiko ay kumikislap sa itaas ng aming mga ulo habang ako ay nakaupo sa tabi ni Sri Yukteswar sa ikalawang palapag ng balkonahe ng hermitage.

"Oo," si Maestro ay napangiti sa aking tuwirang pagtatanong; ang kanyang mga mata ay nagliwanag sa paggalang. "Tatlong ulit akong nabiyayaan na makita ang walang kamatayang guru. Ang unang pagkikita namin ay sa Allahabad, sa isang *Kumbha Mela.*

Ang mga relihiyosong perya na isinasagawa mula pa noong hindi na maalaalang mga panahon ay kilala sa tawag na *Kumbha Mela.* Napanatili nila na palagi sa paningin ng karamihan ang layuning espirituwal. Ang mga debotong Hindu ay nagtitipon sa bilang na milyon-milyon tuwing ika-labindalawang taon upang makipagkita sa libu-libong mga sadhu, yogi, swami, at iba't ibang uri ng mga asetiko. Ang karamihan ay mga ermitanyong hindi kailanman iniwan ang kanilang tagong kinaroroonan maliban sa pagdalo sa *melas** at doon ay magbigay ng mga biyaya sa makamundong mga lalaki at babae.

"Hindi ako isang swami noong panahong nagkita kami ni Babaji," ang patuloy ni Sri Yukteswar. "Ngunit ako ay nakatanggap na ng inisasyong *Kriya* mula kay Lahiri Mahasaya. Binigyan niya ako ng lakas ng loob na dumalo sa *mela na* magtitipun-tipon noong Enero1894 sa Allahabad. Ito ay aking unang karanasan ng isang *kumbha.* Ako ay bahagyang natuliro sa kaingayan at daluyong ng maraming mga tao. Ako ay nagpalinga-linga sa paligid na naghahanap, ngunit wala akong nakitang naliwanagang mukha ng isang maestro. Pagdaan ko sa isang tulay sa pampang ng ilog Ganges, napansin ko ang isang kakilalang nakatayo sa malapit, hawak ang mangkok sa pagpapalimos.

---

* Tingnan ang ph. 479 n.

'"Naku, ang pagtitipong ito ay walang halaga kundi isang ma-
gulong ingay at mga nagpapalimos,' ang naisip kong naguguluhan.
"Hindi kaya kung ang mga siyentipiko sa Kanluran, na matiyagang
pinalalalawak ang daigdig ng karunugan para sa kabutihan ng sangka-
tauhan, ay mas nakatutuwa sa Diyos kaysa sa mga ito na walang
magawa, na nagpapahayag ng pagka-relihiyoso ngunit nakatuon ang
pansin sa mga limos.'

"Ang nag-iinit kong paglalarawan sa pagbabago ng lipunan ay
nagambala ng tinig ng isang mataas na *sannyasi* na tumigil sa harap
ko.

"'Ginoo,' ang sabi niya, 'isang banal ang tumatawag sa inyo.'

"'Sino siya?'

"'Halikayo at tingnan ninyo.'

Nag-aatubiling sumunod sa ganitong mga kaunting salitang
payo, di nagtagal nakita ko ang aking sarili na malapit sa isang puno
na ang mga sanga ay nililililiman ang isang guru na may kasamang
makatawag-pansing pangkat ng mga disipulo. Ang maestro, isang
nagliliwanag na hindi karaniwang anyo at may nagniningning na
maitim na mga mata, ay tumindig sa aking paglapit at niyakap ako.

"'Maligayang bati Swamiji,' ang sabi niyang mapagmahal.

"'Ginoo,' ang mariin kong sagot, 'ako ay *hindi* isang swami.'

"'Ang mga ibinibigay sa akin ng dibinong kautusan upang
igawad ang titulong *swami*, ay hindi na kailanman bumibitaw.'
Kinausap ako ng simple ng banal ngunit isang malalim na katoto-
hanan ang tumunog sa kanyang mga salita; ako ay biglang hinigop
ng alon ng biyayang espirituwal. Napangiti ako sa aking biglang
pag-angat sa matandang monastikong samahan,* ako ay yumuko
sa paanan ng maliwanag na dakila at mala-anghel na nilalang sa
kaanyuan ng tao na sa ngayon ay pinarangalan ako.

"Hinudyatan ako ni Babaji—sapagkat siya nga iyon—na maupo
sa isang upuan na malapit sa kanya sa ilalim ng puno. Siya ay
malakas at bata at kamukha ni Lahiri Mahasaya; ganoon pa man
ang pagkawangis ay hindi ko napuna kahit na madalas kong mari-
nig ang pambihirang pagkakapareho ng kaanyuan ng dalawang mga
maestro. Si Babaji ay nagtataglay ng kapangyarihan na pigilin ang
anumang partikular na iniisip mula sa utak ng tao. Maliwanag na
ang dakilang guru ay nais na maging ganap na ganap na natural ang
aking pag-uugali sa kanyang harapan, at hindi labis ang paghanga
sa pagka-alam, ng kanyang tunay na katauhan.

---

* Nang kalaunan ay pormal na tinanggap ng *Mahant* (pangulo ng monasteryo) si Sri
Yukteswar sa Swami Order ng Buddh Gaya sa Bihar.

"'Ano ang iyong palagay sa *Kumbha Mela*?"

"'Ako ay lubhang nabigo, ginoo,' ang sabi ko, ngunit dagling idinagdag, 'hanggang sa oras na nakita ko kayo. Kahit paano ang mga banal at itong kaguluhan ay tila hindi dapat magkasama.

"'Anak,'ang sabi ng maestro, kahit na maliwanag na halos doble ang katandaan ko sa kanya, 'para sa pagkukulang ng marami, huwag mong husgahan ang kabuuan. Lahat ng bagay sa mundo ay iba't ibang pag-uugali, katulad ng pinagsamang buhangin at asukal. Maging katulad ka ng matalinong langgam na sinasamsam lamang ang asukal, at iniiwan ang buhangin na hindi nagagalaw. Kahit na maraming pantas dito ang gumagala sa pagkakalinlang, gayunman, ang *mela* ay pinabanal ng ilang taong may pagkatanto sa Diyos.'

"Alang-alang sa aking sariling pagkikita dito sa mataas na maestro, ako ay madaling sumang-ayon sa kanya.

"'Ginoo,' ang puna ko, 'matagal na akong nag-iisip tungkol sa mga nangungunang siyentipiko sa Kanluran na higit na mas mataas ang katalinuhan kaysa sa karamihan ng mga taong nagkakaipon dito, nabubuhay sa malayong Europa at Amerika, nagpapahayag ng magkakaibang paniniwala, at mangmang sa tunay na halaga ng *melas* na tulad ng sa kasalukuyan. Sila ang mga taong maaaring higit na mabibiyayaan sa pakikipagtagpo sa mga maestro ng India. Ngunit, bagama't mataas ang narating sa karunungan, maraming taga-Kanluran ang nakikiisa sa sukdulang materyalismo. Ang iba, na tanyag sa siyensya at pilosopiya, ay hindi nakakikilala sa tunay na pagkakaisa ng relihiyon. Ang kanilang paniniwala ay nagsisilbing hindi mabuwag na mga hadlang na nagbabantang ilayo sila sa atin magpakailanman.'

"'Nakita kong ikaw ay may pagtingin sa Kanluran, na katulad ng sa Silangan.' Ang mukha ni Babaji ay nagliwanag sa pagsang-ayon. 'Naramdaman ko ang matinding kirot ng iyong puso, sapat ang kalawakan nito para sa lahat ng tao. Iyon ang dahilan kung kaya ikaw ay aking pinapunta dito.

"'Ang Silangan at Kanluran ay dapat magtatag ng isang ginintuang pang-gitnang landas nang magkasamang paggawa at kabanalan,' pagpapatuloy niya. "Maraming malalaman ang India mula sa Kanluran sa pang-materyal na kaunlaran; bilang balik, ang India ay maaring magturo ng mga paraang pandaigdig na maaaring maging batayan ng Kanluran sa kanyang relihiyosong paniniwala sa hindi mayayanig na simulain ng siyensia ng yoga.

"'Ikaw Swamiji, ay may bahaging gagampanan sa darating na maayos na kasunduang palitan sa pagitan ng Oriente at Oksidente.

Ilang taon mula ngayon, ako ay may ipadadala sa iyong disipulo na maari mong sanayin sa pagpapalaganap ng yoga sa Kanluran. Ang bibrasyon doon ng maraming kaluluwang naghahanap ng mga karunungang pang-espirituwal ay dumarating na tila baha sa akin. Ako ay nakakahiwatig ng maaaring maging mga banal sa Amerika at sa Europa, na naghihintay na gisingin.'"

Sa puntong ito ng kanyang salaysay, ang paningin ni Sri Yukteswar ay ibinaling nang buo sa akin.

"Aking anak," ang sabi niya na nakangiti sa kaliwanagan ng buwan, "ikaw ang disipulo na, maraming taon na ang nagdaan, ay ipinangako ni Babaji na ipadadala sa akin."

Ako ay nasisiyahang malaman na si Babaji ang gumabay sa aking mga hakbang patungo kay Sri Yukteswar, bagama't naging mahirap para sa akin na ilarawan ang aking sarili sa napakalayong Kanluran, malayo sa pinakamamahal kong guru at ang simpleng kapayapaan ng hermitage.

"Si Babaji ay nagsalita pagkatapos tungkol sa Bhagavad Gita," ang patuloy ni Sri Yukteswar. "Sa aking pagtataka, ipinahiwatig niya sa ilang pananalita ng papuri na batid niyang nakapagsulat ako ng pakahulugan ng ilang kabanata ng Gita.

"'Sa aking kahilingan, Swamiji, maari bang magsagawa ka ng isa pang gawain,' ang hiling ng dakilang maestro. Maaari bang magsulat ka ng maikling aklat tungkol sa natatagong ugnayan sa pagitan ng Kristiyano at Hindung kasulatan? Ang kanilang pangunahing pagkakaisa ay kasalukuyang lumabo dahil sa pagkakaiba ng mga sekta. Ipakita mo sa magkakahalintulad na batayan na ang mga naliwanagang anak ng Diyos ay nagpahayag ng iisang mga katotohanan.'

"'Maharaj,'* ang sagot kong nangingimi, 'anong isang kautusan! Maaari ko kaya itong maisakatuparan?'

"Si Babaji ay marahang nagtawa. 'Aking anak, bakit ka nag-aalinlangan?' ang sabi niyang muling nagbibigay katiyakan. 'Sa katotohanan, Kaninong gawain ang lahat ng ito, at Sino ang Taga-gawa ng lahat ng pagkilos? Kung anuman ang ipinag-utos ng Panginoon na sabihin ko ay nauukol na mangyayari bilang katotohanan.'

"Ipinapalagay kong ako ay nagkaroon ng kapangyarihan sa mga pagbasbas ng banal, at sumang-ayon ako na isulat ang aklat. Naramdaman ko ang oras nang paghihiwalay ay dumating na, bantulot akong tumayo mula sa aking madahong kinauupuan.

"'Kilala mo ba si Lahiri?' tanong ng maestro. 'Siya ay isang

---

* "Dakilang Hari"—isang titulo ng paggalang.

magiting na kaluluwa, hindi ba? Sabihin mo sa kanya ang ating pagkikita.' Siya pagkatapos ay nagbigay sa akin ng isang mensahe para kay Lahiri Mahasaya.

"Pagkatapos kong mapagkumbabang yumuko bilang pamama-alam, ang banal ay maamong ngumiti. 'Kapag ang iyong aklat ay natapos, dadalawin kita,' ang pangako niya. 'Paalam na sa ngayon.'

"Umalis ako sa Allahabad nang sumunod na araw at sumakay ng tren patungong Banaras. Pagdating ko sa tahanan ng aking guro, ibinuhos ko ang salaysay ng kamangha- manghang banal sa *Kumbha Mela.*

"'Oh, hindi mo ba siya nakilala? Ang mga mata ni Lahiri Mahasaya ay nagsasayaw sa katatawa. 'Nakikita kong hindi nga, sapagkat pinigilan ka niya. Siya ang walang katulad kong guru, ang makalangit na si Babaji!'

"'Babaji!' inulit kong hangang-hanga. 'Ang Yoging-Kristong Babaji! Ang hindi nakikita-nakikitang tagapagligtas na Babaji! Oh, kung kaya ko lang maulit ang nakaraan at minsan pang makarating sa kanyang harapan upang ipakita ang aking debosyon sa kanyang mga lotus na paa!'

"'Hindi bale,' ang pang-aamo ni Lahiri Mahasaya. 'Siya ay na-ngakong makikita ka niyang muli.'"

"'Gurudeva, hinilingan ako ng dibinong maestro na ipabatid sa iyo ang isang mensahe. "Sabihin mo kay Lahiri," ang sabi niya, "na ang inimbak na lakas para sa buhay na ito ay nauubos na; malapit nang matapos."'"

"Sa pagbigkas ko nitong misteryosong mga pananalita, ang katawan ni Lahiri Mahasaya ay nanginig na parang tinamaan ng kuryente ng kidlat. Sa isang iglap lahat sa kanyang buong katawan ay nanahimik; ang nakangiti niyang mukha ay hindi kapani-pani-walang naging istrikto. Katulad ng kahoy na estatwa, seryoso at hindi gumagalaw sa kinauupuan, ang kanyang katawan ay nawalan ng kulay. Ako ay nangamba at nalito. Kahit kailan sa aking buhay ay hindi ko nakita itong masayahing kaluluwa na nagpakita ng nakakagulat na pagkaseryoso. Ang ibang mga disipulong naroroon ay nakamasid na nag-aalala.

"Tatlong oras ang nagdaan sa katahimikan. Pagkatapos, si Lahiri Mahasaya ay bumalik sa kanyang likas na masayahing ka-lagayan, at nagsalita nang may pagmamahal sa bawat isa sa mga *chela.* Ang bawat isa ay napabuntong-hininga sa kaginhawahan.

"Napagtanto ko sa tugon ng aking maestro na ang mensahe ni Babaji ay walang salang hudyat na naunawaan ni Lahiri Mahasaya na ang kanyang katawan ay malapit nang mawalan ng nakatira. Ang kanyang kasindak-sindak na katahimikan ay nagpatunay na biglang pinigilan ng aking guru ang kanyang katauhan, pinutol ang huling lubid ng kanyang kaugnayan sa mundong materyal, at lumipad sa kanyang laging buhay na pakikiisa sa Espiritu. Ang mensahe ni Babaji ay paraan ng kanyang pagsasabing: 'Ako ay palaging sumasaiyo.'

"'Bagama't si Babaji at Lahiri Mahasaya ay alam ang lahat ng bagay, at hindi kailangang makipag-ugnayan sa isa't-isa sa pamamagitan ko o kahit sinong namamagitan, ang mga dakilang ito ay malimit nagpapakababa upang gumanap ng bahagi sa makataong dula. Paminsan-minsan, sila ay nagpapahatid ng kanilang mga hula sa pamamagitan ng mga mensahero sa pangkaraniwang paraan, pagkatapos, ang katuparan ng kanilang mga salita ay nagbibigay ng mas malaking dibinong pananampalataya sa isang malawak na sirkulo ng mga tao na nakaalam sa pahayag.

"Hindi nagtagal, umalis ako sa Banaras, at nagsimula sa gawain sa Serampore na pagtatala ng kasulatan ayon sa kahilingan ni Babaji," ang patuloy ni Sri Yukteswar. "Hindi pa nagtatagal sa pasimula ng aking gawa nang ako ay nagkaroon ng inspirasyon na bumuo ng isang tula ng pag-aalay sa walang kamatayang guru. Ang maindayog na mga talata ay umagos ng walang hirap mula sa aking pluma, kahit na kailanman sa nakaraan ay hindi pa ako nagtangkang sumulat ng tula sa Sanskrit.

"Sa katahimikan ng gabi, pinagkaabalahan ko ang paghahalintulad ng Bibliya at ang mga kasulatan ng *"Sanatan Dharma."** Binabanggit ang mga salita ng Pinagpalang Panginoong Hesus, ipinakita ko na ang kanyang mga katuruan ay iisa ang sustansiya sa mga pagpapahayag ng mga "Vedas." Sa pamamagitan ng grasya ng

---

* Literal na, "Walang hanggang relihiyon," ang pangalang ibinigay sa kasulatang Vedic. Ang *Sanatan Dharma* ay tinawag na *Hinduism* dahil itinalaga ng mga Griyego na lumusob sa hilagang-kanlurang India sa ilalim ni Alexander the Great bilang *Indoos,* o *Hindus* ang mga tao sa baybayin ng Ilog Indus. Ang salitang *Hindus,* sa dapat na turing, ay tumutukoy lamang sa mga tagasunod ng *Sanatan Dharma* o Hinduismo. Ang terminong *Indians* ay kapwa tumutukoy sa Hindu at Moslem at iba pang *nakatira* sa lupain ng India (gayundin, sa pamamagitan ng nakalilitong heograpikal na pagkakamali ni Columbus, sa mga Mongoloid na aborihinal sa America).

Ang sinaunang pangalan para sa India ay *Aryavarta,* literal na, "tirahan ng mga Aryan." Ang Sanskrit na ugat ng *arya* ay "karapat-dapat, banal, maharlika." Ang sumunod na etnolohikal na maling paggamit ng *Aryan* upang ipakahulugan hindi ang espirituwal, kundi ang pisikal, na mga katangian, ang nag-akay sa dakilang Oryentalista, na si Max Müller, na kakatwang magsabi: "Para sa akin, ang isang etnolohistang tumutukoy sa isang lahing Aryan, dugong Aryan, mata at buhok na Aryan, ay kasing-makasalanang katulad ng isang linguistika na bumabanggit ng isang dolichocephalic na diksiyonaryo o gramatikang brachycephalic."

aking *paramguru*,* ang aking aklat, ang *"The Holy Science"*,† ay natapos sa maikling panahon.

"Kinaumagahan pagkatapos kong bigyan ng katuparan ang aking pagsisikap sa literatura," patuloy ni Maestro," nagpunta ako sa Rai Ghat upang maligo sa Ganges. Ang *Ghat* ay walang katao-tao, nakatayo akong walang tinag nang ilang sandali, nasisiyahan sa maaraw na katahimikan. Pagkatapos kong maglubog sa maningning na tubig, nagsimula na akong maglakad pauwi. Ang tanging tunog sa katahimikan ay ang galaw ng basa kong kasuotan na nababad sa Ganges, na lumalagaslas sa aking bawat hakbang. Habang ako ay nagdaraan sa malaking puno ng banyan malapit sa pampang, isang malakas na udyok ang nagpumilit sa akin upang lumingon.

Naroroon sa ilalim ng banyan, napapaligiran ng ilang disipulo ay nakaupo ang dakilang Babaji!

"Maligayang bati Swamiji! Ang magandng tinig ng maestro ay tumunog upang bigyan ako ng katiyakan na hindi ako nangangarap. 'Nakita ko na ikaw ay matagumpay na nakatapos sa pagsusulat ng iyong aklat. Katulad ng aking naipangako, ako ay naririto upang pasalamatan ka.'

"May mabilis na pintig ng puso, ako ay lubos na nagpatirapa sa kanyang paanan. 'Guru ng aking guru,' ang sabi kong nagsusumamo, 'maari bang parangalan ninyo at ng inyong mga disipulo ang aking malapit na tahanan ng inyong presensya?'

"Ang kataas-taasang guru ay nakangiting tumanggi, 'Hindi, anak,' ang sabi niya, 'kami ay mga taong nagugustuhan ang lilim ng mga puno; ang pook na ito ay maginhawa na.'

"'Pakiusap maghintay kayo sumandali, Maestro.' Ako ay tuminging nakikiusap sa kanya. 'Babalik ako kaagad na may dalang espesyal na minatamis.'‡

"Nang ako ay bumalik pagkaraan ng ilang minuto na may dalang isang bandehado ng mga kakanin, ang mataas na puno ng banyan ay hindi na nilulukuban ang makalangit na tropa. Ako ay naghanap sa paligid ng *ghat*, ngunit sa aking puso batid kong ang maliit na pangkat ay nakalipad na sa kanilang makalangit na mga pakpak.

---

* Ang salitang *paramguru* ay tumutukoy sa guru ng isang guru. Kaya si Babaji, na *guru* ni Lahiri Mahasaya, ay ang *paramguru* ni Sri Yukteswar.

   Si Mahavatar Babaji ay ang pinakamataas na guru sa linyang Indian ng mga maestro na nag-aako ng tungkulin para sa kabutihang espirituwal ng lahat ng miyembro ng SRF-YSS na tapat na nagsasagawa ng *KriyaYoga*.

† Inilathala na ngayon ng Self-Realization Fellowship, sa Los Angeles, California.

‡ Itinuturing na kawalan ng paggalang ang hindi pagbibigay ng pagkain o inumin sa guru.

"Ako ay nagdamdam ng malalim. 'Kahit na kami ay magkitang muli, hindi ako makikipag-usap kay Babaji,' ang sabi ko sa sarili ko. 'Siya ay walang awang iniwan akong bigla. Ito ay isang tampo ng pag-mamahal, ganoon lang, at wala ng iba. Pagkatapos ng ilang buwan, ako ay dumalaw kay Lahiri Mahasaya sa Banaras. Habang ako ay papasok sa kanyang sala, ang aking guru ay ngimiti ng pagbati.

"'Maligayang pagdating Yukteswar', ang sabi niya. 'Nagkita na ba kayo ni Babaji sa pintuan ng aking silid?'

"'Aba, hindi po,' ang namangha kong kasagutan.

"'Halika rito,' tinapik akong marahan sa noo ni Lahiri Maha-saya; sa isang iglap natunghayan ko, malapit sa pinto, ang anyo ni Babaji, sumisibol na parang ganap na bulaklak ng lotus.

"Naalala ko ang nagdaang pagdaramdam, at ako ay hindi yu-muko. Si Lahiri Mahasaya ay tumingin sa aking may pagtataka.

"Ang dibinong guru ay nakatitig sa akin nang malalim. 'Ikaw ay nagtatampo sa akin.'

"'Ginoo, bakit po hindi?' ang sagot ko. 'Mula sa hangin duma-ting kayo na kasama ang mahiwaga ninyong grupo, at sa hangin kayo rin ay nawala.'

"'Ang sabi ko ay makikipagkita ako sa iyo, ngunit hindi ko si-nabi kung gaano ako katagal.' Si Babaji ay marahang nagtawa.'Ikaw ay puno ng katuwaan. Tinitiyak ko sa iyo na muntik na akong ma-pawi sa eter sa bugso ng hangin nang iyong pagkabalisa.'

"Ako ay biglang nasiyahan sa ganitong hindi nakakabigay-pu-ring paliwanag. Lumuhod ako sa kanyang paanan; tinapik akong marahan sa balikat ng pinakamataas na guru.

"'Anak, dapat dagdagan mo ang iyong meditasyon,' ang sabi niya. 'Ang iyong titig ay hindi pa perpekto—hindi mo ako nakiki-tang nagtatago sa likod ng sikat ng araw.' Sa ganitong mga salita, sa isang tinig na tulad ng maka-langit na plauta, si Babaji ay nawala sa natatagong liwanag.

"Iyon ay isa sa aking mga huling pagdalaw sa Banaras upang makita ang aking guru," ang pagtatapos ni Sri Yukteswar. "Katulad ng hula ni Babaji sa *Kumbha Mela*, ang pagiging ama ng tahanang pagkabuhay ni Lahiri Mahasaya ay dumarating na sa katapusan. Sa panahon ng tag-araw noong taong 1895, ang kanyang matipunong katawan ay tinubuan ng maliit na pigsa sa likod. Siya ay tumutol na ito ay tusukin; pinagdurusahan niya sa kanyang laman ang ma-samang karma ng ilan sa kanyang mga disipulo. Sa bandang huli, may ilang mga disipulo ang naging mapilit; ang maestro ay sumagot na may pagka-misteryoso:

"'Ang katawan ay kailangang maghanap ng dahilan upang lumisan; ako ay sumasang-ayon sa anumang ibig ninyong gawin.'

"Pagkatapos ng maikling panahon, iniwan ng walang kapantay na guru ang kanyang katawan sa Banaras. Hindi ko na siya kailangang hanapin sa kanyang maliit na sala; nakikita kong bawat araw ng aking buhay ay nabibiyayaan ng kanyang nasa lahat-ng- dakong pagpapatnubay."

Ilang taon pagkatapos, mula sa labi ni Keshabananda,* isang mataas na antas na disipulo, nakarinig ako ng maraming kamangha-manghang mga detalye tungkol sa pagpanaw ni Lahiri Mahasaya.

"Ilang araw bago iwanan ng aking guru ang kanyang katawan," ang sabi ni Keshabananda sa akin, "nagpakita siya sa harap ko habang ako ay nakaupo sa aking hermitage sa Hardwar.

"'Pumunta ka kaagad sa Banaras.' Sa mga salitang ito si Lahiri Mahasaya ay nawala.

"Ako ay nagmamadling sumakay ng tren papuntang Banaras. Sa tahanan ng aking guru, natagpuan ko ang maraming disipulong nagkakatipon. Sa loob ng maraming oras sa araw na iyon† ang maestro ay nagpaliwanag tungkol sa Gita; pagkatapos kinausap niya kami nang tuwiran.

"'Ako ay uuwi na.'

"Ang aming mga pagtangis ay sumabog na tulad ng hindi mapigilang agos.

"'Magdiwang kayo; ako ay mabubuhay muli.' Pagkatapos nitong kanyang mga salita, si Lahiri Mahasaya ay tumayo sa kanyang kinauupuan, tatlong ulit inikot ang katawan sa isang sirkulo, lumagay sa posisyong pa-lotus habang nakaharap pahilaga at maluwalhating pumasok sa *mahasamadhi*.‡

"Ang napakagandang katawan ni Lahiri Mahasaya, na pinakamamahal ng kanyang mga deboto, ay sinunog sa pormal na ritwal ng pagiging ama ng tahanan sa *Manikarnika ghat* sa tabi ng banal na Ganges," patuloy ni Keshabananda. "Nang sumunod na araw, alas diyes ng umaga, samantalang ako ay naroroon pa sa Banaras, ang aking silid

---

* Ang pagdalaw ko sa ashram ni Keshabananda ay inilalarawan sa ph. 346-48.

† Ika-26 ng Setyembre, 1895, ang petsa ng pag-iwan ni Lahiri Mahasaya sa kanyang katawan. Sa ilang araw pa sana, narating niya ang ika-animnapu't pitong kaarawan.

‡ Ang pangatlong ulit na paikutin ang katawan, at pagkatapos ay haharap sa hilaga, ay bahagi ng isang Vedic na rituwal na ginagawa ng mga maestro na una nang nakakaalam kung kelan tutunog ang panghuling oras para sa pisikal na katawan. Ang huling meditasyon, kung saan isasanib ng maestro ang kanyang sarili sa Kosmikong *Aum*, ay tinatawag na *maha*, o dakilang, *samadhi*.

ay napuno ng malaking liwanag. Masdan! Sa harap ko ay nakatayo ang laman at dugong anyo ni Lahiri Mahasaya. Kamukhang-kamukha ito ng kanyang lumang katawan, subalit ito ay tila mas bata at mas maningning. Kinausap ako ng aking dibinong guru.

"'Keshabananda,' wika niya, 'ako ito. Mula sa naabong atomo ng aking sinunog na katawan, muli kong binuhay ang aking binagong anyo. Ang aking gawain bilang ama ng tahanan sa mundo ay tapos na; ngunit hindi ako aalis sa mundo nang lubusan. Mula ngayon ako ay gugugol ng ilang panahon kapiling ni Babaji sa Himalayas, at kapiling ni Babaji sa kosmos.'

"Pagkatapos ng ilang mga salita ng pagbabasbas sa akin, ang nakahihigit na maestro ay nawala. Kamangha-manghang pampasigla ang pumuno sa aking puso; ako ay napuspos ng Espiritu na tulad ng mga disipulo ni Kristo at ni Kabir* na nakita ang kanilang buhay na guru pagkatapos ng kamatayan ng kanilang katawan.

"Nang ako ay bumalik sa aking liblib sa hermitage sa Hardwar," pagpapatuloy ni Keshabananda, "dinala ko ang isang bahagi ng sagradong abo ni Lahiri Mahasaya. Alam kong nakawala na siya sa makitid na pansamantalang kulungan; ang ibon na nasa-lahat-ng-dako ay nakawala. Gayunman, kasiyahan ng aking puso na idambana ang kanyang banal na abo."

Isa pang disipulo na nabiyayaan ng pagkakita sa nabuhay na muling guru ay ang banal na Panchanon Bhattacharya.† Dinalaw

---

* Si Kabir ay isang dakilang santo ng ika-16 siglo na ang malaking bilang ng tagasunod ay kasama ang mga Hindu at Moslem. Sa panahon ng kamatayan ni Kabir nag-away-away ang mga disipulo sa paraan ng pagsasagawa ng mga seremonya ng kamatayan. Ang nayamot na maestro ay gumising mula sa kanyang huling tulog, at nagbigay ng mga utos. "Kalahati ng aking mga labi ay kailangang ibaon ayon sa mga ritwal ng Moslem," sabi niya. "Hayaang ang kalahati ay sunugin ayon sa sakramentong Hindu." At siya ay naglaho. Nang tanggalin ng mga disipulo ang tabing na bumalot sa kanyang katawan, walang natagpuan kundi isang kumpol ng magagandang bulaklak. Ang kalahati nito ay masunuring ibinaon, sa Maghar, ng mga Moslem, na iginagalang hanggang ngayon sa kanyang dambana. Ang naiwang kalahati ay sinunog alinsunod sa mga seremonyang Hindu sa Banaras. Isang templo, ang *Kabir Cheura*, ang itinayo sa lugar at nang-aakit ng napakalalaking bilang ng mga peregrino.

Sa kanyang kabataan nilapitan si Kabir ng dalawang disipulong nangailangan ng detalyadong intelektuwal na pag-aakay sa mistikong daan. Payak na sumagot ang maestro:

> Ipinapakahulugan ng daan ang layo;
> Kung Siya ay nasa malapit, hindi ninyo kailangan ang daan.
> Ang totoo, ako ay napapangiti
> Na makarinig ng isang isdang nasa tubig na nauuhaw!

† Tingnan ang ph. 389. Nagtayo si Panchanon ng isang templo para kay Shiva sa isang 17 akreng hardin sa Deoghar, sa Bihar, kung saan nakadambana ang isang ipinintang larawan ni Lahiri Mahasaya. (*Tala ng Tagapaglathala*)

ko siya sa kanyang tahanan sa Calcutta at natutuwang nakinig sa salaysay ng kanyang maraming taon na kapiling ang maestro. Sa pagtatapos, sinabi niya sa akin ang pinaka-kagila-gilalas na pangya-yari sa kanyang buhay.

"Dito sa Calcutta," ang sabi ni Panchanon, "alas diyes ng umaga, isang araw pagkatapos ng pagsunog sa kanyang katawan, si Lahiri Mahasaya ay nagpakita sa harap ko na buhay sa kaluwalhatian."

Si Swami Pranabananda, ang "banal na may dalawang ka-tawan", ay ipinagtapat din ang detalye ng kanyang pansariling panlangit na karanasan. Sa panahon ng kanyang pagdalaw sa aking paaralan sa Ranchi, sinabi sa akin ni Pranabananda:

"Ilang araw bago iwanan ni Lahiri Mahasaya ang kanyang katawan, nakatanggap ako mula sa kanya ng isang liham na hu-mihiling sa akin na pumunta kaagad sa Banaras. Ngunit hindi ko naiwasang naantala, at hindi ako nakaalis kaagad. Habang ako ay naghahanda sa pag-alis patungo sa Banaras, mga alas diyes ng umaga, ako ay biglang napuno ng kagalakan na makita sa aking silid ang kumikinang na anyo ng aking guru.

"'Bakit ka magmamadaling pumunta sa Banaras?' Ang sabi ni Lahiri Mahasaya na nakangiti. 'Hindi mo na ako makikita doon.'

"Nang mawari ko ang kahulugan ng kanyang mga salita ay na-paiyak akong wasak ang puso, sa pag-aakalang nakikita ko lamang siya sa isang pangitain.

"Ang maestro ay lumapit sa akin at ako ay kanyang inaliw. 'Halika, hipuin mo ang aking laman,' ang sabi niya. 'Ako ay buhay, tulad ng dati. Huwag kang magdalamhati, hindi ba ako ay kapiling mo magpakailanman?'"

Mula sa labi nitong tatlong dakilang mga disipulo, isang sa-laysay ng kagila-gilalas na katotohanan ang lumabas: Sa oras na alas-diyes ng umaga, isang araw matapos italaga sa apoy ang ka-tawan ni Lahiri Mahasaya, ang nabuhay na muling maestro, sa isang tunay ngunit nagbagong katawan ay nagpakita sa harap ng tatlong disipulo na bawat isa ay nasa ibang siyudad.

"Kaya nga kapag itong nabubulok ay nagpalit ng hindi nabu-bulok, at itong namamatay ay nagpalit ng hindi namamatay, kung ganoon ay magkakaroon ng katibayan ang kasabihang nasusulat, ang kamatayan ay nilamon ng tagumpay. O kamatayan, nasaan ang iyong bagsik? O libingan, nasaan ang iyong tagumpay?"*

---

* I Corinto 15:54-55. "Bakit hindi mapaniwalaan ng mga naririto na maaaring muling buhayin ng Diyos ang mga patay?"—Gawa 26:8.

Pupunta Ako sa Amerika

"Amerika! Siguradong ang mga taong ito ay mga Amerikano! Ito ang iniisip ko samantalang ang tanawin ng mga Kanluraning* mukha ay nagdadaan sa aking panloob na paningin.

Nawiwili sa meditasyon, ako ay nakaupo sa likod ng mga maalikabok na kahon sa bodega ng paaralan sa Ranchi.† Ang isang pribadong lugar ay mahirap makita noong abalang mga taon na kapiling ko ang mga kabataan!

Ang pangitain ay nagpatuloy; napakaraming mga tao na nakatitig nang walang puknat sa akin, ay dumaan na parang mga gumaganap sa dulaan ng kamalayan.

Ang pintuan ng bodega ay nabuksan; tulad ng dati, natagpuan ng isa sa mga kabataan ang aking pook-taguan.

"Halika dito, Bimal," ang masaya kong tawag. "Mayroon akong ibabalita sa iyo: Tinatawag ako ng Panginoon sa Amerika!"

"Sa Amerika?" inulit ng bata ang aking mga salita sa tonong ipinapahiwatig na ako ay nagsabi nang, "sa buwan."

"Oo! Ako ay aalis upang tuklasin ang Amerika, tulad ni Columbus. Akala niya ay natuklasan niya ang India; tiyak na may kaugnayan na karma ang dalawang lupaing ito!"

Si Bimal ay nagtatakbong papalayo; di nagtagal, naibalita na ito ng may dalawang paang pahayagan sa buong paaralan.

Tinawag ko ang naguguluhang mga guru at ipinagkaloob ko sa kanila ang pamamahala ng paaralan.

"Ako ay umaasang pananatilihin ninyong nangunguna ang huwarang edukasyon ng yoga ni Lahiri Mahasaya, ang sabi ko. "Ako ay madalas na liliham sa inyo, at kung ipahihintulot ng Diyos, balang araw ako ay babalik."

Nangilid ang luha sa aking mga mata habang tiningnan ko sa

---

* Mula noon, marami sa mga mukhang iyon ay nakita ko na sa Kanluran, at daglian kong nakilala.

† Noong taong 1995 bilang tanda ng ika-pitumpu't-limang anibersaryo ng pagdating ni Paramahansa Yogananda sa Amerika, isang magandang Smriti Mandir (templo ng alaala) ang inihandog sa lugar ng dating bodega sa Ranchi kung saan nagkaroon ng pangitain si Paramahansaji. (*Tala ng Tagapaglathala*)

huling pagkakataon ang mga maliliit na batang lalaki at ang maaraw na lupain ng Ranchi. Alam ko na isang tiyak na panahon ng aking buhay ay sarado na ngayon; mula ngayon, ako ay maninirahan sa malalayong lupain. Ako ay sumakay ng tren patungong Calcutta ilang oras pagkatapos ng aking pangitain. Nang sumunod na araw, ako ay nakatanggap ng paanyaya upang magsilbi bilang kinatawan mula India sa isang *International Congress of Religious Liberals* sa Amerika. Ito ay magtitipon noong taong iyon sa Boston, sa ilalim ng pagtatangkilik ng *American Unitarian Association.*

Uminog ang aking ulo, kaya hinanap ko si Sri Yukteswar sa Serampore.

"Guruji, ako ay inaanyayahan upang magtalumpati sa isang relihiyosong kongreso sa Amerika. Pupunta ba ako?"

"Lahat ng mga pintuan ay bukas para sa iyo," ang simpleng sagot ni maestro. "Ngayon na, o hindi kailanman."

"Ngunit Ginoo," ang sagot kong may pangamba, "Anong malay ko sa pagsasalita sa publiko? Ako ay bihirang magbigay ng isang panayam, at kailanman ay hindi sa English."

"English, o hindi English, ang iyong mga salita tungkol sa yoga ay pakikinggan sa Kanluran."

Natawa ako. "Kung ganoon, mahal na Guruji, parang hindi ko maisip na ang mga Amerikano ay matuto ng salitang Bengali! Maari po bang basbasan ninyo ako upang mapagtagumpayan ko ang mga balakid ng mga salitang English."*

Nang ibinalita ko ang aking mga plano kay ama, siya ay mistulang natigilan. Para sa kanya, ang Amerika ay tila masyadong napakalayo; natakot siya na baka hindi na niya ako makitang muli.

"Paano ka makakaalis?" ang tanong niyang may katigasan. "Sino ang magtutustos sa iyo?" Katulad ng mapagmahal niyang pagsusustento sa mga gastusin ng aking pag-aaral at ng buong buhay, walang dudang inaasahan niya na ang kanyang katanungan ay magiging dahilan ng nakakahiyang pagtigil ng aking mga plano.

"Ang Panginoon ay tiyak magtutustos sa akin." Habang sinasabi ko ang ganitong kasagutan, nagunita ko ang isang katulad na tugon na ibinigay ko sa aking kapatid na si Ananta sa Agra mahabang panahon na ang lumipas. Walang masyadong maraming pagkukunwari, idinagdag ko, "Ama, marahil ay ilalagay ng Diyos sa iyong isip na tulungan ako."

"Hindi, kailanman!" Siya ay sumulyap sa akin na naaawa.

Kaya ako ay nagulat nang si ama ay nag-abot sa akin, noong

---

* Si Sri Yukteswar at ako ay karaniwang nag-uusap sa Bengali.

sumunod na araw, ng isang tseke na naglalaman ng isang malaking halaga.

"Ako ay nagbibigay sa iyo ng salaping ito," ang sabi niya, "hindi sa aking tungkulin bilang isang ama, kundi bilang isang matapat na disipulo ni Lahiri Mahasaya. Humayo ka kung ganoon doon sa malayong Kanlurang lupain; ipamahagi mo doon ang walang doktrinang katuruan ng *Kriya Yoga.*"

Lubhang naapektuhan ang aking damdamin sa hindi maramot na kalooban ni ama at napakadali niyang naisantabi ang kanyang pansariling mga kagustuhan. Ang makatarungang pang-unawa ay dumating sa kanya nang nakaraang gabi na hindi pangkaraniwang pagnanais para sa paglalakbay sa ibang lupain ang nag-udyok sa aking mga plano.

"Marahil, hindi na tayo magkikitang muli sa buhay na ito." Si ama, na animnapu't-pitong taong gulang na noong panahong iyon ay malungkot na nagsalita.

Isang base sa intuwisyon na paniniwala ang naramdaman ko, kaya ako'y maagap na sumagot ng, "Siguradong pagsasamahin tayo minsan pa ng Panginoon."

Habang ako ay abala sa paghahanda upang iwanan si Maestro at ang aking tinubuang lupa patungo sa hindi ko kilalang dalampasigan ng Amerika, ako ay nakaranas ng hindi kakaunting pangamba. Ako ay nakarinig ng maraming kuwento tungkol sa "materyalistikong kanluran"—isang lupaing lubhang naiiba kaysa sa India, na babad sa maraming siglong aura ng mga banal.

"Upang hamunin ang hangin ng Kanluran," naisip ko, "ang isang gurong Oriental ay dapat maging matibay na higit sa pagsubok ng kahit anong ginaw sa Himalayas!"

Isang madaling araw, ako ay nagsimulang manalangin na may matibay na hangaring magpatuloy, kahit na mamatay akong nagdarasal, hanggang marinig ko ang tinig ng Diyos. Kinakailangan ko ang kanyang pagpapala at katiyakan na hindi ako mawawala sa mga ulap ng makabagong utilitaryanismo. Ang puso ko ay nakahanda nang pumunta sa Amerika, ngunit higit na mas malakas ang paninindigan na marinig ko ang bigay-ginhawa ng dibinong pahintulot.

Ako ay nanalangin at nanalangin, na pinahihina ang aking mga hikbi. Walang sagot na dumating. Pagdating ng tanghali, nakarating ako sa sukdulan; ang aking ulo ay umiikot sa tindi ng aking paghihirap. Sa pakiramdam ko, kung ako ay minsan pang mananangis at dadagdagan pa ang lalim ng aking panloob na masimbuyong damdamin, ang utak ko ay mahahati.

Sa sandaling iyon, may kumatok sa pintuan ng aming tahanan sa Garpar Road. Pagsagot ko sa tumatawag, nakita ko ang isang kabataang lalaki na may kakaunting kasuotan ng isang tumalikod sa mundo. Pumasok siya sa bahay.

"Siya ay tiyak na si Babaji!" naisip ko, na natuliro sapagkat ang taong nasa harap ko ay kawangis ng isang batang Lahiri Mahasaya. Sinagot niya ang aking iniisip. "Oo, ako si Babaji," siya ay nagsalitang malambing sa wikang Hindi. "Narinig ng ating nasa Langit na Ama ang iyong panalangin. Pinag-utusan Niya ako upang sabihin sa iyo na sumunod ka sa payo ng iyong guru at pumunta ka sa Amerika. Huwag kang matakot; ikaw ay tiyak na pangangalagaan."

Pagkatapos ng kumikinig na sandaling paghinto, kinausap akong muli ni Babaji. "Ikaw ang aking napili upang ipakalat ang mensahe ng *Kriya Yoga* sa Kanluran. Matagal nang panahong nakilala ko ang iyong gurung si Yukteswar sa isang *Kumbha Mela;* sinabi ko sa kanya noon na ipadadala kita sa kanya upang sanayin."

Ako ay hindi nakapagsalita, nabulunan ng magkahalong paggalang, takot at paghanga sa kanyang harapan, at matinding naapektuhan ang aking damdamin na marinig mula sa kanyang mga labi na ginabayan niya ako kay Sri Yukteswar. Ako ay nagpatirapa sa harapan ng walang kamatayang guru. Magiliw niya akong iniangat. Pagkatapos niyang sabihin sa akin ang maraming bagay tungkol sa aking buhay, binigyan niya ako ng pansariling kautusan at bumigkas ng ilang lihim na mga hula.

"Ang *Kriya Yoga,* ang siyentipikong paraan ng pag-unawa sa Diyos," ang panghuli niyang salita na may kabanalan, "ay sa wakas kakalat sa lahat ng mga lupain, at tutulong sa pagkakasundo-sundo ng mga bansa sa tulong ng pansarili at nakahihigit na pang-unawa ng tao sa Walang Hanggang Ama."

Sa isang titig na may makaharing kapangyarihan, pinadaluyan ako ng maestro ng sulyap ng kanyang kosmikong kamalayan.

> Kung mayroong sumikat
> Biglaan mula sa langit
> Silahis ng isang libong mga araw
> Umaapaw sa mundo ang mga sinag na hindi inaakala,
> Kung ganun maaring iyon ay ang sa Iisang Banal
> Kamahalan at kaningningang pinangarap!" *

Sa loob ng isang maikling sandali, si Babaji ay nagsimulang

---

* Bhagavad Gita XI:12 (Salin ni Arnold)

humakbang patungo sa pintuan, ay nagsabing, "Huwag kang mag-tangkang sumunod sa akin. Hindi mo maaaring gawin iyon."

"Pakiusap Babaji, huwag kang umalis," ako ay nanangis nang paulit-ulit. "Isama mo ako!" Sumagot siya, "Hindi ngayon. Sa ibang panahon."

Nanaig ang aking damdamin, kaya ipinagwalang-bahala ko ang babala niya. Habang ako ay nagtangkang sumunod sa kanya, na-tuklasan ko na ang aking mga paa ay matatag na pumirmi sa sahig. Mula sa pintuan, si Babaji ay nagbigay sa akin ng isang panghuling sulyap ng pagmamahal. Ang aking mga mata ay nakapako sa kanya nang buong pananabik samantalang itinaas niya ang kamay sa pa-raan ng pagbebendisyon at humakbang paalis.

Makalipas ang ilang minuto, ang aking mga paa ay malaya na. Ako ay naupo at nagsimula nang malalim na meditasyon, walang patid na pagpapasalamat sa Diyos, hindi lamang sa pagsagot sa aking mga dalangin, kundi para sa biyayang ibinigay sa pagkikita namin ni Babaji. Ang aking buong katawan ay mistulang pinabanal sa pamamagitan ng paghipo ng napakatandang laging-batang ting-nan na maestro. Napakatagal nang nag-aalab ang pagnanais kong makita siya.

Hanggang ngayon, hindi ko kailanman naisalaysay kaninuman itong kuwento ng aking pagkakita kay Babaji. Itinatangi ko ito bilang pinakasagrado sa mga karanasan ng aking pagkatao, kaya itinago ko ito sa aking puso. Ngunit sumagi sa isip ko na ang mga mambabasa nitong aking sariling talambuhay ay lalong maniniwala sa katotohanan ng natatagong Babaji na may pagmamalasakit sa mundo kung isasalaysay ko na nakita ko siya sa pamamagitan ng aking dalawang mata. Ako ay tumulong sa isang pintor upang igu-hit para sa aklat na ito, ang isang tunay na larawan ng Yoging-Kristo ng makabagong India.

Sa bisperas ng aking pag-alis patungo sa Estados Unidos ako'y nasa banal na harapan ni Sri Yukteswar. "Kalimutan mo na ikaw ay ipinanganak sa mga Hindu, at huwag mong angkinin ang lahat ng mga pamamaraan ng mga Amerikano. Kunin mo ang pinakamahu-say sa dalawang lahi," ang sabi niya sa kanyang payapang paraan ng karunungan. "Maging ikaw ang totoo mong katauhan, isang anak ng Diyos. Hanapin at isama sa iyong pagkatao ang pinakamabuting katangian ng lahat ng iyong mga kapatid, na nagkalat sa ibabaw ng mundo sa iba't ibang mga lahi."

Pagkatapos, binasbasan niya ako: "Lahat nang lumapit sa iyo na may pananampalataya, na naghahanap sa Diyos ay matutulungan.

PARAMAHANSA YOGANANDA
Pasaporteng Larawan, kuha sa Calcutta, India, 1920

ANG ILAN SA MGA DELEGADO SA INTERNATIONAL CONGRESS
OF RELIGIOUS LIBERALS,
Oktubre 20, 1920, Boston, Masachussets, kung saan si Yoganandaji ay
nagbigay ng kanyang kauna-unahang talumpati sa Amerika. (*kaliwa,
pakanan*) Rev. T. R. Williams, Prof. S. Ushigasaki, Rev. Jabez T.
Sunderland, Sri Yogananda at Rev. C. W. Wendte.

Habang ikaw ay nakatingin sa kanila, ang daloy ng lakas ng espiritu
na nagmumula sa iyong mga mata ay papasok sa kanilang mga utak
at babaguhin ang kanilang pag-uugaling materyal, at gagawin silang
mas lalong may kamalayan sa Diyos." Pangiting idinagdag niya,
"Ang iyong kakayahan na mang-akit ng tapat na mga kaluluwa ay
napakabuti. Kahit saan ka magpunta, kahit sa isang kaparangan,
ikaw ay makakakita ng mga kaibigan."

Ang parehong pagbabasbas ni Sri Yukteswar ay nagkaroon ng
sapat na katuparan. Dumating akong nag-iisa sa Amerika, kung
saan ako ay wala kahit isang kaibigan; ngunit doon nakatagpo ako
ng libu-libong nakahandang tumanggap ng walang hanggang katu-
ruan ng espiritu.

Ako ay umalis sa India noong Agosto, 1920, sa barkong *The
City of Sparta,* ang unang pampasaherong barko na naglayag pa-
tungong Amerika pagkaraan ng pagtatapos ng unang Pandaigdig na
Digmaan. Ako ay nagkaroon lamang ng pagkakataong makasakay

YOGANANDAJI sa kanyang kamarote sakay sa barkong patungo sa
Alaska sa panahon ng transkontinental na pagtatalumpating paglalakbay,
1924.

pagkatapos maalis, sa paraang medyo matatawag na himala, ang
"napakaraming rekisitos" na sagabal sa pagkakaloob sa akin ng
pasaporte.

Sa panahon ng dalawang buwang paglalayag, isang kapwa pa-
sahero ang nakaalam na ako ang kinatawan ng India sa kongreso
sa Boston.

"Swami Yogananda," ang sabi niya, sa una sa maraming kakat-
wang pagbigkas, kung saan, hindi nagtagal, ay narinig ko ang pag-
tawag sa aking pangalan ng mga Amerikano, "pakiusap na bigyan
ninyo ang mga pasahero ng isang panayam sa susunod na Huwebes

SA PANAHON NG 32 TAONG PAMAMALAGI SA KANLURAN, ANG DAKILANG GURU AY NAGBIGAY NG INISASYON SA MAHIGIT NA 100,000 MAG-AARAL NG YOGA. Si Yoganandaji ay nasa entablado, nagtuturo ng klase sa Denver, Colorado, 1924. Sa daan-daang mga siyudad, siya ay nagturo sa pinakamalalaking mga klase ng YOGA sa mundo. Sa pamamagitan ng kanyang mga aklat at kanyang mga aralin para sa pag-aaral sa tahanan, at ang pagtatatag ng sentrong monastiko sa pagsasanay sa mga guru, si Paramahansa Yogananda ay binigyang katiyakan ang pagpapatuloy ng pandaigdig na misyong ipinagkaloob sa kanya ni Mahavatar Babaji.

PARAMAHANSA YOGANANDA, sa PHILHARMONIC AUDITORIUM, LOS ANGELES

Ang *Los Angeles Times*, Enero 28, 1925 ay nag-ulat: Ang Philharmonic Auditorium ay nagtanghal ng pambihirang tanawin sa libo-libong tinanggihan isang oras bago ang iniulat na pagbubukas ng isang pagtuturo sa bulwagan ng 3,000 upuang punong-punong kapasidad. Si Swami Yogananda ay ang pang-akit. Isang Hindung nagpunta sa Estados Unidos upang dalhin ang Diyos sa gitna ng isang Kristiyanong komunidad, nangangaral ng diwa ng Kristiyanong paniniwala.

Sa tulong ng mga may pusong dakilang mga mag-aaral, SI SRI YOGANANDA ay binili ang MT. WASHINGTON ESTATE noong 1925. Kahit bago matapos ang transaksiyon, siya ay nagsagawa ng unang pagtitipon-tipon, isang Easter Sunrise service, sa harapan ng malapit-ng-maging pandaigdig na Punong Tanggapan ng kanyang kapisanan.

ng gabi. Sa palagay ko, lahat tayo ay makikinabang sa isang pananalita tungkol sa 'Ang Digmaan ng Buhay at Kung Papaano Ito Labanan.'"

Naku! Natuklasan ko noong Miyerkules na ako ay kailangang makipaglaban sa digmaan ng sarili kong kalagayan sa buhay. Ako'y desperadong nagsikap isaayos ang aking mga nalalaman para sa isang panayam sa English, ngunit sa wakas, binitawan ko ang lahat nang paghahanda; ang aking mga iniisip, tulad ng mailap na batang kabayong nakatingin sa siya o upuan sa kabayo, ay tumatanggi sa kahit anong pakikipagtulungan sa alituntunin ng panitikang English. Buong pagtitiwala sa nakaraang paniniguro ni Maestro, gayunman, ako ay nagpakita sa harap ng tagapakinig ko nang Huwebes sa bulwagan ng barko. Walang kahusayang magsalita ang lumabas sa aking mga labi; walang kasalita-salita akong tumayo sa harap ng pagtitipon. Pagkatapos ng paligsahan sa pagtitiis na nagtagal ng sampung minuto, naunawaan ng mga tagapakinig ang aking suliranin at nagsimulang magtawa.

PARAMAHANSA YOGANANDA nag-aalay ng mga bulaklak sa puntod
ni George Washington, Mt. Vernon, Virginia, Pebrero 22, 1927.

Ang pangyayari ay hindi nakakatawa sa akin noong oras na
iyon; galit akong nagpadala ng tahimik na dalangin kay Maestro.

"*Kaya* mo! Magsalita ka!" Ang tinig niya ay biglang tumunog
sa aking kamalayan.

Ang aking kaisipan ay napunta kaagad sa mabuting relasyon
sa salitang English. Apatnapu't limang minuto na ang nagdaan pag-
katapos, ang mga tagapakinig ay matiyaga pa rin. Ang pananalita
ko ay nagkamit ng ilang mga paanyaya na magbigay ng panayam
pagkatapos sa harap ng iba't-ibang mga grupo sa Amerika.

Hindi ko kailanman natandaan, pagkatapos, kahit isang salita
na aking binigkas. Sa maingat na pag-uusisa, napag-alaman ko
mula sa ilang mga pasahero: "Ikaw ay nagbigay ng pampalakas-loob

PARAMAHANSA YOGANANDA SA WHITE HOUSE

Paramahansa Yogananda at Ginoong John Balfour paalis sa White House pagkatapos ng isang pagdalaw kay Presidente Calvin Coolidge, na siyang nakadungaw sa bintana.

Ang Washington Herald, Enero 25, 1927, ay nag-ulat: "Si Swami Yogananda ay...binati ng may maliwanag na kasiyahan ni Ginoong Coolidge, na nagsabing napakarami na niyang nabasa tungkol sa kanya. Ito ang unang pagkakataon sa kasaysayan ng India na ang isang Swami ay pormal na tinanggap ng isang Pangulo."

na pagtuturo sa masigla at tamang English." Sa ganitong nakakatuwang balita, ako ay buong-pusong nagpasalamat sa aking guru sa kanyang napapanahong tulong. Napag-alaman kong muli na siya ay palaging nasa piling ko, pinapawalang-halaga ang lahat ng hadlang ng panahon at kalawakan.

Paminsan-minsan, sa natitirang panahon ng paglalakbay sa karagatan, ako ay nakaranas ng kaunting kirot ng pag-aalala tungkol sa darating na pagsubok sa pagbibigay ng panayam sa English sa kongreso sa Boston.

"Panginoon," ang malalim kong dalangin, "pakiusap ko na hayaan Ninyo na ang aking tanging inspirasyon ay Kayo."

Ang *City of Sparta* ay dumaong malapit sa Boston sa huling mga araw ng Setyembre. Noong Oktubre 6, 1920, ako ay nagbigay sa kongreso ng aking kauna-unahang panayam sa Amerika. Ito ay malugod na tinanggap; napabuntong-hininga ako sa kasiyahan. Ang may magandang-kalooban na kalihim ng *American Unitarian Association* ay sumulat nang sumusunod na komentaryo sa isang nailatlahang pahayag* sa mga pangyayari sa Kongreso.

"Si Swami Yogananda, kinatawan mula sa Brahmacharya Ashram ng Ranchi, ay nagdala ng pagbati ng kanyang Samahan sa Kongresong ito. Sa isang mahusay na pagsasalita ng English at malakas na pagkakabigkas, siya ay nagbigay ng talumpati na may katangiang pang-pilosopiya tungkol sa 'The Science of Religion', na nailimbag sa anyo ng maliit na aklat para sa malawak na pamamahagi. Ang relihiyon, kanyang paliwanag, ay pandaigdig at ito ay iisa. Hindi natin maaring gawing pandaigdigan ang mga tanging kaugalian at dating nakasanayan; ngunit ang karaniwang elemento ng relihiyon ay maaaring gawing pandaigdigan at maaari nating hilingin sa lahat na sumunod at isagawa ito."

Dahil sa malaking halaga ng tsekeng ipinagkaloob ng aking ama, ako ay nagkaroon ng pagkakataong manatili sa Amerika pagkatapos ng kongreso. Tatlong masasayang mga taon ang lumipas sa abang kalagayan sa Boston. Ako ay nagbigay ng pagtuturo sa publiko, nagturo ng mga klase, at nagsulat ng isang aklat ng mga tula, ang *Songs of the Soul* na may paunang salita ni Dr. Frederick B. Robinson, presidente ng College of the City of New York.†

Nagsimula ako ng isang transkontinental na paglalakbay noong 1924, at ako ay nagtalumpati sa harap ng libu-libong nakikinig sa mga pangunahing mga siyudad. Sa Seattle, ako ay sumakay sa bapor upang magbakasyon sa magandang Alaska.

Sa tulong ng may bukaspalad na mga mag-aaral, sa katapusan nang taong 1925, ako ay nakapagtatag ng punong tanggapan sa Amerika, sa Mount Washington Estate sa Los Angeles. Ang gusali ay iyong aking nakita, maraming taon nang lumipas sa aking pangitain sa Kashmir. Ako ay nagmamadaling nagpadala kay Sri Yukteswar ng mga larawan nitong mga gawain sa malayong Amerika. Siya ay sumagot sa isang postcard sa wikang Bengali, na aking isinasalin dito:

11th Agosto 1926

Anak ng aking puso, O Yogananda!
Pagkakita ko ng mga larawan ng iyong paaralan at mag-aaral, ang ligayang dumating sa aking buhay ay hindi ko maipahayag sa

---

* *New Pilgrimages of the Spirit* (Boston: Beacon Press, 1921).

† Inilathala ng Self-Realization Fellowship. Dinalaw nina Dr. at Ginang Robinson ang India noong 1939, at pinarangalan sila sa isang pagtitipon ng Yogoda Satsanga.

ANG KANYANG KAMAHALAN, EMILIO PORTES GIL, Pangulo Ng Mexico, ay nag-anyaya kay Sri Yogananda noong siya ay dumalaw sa siyudad ng Mexico, 1929.

PARAMAHANSAJI nasa meditasyon sa isang bangka sa lawa ng Xochimilco, Mexico, 1929

salita. Ako ay natutunaw sa katuwaan na makita ang iyong mga mag-aaral ng yoga sa maraming iba't-ibang siyudad.

Pagkarinig ko tungkol sa iyong paraan ng awit ng patunay, nakakagamot na mga bibrasyon, at dibinong nagpapagaling na mga panalangin, hindi ko mapigilan ang aking sarili na pasalamatan ka mula sa aking puso.

Pagkakita ko sa malaking tarangkahan, ang paikot na pataas na daang pag-akyat, at ang magandang tanawin na nakalatag sa dakong ibaba ng Mt. Washington Estates, ako ay nananabik na matunghayan ang lahat ng aking sariling mga mata.

Lahat dito ay nasa mabuting kalagayan. Sa pamamagitan ng grasya ng Diyos, nawa ikaw ay laging maluwalhati.

SRI YUKTESWAR GIRI

Ang mga taon ay mabilis na nagdaan. Ako ay nagturo sa bawat bahagi ng aking bagong lupain, at nagsalita sa harap ng daan-daang mga kapisanan, kolehiyo, mga simbahan at grupo ng bawat denominasyon. Sa panahon ng dekada ng 1920-1930, ang aking mga klase sa yoga ay dinaluhan ng libo-libong mga Amerikano. Para sa kanilang lahat ay aking inialay ang isang bagong aklat ng mga panalangin at mga kaisipan ng kaluluwa, ang *Whispers From Eternity** na may panimula ni Mme. Amelita Galli-Curci.

Kung minsan (karaniwan sa unang araw ng buwan, kapag ang mga bayarin ay dumarating para sa pagpapanatili ng Mt. Washington Center, ang punong tanggapan ng *Self-Realization Fellowship*) ako ay nag-iisip na nananabik sa simpleng kapayapaan ng India. Ngunit araw-araw nakikita ko ang lumalawak na unawaan sa pagitan ng Kanluran at Silangan; at ang aking kaluluwa ay nagdiriwang.

Si George Washington, ang "ama ng kanyang bansa" na nakaramdam sa maraming pagkakataon, na siya ay ginagabayan ng dibino, ay nagbanggit (sa kanyang "Pamamaalam na Talumpati") ng mga sumusunod na mga salitang espirituwal at pampasigla para sa Amerika:

"Karapat-dapat para sa isang malaya, isang naliwanagan, at sa hindi malayong panahon, isang dakilang bansa, na magbigay sa sangkatauhan ng may magandang kalooban at napaka-kakaibang halimbawa ng isang pamayanan na laging ginagabayan ng marangal na katarungan at kagandahang-loob. Sino ang mag-aalinlangan na, sa pagdaan ng panahon at pangyayari, ang mga bunga ng ganoong plano ay masaganang mabayaran ang anumang pansamantalang mga pakinabang na maaring mawala sa matatag na pagsunod dito?

* Inilathala ng Self-Realization Fellowship

Maari kaya na hindi idinugtong ng Diyos ang permanenteng kali-
gayahan ng isang bansa sa kanyang kabutihan?"

WALT WHITMAN'S "HYMN TO AMERICA"
(*Mula sa: "Thou Mother With Thy Equal Brood"*)

Ikaw sa iyong kinabukasan,
Ikaw sa iyong malawak, matitinong mga anak na babae, lalaki –
Ikaw sa iyong mga manlalaro,
moral, espirituwal; Timog, Hilaga, Kanluran, Silangan.
Ikaw sa iyong moral na yaman at sibilisasyon (hanggang wala pa
    ito ang iyong mapagmataas na materyal na sibilisasyon ay
    dapat manatiling walang saysay),
Ikaw sa iyong lahatang pagbibigay, lahat-kalakip na pagsamba—
    Ikaw sa hindi sa iisang Bibliya, tagapagligtas, lamang,
Ang iyong mga tagapagligtas di-mabilang, nakatago sa sarili, pan-
    tay kaninuman, dibino na tulad ng sinuman...
Ang mga ito! ang mga ito sa iyo (tiyak na darating) ngayon aking
    hinuhulaan.

Luther Burbank—Isang Banal Sa Gitna ng mga Rosas

"Ang sekreto ng pinabuting pagpaparami ng mga halaman, maliban sa siyentipikong kaalaman, ay pagmamahal." Binanggit ni Luther Burbank ang karunungang ito habang ako ay naglalakad sa kanyang tabi sa kanyang halamanan sa Sta. Rosa, California. Kami ay tumigil malapit sa taniman ng nakakaing cactus.

"Samantalang ako ay nagsasagawa ng mga pagsisiyasat upang makapagpatubo ng 'walang tinik' na cactus," ang pagpapapatuloy niya, "ako ay madalas nakikipag-usap sa mga halaman upang makalikha ng bibrasyon ng pagmamahal. 'Wala kayong dapat ikatakot,' ang sabi ko sa kanila. 'Hindi ninyo kailangan ang inyong pananggalang na tinik. Ipagtatanggol ko kayo.' Unti- unti, ang mahalagang halaman ng disyerto ay nagkaroon ng isang walang tinik na uri."

Ako ay nabighani sa ganitong himala. "Pakiusap, mahal na Luther, bigyan mo ako ng kaunting mga dahon ng cactus upang itanim sa aking halamanan sa Mt. Washington."

Isang manggagawang nakatayo sa malapit ang nagsimulang pumitas ng mga dahon; pinigilan siya ni Burbank.

"Ako mismo ang pipitas sa kanila para sa swami." Siya ay nagabot sa akin ng tatlong dahon, na pagkatapos ay aking itinanim, at ako'y nagdiwang habang sila ay lumago nang napakalaki.

Sinabi sa akin ng dakilang hortikulturista na ang kanyang unang mahalagang tagumpay ay ang malaking patatas na ngayon ay kilala sa kanyang pangalan. Taglay ang walang-kapaguran ng pagkahenyo, siya ay nagpatuloy na mag-alay sa mundo ng daan-daang magkahalong pagpapaunlad ng kalikasan—ang kanyang bagong Burbank na sari-saring uri ng mga kamatis, mais, kalabasa, cherries, plums, nectarines, berries, poppies, lilies, at mga rosas.

Itinuon ko ang aking kamera habang dinala ako ni Luther sa harap ng tanyag na puno ng walnut kung saan napatunayan niya na ang likas na ebolusyon ay maaaring mapadali.

"Sa loob lamang ng labing-anim na taon," ang sabi niya, "itong puno ng walnut ay nakarating sa kalagayan nang masaganang pamumunga. Ang di-tinulungang Kalikasan ay mangangailangan ng dobleng tagal ng ganoong panahon."

Ang maliit na batang babaeng inampon ni Burbank ay tumatakbong dumating sa halamanan kasama ang kanyang aso.

"Siya ay ang aking taong halaman." Si Luther ay mapagmahal na kumaway sa kanya. "Nakikita ko ang sangkatauhan ngayon bilang isang napakalawak na halaman, na nangangailangan para sa kanyang pinakamataas na kaganapan ay pagmamahal lamang, ang likas na mga biyaya ng napakalaking buhay sa labas, matalinong paghahalo at pagpili. Sa panahon nang aking sariling buhay, napagmasdan ko ang kamangha-manghang pag-unlad sa ebolusyon ng mga halaman na hinihintay kong umaasa sa isang malusog at masayang daigdig sa sandaling ang kanyang mga anak ay naturuan ng prinsipyo ng simple at makatwirang pamumuhay. Tayo ay dapat bumalik sa kalikasan at ang Diyos ng kalikasan."

"Luther, ikaw ay matutuwa sa aking paaralan sa Ranchi, sa kanyang mga klase sa labas ng silid-aralan, at sa kapaligiran ng kasayahan at kasimplehan."

Ang aking mga salita ay nakagalaw sa kuwerdas na pinakamalapit sa puso ni Burbank—ang edukasyon ng kabataan. Paulit-ulit niya akong tinanong at ang pagkawili ay kumikislap mula sa kanyang malalim, at payapang mga mata.

"Swamiji," ang pangwakas niyang salita, "ang mga paaralang katulad ng sa iyo ay ang tanging pag-asa nang darating na milenyo. Ako ay naghihigmagsik laban sa sistema ng mga edukasyon sa ating panahon, hiniwalay sa kalikasan at pinipigilan ang lahat ng kakanyahang katangian. Ako ay kasama mo sa puso at kaluluwa sa iyong maparaan na mga huwaran ng edukasyon."

Samantalang ako ay nagpapaalam sa mabait na pantas, nilagdaan niya ang isang maliit na aklat at inihandog sa akin.*

"Ito ang aking aklat tungkol sa *The Training of the Human Plant*,"† ang sabi niya."Mga bagong uri ng pagsasanay ang

---

* Binigyan din ako ni Burbank ng isang pirmadong larawan niya. Pinahalagahan ko ito tulad ng minsang pagpapahalaga ng isang mangangalakal na Hindu sa larawan ni Lincoln. Ang Hindu, na nasa Amerika sa mga panahon ng Digmaang-sibil, ay hangang-hanga kay Lincoln na hindi siya pumayag bumalik sa India hangga't hindi siya nakakuha ng larawan ng Dakilang Mapagpalaya. Nagpakatigas siyang nanatili sa pintuan ni Lincoln, at tumangging umalis ang mangangalakal hangga't siya ay pinayagan ng namanghang Presidente na upahan niya si Daniel Huntington, ang bantog na pintor ng New York na ipinta si Lincoln. Nang matapos ang larawan, matagumpay na iniuwi ito ng Hindu sa Calcutta.

† New York: Century Co., 1922.

kinakailangan—walang takot na mga pagsubok. Kung minsan ang walang takot na pagsubok ay nagtatagumpay sa pagpapalabas nang pinakamabuti sa mga prutas at mga bulaklak. Ang pagbabago ng mga aralin para sa mga bata ay ganoon din dapat maging mas marami at mas mapaghamon."

Binasa ko ang maliit niyang aklat noong gabing iyon na may matinding pagkawili. Ang kanyang mga mata ay nakakakita ng maluwalhating kinabukasan para sa lahi. Isinulat niya: "Ang pinakamahirap hubuging nabubuhay na bagay sa mundong ito, ang pinakamahirap ilihis, ay ang isang halamang minsan ay nakasanayan na sa tiyak na mga pag-uugali.....Tandaan na napanatili ng halamang ito ang kakanyahang pag-uugali sa loob ng napakahabang mga panahon; marahil ito ay isa sa maaaring taluntunin pabalik sa matagal nang mga panahon sa mga bato mismo, na hindi kailanman nagkaroon ng malaking kaibahan sa loob ng malawak na mga panahon. Sa palagay mo ba, pagkatapos nitong lahat ng panahong paulit-ulit, ang halaman ay hindi nagkaroon ng sariling pag-nanais, kung ito ang pinili mong itawag, ng walang pantay na katatagan? Tunay na may mga halaman, katulad ng ilan sa mga palmera, na napakakulit at wala pang kapangyarihan ang tao na magkaroon ng kakayahang baguhin sila. Ang pagnanais ng tao ay mahina kumpara sa pagnanais ng isang halaman. Ngunit tingnan kung papaanong itong buong buhay na katigasan ng halaman ay masisira sa pamamagitan lamang ng paghahalo ng isang bagong buhay dito, ay isang lubos at mabisang pagbabago ang mangyayari sa buhay nito. Pagkatapos, kapag ang suwi ay lumabas, ayusin ito sa tulong nitong henerasyon ng matiyagang pamamahala at pagpili, at ang bagong halaman ay tutubo sa kanyang bagong paraan, hindi na kailanman babalik sa luma, ang kanyang matigas na kagustuhan ay nasira at nabago sa wakas.

"Pagdating sa isang madaling makaramdam at madaling mahubog na bagay na tulad ng kalikasan ng isang bata, ang suliranin ay nagiging di-hamak na madali."

Nahahalinang napalapit ako dito sa dakilang Amerikano, kaya dinalaw ko siya nang paulit-ulit. Isang umaga, dumating akong kasabay ang kartero, na nagdala sa tanggapan ni Burbank ng may isang libong mga liham. Ang mga hortikulturista ay nagpapadala ng mga liham sa kanya mula sa lahat ng bahagi ng mundo.

"Swamiji, ang iyong pagparito ay tamang dahilan na aking kailangan upang lumabas sa halamanan," ang masayang sabi ni

Luther. Binuksan niya ang isang malaking kahon sa kanyang mesa na naglalaman ng daan-daang mga polder ng paglalakbay.

"Tingnan mo," wika niya "ganito kung papaano ko gawin ang paglalakbay. Nakatali ako sa aking mga halaman at pakikipag-ug-nayan, kaya binibigyan ko ng katuparan ang aking pagnanasang maglakbay sa ibang lupain sa pamamagitan ng isang sulyap, pamin-san-minsan sa mga larawang ito.

Ang aking sasakyan ay nakaparada sa harap ng kanyang tarang-kahan; kaya si Luther at ako ay nagmaneho sa mga lansangan ng maliit na bayan, ang mga halamanan nito ay nagliliwanag sa kan-yang sariling iba't ibang uri ng rosas na Santa Rosa, Peachblow, at Burbank roses.

Ang dakilang siyentipiko ay tumanggap ng inisasyong *Kriya* sa panahon ng isa sa aking naunang mga pagdalaw. "Ako ay nagsasa-nay sa kapamaraanan ng buong kabanalan Swamiji," ang sabi niya. Pagkatapos ng maraming pinag-isipang mga katanungan sa akin tungkol sa maraming aspeto ng yoga, si Luther ay dahan-dahang nangusap:

"Ang Silangan ay tunay na nagmamay-ari ng napakalawak na mga imbak ng karunungan na hindi pa halos sinisimulang galugarin ng Kanluran."*

Ang matalik na pakikipagniig sa Kalikasan, na siyang nagbukas ng pintuan sa kanya ng marami nitong mapanibughong-natatanu-rang mga lihim, ang nagbigay kay Burbank ng walang hanggang paggalang-espirituwal.

"Kung minsan, pakiramdam ko, ako ay napakalapit sa Walang Hanggang Kapangyarihan, "kimi niyang pagtatapat. Ang kanyang maramdamin, at napakagandang modelong mukha ay nagliliwanag sa kanyang alaala. "Kapag ganoon, ako ay nagkakaroon ng kaka-yahang magpagaling sa mga may karamdamang mga tao sa aking paligid, na katulad ng maraming may karamdamang mga halaman."

Binanggit niya sa akin ang kanyang ina, isang tapat na Kristi-yano. "Maraming pagkakataon mula nang siya ay namatay," ang

---

* Kamakailan, ipinahayag ni Dr. Julian Huxley, isang bantog na English biologist at direktor ng UNESCO, na ang mga Kanluraning siyentipiko ay kailangang "matuto ng mga Silanganing pamamaraan" upang pumasok sa kalagayan ng kawalan ng ulirat at para sa pamamahala ng hininga. *"Ano* ang mangyayari?" *"Paano* ito maaaring mangyari?" aniya. Isang pahayag ng *Associated Press* mula sa London, na may petsa ng August 21, 1948, ang nag-ulat: "Sinabi ni Dr. Huxley sa new World Federation for Mental Health na dapat itong tumingin sa mga mistikong kuwento ng Silangan. Kung ang mga kuwentong ito ay kakayaning imbestigahan sa paraang siyentipiko, payo niya sa mga espesyalista sa pag-iisip, 'kung ganoon sa palagay ko ay isang malaking hakbang pasulong ang maaaring maganap sa inyong larangan."

LUTHER BURBANK

SANTA ROSA, CALIFORNIA

U. S. A.

December 22, 1924

I have examined the Yogoda system of Swami Yogananda and in my opinion it is ideal for training and harmonizing man's physical, mental, and spiritual natures. Swami's aim is to establish "How-to-Live" schools throughout the world, wherein education will not confine itself to intellectual development alone, but also training of the body, will, and feelings.

Through the Yogoda system of physical, mental, and spiritual unfoldment by simple and scientific methods of concentration and meditation, most of the complex problems of life may be solved, and peace and good-will come upon earth. The Swami's idea of right education is plain commonsense, free from all mysticism and non-practicality; otherwise it would not have my approval.

I am glad to have this opportunity of heartily joining with the Swami in his appeal for international schools on the art of living which, if established, will come as near to bringing the millennium as anything with which I am acquainted.

Luther Burbank

sabi ni Luther, "ako ay nabiyayaan ng kanyang pagpapakita sa pa-ngitain; siya ay nagsalita sa akin."

LUTHER BURBANK
Santa Rosa, California

Disyembre 22, 1924

Ako ay gumawa ng pagsisiyasat sa sistemang Yogoda ni Swami Yogananda at sa aking opinyon ito ay huwaran para pagsasanay at pagtutugma ng katawan, kaisipan at espirituwal na kalikasan ng tao. Ang layunin ni Swami ay magtatag ng "Papaano-Mabuhay" na mga paaralan sa buong daigdig, kung saan ang pag-aaral ay hindi na-katutok lamang sa pag-unlad ng talino, kundi ito rin ay pagsasanay ng katawan, kalooban at mga pakiramdam.

Sa pamamagitan ng sistemang Yogoda ng katawan, kaisipan at espirituwal na pag-unlad sa simple at siyentipikong paraan ng konsentrasyon at meditasyon, karamihan sa masalimuot na sulira-nin ng buhay ay maaaring malutas, at ang kapayapaan at mabuting pakikisama ay darating sa mundo. Ang ideya ng Swami ng tamang pag-aaral ay simpleng sentido komun, malaya mula sa lahat ng mistisismo at hindi pagkamapraktika, kung hindi, ito ay hindi makatatanggap ng aking pagsang-ayon.

Ako ay natutuwang magkaroon ng ganitong pagkakataon na buong-pusong nakikiisa sa Swami sa kanyang pagsusumamo para sa mga paaralang internasyonal sa sining ng pamumuhay na, kapag naitatag, ay magiging ganoon kalapit sa pagdadala ng milenyo tulad ng anumang bagay na mayroon akong kaalaman.

LUTHER BURBANK
(LAGDA)

Kami ay bantulot na sumakay pabalik sa kanyang tahanan at iyong naghihintay na mga libong liham.

"Luther," ang sabi ko, "sa isang buwan ako ay magpapasimula ng isang magasin upang ipakita ang katotohanang-alay ng Silangan at Kanluran. Pakiusap, tulungan mo akong pumili ng isang magan-dang pangalan para sa magasin.

Kami ay nagkaroon ng talakayan sa mga titulo ng ilang san-dali at sa huli ay nagkasundo sa *East-West*.* Pagkatapos naming

---

* Muling pinangalanang *Self-Realization* noong 1948.

LUTHER BURBANK AT PARAMAHANSA YOGANANDA
Sta. Rosa, California, 1924

pumasok muli sa kanyang tanggapan, binigyan ako ni Burbank ng isang artikulo na kanyang isinulat tungkol sa "Science and Civilization."

"Ito ay mapupunta sa unang labas ng *East-West,*" ang sabi kong nagpapasalamat.

Habang ang aming pagkakaibigan ay lumalalim, tinawag ko si Burbank na aking "Amerikanong banal". "Masdan ang isang tao," ang aking pagpapakahulugan sa ibang pangungusap, "na walang ka-tusuhan."* Ang kanyang puso ay hindi maarok ang lalim, matagal na panahong nakakilala ng kababaang-loob, tiyaga, at pagtitiis. Ang kanyang munting tahanan sa gitna ng mga rosas ay mahigpit ang pagka-simple; alam niya ang kawalang-halaga ng karangyaan, ang kaligayahan ng kaunting mga pag-aari. Ang kababaang-loob ng kan-yang pagdadala ng kanyang siyentipikong kabantugan ay paulit-ulit na nagpapaalala sa akin sa mga punong yumuyuko ng mababa dahil

---

* Juan 1:47.

sa bigat ng nahihinog na prutas; ang tigang na punong walang bunga ang nagtataas ng kanyang ulo sa walang saysay na kahambugan.

Ako ay nasa New York, kung kailan, noong taong 1926, ang mahal kong kaibigan ay sumakabilang-buhay. Sa aking pagluha, naisip ko, "Oh, ako ay maaring masayang maglalakad mula sa New York hanggang Sta. Rosa para sa isa pang sulyap sa kanya!" Ako ay nagkulong upang mapag-isa, malayo sa mga kalihim at mga panauhin, at pinalipas ko ang sumunod na dalawampu't-apat na oras sa pag-iisa.

Nang sumunod na araw ako ay nagsagawa ng isang *Vedic memorial rite* sa harap ng malaking larawan ni Luther. Isang grupo ng aking mga Amerikanong mag-aaral, na nakasuot ng pang-seremonyang damit ng Hindu, ay umawit ng mga lumang himno, samantalang gumagawa ng pag-aalay ng mga bulaklak, tubig at apoy—mga simbolo ng mga elemento ng katawan at ang kanilang pagbabalik sa Walang Hanggang Pinagmulan.

Kahit na ang anyong katawan ni Burbank ay nakahimlay sa Santa Rosa sa ilalim ng puno ng Lebanon cedar na kanyang itinanim maraming taon na ang nakalilipas sa kanyang halamanan, ang kanyang kaluluwa ay nakadambana para sa akin sa bawat nakamulat na bulaklak na namumulaklak sa mga tabing daan. Pansamantalang binawi tungo sa malawak na espiritu ng kalikasan, hindi ba si Luther ang bumubulong sa kanyang mga ihip ng hangin, naglalakad sa kanyang mga bukang-liwayway?

Ang kanyang pangalan ay naitala na sa pamana ng karaniwang salita. Nakatala ang "burbank" bilang palipat na pandiwa, ipinapakahulugan ito ng Webster's New International Dictionary na: "upang ihalo o magdugtong ng supang ng sanga (isang halaman)". Kaya, bilang patalinghaga, upang paunlarin (anumang bagay, bilang proseso o institusyon) sa pamamagitan ng pagpili ng magandang katangian, at itinatanggi ang masama, o sa pagdagdag ng mga magagandang katangian."

"Pinakamamahal kong Burbank," ang pagtangis ko pagkatapos kong mabasa ang kahulugan, "ang iyong pangalan ay isa na ngayong singkahulugan ng kabutihan!"

Si Therese Neumann, ang Katolikong Stigmatista

"Bumalik ka sa India. Matiyaga akong naghintay sa iyo sa loob ng labinlimang taon. Hindi magtatagal ako ay lalangoy palabas ng katawan at paparoon sa Maliwanag na Tahanan. Yogananda, halika!"

Ang tinig ni Sri Yukteswar ay nakakagulat na tumunog sa aking panloob na pandinig habang ako ay nakaupo sa meditasyon sa aking punong tanggapan sa Mt. Washington. Naglakbay ng sampung libong milya sa isang kisap-mata, ang kanyang mensahe ay tumagos sa aking pagkatao na tulad ng isang kislap ng kidlat.

Labing-limang taon! Oo, aking napagtanto, ngayon ay taong 1935; ako ay gumugol ng labinlimang taong pagpapalaganap ng mga katuruan ng aking guru sa Amerika. Sa kasalukuyan pinauuwi niya ako.

Isang maikling panahon pagkatapos, isinalaysay ko ang aking karanasan sa isang mahal na kaibigan, si Ginoong James J. Lynn. Ang kanyang pagunlad espirituwal sa araw-araw na pagsasanay ng *Kriya Yoga* ay lubhang naging kapansin-pansin na madalas ko siyang tawaging "Santo Lynn". Sa kanya at sa ilan pang mga Occidental ay masaya kong nakikita ang isang katuparan ng hula ni Babaji na ang Kanluran din, ay magtatanghal ng mga banal na tunay ang Sariling Pagkaunawa sa pamamagitan ng sinaunang landas ng yoga.

Si Ginoong Lynn ay nagmagandang loob na nagpumilit sa pagbibigay ng isang donasyon para sa aking mga paglalakbay. Nalutas ang pinansiyal na suliranin, kaya ako ay nagsagawa ng pakikipag-ayos upang maglakbay, na dadaan sa Europe, patungong India. Noong Marso 1935, naitala ko ang Self-Realization Fellowship sa ilalim ng batas ng Estado ng California bilang isang walang sekta at hindi pang-kalakal na korporasyong sinadya upang manatili nang walang katapusan. Sa Self-Realization Fellowship ko ipinagkaloob ang lahat ng aking mga pag-aari, kasama ang karapatan sa lahat ng aking mga sinulat. Katulad ng ibang maraming mga relihiyoso at pangkarunungan na mga institusyon, ang Self-Realization Fellowship ay tinatangkilik sa tulong ng mga kaloob at mga donasyon mula sa kanyang mga kasapi at ng publiko.

"Ako ay babalik," ang sinabi ko sa aking mga mag-aaral. "Kailanman ay hindi ko maaaring malimutan ang Amerika."

Sa isang pamamaalam na salu-salo na ibinigay para sa akin sa Los Angeles ng mapagmahal na mga kaibigan, ako ay tumitig nang matagal sa kanilang mga mukha at naisip kong nagpapasalamat, "Panginoon, siya na nakaalala sa Iyo bilang tanging Tagapagbigay ay hindi kailanman mawawalan ng tamis ng pagkakaibigan kasama ng mga mortal."

Ako ay naglayag mula sa New York noong Hunyo 9, 1935, sa *Europa.* Sinamahan ako ng aking dalawang mag-aaral: ang aking kalihim, si Ginoong C. Richard Wright, at isang nakatatandang binibini mula sa Cincinnati, si Binibining Ettie Bletsch. Nasiyahan kami sa mga araw ng katahimikan sa karagatan, isang kasiya-siyang kabaligtaran sa mga abalang nagdaang mga linggo. Ang aming panahon ng pagpapahinga ay panandalian; ang bilis ng paglalayag ng mga makabagong sasakyang-dagat ay mayroong katangiang nakapanghihinayang!

Tulad ng kahit anong grupo ng mausisang mga turista, kami ay namasyal sa paligid ng malaki at matandang siyudad ng London. Sa pangalawang araw ng aking pagdating, ako ay naanyayahang magsalita sa isang malaking pagtitipon sa Caxton Hall, kung saan ako ay ipinakilala sa mga tagapakinig ng London ni Ginoong Francis Younghusband.

Ang aming pangkat ay nagpalipas ng kawili-wiling mga araw bilang mga panauhin ni Sir Harry Lauder sa kanyang asyenda sa Scotland. Pagkatapos ng ilang araw, ang aming maliit na pangkat ay tumawid ng English Channel patungo sa kontinente, dahil sa gusto kong magsagawa ng isang banal na paglalakbay sa Bavaria. Ito lamang ang aking tanging pagkakataon, pakiramdam ko, upang dalawin ang dakilang katolikong mistika na si Therese Neumann ng Konnersreuth.

Maraming taon na ang nakaraan, ako ay nakabasa ng kagulat-gulat na salaysay tungkol kay Therese. Ang mga kaalamang inilahad sa artikulo ay ang mga sumusunod:

1. Si Therese, ipinanganak noong Biyernes Santo ng taong 1898, ay nasugatan sa isang sakuna sa edad na 20; siya ay nabulag at naparalisa.

2. Siya ay mahimalang nakabawi ng kanyang paningin noong taong

1923 sa pamamagitan ng mga panalangin kay St. Therese of Lisieux, "Ang Maliit na Bulaklak." Pagkatapos, ang mga paa ni Therese Neumann ay biglang gumaling.

3. Mula 1923 hanggang sa kasalukuyan, si Therese ay umiwas nang lubos sa pagkain at inumin, maliban sa araw-araw na paglunok ng isang ostiya na konsegradong harina.

4. Ang stigmata, sagradong mga sugat ni Kristo, ay lumabas noong taong 1926 sa ulo, dibdib, mga kamay at paa ni Therese. Tuwing Biyernes* siya ay nakararanas ng Paghihirap Ni Kristo, nararanasan niya sa kanyang sariling katawan lahat ng makasaysayang pagdadalamhati ni Kristo.

5. Pangkaraniwang nalalaman lamang ni Therese ang simpleng Aleman, na wika ng kanyang nayon. Sa mga araw ng Biyernes, sa pagkawala ng kanyang malay-tao, si Therese ay bumibigkas ng mga kasabihan na tinukoy ng mga pantas bilang sinaunang salitang Aramaic. Sa mga angkop na pagkakataon, sa kanyang pangitain, siya ay nagsasalita ng Hebrew o Greek.

6. Sa pahintulot ng simbahan, si Therese ay maraming ulit nang sumailalim sa masusing siyentipikong pagmamatyag. Si Dr. Fritz Gerlich, patnugot ng isang protestanteng Alemang pahayagan, ay nagpunta sa Konersreuth upang "ibunyag ang Katolikong huwad", ngunit humantong sa magalang na pagsusulat ng kanyang talambuhay.

Katulad ng dati, maging sa Silangan man o Kanluran, ako ay nananabik makilala ang isang banal. Ako ay nagdiriwang samantalang ang aming maliit na pangkat ay pumapasok noong Hulyo 16, sa kakaibang nayon ng Konnersreuth. Ang mga magbubukid na taga-Bavaria ay nagpakita ng masiglang pagtatangi sa aming Ford na sasakyan (na dala namin mula sa Amerika), at ang kanyang halo-halong grupo—isang batang Amerikano, isang may katandaang babae, at isang kulay olibang Oriental na may mahabang buhok na nakapasok sa kuwelyo ng kanyang pangginaw na kasuotan.

Ang maliit na dampa ni Therese, malinis at maayos, na may mga bulaklak ng geranium na namumukadkad sa tabi ng sinaunang

---

* Mula noong mga taon ng digmaan, hindi na naranasan ni Therese ang Paghihirap ni Kristo tuwing Biyernes kundi sa mga tanging banal na araw ng taon. Ang mga aklat tungkol sa kanyang buhay ay *Therese Newmann: A Stigmatist of Our Day*, at *Further Chronicles of Therese Neumann*, kapwa isinulat ni Friedrich Ritter von Lama; at *The Story of Therese Neumann*, ni A.P. Schimberg (1947); lahat ay inilimbag ng Bruce Pub. Co., Milwaukee, Wisconsin; at *Therese Neumann*, ni Johannes Steiner, inilimbag ng Alba House, Staten Island, N.Y.

balon, ay aba! tahimik na nakasara. Ang mga kapitbahay, at kahit ang kartero ng nayon na nagdaan, ay hindi kami nabigyan ng kaalaman. Nagsimulang bumagsak ang ulan; ang aking mga kasama ay nagmungkahing umalis na kami.

"Hindi," ang sabi kong nagmamatigas, "ako ay mamamalagi dito hanggang makakita ako ng palatandaan kung nasaan si Therese."

Dalawang oras na ang lumipas, kami ay nakaupo pa sa aming sasakyan sa gitna ng mapanglaw na pag-ulan. "Panginoon, ako ay tumutol na pabuntong-hininga, "Bakit mo ako itinuro dito kung siya ay wala na?"

Isang lalaking nagsasalita ng English ang tumigil sa tabi namin, may paggalang na nag-alay ng tulong.

Hindi ako nakakatiyak kung nasaan si Therese," ang sabi niya, "ngunit siya ay madalas dumalaw sa tahanan ni Profesor Franz Wutz, isang guro ng mga banyagang wika, sa University of Eichstatt, walumpung milya mula dito."

Nang sumunod na umaga, ang aming pangkat ay nagtungo sa tahimik na bayan ng Eichstatt. Malugod kaming binati ni Dr. Wutz sa kanyang tahanan; "Oo, si Therese ay narito." Nagpadala siya ng pasabi kay Therese tungkol sa mga panauhin. Isang mensahero ang madaling dumating na kasama ang kanyang katugunan:

"Bagama't sinabi ng Obispo sa akin na huwag akong makipagkita kahit kanino nang wala siyang pahintulot, tatanggapin ko ang tauhan ng Diyos mula sa India."

Naantig ng malalim ang aking damdamin sa mga salitang ito, sinundan ko si Dr. Wutz sa itaas ng bahay sa silid tanggapan. Si Therese ay mabilis na pumasok, nagbibigay ng aura ng kapayapaan at galak. Siya ay nakasuot ng itim na bestido at walang dungis na puting takip sa ulo. Kahit na ang edad niya ay tatlumpu't-pitong taon na sa panahong ito, siya ay mukhang mas bata, nag-aangkin ng tunay na parang batang kasariwaan at ganda. Malusog ang buong katawan, mala-rosas ang pisngi, at masayahin, ito ang banal na hindi kumakain!

Binati ako ni Therese ng isang napaka-marahang pakikipagkamay. Kami ay nag-ngitian sa payapang pakikipag-isa, nagkakaalaman na kami'y parehong nagmamahal sa Diyos.

Si Dr. Wutz ay mabait na nag-alay ng pagsisilbi bilang tagapagsalin. Samantalang kami ay nakaupo, napansin ko na sinusulyapan ako ni Therese ng may simpleng pag-uusisa; nagpapatunay na ang mga Hindu ay bihira sa bansang Bavaria.

"Wala ka bang kinakain kahit anuman?" Ginusto kong marinig ang kasagutan mula sa kanyang sariling mga labi.

"Wala, maliban sa isang Ostiya* sa ika-anim tuwing umaga."

"Gaano kalaki ang Ostiya?"

"Ito ay kasing-nipis ng papel, kasinlaki ng isang maliit na barya." Idinagdag niya, "Tinatanggap ko ito para sa sakramentong kadahilanan; kapag ito ay hindi nakonsagrahan, hindi ko ito malululon."

"Tiyak na hindi ka nabuhay sa ganoon, sa loob ng buong labindalawang taon?"

"Ako ay nabubuhay sa liwanag ng Diyos!"

Napakasimple ng kanyang kasagutan, napaka-Einsteinian!

"Nakikita kong alam mo na ang enerhiya na umaagos sa iyong katawan ay mula sa eter, araw at hangin."

Isang mabilis na ngiti ang namanaag sa kanyang mukha. "Ako ay nagagalak na malaman na nauunawaan mo kung papaano ako nabubuhay."

"Ang sagrado mong buhay ay isang araw-araw na pagpapakita ng katotohanang sinabi ni Kristo: 'Ang tao ay hindi nabubuhay sa tinapay lamang, kundi sa bawat salita na nagmumula sa bibig ng Diyos.'"†

Muli siyang nagpakita ng kasiyahan sa aking paliwanag. "Ito ay totoong ganoon. Isa sa mga dahilan na ako ay narito ngayon sa mundo ay upang patunayan na ang tao ay maaring mabuhay sa tulong ng hindi nakikitang liwanag ng Diyos, at hindi dahil sa pagkain lamang."

---

* Isang sagradong biskuwit yari sa harina na ginagamit sa misa.

† Mateo 4:4. Ang bateriya ng katawan ng tao ay hindi binubuhay ng magaspang na pagkain (tinapay) lamang, kundi ng yumayanig na kosmikong lakas (Salita, o *Aum*). Ang di-nakikitang lakas ay dumadaloy sa katawan ng tao sa pamamagitan ng lagusan ng medulla oblongata. Ang ikaanim na sentro ng katawan ay naroon sa tuktok ng leeg sa itaas ng limang *chakra* (Sanskrit ng "gulong" o sentro ng nagliliwanag na puwersa ng buhay) ng gulugud.

Ang medulla, na siyang pangunahing pasukan para sa panustos ng katawan na pandaigdig na lakas (*Aum*), ay direktang magkatapat na nakaugnay sa sentro ng Kristong Kamalayan (*Kutastha*) sa iisang mata sa pagitan ng mga kilay: ang luklukan ng lakas ng pagpapasya ng tao. Ang kosmikong lakas kung gayon ay itinatago sa ikapitong sentro, sa utak, bilang imbakan ng walang hanggang maaaring makamtang kakayahan (na binanggit sa banal na Vedas na "sanlibong-talulot na lotus ng liwanag"). Tinutukoy ng Bibliya ang *Aum* bilang ang Banal na Espiritu o di-nakikitang puwersa ng buhay na dibinong nag-aangat ng lahat ng nilalang. "Hindi ba ninyo alam na ang inyong katawan ay templo ng Espiritu Santo na nasa inyo at ipinagkaloob ng Diyos sa inyo? Hindi na ninyo pag-aari ang inyong katawan."—I Corinto 6:19.

"Maari mo bang turuan ang iba kung papaano mabuhay nang walang pagkain?"

Siya ay nakitaan nang isang kaunting pagkabigla. "Hindi ko kayang gawin iyon; hindi ito nanaisin ng Diyos."

Nang ang aking paningin ay natuon sa kanyang malakas, at malantik na kamay, ipinakita sa akin ni Therese ang isang kuwadradong bagong-hilom na sugat sa likod ng bawat kamay. Sa palad ng bawat kamay, ipinakita niya ang mas maliit, at hugis bagong buwan na sugat, na kahihilom pa lamang. Bawat sugat ay diretsong pumasok sa mga kamay. Ito ay nagbigay sa akin ng isang malinaw na pananariwa ng alaala ng malaking kuwadradong bakal na mga pako na may hugis bagong buwan na mga dulo na ginagamit pa sa Silangan subalit hindi ko matandaang may nakita akong ganito sa Kanluran.

Ang banal ay nagsabi sa akin tungkol sa kanyang lingguhang mistikong kalagayan na tila wala sa sarili. "Bilang isang walang kakayahang nagmamasid, pinagmamasdan ko ang buong Paghihirap ni Kristo." Bawat linggo, mula Huwebes ng hatinggabi, hanggang ala-una ng hapon ng Biyernes, ang kanyang mga sugat ay nagbubukas at nagdurugo; siya ay nawawalan ng sampung libra sa kanyang karaniwang 121 na librang bigat. Matinding nagdurusa sa kanyang pakikiramay na pagmamahal, si Therese ganoon pa man, ay masayang umaasa dito sa lingguhang pangitain ng kanyang Panginoon.

Naunawaan ko kaagad na ang kanyang kakaibang buhay ay sinadya ng Diyos upang bigyan ng katiyakan ang lahat ng Kristiyano sa makasaysayang katotohanan ng buhay ni Kristo at ang pagpapako na naitala sa Bagong Tipan, at upang madulang ipakita ang laging buhay na kaugnayan sa pagitan ng Maestro sa Galilea at ang kanyang mga deboto.

Si Propesor Wutz ay nagsalaysay ng kanyang iba pang mga karanasan sa piling ng banal.

"Isang grupo namin, kasama si Therese, ay madalas maglakbay nang ilang araw para magliwaliw sa Alemania," ang sabi niya sa akin. Ito ang kapuna-punang kabaligtaran—si Therese ay walang anumang kinakain; lahat kami ay kumakain nang tatlong beses isang araw. Siya ay nananatiling sariwa tulad ng isang rosas, hindi inaabot ng kapaguran. Kapag kami ay nagugutom at naghahanap ng mga kainan sa mga daanan, si Therese ay masayang nagtatawa."

Ang propesor ay nagdagdag ng iba pang kapansin-pansing pisyolohikal na detalye ng kanyang katawan. "Sa dahilang si Therese ay

THERESE NEUMANN, C. RICHARD WRIGHT, SRI YOGANANDA
Eichstätt, Bavaria, Hulyo 17, 1935

walang kinakain, ang kanyang tiyan ay lumiit. Wala siyang inilala-
bas, ngunit ang kanyang glandula ng pagpapawis ay nagtatrabaho;
ang kanyang balat ay palaging malambot at matatag."

Sa oras ng pamamaalam, nagpahayag ako kay Therese ng pag-
nanais na dumalo sa kanyang pagkawala ng malay-tao.

"Oo, maari kang dumalo sa Konnersreuth sa susunod na Biyer-
nes," ang sabi niyang magiliw. "Ang Obispo ay magbibigay sa iyo
ng pahintulot. Masaya ako't hinanap mo ako sa Eichstatt."

Si Therese ay nakipagkamay nang marahan, maraming beses,
at inihatid ang aming pangkat sa tarangkahan. Binuksan ni Ginoong
Wright ang radyo sa sasakyan; sinubukan at siniyasat ito ng banal,
nang may kaunting sigasig at tawang marahan. Lubhang makapal
na bilang ng kabataan ang nagkaipun-ipon kaya si Therese ay bu-
malik sa loob ng bahay. Nakita namin siya sa bintana, kung saan
nakasilip siya sa amin, parang bata, kumakaway ang kamay.

Mula sa pakikipag-usap noong sumunod na araw sa dalawa sa
mga kapatid na lalaki ni Therese, na napakabait at palakaibigan,
napag-alaman namin na ang banal ay natutulog lamang ng isa o
dalawang oras sa gabi. Sa kabila ng maraming sugat sa kanyang ka-
tawan, siya ay masigla at puno ng lakas. Mahilig siya sa mga ibon,

mayroon siyang inaalagaang akwaryum ng mga isda at madalas ay gumagawa sa kanyang hardin. Ang kanyang pakikipag-ugnayan ay malawak; ang mga debotong Katoliko ay sumusulat upang humingi ng mga dasal at pagpapagaling na mga biyaya. Sa tulong niya, maraming naghahanap ng lunas ang napagaling sa kanilang malalang karamdaman.

Ang kapatid niyang lalaki na si Ferdinand, mga dalawampu't-tatlong taong gulang ay nagpaliwanag na si Therese ay may kapangyarihan, sa pamamagitan ng panalangin, na tanggapin sa kanyang katawan ang karamdaman ng iba. Ang hindi niya pagkain ay nagsimula sa panahong siya ay nagdasal na ang karamdaman sa lalamunan ng isang batang lalaki sa kanyang parokya, na noon ay naghahanda upang pumasok sa banal na gawain, ay ilipat sa kanyang sariling lalamunan!

Nang Huwebes ng hapon, ang aming pangkat ay nagpunta sa tahanan ng Obispo, na tumitig sa aking umaalong buhok na may pagkamangha. Siya ay kaagad lumagda sa aming kinakailangang pahintulot. Walang kabayaran; ang patakarang ginawa ng simbahan ay upang pag-iingatan lamang si Therese mula sa pagbugso ng pangkaraniwang turista, na noong nagdaang mga taon ay libu-libong dumagsa sa Konnersreuth pagdating ng Biyernes.

Dumating kami sa nayon nuong Biyernes, mga ika-siyam at kalahati ng umaga. Napansin kong ang bubong ng munting tahanan ni Therese ay mayroong bahagi na gawa sa salamin upang mabigyan siya ng sapat na liwanag. Natutuwa kaming makita na ang mga pintuan ay hindi na nakasara, ngunit bukas na maluwang at masayang tumatanggap. Sumama kami sa linya ng mga dalawampung panauhin, bawat isa ay may dalang pahintulot. Marami ang nanggaling sa malalayong pook upang pagmasdan ang mistikong kalagayang parang wala sa sarili.

Si Therese ay nakapasa sa aking unang pagsubok sa bahay ng propesor sa kanyang intuwisyong pagkakaalam na ibig kong makita siya para sa dahilang espirituwal, at hindi lamang upang pagbigyan ang lumilipas na pag-uusyoso.

Ang aking pangalawang pag-subok ay may kaugnayan sa katotohanan na bago ako umakyat sa kanyang silid, inilagay ko ang aking sarili sa isang kalagayang mataas na kamalayan ng yoga upang marating ang telepatiko at parang telebisyong kaugnayan sa kanya. Ako ay pumasok sa kanyang kuwarto, na puno ng mga panauhin; siya ay nakahiga sa kama na suot ang isang puting bata. Kasama ko si Mr. Wright na malapit sa aking likuran, ako ay napatigil pagpasok ko sa pintuan, nasindak sa isang kakaiba at nakakatakot na panoorin.

Ang dugo ay umaagos na manipis at tuluy-tuloy sa isang pulgadang kalaparan ng pag-agos mula sa ibabang mga talukap ng mata ni Therese. Ang kanyang paningin ay nakatuon paitaas sa matang espirituwal sa loob ng gitna ng noo. Ang telang nakabalot sa palibot ng kanyang ulo ay babad sa dugo mula sa stigmatang mga sugat ng Koronang Tinik. Ang puting kasuotan ay natagusan ng pula sa tapat ng kanyang puso mula sa sugat sa kanyang tagiliran sa lugar kung saan ang katawan ni Kristo noong matagal ng panahon, ay pinagdusahan ang pangwakas na pangungutya ng tama ng sibat ng sundalo.

Ang mga kamay ni Therese ay nakaunat sa isang maka-inang anyo, nakikiusap, ang mukha niya ay nagpapapahayag ng magkahalong pagdurusa at pagka-dibino. Siya ay nagmukhang nangayayat at bahagyang nagbago sa maraming panloob at panlabas na anyo. Bumubulong ng mga salitang banyaga, siya ay nagsasalita sa marahang nanginginig na mga labi sa mga taong nakikita ng kanyang pinakamataas na kamalayang paningin.

Habang ako ay nakiisa sa kanya, ako ay nagsimulang makakita ng mga tagpo ng kanyang pangitain. Siya ay nagmamasid kay Hesus habang binubuhat nito ang kahoy ng krus sa gitna ng nangungutyang mga tao.* Walang anu-ano, itinaas niya ang kanyang ulo sa pagkabigla:

Ang Panginoon ay nadapa sa ilalim ng malupit na bigat. Ang pangitain ay nawala. Dahil sa kapaguran ng maalab na awa, si Therese ay lumubog nang malalim sa kanyang unan.

Sa mga sandaling ito, ako ay nakarinig nang malakas na bagsak sa aking likuran. Lumingon ako nang isang sandali, nakita ko ang dalawang lalaki na kinakarga palabas ang isang nakahandusay na katawan. Ngunit, sapagkat ako ay kalalabas mula sa malalim na pinakamataas na kamalayan, hindi ko kaagad nakilala ang bumagsak na tao. Muli, itinuon ko ang aking mga mata sa mukha ni Therese, na namumutlang parang patay sa ilalim ng pag-agos ng dugo, ngunit ngayon ay payapa, may sinag ng kadalisayan at kabanalan. Sumulyap ako sa aking likuran pagkatapos, at nakita ko si Ginoong Wright na nakatayong nakahawak ang kamay sa kanyang pisngi, kung saan may pumapatak na dugo.

---

* Sa mga oras bago ako dumating, si Therese ay dumaan na sa maraming pangitain ng mga panghuling araw ng buhay ni Kristo. Ang kanyang pagkawala ng malay ay karaniwang nagsisimula sa mga tagpo ng mga pangyayari na sumunod sa huling hapunan at nagtatapos sa kamatayan ni Hesus sa Krus; o paminsan-minsan, sa Kanyang libing.

"Dick," ang tanong kong nababahala. "Ikaw ba ang bumagsak?" "Oo, ako ay hinimatay sa nakasisindak na panoorin!"

"Kung gayun," ang sabi kong pampalakas-loob, "Ikaw ay matapang upang bumalik at tingnan muli ang panoorin."

Naalala ko ang mga matiyagang naghihintay na linya ng mga manlalakbay, kaya si Mr. Wright at ako ay tahimik na nagpaalam kay Therese at iniwan ang kanyang sagradong presensiya.*

Noong sumunod na araw ang aming maliit na pangkat ay nagpa-timog, nagpapasalamat na kami ay hindi umaasa sa tren dahil maaaring iparada ang Ford kahit saan namin gusto sa buong kabukiran. Kami ay nasiyahan sa bawat minuto ng aming paglalakbay patungong Germany, Holland, France at sa Swiss Alps. Sa Italy, kami ay nagsagawa ng mahalagang paglalakbay sa Assisi, upang parangalan ang apostol ng kababaang-loob, si St. Francis. Ang aming paglalakbay sa Europe ay nagtapos sa Greece, kung saan aming tiningnan ang mga templo ng Athens at nakita ang kulungan kung saan ininom ng mabait na si Socrates† ang likidong lason. Ang sinuman ay mapupuno ng paghanga sa kasiningan kung papaano inukit ng mga sinaunang Griyego sa lahat ng dako ang bunga ng kanilang imahinasyon sa alabastro.

Sumakay kami sa barko sa maaraw na Mediterranean, at

* Isang INS news dispatch mula sa Germany, na may petsang Marso 26, 1948, ang nag-ulat: "Isang Alemang babaeng taga-bukid ang nakahiga sa kanyang tiheras sa Biyernes Santong ito; ang kanyang ulo, mga kamay, at balikat ay dumudugo kung saan dumugo ang katawan ni Kristo mula sa mga pako sa Krus at sa Korona ng mga Tinik. Libu-libong namanghang Aleman at Amerikano ang tahimik na nagsidaan sa tabi ng higaan ni Therese Neumann."

Ang dakilang stigmatist ay namatay sa Konnersreuth noong Setyembre 18, 1962. *(Tala ng Tagapaglathala)*

† Ang isang talata sa Eusebius ay nagsasalaysay ng isang nakakaaliw na pagtatagpo ni Socrates at isang pantas na Hindu. Ito ang talata: "Si Aristoxenus, ang musikero, ay nagsasalaysay ng kuwentong ito tungkol sa mga Indian. Isa sa mga lalaking ito ang nakatagpo kay Socrates sa Athens, at tinanong siya kung ano ang sakop ng kanyang pilosopiya. 'Isang pagsisiyasat sa kababalaghan ng tao,' sagot ni Socrates. Dahil dito, humalakhak ang Indian. 'Paano sisiyasatin ng isang tao ang kababalaghan ng tao,' aniya, 'kung wala siyang alam tungkol sa mga dibino?'"

Ang Griyegong huwaran, na inuulit sa mga pilosopiyang Kanluranin, ay: "Tao, kilalanin mo ang iyong sarili." Ang sasabihin ng isang Hindu ay: "Tao, kilalanin mo ang iyong Sarili." Ang sinabi ni Descartes na "Nag-iisip ako, kung gayon, ako'y ako," ay hindi balidong pilosopiya. Hindi kaya ng mga kakanyahang mangatwiran ang intindihin ang ganap na Pagkatao. Ang pag-iisip ng tao, tulad ng mundong kanyang nakikilala, ay laging dumadaloy at hindi makakapagpalabas ng mga kasiguraduhan. Ang intelektuwal na kasiyahan ay hindi ang pinakamatayog na layunin. Ang naghahanap sa Diyos ang siyang tunay na nagmamahal sa *vidya*, ang hindi-nagbabagong katotohanan; lahat ng iba pa ay *avidya*, o kaugnay na kaalaman.

bumaba sa Palestine. Sa paglilibot namin bawat araw sa Banal na Lupa, ako ay mas lalong nagkaroon ng paniniwala sa kahalagahan ng paglalakbay sa mga banal na lugar. Sa maramdaming puso, ang Espiritu ni Kristo ay laganap na-laganap sa Palestine. Ako ay naglakad nang buong paggalang sa kanyang tabi sa Bethlehem, Gethsemane, Calvary, ang banal na Bundok ng Oliva, at sa Ilog Jordan at ang Dagat ng Galilea.

Ang aming maliit na pangkat ay dumalaw sa Pinanganakang Sabsaban, ang karpentiriya ni Jose, ang puntod ni Lazarus, ang bahay ni Martha at Maria, at ang bulwagan ng Huling Hapunan. Inihayag ng unang panahon ang; tagpo sa bawat tagpo, nakita ko ang dibinong dula na minsan ay ginampanan ni Kristo para sa matagal na panahon.

Pasulong sa Ehipto, sa kanyang makabagong Cairo, at matatandang mga piramide. Pagkatapos, isang paglalayag pababa sa mahabang Pulang Dagat, sa ibabaw ng malawak na Karagatan ng Arabia; lo, India!

Bumalik Ako Sa India

Ako'y nagpapasalamat na nilalanghap ko ang sagradong hangin ng India. Ang aming barkong *Rajputana* ay dumaong noong Agosto 22, 1935, sa napakalaking daungan ng Bombay. Kahit ito ang unang araw ko pagbaba sa barko, ay isang patikim ng walang tigil na abalang taong darating. Ang mga kaibigan ay nagtipon sa daungan upang salubungin kami ng may kuwintas na mga bulaklak; hindi nagtagal, sa aming silid sa Taj Mahal Hotel, tinanggap namin ang maraming grupo ng mga mamamahayag at mga potograpo.

Ang Bombay ay isang siyudad na bago sa akin; natuklasan kong ito ay masiglang makabago, na may maraming pagbabago na nagmula sa Kanluran. Ang mga palmera ay nakahanay sa maluwang na mga lansangan; marangal na pambansang mga gusali ang nakiki-pagtagisan ng pansin sa mga matatandang mga templo. Kakaunting panahon ang nakalaan sa pamamasyal, gayunman, ako ay hindi makapaghintay, nananabik makita ang aking pinakamamahal na guru at iba pang mga mahal sa buhay. Inilagak namin ang Ford sa lagayan ng bagahe, at hindi nagtagal, ang aming pangkat ay mabilis na pa-silangan sa tren patungong Calcutta.*

Ang aming pagdating sa estasyon ng Howrah ay sinalubong ng napakaraming tao na nagtipon-tipon upang kami ay batiin, kaya may ilang sandaling hindi kami makababa mula sa tren. Pinangu-nahan ng batang *Maharaja* ng Kasimbazar at ng kapatid kong si Bishnu ang lupon ng pagtanggap; ako ay hindi nakahanda sa init at laki ng pagbati sa amin.

Pinangunahan ng isang linya ng mga sasakyan at mga motorsi-klo, at sa gitna ng masayang tunog ng mga drum at malalaking ka-bibi, si Binibining Bletsch, Ginoong Wright at ako, na nakukuwinta-san ng bulaklak mula sa ulo hanggang paa, ay marahang nagmaneho patungo sa tahanan ng aking ama.

Ang tumanda kong magulang ay niyakap ako na tila isang

---

* Inihinto namin ang aming paglalakbay sa mga Sentrong Probinsiya, sa gitnang kalahati patawid sa kontinente, upang makita si Mahatma Gandhi sa Wardha. Ang mga araw na iyon ay inilalarawan sa kabanata 44.

SRI YUKTESWAR AT YOGANANDAJI, CALCUTTA, 1935

"Sapagkat ang anyo ng aking guru ay hindi kagila-gilalas, kaunti lamang sa kanyang kapanabay ang nakakakilala sa kanya bilang isang superman," ang sabi ni Sri Yogananda. "Kahit na ipinanganak na may kamatayan tulad ng iba, si Sri Yukteswar ay natamo ang pagkakakilanlan sa tagapamahala ng panahon at kalawakan. Si Maestro ay walang nakitang hindi mapagtitiisang sagabal sa pagkakaisa ng tao at Dibino. Walang ganoong hadlang ang umiiral, sa aking pang-unawa, maliban sa kawalan ng pakikipag-sapalarang espirituwal ng tao."

bumalik mula sa mga patay; matagal kaming nakatitig sa isa't isa, hindi makapagsalita sa kagalakan. Mga kapatid na mga lalaki, at mga babae, mga amain, mga tiyahin, mga pinsan, mga mag-aaral at mga kaibigan ng mga taong lumipas ay nakapaligid sa akin, wala ni isang tuyong mata sa aming lahat. Nasa artsibo na ngayon ng alaala, ang tagpo ng mapagmahal na pagkikitang muli ay maliwanag na tatagal, hindi malilimutan ng aking puso. Tungkol naman sa pagki-kita namin ni Sri Yukteswar, kapos ang salita; hayaan maging sapat ang sumusunod na paglalarawan mula sa aking kalihim:

"Sa araw na ito, puno ng pinaka-mataas na pag-asa, ipinagma-neho ko si Yoganandaji mula sa Calcutta patungo sa Serampore," itinala ito ni Ginoong Wright sa kanyang talaarawan ng paglalakbay.

"Nagdaan kami sa mga maliliit na mga tindahan—ang isa dito ay ang paboritong kainan ni Yoganandaji sa panahon ng kanyang pag-aaral sa kolehiyo—at sa huli ay pumasok kami sa isang makitid na napapaderang daan. Isang biglang likong pakaliwa, at doon sa harap namin ay nakatayo ang dalawang palapag na gawa sa ladrilyo na ashram ng maestro, ang may rehas nitong balkonahe ay nakausli mula sa mataas na palapag. Ang nangingibabaw na impresyon ay isang payapang kapanglawan.

"May kababaang loob akong naglakad sa likuran ni Yoganandaji sa patyo sa loob ng mga pader ng Hermitage. Mabilis na tumitibok ang mga puso, kami ay nagpatuloy umakyat sa ilang matanda ng sementong mga baitang; walang-salang nilakaran ng mga di-mabi-lang na naghahanap ng katotohanan. Ang aming pagkabahala ay sumisidhi habang kami'y nagpatuloy sa paghakbang. Sa aming ha-rapan, malapit sa puno ng mga baitang ay tahimik na lumabas ang Isang Dakila, si Swami Sri Yukteswarji na nakatayo sa maharlikang tindig ng isang pantas.

"Ang aking puso ay tumalon at lumaki sa grasya ng pagparito sa kanyang banal na harapan. Natakpan ng mga luha ang aking nasasa-bik na paningin nang si Yoganandaji ay lumuhod, at nakayukong nag-alay ng pasasalamat at pagbati; hinipo ng kanyang kamay ang mga paa ng kanyang guru, at pagkatapos, sa mapagpakumbabang paggalang, ang kanyang sariling noo. Pagtayo niya niyakap siya sa magkabilang dibdib, ni Sri Yukteswarji.

"Walang mga salitang nagdaan sa pasimula, ngunit matinding damdamin ang ipinahayag ng mga piping pananalita ng kaluluwa. Napakaningning ng kislap ng kanilang mga mata sa init ng pag-kikitang muli! Isang malambot na pagyanig ang dumaluyong sa payapang patyo, at biglang tinakasan ng araw ang mga ulap upang madagdagan ng sinag ng kaluwalhatian.

"Nakaluhod sa harap ng maestro, ako ay nagbigay ng hindi maipahayag na pagmamahal at pasasalamat; hinipo ko ang kanyang mga paa, na pinakapal ng panahon at paglilingkod, at tinanggap ang kanyang bendisyon. Ako ay tumayo pagkatapos at tumitig sa kanyang magagandang mga mata—malalim sa pagmumuni-muni ngunit nagliliwanag sa tuwa.

"Pumasok kami sa kanyang silid tanggapan, na ang buong tagiliran ay bukas sa balkonahe, na unang makikita mula sa kalsada. Ang maestro ay naupo sa may takip na higaan na inilatag sa sahig na semento, nakasandal siya sa gamit na gamit nang malaking sopa. Si Yoganandaji at ako ay naupo malapit sa paanan ng guru, sa may kulay-dalandan na mga unan upang sandalan at bigyan ng ginhawa ang aming kinauupuan sa banig.

"Sinubukan ko subalit hindi nagtagumpay na unawain ang buod ng pag-uusap sa salitang Bengali sa pagitan ng dalawang Swamiji (dahil natuklasan kong hindi nila ginagamit ang wikang English, kapag sila ay magkasama; kahit na si Swamiji Maharaj, na siyang tawag sa dakilang guru ng iba, ay marunong at madalas magsalita nito). Ngunit madali kong naunawaan ang kabanalan ng Dakilang Nag-iisa sa tulong ng kanyang nakakapagpalubag-loob na mga ngiti at kumikislap na mga mata. Madaling maintindihan sa kanyang masaya o seryosong pakikipag-usap ang isang positibong pagpapahayag; ang tanda ng isang pantas—ang isang nakakaalam na alam niya, sapagkat kilala niya ang Diyos. Ang malawak na karunungan ng maestro, lakas ng layunin at determinasyon ay kitang-kita sa lahat ng paraan.

Simple ang kanyang kasuotan; ang kanyang *dhoti* at kamisa, na minsan ay itinubog sa kulay kalawang ngayon ay isang kupas na kulay-dalandan. Pinag-aaralan ko siya nang buong pitagan paminsan-minsan, napuna kong siya ay malaki, may atletikong taas; ang kanyang katawan ay pinatigas ng mga pagsubok at paghihirap sa buhay ng isang tumalikod sa mundo. Ang kanyang katatagan ay makahari. Kumikilos siya na may dignidad na hakbang at tuwid ang tindig. Isang masaya at mapaglarong tawa ang nanggagaling mula sa kailaliman ng kanyang dibdib, na nagpapaalog at nagpapakislot ng kanyang buong katawan.

"Ang kanyang istriktong mukha ay kapansin-pansing naghahatid ng tatak ng dibinong kapangyarihan. Ang kanyang buhok, na hinati sa gitna, ay puti sa paligid ng noo, at nababahiran sa iba't ibang

Ikalawang palapag na balkonaheng kainan ng Sri Yukteswar hermitage sa Serampore, 1935. Si Sri Yogananda (*gitna*) ay nakaupo sa tabi ng kanyang guru (*nakatayo, kanan*).

bahagi ng mala-pilak na ginto at mala-pilak na itim, at nagtatapos sa kulot na buhok sa kanyang balikat. Ang kanyang bigote at balbas ay kaunti o manipis na, na parang nakadaragdag sa kanyang anyo. Ang kanyang noo ay humapay paitaas, na tila hinahanap ang kalangitan. Ang mga matang maitim ay napapaligiran ng sinag na makalangit na asul na pabilog. Mayroon siyang medyo malaki at pangkaraniwang ilong, na ginagawa niyang libangan kapag walang magawa; pinipitik-pitik at kinikislut-kislot ito ng kanyang mga daliri, na tulad ng isang bata. Sa pamamahinga, ang bibig niya ay mahigpit ngunit may pinong kalambutan.

"Pasulyap-sulyap ako sa paligid, at napuna ko na ang medyo sira-sirang silid ay nagpapahiwatig ng kawalan ng pagmamahal ng may-ari sa ginhawang materyal. Ang niluma na ng panahong puting

PARAMAHANSA YOGANANDA
Kinuha ang larawan noong Disyembre 18, 1935, sa Damodar, India, sa panahon ng pagdalaw sa lugar ng kanyang unang paaralan para sa mga batang lalake, itinatag sa kalapit na Dihika noong 1917. Siya ay nagmi-meditasyon sa pintuan ng halos babagsak na tore na minsan ay naging isang paboritong sulok para siya mapag-isa.

dingding ng mahabang silid ay nababahiran na ng kupas na asul na pantapal. Sa isang dulo ng silid ay nakasabit ang kakaibang larawan ni Lahiri Mahasaya, na may debosyong napapalamutian ng kuwintas na bulaklak. Mayroon ding lumang larawan na nagpapakita kay Yoganandaji sa panahon ng kanyang pagdating sa Boston, nakatayo kasama ang ibang mga kinatawan sa Kongreso ng mga Relihiyon.

"Naitala ko ang kakaibang pagkakasabay ng luma at bago. Isang malaking pinutul-putol na salaming kandelabra ay puno ng agiw dahil sa matagal na hindi nagagamit; at sa dingding ay nakasabit ang isang maliwanag na sunod-sa-tamang-araw na kalendaryo. Ang silid ay may bango ng kapayapaan at kaligayahan.

"Sa labas ng balkonahe, ang mga puno ng niyog ay nagtataasan sa hermitage na tila tahimik na pananggalang.

Prusisyon ng mga guru at mga mag-aaral sa paaralang Ranchi, Marso 1938, sa taunang komemorasyon ng pagtatatag ng paaralan.

Mga mag-aaral ng Yogoda Satsanga Society, paaralan para sa mga batang lalake, sa Ranchi, 1970. Sa pagpapapanatili sa mga huwaran sa pagtatag ng paaralan, maraming mga klase ang ginaganap sa labas ng paaralan, at ang mga batang lalake ay tumatanggap ng pagsasanay sa yoga, kasabay ng akademiya at pang-hanapbuhay na pagtuturo.

SRI YOGANANDA (*gitna*) at ang kanyang kalihim, C. RICHARD WRIGHT (*kanan, nakaupo*) sa Ranchi, July 17, 1936. Sila ay napapalibutan ng mga guro at mag-aaral ng paaralan ni SRI YOGANANDA para sa mga babaeng katutubo.

Sri Yogananda kasama ang mga guru at mga mag-aaral ng Yogoda/ Satsanga Society, paaralan para sa mga batang lalaki sa, Ranchi, 1936. Ang paaralan, na itinatag ni Yoganandaji, ay inilipat sa lugar na ito mula sa Dihika, Bengal noong 1918, sa ilalim ng pagtataguyod ng Maharaja ng Kasimbazar.

"Ang maestro ay kailangan lamang pumalakpak; bago siya matapos, pinagsisilbihan siya ng ilang maliliit na disipulo. Ang isa sa kanila, isang payat na lalaking nagngangalang Prafula,* ay may mahabang itim na buhok, nagniningning na itim na mga mata, at isang makalangit na ngiti: Ang kanyang mga mata ay kumikislap habang ang gilid ng kanyang bibig ay tumataas, tulad ng mga bituin at isang bagong buwan na biglang nagpapakita sa takipsilim.

"Ang kasiyahan ni Swami Sri Yukteswar ay kitang-kitang matindi sa pagbabalik ng kanyang 'produkto' (at siya ay parang nag-uusisa tungkol sa akin, ang 'produkto' ng 'produkto'). Ganoon pa man, ang pangingibabaw ng karunungan sa kalikasan ng Isang Dakila, ay pumipigil sa panlabas na paghahayag ng kanyang damdamin.

"Si Yoganandaji ay naghandog sa kanya ng mga pag-aalay, na siyang kaugalian kapag ang isang disipulo ay nagbabalik sa kanyang guru. Kami ay naupo pagkatapos sa isang simple ngunit maayos ang pagkaluto ng pagkain ng mga gulay at kanin. Si Sri Yukteswar ay nasisiyahan sa aking pagsunod sa ilang kaugaliang Indian, ang 'pagkain na gamit ang mga kamay', halimbawa.

"Pagkatapos ng maraming oras ng lumilipad na mga salita sa Bengali at ang palitan ng mga maiinit na ngiti at masasayang mga sulyap, kami ay nagbigay-galang sa kanyang paanan, nagpaalam sa pamamagitan ng *pranam,*† at lumisan papuntang Calcutta na may dalang walang-hanggang alaala ng isang sagradong pagkikita. Kahit na ako ay pangunahing nagtatala ng aking panlabas na pagkakilala sa Maestro, gayunman, ako ay palaging nakararamdam ng kanyang kaluwalhatiang espirituwal. Nararamdaman ko ang kanyang kapangyarihan, at lagi kong pananatilihin ang ganoong damdamin bilang aking dibinong grasya."

Mula sa America, Europe, at Palestine ako ay nagdala ng maraming mga paghahandog para kay Sri Yukteswar. Tinanggap niya ang mga ito na nakangiti, ngunit walang sinabi. Para sa aking sariling gamit, bumili ako sa Germany ng magkasamang payong at tungkod. Pagdating ko sa India, napagpasiyahan kong ibigay ang tungkod na ito kay Maestro.

"Ang handog na ito ay ikinasisiya kong tunay!" Ang mga mata ng aking guro ay nakatuon sa akin na may pagmamahal na

---

* Si Prafulla ang batang lalaking kasama ni Maestro nang lumapit ang isang cobra (tingnan ang ph. 133).

† Literal na "ganap na pagpupugay," mula sa Sanskrit na salitang *nam,* upang magpugay o yumuko; at ang unlaping *pra,* ganap. Ang isang *pranam* na pagpupugay ay pangunahing ginagawa sa harap ng mga monghe at iba pang iginagalang na mga tao.

pang-unawa habang binibigkas niya ang hindi pangkaraniwang pag-pansin. Mula sa lahat ng mga handog, ang tungkod ang kanyang ibinukod upang ipakita sa mga dumadalaw.

"Maestro, nakikiusap akong payagan mo akong kumuha ng bagong alpombra para sa silid tanggapan." Napuna ko na ang balat ng tigreng inuupuan ni Sri Yukteswar ay nakapatong sa napunit na alpombra.

"Gawin mo kung ito ay makasisiya sa iyo." Ang tinig ng aking guru ay hindi masigla. "Pagmasdan, ang aking tigreng sapin ay maayos at malinis; Ako ay Emperador sa aking maliit na kaharian. Sa labas nito ay ang malawak na mundo, may pagtatangi lamang sa mga nasa panlabas."

Habang binibigkas ang mga salitang ito, naramdaman ko ang mga taon na gumulong pabalik; minsan pa ako ay isang batang di-sipulo, pinadadalisay araw-araw sa mga apoy ng parusa!

Sa sandaling ako ay nakawala mula sa Serampore at Calcutta, ako ay naghanda kasama si Ginoong Wright, patungo sa Ranchi. Anong pagsalubong doon, isang makabagbag-damdaming parangal! Nangilid ang luha sa aking mga mata habang yapos ko ang mapag-tiis na mga guru na sinikap na iwagayway ang bandila ng paaralan sa panahon ng labinlimang taong pagkawala ko. Ang maliwanag na mga mukha at masasayang mga ngiti ng mga nakatira at mga pang-araw na mag-aaral ay sapat nang katibayan sa kahalagahan ng kanilang maingat na pag-aaral at pagsasanay sa yoga.

Ngunit, malungkot na ang institusyon sa Ranchi ay nagdara-nas ng mahigpit na kahirapan sa pananalapi. Si Ginoong Manindra Chandra Nundy, ang matandang maharaja na nagbigay ng kanyang palasyong Kasimbazar na ginawa bilang punong gusali ng paaralan, at siyang nakapagbigay ng maraming mala-prinsipeng mga pagha-handog ay patay na. Maraming walang bayad, at pang-kawang-gawang tampok ng paaralan ay lubhang nalagay sa panganib dahil sa kawalan ng sapat na pagtataguyod ng publiko.

Ako ay hindi gumugol ng maraming taon sa Amerika na hindi natutunan ang ilan sa ma-praktikang talino, ang kanyang lakas-loob sa harap ng mga balakid. Sa loob ng isang linggo, ako ay nanatili sa Ranchi, nakipagbuno sa mga maseselang suliranin. Pagkatapos, dumating ang mga pakikipanayam sa Calcutta sa mga prominenteng pinuno at mga tagapagturo, isang mahabang pakikipag-usap sa batang maharaja ng Kasimbazar, isang nauukol sa pananalaping pagsamo sa aking ama, at aba! ang umuugang mga haligi ng paaralan sa Ranchi ay nagsimulang maiwasto. Maraming

YOGODA MATH, DAKSHINESHWAR, INDIA

Yogoda Satsanga Society Punong Tanggapan ng India, sa Ganges River, malapit sa Calcutta, itinatag ni Paramahansa Yogananda noong taong 1939

mga kaloob ang dumating na hustong-husto sa takdang oras mula sa aking mga Amerikanong mag-aaral.

Sa loob ng ilang buwan pagkatapos ng aking pagdating sa India, nagkaroon ako ng kasiyahang makita na ang paaralan sa Ranchi ay naitala ayon sa batas bilang isang korporasyon. Ang buong-buhay kong pangarap na isang pirmihang pinagkaloobang sentro sa pag-a-aral ng yoga ay nagkaroon ng katuparan. Ang hangaring iyon ang gumabay sa akin sa hamak na pasimula noong taong 1917 sa isang grupo ng pitong mga batang lalaki.

Ang paaralan, ang Yogoda Satsanga Brahmacharya Vidyalaya, ay sa labas ng silid-aralan na nagsasagawa ng pag-aaral sa balarila at mga paksa sa mataas na paaralan. Ang mga residente at pang-araw na mag-aaral ay tumatanggap din ng nauukol na pagsasanay sa ilang uri ng hanapbuhay.

Ang mga batang lalaki mismo ang namamahala sa marami sa kanilang mga gawain sa pamamagitan ng mga pansariling komite. Maaga pa sa aking gawain bilang tagapagturo, natuklasan ko na ang mga batang lalaki na may kapilyuhang natutuwa sa pakikipagtagi-san ng talino sa isang guru ay masiglang tatanggapin ang madisi-plinang patakaran na itatakda ng kanilang mga kapwa mag-aaral. Kailanman ay hindi ako naging isang modelong mag-aaral, kaya mayroon akong laging pang-unawa sa lahat ng mga kabataang pag-bibiro at mga suliranin.

Ang mga palaro at paligsahan ay pinapalakas; ang mga pook-pa-aralan ay nagkakaingay sa pagsasanay ng hockey at football*. Ang mga mag-aaral ng Ranchi ay madalas napapanalunan ang kopa ng mga paligsahang palaro. Tinuturuan ang mga kabataan ng paraang *Yogoda* sa pagkakarga ng lakas ng buhay sa kalamnan sa tulong ng kapangyarihan ng pagnanais: pag-uutos sa isip upang makarating ang lakas ng buhay sa anumang bahagi ng katawan. Sila ay natu-tuto rin ng *asanas* (tamang posisyon) espada at *lathi* (tungkod) na paglalaro. Sinanay sa pagbibigay ng pangunahing lunas, ang mga mag-aaral sa Ranchi ay nagbigay ng kapuri-puring paglilingkod sa kanilang mga probinsiya sa mga kalunus-lunos na trahedya sa pa-nahon ng pagbaha o taggutom. Ang mga kabataan ay naghahardin at nagtatanim ng kanilang sariling mga gulay.

Ang pagtuturo ng Hindi sa mga paksa sa primaryang-paaralan ay ipinagkakaloob para sa mga *Kols, Santals* at *Mundas*, mga katu-tubong tribu ng lalawigan. Ang mga klase para sa mga babae lamang ay isinasagawa sa mga kalapit na mga kanayunan.

---

* Ang istilong Ingles na football ay tinatawag na soccer sa Amerika.

SRI YOGANANDA sa isang pamamangka sa ilog Yamuna, 1935, sa MATHURA, isang banal na lungsod na may kaugnayan sa kapanganakan at kabataan ni Bhagavan Krishna. (*Nakaupo, gitna pakanan*) Anak na babae ni Ananta Lal Ghosh (matandang kapatid na lalake ni Sri Yogananda; Sananda Lal Ghosh (nakababatang kapatid na lalake ni Yoganandaji); si C. Richard Wright.

Ang kakaibang katangian sa Ranchi ay ang pagbibigay ng panimulang pagsasanay sa *Kriya Yoga*. Ang mga kabataang lalaki ay araw-araw ginagawa ang kanilang espirituwal na pagsasanay, umaawit ng Gita at sila ay tinuturuan ng panuntunan at halimbawa ng kabutihan ng pagiging simple, pagpapakasakit sa sarili, dangal at katotohanan. Itinuturo sa kanila na ang kasamaan ay iyong nagbubunga ng kahirapan at ang kabutihan ay iyong mga gawaing nagbubunga ng tunay na kaligayahan. Ang kasamaan ay maaring ihambing sa may lasong pulot-pukyutan, nakatutukso ngunit tigib ng kamatayan.

Ang pagtatagumpay laban sa pagkabalisa ng katawan at isip

sa pamamagitan ng konsentrasyon ay nagtamo ng kagila-gilalas na resulta: hindi na bago sa Ranchi na makakita ng nakakatuwang maliit na anyo, may edad siyam o sampung taong gulang, na nakaupo nang isang oras o higit pa sa walang tinag na kaanyuan, ang hindi pumipikit na paningin ay nakatuon sa matang espirituwal.

Sa taniman ng mga punong-kahoy nakatayo ang templo ni Shiva, na may estatwa ng pinagpalang maestro, si Lahiri Mahasaya. Ang mga araw-araw na panalangin at pag-aaral sa kasulatan ay isinasagawa sa halamanan sa ilalim ng mga punong mangga.

Ang Yogoda Satsanga Sevashram ("Tahanan ng Paglilingkod") na Ospital sa estado ng Ranchi ay nagbibigay ng libreng pag-oopera at tulong pang-kalusugan sa maraming libo-libong mahihirap ng India.

Ang Ranchi ay nasa 2,000 talampakan mula sa karagatan: ang klima ay katamtaman at hindi nagbabago. Ang dalawamput-limang akreng pook, sa tabi ng malawak na paliguang lawa-lawaan, ay nagtataglay ng isa sa pinakamagandang pribadong taniman ng mga bungang-kahoy sa India: limang-daang namumungang mga punong kahoy—mangga, dates, bayabas, lichiyas, at langka.

Ang aklatan ng Ranchi ay naglalaman ng maraming mga babasahin at isang libong mga aklat sa wikang English at Bengali, mga donasyon mula sa Kanluran at Silangan. Mayroong isang koleksiyon ng mga banal na kasulatan ng mundo. Isang mahusay na pinag-uri-uring museo ang nagpapakita ng mahahalagang mga bato at arkeolohikal, heolohikal at antropolohikal na mga katibayan: mga tropeo, na ang karamihan ay sa aking paglilibot sa iba't ibang pook ng daigdig ng Panginoon.*

Ang mga sangay na mga mataas na paaralan, na may tirahan at pagsasanay sa yoga na tulad ng Ranchi, ay nabuksan at ngayon ay umuunlad na. Ito ang mga Yogoda Satsanga Vidyapith (Paaralan) para sa mga batang lalaki sa Lakhanpur sa Kanlurang Bengal, at ang mataas na paaralan at hermitage sa Ejmalichak sa Midnapore, Bengal.† Isang maringal na Yogoda Math (ashram) sa Dakshineswar, na nakaharap sa Ganges, ay inihandog noong taong 1939. May ilang milya lamang sa hilaga ng Calcutta, ang hermitage ay nagsisilbing isang kanlungan ng kapayapaan para sa mga naninirahan sa siyudad.

---

* Isang museo sa Kanluran, na may gayunding mga ipinapakita na inipon ni Paramahansa Yogananda, ay matatagpuan sa Self-Realization Fellowship Lake Shrine sa Pacific Palisades sa California. (*Tala ng Tagapaglathala*)

† Mula sa orihinal na pasimulang ito maraming YSS na institusyon ng edukasyon para sa mga batang lalaki at babae ngayon ay lumalago sa maraming lokalidad sa India. Ang saklaw ng mga pagtuturo ay mula primarya hanggang kolehiyo.

Ang Dakshineswar Math ay ang punong tanggapan sa India ng Yogoda Satsanga Society at ng mga paaralan nito, mga sentro, at mga hermitage sa iba't ibang dako ng India. Ang Yogoda Satsanga Society ng India ay kasapi, ayon sa batas, sa pandaigdig na punong tanggapan: Ang Self-Realization Fellowship sa Los Angeles, California, U.S.A. Ang mga gawain ng Yogoda Satsanga* ay kasama ang paglilimbag ng minsan sa tatlong buwan ng *Yogoda Magazine* at ang pagpapadala sa tuwing ikalawang linggo ng mga aralin sa mga mag-aaral sa lahat ng dako ng India. Ang mga araling ito ay nagbibigay ng detalyadong pagtuturo sa *Self Realization Fellowship* na Pampasigla, Konsentrasyon, at mga Pamamaraan ng Meditasyon. Ang kanilang matapat na pagsasanay ay bumubuo ng kinakailangang batayan para sa mas mataas na pagtuturo sa *Kriya Yoga* na ipinagkakaloob sa sunud-sunod na aralin sa karapat-dapat na mga mag-aaral.

Ang mga gawaing pang-edukasyon, pang-relihiyon, at pantao ng Yogoda ay kinakailangan ang paglilingkod at debosyon ng maraming mga tagapagturo at manggagawa. Hindi ko ililista dito ang kanilang mga pangalan, sapagkat sila ay napakarami; ngunit sa aking puso ang bawat isa ay may makinang na nitso.

Si Ginoong Wright ay nagkaroon ng maraming mga pakikipagkaibigan sa mga kabataang lalaki sa Ranchi. Nakasuot ng isang simpleng dhoti, siya ay namuhay pansamantala kasama nila. Sa Bombay, Ranchi, Calcutta, Serampore, sa lahat ng dakong pinuntahan niya, ang aking kalihim, na may angking talino sa maliwanag

---

* Ang "Yogoda ay nagmula sa *yoga*, pag-iisa, pagkakasundo, kahinahunan; at *da*, yung nagbibigay. Ang "Satsanga" ay binubuo ng *sat*, katotohanan, at *sanga*, kapatiran.

Ang "Yogoda" ay salitang pinag-ugnay ni Paramahansa Yogananda noong taong 1916, nang matuklasan niya ang mga prinsipyo ng pagpapalakas muli ng katawang-tao sa pamamagitan ng lakas mula sa kosmikong pinagmulan. (Tingnan ang ph. 293-294.)

Tinawag ni Sri Yukteswar ang kanyang kapisanang hermitage na Satsanga (Samahan ng Katotohanan); likas na ninais ng disipulo niyang si Paramahansaji na panatilihin ang pangalang iyon.

Ang Yogoda Satsanga Society of India ay isang hindi pang-kalakal na kapisanan, ibinabalangkas upang mapanatiling pang-habang panahon. Sa ilalim ng pangalang iyon, isinama ni Yoganandaji ang kanyang gawain at ang mga pundasyon sa India, na ngayon ay maayos na pinamamahalaan ng isang Board of Directors sa Yogoda Math sa Dakshineswar, W. Bengal. Maraming sentro ng YSS meditation ang umuunlad na ngayon sa iba't ibang bahagi ng India.

Sa Kanluran, isinalin ni Yoganandaji ang pangalan ng kanyang kapisanan sa Ingles, ginawang corporation doon ang kanyang gawain bilang Self-Realization Fellowship. Si Sri Mrinalini Mata ay naging pangulo mula noong taong 2010 hanggang sa kasalukuyan ng Yogoda Satsanga Society of India at Self-Realization Fellowship. (*Tala ng Tagapaglathala*)

na paglalarawan ay nagtala sa isang talaarawan ng paglalakbay ng kanyang mga pakikipagsapalaran. Isang gabi, tinanong ko siya.

"Dick, ano ang pagkakilala mo sa India? "Kapayapaan" ang sagot niyang nag-iisip. "Ang panlahing aura ay kapayapaan."

Ang Maligayang Buhay sa Timog India

"Ikaw ang kauna-unahang taga-Kanluran, Dick, na kailanma'y pumasok sa templong iyon. Marami ang nagtangka ngunit hindi nagtagumpay."

Sa aking mga salita, si Ginoong Wright ay mukhang nagulat, pagkatapos siya'y nasiyahan. Kalalabas lamang namin sa magandang templo ng Chamundi sa mga burol na nakatanaw sa Mysore sa Timog India. Doon kami ay yumuko sa harap ng ginto at pilak na mga altar ng Diyosang si Chamundi, ang diwatang tagatangkilik ng tagapamahalang pamilya ng Mysore.

"Bilang isang alaala nitong walang katulad na karangalan," ang sabi ni Ginoong Wright, na maingat na ibinabalot ang ilang talulot ng rosas "pangangalagaan kong lagi ang mga talulot ng rosas, na binasbasan ng pari ng tubig rosas."

"Ang kasama ko at ako* ay ginugugol ang buwan ng Nobyembre 1935, bilang panauhin ng Estado ng Mysore. Ang tagapagmana ng Maharaja,† H.H. ang Yuvaraja, Sri Kantheerava Narasimharaja Wadiyar, ay inanyayahan ang aking kalihim at ako upang dalawin ang kanyang naliwanagan at maunlad na kaharian.

Sa loob nang dalawang linggo, ako ay nagtalumpati sa harap ng libu-libong mga mamamayan at mag-aaral sa siyudad ng Mysore sa Bulwagang Bayan, ang Kolehiyo ng Maharaja, ang Pamantasang Paaralang ng Medisina; at ang tatlong panlahat na mga pagtitipon sa Bangalore sa Pambansang Mataas na Paaralan, ang Intermediyang Kolehiyo, at ang Bulwagang Bayan ng Chetty, kung saan tatlong libong katao ang nagtipon-tipon.

Hindi ko alam kung ang nasasabik na mga tagapakinig ay nagkaroon ng paniniwala sa makinang na paglalarawan ko tungkol sa Amerika, ngunit ang palakpakan ay laging pinakamalakas kapag

---

* Si Bb. Bletsch ay nanatili kasama ng aking mga kamag-anak sa Calcutta.

† Maharaja Sri Krishna Rajendra Wadiyar IV.

sinasabi ko ang kapwa mga kapakinabangan na makukuha mula sa palitan ng pinakamabuting katangian ng Silangan at Kanluran.

Nagpapahinga kami ngayon ni Ginoong Wright sa kapayapaan ng tropiko. Ang kanyang talaarawan ng paglalakbay ay naglalaman ng sumusunod na salaysay ng kanyang mga impresyon sa Mysore:

"Maraming masasayang mga sandali ang naubos sa pagtitig, na halos malayo ang isip sa laging nagbabagong kanbas ng Diyos sa nakaunat sa kahabaan ng arko ng langit, sapagkat ang Kanyang paghipo lamang ang nagbubunga ng mga kulay na yumayanig sa kasariwaan ng buhay. Ang kasariwaan ng mga kulay ay nawawala kapag ang tao ay sinusubukan itong pamarisan gamit lamang ang pangkulay na pintura, sapagkat ang Panginoon ay gumagamit ng isang mas simple at mabisang pamamaraan—hindi mga langis o kaya mga pangkulay kundi mga sinag lamang ng liwanag. Siya ay nagpupukol ng isang saboy ng liwanag dito, at ito'y nanganganinag na pula; Siya ay nagwagayway muli ng pinsel at ang kulay ay unti-unting humahalo sa kulay dalandan at ginto; pagkatapos, kasabay ng isang nakatutusok na tulak ay sinaksak Niya ang mga ulap ng may bahid na kulay ube na nag-iwan ng munting singsing o palawit na pula na dumadaloy mula sa mga sugat; at sige ng sige, nang walang-tigil Siyang naglalaro, magkatulad gabi at araw, laging nagbabago, laging bago, laging sariwa; walang katulad, walang mga padron o mga kulay na pareho. Ang kagandahan ng pagbabago sa India mula araw hanggang gabi, at mula gabi hanggang mag-umaga ay hindi maihahambing kahit saan; madalas ang kalawakan ay nakikitang animo'y inilabas ng Diyos ang lahat ng kulay sa Kanyang sisidlan ng gamit sa pagguhit at binigyan ito ng napakalakas na hagis ng iba't-ibang kulay sa kalangitan.

"Kailangan kong isalaysay ang kariktan ng isang takipsilim na pagdalaw sa malaking Krishnaraja Sagar Dam,* na may labindalawang milya sa labas ng siyudad ng Mysore. Kami ni Yoganandaji ay sumakay sa maliit na bus, at, kasama ang isang bata bilang opisyal na tagapaandar ng motor ng sasakyan o kapalit ng bateriya, ay nagsimula sa isang maayos ngunit hindi kongkretong daan habang ang araw ay palubog, napipisa sa abot-tanaw na parang hinog na hinog na kamatis.

Ang aming paglalakbay ay nakarating lagpas sa mga laging naroroong parisukat na palayan, tuluy-tuloy sa hanay ng

* Isang dam ng irigasyon na itinayo noong 1930 upang pagsilbihan ang lugar na malapit sa Lungsod ng Mysore, na bantog sa kanyang mga sutla, sabon at langis ng sandalwood.

nakagiginhawang puno ng mga Banyan, sa pagitan ng mga nagtata-asang puno ng niyog; halos kahit saan ang halamanan ay kasing-kapal ng mga nasa isang kagubatan. Papalapit sa taluktok ng isang burol, namasdan namin ang malaking sadyang ginawang lawa, na umaaninag sa mga bituin at ilang nakapaligid na niyog at iba pang mga puno, at napapaikutan ng magagandang naka-terasang mga hardin at hanay ng mga ilaw na kuryente.

"Sa ibaba ng gilid ng dam, kami ay nakakita ng isang nakasi-silaw na panoorin: may kulay na mga sinag na naglalaro na parang geyser na balong ng tubig na tulad ng bumubuhos na makinang na mga tinta—matingkad na asul, pula, berde, at dilaw na talon; at naglalakihang mga batong elepante na bumubulwak ng tubig. Ang patubig (na ang may ilaw na buhos ng tubig ay nagpapaalala sa akin sa 1933 World's Fair sa Chicago) ay makabagong namumukod dito sa sinaunang lupain ng kabukiran at simpleng mga tao. Binigyan kami ng mga taga-India ng isang sadyang masuyong pagbati at ako ay natakot na mangangailangan ng higit sa aking lakas upang ibalik si Yoganandaji sa Amerika.

"Isa pang pambihirang pribilehiyo—ang aking unang pagsakay sa elepante. Kahapon, ang Yuvaraja ay nag-anyaya sa amin sa kan-yang pang-tag-araw na palasyo upang mag-aliw sa isang pagsakay sa isa sa kanyang mga elepante—isang napakalaking hayop. Ako ay tumuntong sa isang hagdan na inihanda upang umakyat sa ibabaw ng *howdah* o upuan, na may sedang-almuhadon at parang kahon; at pagkatapos para sa isang paggiwang-giwang, pasiklut-siklot, pag-taas at pababa pag-uguy-ugoy sa isang kanal—masyadong natutuwa upang mag-alala o sumigaw, ngunit nakalambitin para sa buhay na mahalaga!"

Ang Katimugang India, na mayaman sa makasaysayan at arkeo-lohikal na mga labi, ay isang lupain ng tiyak ngunit hindi matukoy na ganda. Sa dakong hilaga ng Mysore ay ang Hyderabad, isang ka-akit-akit na talampas na pinutol ng napakalakas na ilog ng Godavari. Mga malawak na masaganang kapatagan, ang magandang Nilgiris o "Asul na Kabundukan", at iba pang mga pook na may tigang na mga burol na batong-apog at granite. Ang kasaysayan ng Hyderabad ay isang mahaba at makulay na kasaysayan, magmula pa noong tatlong libong taong nakalilipas sa ilalim ng mga hari ng Andhra at nagpatu-loy sa ilalim ng dinastiya ng mga Hindu hanggang A.D. 1294, nang ang rehiyon ay nagdaan sa isang linya ng mga pinunong Moslem.

Ang makapigil-hiningang pagtatanghal ng arkitektura, eskul-tura, at pagpipinta sa buong India ay matatagpuan sa Hyderabad sa sinaunang inukit na mga batong kuweba sa Ellora at Ajanta. Ang Kailasa sa Ellora, isang napakalaking templong gawa sa bato, ay nagtataglay ng inukit na mga anyo ng mga diyos, mga tao at hayop sa nakamamanghang kasukat ng isang Michelangelo. Ang Ajanta ay ang pook ng dalawampu't-limang monasteryo at limang katedral, lahat ay hinukay na mga bato na binibigyan ng katatagan ng napakalalaking may mga pintang mga haligi kung saan pinapanatiling buhay ng mga pintor at iskultor ang kanilang mga angking talino.

Ang siyudad ng Hyderabad ay binigyang-dangal ng Unibersidad ng Osmania at ang matayog na moske ng Mecca Masjid kung saan sampung libong mga Moslem ang nagtitipon upang manalangin.

Ang estado ng Mysore, na tatlong libong talampakan ang taas sa karagatan, ay masagana sa makapal na tropikong mga kagubatan: ang tahanan ng mga ligaw na elepante, bison, oso, pantera at mga tigre. Ang dalawang pangunahing siyudad, ang Bangalore at ang Mysore ay malinis at kaakit-akit, at may maraming magagandang parke at harding pampubliko.

Ang arkitektura at iskulturang Hindu ay nakarating sa pinakamataas na kaganapan sa Mysore sa ilalim ng pagtataguyod ng mga haring Hindu mula sa ikalabing-isa hanggang ikalabing-limang siglo. Ang templo sa Belur, isang obra-maestra ng ika-labing-isang siglo, ay natapos sa panahon ng panunungkulan ni Haring Vishnuvardhana, ay wala pang nakahihigit sa buong mundo sa maselang detalye at masiglang paglalarawan.

Ang mga batong kautusan na natagpuan sa hilagang Mysore ay mula sa ikatlong siglo B.C. Binibigyan nila ng liwanag ang alaala ni Haring Asoka*, na ang malawak na imperyo ay kasama ang India, Afghanistan at Baluchistan. Inukit sa iba't ibang mga katutubong wika, ang "mga pangaral sa bato" ni Asoka ay nagpapatunay sa laganap na karunungan ng kanyang panahon. Ang Batong Kautusan XIII ay tumutuligsa sa mga digmaan: "Isiping walang tunay na pananakop maliban sa relihiyon." Batong Kautusan X, ay nagpapahayag na ang tunay na kaluwalhatian ng isang Hari ay batay sa kaunlarang moral na tinutulungan niya ang kanyang mga nasasakupan na makamit. Ang Batong Kautusang XI ay nagtatakda na "ang tunay

---

* Si Emperador Asoka ay nagtatag ng 84,000 na relihiyosong *stupas* (dambana) sa iba't-ibang bahagi ng India. Labing-apat na batong kautusan at sampung batong haligi ang nananatili. Bawat haligi ay isang pagtatagumpay ng inhenyeriya, arkitektura at iskultura. Inayos niya ang pagpapatayo ng maraming imbakan ng tubig, saplaran, at irigasyon; mga kalsada at daang nasisilungan ng mga puno at natutuldukan ng mga bahay-pahingahan para sa mga manlalakbay; mga hardin ng mga halamang-gamot; at ng mga ospital para sa tao at hayop.

na regalo" ay, hindi mga kalakal, kundi Kabutihan—ang pagpapa-
laganap ng katotohanan. Sa Batong Kautusan VI inaanyayahan ng
pinakamamahal na Emperador ang kanyang nasasakupan na maki-
pag-usap sa kanya tungkol sa pampublikong gawain "kahit anong
oras ng araw o gabi," idinadagdag pa niya na sa tapat na paglilingkod
ng kanyang makaharing katungkulan, siya "ay nakakawala sa pag-
kakautang sa kanyang kapwa mamamayan."

Si Asoka ay apo ng nakatatakot na si Chandragupta Maurya,
na siyang sumira sa mga garison na iniwan sa India ni Alexander
The Great at noong 305 B.C. at siya ang nakatalo sa lumulusob
na hukbo ng Macedonia ni Seleucus. Pagkatapos ay tinanggap ni
Chandragupta sa kanyang kaharian sa Pataliputra* ang Griyegong
embahador, na si Megasthenes, na nag-iwan sa atin ng paglalarawan
ng masaya at mahusay sa negosyong India ng kanyang panahon.

Noong 298 B.C. ipinagkatiwala ng matagumpay na si Chan-
dragupta ang pamamalakad nang pamahalaan ng India sa kan-
yang anak. Naglakbay siya sa Timog India, ginugol ni Chandra-
gupta ang labindalawang taon ng kanyang buhay bilang isang
wala-kahit-isang-sentimong asetiko, naghanap ng Sariling-pagka-
unawa sa isang mabatong kuweba sa Sravanabelagola, na ngayon
ay isa ng templo sa Mysore. Ipinagmamalaki ng mismong rehiyong
ito ang pinakamalaking inukit na batong estatwa sa buong mundo,
na inukit sa malapad na bato ng mga Jain noong A.D. 893 upang
parangalan ang pantas na si Gomateswara.

Ang mga kawili-wiling salaysay ay masusing naitala ng mga
Griyegong mananalaysay at iba iba pa na sumama o sumunod kay
Alexander sa kanyang ekspedisyon sa India. Ang mga kuwento ni
Arrian, Diodoros, Plutarch at Strabo ang heograpo ay isinalin ni Dr.
J. W. McCrindle† upang maghagis ng sinag ng liwanag sa sinaunang
India. Ang pinaka-kahanga-hangang katangian ng hindi nagtagum-
pay na paglusob ni Alexander ay ang malalim na pagkawiling ipi-
nakita niya sa pilosopiyang Hindu at sa mga yogi at banal na mga

* Ang lungsod ng Pataliputra (modernong Patna) ay may nakahahalinang kasaysayan.
Ang Panginoong Buddha ay dumalaw sa lugar noong ikaanim na siglo B.C. nang
ito ay isa pa lamang hindi mahalagang kuta. Gumawa siya ng panghuhulang ito:
"Saanman magtungo ang mga Aryan, saanman maglakbay ang mga mangangalakal,
para sa kanila ang Pataliputra ay magiging ang pangunahing lungsod, isang sentro
para sa pagpapalitan ng lahat ng uri ng gamit" (*Mahaparinirbana Sutra*). Pagkalipas
ng dalawang siglo, ang Pataliputra ay naging kabiserang lungsod ng malaking imperyo
ni Chandragupta Maurya. Ang kanyang apo na si Asoka ang nagdala sa metropolis sa
higit pang kasaganaan at karangyaan. (Tingnan ang ph. xxv.)

† Anim na aklat tungkol sa *Ancient India* (Calcutta: Chuckervertty, Chatterjee &
Co., 15 College Square; 1879, muling inilabas 1927).

tao na kanyang nakilala paminsan-minsan at pinahahanap niya ang mga ito dahil sabik niyang makasama. Ilang sandali pagkatapos ang Kanlurang mandirigma ay dumating sa Taxila sa hilagang India, ipinadala niya si Onesikritos (isang disipulo ng paaralang Helenic ni Diogenes) upang sunduin ang isang dakilang *sannyasi* ng Taxila, si Dandamis.

"Pagbati sa iyo, o guru ng mga *Brahmin!*" Ang sabi ni Onesikritos pagkatapos matagpuan si Dandamis sa kanyang kinalalagyana sa kagubatan. "Ang anak ng makapangyarihang diyos na si Zeus, na si Alexander na siyang Pinakamataas na panginoon ng lahat ng mamamayan, ay inuutusan kang pumunta sa kanya. Kapag sumunod ka, bibigyan ka niya ng gantimpalang malaking handog; kapag tumanggi ka, puputulan ka niya ng ulo!"

Payapang tinanggap ng yogi itong medyo sapilitang paanyaya, at "hindi man lamang itinaas ang kanyang ulo mula sa kinauupuang mga dahon."

"Ako rin ay isang anak ni Zeus, kung si Alexander ay ganoon," ang puna niya. "Wala akong kailangan sa mga pag-aari ni Alexander, sapagkat ako ay kontento sa kung anong mayroon ako, samantalang nakikita ko na siya ay naglalakbay na kasama ang kanyang mga tauhan sa karagatan at lupain na walang pakinabang, at hindi kailanman makakarating sa katapusan ang kanyang paglilibot.

"Humayo ka at sabihin mo kay Alexander na ang Diyos ang Pinakamataas na Hari ay hindi ang May-akda ng kawalang-galang na pagkakamali, subalit Siya ang lumalang ng liwanag, ng kapayapaan, ng buhay, ng tubig, ng katawan ng tao at ng mga kaluluwa; tinatanggap Niya ang lahat ng mga tao kapag binigyan sila ng kalayaan ng kamatayan, kapag nagkaganoon ay wala ng paraang sila ay masasakupan nang masamang karamdaman. Siyang Nag-iisa lamang ang Diyos na aking igagalang, Siya na napopoot sa pagpatay at hindi nanunulsol ng mga digmaan.

"Si Alexander ay hindi isang diyos, sapagkat siya ay kailangang makatikim ng kamatayan," ang patuloy ng pantas sa payapang paghamak. "Paanong makakayanan ng katulad niya ang maging pandaigdig na panginoon gayong hindi pa niya nailuluklok ang kanyang sarili sa isang trono ng pandaigdig na panloob na pananakop? Hindi pa rin siya nakapasok ng buhay sa Impiyerno, at ni hindi niya alam ang daan ng araw dito sa malalawak na mga rehiyon nitong daigdig. Karamihan sa mga bansa ay ni hindi pa narinig ang kanyang pangalan!"

Pagkatapos nitong pagkakastigo—tiyak ang pinaka-nakapapasong naipadala upang salakayin ang tainga ng "Panginoon ng Mundo"—idinagdag ng pantas na nangungutya, "kapag ang kasalukuyang mga lupang sakop ni Alexander ay hindi pa sapat para sa kanyang pagnanasa, bayaan siyang tumawid sa ilog Ganges, doon ay makakakita siya ng isang bansang may kakayahang makapagbigay-lakas sa lahat ng kanyang mga tauhan.*

"Ang mga handog na ipinangako ni Alexander ay walang kabuluhan sa akin," ang pagtutuloy ni Dandamis. "Ang mga bagay na pinahahalagahan at nakita kong may tunay na halaga ay mga puno dahil sila ang aking silungan; namumulaklak na mga halaman, dahil sila ang nagbibigay ng aking pang-araw-araw na pagkain; at tubig, dahil pinapapayapa ang aking pagkauhaw. Ang mga pag-aaring nakamtan ng may balisang pag-iisip ay malamang nagpapatunay na kasiraan ng mga taong nag-ipon nito, nagdudulot lamang ng kalungkutan at pagka-inis na siyang nagpapahirap sa lahat ng hindi pa naliwanagang mga tao.

"Para sa akin, ako ay humihimlay sa mga dahon sa kagubatan, at dahil, walang kahit anong dapat bantayan, ipinipikit ko ang aking mga mata sa payapang pagtulog; samantalang, kung ako ay mayroong anumang bagay na may halaga sa mundo, ang dala-dalang iyon ay magpapalayas ng pagtulog. Tinutustusan ako ng mundo sa lahat ng aking pangangailangan, tulad ng isang ina na nagkakaloob sa kanyang anak ng gatas. Ako ay pumupunta kahit saan ko gusto, walang hadlang ng materyal na pananagutan.

"Sakaling putulin ni Alexander ang aking ulo, hindi naman niya kayang sirain ang aking kaluluwa. Ang aking ulo, pagkatapos ay tahimik, at ang aking katawan, na tulad ng napunit na damit, ay mananatili sa lupa, kung saan kinuha ang kanyang mga elemento. Ako pagkatapos, na magiging Espiritu, ay aakyat patungo sa Diyos. Kinulong Niya tayong lahat sa laman at inilagay tayo sa lupa upang patunayan kung, kapag naririto tayo sa ibaba, ay magiging masunurin sa Kanyang mga ordinansa; at kakailanganin Niya mula sa atin, kapag tayo ay paalis na mula ngayon, ng pag-uulat ng ating buhay. Siya ang Hurado ng lahat ng maling gawain; ang daing ng mga naaapi ang nagpapapataw ng kaparusahan sa mga nang-aapi.

"Pabayaang sindakin ni Alexander ng pananakot ang mga taong nangangarap ng kayamanan at natatakot sa kamatayan. Laban sa

---

* Ni si Alexander o sinuman sa kanyang mga heneral ang nakatawid sa Ganges. Pagkakita sa determinadong paglaban sa hilagang-kanluran, umalsa ang Hukbong Macedonia sa pamamagitan ng pagtanggi lumusob pa; napilitang umalis sa India si Alexander. Naghanap siya ng iba pang masasakop sa Persia.

mga *Brahmin* ang kanyang mga armas ay walang lakas; kami ay hindi nagmamahal sa ginto at hindi natatakot mamatay. Humayo ka na kung ganoon, at sabihin mo kay Alexander ito: Si Dandamis ay walang pangangailangan sa iyong mga pag-aari, at samakatwid, ay hindi pupunta sa iyo; at, kung gusto mo ng anumang bagay mula kay Dandamis, lumapit ka sa kanya."

Gaya ng nararapat, ipinahayag ni Onesikritos ang mensahe; si Alexander ay nakinig mabuti, at "nakaramdam ng mas malakas na pagnanasa kaysa dati upang makita si Dandamis; na kahit matanda at hubad, ay siya lamang ang katunggali na nakatagpo ng mananakop ng maraming bansa na higit kaysa kanyang katapat."

Nag-anyaya si Alexander sa Taxila ng ilang mga asetikong *Brahmin* na kilala sa kanilang talino sa pagsagot ng mga katanungang pilosopikal at may mahalagang katalinuhan. Isang ulat ng maliit na labanang salitaan ay ibinigay ni Plutarch; si Alexander mismo ang nagbalangkas ng lahat ng mga katanungan.

"Alin ang mas marami, ang nabubuhay o ang mga patay?"

"Ang nabubuhay, sapagkat ang mga patay ay wala na."

"Alin ang naglalahi ng mas malaking mga hayop, ang karagatan o ang lupa?"

"Ang lupa, sapagkat ang dagat ay isa lamang bahagi ng lupa."

"Alin ang pinakatuso sa lahat ng hayop?"

"Iyong hindi pa nakikilala ng tao." (Ang tao ay takot sa hindi niya nalalaman.)

"Alin ang unang nilikha, ang araw o ang gabi?"

"Ang araw ay una ng isang araw." Ang kasagutang ito ay nagbigay ng pagkamangha kay Alexander; idinagdag ng *Brahmin*: "Ang mga imposibleng katanungan ay nangangailangan ng imposibleng kasagutan."

"Paano ang pinakamabuting paraan upang ang tao ay maging pinakamamahal?"

"Ang isang tao ay magiging pinakamamahal kapag, nagtataglay ng malaking kapangyarihan, ngunit hindi niya gagawing siya ay katakutan.

"Papaanong mangyayaring ang tao ay maging isang diyos?"[*]

"Sa paggawa ng alinmang imposibleng magawa ng tao."

"Alin ang mas malakas, buhay o kamatayan?"

"Ang buhay, sapagkat ito ay nagtitiis ng maraming kasamaan."

Si Alexander ay nagtagumpay sa pagdadala sa labas ng India,

---

[*] Sa tanong na ito maari nating ipalagay na ang "anak ni Zeus" ay nagdududa paminsa-minsan na nakamit na niya ang kaganapan.

bilang kanyang tagapagturo, ng isang tunay na yogi. Ang taong ito ay si Kalyana (Swami Sphines), na kung tawagin ay 'Kalanos' ng mga Griyego. Sinamahan ng pantas si Alexander sa Persia.

Sa isang takdang araw, sa Susa sa Persia, si Kalanos ay bumitaw sa kanyang matandang katawan sa pamamagitan ng pagpasok sa apoy na panunog ng katawan sa harap ng buong hukbo ng Macedonia. Itinatala ng mga mananalaysay ang pagkamangha ng mga kawal habang pinagmamasdan ang yogi na walang takot sa sakit o kamatayan; kailanman ay hindi siya gumalaw kahit minsan mula sa posisyon ng kanyang katawan habang siya ay nilalamon ng apoy. Bago siya lumisan para sa kanyang kremasyon, yumakap si Kalanos sa maraming malalapit niyang kasamahan ngunit hindi siya namaalam kay Alexander, na sinabihan lamang ng Hindung pantas ng:

"Ako ay makikipagkita sa iyo pagkatapos sa Babylon."

Si Alexander ay umalis sa Persia at, pagkatapos ng isang taon, ay pumanaw sa Babylon. Ang hula ay ang paraan ng pagsasabi ng pantas na siya ay makakasama ni Alexander sa buhay at kamatayan.

Ang mga mananalaysay na Griyego ay nag-iwan sa atin ng maraming malinaw at nakapagpapasiglang paglalarawan ng lipunan ng India. Ang batas ng India, ang sabi sa atin ni Arrian, ay nagtatanggol sa mga tao at "nag-uutos na wala kahit sinuman sa kanila ang, sa anumang pagkakataon, magiging isang alipin, ngunit sila mismong nagtatamasa ng kalayaan, ay igagalang ang pantay-pantay na karapatan dito na taglay ng lahat ng tao.*

"Ang mga Indian," ang pahayag ng isa pang kasulatan, "ay hindi naglalabas ng salapi bilang pagpapatubo at ni hindi marunong kung paano manghiram. Ito ay salungat sa matatag na pag-uugali ng mga Indian na gumawa ng mali o magdusa dahil sa pagkakamali; kaya, sila ay hindi naghahanda ng kasulatan o humihingi ng panggarantiya." Ang panggagamot, ang sinabi sa atin, ay sa simple at likas na paraan. "Ang mga lunas ay isinasagawa sa pamamagitan ng pamamahala ng pagkain sa halip na paggamit ng mga gamot. Ang mga lunas na binibigyan ng halaga ay mga pampahid at pantapal. Lahat ng iba pa ay ipinapalagay na malaking pamiminsala." Ang

---

* Lahat ng Griyegong tagamasid ay nagkokomento tungkol sa kawalan ng pang-aalipin sa India, isang katangiang taliwas sa istruktura ng isang lipunang Hellenic.

Creative India ni Propesor Benoy Kumar Sarkar, ay nagbibigay ng isang masaklaw na larawan ng mga sinauna at makabagong nagawa ng India at katangi-tanging pagpapahalaga sa ekonomiya, siyensiya ng pulitika, literatura, sining, at panlipunang pilosopiya.(Lahore: Motilal Banarsi Dass, Tagapaglathala, 1937, 714 pp.)

Isa pang inererekomendang libro ay ang *Indian Culture Through the Ages,* ni S. V. Venkateswara (New York: Longmans, Green and Co.).

pakikipagdigma ay nauukol lamang sa mga *Kshatriyas* o kastang mandirigma. "Hindi sasaktan ng isang kalaban ang isang ama ng tahanan na nadatnang niyang gumagawa sa kanyang lupain, sapagkat ang mga taong tulad ng kanyang uri ay ipinapalagay na tumutulong sa publiko at sila ay ipinagtatanggol mula sa lahat ng pinsala. Ang lupain, sa gayon ay nananatiling hindi nasasalanta at nagbibigay ng masaganang bunga, at nagtutustos sa mga pangangailangan upang maging kasiya-siya ang buhay."

Ang nasa lahat ng pook na mga templo ng relihiyon sa Mysore ay isang palagiang pagpapaalala ng mga maraming dakilang banal sa Timog India. Ang isa sa mga maestrong ito, si Thayumanavar, ay nag-iwan sa atin ng sumusunod na nanghahamong tula:

> Ikaw ay maaring pumigil ng isang galit na elepante;
> Ikaw ay maaring magsara ng bibig ng oso at ng tigre;
> Sumakay sa leon at makipaglaro sa cobra;
> Sa pamamagitan ng alkimya ikaw ay maaring kumita ng
>   ikabubuhay;
> Ikaw ay maaring magpagala-gala sa buong daigdig na di kilala;
> Gawing alipin ang mga diyos; at laging maging bata;
> Ikaw ay maaring maglakad sa ibabaw ng tubig at mabuhay sa
>   apoy:
> Ngunit ang pagpigil ng kaisipan ay mas mabuti at mas mahirap.

Sa maganda at masaganang Estado ng Travancore sa dulo ng katimugang India, kung saan ang trapiko ay ipinadadaan sa mga ilog at mga kanal, ang Maharaja ay inaako bawat taon ang napamanang pananagutan upang pagbayaran ang pagkakasalang nagawa sanhi ng mga digmaan at ang pananakop, noong matagal na nagdaang panahon ng maraming maliliit na estado para sa Travancore. Sa loob nang limampu't-anim na araw bawat taon ang Maharaja ay dumadalaw sa templo tatlong beses maghapon upang makinig ng awiting Vedic at mga pagbigkas; ang seremonyang pagbabayad ay nagtatapos sa *lakshadipam* o pagbibigay-liwanag sa templo ng isang daang-libong mga ilaw.

Ang panguluhan ng Madras sa timog-silangang baybayin ng India ay naglalaman ng makinis, malawak at napapalibutan ng dagat na siyudad ng Madras, at ang Conjeeveram, ang Ginintuang Siyudad, ang punong lungsod ng Pallava Dynasty, kung saan ang mga Hari ay namuno sa panahon ng naunang mga siglo ng kapanahunang Kristiyano. Sa makabagong panguluhan ng Madras, ang walang-karahasang tularan ni Mahatma Gandhi ay nakagawa ng malaking pagsulong; ang puting pagkakakilanlang "Gora ni

Gandhi" ay nakikita kahit saan. Sa dakong katimugan, pangkarani-wan na ang Mahatma ay nakagawa ng maraming mahalagang pag-babago sa templo para sa mga "hindi magalaw" ("untouchables") at pagbabago sa sistema ng kasta.

Ang pinagmulan ng sistema ng kasta, na binuo ng dakilang mambabatas na si Manu, ay kahanga-hanga. Maliwanag niyang nakita na ang mga tao ay nakikilala sa kanilang likas na pagsulong sa apat na malalaking klase: ang mga may kakayahang maglingkod sa lipunan sa pamamagitan ng kanilang pagsisilbing gamit ang katawan (*Sudras*); ang mga nagsisilbi na gamit ang pag-iisip, kahu-sayan, agrikultura, pagnenegosyo, kalakal, pangkalahatang buhay ng pagtatrabaho (*Vaisyas*); ang mga may talinong pang-kapisanan, ehekutibo, at pagtatanggol—namumuno at mandirigma (*Kshatri-yas*); ang mga likas na palaisip, nabigyang-siglang espirituwal at nakakapagpalakas-loob (*Brahmins*). "Hindi kapanganakan, ni hindi rin mga sakramento, hindi pag-aaral, hindi angkan ang maaring makapagsabi kung ang isang tao ay dalawang-ulit-ipinanganak (i.e., isang *Brahmin*)," ang pahayag ng *Mahabharata*, "pagkatao at pag-uugali lamang ang makapagpapasya."* Iniutos ni Manu sa

* "Ang pagsama sa isa sa apat na kastang ito ay orihinal na ibinatay, hindi sa kapanganakan ng tao kundi sa likas niyang kakayahan na ipinakita ng layunin sa buhay na pinili niyang makamit," pahayag ni Tara Mata sa *East-West* para sa Enero 1935. "Ang layuning ito'y maaaring (1) *kama*, pagnanasa, gawain ng buhay ng mga pandama (yugtong *Sudra*), (2) *artha*, tubo, pagkamit ngunit pangangasiwa sa mga pagnanasa (yugtong *Vaisya*), (3) *dharma*, disiplina-sa-sarili, ang buhay ng tungkulin at tamang gawa (yugtong *Kshatriya*), (4) *moksha*, kalayaan, ang buhay ng espirituwalidad at relihiyosong katuruan (yugtong *Brahmin*). Ang apat na kastang ito ay nagbibigay serbisyo sa sangkatauhan sa pamamagitan ng (1) katawan, (2) kaisipan, (3) kapangyarihan ng kalooban, (4) Espiritu.

"Ang apat na yugto ay may pagkakaayon sa walang hanggang *gunas* o mga katangian ng kalikasan, *tamas, rajas*, at *sattvas*: paghadlang, paggawa, pagpapalawak, o masa, enerhiya at karunungan. Ang apat na likas na kasta ay may tanda ng mga *gunas* bilang (1) *tamas* (kamangmangan), (2) *tamas-rajas* (paghahalo ng kamangmangan at paggawa), (3) *rajas-sattvas* (paghahalo ng wastong paggawa at kabatiran), (4) *sattva* (kabatiran). Ganyan tinatakan ng kalikasan ang bawat tao ng kanyang kasta, sa pamamagitan ng pangingibabaw sa sarili ng isa, o paghahalo ng dalawang *gunas* sa iba't ibang proporsiyon. Matitiyak ng guru ang tamang kasta o (antas ng ebolusyon ng isang tao).

"Lahat ng lahi at nasyon ay sumusunod sa kaugalian ng kasta, kung hindi man sa teorya nito. Kung saan may labis na kalayaan sa pag-aasawa sa pagitan ng mga nasa dulo ng likas na kasta, ang lahi ay nauubos ng unti-unti hanggang sa tuluyang mawala. Inihahambing ng *Purana Samhita* ang bunga ng ganoong pag-iisa sa baog na hayop na bunga ng pinaghalong magkaibang mga lahi, tulad ng mula (na anak ng buriko at kabayo) na hindi kayang magparami ng sariling uri. Ang ganitong mga artipisyal na uri ay nalilipol sa dakong huli. Nag-aalay ang kasaysayan ng maraming pruweba ng maraming dakilang lahi na wala nang nabubuhay na kinatawan. Ang lipunan na magpakita nang paggalang sa mga kasapi sapagkat sila ay may angking karunungan, kabutihan, sapat na gulang, pamilya, at pangwakas, kayamanan. Ang kayamanan sa Vedic India ay laging kinamumuhian kung ito ay itinatago o hindi nakalaan para sa kawanggawa. Ang mga madadamot na tao na may malaking kayamanan ay itinatalaga sa mababang antas ng lipunan.

Ang matinding kasamaan ay lumabas nang ang sistema ng kasta ay humigpit sa pagdaan ng mga siglo at naging isang namamanang renda. Ang India, na may sariling pamamalakad mula noong taong 1947, ay gumagawa ng marahan, ngunit tiyak na pagsulong sa pagpapanatili ng matandang kahalagahan ng kasta, sang-ayon lamang sa likas na katangian at hindi sa kapanganakan. Bawat bansa sa mundo ay may sariling malakas na nagbibigay-hirap na pagkakautang na karma na dapat bigyan ng pansin at marangal na alisin. Pinatutunayan ng India, na may espiritung marunong at di-tinatablan, na kaya niya ang gawaing pagbabago ng sistema ng kasta.

Tunay na kaakit-akit ang timog India na ninais ko at ni Ginoong Wright na pahabain pa ang aming maligayang buhay. Ngunit ang panahon, sa kanyang napakatagal nang kawalang-galang, ay hindi kami binigyan ng mapitagang karagdagan. Ako ay nakatakdang magsalita sa madaling panahon sa pang-wakas na pagpupulong ng Indian Philosophical Congress sa Calcutta University. Sa katapusan ng aming pagdalaw sa Mysore, ako ay masayang nakipag-usap kay Ginoong C.V. Raman, pangulo ng Indian Academy of Sciences. Itong napakatalinong Hindung pisisista ay nagawaran ng *Nobel Prize* noong 1930 para sa " Raman Effect", ang kanyang mahalagang pagtuklas sa pagpapalaganap ng liwanag.

Kumakaway ng isang bantulot na pamamaalam sa maraming mga mag-aaral ng Madras at mga kaibigan, kami ni Ginoong Wright ay nagsimulang umalis para sa aming mga paglalakbay. Sa daanan, tumigil kami sa harap ng maliit na templong sagrado sa alaala ni Sadasiva Brahman,* na ang salaysay ng kanyang buhay noong

---

sistema ng kasta ng India ay pinaniniwalaan ng kanyang mga taong malalalim na palaisip na siyang nakapipigil sa labis na kalayaan sa pag-aasawa sa kaduluhan ng mga kasta. Ito ang nakapagpapanatili sa kadalisayan ng lahi at naitawid itong ligtas sa kabila ng libo-libong taon ng malimit na pagbabago, kahit na maraming ibang sinaunang lahi ang ganap nang naglaho."

* Ang pormal niyang titulo ay Swami Sri Sadasivendra Saraswati, na ginamit niyang pangalan ng panulat sa kanyang mga aklat (komentaryo tungkol sa *Brahma Sutras* at *Yoga Sutras* ni Patanjali). Lubha siyang iginagalang ng mga makabagong pilosopo ng India.

ikalabing-walong siglo ay punong-puno ng mga himala. Isang mas malaking templo ni Sadasiva sa Nerur, na itinayo ng Raja ng Pudukkottai, ay isang pook ng banal na paglalakbay na nakasaksi na ng maraming dibinong pagpapagaling. Ang mga sumunod na namahala sa Pudukkottai ay pinahalagahan bilang sagrado ang mga relihiyosong tagubilin na isinulat ni Sadasiva noong taong 1750 para sa pagpapatnubay ng namumunong prinsipe.

Maraming mga hindi pangkaraniwang kuwento tungkol kay Sadasiva, isang kaibig-ibig at ganap na naliwanagang maestro, ang napag-uusapan pa ng mga taganayon ng Timog India. Isang araw nakalubog na malalim sa *samadhi* sa pampang ng Ilog Kaveri, si Sadasiva ay nakitang tinangay ng agos ng isang biglang pagbaha. Pagkaraan ng ilang linggo, siya ay natagpuang nakabaon ng malalim sa isang tambak ng lupa na malapit sa Kodumudi sa Distrito ng Coimbatore. Nang tinamaan ang kanyang katawan ng pala ng mga taganayon, ang banal ay tumayo at mabilis na naglakad papalayo.

Si Sadasiva ay naging isang *muni* (hindi nagsasalitang banal) pagkatapos siyang mapagalitan ng kanyang guru nang talunin niya sa isang dyalektikong pakikipagtalo ang isang nakatatandang iskolar ng *Vedanta*. "Kailan ka ba, na isang kabataan, matututong magpigil ng iyong dila?" ang puna ng kanyang guru.

"Kasama ng inyong pagbabasbas, kahit mula sa sandaling ito."

Ang guru ni Sadasiva ay si Swami Sri Paramasivendra Saraswati, may-akda ng *Daharavidya Prakasika* at isang malalim na komentaryo sa *Uttara Gita*. Ang ilang makamundong mga tao, na naiinsulto dahil ang lasing-sa-Diyos na si Sadasiva ay madalas nakikitang nagsasayaw nang "walang kagandahang asal" sa mga kalsada, ay dinala ang kanilang mga reklamo sa kanyang pantas na guru. "Ginoo," ang pahayag nila, "si Sadasiva ay hindi hihigit sa isang taong baliw."

Ngunit si Paramasivendra ay ngumiting maligaya. "Oh," ang bulalas niya, "sana ang ibang tao ay mayroong ganoong pagka-baliw!"

Ang buhay ni Sadasiva ay may palantandaan ng maraming hindi karaniwan at magagandang pagpapatunay ng Namamagitang Kamay. Maraming tila hindi makatarungan sa mundong ito; ngunit ang mga deboto ng Diyos ang makapagpapatunay sa hindi mabilang na mga sandali ng Kanyang madaliang pagkamakatarungan. Isang gabi, si Sadasiva, na nasa *samadhi* ay tumigil malapit sa kamalig

---

Ang Shankaracharya ng Sringeri Math, ang Kanyang Kabanalan Sri Sacchidananda Sivabhinava Narasimha Bharati, ay nagsulat ng isang nakasisiyang *Ode* para kay Sadasiva.

ng isang mayamang ama ng tahanan.Tatlong tagapagsilbi, na nag-babantay sa mga magnanakaw ay nagtaas ng mga pamalo upang ha-tawin ang banal. Aba! Ang kanilang mga braso ay nanigas at hindi makagalaw. Tulad ng mga estatwa, na ang mga braso'y nakataas, ang tatlo ay nakatayo sa kakaibang dula hanggang sa pag-alis ni Sadasiva sa madaling-araw.

Sa iba pang pagkakataon, ang dakilang maestro ay marahas na pinilit na magsilbi ng isang nagdaraang katiwala na ang mga manggagawa ay nagkakarga ng panggatong. Mapagkumbabang ki-narga ng tahimik na banal ang panggatong sa dapat patutunguhan at doon ay ipinatong ang kanyang dalahin sa ibabaw ng malaking salansan. Ang buong salansan ng panggatong ay biglang sumabog at lumagablab.

Si Sadasiva, tulad ni Trailanga Swami, ay walang kasuotan. Isang umaga, ang hubad na yogi ay wala sa sariling pumasok sa kubol ng isang pinunong Moslem. Dalawang babae ang sumigaw ng babala; ginawaran ng mabangis na hataw ng espada ng mandi-rigma si Sadasiva, na ang braso ay naputol. Ang maestro ay umalis na hindi nabahala. Puno ng pagkamangha at pagsisisi, dinampot ng Moslem ang braso mula sa sahig at sinundan si Sadasiva. Payapang idinugtong ng yogi ang kanyang braso sa nagdudugong balikat. Nang ang pinuno ay nagmakaawang humingi ng ilang tagubiling espirituwal, nagsulat si Sadasiva sa buhangin sa pamamagitan ng kanyang daliri.

"Huwag mong gawin kung ano ang iyong gusto, at pagkatapos maaari mong gawin ang iyong maibigan."

Ang Moslem ay napasigla tungo sa isang pinadalisay na antas ng pag-iisip at naunawaan ang kabalintunaang payo upang maging isang gabay sa paglaya ng kaluluwa sa pamamagitan ng pagsupil sa kapangyarihan ng labis na pagpapahalaga sa sarili. Napakalaki ng puwersang espirituwal ng kaunting mga salita na ang mandirigma ay naging isang karapat-dapat na disipulo; ang kanyang dating pinu-puntahan ay hindi na siya kilala.

Ang mga bata sa nayon ay minsang nagpahayag ng pagnanais sa harap ni Sadasiva na makita ang relihiyosong pagdiriwang sa Madura na 150 milya ang kalayuan. Itinuro ng yogi sa mga maliliit na bata na dapat nilang hawakan ang kanyang katawan. Sa isang iglap ang buong pangkat ay nailipat sa Madura. Ang mga bata ay masayang naglibot sa karamihan ng libu-libong mga peregrino. Sa loob ng ilang oras, iniuwi ng yogi ang mga maliliit na alaga sa kanyang simpleng paraan ng transportasyon. Ang nagtatakang mga

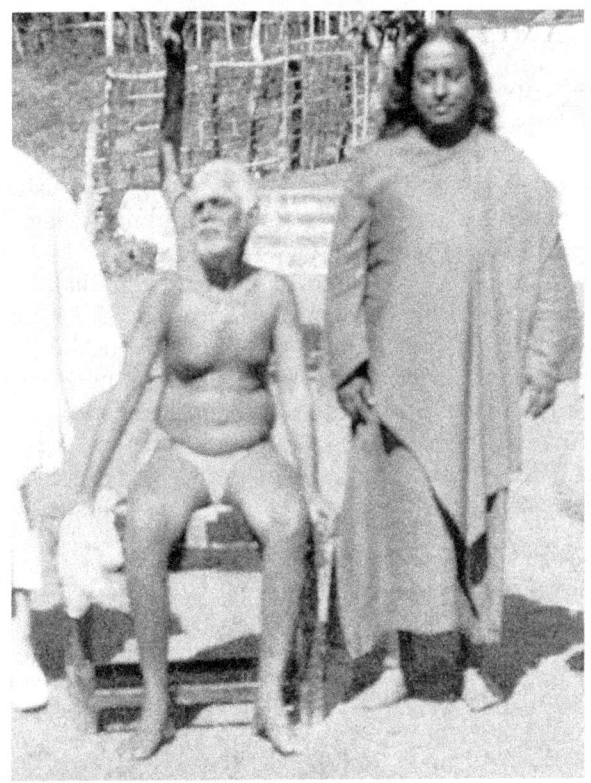

RAMANA MAHARSHI at PARAMAHANSA YOGANANDA
sa Arunachala Ashram ni Sri Ramana

magulang ay nakinig sa maliwanag na kuwento ng prusisyon ng mga imahen sa Madura, at napansin nila na ang mga bata ay may dala-dalang mga supot ng kending galing sa Madura.

Pinagtawanan ng isang hindi naniniwalang kabataan ang banal at ang salaysay. Sa sumunod na relihiyosong pagdiriwang, na ginawa sa Srirangam, ang kabataan ang lumapit kay Sadasiva.

"Maestro," ang sabi niyang nangungutya, "Bakit hindi mo ako dalhin sa pagdiriwang sa Srirangam, tulad nang pagdadala mo sa ibang mga bata sa Madura?"

Si Sadasiva ay nagpaunlak; ang kabataan ay mabilis na natagpuan ang sarili sa gitna ng maraming tao sa malayong siyudad. Ngunit, ay! nasaan ang banal noong siya ay gusto nang umalis? Ang pagod na kabataan ay nakarating sa kanyang tahanan sa pangkaraniwang paraan ng paglalakad.

Bago kami umalis ng Timog India, gumawa kami ni Ginoong Wright ng banal na paglalakbay sa sagradong burol ng Arunachala malapit sa Tiruvannamalai upang makipagkita kay Sri Ramana Maharshi. Malugod kaming tinanggap ng pantas sa kanyang ashram, at itinuro ang isang malapit na talaksan ng *East-West* magasin. Sa panahong kapiling namin siya at ang kanyang mga disipulo, siya ay halos walang imik, ang maamo niyang mukha ay nagbibigay ng dibinong pagmamahal at karunungan.

Upang makatulong sa naghihirap na sangkatauhan na mabawi ang nalimutang antas ng Kaganapan, itinuturo ni Sri Ramana na ang bawat isa ay laging dapat tanungin ang sarili, "Sino Ako?"—ang Dakilang Katanungan, talaga. Sa mariing pagtanggi ng lahat ng ibang kaisipan, hindi magtatagal ay matatagpuan ng deboto ang sarili na palalim nang palalim patungo sa tunay na Sarili, at ang nanggugulong kalituhan ng ibang mga kaisipan ay titigil sa pagbangon. Isinulat ng naliwanagang rishi ng Timog India ang sumusunod:

Dalawahan at tatluhan ay nakabitin sa isang bagay,
Walang tulong, sila ay hindi kailanman lilitaw;
Ang tulong na iyon kapag hinanap, sila'y lumuluwag at
    bumabagsak.
Iyon ang Katotohanan. Ang nakakita niyan ay di-kailanman
    mag-aalinlangan.

SWAMI SRI YUKTESWAR at PARAMAHANSA YOGANANDA sa isang
relihiyosong prusisyon, Calcutta, 1935. Ang dalawang bersong Sanskrit
sa sagisag ay nagsasaad: (*Itaas*) "Sundin ang landas ng mga dakila."
(*Ibaba, mga salita ni Swami Shankara*)

"Ang pagsama sa isang dibinong tao, kahit na isang saglit, ay maaaring
magligtas at magtubos sa atin."

Mga Huling Araw Kapiling ang Aking Guru

"Guruji, masaya akong makita kayong nag-iisa ngayong umaga." Kadarating ko lamang sa Serampore hermitage, may dalang mga mababangong prutas at rosas. Si Sri Yukteswar ay maamong sumulyap sa akin.

"Ano ang tanong mo?" Si Maestro ay tumingin sa loob ng silid na parang ibig tumakas.

"Guruji, lumapit ako sa inyo bilang isang kabataan sa mataas na paaralan; ngayon ako ay nasa wastong gulang na, mayroon ng isa o dalawang puting buhok. Bagaman pinaulanan mo ako ng tahimik na pagmamahal mula noon hanggang ngayon, napagtanto ba ninyo na minsan lamang, sa araw ng ating pagkikita, nasabi ninyo sa akin, na 'mahal kita'?" Tiningnan ko siyang nagmamakaawa.

Ibinaba ni Maestro ang kanyang paningin. "Yogananda, dapat bang ilabas sa malamig na larangan ng pananalita ang mainit na damdaming pinaka-mabuting binabantayan ng walang salitang puso?"

"Guruji, alam kong mahal ninyo ako, ngunit ang tainga kong pantao ay naghihintay na marinig ito mula sa inyo."

"Matutupad ang iyong kahilingan. Sa panahon ng aking buhay may-asawa, ako ay madalas maghangad magkaroon ng anak na lalaki, upang sanayin sa landas ng yoga. Subalit noong ikaw ay dumating sa aking buhay, ako ay nakontento; sa iyo, natagpuan ko ang aking anak na lalaki." Dalawang maliwanag na patak ng luha ang nangilid sa mga mata ni Sri Yukteswar. "Yogananda, ako ay laging nagmamahal sa iyo."

"Ang sagot mo ang pasaporte ko patungong langit." Nakaramdam ako ng isang pabigat na umangat mula sa aking puso, natunaw magpakailanman sa kanyang mga salita. Nalalaman kong hindi siya maramdamin at laging mapagtimpi, gayunman, madalas akong nagtataka sa kanyang pananahimik. Kung minsan natakot akong hindi matagumpay ang pagbibigay ko sa kanya ng lubos na kasiyahan. Ang kanyang pagkatao ay may isang pagkakaiba na, kailanman

Huling Solstisyong Piyesta, ipinagdiwang ni Swami Sri Yukteswar,, Disyembre 1935. Ang may-akda ay nakaupo sa tabi ng kanyang dakilang guru (*gitna*) sa mesa sa bakuran ng Ashram sa Serampore. Sa hermitage na ito tinanggap ni Paramahansa Yogananda ang karamihan sa kanyang sampung taong espirituwal na pagsasanay sa ilalim ni Sri Yukteswarji.

SRI YOGANANDA (*gitna, itim na bata*) kasama ang maraming mag-aaral ng *Kriya Yoga* na dumalo sa kanyang klase sa mga pagtuturo ng Yogoda (Self-Realization) sa tahanan ng kanyang ama sa Calcutta, 1935. Sapagkat napakarami ng dumalo, ang klase ay nagtipon sa karatig na bukas na gymnasium ni Vishnu Ghosh, ang nakababatang kapatid ni Yoganandaji, na isang kilalang pisikal kulturist.

hindi maaring ganap na malaman; isang likas na pag-uugaling malalim at tahimik, napakalalim para sa panlabas na mundo, na ang mga pinahahalagahan ay matagal na niyang nalagpasan.

Pagkatapos ng ilang araw, ako ay nagsalita sa harap ng napakaraming tagapakinig sa Albert Hall ng Calcutta. Si Sri Yukteswar ay nagpaunlak na maupo sa entablado na kasama ang Maharaja ng Santosh at ang Alkalde ng Calcutta. Walang sinabi si Maestro sa akin, ngunit ako ay sumusulyap sa kanya paminsan-minsan habang ako ay nagtatalumpati at sa tingin ko, siya ay natutuwa.

Sumunod, nagsalita ako sa mga nagtapos sa Serampore College. Habang ako ay nakatingin sa aking dating mga kamag-aral, at habang sila ay nakatingin din sa kanilang sariling "Baliw na Monghe", ang mga luha ng katuwaan ay hindi nahihiyang nagpakita. Ang aking may pinilakang-dilang propesor sa pilosopiya, si Dr. Ghoshal, ay tumayo at binati ako. Lahat ng nakaraang mga hindi pagkakaunawaan ay tinunaw ng alkimikong Panahon.

Isang Winter Solstice Festival ang ipinagdiwang sa katapusan ng Disyembre sa Serampore hermitage. Tulad ng dati, ang mga disipulo ni Sri Yukteswar ay nagtipun-tipon mula sa malalayo at malalapit na lugar. Mga *sankirtan* (awitin), mga solong sintamis ng nektar sa tinig ni Kristo-da, isang handaan na dulot ng mga batang disipulo, ang malalim na makaantig-damdaming talakayan ni Maestro sa ilalim ng mga bituin sa punong-punong patyo ng ashram—alaala, mga alaala! Ang masasayang pagdiriwang ng mga taon na matagal nang lumipas! Ngayong gabi, gayunman, ay mayroong isang pagbabagong tampok na palabas.

"Yogananda, kung maaari magsalita ka sa pagtitipon—sa wikang English." Ang mga mata ni Maestro ay nagniningning samantalang ginawa niya itong dalawang hindi karaniwang kahilingan; nagugunita kaya niya ang aking naging suliranin sa sasakyang-dagat na pinangunahan ang aking unang talumpati sa wikang English? Isinalaysay ko ang aking kuwento sa aking mga tagapakinig na mga kapatid na disipulo, na nagtapos sa isang maalab na parangal sa aming guru.

"Ang kanyang walang maliw na paggabay ay kapiling ko, hindi lamang sa sasakyang pandagat," aking pangwakas, "ngunit araw-araw sa loob ng labinlimang taon sa malawak at magiliw na lupain ng Amerika."

Pagkatapos makaalis ng mga panauhin, tinawag ako ni Sri Yukteswar sa mismong silid-tulugan kung saan (minsan lamang, pagkatapos ng katulad nitong pagdiriwang) ako ay binigyan ng pahintulot na matulog sa kanyang higaan. Ngayong gabi, ang aking guru ay nakaupo doon nang tahimik, na may hating pabilog na nakaupong mga disipulo sa kanyang paanan.

"Yogananda, ikaw ba ay papunta na ngayon sa Calcutta?" Kung maaari magbalik ka dito bukas. Ako ay may mga bagay na sasabihin sa iyo!"

Nang sumunod na hapon, pagkatapos ng may ilang simpleng pananalita ng pagbasbas, iginawad sa akin ni Sri Yukteswar ang karagdagang pang-mongheng titulong *Paramahansa.**

"Ito ngayon ay pormal na pumalit sa dati mong titulong *Swami*," ang sabi niya habang ako ay nakaluhod sa harap niya. May tahimik na pagtawa, naisip ko ang kahirapang pagdadaanan ng aking mag-aaral sa Kanluran sa pagbigkas ng *Paramahansaji*.†

"Ang aking gawain sa mundo ay tapos na ngayon; ikaw ay nararapat magpatuloy." Si Maestro ay tahimik na nagsalita, ang mga mata niya ay payapa at marahan. Ang aking puso ay mabilis ang tibok sa takot.

"Kung maaari ay magpadala ka ng taong mamamahala sa ating ashram sa Puri," ang patuloy ni Sri Yukteswar. "Iniiwan ko ang lahat sa iyong mga kamay. Ikaw ay may kakayahang magtagumpay na maglayag ng bangka ng iyong buhay at ang naitatag na organisasyon tungo sa dibinong dalampasigan."

Luhaang niyakap ko ang kanyang mga paa; tumayo siya at binasbasan ako nang buong pagmamahal.

Nang sumunod na araw, pinasundo ko mula sa Ranchi ang isang deboto, si Swami Sebananda, at pinapunta ko sa Puri upang pangasiwaan ang mga tungkulin sa hermitage. Pagkatapos ay tinalakay ng aking guru ang detalyeng naaayon sa batas kung paano maisasaayos ang kanyang estado; siya ay nababahala; nais niyang mapigilan ang posibilidad ng pagsasakdal ng mga kamag-anak, pagkamatay niya, para sa pag-aari ng kanyang dalawang hermitage at

---

* Literal, *parama*, pinakamataas; *hansa*, swan. Ang puting sisne ay kinakatawan sa mitolohiya bilang sasakyan ni Brahma, ang Lumikha. Ang sagradong *hansa*, ay sinasabing may kapangyarihang katasin lamang ang gatas sa pinaghalong gatas at tubig, kaya ito ay simbulo ng pagtatanging espirituwal.

Ahan-sa o *'han-sa* (binibigkas na *hong-sau*) ay literal na "Ako ay Siya." Ang makapangyarihang mga pantig na Sanskrit ay may pagyanig na kaugnayan sa papasok at palabas na hininga. Kaya sa bawat hininga niya ay walang kamalayang ipinapahayag ng tao ang katotohanan ng kanyang pagkatao: *Ako ay Siya!*

† Pangkalahatang iniwasan nila ang kahirapan sa pagbigkas sa pamamagitan ng pagtukoy sa akin bilang *sir.*

iba pang mga ari-arian, na ninais niyang maisalin lamang para sa mga hangaring pang-kawanggawa.

"May mga pag-aayos na isinagawa kamakailan para kay Maestro upang dumalaw sa Kidderpore, ngunit hindi natuloy ang kanyang pag-alis." Si Amulaya Babu, isang kapatid na disipulo, ang nagbanggit nito sa akin isang hapon; ako ay nakaramdam ng malamig na alon ng babala. Sa aking masugid na pagtatanong, si Sri Yukteswar ay sumagot lamang ng: "Hindi na ako makakapunta sa Kidderpore." Sa loob ng isang sandali, si Maestro ay nanginig na tulad ng natakot na bata.

("Ang pagkapit sa katawang tahanan, na bumubukal mula sa sarili nitong kalikasan* may bahagyang maliit na antas kahit na sa dakilang mga banal," pahayag ni Patanjali. Sa ibang pagtatalakay ng aking guru sa kamatayan, nakasanayan niyang idagdag: "Tulad ng matagal na sa hawlang ibon na nag-aatubiling iwanan ang nakasanayang tahanan kapag ang pintuan ay binuksan.")

"Guruji," ang pagsusumamo ko sa kanyang may paghikbi, "huwag mong sabihin iyan! Kahit kailan ay huwag mong sasabihin ang mga salitang iyan sa akin!"

Lumambot ang mukha ni Sri Yukteswar sa isang mapayapang ngiti. Kahit malapit na ang kanyang ika-walumput-isang taong kaarawan, siya ay mukhang malusog at malakas.

Nasisiyahan araw-araw sa liwanag ng pagmamahal ng aking guru na, hindi binibigkas ngunit masidhing nararamdaman, itinaboy ko mula sa aking may kamalayang pag-iisip ang iba't ibang pahiwatig na kanyang ibinibigay sa kanyang papalapit na pagpanaw.

"Ginoo, ang *Kumbha Mela* ay magtitipun-tipon ngayong buwan sa Allahabad." Itinuro ko kay Maestro ang mga petsa ng *Mela* sa isang Bengal almanac.†

---

* Ibig sabihin, nanggagaling sa matagal nang pinagmulan, mga nakaraang karanasan ng kamatayan. Ang pahayag na ito ay nasa *Yoga Sutras* II:9 ni Patanjali.

† Ang mga relihiyosong *mela* ay binabanggit sa sinaunang *Mahabharata*. Nag-iwan ng salaysay ang Tsinong manlalakbay na si Hieuen Tsiang tungkol sa isang malaking *Kumbha Mela* na ginanap noong A.D. 644 sa Allahabad. Ang *Kumbha Mela* ay ginaganap tuwing ikatlong taon, na magkakasunod, sa Hardwar, Allahabad, Nasik, at Ujjain, bumabalik sa Hardwar upang buuin ang 12-taong pag-ikot. Ang bawat lungsod ay gumagawa ng *Ardha* (kalahati) *Kumbha* sa ikaanim na taon pagkatapos ng kanyang *Kumbha*; kaya ang *Kumbha* at *Ardha Kumbha* ay ginaganap, sa iba't ibang lungsod, bawat tatlong taon.

Sinasabi sa atin ni Hieuen Tsiang na si Harsha, ang hari ng hilagang India, ay nagpamudmod sa mga monghe at banal na manlalakbay sa *Kumbha Mela* ng buong kayamanan (isang limang taong ipon) ng maharlikang kaban. Nang humayo si Hieuen Tsiang patungong Tsina tinanggihan niya ang mga regalong padala ni Harsha na hiyas

"Gusto mo ba talagang umalis?"

Hindi ko naramdaman ang pag-aatubili ni Sri Yukteswar na pahintulutan akong iwanan siya, kaya nagpatuloy ako, "Minsan, namasdan ninyo ang banal na pagkakita kay Babaji sa isang Allahabad *Kumbha*. Baka sakaling suwertehin akong makita siya ngayon."

"Palagay ko hindi mo siya makikita doon." Saka nanahimik ang aking guru, na walang paghahangad na hadlangan ang aking mga balak.

Noong ako ay paalis patungong Allahabad nang sumunod na araw na may kasamang maliit na pangkat, tahimik akong binasbasan ni Maestro sa kanyang dating pamamaraan. Waring nanatiling hindi ko inalintana ang mga pahiwatig sa mga kilos ni Sri Yukteswar sapagkat ninais ng Panginoon na iligtas ako sa karanasang sapilitang masaksihan ang pagpanaw ng aking guru. Palaging nangyayari sa aking buhay na, sa pagpanaw ng mga pinakamamahal ko, ang Diyos ay maunawaing ginagawan nang paraan na ako ay malayo sa pangyayari.*

Ang aming pangkat ay nakarating sa *Kumbha Mela* noong Enero 23, 1936. Ang bumugsong mga tao na humigit-kumulang sa dalawang milyon ay kahanga-hanga, at nakalilipos sa laki. Ang kakatwang henyo ng mga mamamayan ng India ay ang katutubong paggalang sa kahit na pinakamahirap na magsasaka, para sa kahalagahan ng espiritu, at para sa mga monghe at mga sadhu na itinakwil na ang kaugnayan sa mundo upang humanap ng mas banal na daungan. Ang mga nagpapanggap at mga ipokrito ay tunay ngang naroroon; ngunit iginagalang ng India ang lahat alang-alang sa iilan na nagbibigay ng liwanag sa lupain ng may makalangit na mga biyaya. Ang mga taga-Kanluran na nanonood sa malawak na panoorin, ay may isang bukod-tanging pagkakataon na maramdaman ang pulso ng bansa, ang espirituwal na sigla na pinagkakautangan ng India ng hindi mapapawing lakas sa kabila ng hagupit ng panahon.

Ang unang araw ay ginugol ng aming pangkat sa puro pagmamasid. Ang mga libu-libong banal na mga manlalakbay ay naligo sa sagradong ilog ng Ganges para sa pagpapatawad ng mga kasalanan; ang mga paring *Brahmin* ay nagsasagawa ng mga banal na ritwal na pagsamba; ang mga pag-aalay sa pananampalataya ay nagkalat

---

at ginto; ngunit tinangay niya, bilang higit na mahalaga, ang 657 na relihiyosong manuskrito.

* Wala ako sa pagkamatay ng aking ina, nakatatandang kapatid na si Ananta, pinakamatandang kapatid na babae na si Roma, si Maestro, si Ama at marami pang minamahal. (Namatay si ama sa Calcutta noong 1942, sa edad na walumpu't siyam na taon.)

sa mga paanan ng mga tahimik na *sannyasi;* ang nakalinyang mga elepante, mga kabayong may dekorasyong panakip, at mababagal na mga kamelyong Rajputana ay sunud-sunod na naglalakad, na sinusundan ng isang maliit na relihiyosong parada ng hubad na mga saddhus na nagwawagayway ng ginto at pilak na baston o bandereta na yari sa sutlang pelus.

Ang mga Anchorite na nakasuot lamang ng bahag ay nakaupong tahimik sa maliliit na mga pangkat, ang kanilang mga katawan ay nababahiran ng abo, na siyang pananggalang nila sa init at lamig. Ang matang espirituwal ay malinaw na sinasagisag sa kanilang mga noo ng isang tuldok ng pandikit na sandalwood. Ang mga may inahit na ulong mga swami ay nagpakita ng libu-libo, na nakasuot ng kulay kalawang na bata at may dala-dalang tungkod na kawayan at mangkok sa pagpapalimos. Ang mga mukha nila ay may sinag ng kapayapaan ng isang tumalikod sa mundo habang sila ay naglalakad paro't parito o kaya ay nagsasagawa ng pilosopikal na pagtatalakay sa mga disipulo.

Dito at doon sa ilalim ng mga puno, sa palibot ng malalaking pinagpatong-patong na nagliliyab na mga troso, ay ang mga kamangha-manghang tingnang mga *sadhu,* * ang kanilang mga buhok ay nakatirintas at nakaipon paikot sa ibabaw ng kanilang mga ulo. Ang iba ay may balbas na ilang talampakan ang haba, kulot at itinaling nakabuhol. Sila ay tahimik na nag-mi-meditasyon, o kaya ay itinataas ang kanilang kamay sa pagbasbas sa nagdadaang karamihan ng tao—mga nagpapalimos, mga maharaja na nakasakay sa mga elepante, mga babaeng may kasuotang iba't ibang kulay na *sari,* ang kanilang mga pulseras sa kamay at paa ay kumakalansing, ang mga *fakir* na ang payat na mga braso ay kakatwang nakataas, mga *Brahmachari* na may dalang pang-meditasyong patungan ng siko, ang mapagkumbabang mga pantas na ang kabanalan ay may itinatagong panloob na kaligayahan. Sa ibabaw ng lahat ng ito, narinig namin ang walang-tigil na pagtawag ng tunog ng mga kampana ng templo.

Sa aming pangalawang araw ng *mela,* ako at ang aking mga kasama ay pumasok sa iba't ibang mga ashram at pansamantalang mga kubo, at nagsipag-alay ng mga *pranam* (paggalang) sa mga banal na mga tao. Natanggap namin ang pagbabasbas ng pinuno

---

* Ang daang-libong sadhung Indian ay hawak ng ehekutibong komite ng pitong pamunuan, na sumasagisag sa pitong malalaking bahagi ng India. Ang kasalukuyang *mahamandaleswar* o pangulo ay si Joyendra Puri. Ang banal na taong ito ay lubos na mahiyain, na madalas pinananatili ang pananalita sa tatlong salita—Katotohanan, Pag-ibig, at Paggawa. Isang sapat na pag-uusap!

ng sangay *Giri* ng Swami Order—isang payat at asetikong monghe
na may mga matang nakangiting nag-aapoy. Ang pangkat namin
pagkatapos ay dumalaw sa isang hermitage na ang guru ay tumu-
tupad sa kanyang sumpang katahimikan sa loob ng siyam na taon
at sa mahigpit na pagkain lamang ng mga prutas. Sa isang upuan sa
bulwagan ng ashram ay nakaupo ang isang bulag na sadhu, si Prajna
Chakshu,*na malalim ang kaalaman sa mga *Shastras* at mataas ang
paggalang sa kanya ng lahat ng mga sekta.

Pagkatapos kong makapagbigay ng isang maikling pagtatalakay
sa Hindi tungkol sa *Vedanta,* ang aming pangkat ay umalis na sa
tahimik na hermitage upang batiin ang kalapit na Swami, si Krishna-
nanda, isang magandang lalaking monghe na may rosas na mga pisngi
at kahanga- hangang mga balikat. Nakasandal malapit sa tabi niya ay
isang pinaamong babaeng leon. Nabighani sa espirituwal na pang-akit
ng monghe—at hindi, nakatitiyak ako, sa kanyang makapangyarihang
katawan!—ang hayop sa kagubatan ay tinatanggihan ang lahat ng
laman ng hayop at ang gusto lamang ay kanin at gatas. Naturuan
ng swami ang may kayumangging balahibong hayop na umungol
ng *"Aum"* sa isang malalim, makatawag-pansing pag-ungol—isang
pusang deboto!

Ang sumunod naming pakikipagtagpo ay, isang panayam sa
isang marunong na batang sadhu, ay higit na nailarawan ni Ginoong
Wright sa kanyang maningning na talaarawang paglalakbay.

"Sumakay kami sa Ford patawid sa mababaw na ilog Ganges sa
lumalangingit na mababa at patag na bankang tulay, gumagapang
na parang ahas sa gitna ng karamihan ng mga tao at sa makitid na
pilipit na kalsada, nagdaan sa pook sa tabing ilog kung saan itinuro
sa akin ni Yoganandaji na siyang naging tagpuan ni Babaji at ni Sri
Yukteswarji. Pagbaba namin mula sa sasakyan, pagkaraan ng isang
maikling sandali, kami ay naglakad sa gitna ng kumakapal na usok
ng siga ng mga sadhu at nilagpasan ang madulas na buhangin upang
marating ang kumpol ng maliliit, at katamtamang uri na gawa sa
lupa at dayaming mga kubo. Kami ay tumigil sa harap ng isa sa mga
hindi kapansin-pansing pansamantalang tahanan, na napakaliit na
walang pintuang pasukan, ang silungan ni Kara Patri, isang batang
naglilibot na sadhu na kilala sa kanyang pambihirang katalinuhan.
Doon siya ay nakaupo, naka-krus ang paa sa isang patong na da-
yami, ang kanya lamang pantakip—at hindi sinasadyang ang kanya

---

* Isang titulo na ang literal na ibig sabihin ay "isang nakakakita sa pamamagitan ng
kanyang karunungan" (walang pisikal na paningin).

SWAMI KRISHNANANDA, sa 1936 na Kumbha Mela sa Allahabad, kasama ang kanyang vegetarian na pinaamong babaeng leon na bumibigkas ng *Aum* sa isang malalim at kaakit-akit na pag-ungol.

lamang pag-aari—isang kulay-kalawang na telang nakabalabal sa kanyang mga balikat.

"Tunay na isang dibinong mukha ang ngumiti sa amin pagkatapos naming gumapang na gamit ang paa at kamay sa ilalim ng kubo at nag-*pranam* (nagbigay-galang) sa paanan nitong naliwanagang kaluluwa, habang ang petrolyong lampara sa pasukan ay may paandap-andap na mahiwagang nagsasayaw na anino sa dayaming dingding. Ang kanyang mukha, lalung-lalo na ang kanyang mga mata at walang kapintasang mga ngipin, ay sumisinag at kumikislap. Kahit na isang bugtong na palaisipan sa akin ang wikang Hindi, ang kanyang pagpapahayag ay madaling maunawaan; siya ay punung-puno ng pananabik, pagmamahal, at kaluwalhatiang espirituwal. Walang sinuman ang maaring magkamali sa kanyang kadakilaan.

"Isaisip masayang buhay ng isang hindi nakakapit sa mundong materyal; malaya mula sa mga suliranin ng pananamit; malaya mula sa pagmimithi ng mga pagkain, hindi kailanman nagpapalimos, hindi kailanman tumitikim ng lutong pagkain, maliban sa salit-salitang mga araw, hindi kailanman nagdadala ng mangkok sa pagpapalimos; malaya sa lahat sa problema ng salapi, hindi kailanman humahawak ng salapi, hindi kailanman nagtatago ng mga bagay-bagay, palaging nagtitiwala sa Diyos; malaya sa suliranin ng transportasyon hindi kailanman sumasakay sa mga sasakyan, ngunit palaging naglalakad sa pampang ng mga sagradong ilog; hindi nananatili sa isang lugar ng mas matagal sa isang linggo upang maiwasan ang pagtubo ng anumang pagkakaugnay.

"Napakababang-loob na kaluluwa! May pambihirang karunungan sa mga *Vedas* at nakatapos ng M.A. digri at may titulong *Shastri* (dalubhasa ng mga kasulatan) mula sa Banaras University. Isang dakila at dalisay na pakiramdam ang lumaganap sa akin habang ako ay nakaupo sa kanyang paanan; ito ay tila kasagutan ng aking kagustuhang makita ang tunay, ang sinaunang India, sapagkat siya ay tunay na kinatawan nitong lupain ng mga higanteng espirituwal."

Tinanong ko si Kara Patri tungkol sa kanyang pagala-galang pamumuhay. "Wala ka bang anumang karagdagang pananamit para sa tag-lamig?"

"Wala, ito ay sapat na."

" Ikaw ba ay nagdadala ng kahit anumang aklat?"

"Hindi. Ako ay nagtuturo mula sa memorya sa mga taong nagnanais makinig sa akin."

"Ano pa ang ginagawa mo?"

"Ako ay namamasyal sa tabi ng ilog Ganges."

Sa kanyang ganitong payapang pananalita, ako ay nadaig ng isang pananabik para sa kasimplihan ng kanyang buhay. Nagunita ko ang Amerika, at lahat ng mga pananagutan na nakapatong sa aking balikat.

"Hindi, Yogananda," ang malungkot kong inisip sa isang sandali, "sa buhay na ito, ang pamamasyal sa Ganges ay hindi para sa iyo."

Pagkatapos na ang sadhu ay nagsabi sa akin ng ilan sa kanyang natuklasan sa buhay espirituwal, bigla akong nagtanong.

"Kayo ba ay nagbibigay nitong paglalarawan mula sa tradisyonal na kaalaman sa kasulatan o mula sa panloob na karanasan?"

"Ang kalahati ay mula sa kaalaman sa aklat," ang sagot niyang may matapat na ngiti "at kalahati mula sa karanasan."

Masaya kaming naupo sandali sa katahimikan ng meditasyon. Pagkatapos naming umalis sa kanyang sagradong harapan, ang sabi ko kay Ginoong Wright, "siya ay isang hari na nakaupo sa trono ng gintong dayami."

Kami ay naghapunan noong gabing iyon sa bakuran ng *mela*, sa ilalim ng mga bituin, kumakain mula sa mga pinggang dahon na pinagdugtong ng patpat. Ang paghuhugas ng pinggan sa India ay nabawasan!

Dalawang araw pa ng masayang *kumbha;* pagkatapos kami'y nag-pahilagang-kanluran sa pampang ng Yamuna patungo sa Agra. Minsan pang minasdan ko ang Taj Mahal; sa alaala ko, nakatayo si Jitendra sa aking tabi, manghang-mangha sa pangarap na gawa sa marmol. Pagkatapos, patungo na kami sa Brindaban Ashram ni Swami Keshabananda.

Ang pakay ko sa paghahanap kay Keshabananda ay may kinalaman sa aklat na ito. Hindi ko kailanman nalimutan ang kahilingan ni Sri Yukteswar na isulat ko ang buhay ni Lahiri Mahasaya. Sa panahon ng aking pagbabalik sa India, sinamantala ko ang bawat pagkakataon upang makausap ang mga tuwirang disipulo at mga kamaganak ng Yogavatar. Itinala ko ang mga pakikipag-usap sa napakaraming mga talaan, aking inalam ang katotohanan ng mga pangyayari at panahon, at inipon ang mga larawan, lumang mga liham at mga dokumento. Ang portpolyo ko kay Lahiri Mahasaya ay nagsimulang mapuno; napagtanto kong may pangamba na sa aking hinaharap ay naghihintay ang nakakapagod na gawain ng pagmamay-akda. Dalangin kong maging sapat ang aking kakayahan bilang tagatala ng talambuhay ng isang napakadakilang guru. Ilan sa kanyang mga disipulo ang natakot na sa isang nakasulat na ulat ang kanilang maestro ay maaring maliitin o kaya ay hindi maunawaan.

"Ang isang manunulat ay maaaring hindi makapagbigay ng katarungan sa pamamagitan ng malamig na mga salita sa buhay ng isang Dibinong Pagkabuhay." Ito ang minsa'y binanggit sa akin ni Panchanon Battacharya.

Ang ibang mga malalapit na disipulo ay katulad ding nasisiyahan itago ang Yogavatar sa kanilang mga puso bilang walang kamatayang guru. Gayunman, habang naaalala ko ang hula ni Lahiri Mahasaya tungkol sa kanyang talambuhay wala akong sinayang na pagkakataon upang makuha at mapagtibay ang mga katotohanan ng kanyang panlabas na buhay.

SWAMI KESHABANANDA (*nakatayo, kaliwa*), isang siyamnapung
(90) taong gulang na disipulo ni Lahiri Mahasaya; Yoganandaji; at si C.
Richard Wright, kalihim ni Sri Yoganandaji sa Ashram ni Keshabananda
sa Brindaban, 1936.

   Mainit na sinalubong ni Swami Keshabananda ang aming
pangkat sa Brindaban sa kanyang Katyayani Peeth Ashram, isang
malaking gusaling yari sa ladrilyo na may naglalakihang mga
itim na mga haligi na nakatayo sa magandang halamanan. Kami
ay kaagad niyang pinatuloy sa silid-tanggapan na napapalamutian
ng pinalaking larawan ni Lahiri Mahasaya. Ang swami ay palapit
na sa edad na siyamnapu, ngunit ang maskuladong katawan ay
nagbibigay ng lakas at kalusugan. May mahabang buhok at isang
singputi ng niyebeng balbas, mga matang kumikislap sa kagalakan,
siya ay isang tunay na makaamang sagisag. Nasabihan ko siya na

ibig kong banggitin ang kanyang pangalan sa aking aklat tungkol sa mga maestro ng India.

"Maaari po bang sabihin ninyo sa akin ang tungkol sa mas maaga ninyo buhay?" "Ngumiti akong nagsusumamo; ang mga dakilang yogi ay madalas tahimik.

Si Keshabananda ay nagpakita ng kababaang-loob. "Kakaunti ang panlabas na mga sandali. Halos buong buhay ko ay lumipas sa pag-iisa sa Himalayas, naglalakbay na palakad mula sa isang tahimik na kuweba hanggang sa isa pa. May ilang panahong ako ay nangasiwa ng isang maliit na ashram sa labas ng Hardwar, na-papaligiran sa lahat ng tabi ng isang kumpol ng matataas na mga puno. Ito ay isang payapang pook na kaunti ang dumadalaw na mga manlalakbay dahilan sa dami ng mga cobra." Si Keshabananda ay mahinang tumawa. "Pagkatapos, isang pagbaha sa ilog Ganges ang nagpalubog sa hermitage kasama ang mga cobra. Ang aking mga disipulo noon ay tinulungan akong magpagawa nitong Brindaban ashram."

Ang isa sa aming pangkat ay nagtanong sa swami kung papaano niya ipinagtanggol ang sarili laban sa mga tigre sa Himalayas.

Si Keshabananda ay umiling. "Doon sa mataas na antas espiri-tuwal," ang sabi niya, "bihirang gambalain ng mababangis na mga hayop ang mga yogi. Minsan sa kagubatan, ako ay nakasagupa ng isang tigre nang harapan. Sa aking biglang bulalas, ang hayop ay na-tulala na parang naging bato." Muli tumawa ng marahan ang swami sa kanyang mga alaala."*

"Paminsan-minsan, iniiwan ko ang pag-iisa upang dalawin ang aking guru sa Banaras. Minsan ako ay kanyang biniro dahil sa aking walang tigil na paglalakbay sa kagubatan ng Himalayas.

"'Ikaw ay may tanda ng malaking hilig sa paglilibot sa iyong mga paa,' ang sabi niya sa akin minsan. 'Ako ay natutuwa na ang sagradong Himalayas ay may sapat na lawak upang mawili ka.'

"Maraming ulit," patuloy ni Keshabananda, "parehong bago at pagkatapos ng kanyang pagpanaw, si Lahiri Mahasaya ay nagpakita

---

* Mukhang maraming paraan ng paglilinlang sa isang tigre. Isang Australyanong explorador, si Francis Birtles, ang nagsalaysay na natagpuan niya ang mga kagubatang India bilang "iba-iba, maganda, at ligtas." Ang kanyang panligtas na gayuma ay papel na may pandikit na panghuli ng langaw. "Gabi-gabi naglalagay ako ng maraming papel sa palibot ng aking kampo at kailanman ay hindi nagambala," paliwanag niya. "Ang dahilan ay sikolohikal. Ang tigre ay isang hayop na may dakilang dignidad. Umaali-aligid siya at hinahamon ang tao hanggang makalapit siya sa papel; pagkatapos ay tumatalilis siya. Walang marangal na tigre ang magtatangkang humarap sa isang tao pagkatapos niyang mapaupo sa isang madikit na papel na panghuli ng langaw!"

sa kanyang katawan sa harap ko. Para sa kanya walang taas ng Himalayas na hindi niya kayang marating!"

Dalawang oras ang lumipas, dinala niya kami sa isang patyong kainan. Ako ay napabuntung-hininga at tahimik na nangamba. Isa na namang labinlimang kursong kainan! Wala pang isang taong mabuting pagtanggap sa akin sa India, at bumigat na ako ng limampung libra! Subalit, magiging tanda ng sukdulang kawalang-galang kapag tinanggihan ang anuman sa mga putahe, na maingat na inihanda para sa walang katapusang pasinaya para sa akin. Sa India (wala ng ibang lugar, sayang!) ang isang may makapal na katawang swami ay ipinapalagay na nakatutuwang tingnan. Pagkatapos ng hapunan, dinala ako ni Keshabananda sa isang natatagong sulok.

"'Ang iyong pagdating ay hindi di-inaasahan," ang sabi niya. "Ako ay may isang mensahe para sa iyo."

Nagulat ako, dahil walang sinuman ang nakaalam ng aking planong dalawin si Keshabananda.

"Habang ako ay naglalakbay noong isang taon sa hilagang Himalayas malapit sa Badrinarayan," ang patuloy ng swami, "naligaw ako. Ang silungan ay nakita ko sa isang maluwang na kuweba, na walang tao, bagamat ang mga baga ng apoy ay nagliliwanag sa isang butas sa mabatong sahig. Nagtataka tungkol sa gumagamit nitong malungkot na taguan, naupo ako sa tabi ng apoy, na ang aking paningin ay nakatuon sa maaraw na pasukan ng kuweba.

"'Keshabananda, ako ay natutuwa na narito ka.' Ang mga salitang ito ay nanggaling sa likuran ko. Lumingon ako, nagulat, at nasilaw nang namasdan ko si Babaji. Ang dakilang guru ay nagpakita ng kanyang sarili sa dakong loob ng kuweba. Labis ang aking kasiyahang makita siyang muli pagkatapos ng maraming taon, ako ay nagpatirapa sa kanyang sagradong mga paa.

"'Pinatawag kita dito,' ang patuloy ni Babaji, 'kung kaya naligaw ka sa iyong paroroonan at pinapunta kita sa aking pansamantalang tirahan sa kuwebang ito. Ito ay isang mahabang panahon ng nagdaan magmula noong huling pagkikita natin; ako ay natutuwang batiin kang muli.'

"Ang walang kamatayang Maestro ay biniyayaan ako ng mga salitang tulong pang-espirituwal, at idinagdag niya: 'Ako ay magbibigay sa iyo ng mensahe para kay Yogananda. Siya ay dadalaw sa iyo sa kanyang pagbabalik sa India. Maraming mga bagay na may kinalaman sa kanyang guru at sa natirang mga disipulo ni Lahiri Mahasaya ang magbibigay kay Yogananda ng lubos na pagkakaabalahan. Sabihin mo sa kanya, kung ganoon, na hindi ko siya tatagpuin sa panahong ito, na tulad ng nasasabik niyang pag-asa; ngunit ako ay makikipagkita sa kanya sa ibang pagkakataon'".

Ako ay naantig ng malalim na tanggapin mula sa mga labi ni Keshabananda itong pampalubag-loob na pangako mula kay Babaji. Isang kirot sa puso ko ang nawala. Hindi na ako nalulungkot na, tulad ng ipinahiwatig ni Sri Yukteswar, hindi nagpakita si Babaji sa *Kumbha Mela.*

Ang aming pangkat ay nagpalipas ng gabi bilang mga panauhin ng ashram, at kumilos noong sumunod na hapon patungo sa Calcutta. Pagsakay upang makatawid sa ilog ng Yamuna, kami ay nasiyahan sa kahanga-hangang tanawin ng kalangitan sa Brindaban nang ang araw ay nagsiga sa kalawakan—isang tunay na pugon ni Vulcan na may kulay, na naaninag sa ibaba namin sa tahimik na tubig.

Ang baybayin ng ilog Yamuna ay pinabanal ng mga alaala ng batang si Sri Krishna. Dito, siya ay nakipaglaro (*lila*) sa tamis ng kawalang-malay, sa mga *gopi* (mga dalagita), binibigyang halimbawa ang makalangit na pagmamahal na laging naroroon sa pagitan ng isang dibinong pagkabuhay at kanyang mga deboto. Ang buhay ni Panginoong Krishna ay hindi naunawaan ng maraming taga-Kanlurang komentarista. Ang mga talinghaga sa kasulatan ay mahirap maunawaan ng literal na pag-iisip. Isang nakaaaliw na pagkakamali ng isang tagasalin ay maglalahad ng puntong ito: ang salaysay ay may kinalaman sa inspiradong sinaunang banal, ang sapaterong si Ravidas, na umawit sa simpleng salita ng kanyang sariling hanapbuhay ng kaluwalhatiang espirituwal na nakatago sa buong sangkatauhan.

> Sa ilalim ng malawak na arkong kisameng asul
> Nabubuhay ang kabanalang nabalutan ng balat

Ang sinuman ay lilingon upang itago ang ngiti kapag narinig ang pang-karaniwang taong pakahulugang ibinigay ng isang taga-Kanlurang manunulat sa tula ni Ravidas:

> Pagkatapos siya ay nagtayo ng kubo, naglagay dito ng isang idolo na ginawa niya mula sa isang balat, at sinamba niya ito.

Si Ravidas ay isang kapatid na disipulo ng dakilang Kabir. Isa sa mga pinarangalang disipulo ni Ravidas ay ang Rani ng Chitor. Siya ay nag-anyaya ng maraming mga *Brahmin* sa isang pagdiriwang upang parangalan ang kanyang guru, ngunit sila ay tumangging kumain na kasama ang isang mababang uring sapatero. Habang sila ay nauupo ng hiwalay sa marangal na layo upang kumain ng kanilang sariling walang bahid ng duming pagkain, Aba! Bawat *Brahmin* ay natagpuan sa kanyang tabi ang anyo ni Ravidas. Ang panlahat na pangitain ay nagdulot ng malawak na pagbabagong-espirituwal sa Chitor.

Sa loob ng ilang araw, ang aming maliit na pangkat ay nakarating sa Calcutta. Sabik akong makita si Sri Yukteswar, ngunit ako ay nabigo nang marinig kong siya ay umalis sa Serampore at ngayon ay nasa Puri, mga tatlong-daang milya ang layo patungo sa katimugan.

"Pumunta ka sa Puri ashram ngayon din." Ang telegramang ito ay ipinadala noong Marso 8 ng isang kapatid na disipulo kay Atul Chandra Roy Chowdhry, isa sa mga batang *chela* (disipulo) ni Maestro sa Calcutta. Ang balita ng mensahe ay nakarating sa aking pandinig; lubos na nabahala sa pahiwatig nito, ako ay lumuhod at nagsumamo sa Diyos na sana ay iligtas ang buhay ng aking guru. Habang ako ay palabas ng tahanan ng aking ama patungo sa estasyon ng tren, isang dibinong tinig ang nagsalita sa aking kalooban.

"Huwag kang pumunta sa Puri ngayong gabi. Ang iyong dalangin ay hindi mapagbibigyan."

"Panginoon," ang sabi kong nagdadalamhati, "Hindi mo ninais na ako ay makipaghilahan sa Iyo sa Puri, kung saan kayo ay kailangang tumanggi sa aking walang humpay na dalangin para sa buhay ng aking Maestro. Kung ganoon kinakailangan ba niyang umalis para sa mas mataas na katungkulan sa Inyong utos?"

Bilang pagsunod sa panloob na kautusan, hindi ako umalis noong gabing iyon patungo sa Puri. Nang sumunod na gabi ako ay naghanda na patungo sa estasyon ng tren; sa daan, nang ikapito ng gabi, isang maitim na ulap na astral ang biglang tumakip sa kalangitan.* Pagkatapos, habang ang tren ay dumadagundong patungong Puri, isang pangitain ni Sri Yukteswar ang nagpakita sa harap ko. Siya ay nakaupo, napakaseryoso ng dating, may ilaw sa magkabilang tabi.

"Tapos na ba ang lahat?" Itinaas ko ang aking mga kamay na nagmamakaawa.

Siya ay tumango at pagkatapos ay dahan-dahang nawala.

Samantalang ako ay nakatayo sa plataporma ng tren sa Puri nang sumunod na umaga, na umaasa pa rin, isang hindi ko kilalang lalaki ang lumapit sa akin.

"Narinig mo na ba, na ang iyong Maestro ay pumanaw na?"

* Si Sri Yukteswar ay pumanaw sa oras na ito—ika-7:00 N.G., Marso 9, 1936.

TEMPLO SA ALAALA NI SRI YUKTESWAR
Sa halamanan ng kanyang Ashram sa Puri

Iniwan niya akong wala nang ibang sinabi. Hindi ko kailanman natuklasan kung sino siya o kung papaano niya nalaman kung saan ako hahanapin.

Nabigla, ako ay gumiwang-giwang sa pader ng plataporma, naunawaan ko na sa iba't ibang paraan, ang aking guru ay nagsikap na iparating sa akin ang nakakawasak- dibdib na balita. Nagngingitngit sa paghihimagsik, ang aking kaluluwa ay parang isang bulkan. Sa oras ng aking pagdating sa Puri hermitage ako ay malapit nang bumagsak. Ang tinig sa loob ay malambing na inuulit-ulit: "Tatagan ang iyong sarili. Maging mahinahon."

Pumasok ako sa silid ng ashram kung saan ang katawan ni Maestro ay hindi kapani-paniwalang parang buhay, ay nakaupong

pa-lotus—isang larawan ng kalusugan at kagandahan. Isang mai-
kling panahon bago siya pumanaw, ang aking guru ay bahagyang
nagkaroon ng karamdaman, nilagnat, ngunit bago sumapit ang araw
ng kanyang pag-akyat sa Walang Hanggan, ang kanyang katawan ay
naging lubos na magaling. Kahit na gaano ko kadalas pagmasdan
ang mahal niyang anyo, hindi ko maunawaan na ang buhay nito ay
umalis na. Ang kanyang balat ay makinis at malambot; sa kanyang
mukha ay isang napakaligayang pagpapahayag ng kapayapaan. Siya
ay may kamalayang humiwalay sa kanyang katawan sa oras ng
mistikong pagtawag.

"Ang Leon ng Bengal ay wala na!" ang sigaw kong natutuliro.

Ako ay nagsagawa ng banal na seremonya noong Marso 10. Si
Sri Yukteswar ay inilibing * sa makalumang rituwal ng mga swami
sa halamanan ng kanyang ashram sa Puri. Ang kanyang mga disi-
pulo pagkatapos ay nagdatingan mula sa malayo at malapit upang
parangalan ang kanilang guru sa isang vernal equinox memorial
service. Ang *Amrita Bazar Patrika*, isang pangunahing pahayagan
ng Calcutta, ay naglathala ng kanyang larawan at ang sumusunod
na pahayag."

> Ang seremonya ng *"Bhandara"* para sa kamatayan ni Srimat
> Swami Sri Yukteswar Giri Maharaj, edad 81, ay ginanap sa Puri
> noong Marso 21. Maraming mga disipulo ang bumaba sa Puri
> para sa seremonya.
>
> Isa sa pinakamagaling na tagapaliwanag ng Bhagavad Gita, si
> Swami Maharaj ay isang dakilang disipulo ni Yogiraj Sri Shyama
> Charan Lahiri Mahasaya ng Banaras. Si Swami Maharaj ang nag-
> tatag ng maraming sentro ngYogoda Satsanga (Self-Realization
> Fellowship) sa India, at siya ang dakilang inspirasyon sa likod
> ng kilusan sa pagpapalaganap ng Yoga na dinala sa Kanluran ni
> Swami Yogananda, ang kanyang pangunahing disipulo. Ang mga
> makapangyarihang panghuhula ni Sri Yukteswar at malalim na
> pang-unawa ang nagbigay ng inspirasyon kay Swami Yogananda
> upang tawirin ang karagatan at palawakin sa Amerika ang men-
> sahe ng mga maestro ng India.
>
> Ang kanyang pagbibigay-kahulugan sa Bhagavad Gita at
> iba pang kasulatan ay nagpapatunay sa lalim ng kaalaman sa
> pilosopiya ni Sri Yukteswar sa parehong Silangan at Kanluran, at

---

* Ang mga kaugaliang Hindu sa paglilibing ay nagtatakda ng pagsunog sa mga ama
ng tahanan; ang mga swami at monghe ng ibang order ay hindi sinusunog, kundi
ibinabaon. (May mangilan-ngilang taliwas dito). Ang katawan ng mga monghe ay
sinasagisag na itinuturing na nasunog sa apoy ng karunungan at oras ng pagtanggap
ng monastikong pangako.

mananatili bilang pantawag-pansin para sa pagkakaisa ng Oriente at Oksidente. Sapagkat siya ay naniniwala sa pagkakaisa ng lahat ng relihiyosong paniniwala, itinatag ni Sri Yukteswar Maharaj ang Sadhu Sabha (Samahan ng mga Banal) sa pakikipagtulungan ng mga pinuno ng iba't ibang sekta at paniniwala, para sa pag-sasanib ng siyentipikong espiritu sa relihiyon. Sa oras ng kanyang pagpanaw hinirang niya si Swami Yogananda bilang susunod na pinuno ng Sadhu Sabha.

Ang India ay tunay ngang mas mahirap ngayon sa pagpanaw ng isang napakadakilang tao. Sana lahat ng mapalad na makalapit sa kanya ay matanggap sa kanilang sarili ang tunay na espiritu ng kultura ng India at *sadhana* na nagkaroon ng katauhan sa kanya.

Bumalik ako sa Calcutta. Wala pa akong lakas ng loob na pumunta sa Serampore hermitage, sa kanyang sagradong mga ala-ala, kaya ipinasundo ko si Prafulla, ang maliit na disipulo ni Sri Yukteswar sa Serampore, at nagsagawa ng pag-aayos upang siya ay makapasok sa paaralan sa Ranchi.

"Nung umagang ikaw ay umalis patungo sa *Allahabad Mela*, ang sabi sa akin ni Prafulla, "si Maestro ay mabigat na bumagsak sa malaking sopa."

"'Wala na si Yogananda!' ang sigaw niya. 'Wala na si Yoga-nanda!' Mahiwaga niyang idinagdag, 'kailangan kong sabihin sa kanya sa ibang paraan.' Pagkatapos siya ay naupo sa maraming oras na pananahimik."

Ang aking mga araw ay punong-puno ng pagtuturo, mga klase, mga panayam, at pakikipagkitang-muli sa mga dating kaibigan. Sa kabila ng mababaw na ngiti at ng buhay na walang-tigil na pagkilos, isang daloy ng malungkot na kaisipan ang nagpapadumi sa panloob na ilog ng kaluwalhatian na sa loob ng maraming taon ay nagpagala-gala sa ilalim ng mga buhangin ng lahat ng aking pang-unawa.

"Saan nagpunta ang dibinong pantas?" Ako ay tahimik na umi-iyak mula sa kailaliman nang isang nagdurusang espiritu.

Walang kasagutang dumating.

"Pinakamabuti nang nabuo ng Maestro ang kanyang pakiki-pag-isa sa Kosmikong Pinakakamahal," ang paniniyak ng aking isip. "Siya ay walang-hanggang kumikinang sa dominyo ng walang kamatayan."

"Kahit kailan hindi mo na siya maaaring makita sa lumang Serampore mansion," ang panaghoy ng aking puso. "Hindi ka na maaaring magdala ng iyong mga kaibigan upang makilala siya, o buong pagmamalaking magsabi ng: 'Masdan, ayan nakaupo ang *Jnanavatar* ng India!'"

Si Ginoong Wright ay gumawa ng pakikipag-ayos para sa aming pangkat upang maglayag mula Bombay patungo sa Kanluran sa mga unang araw ng Hunyo. Pagkatapos ng dalawang linggo noong Mayo ng mga pamamaalam na mga bangkete, salu-salo at pagtatalumpati sa Calcutta, si Binibining Bletsch, Ginoong Wright at ako ay umalis sakay ng Ford patungo ng Bombay. Sa aming pagdating, hiniling ng mga may kapangyarihan sa barko na aming kanselahin ang aming pagsakay, sa dahilang walang paglalagyan sa aming sasakyang Ford, na aming kakailanganing muli sa Europa.

"Hindi na bale," ang malungkot kong sabi kay Ginoong Wright "ibig kong bumalik minsan pa sa Puri." Tahimik kong idinagdag. "Hayaang minsan pang diligin ng aking mga luha ang libingan ng aking guru."

Ang Pagkabuhay Muli ni Sri Yukteswar

"Panginoong Krishna!" Ang maluwalhating anyo ng avatar ay nagpakita sa isang kumikinang-kinang na lagablab habang ako ay nakaupo sa aking silid sa Regent Hotel sa Bombay. Nagliliwanag sa ibabaw ng bubong ng isang mataas na gusali sa kabilang kalsada, ang mahirap ipahayag na pangitain ay biglang sumabog sa aking paningin, habang ako ay nakatanaw sa labas ng aking mataas at bukas na ikatlong palapag na bintana.

Ang dibinong anyo ay kumaway sa akin, nakangiti at tumatango sa pagbati. Nang hindi ko maunawaan ang tamang mensahe ng Panginoong Krishna, siya ay nawala na may isang pagkumpas ng pagbasbas. Nakakamanghang nabigyan ng pag-asa, naramdaman kong may mga espirituwal na pangyayari na paunang ibinabalita.

Ang aking paglalakbay sa Kanluran ay pansamantalang ipinagpaliban. Ako ay nakatalang magbigay ng ilang pampublikong talumpati sa Bombay bago kami magbalik-dalaw sa Bengal.

Nakaupo ako sa higaan sa hotel sa Bombay ng ika-tatlo ng hapon noong Hunyo 19, 1936—isang linggo pagkatapos ng pangitain ko kay Krishna—ako ay ginising mula sa aking pagmi-meditasyon ng isang napakaligayang liwanag. Sa harap ng aking bukas at nagulat na mga mata, ang buong silid ay nag-iba at naging mistulang ibang daigdig, ang sinag ng araw ay nagbago at naging makalangit sa kaluwalhatian.

Nilukuban ako ng alon ng labis na kagalakan habang nakatingin ako sa laman at dugong anyo ni Sri Yukteswar!

"Aking anak!" Si Maestro ay malambing na nagsalita, at sa mukha niya ay may isang nakagagayumang ngiti ng isang anghel.

Sa unang pagkakataon sa aking buhay, ako ay hindi lumuhod sa kanyang paanan sa pagbati, kundi mabilis na humakbang upang yakapin siyang gutom na gutom sa aking mga bisig. Sandali ng mga sandali! Ang mga dalamhati ng mga nakaraang buwan ay isang kabayarang walang halaga sa malakas na buhos ng kaluwalhatian ngayon.

"Aking Maestro, pinakamamahal ng aking puso, bakit mo ako iniwan?" Ako ay hindi magkandatuto ng pananalita sa labis na kaligayahan. "Bakit mo ako pinayagang pumunta sa *Kumbha Mela*? Anong pait kong sinisisi ang aking sarili sa pag-iwan ko sa iyo!"

"Ayaw kong makialam sa iyong masayang pag-asa na makita ang banal na lugar, kung saan ko unang nakita si Babaji. Iniwan lamang kita sandali; hindi ba ako ay kapiling mong muli?"

"Ngunit, *ikaw* nga ba Maestro, siya pa rin na Leon ng Diyos? May kasuotan ka bang katawan na tulad ng katawang ibinaon ko sa ilalim ng malupit na mga buhangin ng Puri?"

"Oo, aking anak, ako din ako. Ito ay isang laman at dugong katawan. Kahit alam kong ito ay panlangit, sa iyong paningin ito ay pisikal. Mula sa kosmikong atomo ako ay lumikha ng buong bagong katawan, parehong-pareho ng kosmikong panaginip na katawang pisikal na iyong ibinaon sa ilalim ng panaginip na mga buhangin sa Puri ng iyong panaginip na daigdig. Ako sa katotohanan ay nabuhay na muli—hindi sa lupa kundi sa planetang astral. Ang mga naninirahan doon ay mas may kakayahan kaysa sa makamundong mga tao upang matugunan ang aking mataas na mga pamantayan. Doon, ikaw at ang iyong mararangal na mga mahal sa buhay ay darating pagdating ng araw upang makapiling ako."

"Walang kamatayang guru, dagdagan mo pa ang salaysay mo!"

Ang Maestro ay nagbigay ng isang mabilis, at masayang marahang pagtawa. "Maaari ba, mahal," ang sabi niya, "hindi mo ba maluluwagan ng kaunti ang iyong pagkapit?"

"Kaunti lang!" Yakap-yakap ko siya na parang nakapulupot na octopus, natitiktikan ko ang dating bahagyang mabangong likas na amoy na naging katangian ng kanyang katawan noon. Ang nakakikilig na hipo ng kanyang dibinong laman ay nararamdaman ko pa sa dakong tagiliran ng aking mga braso at sa aking mga palad sa tuwinang nagugunita ko iyong maluluwalhating mga oras.

"Tulad ng mga propetang ipinadadala sa lupa upang makatulong sa mga tao para pagbayaran ang kanilang pisikal na karma, ganoon din ako ay pinag-utusan ng Diyos upang magsilbi sa astral na planeta bilang tagapagligtas," ang paliwanag ni Sri Yukteswar. Ito ay tinatawag na Hiranyaloka, o 'Naliwanagang Planetang Astral'. Doon ako ay sumasaklolo sa mga masulong na mga nilalang upang mapawi ang kanilang karmang astral at sa ganoon ay magkamit ng kalayaan sa muling pagsilang sa astral. Ang mga nakatira sa Hiranyaloka ay matataas na ang mga espirituwal na pag-unlad. Lahat sila ay nakapagtamo, sa kanilang huling pagkabuhay sa lupa,

ng bunga-ng-meditasyong lakas ng kamalayang iwanan ang kani-
lang katawang pisikal sa oras ng kamatayan. Walang sinuman ang
makakapasok sa Hiranyaloka maliban kung lumagpas sila habang
nasa lupa sa kalagayang *Sabikalpa Samadhi* patungo sa mas mataas
na kalagayang *Nirbikalpa Samadhi.* *

"Ang mga naninirahan sa Hiranyaloka ay nakapagdaan na sa
karaniwang astral na kalagayan, kung saan halos lahat ng nilalang
mula sa lupa ay kinakailangang pumunta pagkamatay; doon ay si-
nira nila ang maraming binhi ng kanilang karmang may kinalaman
sa kanilang nakaraang ginawa sa mga mundong astral. Wala kundi
masulong na mga deboto ang makakagawa ng ganitong pantubos
na mabisa sa daigdig na astral.† Pagkatapos, upang pakawalan nang
lubos ang kanilang mga kaluluwa mula sa lahat ng bakas ng kar-
mang astral, itong mga aspirante ay itinalaga ng batas kosmiko na
ipanganak sa bagong astral na mga katawan sa Hiranyaloka, ang
astral na araw o kalangitan, kung saan ako ay naroroon upang tu-
lungan sila. Mayroon ding halos ganap na nilalang sa Hiranyaloka
ang nanggaling mula sa pinakamataas na mundong causal."

Ang aking isip noon ay ganap nang nakikiisa sa aking guru na
inililipat niya ang mga salitang paglalarawan sa akin na may baha-
ging mga salita at may bahaging paglilipat ng kaisipan. Kaya ako ay
madaling nakatatanggap ng kanyang mga ideyang-tabloid.

"Nabasa mo sa mga banal na kasulatan," ang patuloy ni Maes-
tro, "na binalutan ng Diyos ang kaluluwa ng tao ng sunud-sunod na
tatlong-katawan – ang ideya o causal na katawan; ang pinong astral
na katawan, ang sentro ng likas na isip at damdamin ng tao; at ang
magaspang na pisikal na katawan. Sa lupa, ang isang tao ay pinag-
kalooban ng kanyang mga pisikal na pandamdam. Ang nilalang
na astral ay ginagamit ang kanyang kamalayan at mga damdamin

---

* Tingnan ang ph. 209-210. Sa *sabikalpa samadhi* nakamtan na ng deboto ang pakikiisa
niya sa Espiritu ngunit hindi mapanatili ang kanyang kosmikong kamalayan, maliban
sa di-gumagalaw na kawalang-ulirat. Sa pamamagitan ng walang tigil na meditasyon
naaabot niya ang higit na mahusay na kalagayang *nirbikalpa Samadhi*, kung saan
maaari siyang malayang gumalaw sa mundo, na hindi nawawala ang kanyang pang-
unawa-sa-Diyos.

Sa *nirbikalpa Samadhi* tinutunaw ng yogi ang huling bakas ng kanyang materyal
o makamundong karma. Gayunpaman, maaaring mayroon pa siyang ilang astral
at causal na karma na dapat ayusin, kaya magkakaroon ng astral at causal na
pagkabuhay sa mga daigdig ng mataas-na-pagyanig.

† Dahil karamihan sa mga tao na nawiwili sa kagandahan ng mga mundong astral,
ay hindi nakikita ang anumang pangangailangan para sa mahirap na pagsisikap
espirituwal.

at isang katawang gawa sa lifetrons.* Ang isang nilalang na may katawang causal ay nananatiling nasa maligayang kaharian ng mga ideya. Ang aking gawain ay doon sa astral na mga nilalang na naghahandang pumasok sa causal na daigdig."

"Kaibig-ibig na Maestro, maaari po bang magbigay pa kayo ng karagdagang impormasyon tungkol sa astral na sanlibutan?" Kahit bahagya kong niluwagan ang pagyapos sa kahilingan ni Sri Yukteswar, ang aking mga braso at kamay ay nakapulupot pa sa kanya. Kayamanang labis sa lahat ng yaman, ang aking guru na pinagtawanan ang kamatayan upang ako ay kanyang makita!

"Napakaraming mga planetang astral, na namumutiktik sa mga nilalang na astral," ang panimula ni Maestro. "Ang mga naninirahan ay ginagamit ang astral na kalagayan, o kumpol ng liwanag, upang maglakbay mula sa isang planeta patungo sa iba pang mga planeta, na mas mabilis pa kaysa elektrisidad at radyoaktibong mga enerhiya.

"Ang unibersong astral, na gawa sa iba't ibang pinong mga pagyanig ng liwanag at kulay, ay daan-daang ulit na mas malaki kaysa sa materyal na sanlibutan. Ang buong pisikal na likha ay nakabitin na tila isang maliit na solidong basket sa ilalim ng napakalaking makinang na lobo ng globong astral. Katulad ng maraming pisikal na araw at bituin na gumagala sa kalawakan, ganoon din, mayroong hindi mabilang na astral na mga araw at mga bituin. Ang kanilang mga planeta ay mayroong mga astral na araw at mga buwan na mas maganda kaysa sa mga pisikal na araw at buwan. Ang mga tanglaw na astral ay katulad ng aurora borealis—ang maaraw na aurorang astral ay higit na mas nakasisilaw kaysa sa may malamlam na rayos na sinag ng buwan-aurora. Ang astral na araw at gabi ay mas mahaba kaysa sa mga araw at mga gabi sa lupa.

"Ang astral na daigdig ay may walang hanggang kagandahan, malinis, dalisay at maayos. Walang mga patay na planeta o tigang na mga lupain. Ang mga batik sa lupa tulad ng mga damo, mga mikrobyo, mga insekto, mga ahas—ay wala. Di tulad ng paiba-ibang klima at mga panahon sa lupa, ang klima sa mga planetang astral ay napapanatiling pantay ang temperatura ng walang hanggang tagsibol, na may panaka-nakang nagliliwanag na puting niyebe at ulan

---

* Ginamit ni Sri Yukteswar ang salitang *prana;* isinalin ko ito bilang lifetrons. Ang banal na kasulatang Hindu ay tumutukoy, hindi lang sa *anu* "atomo" at sa *paramanu,* "higit pa sa pinong lakas elektroniko, kundi sa *prana,* "mapanlikhang puwersang lifetronic." Ang mga atomo at electron ay bulag na puwersa: ang *prana* ay likas na matalino. Ang mga pranic na lifetron sa spermatozoa at ova, halimbawa, ay gumagabay sa paglago ng embryo ayon sa disenyong karmic.

na may maraming sari-saring kulay na liwanag. Ang mga planetang astral ay may napakaraming mga lawang opal at maliwanag na mga karagatan at mga ilog na bahaghari.

"Ang karaniwang astral na daigdig—hindi ang mas pinong astral na kalangitan ng Hiranyaloka—ay pinaninirahan ng milyun-milyong mga astral na nilalang na nagdatingan, humigit-kumulang kamakailan lamang, mula sa lupa, at ganoon din ang mga pangkat ng mga diwata, serena, mga isda, mga hayop, mga tiyanak, mga duwende, mga diyos-diyosan, at mga espiritu, lahat ay naninirahan sa iba't-ibang planetang astral alinsunod sa kanilang mga pang-karmang katangian. Iba't ibang antas ng mga tirahang mansiyon o mga yumayanig na pook ang nakalaan para sa mga mabubuti at masasamang espiritu. Ang mga mabubuti ay maaaring maglakbay na malaya, ngunit ang mga masasamang espiritu ay nakakakulong sa limitadong mga pook. Sa katulad na paraan na ang mga tao ay nabubuhay sa ibabaw ng lupa, ang mga bulate nasa ilalim ng lupa, ang isda sa tubig, ang mga ibon sa hangin, ganoon din ang mga astral na nilalang na may iba't ibang grado ay inilalagay sa nababagay na pagyanig na mga tirahan.

"Sa mga nalaglag na itim na mga anghel na pinatalsik mula sa iba't ibang mga daigdig, ang iringan at digmaan ay nangyayari na may kasamang bomba ng enerhiya ng buhay o mga yumayanig na sinag ng pangkaisipang mantra.* Ang mga nilalang na ito ay naninirahan sa babad-sa-lungkot na pook ng mababang astral na kosmos, pinagsisikapang mabayaran ang kanilang masamang karma.

"Sa malawak na mga kaharian sa ibabaw ng madilim na kulungang astral, lahat ay kumikinang at maganda. Ang astral na kosmos ay mas likas na nakaayon kaysa sa lupa sa dibinong kagustuhan at planong kaganapan. Bawat astral na bagay ay unang naipapakita sa pamamagitan ng kagustuhan ng Diyos, at ang ibang bahagi ay sa tawag ng kagustuhan ng mga nilalang na astral. Sila ay may taglay ng kapangyarihang baguhin o pagandahin ang kariktan at anyo ng anumang nilikha ng Panginoon. Binigyan Niya ang Kanyang astral na mga anak ng kalayaan at karapatang baguhin at palitan, ayon sa kagustuhan nila, ang astral na kosmos. Sa lupa, ang isang bagay ay kinakailangang maging likido o ibang anyo sa pamamagitan ng

---

* Pang-uri ng *mantra,* na inaawit na binhing-tunog na pinakakawalan ng pangkaisipang baril ng konsentrasyon. Inilalarawan ng mga *puranas* (sinaunang *shastras* o artikulo) ang mga mantric na digmaang ito sa pagitan ng mga *devas* at *asuras* (gods and demons). Isang *asura* ang minsa'y nagtangkang pumatay sa isang *deva* sa pamamagitan ng isang makapangyarihang awit. Dahil sa maling bigkas, ang pangkaisipang bomba ay nagsilbing boomerang at pinatay ang demonyo.

likas o kemikal na mga paraan, ngunit ang mga astral na mga bagay ay napapalitan sa astral na likido, mga gas o enerhiya sa minsan lamang o dagliang kagustuhan ng mga naninirahan.

"Ang lupa ay madilim sa digmaan at patayan sa karagatan, sa lupa at sa kalawakan," ang patuloy ng aking guru, ngunit ang astral na kaharian ay may masayang pagkakasundo at pagkakapantay-pantay.

Ang mga astral na nilalang ay napapawala o naipapakita ang kanilang kaanyuan sa kanilang kagustuhan. Ang mga bulaklak, mga isda o mga hayop ay kayang gawin ang kanilang mga sarili nang ilang sandali na maging astral na tao. Lahat ng astral na mga nilalang ay malayang gawin ang sarili sa kahit anong anyo at madaling makipag-ugnayan sa isa't isa. Walang nakatakda, tiyak at likas na batas ang nakapalibot sa kanila—kahit anong astral na puno, halimbawa, ay maaring matagumpay na mahilingan na magbunga ng manggang astral o iba pang ninanais na prutas, bulaklak, o kahit anong bagay. May mga pagbabawal ng karma ang naroroon, ngunit walang pagkakaiba sa daigdig ng astral tungkol sa pagiging kaibig-ibig ng iba't ibang mga anyo. Lahat ng mga bagay ay kumikinig sa malikhaing liwanag ng Diyos.

"Walang ipinapanganak ng babae; ang mga anak ay inilalabas ng mga astral na nilalang sa tulong ng kanilang kosmikong pagnanais sa sinasadyang padron, na pinaikling mga astral na anyo. Ang kamakailan lamang na humiwalay sa katawang nilalang ay dumarating sa isang astral na pamilya sa pamamagitan ng paanyaya, naakit ng mga katulad na pagkiling sa kaisipan at espirituwal.

"Ang astral na katawan ay hindi apektado ng lamig o init o iba pang mga natural na kalagayan. Ang anatomiya ay kasama ang astral na utak, o ang libong-talulot na lotus na liwanag, at anim na nagising na sentro sa *sushumna*, o astral cerebro-spinal axis. Ang puso ay kumukuha ng kosmikong enerhiya at liwanag mula sa astral na utak, at ibinobomba ito sa mga astral na mga ugat at selula ng katawan o lifetrons. Kayang magbago ng anyo ng mga astral na nilalang sa pamamagitan ng lifetronic na lakas at ng banal na mga mantrang pagyanig.

"Sa karamihan ng mga kaso, ang katawang astral ay isang eksaktong kapilas ng huling pisikal na katawan. Ang mukha at anyo ng isang astral na tao ay kahawig noong kanyang kabataan sa kanyang nakaraang buhay sa lupa. Paminsan-minsan, isang tao, katulad ko, ay pinipiling mapanatili ang kanyang matandang kaanyuan." Si Maestro, na pinagmumulan mismo ng diwa ng kabataan, ay masayang tumawa ng mahina.

"Hindi tulad ng malawak na tatlong antas ng kalagayang pisikal na daigdig na nalalaman lamang ng limang pandama, ang astral na daigdig ay nakikita ng lahat-kasama ang pang-anim na pandama— ang intuwisyon," patuloy ni Sri Yukteswar. "Sa pamamagitan ng ganap na intuwisyon, lahat ng mga nilikhang astral ay nakakikita, nakaririnig, nakaaamoy, nakalalasa at nakararamdam. Sila ay nagtataglay ng tatlong mga mata, na ang dalawa ay medyo nakasara. Ang pangatlo at pangunahing astral na mata, na patuwid na nakalagay sa noo, ay bukas. Ang mga astral na nilalang ay mayroong lahat ng panlabas na mga gamit pandama—mga tainga, mata, ilong, dila at balat—ngunit kanilang ginagamit ang intuwisyong pakiramdam upang maranasan ang mga damdamin sa pamamagitan ng anumang bahagi ng katawan; sila ay nakakakita sa pamamagitan ng tainga, o ilong, o balat. Kaya nilang makarinig sa tulong ng mga mata o dila, at maaaring makatikim sa tulong ng tainga o balat, at iba pa.*

"Ang pisikal na katawan ng tao ay nakahantad sa hindi mabilang na kapahamakan, at madaling masaktan o malumpo; ang makalangit na katawang astral ay maaaring paminsan-minsang masugatan o magasgas ngunit ito ay napagagaling kaagad sa pamamagitan lamang ng kagustuhan."

"Gurudeva, lahat ba ng astral na mga tao ay magaganda?"

"Ang kagandahan sa astral na daigdig ay kilala sa pagiging isang katangiang espirituwal, at hindi panlabas na pakikisang-ayon," sagot ni Sri Yukteswar. "Samakatwid, ang mga astral na nilikha, ay nagbibigay ng kaunting pagpapahalaga sa mga kaanyuan ng mukha. Sila ay may karapatan, ganoon pa man, na bihisan ang mga sarili ayon sa kanilang maibigan na bago at makulay na gawang astral na mga katawan. Katulad ng makamundong mga tao na nagsusuot ng bagong palamuti para sa marangyang pagtitipon, ganoon din ang mga astral na nilalang ay naghahanap ng mga pagkakataong magayakan ang sarili sa mga sinadyang iginuhit na mga anyo.

"Ang mga masasayang astral na pagdiriwang sa mas matataas na mga planetang astral na katulad ng Hiranyaloka ay nangyayari kapag ang isang nilalang ay nakalaya mula sa astral na daigdig sa tulong ng pagsulong na espirituwal, at nakahanda na upang pumasok sa kalangitan ng daigdig na causal. Sa mga ganoong pagkakataon, ang Hindi Nakikitang Makalangit na Ama, at ang mga banal na kaisa na Niya, ay ipinapakita ang mga Sari-sarili sa mga katawang Kanilang maibigan at sumasama sa astral na pagdiriwang. Upang mabigyan

---

* Ang halimbawa ng ganitong kapangyarihan ay hindi nagkukulang kahit sa mundo, tulad ng kaso ni Helen Keller at iba pang pambihirang nilalang.

ng kasiyahan ang Kanyang pinakamamahal na deboto, ang Pangi-
noon ay gumagamit ng kahit anong magustuhang kaanyuan. Kapag
ang deboto ay sumamba sa paraan ng debosyon, makikita niya ang
Diyos bilang ang Dibinong Ina. Kay Hesus, ang aspetong Ama ng
Walang Hanggan ay kahali-halina ng higit sa iba pang mga ideya.
Ang pagkakaiba na ipinagkaloob ng Lumikha sa bawat isa sa Kan-
yang mga nilikha ay humihingi ng maaari at hindi maaaring gawin
sa karunungan sa lahat ng bagay ng Panginoon!" Ang aking guru at
ako ay nagtawang magkapiling na masaya.

"Ang mga kaibigan sa ibang naging pagkabuhay ay madaling
nagkakakilala sa astral na daigdig," patuloy ni Sri Yukteswar
sa kanyang magandang, parang plautang tinig. "Nagdiriwang sa
walang kamatayang pagkakaibigan, sila ay nakakaunawa sa walang
pagkasira ng pag-ibig, na madalas pinag-aalinlanganan sa panahon
ng malungkot, at mapanlinlang na paghihiwalay sa buhay sa lupa.

"Ang intuwisyon ng mga astral na nilalang ay tumatagos sa
belo at pinagmamasdan ang mga pantaong gawain sa lupa, ngunit
ang tao ay hindi maaaring tanawin ang astral na daigdig hangga't
hindi pa medyo umuunlad ang pang-anim na pandama. Libu-libong
mga naninirahan sa lupa ay panandaliang nakasulyap na ng isang
astral na nilalang o isang astral na daigdig.*

"Ang mga mauunlad na nilalang sa Hiranyaloka ay kadalasang
nananatiling gising sa labis na kagalakan sa panahon ng mahabang
astral na araw at gabi, tumutulong sa masalimuot na mga suliranin
ng kosmikong pamahalaan at ang panunubos sa suwail na mga
anak, mga kaluluwang matindi ang pagnanais na makabalik sa
lupa. Kapag ang mga nilalang sa Hiranyaloka ay natutulog, mayroon
silang paminsan-minsang tila panaginip na mga pangitaing astral.
Ang kanilang mga kaisipan ay karaniwang abala sa antas na pinaka-
mataas na kaluwalhatiang kamalayang *Nirbikalpa.*

"Ang mga naninirahan sa lahat ng bahagi ng mga daigdig na
astral ay nagkakaroon pa rin ng hirap ng isipan. Ang maramda-
ming mga kaisipan ng mga matataas na nilalang sa mga planetang
tulad ng Hiranyaloka ay nakararamdam ng matinding sakit kapag
anumang pagkakamali ay nagawa sa pangangasiwa o sa maling
pag-unawa ng katotohanan. Itong mga mauunlad na mga nilalang

---

* Sa mundo, ang mga batang may dalisay na isip ay minsa'y nakakakita ng magandang
astral na katawan ng mga diwata. Sa pamamagitan ng droga at nakalalasing na
inumin, na ipinagbabawal gamitin ng lahat ng kasulatan, ang isang tao'y maaari ding
sirain ang kanyang kamalayan at makakita ng nakakatakot na mga anyo sa mga astral
na impiyerno.

ay nagsisikap na maitugma ang kanilang bawat galaw at pag-iisip sa ganap ng batas-espirituwal.

"Ang pagbabalita sa gitna ng mga naninirahan sa astral ay lubos na nagagawa sa tulong ng telepatikong astral at telebisyon; wala iyong kalituhan at hindi pagkakaunawaan ng nasusulat at nabibigkas na salita na kinakailangang pagtiisan ng mga naninirahan sa lupa. Katulad ng mga tao sa sine na nakikitang kumikilos at gumagawa sa tulong ng sunud-sunod na paglalarawan, at hindi naman tunay na humihinga, ganoon din ang mga astral na nilalang na naglalakad at gumagawa bilang matalinong ginagabayan at magkaka-ugnay na imahe ng liwanag, na hindi nangangailangan ng paghugot ng lakas mula sa oksiheno. Ang tao ay umaasa sa mga solido, likido, gas, at enerhiya upang mabuhay; ang mga astral na nilalang ay pangunahing binubuhay ang mga sarili sa kosmikong liwanag."

"Aking Maestro, ang mga astral bang nilalang ay kumakain ng kahit ano?" Iniinom ko ang kanyang kagila-gilalas na paliwanag sa kahandaang tumanggap ng lahat ng aking kakayahan—Isip, puso, kaluluwa. Ang pinakamataas na kamalayang pang-unawa ng kato-tohanan ay walang pagbabagong tunay at hindi nag-iiba, samanta-lang ang panandaliang karanasan ng damdamin at pagkakilala ka-ilanman ay hindi nagtatagal o talaga namang totoo, at di nagtatagal mawawala sa alaala ang lahat ng kanilang kaliwanagan. Ang mga salita ng aking guru ay lubhang tagos ang pagkakalimbag sa talaan ng aking pagkatao na kahit anong panahon, sa pamamagitan ng paglilipat ng aking isip sa pinakamataas na antas ng kamalayan, maliwanag kong mabubuhay muli ang dibinong karanasan.

"Ang mga gulay na makinang ay sagana sa lupaing astral," siya ay sumagot. "Ang mga astral na nilalang ay kumakain ng mga gulay at umiinom ng isang nektar na umaagos mula sa marilag na bukal ng liwanag at mula sa astral na mga sapa at ilog. Tulad ng hindi nakikitang imahe ng mga tao sa lupa ay maaaring hukayin mula sa eter at gawing nakikita sa tulong ng isang kagamitang telebisyon. at pagkatapos ay pawawalan muli sa kalawakan, ganoon din ang mga likha ng Diyos na hindi nakikitang astral na guhit ng mga gulay at mga halaman na lumulutang sa eter ay pinadadali sa astral na planeta sa pamamagitan ng kagustuhan ng mga naninirahan dito. Sa ganoon ding pamamaraan, mula sa magarbong kasiyahan ng mga nilalang na ito, buong hardin ng mga mababangong bulaklak ay ipi-napakita, isinasauli pagkatapos sa eter na hindi nakikita. Bagama't ang mga naninirahan sa makalangit na mga planetang tulad ng Hi-ranyaloka ay halos pinalaya na mula sa anumang pangangailangang kumain, higit na mataas ang walang kondisyong pananatili ng halos lubos na nakalayang mga kaluluwa sa daigdig na causal, na walang kinakain kundi ang manna ng kaluwalhatian.

"Ang nakawala-sa-lupang mga astral na nilalang ay nakatatagpo ng maraming mga kamag-anak, mga ama, ina, asawang babae at lalaki, at mga kaibigan, na nakasama sa panahon ng iba't ibang pagkabuhay sa lupa,* habang sila ay nagpapakita paminsan-minsan sa iba't-ibang bahagi ng daigdig na astral. Siya, sa ganoon ay nalilito, hindi maunawaan kung sino ang mas lalong mamahalin; natututunan niya sa ganitong paraan na magbigay ng dibino at pantay na pagmamahal sa lahat, bilang mga anak at sari-saring mga pahayag ng Diyos. Bagama't ang panlabas na kaanyuan ng mga mahal sa buhay ay nagbago, humigit-kumulang ayon sa pagsulong ng bagong mga katangian sa huling pagkabuhay ng tinurang kaluluwa, ginagamit ng astral na nilalang ang kanyang walang pagkakamaling intuwisyon upang makilala ang lahat ng minsan ay mahal sa kanya sa ibang antas ng pagkabuhay, at upang malugod na tanggapin sila sa kanilang bagong tahanang astral. Sapagkat bawat atomo sa paglalang ay walang-kamatayang napamanahan ng kakanyahant ang astral na kaibigan ay makikilala kahit na anong pananamit ang isuot, na tulad ng pagkakakilanlan ng isang aktor sa lupa na maaaring matuklasan sa masusing pagmamatyag kahit na anong pagbabalatkayo.

"Ang haba ng buhay sa daigdig na astral ay mas matagal kaysa sa lupa. Ang karaniwang tagal ng buhay ng mataas na astral na nilalang ay mula sa limang daan hanggang isang libong taon, sinukat ayon sa pamantayan ng panahon sa lupa. Katulad ng mga puno ng redwood na mas nagtatagal ang buhay kaysa sa karamihang mga punong kahoy sa tagal na mga libong taon, o katulad ng ibang mga yogi na nabubuhay ng ilang daan-daang mga taon kahit na ang karamihan sa mga tao ay namamatay bago umabot sa gulang na animnapu, ganoon din ang ibang mga nilalang na astral na nabubuhay nang mas matagal kaysa sa karaniwang tagal ng astral na pagkabuhay. Ang mga panauhin sa daigdig na astral ay namamalagi doon nang mas mahaba o mas maikling panahon alinsunod sa bigat

---

* Minsan ay tinanong ang Panginoong Buddha kung bakit kailangang pantay-pantay na mahalin ng isang tao ang lahat. "Dahil," ang sagot ng dakilang guro, "sa napakarami at iba't ibang pagkabuhay ng bawat tao, bawat isang ibang nilalang ay naging mahalaga sa kanya."

† Ang walong likas na katangiang papasok sa lahat ng nilalang na buhay, mula sa atomo hanggang sa tao, ay lupa, tubig, apoy, hangin, eter, dumadamang isip (*manas*), katalinuhan (*buddhi*), at pagiging iba o ego (*ahamkara*). (Cf. Bhagavad Gita VII:4.)

ng kanilang karmang pisikal, na humahatak sa kanila pabalik sa lupa sa loob ng tiyak na panahon.

"Ang astral na nilalang ay hindi kailangang paglabanan ang masakit na kamatayan sa panahon ng paghuhunos ng makinang na katawan. Ganoon pa man, marami sa mga nilalang na ito ang nakararamdam ng bahagyang pagkanerbiyos sa kaisipang pagwawaksi ng kanilang anyong astral para sa mas pinong causal. Ang astral na daigdig ay malaya sa sapilitang kamatayan, karamdaman, at katandaan. Ang tatlong ito na labis na kinatatakutan ay ang sumpa ng lupa, kung saan hinayaan ng tao ang kanyang kamalayan na halos ganap na iugnay ang sarili sa isang mahinang katawang pisikal na nangangailangan ng palaging tulong mula sa hangin, pagkain, at pagtulog upang manatiling buhay.

"Ang pisikal na kamatayan ay may kasamang pagkawala ng hininga at ang paghihiwalay ng mga selulang laman. Ang astral na kamatayan ay binubuo ng paghihiwa-hiwalay ng lifetrons, iyong mga nakikitang pintig ng lakas na siyang bumubuo ng buhay ng mga astral na nilalang. Sa pisikal na kamatayan, nawawala ng isang nilalang ang kanyang kamalayan sa laman at nararamdaman ang kanyang mapinong katawan sa daigdig na astral. Habang dinaranas ang kamatayang astral pagdating ng panahon, ang isang nilalang ay nagdadaan, mula sa kamalayan ng astral na kapanganakan at kamatayan, patungo sa pisikal na kapanganakan at kamatayan. Itong mga paulit-ulit na pag-ikot ng astral at pisikal na pagbabalot ng katawan ay ang hindi maiiwasang kapalaran ng lahat ng hindi pa naliliwanagang mga nilalang. Ang mga pakahulugan ng kasulatan sa paraiso at impiyerno, kung minsan ay ginigising ang mas malalim kaysa kubling-kamalayang mga alaala ng tao sa kanyang mahabang sunud-sunod na mga karanasan sa maligayang astral at nakabibigong panlupang mga daigdig."

"Pinakamamahal na Maestro," ang tanong ko, "maaari po bang ilarawan pa ninyo nang mas madetalye ang kaibahan sa pagitan ng muling pagsilang sa lupa, sa astral at causal na mga kalagayan?"

"Ang tao, bilang nagsariling kaluluwa, ay talagang katawang causal," paliwanag ng aking guru. "Ang katawang iyan ay isang sisidlan ng tatlumput limang *kaisipang* kinailangan ng Diyos bilang mahalagang sangkap o causal na lakas ng kaisipan kung saan siya ay kumuha ng binuo niyang pinong astral na katawan na may labing-siyam na elemento at ang magaspang na pisikal na katawang may labing-anim na mga elemento.

"Ang labing-siyam na mga elemento ng katawang astral ay

ang kaisipan, damdamin at kuryente ng buhay (lifetronic). Ang labing-siyam na magkakasama ay ang mga talino; pagka-makasarili (ego); pakiramdam, isip (pandamdam na kamalayan); limang mga kasangkapan ng *karunungan,* ang banayad na katumbas ng mga pandamang paningin, pandinig, pang-amoy, panlasa at pandama; ang limang mga kasangkapan ng *pagkilos,* ang kaisipang pakikipag-ug-nayan para sa pinunong kakayahan upang magparami, maglabas, magsalita, maglakad at magsanay ng galing ng kamay; at limang mga kasangkapan ng *lakas ng buhay,* ang may kakayahang magsa-gawa ng pagpapalinaw, pagtunaw, paglalabas, pagbabaha-bahagi at mga tungkulin ng sirkulasyon ng katawan. Itong pinong astral na katawan ng labing-siyam na mga elemento ay natitira pagkatapos ng kamatayan ng pisikal na katawan, na gawa sa labing-anim na magaspang na kimikal na mga elemento.

"Ang Diyos ay nag-isip ng iba't ibang ideya sa Kanyang Sarili at pinalabas Niya ang mga ito sa mga panaginip. Ang Binibining Kosmikong Panaginip sa ganoon ay lumabas na napapalamutian ng lahat ng kanyang napakalaking walang katapusang mga gayak ng pagkakaiba-iba.

"Sa tatlumpu't limang pangkaisipang kategorya ng causal na katawan, maingat na pinalawak ng Diyos ang lahat ng kaguluhan ng labing-siyam na astral at labing anim na pisikal na katumbas sa tao. Sa pamamagitan ng pagpapaikli ng pagyanig na lakas, una ay pino, pagkatapos ang magaspang, Siya ay nakalikha ng astral na katawan ng tao at panghuli ang kanyang pisikal na anyo. Ayon sa batas ng paiba-ibang anyo o kalagayan, kung saan ang Panguna-hing Kasimplihan ay naging nakalilitong karamihan, ang causal na sanlibutan at causal na katawan ay kaiba sa astral na sansinukob at astral na katawan; ang pisikal na kosmos at pisikal na katawan ay ganoon ding may likas na kaibahan sa ibang mga kaanyuan ng paglalang.

"Ang katawang laman ay ginawa sa itinakdang pahayag ng panaginip ng Lumalang. Ang dalawahang salungat na kaibahan ay laging nananatili sa lupa: karamdaman at kalusugan, kirot at kasiyahan, kawalan at pakinabang. Ang mga tao ay nakakatagpo ng pagtatakda at pagtutol sa tatlong-sukatan ng bagay. Kapag ang kagustuhan ng tao upang mabuhay ay malubhang nayugyog ng ka-ramdaman, o iba pang mga dahilan, ang kamatayan ay dumarating; ang mabigat na kasuotan ng laman ay pansamantalang iniwan. Ganoon pa man, ang kaluluwa ay nananatiling nakabalot sa astral at causal na mga katawan.* Ang magkadikit na lakas kung saan ang tatlong katawan ay napagsasama-sama ay paghahangad. Ang lakas ng hindi natupad na mga hangarin ay ang ugat ng lahat ng pagka-alipin ng tao.

"Ang mga pisikal na kagustuhan ay nag-ugat sa pagka-maka-sarili at mga kasiyahan ng mga pandama. Ang udyok o tukso ng pandamang karanasan ay mas makapangyarihan kaysa sa pagna-nasang-lakas na may kinalaman sa astral na mga ugnayan o mga pang-unawang causal.

"Ang astral na pagnanasa ay imiikot sa kasiyahan hinggil sa pagyanig. Nasisiyahan ang mga nilalang na astral sa maka-langit na awitin ng sansinukob at sila ay nabibighani sa tanawin ng lahat ng nilalang bilang hindi nauubusang pahayag ng nagbabagong liwa-nag. Ang mga astral na nilalang ay nakakaamoy din, nakakalasa, at nakakahipo ng liwanag. Kaya ang astral na pagnanasa ay may ki-nalaman sa kakayahan ng nilalang na astral na mabuo ang lahat ng bagay at mga karanasan bilang anyo ng liwanag o bilang pinaikling mga kaisipan o mga panaginip.

"Ang mga causal na pagnanais ay nabibigyan ng katuparan sa pamamagitan ng pang-unawa lamang. Ang mga halos malayang mga nilalang na nakabalot lamang sa causal na katawan ay naki-kita ang buong daigdig bilang katuparan ng kaisipang-panaginip ng Diyos; sila ay maaaring magpakita ng kahit ano at lahat ng bagay sa ganap na pag-iisip. Ipinapalagay ng causal na mga nilalang na ang kasiyahan ng pisikal na pakiramdam o kagalakang astral ay magas-pang at nakasasakal sa pinong damdamin ng kaluluwa. Ginagawang posible ng mga causal na nilalang ang kanilang mga pagnanais sa pagpapapatupad ng mga ito ng madalian.† Ang mga nakakatuklas sa sarili na natatakpan lamang sila ng manipis na belo ang causal na katawan ay kayang lumikha ng iba't ibang mga daigdig na katulad ng Lumalang. Sapagkat lahat ng nilikha ay gawa sa kosmikong ha-bing-pangarap, ang kaluluwang manipis na causal ang pagkabalot ay may malawak na pagsasakatuparan sa kapangyarihan.

"Ang isang kaluluwa, dahil likas na hindi nakikita, ay maari lamang makilala sa tulong ng pagkakaroon ng katawan o mga katawan. Ang tanging pagkakaroon lamang ng isang katawan ang

---

* Ang "Katawan" ay tumutukoy sa anumang pagkakabalot ng kaluluwa, maging magaspang o pino. Ang tatlong katawan ay mga hawla para sa Ibon sa Paraiso.

† Katulad ng pagtulong ni Babaji kay Lahiri Mahasaya upang alisin ang nakatagong-kamalayan ng pagkagusto sa isang palasyo mula sa isang nakaraang buhay, na inilarawan sa kabanata 34.

nagbibigay kahulugan na ang kanyang pananatiling buhay ay naging posible sa pamamagitan ng hindi pa natutupad na kagustuhan.*

"Habang ang kaluluwa ng tao ay nababalutan ng isa, dalawa, o tatlong lalagyan-ng-katawan, na isinasarang mahigpit ng mga tapon ng kamangmangan at pagnanasa, hindi siya maaaring makiisa sa karagatan ng Espiritu. Kapag ang magaspang na pisikal na lalagyan ay nawasak ng martilyo ng kamatayan, ang dalawa pang ibang lalagyan ng astral at causal—ay natitira pa upang pigilan ang kaluluwa mula sa may kamalayang pagsama sa Lahat-ng-Dakong Buhay. Kapag ang wala nang pagnanasang kalagayan ay nakamit na ng dahil sa karunungan, winawasak ng lakas nito ang dalawa pang natitirang mga lalagyan. Ang munting kaluluwa ng tao ay lalabas, malaya sa wakas; siya ay kaisa na sa Hindi Masukat na Kalawakan."

Hiniling ko sa aking dibinong guru na magbigay pa ng karagdagang liwanag sa mataas na misteryosong causal na daigdig.

"Ang causal na daigdig ay hindi mailalarawan sa kapinuhan," ang sagot niya. "Upang ito ay maunawaan, ang tao ay kailangang magkaroon ng napakalakas na kapangyarihan ng konsentrasyon na maaari niyang ipikit ang kanyang mga mata at isaisip ang astral na kosmos at ang pisikal na kosmos sa lahat ng kanilang kalawakan—ang kumikinang na lobo na may solidong basket —na gawa sa isip lamang. Kapag sa tulong nitong lagpas-taong konsentrasyon, ang tao ay nagtagumpay na palitan o pagkaisahin ang dalawang kosmos, kasama ang kanilang kaguluhan, sa ganap na mga ideya, mararating niya ang causal na daigdig at tumayo siya sa hangganan ng pagtatagpo ng isip at bagay. Doon mauunawaan ng tao ang lahat ng nilalang na mga bagay—mga solido, likido, gas, elektrisidad, enerhiya, lahat ng nilalang, mga diyos, mga tao, hayop, halaman, mikrobyo—bilang anyo ng kamalayan, katulad din na ang tao ay maaaring ipikit ang mga mata at maunawaan na siya ay nabubuhay, kahit na ang kanyang katawan ay hindi nakikita ng kanyang matang pisikal at siya ay naririyan lamang bilang isang ideya.

"Kahit anong gawin sa guni-guni ng isang tao, ay kayang gawin sa katotohanan ng isang causal na nilalang. Ang pinaka-malaking imahinasyong talino ng tao ay kaya, sa isip lamang, na sagarin ang abot ng pag-iisip mula sa isang dulo hanggang sa isa pa, upang lumundag mula sa isang planeta hanggang sa iba, o kaya

---

* "Sumagot siya, kung saan may bangkay, doon nagkakatipon ang mga buwitre."—Lucas 17:37. Saanman nababalutan ang kaluluwa sa pisikal na katawan o sa katawang astral o sa katawang causal, may mga buwitre ng pagnanasa—na sumisila sa kahinaang pandama ng tao, o sa astral at causal na ugnayan—ay magtitipon din upang panatilihing bihag ang kaluluwa.

magpatumba-tumba nang walang katapusan paibaba sa hukay ng walang hanggan, o pumailanlang na tulad ng rocket sa kalawakang langit-langitan, o kumislap na tulad ng lente sa pulong-bituin at ang mabituing kalawakan. Ngunit ang mga nilalang sa causal na daigdig ay mayroong mas higit na kalayaan, at kayang mailantad ng walang hirap ang kanilang mga kaisipan sa dagling pagpapakita, na walang materyal o astral na hadlang o karmang hangganan.

"Nalalaman ng mga nilalang sa causal na ang pisikal na kosmos ay hindi pangunahing gawa sa elektrons—gayun din ang astral kosmos ay hindi pangunahing gawa sa lifetrons—sa totoo, pareho itong nilikha mula sa pinakamaliit na bagay ng Kaisipang-Diyos, na pinutol at pinaghiwalay ng *maya*, ang batas ng pagkaiba-ibang kalagayan na maliwanag na namamagitan upang paghiwalayin ang nilalang mula sa Naglalang sa kanya.

"Ang mga kaluluwa sa causal na daigdig ay nakakikilala sa bawat isa bilang pinag-isang bahagi ng maligayang Espiritu; ang kanilang mga kaisipang-bagay ay ang tanging mga bagay na nakapaligid sa kanila. Nakikita ng mga nilalang na causal ang kaibahan ng kanilang mga katawan at pag-iisip bilang mga ideya lamang. Tulad ng tao, na ipinikit ang mga mata ay nailalarawan ang nakasisilaw na puting liwanag o isang malamlam na asul na ulap, ganoon din ang mga causal na nilalang na sa pamamagitan ng isip lamang ay maaaring makakita, makarinig, makaamoy, makalasa, makaramdam; sila ay lumilikha ng kahit ano, o tinutunaw ito, sa lakas ng kosmikong kaisipan.

Kapwa kamatayan at kapanganakang muli sa causal na daigdig ay nasa isip. Ang mga may causal-na-katawang mga nilalang ay nagpapakasawa lamang sa panlangit na pagkain ng walang hanggang bagong karunungan. Sila ay umiinom sa bukal ng kapayapaan, gumagala sa mga walang landas na lupain ng mga pang-unawa, lumalangoy sa walang katapusang-dagat ng kaligayahan. Aba! Tingnan ang kanilang maliwanag na katawan-kaisipan, sumisibad upang lagpasan ang mga trilyong planeta na gawa ng Espiritu, sariwang mga bula ng iba't-ibang daigdig, mga karunungang-bituin, parang multong pangarap ng ginintuang mga ulap sa makalangit na dibdib ng Kawalang Hanggan!

"Maraming mga nilalang ay tumitigil sa loob ng libu-libong mga taon sa causal na kosmos. Sa tulong ng mas malalim na kagalakan, ang pinalayang kaluluwa pagkatapos ay bumibitaw sa maliit na katawang causal at isinusuklob ang kalawakan ng causal na kosmos. Lahat ng hiwa-hiwalay na alimpuyo ng mga ideya, ang natatanging mga alon ng kapangyarihan, pag-ibig, pagnanais, galak, kapayapaan, intuwisyon, kahinahunan, pagpipigil sa sarili at konsentrasyon ay natutunaw sa laging kalugud-lugod na Karagatan ng Kaluwalhatian. Hindi na kailangang makaranas ang kaluluwa ng pansariling alon ng kamalayan, ngunit ito ay sasama sa Isang Kosmikong Karagatan, na kasama ang lahat ng mga alon—walang-hanggang tawanan, mga pangingilig sa tuwa, at mga pagtibok.

"Kapag ang kaluluwa ay nakalabas na sa pagkabilanggo sa tatlong mga katawan ito ay nakaalpas na magpakailanman sa batas ng iba't ibang kalagayan at siya ay magiging, ang di mailarawan na Laging Buhay.* Masdan ang paru-paro ng Nasa-Lahat-ng-Dako, ang mga pakpak ay may ukit kasama ang mga bituin, mga buwan at mga araw! Ang kaluluwang lumawak at naging Espiritu ay nanatiling nag-iisa sa pook ng walang ilaw na liwanag, walang kadilimang gabi, walang iniisip na kaisipan, lasing na lasing sa galak ng nakatutuwang pangarap ng Diyos sa kosmikong paglalang."

"Isang malayang kaluluwa!" Ako ay napabulalas sa paghanga.

"Kapag ang kaluluwa sa wakas ay lumabas sa tatlong garapon ng katawang panlilinlang," ang patuloy ni Maestro, "ito ay nagiging kaisa na sa Walang Hanggan na hindi nawawala ang kasarinlan. Napanalunan ni Kristo itong pangwakas na kalayaan kahit bago pa siya ipinanganak bilang Hesus. Sa tatlong mga yugto ng kanyang nakaraan, na naging simbulo ng kanyang buhay-sa-lupa bilang tatlong araw ng kanyang karanasan sa kamatayan at pagkabuhay-muli, nakamit Niya ang kapangyarihan upang lubos na mabuhay sa Espiritu.

"Ang hindi umunlad na nilalang ay kinakailangang magdanas sa hindi mabilang na pan-lupa, pang-astral at pang-causal na pagkabuhay muli upang makalabas sa kanyang tatlong katawan. Ang isang maestrong nakamit itong panghuling kalayaan ay maaaring piliing bumalik sa lupa bilang propeta upang dalhin ang ibang mga taong nilalang pabalik sa Diyos, o tulad ko, maaari niyang piliing manirahan sa astral na kosmos. Doon, ang isang tagapagligtas ay inaako ang ibang kabigatan ng karma† ng mga naninirahan at sa

---

* "Ang magtatagumpay ay gagawin kong isang haligi sa templo ng aking Diyos, at hinding-hindi na siya lalabas doon. Iuukit ko sa kanya ang pangalan ng aking Diyos, at ang pangalan ng kanyang lunsod. Ito ang bagong Jerusalem na bababa mula sa langit buhat sa aking Diyos. Iuukit ko rin sa kanya ang aking bagong pangalan.... Ang magtatagumpay ay uupong katabi ko sa aking trono, tulad ko na nagtagumpay at nakaupo ngayon katabi ng aking Ama sa kanyang trono."—Pahayag 3:12,21.

† Ipinapakahulugan ni Sri Yukteswar na, bagama't sa kanyang panlupang pagkabuhay-muli paminsan-minsan niyang tinanggap ang bigay ng karamdaman upang pagaanin

ganoon ay tinatapos ang kanilang siklo ng muling pagkabuhay sa astral na kosmos at pumunta nang pirmihan sa mga causal na kalagayan o kaya ang isang napalayang kaluluwa ay maaaring pumasok sa causal na daigdig upang tulungan ang kanyang mga nilalang na paikliin ang panahon sa kanilang causal na katawan at sa ganoon ay matamo ng Lubos na Kalayaan."

"Isang Nabuhay Muli, ibig kong magkaroon pa ng kaalaman tungkol sa karmang magpipilit sa mga kaluluwa upang bumalik sa tatlong mga daigdig." Ako ay maaaring makinig nang walang katapusan, naisip ko, sa aking lubos ang karunungang Maestro. Hindi kailanman sa kanyang buhay-sa-lupa na ako ay nagkaroon ng kahit isang pagkakataon upang makatanggap ng ganito karaming karunungan. Ngayon, sa unang pagkakataon, ako ay tumatanggap ng maliwanag, tunay na pagkaunawa sa misteryosong mga patlang sa damahan ng buhay at kamatayan.

"Ang pisikal na karma o mga pagnanasa ng tao ay dapat na lubos na mapagbayaran bago mangyari ang tuluy-tuloy na paninirahan sa mga astral na daigdig," ang paliwanag ng aking guru sa kanyang nakapagbibigay-tuwang tinig. "Dalawang uri ng mga nilalang ang naninirahan sa mga daigdig na astral. Iyong mga mayroon pang karma sa lupa na dapat pagbayaran at kung ganoon ay kinakailangang manirahan muli sa magaspang na pisikal na katawan upang pagbayaran ang pagkakautang na karma ay maaaring ibukod, pagkatapos ng pisikal na kamatayan, bilang pansamantalang mga panauhin sa daigdig na astral kaysa bilang mga matatatag na mga residente.

"Ang mga nilalang na may hindi natubos na pang-lupang karma ay hindi pinahihintulutan pagkatapos ng kamatayang astral na pumunta sa mataas na causal na daigdig ng kosmikong mga ideya, ngunit kinakailangang magpabalik-balik mula sa pisikal at astral na mga daigdig lamang, may magkakasunod na kamalayan ng kanilang katawang pisikal na may labing-anim na magaspang na elemento, at ang labing-siyam na pinong elemento ng katawang astral. Sa bawat pagkawala ng kanyang katawang pisikal, gayunman, ang isang hindi lumalagong nilalang mula sa lupa ay nananatili sa malalim na pagkatuliro ng kamatayang-pagtulog at parang walang-malay sa magandang astral na daigdig. Pagkatapos ng astral

---

ang karma ng kanyang mga disipulo, gayundin sa mundong astral ang misyon niya bilang tagapagligtas ang naging daan upang akuin ang tiyak na karmang astral ng mga naninirahan sa Hiranyaloka, upang mapabilis ang pagpunta nila sa higit na mataas na mundong causal.

na pamamahinga, ang tinurang tao ay babalik sa materyal na antas
para sa karagdagang mga aral, unti-unting sinasanay ang sarili, sa
pamamagitan ng paulit-ulit na mga paglalakbay, sa mga daigdig ng
pinong pagkayaring astral.

"Ang mga karaniwan o matagal-na-matatag na naninirahan sa
astral na daigdig sa kabilang dako, ay iyong mga nakawala mag-
pakailanman mula sa lahat ng mga pagnanasang materyal, at hindi
na kailangang bumalik sa mga magaspang na mga pagyanig ng lupa.
Ang mga ganoong nilalang ay mayroon na lamang astral at causal
na karma na aayusin. Sa astral na kamatayan itong mga nilalang
ay nagdaraan sa walang hanggang kapinuhan at mas mainam na
mundong causal. Sa katapusan ng tiyak na panahon, pinagpapa-
siyahan ng batas kosmiko, itong mga masulong na mga nilalang
pagkatapos ay bumabalik sa Hiranyaloka o isang katulad na mataas
na planetang astral, ipinapanganak na muli sa isang bagong astral na
katawan upang iayos ang kanilang hindi pa natutubos na karmang
astral.

"Aking anak, ikaw ngayon ay lubos nang nakauunawa na ako
ay binuhay muli sa pamamagitan ng dibinong kautusan," ang pa-
tuloy ni Sri Yukteswar, "bilang tagapagligtas ng mga muling ipina-
panganak na kaluluwa na bumabalik mula sa causal na daigdig,
kaysa doon sa astral na mga nilalang na dumarating mula sa lupa.
Ang mga nanggaling sa lupa, kung mayroon pang naiwang palatan-
daan ng karmang materyal, ay hindi maaaring umakyat sa napaka-
taas na planetang astral na tulad ng Hiranyaloka.

"Tulad ng karamihan ng tao sa lupa na hindi pa natututo sa
tulong ng tinamo-sa-meditasyong pananaw upang pahalagahan ang
nakahihigit na katuwaan at kagalingan ng buhay astral at sa ga-
noon, pagkatapos ng kamatayan, ay nagnanais na bumalik sa may
hangganan at hindi ganap na kasiyahan sa lupa, gayundin maraming
nilalang na astral, sa panahon ng karaniwang pagkawasak ng kani-
lang astral na katawan, ay nabibigong ilarawan ang masulong na
kalagayan ng kagalakang espirituwal sa causal na mundo at, pinang-
hahawakan ng kaisipan ng mas magaspang at masagwang astral
na kaligayahan, ay naghahangad na madalaw muli ang paraisong
astral. Ang mabigat na karmang astral ay kinakailangang matubos
ng mga ganoong nilalang bago nila matamo, pagkatapos ng astral na
kamatayan, ang tuluy-tuloy na pamamalagi sa daigdig ng causal na
kaisipan, na napakanipis na pagitan mula sa Lumalang.

"Tanging kapag ang isang nilalang ay wala nang karagdagang
pagnanais para sa mga karanasan sa nakakawili-sa-matang astral

na kosmos, at hindi maaaring matukso upang bumalik doon, saka siya mananatili sa causal na daigdig. Tinatapos niya doon ang pag-tatrabaho ng pagtutubos ng lahat ng karmang causal o binhi ng nakaraang pagnanasa, ang nakulong na kaluluwa ay itinutulak ang huli sa tatlong tapon ng kamangmangan at, lumalabas mula sa pang huling lalagyan ng causal na katawan, makikihalo sa Walang Hanggan.

"Ngayon, naunawaan mo ba?" ang Maestro ay kabigha-bighaning ngumiti!

"Opo, sa pamamagitan ng inyong biyaya. Ako ay hindi makapagsalita sa katuwaan at pagtanaw ng utang na loob."

Hindi kailanman mula sa awit o kuwento na ako ay tunay na nakatanggap ng nakakapagpasiglang kaalaman. Bagama't binabanggit ng ganoong Hindung kasulatan ang causal at astral na mga daigdig at ang tatlong katawan ng tao, napakalayo at walang kahulugan ang mga pahinang iyon kung ihahambing sa mainit na pagpapatunay ng aking nabuhay na muling Maestro! Para sa kanya ay wala ni isang "hindi pa natutuklasang bansa na mula sa hangganan nito'y wala pang manlalakbay ang nakabalik"!*

"Ang pagtatagusan ng tatlong mga katawan ng tao ay ipinapahayag sa maraming paraan sa pamamagitan ng kanyang likas na tatlong bahagi," ang patuloy ng aking dakilang guru. "Sa gising na kalagayan sa lupa, ang isang nilalang na tao, ay humigit-kumulang may kamalayan sa kanyang tatlong behikulong katawan. Kapag siya ay buhos ang damdamin sa pagtikim, pang-amoy, pandama, pandinig, o pagtingin, siya higit sa lahat ay pangunahing gumagamit ng kanyang katawang pisikal. Naglalarawan o nagnanais, siya ay pangunahing nagsasagawa sa pamamagitan ng kanyang katawang astral. Ang kanyang causal na katauhan ay nakakatagpo ng pahayag kapag ang tao ay nag-iisip o sumisisid sa malalim na pagsisiyasat sa sarili o meditasyon; ang mga kosmikong kaisipang kagalingan ay dumarating sa taong naging ugali ang pakikipag-ugnayan sa kanyang causal na katawan. Sa ganitong paningin, ang isang nilalang ay maaaring malawakang uriin bilang 'isang materyal na tao', 'isang masigasig na tao,' o 'isang matalinong tao.'

"Kinikilala ng tao sa kanyang sarili halos labing-anim na oras araw-araw sa kanyang behikulong pisikal. Pagkatapos ay natutulog siya; kapag siya ay nanaginip, siya ay nananatili sa kanyang astral na katawan, walang hirap na gumagawa ng kahit anong bagay na tulad ng mga astral na nilalang. Kapag ang tulog ng tao ay malalim

---

* *Hamlet* (Act III, Scene I).

at walang panaginip, sa loob ng maraming oras maaari niyang ilipat ang kanyang kamalayan, o damdaming maka-Ako, sa katawang causal; ang ganoong pagtulog ay nakapagbibigay-buhay muli. Ang isang nananaginip ay nakikipag-alam sa kanyang astral at hindi ang kanyang katawang causal; ang kanyang pagtulog ay hindi lubos na nakakapanariwa ng pakiramdam."

Ako ay mapagmahal na nagmamasid kay Sri Yukteswar habang siya ay nagbibigay ng kanyang kamangha-manghang paglalahad.

"Mala-anghel na guru," ang sabi ko, "ang katawan mo ay kamukhang-kamukha noong ako ay huling nanangis para sa kanya sa Puri ashram."

"Aba, oo, ang aking bagong katawan ay isang walang kapintasang kopya noong isang nauna. Naipapakita o naipapawala ko ang anyong ito kahit anong panahon sa aking kagustuhan, na mas malimit kaysa noong ako ay nasa lupa. Sa tulong ng mabilis na pagpapakawala, ako ngayon ay biglang nakakapaglakbay sa bilis ng liwanag mula sa isang planeta tungo sa ibang planeta, tunay nga, mula sa astral tungo sa causal o patungo sa pisikal na kosmos." Ang aking dibinong guru ay ngumiti. "Bagama't ikaw ay kumikilos nang mabilis sa mga araw na ito, hindi ako nahirapang matagpuan ka sa Bombay!"

"O Maestro, ako ay lubhang nagdalamhati sa iyong kamatayan!"

"Ah, kung saan ako ay namatay? Hindi ba may pagkasalungat?" Ang mga mata ni Sri Yukteswar ay nagniningning sa pagmamahal at pagkaaliw.

"Ikaw ay nangangarap lamang sa lupa; sa lupang iyon ay nakita mo ang aking katawang-pangarap," ang patuloy niya. "Pagkatapos ikaw ay nagbaon noong katawang-pangarap. Ngayon ang aking mas mapinong katawang laman—na iyong napagmamasdan at kahit ngayon ay yakap mong medyo mahigpit!—ay nabuhay na muli sa isang mas mapinong planetang-pangarap ng Diyos. Balang araw ang mas mapinong katawang-pangarap at pinong planetang-pangarap ay mawawala; sila din ay hindi panghabang-panahon. Lahat ng mga bulang-pangarap ay kinakailangang sumabog sa isang panghuling gising na paghipo. Kilalanin mo, aking anak na Yogananda, ang kaibahan ng mga pangarap sa Katotohanan!"

Itong ideya ng Vedantic* na pagkabuhay na muli ay may

---

* Ang buhay at kamatayan ay paiba-ibang lagay ng kaisipan lamang. Ipinakikita ng *Vedanta* na ang tanging Katotohanan ay ang Diyos; lahat ng paglalang o hiwalay na pagkabuhay ay *maya* o ilusyon. Ang pilosopiyang ito ng monismo ay nakatanggap ng kanyang pinakamataas na pagpapahayag sa mga komentaryong *Upanishad* ni Shankara.

tamang kababalaghan sa akin. Ako ay nahiya na naawa ako kay Maestro noong makita ko ang walang-buhay niyang katawan sa Puri. Naunawaan ko sa wakas na ang aking guru ay palaging lubos na gising sa Diyos, nauunawaan ang sariling buhay at nagdaraan sa lupa, at ang kasalukuyang pagkabuhay-muli, ay wala kundi iba't ibang dibinong mga palagay sa kosmikong pangarap.

"Nasabi ko na sa iyo ngayon, Yogananda, ang katotohanan ng aking buhay, kamatayan at pagkabuhay-muli. Huwag kang mamig-hati para sa akin; kundi ipahayag mo sa lahat ng dako ang salaysay ng aking pagkabuhay-muli mula sa Pangarap-ng-Diyos na lupa ng mga tao tungo sa Pangarap-ng-Diyos na planeta ng mga kaluluwang nadadamitan ng astral! Bagong pag-asa ang mabubuhos sa mga puso ng nasisiraan-ng-isip sa paghihirap, takot-sa-kamatayang mga nana-naginip sa mundo."

"Opo Maestro!" Napakaluwag ng aking kaloobang maibahagi sa iba ang aking kagalakan sa kanyang muling pagkabuhay!

"Sa lupa, ang aking pamantayan ay mahigpit sa kataasan, hindi bagay sa kalikasan ng karamihan ng mga tao. Madalas pina-gagalitan kita nang higit sa nararapat kong gawin. Nakapasa ka sa aking pagsubok; ang iyong pag-ibig ay sumikat sa ulap ng lahat ng aking mahigpit na pangaral." Ang malambot niyang dagdag, "Ako ay pumarito ngayon upang sabihin sa iyo: Hindi na ako kailanman magsusuot ng mahigpit na paningin ng pagpuna. Hindi na kita pagagalitan."

Gaano ko hinanap-hanap ang pagpaparusa ng aking daki-lang guru! Ang bawat isa ay naging tagapag-bantay na anghel ng pagkalinga.

"Pinakamamahal na Maestro! Pagalitan mo ako ng isang mil-yong beses—pagsabihan mo ako ngayon!"

"Hindi na kita susumbatan kahit kailan." Ang kanyang dibi-nong tinig ay seryoso, subalit may pailalim na pagtawa. "Ikaw at ako ay magkasamang ngingiti habang ang ating dalawang anyo ay lumalabas na magkaiba sa *mayang*-panaginip ng Diyos. Sa wakas tayo ay magsasama bilang isang Kosmikong Pinakamamahal; ang ating mga ngiti ay magiging Kanyang ngiti, ang ating pinag-isang awitin ng kagalakan ay yumayanig hanggang sa walang hanggan upang ipahayag sa mga kaisa sa Diyos na mga kaluluwa!"

Si Sri Yukteswar ay nagbigay sa akin ng liwanag sa mga bagay na hindi ko maaaring ibunyag dito. Sa panahon ng dalawang oras na inilagi niya sa piling ko sa silid ng otel sa Bombay, sinagot niya ang aking bawat katanungan. Ilang mga panghuhula sa mundo na kanyang binigkas noong araw ng Hunyo 1936 ay nangyari na.

"Iiwanan na kita ngayon, minamahal na iisa!" Sa mga salitang ito naramdaman ko si Maestro na natutunaw sa loob ng aking nakapaikot na bisig.

"Aking anak," ang tinig niya ay tumunog, yumanig mismo sa papawirin ng aking kaluluwa, "sa tuwing papasok ka sa pintuan ng *nirbikalpa samadhi* at tumawag sa akin, ako ay darating sa harap mo sa laman at dugo, na tulad ngayon."

Kalakip nitong makalangit na pangako, si Sri Yukteswar ay naglaho sa aking paningin. Isang tinig-sa-ulap ang umulit sa pang-musikang kulog: "Ipahayag sa Lahat! Sinumang makaka-alam sa pamamagitan ng pagkatantong *nirbikalpa* na ang inyong lupa ay pangarap ng Diyos ay maaaring makarating sa pinong gawang-pangarap na planeta ng Hiranyaloka, at doon ay makikita akong nabuhay na muli sa isang katawang katulad na katulad ng aking isang panlupa. Yogananda, ipahayag sa lahat!"

Wala na ang pighati ng pamamaalam. Ang awa at dalamhati para sa kanyang kamatayan, na matagal na nagnakaw ng aking kapayapaan, ngayon ay lumipad na sa ganap na kahihiyan. Ang kasiyahan ay bumuhos na tulad ng isang balong ng tubig sa pama-magitan ng walang katapusan, at bagong bukas na napakaliliit na butas ng kaluluwa. Matagal nang nabarahan sa hindi paggamit, sila ngayon ay lumuwang sa kadalisayan ng dumadaluyong na baha ng lubos na kagalakan. Ang aking mga naunang pagkabuhay-muli ay nagpakita sa aking panloob na paningin na parang sine sa pag-kakasunud-sunod. Ang mabuti at masamang karma ng nakaraan ay natunaw sa kosmikong liwanag na ibinuhos sa aking paligid ng dibinong pagdalaw ni Maestro.

Sa kabanatang ito ng aking sariling talambuhay, ako ay sumu-nod sa pag-uutos ng aking guru na palaganapin ang nakagagalak na mga balita, kahit na muling nilito ang hindi mausisang henerasyon. Naniniklulhod, alam na alam ng tao; ang kawalan ng pag-asa ay bihirang maging dayuhan; gayunman ito ay mga kamalian, hindi bahagi ng tunay na kapalaran ng tao. Ang araw na siya ay magnais, siya ay nakatakda na sa landas ng paglaya. Napakatagal na niyang naririnig ang pagmamasama ng kanyang "ikaw-ay-alikabok" na mga tagapayo, hindi pansin ang walang pagkatalong kaluluwa.

Hindi lamang ako ang nagkaroon ng pribilehiyong namasdan ang Nabuhay na Muling Guru.

Isa sa mga bagong disipulo ni Sri Yukteswar ay isang may edad na babae, buong pagmamahal na kilala bilang *Ma* (Ina), na ang ta-hanan ay malapit sa Puri hermitage. Si Maestro ay madalas tumigil upang makipag-usap sa kanya sa panahon ng kanyang paglalakad sa umaga. Noong gabi nang Marso 16, 1936, si Ma ay dumating sa ashram at humiling na makita ang kanyang guru.

"Bakit, ang Maestro ay pumanaw isang linggo na ang nakara-raan!" Si Swami Sebananda, na ngayon ay tagapamahala ng Puri hermitage, ay napatitig sa kanyang nalulungkot.

"Imposible 'yon!" ang pagtutol niyang nakangiti.

"Hindi." Si Sebananda ay nagkuwento ng mga detalye ng pagli-libing. "Halika," wika niya," "dadalhin kita sa harap na halamanan sa kanyang libingan."

Si Ma ay umiling. "Walang libingan para sa kanya! Ngayong umaga, sa oras na alas diyes, siya ay nagdaan sa kanyang karani-wang paglalakad sa harap ng aking pintuan! Ako ay nakipag-usap sa kanya ng maraming mga minuto sa labas na maliwanag.

"'Pumunta ka ngayon gabi sa ashram,' ang sabi niya.

"Ako ay naririto! Ang mga biyaya ay bumuhos dito sa ulo ng matandang may puting buhok! Ibig ng walang-kamatayang guru na maunawaan ko ang uri ng nakahihigit na katawan na dumalaw sa akin ngayong umaga!"

Ang lubhang nagtakang si Sebananda ay lumuhod sa harap niya.

"Ma,"ang sabi niya, "anong bigat ng dalamhati ang inalis mo sa aking puso! Siya ay nabuhay na muli!"

Kapiling si Mahatma Gandhi sa Wardha

"Maligayang Pagdating sa Wardha!" Binati ni Mahadev Desai, kalihim ni Mahatma Gandhi, si Binibining Bletsch, Ginoong Wright at ako sa ganitong taus-pusong mga salita at ang handog na *khaddar* (habing-bahay na bulak) na mga korona. Ang aming maliit na grupo ay kararating lang sa estasyon sa Wardha isang maagang umaga ng Agosto, natutuwang iwanan ang alikabok at init ng tren. Ipinagkatiwala namin ang aming mga bagahe sa isang kariton, at sumakay kami sa isang bukas na sasakyan kasama si Ginoong Desai at kanyang mga kasama: sina Babasaheb Deshmukh at Doctor Pingale. Isang maikling pagmamaneho sa maputik na mga daan sa kanayunan ang nagdala sa amin sa "Maganvadi," ang ashram ng politikong banal ng India.

Kaagad kaming dinala ni Ginoong Desai sa silid-sulatan, kung saan, magka-krus ang mga paa, ay nakaupo si Mahatma Gandhi. Isang pluma sa isang kamay at isang pirasong papel sa kabila, sa kanyang mukha ay may isang malawak, nakabibighani, at mabait na ngiti!

"Maligayang Pagdating!" isinulat niya sa wikang Hindi; ito ay araw ng Lunes, ang kanyang minsan sa isang linggong araw ng pananahimik.

Bagama't ito ang unang araw ng aming pagkikita, kami ay masuyong nagngitian sa isa't isa. Noong taong 1925, pinarangalan ni Mahatma Gandhi ang paaralan sa Ranchi ng isang pagdalaw, at nagtala sa aklat ng mga panauhin ng isang magiliw na parangal.

Ang munting 100-librang banal ay nagbabanaag ng pisikal, kaisipan at espirituwal na kalusugan. Ang malambot na kayumangging mga mata ay nagpapakita ng katalinuhan, katapatan, at pagtatangi; ang estadistang ito ay nakipagtapatan ng kislap ng talino, at lumabas na matagumpay sa isang libong ayon sa batas, panlipunan, at pampulitikang mga labanan. Walang ibang pinuno sa buong mundo ang nagkamit ng matatag na nitso sa puso ng kanyang mga kababayan na inuokupa ni Gandhi sa puso ng mga milyun-milyong hindi nakapag-aral sa India. Ang kanilang likas na parangal ay ang kanyang tanyag na titulo—Mahatma, "dakilang kaluluwa."* Para sa kanila lamang pinanatili ni Gandhi ang kanyang kasuotan sa malawak na kinakarikaturang bahag, simbolo ng kanyang pakikiisa sa mga karamihang naaapi, na iyon lang ang kaya.

"Ang mga naninirahan sa ashram ay lubos na maglilingkod sa iyong pangangailangan; pakiusap na tawagan mo sila para sa anumang paglilingkod." May nakaugaliang paggalang, ang Mahatma ay nag-abot sa akin nitong mabilis ang pagkasulat na mensahe habang dinadala ni Ginoong Desai ang aming pangkat mula sa silid-sulatan patungo sa bahay-pampanauhin.

Tuluy-tuloy kaming dinala ng aming tagahatid sa mga taniman ng mga punong kahoy na namumunga at namumulaklak na mga bukirin sa isang gusaling may tisang bubong na may sala-salang mga bintana. Isang balon sa harap ng bakuran, na may laking dalawampu't limang talampakan ang ginagamit, ang sabi ni Ginoong Desai, para sa inumin ng mga hayop; sa di kalayuan ay may isang umiikot na gulong na sementong panggiik ng palay. Bawat isa sa aming maliliit na silid-tulugan ay mayroon lamang sapat na pangangailangan—isang tulugang lubid na gawa sa kamay. Ang puting pinturadong kusina ay may ipinagmamalaking isang gripo sa isang sulok, at isang hukay para sa paglaluto sa apoy sa kabila. Mga simpleng tunog sa bukid ang nakarating sa aming pandinig—ang mga iyak ng mga uwak at mga maya, ang ungol ng mga baka at tuktok ng pait na ginagamit upang durugin ang mga bato.

Napagmasdan ni Ginoong Desai ang talaarawan ng paglalakbay ni Ginoong Wright, binuksan niya ito at isinulat sa isang pahina ang talaan ng mga panatang *Satyagraha*,† na sinusunod ng lahat ng masigasig na mga tagasunod (*Satyagrahis*) ng Mahatma:

> "Walang karahasan; Katotohanan; Walang Pagnanakaw; Buhay Walang Asawa; Walang Pag-aari; Trabaho ng katawan; Pagpipigil ng panlasa; Walang takot; Pantay na paggalang sa lahat ng Relihiyon, *Swadeshi* (Paggamit sa mga Gawa sa Bahay); Kalayaan mula sa hindi pwedeng galawin. Itong labing-isang alituntunin ay dapat isabuhay bilang mga pangako sa espiritu ng kababaang-loob."

* Ang kanyang pangalan ay Mohandas Karamchand Gandhi. Hindi niya kailanman tinutukoy ang sarili bilang "Mahatma".

† Ang literal na salin mula sa Sanskrit ay "nakahawak sa katotohanan." Ang *Satyagraha* ay ang tanyag na kilusang walang karahasan na pinangunahan ni Gandhi.

(Nilagdaan ni Gandhi mismo ang pahinang ito noong sumunod na araw, at ibinigay din ang petsa—Agosto 27, 1935.)

Dalawang oras pagkadating namin, kami at ang aking mga kasama ay pinasundo upang mananghalian. Ang Mahatma ay nakaupo na sa ilalim ng arkada ng balkonahe ng ashram, sa kabila ng patyo ng kanyang tanggapan. Mga dalawampu't-limang walang sapin sa paang mga *Satyagrahi* ang nakaupo sa harap ng bronseng mga pinggan at mangkok. Isang pang-komunidad na koro ng pagdarasal; pagkatapos isang kainang dulot mula sa malalaking tansong palayok na may mga *chapati* (buong-trigong walang lebadurang tinapay) na binudbudran ng *ghee; talsari* (pinakuluan at hiniwa-hiwang mga gulay), at minatamis na limon.

Ang Mahatma ay kumain ng mga *chapati*, pinakuluang *beets*, mga hilaw na gulay, at mga dalandan. Sa isang tabi ng kanyang pinggan ay may isang malaking tumpok ng napakapait na dahon ng *neem*, isang kilalang panlinis ng dugo. Gamit ang kutsara,

TANGHALIAN SA ASHRAM NI MAHATMA GANDHI SA WARDHA
Binabasa ni Yoganandaji ang isang tala na kasusulat lamang ni Gandhi (*kanan*) (araw ng Lunes, ang araw ng pananahimik ng Mahatma). Nang sumunod na araw, Agosto 27, 1935, sa kahilingan ni Gandhi binigyan siya ni Sri Yogananda ng inisasyon sa *Kriya Yoga*.

inihiwalay niya ang isang bahagi at inilagay sa aking pagkain. Isinubo ko ito at itinulak ng tubig, nagugunita ko ang mga araw ng aking kabataan noong si Ina ay pinipilit akong lunukin ang hindi kasiya-siyang dosis. Si Gandhi gayunman, ay kinakain ang *neem* nang unti-unti na walang pagkasuya.

Dito sa maliit na pangyayari, nakilala ko ang kakayahan ng Mahatma na ihiwalay ang isip mula sa mga pandamdam sa kanyang kagustuhan. Nagunita ko ang isang malawak na pagkalathala ng kanyang operasyon sa apendisitis na isinagawa ilang taon na ang nakararaan. Tinanggihan ang anestisya, ang banal ay masayang nakipag-usap sa kanyang mga deboto sa buong panahong itinagal ng kanyang operasyon; ang kanyang mahinahong ngiti ay nagpapakita ng kanyang kawalang-malay sa sakit.

Sa bandang hapon ay nabigyan ako ng pagkakataon para sa isang pakikipag-usap sa kilalang disipulo ni Gandhi, ang anak na babae ng isang admiral na English, si Binibining Madeleine Slade, na ngayon kung tawagin ay Mira Behn.* Ang kanyang malakas, at payapang mukha ay nagliwanag ng buong sigla habang sinasabi sa akin, sa walang kamali-mali na salitang Hindi, ang kanyang pang-araw-araw na mga gawain.

"Ang pambukid na pagpapaunlad ay may gantimpala! Isang grupo sa amin ang nagpupunta tuwing alas-singko ng umaga upang magsilbi sa malalapit na mga taga-nayon at turuan sila ng simpleng kalinisan. Pinagsisikapan naming linisin ang kanilang mga kubeta at mga kubong gawa sa putik at may atip na pawid. Ang mga taga-nayon ay walang pinag-aralan; hindi sila maaaring turuan maliban sa pamamagitan ng halimbawa!" Siya ay masayang nagtawa.

Tumingin akong may paghanga dito sa anak-maharlikang taga-England na babae na sa kanyang tunay na kristiyanong kababaang-loob ay nakakayanan niyang gumawa ng pag-aalis ng basura na karaniwang isinasagawa lamang ng mga "hindi mapakikialaman" ("untouchables").

"Ako ay dumating sa India noong taong 1925," ang sabi niya

---

* Nakapaglathala siya ng ilang sulat ni Mahatma na nagbubunyag ng disiplina-sa-sariling pagsasanay na ibinigay sa kanya ng kanyang guru (*Gandhi's Letters to a Disciple;* Harper & Bros., New York, 1950).

Sa isang sumunod na aklat (*The Spirit's Pilgrimage;* Coward-McCann, N.Y., 1960), binanggit ni Bb. Slade ang malaking bilang ng mga taong dumalaw kay Gandhi sa Wardha. Isinulat niya:" Sa layong into ng panahon hindi ko matandaan ang karamihan sa kanila, nguni't dalawa ang malinaw na nananatili sa aking alaala: si Halide Edib Hanum, ang ipinagbubunying babaeng manunulat ng Turkey; at Swami Yogananda, na nagtatag ng Self-Realization Fellowship sa America." (*Tala ng Tagapaglathala*)

sa akin. "Sa lupaing ito pakiramdam ko, ako ay 'bumalik muli sa aking tahanan.' Ngayon, hindi na ako kailanman kusang babalik sa aking dating pamumuhay at dating hilig."

Tinalakay namin ang tungkol sa America nang ilang saglit. "Ako ay laging nasisiyahan at namamangha," ang sabi niya, "na makita ang malalim na interes sa mga paksang espirituwal na ipinakikita ng marami sa mga Amerikanong dumadalaw sa India."*

Hindi nagtagal ang mga kamay ni Mira Behn ay naging abala sa isang *charka* (ruwedang panghabi). Dahilan sa pagsisikap ni Mahatma, ang mga *charka* ngayon ay nasa lahat ng dako ng kabukirang India.

Si Gandhi ay may tamang pangkabuhayan at pangkulturang mga dahilan para pasiglahin ang pagbuhay na muli ng mga maliliit na industriya sa mga bahay-bahay, ngunit hindi niya ipinapayo ang panatikong pagtanggi sa lahat ng modernong kaunlaran. Ang mga makinarya, mga tren, mga sasakyan, ang telegrapo ay gumanap ng mga mahahalagang bahagi sa kanyang sariling napakalaking buhay! Limampung taong paglilingkod sa publiko, sa kulungan at sa labas, nakikipagbuno araw-araw sa mga detalyeng maaaring gawin at sa malupit na katotohanan sa mundo ng pulitika, ay nakadagdag lamang sa kanyang paninimbang, bukas na kaisipan, katinuan, at nakatutuwang pagpapahalaga sa kakaibang panoorin ng mga tao.

Kaming tatlo ay nasiyahan sa ala-sais ng gabing hapunan bilang panauhin ni Babasaheb Deshmukh. Bumalik kami sa Maganvadi ashram para sa sa ika-pito ng gabing panalangin, umakyat kami sa atip kung saan tatlumpung mga *satyagrahi* ay magkakasama sa isang hating-pabilog na nakapalibot kay Gandhi. Siya ay nakaupo sa isang banig, isang matandang pambulsang orasan ang nakaharap sa kanya. Ang palubog na araw ay naghagis ng huling sinag sa mga palmera at mga banyan; ang ugong ng gabi at ng mga kuliglig ay nagsimula na. Ang himpapawid ay tunay na maaliwalas; ako ay labis na nagalak.

Isang taimtim na pag-awit ang pinangunahan ni Ginoong Desai, na may mga tugon na nagmumula sa grupo; pagkatapos isang pagbasa ng Gita. Ang Mahatma ay humudyat sa akin na ibigay ang pangwakas na panalangin. Isang sadyang dibinong pagkakaisa ng

---

* Ipinaalala sa akin ni Bb. Slade ang isa pang tanyag na babaeng taga-Kanluran, si Bb. Margaret Woodrow Wilson, ang pinakamatandang anak na babae ng dakilang pangulo ng America. Nakilala ko siya sa New York; lubos siyang interesado sa India. Pagkatapos, pumunta siya sa Pondicherry, kung saan ginugol niya ang huling limang taon ng kanyang buhay, na maligayang sinusunod ang isang landas ng disiplina sa paanan ng naliwanagang maestro na si Sri Aurobindo Ghosh.

kaisipan at hangarin! Isang alaalang walang hanggan: meditasyon sa bubong, sa ilalim ng maagang sumikat na mga bituin, sa Wardha.

Kaagad, sa eksaktong oras na alas-otso, tinapos ni Gandhi ang kanyang pananahimik. Ang napakabigat na gawain ng kanyang buhay ay nangangailangan ng kaniyang pagbabaha-bahagi ng kanyang panahon sa bawat minuto.

"Maligayang bati Swamiji!" Ang pagbati ng Mahatma sa oras na ito ay hindi idinaan sa papel. Kababababa lamang namin mula sa bubungan patungo sa kanyang silid-sulatan, may payak na kagamitang kwadradong mga banig (walang mga upuan), isang mababang mesang may mga aklat, mga papel, at ilang karaniwang mga pluma (hindi mga pontimpen); isang kakaibang orasan ang nagtitiktak sa isang sulok. Isang malaganap na aura ng kapayapaan at debosyon. Si Gandhi ay nagkakaloob ng isa sa kanyang nakabibighaning, parang lunggang, halos walang ngiping mga ngiti.

"Maraming taon na ang nakalilipas," paliwanag niya, "sinimulan ko ang lingguhang pagtupad ng isang araw ng katahimikan bilang isang paraan na magkaroon ng karagdagang panahon upang asikasuhin ang aking mga pakikipagsulatan. Ngunit ngayon iyong mga dalawampu't-apat na oras ay naging napakahalagang pangangailangang espirituwal. Ang isang palagiang pagtakda ng katahimikan ay hindi isang pagpapahirap kundi isang biyaya."

Ako ay taos-pusong sumangayon.* Ang Mahatma ay nagtanong sa akin tungkol sa Amerika at Europa; tinalakay namin ang India at ang mga kalagayang pandaigdig.

"Mahadev," ang sabi ni Gandhi nang si Ginoong Desai ay pumasok sa silid, "maaari bang gumawa ka ng pakikipag-ayos sa Bulwagang Bayan upang magsalita doon si Swamiji tungkol sa Yoga bukas ng gabi."

Samantalang ako ay nagpapaalam ng magandang gabi, siya ay maaalalahaning nag-abot sa akin isang botelya ng langis ng citronella.

"Ang mga lamok sa Wardha ay hindi nakakaalam ng kahit anuman tungkol sa *ahimsa,*† Swamiji!" ang sabi niyang nagtatawa.

Nang sumunod na umaga ang aming maliit na grupo ay

---

* Sa loob ng maraming taon sa America nagkakaroon ako ng panahon ng pananahimik, sa pangingilabot ng mga tumatawag at mga sekretarya.

† Kawalan ng pinsala; kawalan ng karahasan; ang batong pundasyon ng doktrina ni Gandhi. Naimpluwensiyahan siya ng malalim ng mga Jain, na gumagalang sa *ahimsa* bilang ugat ng kabutihan. Ang Jainismo, isang sekta ng Hinduismo, ay malawak na ikinalat noong ikaanim na siglo B.C. ni Mahavira, isang kapanahon ni Buddha. Nawa'y patnubayan ni Mahavira ("dakilang bayani") sa habang panahon ang kanyang magiting na anak na si Gandhi!

nag-almusal nang maaga ng buong-trigong nilugaw na may pulot at gatas. Sa oras na ika-sampu at kalahati, kami ay ipinatawag sa balkonahe ng ashram para mananghalian kasama si Gandhi at ang mga *satyagrahi*. Ngayong araw, ang putahe ay may kasamang kulay kapeng kanin, isang bagong piling-piling mga gulay at mga buto ng cardamom.

Nung katanghalian, ako'y naglakad sa paligid ng ashram, patungo sa pinanginginainan ng ilang mga panatag na mga baka. Ang pangangalaga ng mga baka ay isang matinding layunin para kay Gandhi.

"Ang baka, sa akin, ay nangangahulugan ng buong daigdig ng mga nilalang na mababa sa tao, ipinaaabot ng tao ang kanyang awa nang lagpas sa kanyang uri," ang paliwanag ng Mahatma. "Ang tao sa pamamagitan ng baka ay inuutusang unawain ang kanyang pagkakakilanlan sa lahat ng may buhay. Kung bakit ang mga matatandang pantas ay pinili ang baka upang iangat sa pagka-dibinong kalagayan ay maliwanag sa akin. Ang baka sa India ay ang pinakamagaling na paghahalintulad; siya ang tagapagbigay ng kasaganaan. Hindi lamang siya tagapagbigay ng gatas, kundi ginawa niyang posible ang pagtatanim. Ang baka ay isang tula ng awa; ang sinuman ay makakabasa ng awa sa mabait na hayop. Siya ang pangalawang ina sa milyun-milyong sangkautahan. Ang pagtatanggol sa baka ay nangangahulugan ng pangangalaga sa buong pipi at aping nilalang ng Diyos. Ang pakiusap ng higit na mababang uring mga nilalang ay mas lalong malakas sapagkat ang mga ito ay hindi makasalita." *

Ilang pang-araw-araw na rituwal ay ipinag-uutos sa karaniwang Hindu. Ang isa ay *Bhuta Yajna*, isang pag-aalay ng pagkain sa kaharian ng mga hayop. Ang sinisimbulo ng seremonyang ito ay ang pagkatanto ng tao sa kanyang mga katungkulan sa mas mababang uri ng mga nilalang—may likas na pagkatali sa pagkilala sa katawan (isang pagkaligaw na nagpapahirap din sa tao) ngunit kapos sa nagpapalayang kahusayan sa katwiran, na pambihirang angkin ng sangkatauhan.

Ang *Bhutta Yajna* kung ganoon, ay nagpapalakas sa pagiging handa ng tao upang saklolohan ang mahihina, na katulad din ng taong nabibigyan ng ginhawa sa hindi mabilang na pagmamalasakit

---

* Si Gandhi ay may-kagandahang nagsulat tungkol sa libu-libong paksa. Tungkol sa panalangin, sinabi niya: "Ito ay paalala sa ating sarili na wala tayong magagawa kung walang suporta ang Diyos. Walang pagsisikap ang ganap kung walang panalangin, kung walang tiyak na pagkilala na ang pinakamabuting gawain ay walang saysay kung walang pagpapala ang Diyos. Ang panalangin ay isang pagtawag sa pagpapakumbaba. Ito ay pagtawag sa pagpapakadalisay sa sarili, sa panloob na paghahanap."

ng mas matataas na hindi nakikitang mga nilalang. Ang sangkatau-han ay may pananagutan sa pagpapanariwang muli ng mga handog ng Kalikasan—na sagana sa lupa, dagat at langit. Ang ebolusyonar-yong hadlang na walang komunikasyon sa pagitan ng Kalikasan, mga hayop, tao at mga astral na anghel ay napagtatagumpayan sa tulong ng araw-araw na *Yajna* (rituwal) ng tahimik na pagmamahal.

Ang dalawang iba pang araw-araw na *yajna* ay *Pitri* at *Nri*. Ang *Pitri Yajna* ay ang pag-aalay ng mga handog sa mga ninuno; isang simbolo ng pagpapasalamat ng tao sa kanyang pagkakautang sa mga nakaraang henerasyon kung saan ang nakaimbak na karunungan ay nagbibigay liwanag sa sangkatauhan sa panahong ito. Ang *Nri Yajna* ay isang paghahandog ng pagkain sa mga taong hindi kilala o ang mga mahihirap: isang simbolo ng kasalukuyang pananagutan ng tao, ang kanyang katungkulan sa mga kapanahon.

Sa unang bahagi ng hapon, ginampanan ko ang isang ma-pag-kapwang *Nri Yajna* sa isang pagdalaw sa ashram ni Gandhi para sa mga maliliit na batang babae. Sinamahan ako ni Ginoong Wright sa sampung minutong pagmamaneho. Mga munting batang may parang bulaklak na mga mukha sa ibabaw ng mahabang-tangkay na makulay na mga *sari*! Pagkatapos nang maikling pakikipag-usap sa wikang Hindi* na aking isinasagawa sa labas, ang kalangitan ay biglang bumuhos. Nagtatawanan, kami ni Ginoong Wright ay sumakay sa Ford at tumakbong pabalik sa Maganvadi sa gitna ng makapal na bagsak ng malapilak na ulan. Ganoon katindi ang tro-pikong pagsaboy!

Pagpasok muli sa bahay-pampanauhin ako ay panibagong naakit ng lubos na kasimplihan at mga tanda ng pagpapakasakit sa sarili na naroroon kahit saan. Ang sumpa ni Gandhi ng walang pag-aari ay maagang dumating sa kanyang buhay may-asawa. Tina-likuran ang malawak na pagsasanay na gawain tungkol sa batas na nagbibigay sa kanya ng taunang kita ng higit sa $20,000, ipinama-hagi ng Mahatma ang lahat ng kanyang yaman sa mahihirap.

Nakagawian ni Sri Yukteswar ang sumundot ng marahang pagbibiro sa karaniwang kakulangan sa pagkaintindi sa pagtalikod. "Ang isang pulubi ay hindi maaaring tumalikod sa yaman," ang sabi ni Maestro. "Kapag ang isang tao ay dumaing: 'Ang aking negosyo ay bumagsak, iniwan ako ng aking asawa; ako ay tatalikod

---

* Ang Hindi ay isang wikang Indo-Aryan na malawakang nakabatay sa mga ugat ng Sanskrit; ito ang pangunahing wika ng hilagang India.

Ang pangunahing diyalekto ng Kanlurang Hindi ay Hindustani, na isinusulat kapwa sa *Devanagari* (Sanskrit) na panulat at sa panulat na Arabic. Ang kasama nitong diyalekto na Urdu, ay ginagamit ng mga Moslem; at ng mga Hindu sa Hilagang India.

na sa lahat at papasok sa monasteryo,' anong sakripisyo sa mundo ang kanyang tinutukoy? Hindi niya tinalikuran ang yaman at pag-ibig; sila ang tumalikod sa kanya!"

Ang mga banal na katulad ni Gandhi, sa kabilang dako, ay gu-mawa, hindi lamang ng nasasalat na materyal na sakripisyo, kundi mas mahirap na pagtalikod sa pansariling kapakanan at pribadong hangaring pinag-iisa ang kanilang pinakamalalim na pagkatao sa agos ng sangkatauhan bilang isang kabuuan.

Ang pambihirang maybahay ni Mahatma, si Kasturbai, ay hindi tumutol noong makaligtaan ni Gandhi na magtabi ng kahit anong bahagi ng kanyang yaman para sa kanyang pangangailangan at ng kanilang mga anak. Nag-asawa nuong kanilang kabataan, si Gandhi at ang kanyang maybahay ay sumumpa sa buhay na walang pagsisiping pagkatapos ipanganak ang apat na anak na lalaki.* Isang tahimik na babaeng magiting sa masidhing dula na siyang naging buhay nilang magkasama, si Kasturbai ay sumunod sa kanyang asawa sa piitan, nakibahagi sa kanyang tatlong-linggong pagtanggi sa pagkain, at lubos na tinanggap ang kanyang bahagi sa kanyang walang katapusang pananagutan. Inihandog niya kay Gandhi ang sumusunod na parangal:

> Nagpapasalamat ako sa iyo sa tanging karapatan sa pagiging pang-habambuhay na kasama at katulong mo sa buhay. Pinasasa-lamatan kita sa pinaka-perpektong pag-aasawa sa buong mundo, batay sa *brahmacharya* (pagpipigil sa sarili) at hindi sa pagtatalik. Pinasasalamatan kita na itinuring mo akong kapantay sa iyong mga tungkulin sa buhay para sa India. Pinasasalamatan kita na hindi ka katulad ng ibang mga asawa na nagpapalipas ng pana-hon sa pagsusugal, karera, babae, alak at awit, pinagsasawaan ang kanilang mga asawa at mga anak na tulad ng maliit na bata na mabilis magsawa sa kanyang pambatang mga laruan. Anong

---

* Inilarawan ni Gandhi ang kanyang buhay ng may nakakawasak na katapatan sa *The Story of My Experiments with Truth* (Ahmedabad: Navajivan Press, 1927-28, sa dalawang aklat). Ang talambuhay na ito ay nilagom sa *Mahatma Gandhi, His Own Story*, inedit ni C.F. Andrews, na may paunang salita ni John Haynes Holmes (New York: Macmillan Co., 1930).

Maraming talambuhay na puno ng mga bantog na pangalan at makukulay na pangyayari ang halos lubos na nananahimik tungkol sa ano mang bahagi ng panloob na pagsusuri o pagbabago. Ibinababa ito ng mambabasa na may tiyak na kawalang-kasiyahan, na para bagang nagsasabing:"Heto ang isang taong nakakikilala ng maraming bantog na tao, nguni't hindi nakakikilala sa kanyang sarili." Ang reaksiyong ito ay imposible sa talambuhay ni Gandhi; inilalantad niya ang kanyang mga kahinaan at pagkukunwari nang may impersonal na debosyon sa katotohanan na pambihira sa kasaysayan ng anumang panahon.

pasasalamat ko na ikaw ay hindi isa sa mga asawa na nag-uukol ng panahon upang magpayaman sa pamamagitan ng pagkakasang-kapan sa paggawa ng iba.

Anong pasasalamat ko na inilagay mo ang Diyos at bayan bago ang mga suhol, na mayroon kang lakas-loob ng iyong pa-niniwala at isang lubos na walang pasubaling pananampalataya sa Diyos. Anong pasasalamat ko sa isang asawa na inuuna ang Diyos at ang bansa bago ako. Ako ay nagpapasalamat sa iyo sa iyong pagtanggap sa akin at sa aking mga pagkukulang dahil sa aking kabataan, noong ako ay tumutol at naghimagsik laban sa pagbabagong ginawa mo sa kalakaran ng ating pamumuhay, mula sa napakarami tungo sa napaka-kaunti.

Bilang isang bata, ako ay naninirahan sa tahanan ng iyong mga magulang; ang iyong Ina ay isang dakila at mabait na babae; sina-nay niya ako, tinuruan akong maging isang magiting, matapang na asawa at kung papaano ingatan ang pagmamahal at paggalang ng kanyang anak, ang aking magiging kabiyak. Sa pagdaan ng mga taon at ikaw ay naging pinakamamahal na pinuno ng India, wala sa akin ang mga takot na gumagambala sa isang asawa na maaaring mai-isantabi kapag ang kanyang asawa ay umakyat sa hagdan ng tagumpay, na siyang madalas na nangyayari sa ibang mga bansa. Alam ko na matatagpuan pa rin tayo ng kamatayan bilang mag-asawa.

Sa loob ng maraming taon si Kasturbai ay nagsagawa ng mga tungkulin ng ingat-yaman ng pampublikong milyun-milyong pon-dong nakayanang malikom ng iniidolong Mahatma. Maraming nakakatawang mga kuwento sa mga tahanang Indian na lumalabas na ang mga asawang lalaki ay nag-aalala sa pagsusuot ng anumang alahas ng kanilang mga asawang babae sa mga pagtitipon ni Gandhi; ang mahiwagang dila ng Mahatma na nagmamakaawa para sa mga api, ay naaakit ang mga gintong pulseras at mga brilyanteng kuwin-tas mula mismo sa mga braso at mga leeg ng mga mayayaman tuloy-tuloy sa basket ng mga koleksiyon.

Isang araw ang pampublikong ingat-yaman, si Kasturbai, ay hindi maipaliwanag ang isang pagbabayad ng apat na rupee. Mina-rapat ni Gandhi na ilathala ang pag-audit kung saan walang tinag na itinuro ang apat na rupeeng pagkakaiba ng asawa.

Madalas ko itong ikuwento sa harap ng mga klase ng aking mga Amerikanong mag-aaral. Isang gabi, isang babae sa bulwagan ang suminghap sa galit.

"Mahatma o hindi Mahatma," ang sigaw niya, "kung asawa

ko siya, sinuntok ko siya sa mata para sa ganoong hindi kinakaila-
ngang pang-iinsulto sa publiko!"

Pagkalipas ng masayang nakakatawa naming sagutan tungkol
sa mga Amerikano at Hindung mga asawang babae, ako ay nagpa-
tuloy sa mas lubos na pagpapaliwanag.

"Itinuturing ni Ginang Gandhi ang Mahatma, hindi bilang
asawa kundi kanyang guru, na may karapatan na parusahan siya sa
kahit maliit na mga pagkakamali," ang aking paglilinaw.

"Pagkatapos ng ilang panahong si Kasturbai ay pinagalitan sa
publiko, si Gandhi ay hinatulang mabilanggo sa isang pampuliti-
kang sakdal. Samantalang siya ay payapang nagpapaalam sa kanyang
maybahay, lumuhod si Kasturbai sa kanyang paanan. 'Maestro', ang
sabi niyang may kababaang-loob, 'kung ako man ay may nagawang
pagkakasala sa iyo, nakikiusap akong patawarin mo ako.'"

Alas-tres ng hapon sa Wardha, ako ay nagpunta, sa pamama-
gitan nang nauunang pakikipagtipan, sa silid-sulatan ng banal na
nagkaroon ng kakayahang gawing matatag na disipulo ang kanyang
sariling asawa—pambihirang milagro! Si Gandhi ay tumingala na
may hindi malilimutang ngiti.

"Mahatmaji," ang sabi ko habang ako ay naupo sa kanyang tabi
sa walang unang banig, "maari bang sabihin mo sa akin ang iyong
pakahulugan sa *ahimsa.*"

"Ang pag-iwas sa pinsala nang kahit anong nabubuhay na nila-
lang sa isip o gawa."

"Napakagandang tularan! Ngunit ang mundo ay laging mag-
tatanong: Maari bang hindi patayin ng isang tao ang cobra upang
ipagtanggol ang isang bata o ang sarili?"

"Hindi ko mapapatay ang isang cobra na hindi ko nilalabag
ang dalawa sa aking mga tapat na pangako—walang takot, at hindi
pagpatay. Mas makabubuting subukan kong payapain ang kalooban
ng ahas sa tulong ng bibrasyon ng pag-ibig. Hindi ko maaaring ibaba
ang aking mga pamantayan upang iangkop sa aking kalagayan." Sa
kanyang kalugud-lugod na katapatan sa pagsasalita, idinagdag niya,
"ako ay nagtatapat na hindi ko maipagpapatuloy na may kahinahu-
nan ang pag-uusap natin kung ako ay may kaharap na cobra!"

Napuna ko ang mga kalalabas na mga aklat sa Kanluran tung-
kol sa karaniwang pagkain na nasa kanyang mesa.

"Oo, ang karaniwang pagkain ay napakahalaga sa kilusan
ng Satyagraha—at kahit saan man," ang sabi niyang marahang
natawa. "Sapagkat tinatangkilik ko ang lubos na pagpipigil para
sa mga *satyagrahi.* Ako ay palaging sumusubok na maghanap ng

pinakamabuting pagkain para sa mga may panatang hindi makiki-pagtalik ng buong buhay. Dapat malupig ng isang tao ang panlasa bago niya mapigilan ang katutubong hilig na magka-anak. Ang kala-hating pagpapagutom o hindi balanseng mga pagkain ay hindi ang sagot. Pagkatapos masupil ang panloob na *katakawan* sa pagkain, ang isang *satyagrahi* ay kinakailangang patuloy na sundin ang isang makatwirang puro gulay na pagkain na nagtataglay ng lahat na ki-nakailangang mga bitamina, mga mineral, mga kaloriya, at iba pa. Sa pamamagitan ng panloob at panlabas na karunungan tungkol sa pagkain, ang sekswal na likido ng *satyagrahi* ay madaling nagiging napakahalagang enerhiya para sa buong katawan."

Ang Mahatma at ako ay naghambing ng aming kaalaman sa mga mabuting kapalit ng karne. "Ang avocado ang pinakamaga-ling," ang sabi ko. May napakaraming taniman ng avocado malapit sa aking sentro sa California."

Ang mukha ni Gandhi ay nagliwanag sa interes. "Maari kaya silang tumubo sa Wardha? Pasasalamatan ng mga *satyagrahi* ang isang bagong pagkain."

"Ako ay siguradong magpapadala ng ilang puno ng avocado mula sa Los Angeles patungo sa Wardha." Idinagdag ko, "Ang mga itlog ay pagkaing may mataas na protina; ito ba ay ipinagbabawal sa mga *satyagrahi*?"

"Hindi ang walang similyang mga itlog." Ang Mahatma ay nagtawa sa mga alaala. "Sa loob ng maraming taon, hindi ko si-nasang-ayunan ang paggamit dito; kahit ngayon ay hindi ko sila kinakain. Ang isa sa aking mga manugang na babae ay minsa'y ha-los mamatay dahil sa kakulangan sa masustansiyang pagkain; ang kanyang manggagamot ay nagpumilit na pakainin siya ng itlog. Ako ay hindi sumang-ayon. At pinayuhan ko siyang bigyan ng pamalit sa itlog.

"'Gandhiji', ang sabi ng doctor, ang itlog na nabuo nang walang tandang ay walang buhay na semilya; walang pagpatay na mangyayari.'

"Kaya ako ay masayang nagbigay ng pahintulot para sa aking manugang na kumain ng mga itlog; madaling nanumbalik ang kan-yang kalusugan."

Noong nakaraang gabi si Gandhi ay nagpahayag ng kahili-ngang makatanggap ng *Kriya Yoga* ni Lahiri Mahasaya. Nasiyahan ang aking damdamin sa bukas na isip ng Mahatma at espiritu ng pagtatanong. Siya ay parang bata sa kanyang dibinong paghahanap, ipinapakita ang dalisay na pagtanggap na siyang pinapurihan ni

Hesus sa mga bata, "....sa mga katulad nito ay naroon ang kaharian ng langit."

Ang oras ng aking pangakong pagbibigay ng katuruan ay dumating; maraming mga *satyagrahi* ang pumasok na sa silid—si Ginoong Desai, Ginoong Pingale, at ilan pang mga ibang nagnanais makaalam ng pamamaraan ng *Kriya*.

Una kong itinuro sa maliit na klase ang pisikal na pagsasanay ng Yogoda. Ang katawan ay inilalarawan na hinati-hati sa dalawampung bahagi; pinamamahalaan ng pagnanais ang enerhiya tungo sa bawat bahagi. Hindi nagtagal, ang bawat isa ay yumayanig sa harap ko na parang mga motor na tao. Napakadaling pagmasdan ang umaalong epekto sa dalawampung bahagi ng katawan ni Gandhi, na halos sa lahat ng oras ay lubos na nakikita! Bagama't napakapayat, hindi siya masamang tingnan; ang balat sa kanyang katawan ay makinis at walang kulubot.*

Pagkatapos sinimulan ko ang grupo sa nakapagpapalayang paraan ng *Kriya Yoga.*

Ang Mahatma ay magalang na pinag-aralan ang lahat ng mga relihiyon sa mundo. Ang kasulatan ng mga Jain, ang Bagong Tipan ng Bibliya, at ang panlipunang mga sinulat ni Tolstoy† ay ang tatlong pangunahing pinagmulan ng mga paniniwala sa walang karahasan ni Gandhi. Ipinahayag niya ang kanyang kredo sa ganito:

> Naniniwala ako sa Bibliya, sa Koran, at ang Zend-Avesta‡ bilang mga Dibinong nabigyang-sigla na tulad ng Vedas. Naniniwala ako sa pagtatalaga ng mga Guru, ngunit sa panahong ito, milyun-milyon ang kailangang mabuhay na walang Guru, sapagkat bihirang makakita ng kombinasyon ng ganap na kadalisayan at ganap na katalinuhan. Ngunit hindi dapat mawalan ng pag-asa na tunay na malaman ang katotohanan ng kanyang relihiyon, sapagkat ang pangunahing paniniwala ng Hinduism na tulad ng lahat ng dakilang mga relihiyon ay hindi nagbabago at madaling maunawaan.
>
> Ako ay naniniwala, tulad ng bawat Hindu, sa Diyos at ang Kanyang pagiging Isa, sa pagkabuhay muli at kaligtasan....Hindi

---

* Si Gandhi ay dumanas ng maraming maikli at mahabang pag-aayuno. Mayroon siyang pambihirang magandang kalusugan. Ang kanyang mga aklat, *Diet and Diet Reform; Nature Cure;* at *Key to Health* ay makukuha sa Navaijan Publishing House, Ahmedabad, India.

† Sina Thoreau, Ruskin, at Mazzini ay tatlo pang Kanluraning manunulat na ang mga panlipunang pananaw ay masinsinang pinag-aralan ni Gandhi.

‡ Ang banal na kasulatang ibinigay sa Persia humigit-kumulang 1000 B.C. ni Zoroaster.

ko na maaaring ilarawan ang aking damdamin para sa Hinduismo kaysa para sa aking sariling asawa. Inaantig niya ang aking damdamin na walang ibang babae sa mundo ang maaaring makagawa. Hindi dahil wala siyang mga pagkukulang; malakas ang loob kong magsabi na marami pang higit sa mismong nakikita ko. Ngunit ang pakiramdam na may isang hindi matutunaw na bigkis ay naroroon. Magkagayunman, nakararamdam ako ng ganito para at tungkol sa Hinduismo na taglay ang lahat ng kasiraan at kakulangan. Walang nakabibigay sa akin ng kasiyahan na tulad ng musika ng Gita, o ang *Ramayana* ni Tulsidas. Nung inaakala kong panghuli na ng aking hininga, ang Gita ay ang aking ginhawa.

Ang Hinduismo ay hindi isang eksklusibong relihiyon. Sa loob nito ay may lugar sa pagsamba ng lahat ng propeta ng mundo.* Ito ay hindi misyonaryong relihiyon sa karaniwang kahulugan ng salita. Hindi maikakaila na tinanggap na ang maraming pangkat sa kanyang iglesya, ngunit ang pagtanggap na ito ay may ebolusyonaryong, bahagyang hindi mapapansing katangian. Sinasabi ng Hinduismo sa bawat tao na sambahin ang Diyos alinsunod sa kanyang pananampalataya o *dharma*,† at sa ganoon ay nabubuhay na mapayapa kasama ang lahat ng mga relihiyon.

Tungkol kay Kristo, ito ang isinulat ni Gandhi: "Ako ay nakatitiyak na kung siya ay nabubuhay dito ngayon kasama ang mga tao, bibiyayaan Niya ang buhay ng marami na marahil hindi pa kailanman narinig ang Kanyang pangalan...na tulad ng nasusulat: 'Hindi bawat isang nagsasabi sa akin ng, Panginoon, Panginoon... ngunit siya na gumagawa ng kagustuhan ng aking Ama.'‡ Sa aral ng sarili Niyang buhay, si Hesus ay nagbigay sa sangkatauhan ng dakilang layunin at ang nag-iisang nilalayon tungo sa kung saan lahat tayo ay dapat maghangad. Ako ay naniniwala na Siya ay hindi lamang para sa Kristiyanismo, kundi sa buong daigdig, sa lahat ng mga lupain at mga lahi."

---

* Ang naiibang katangian ng Hinduismo sa mga relihiyon sa mundo ay nanggaling ito, hindi sa iisang dakilang tagatatag, kundi sa impersonal na kasulatang Vedic. Kaya ang Hinduismo ay nagbibigay ng saklaw para sa mapagsambang pagsasama sa kanyang iglesya ng mga propeta ng lahat ng panahon at lahat ng bansa. Inaayos ng kasulatang Vedic, hindi lang ang pansambang kaugalian, kundi lahat ng mahalagang kaugaliang panlipunan, sa pagnanais na maiayon ang bawat galaw ng tao sa batas-dibino.

† Isang komprehensibong salitang Sanskrit para sa batas; ang pakikiayon sa batas o likas na kabutihan; ang tungkulin bilang kasama sa kalagayang katatagpuan ng isang tao sa anumang panahon. Ipinapakahulugan ng banal na kasulatan ang *dharma* bilang "mga likas na batas-sanlibutan na sa pakikiayon dito ay inililigtas ng tao ang kanyang sarili mula sa pagsamá at pagdurusa."

‡ Mateo 7:21.

Sa aking panghuling gabi sa Wardha ako ay nagsalita sa pag-titipon na tinawag ni Ginoong Desai sa Bulwagang Bayan. Ang silid ay napuno hanggang sa mga pasimano ng mga bintana ng may humigit-kumulang na apat-na-raang mga tao na nag-ipon-ipon upang makinig sa pananalita tungkol sa yoga. Nagsalita muna ako sa wikang Hindi, pagkatapos sa wikang English. Ang aming maliit na grupo ay nakabalik sa ashram sa tamang oras para sa magandang gabing sulyap sa Mahatma—na nasa malalim na kapayapaan at pakikipag-ugnayan.

Madilim pa noong ako'y bumangon nang alas-singko ng umaga. Ang buhay sa kanayunan ay nagsimula nang gumalaw; una ay isang kariton sa pintuan ng ashram, pagkatapos ang isang magbubukid na may malaking sunong na dalahing binabalanse nang walang katiyakan sa kanyang ulo. Pagkatapos ng almusal, hinanap naming tatlo si Gandhi para sa pamamaalam na *pranams*. Ang banal ay bu-mabangon nang alas-kuwatro ng umaga para sa kanyang pang-uma-gang pagdarasal.

"Mahatmaji, paalam na!" Lumuhod ako upang humawak sa kanyang mga paa. "Ang India ay ligtas sa inyong pag-iingat."

Gumulong na ang mga taon mula nang maligayang pagdalaw ko sa Wardha; ang mundo, mga karagatan at kalangitan ay naku-limliman ng isang mundong nasa digmaan. Nag-iisa sa mga mala-laking pinuno, si Gandhi ay nag-alok ng madaling maisagawang walang karahasang mapamimilian sa armadong lakas. Upang mai-tama ang mga daing at alisin ang kawalang-katarungan, ang Ma-hatma ay nagsagawa ng walang karahasang paraan na muli at muli ay napatunayan ang pagiging mabisa. Inilalahad niya ang kanyang paniniwala sa ganitong mga salita:

> Natuklasan ko na ang buhay ay mananatili sa gitna ng pag-wawasak. Samakatwid, mayroong isang mas mataas na batas maliban doon sa pangwawasak. Sa ilalim lamang ng batas na iyan mauunawaan ang maayos na lipunan at magkakaroon nang halaga ang buhay.
>
> Kapag iyon ang batas ng buhay, kailangan nating pairalin iyon sa araw- araw na pamumuhay. Kahit saan may mga dig-maan; kahit saan tayo ay may kaharap na kalaban, lupigin sa pamamagitan ng pagmamahal. Natuklasan ko na ang tiyak na batas ng pag-ibig ay natugunan sa aking sariling buhay na hindi nagawa ng batas ng paninira.
>
> Sa India, mayroon kaming pangtanawing pagpapatotoo sa pagpapatakbo ng ganitong batas sa pinakamalawak na antas na maaaring marating. Hindi ko inaangkin na ang walang karahasan

ay naunawaan ng 360,000,000 mamamayan ng India, ngunit inaangkin ko na tumagos ito nang higit na malalim kaysa ibang mga doktrina sa hindi kapani-paniwalang maikling panahon.

Nangangailangan ng medyo mahirap na panahon ng pagsasanay upang makamit ang antas ng kaisipang walang karahasan. Ito ay isang madisiplinang buhay, tulad ng buhay ng isang sundalo. Ang ganap na kalagayan ay mararating lamang kapag ang isip, katawan at pananalita ay nasa tamang koordinasyon. Bawat suliranin ay mabibigyan ng kalutasan kapag nagpasya tayong gawin ang batas ng katotohanan at walang karahasan ang batas ng buhay.

Ang malupit na martsa ng pandaigdig na pangyayari sa pulitika ay walang-tinag na nakaturo sa katotohanan na kung walang espirituwal na pananaw, ang mga tao ay mamamatay. Ang siyensiya, kung hindi man relihiyon, ay nanggising sa sangkatauhan ng di-malinaw na damdaming kawalan ng kapanatagan at maging ang kakulangan ng lahat ng materyal na bagay. Saan nga ba maaaring pumunta ngayon ang tao, maliban sa kanyang Pinagkukunan at Pinagmulan, ang Espiritung nasa loob niya?

Sa pagsangguni sa kasaysayan, sinuman ay maaaring makatwirang ipahayag na ang mga suliranin ng tao ay hindi nalutas sa paggamit ng malupit na lakas. Ang unang pandaigdig na digmaan ay nagdulot ng nakapanginginig na bolang-niyebe ng nakakikilabot na karma na lumobo hanggang sa ikalawang pandaigdig na digmaan. Ang init lamang ng kapatiran ang makakatunaw sa kasalukuyang napakalaking bolang-niyebe ng madugong karma na kapag nagkataon ay magiging ikatlong pandaigdig na digmaan. Makasalanang ika-dalawampung siglong pagkatatlo. Ang paggamit ng katwiran ng kagubatan sa halip na makataong katwiran sa pagsasaayos ng kaguluhan ay magbabalik sa lupa sa isang kagubatan. Kung hindi magkakapatid sa buhay, kung ganoon ay magkakapatid sa marahas na kamatayan. Hindi para sa ganyang kalagayan kaya mapagmahal na pinahintulutan ng Diyos ang tao na matuklasan ang paglalabas ng mga enerhiya ng atomiko!

Walang pakinabangan sa digmaan at krimen. Ang mga bilyong dolyar na nawala sa usok ng sumasabog na kawalan ay sapat sana upang makalikha ng bagong daigdig, isang halos malaya sa karamdaman at ganap na malaya sa kahirapan. Hindi isang mundo ng takot, kaguluhan, kagutuman, salot, ang *sayaw ng kamatayan*, ngunit isang malawak na lupain ng kapayapaan, kasaganaan, at lumalawak na karunungan.

Ang walang karahasang tinig ni Gandhi ay nakikiusap sa

pinakamataas na konsiyensiya ng tao. Hayaan ang mga bansa na maging kapanalig, hindi ng kamatayan, kundi ng buhay; hindi sa paninira, kundi sa paggawa; hindi sa pagkapoot, kundi sa malikhaing himala ng pag-ibig.

"Ang tao ay dapat magpatawad, kahit na ano ang pinsala," ang sabi ng *Mahabharata*. "Naipahayag na ang pagpapatuloy ng ating uri ay dahil sa pagiging mapagpatawad ng tao. Ang pagpapatawad ay kabanalan; sa pamamagitan ng pagpapatawad, ang sandaigdigan ay nananatiling buo. Ang pagpapatawad ay ang lakas ng malalakas; ang pagpapatawad ay sakripisyo; ang pagpapatawad ay katahimikan ng isip. Ang pagpapatawad at pagiging marahan ay ang mga katangian ng Nagmamay-ari sa Sarili. Sila ang mga kinatawan nang walang hanggang kabutihan."

Ang walang-karahasan ay ang likas na bunga ng batas ng pagpapatawad at pag-ibig. "Kung ang pagkawala ng buhay ay kinakailangan sa isang makatwirang digmaan," ang pahayag ni Gandhi, "ang isang tao ay dapat maging handa, tulad ni Hesus, na ibuhos ang sariling dugo, hindi ang dugo ng iba. Darating ang panahon na kaunting dugo na lamang ang dadanak sa mundo."

Mahahabang tula ang maisusulat pagdating ng araw tungkol sa mga Indian na *satyagrahi* na natiis ang poot dahil sa pag-ibig, karahasan dahil sa walang- karahasan, na pinabayaan ang mga sarili na walang awang pagpapatayin sa halip na magdala ng armas. Ang kinalabasan sa ilang makasaysayang pagkakataon ay itinapon ng mga kalaban ang kanilang mga sandata at tumakbo—napahiya, nayanig ang kanilang pinakamalalim na damdamin sa tanawin ng mga taong pinahalagahan ang buhay ng iba nang higit sa sarili.

"Ako ay maghihintay, kung kinakailangan, ng maraming panahon," ang wika ni Gandhi, "sa halip na maghangad ng kalayaan para sa aking bansa sa pamamagitan ng madugong paraan." Binabalaan tayo ng Bibliya: "Lahat ng nabubuhay sa tabak ay sa tabak mamamatay."* Isinulat ng Mahatma:

> Ang tawag ko sa aking sarili ay makabayan, ngunit ang aking pagka-makabayan ay kasing-lawak ng sandaigdig. Kasama sa kanyang abot ang lahat ng mga bansa ng mundo.† Ang aking pagka-makabayan ay kasama ang kapakanan ng buong mundo.

---

* Mateo 26:52. Isa ito sa maraming pahayag sa Bibliya na tunay na nagpapahiwatig sa muling pagkabuhay ng tao (tingnan ang ph. 204 n.) Karamihan sa kaguluhan sa buhay ay maipapaliwanag lamang sa pamamagitan ng pag-unawa sa karmic na batas ng katarungan.

† "Huwag hayaang masiyahan dito ang tao, na mahal niya ang kanyang bayan;

MAHATMA GANDHI'S HAND WRITING, IN HINDI

Dinalaw ni Mahatma Gandhi ang Yogoda Satsanga Society Brahmacharya Vidyalaya, mataas na paaralang may pagsasanay sa yoga sa Ranchi, India. Siya ay malugod na isinulat ang sumusunod na mga talata sa aklat-pampanauhin. Ang sabi niya:

"Ang institusyong ito ay nakintal ng malalim sa aking isip. Masaya kong isinasaisip ang mataas na pag-asa na ang paaralang ito ay magbibigay ng karagdagang pampasigla sa paggamit ng spinning wheel."

Setyembre 17, 1925   (Lagda) Mohandas Gandhi

Hindi ko ninanais na ang aking India ay bumangon sa abo ng ibang mga bansa. Hindi ko ninanais na ang India ay pagsamantalahan ang kahit isang taong nilalang. Ibig kong maging malakas ang India upang mahawahan din niya ang ibang mga bansa ng kanyang lakas. Hindi katulad ng kahit isang bansa sa Europa ngayon; hindi sila nagbibigay ng lakas sa iba.

Binanggit ng Pangulong Wilson ang kanyang magandang labing-apat na puntos, ngunit sinabi niya: "Sabagay, kapag itong ating pagsisikap na marating ang kapayapaan ay hindi nagtagumpay, tayo ay mayroong mga armas na inaaasahan." Ibig kong baligtarin ang ganoong paninindigan, at ako ay nagsasabing: "Ang ating mga armas ay nabigo na. Tayo ngayon ay dapat nang maghanap ng mga bagay na makabago; subukan natin ang lakas ng pag-ibig at Diyos na siyang katotothanan." Kapag nakuha natin iyon, wala na tayong hahanapin pa.

Sa pamamagitan ng pagsasanay ng Mahatma sa libu-libong mga tunay na *satyagrahi*, (iyong mga nagsasagawa ng labing-isang mahigpit na mga panatang binanggit sa mga unang pahina ng kabanatang ito), na siya namang nagkalat ng mensahe; sa paraan ng

---

Bagkus, hayaan siyang masiyahan dito, na mahalin ang kanyang kapwa."
                                                    —*Kawikaang Persian*

matiyagang pagtuturo sa masang Indian upang maunawaan ang espirituwal, at pagdating ng panahon, ang materyal na pakinabang ng walang-karahasan; sa pag-aarmas sa kanyang mga nasasakupan ng walang-karahasang mga sandata—hindi pakikipagtulungan sa kawalan ng katarungan, ang maluwag sa kaloobang pagtanggap sa paghamak, piitan, at kamatayan mismo sa halip na gumamit ng sandata; sa paghingi ng pakikiramay ng buong mundo sa pamamagitan ng hindi mabilang na halimbawa ng magiting na pagpapakasakit ng mga *satyagrahi*; madulang nailarawan ni Gandhi ang kapaki-pakinabang na katangian ng walang-karahasan, ang taimtim nitong lakas upang pagpasyahan ang pagtatalo ng walang digmaan.

Napanalunan na ni Gandhi sa pamamagitan ng walang karahasang paraan ang mas maraming konsesyong pampulitika para sa kanyang bansa kaysa sa napanalunan ng sinumang pinuno ng isang bansa maliban sa pamamagitan ng bala. Ang walang karahasang mga paraan upang puksain ang lahat ng kamalian at kasamaan ay kapansin-pansing nagamit, hindi lamang sa tanghalan ng pulitika, kundi sa maselan at magulong larangan ng pagbabago ng lipunan ng India. Naalis ni Gandhi at ng kanyang mga tagasunod ang maraming matagal nang matandang alitan sa pagitan ng mga Hindu at mga Mohammedan; daan-daang libong mga Moslem ang nagtatangi sa Mahatma bilang kanilang pinuno. Ang mga hindi maaaring pakialaman (untouchables) ay natagpuan sa kanya ang kanilang walang takot at mabunying kampeon. "Kung mayroong pang isang kapanganakan na naghihintay sa akin," ang isinulat ni Gandhi, "nais kong ipanganak muli bilang isang pariah (mababang kasta) sa gitna ng mga pariah sapagkat sa ganoon ako ay maaaring magsagawa sa kanila ng mas mabisang paglilingkod."

Ang Mahatma ay tunay ngang isang "dakilang kaluluwa," ngunit ang mga milyong walang pinag-aralan ang nagkaroon ng pagkakilala upang igawad ang titulo. Ang malumanay na propetang ito ay pinarangalan sa kanyang sariling lupain. Ang mababang magsasaka ay nagkaroon ng kakayahang bumangon sa mataas na hamon ni Gandhi. Ang Mahatma ay buong pusong naniniwala sa kakanyahang kadakilaan ng tao. Ang mga hindi maiiwasang kabiguan kailanman ay hindi nagpabago ng kanyang pag-asa. "Kahit na ginawan siya ng masama ng kalaban ng dalawampung beses," ang panulat niya, "ang *satyagrahi* ay nakahandang magtiwalang muli sa kanya sa ika-dalawampu't-isang beses, dahil ang ganap na pagtitiwala sa kalikasan ng tao ang siyang pinakadiwa ng kredo."*

* "Lumapit si Pedro at nagtanong kay Jesus, "Panginoon, ilang beses ko po bang

"Mahatmaji, ikaw ay isang pambihirang tao. Hindi mo dapat asahan ang mundo na gumawa ng tulad ng ginagawa mo." Ito ang minsa'y naging obserbasyon.ng isang kritiko.

"Nakapagtataka kung papaano natin nililinlang ang ating sarili, ipinapalagay na ang katawan ay maaaring mapabuti, ngunit imposibleng pukawin ang nakatagong lakas ng kaluluwa," ang sagot ni Gandhi. "Ako ay nagsisikap upang ipakita na kung mayroon ako ng kahit isa sa mga kapangyarihang iyon, ako ay marupok na tulad ng isang may kamatayang tao tulad ng sinuman sa atin at ako ay hindi nagkaroon ng anumang pambihirang katangian, hindi kailanman at ngayon. Ako ay simpleng tao, na maaaring magkamali na tulad ng ibang taong may kamatayan. Inaamin ko, gayunman, na ako ay mayroong sapat na kababaang-loob upang ipagtapat ang aking pagkakamali at upang balikan ang aking mga hakbang. Inaamin ko na ako ay mayroong matatag na paniniwala sa Diyos at sa Kanyang kabutihan, at isang hindi maubos na pagmamahal para sa katotohanan at pag-ibig. Ngunit hindi ba iyon ang natatago sa bawat tao?" Idinagdag niya: "Kung tayo ay maaaring gumawa ng mga bagong tuklas at imbensiyon sa kahanga-hangang daigdig, dapat ba tayong magdeklara na bangkarote sa dominyo ng espirituwal?" Imposible bang multiplikahin ang mga eksepsiyon upang maging sila ang patakaran? Kailangan bang ang tao ay laging maging hayop muna at maging tao pagkatapos, kung sakali man?"*

Maaring natandaan ng mga Amerikano na may karangalan

---

patatawarin ang kapatid kong paulit-ulit na nagkakasala sa akin? Pitong beses ba?" Sinagot siya ni Jesus, "Hindi ko sinasabing pitong beses, kundi pitumpung ulit na pito."—Mateo 18:21-22. Malalim akong nanalangin upang maunawaan itong matigas na payo. "Panginoon," tutol ko, "posible ba?" Nang sa wakas ay sumagot ang Dibinong Tinig, nagdala ito ng nakakababang-loob na pagbaha ng liwanag: "Ilang ulit, O Tao, na kayo ay pinatatawad ko bawat araw?"

* Si Charles P. Steinmetz, ang dakilang electrical engineer, ay minsang tinanong ni G. Roger W. Babson: "Anong larangan ng pagsisiyasat ang magkakaroon ng pinakamalaking pagsulong sa susunod na limampung taon?" "Palagay ko ang pinakamalaking pagtuklas ay magagawa sa mga larangang espirituwal," sagot ni Steinmetz. "Narito ang isang pwersang maliwanag na itinuturo ng kasaysayan na siyang naging pinakadakilang kapangyarihan sa pagsulong ng tao. Gayunman pinaglaruan lang natin ito at kailanman ay hindi natin ito sineryosong pinag-aralan na tulad ng sa mga pisikal na pwersa. Balang araw, malalaman ng tao na hindi nakapagdudulot ng kaligayahan ang materyal na bagay at walang maitutulong sa pagiging malikhain at makapangyarihan ng tao. Sa ganoon, ang mga siyentipiko sa mundo ay gagamit ng kanilang mga laboratoryo para sa pag-aaral ng Diyos at panalangin at mga espirituwal na lakas na sa ngayon ay hindi pa nakikita Kapag dumating ang araw na ito, makakakita ang mundo ng higit pang pagsulong sa isang henerasyon kaysa sa nakita nito sa nakaraang apat."

ang matagumpay na walang karahasang eksperimento ni William
Penn, sa pagtatag niya ng kanyang koloniya sa Pennsylvania noong
ika-labimpitong siglo. Walang "mga kuta, walang mga sundalo,
walang milisiya, kahit armas wala." Sa gitna ng mabangis na dig-
maan sa hangganan at ang pangangatay na nangyari sa pagitan ng
bagong mga dayuhan at ng mga pulang Indian, ang mga Quakers
ng Pennsylvania lamang ang nanatiling hindi ginulo. "Ang iba ay
pinatay, ang iba pa ay walang-awang pinatay ng maramihan. Ngunit
sila ay ligtas. Wala kahit isang Quaker na babae ang nakaranas ng
pananalakay; wala kahit isang Quaker na bata ang napatay, wala
kahit isang Quaker na lalaki ang pinahirapan." Noong ang mga
Quaker sa wakas ay napilitang isuko ang pamahalaan ng estado,
"pumutok ang digmaan, at ang ilang mga Pennsylvanians ay na-
patay. Ngunit tatlo lamang mga Quakers ang napatay, ang tatlo na
labis na lumabag sa kanilang paniniwala at nagdala ng mga armas
ng pagtatanggol.

"Ang paggamit ng pwersa sa Malaking Digmaan (I) ay nabigong
magdala ng katahimikan," itinuro ni Franklin D. Roosevelt. "Ang
pagtatagumpay at pagkatalo ay parehong walang kapakinabangan.
Ang leksiyong iyon ay dapat natutunan na ng daigdig."

"Mas maraming armas ng karahasan, mas maraming paghi-
hirap sa sangkatauhan," ang turo ni Lao-tzu. "Ang tagumpay ng
karahasan ay nagwawakas sa pagdiriwang ng pagluluksa."

"Ako ay nakikipaglaban ng walang hihigit pa sa kapayapaan
ng mundo," ang pagpapahayag ni Gandhi. "Kapag ang kilusan ng
India ay nadala sa tagumpay ng isang walang karahasang batayan
ng *satyagraha* ito ay magbibigay ng bagong kahulugan sa kabaya-
nihan at, kung maaari kong ipahayag nang buong kababaang-loob,
sa buhay mismo."

Bago pawalang-halaga ng Kanluran ang programa ni Gandhi
bilang sa isang hindi praktikal na mapangarapin, hayaan munang
pag-isipan ang kahulugan ng *Satyagraha* ng Maestro ng Galilea:

"Narinig ninyong sinabi, "Mata sa mata at ngipin sa ngipin:
ngunit sinasabi ko sa inyo, Huwag ninyong paghihigantihan ang
masamang tao. Kapag sinampal ka sa kanang pisngi, iharap mo rin
sa kanya ang kaliwa."*

Ang kapanahunan ni Gandhi ay pinahaba, ng napakagandang
katiyakan ng tiyempong kosmiko, sa isang siglong nakaranas na ng
lagim at pagwawasak ng dalawang digmaang pandaigdig. Isang dibi-
nong sulat-kamay ang lumalabas sa granayt na dingding ng kanyang

* Mateo 5:38-39

buhay: isang babala laban sa karagdagang pagdanak ng dugo sa pagi-tan ng mga magkakapatid.

MAHATMA GANDHI
Sa Alaala

"Siya, sa tunay na kahulugan, ang ama ng bansa, at siya ay pinatay ng isang taong may sira ang pag-iisip. Milyun-milyon ang nagdadalamhati sapagkat ang ilaw ay namatay...Ang ilaw na nagliwanag sa lupaing ito ay hindi karaniwang ilaw. Sa loob ng isang libong taon, ang ilaw na iyon ay makikita sa bansang ito, at ang mundo ay makikita ito." Ito ang sinabi ng Kataas-taasang Ministro ng India na si Jawaharlal Nehru hindi nagtagal pagkatapos na si Mahatma Gandhi ay binaril sa New Delhi noong Enero 30, 1948.

Limang buwan ang nakararaan, ang India ay mapayapang nakamtan ang kanyang pambansang pagsasarili. Ang gawain ng pitumput-walong taong gulang na si Gandhi ay tapos na; napagtanto niya na ang oras niya ay dumating na. "Abha, dalhin mo sa akin ang lahat ng mahalagang papeles," ang sabi niya sa kanyang apo sa pamangkin sa umaga ng trahedya. "Kinakailangang sagutin ko ngayon. Maaaring wala nang bukas." Sa maraming talata ng kanyang mga isinulat, ganoon din, si Gandhi ay nagbigay ng pahiwatig ng kanyang huling tadhana.

Habang ang naghihingalong Mahatma ay dahan-dahang nalugmok sa lupa, may tatlong bala sa kanyang mahina at unti-unting nauupos na katawan, itinaas niya ang kanyang mga kamay sa nakaugaliang pahayag ng pagbati ng Hindu, tahimik na iginagawad ang kanyang kapatawaran. Walang malay na maka-sining na tulad ng lahat ng mga paraan ng kanyang buhay, si Gandhi ay naging sukdulang maka-sining sa sandali ng kanyang kamatayan. Lahat ng pagpapakasakit ng kanyang walang pag-iimbot na buhay ay ginawang posible ang huling mapagmahal na kumpas.

"Maaaring ang mga henerasyong darating," isinulat ni Albert Einstein sa isang parangal sa Mahatma, "ay halos hindi makapaniwala na isang ganito sa laman at dugo ay naglakad sa ibabaw ng lupa." Isang mensahe mula sa Vatican sa Roma ay nagsaad: "Ang asasinasyon ay nagbigay ng malaking kalungkutan dito. Si Gandhi ay ipinagluluksa bilang isang apostol ng kabutihang kristiyano."

Puspos ng masimbolong kahulugan ang buhay ng lahat ng dakilang nilalang na dumating sa lupa para sa katuparan ng isang tiyak na kabanalan. Ang madulang kamatayan ni Gandhi dahil sa pagkakaisa ng India ay itinampok ang kanyang mensahe sa mundong punit ang bawat kontinente sa kawalan ng pagkakaisa. Ang mensaheng iyon ay kanyang ipinahayag sa kanyang mala-propetang mga salita.

"Ang walang-karahasan ay dumating na sa mga tao at ito ay mabubuhay. Ito ay ang taga-pagbalita ng kapayapaan sa daigdig."

KABANATA 45

Ang Bengali na "Laganap-sa-Tuwang Ina"

"Ginoo, kung maaari po huwag kayong aalis ng India na hindi nasisilayan si Nirmala Devi. Ang kanyang kabanalan ay marubdob; siya ay kilala sa maraming lugar bilang Ananda Moyi Ma (Laganap-Sa-Tuwang Ina)." Ang aking pamangkin, si Amiyo Bose, ay buong sigasig na nakatingin sa akin.

"Oo naman! Gustung-gusto kong makita ang banal na babae," ang dagdag ko, "nabasa ko ang tungkol sa kanyang masulong na pagkatanto sa Diyos. Isang maliit na artikulo tungkol sa kanya ang lumabas ilang taon na ang nakalilipas sa *East-West*."

"Nakilala ko siya," patuloy ni Amiyo. "Kamakailan lamang ay dinalaw niya ang aming maliit na bayan ng Jamshedpur . Sa isang pakiusap ng isang disipulo, si Ananda Moyi Ma ay nagpunta sa tahanan ng isang naghihingalong lalaki. Siya ay tumayo sa tabi ng kanyang higaan; nang lumapat ang kanyang kamay sa noo ng lalaki, tumigil ang paghihingalong pangingisay nito. Ang karamdaman ay biglang nawala; sa masayang pagkagulat ng tao, siya ay gumaling."

Pagkatapos ng ilang araw, narinig ko na ang "Laganap sa Tuwang Ina" ay nakatigil sa tahanan ng isang disipulo sa purok Bhowanipuri ng Calcutta. Si Ginoong Wright at ako ay kaagad umalis mula sa tahanan ng aking ama sa Calcutta. Habang ang Ford ay palapit na sa bahay sa Bhowanipur, napagmasdan namin ng kasama ko ang hindi pangkaraniwang tagpo sa kalsada.

Si Ananda Moyi Ma ay nakatayo sa isang bukas-ang-bubong na sasakyan, binabasbasan ang mga isandaang disipulo. Siya ay maliwanag na papaalis na. Ipinarada ni Ginoong Wright ang Ford sa medyo may kalayuan, at sinamahan akong maglakad patungo sa payapang kapulungan. Ang banal na babae ay nakatingin sa aming kinaroroonan; siya ay bumaba sa kanyang sasakyan at naglakad palapit sa amin.

"Ama, dumating ka!" Sa ganitong taimtim na pananalita (sa wikang Bengali) inilagay niya ang kanyang mga bisig sa aking leeg at ang kanyang ulo sa aking balikat. Si Ginoong Wright, na

541

sinabihan ko pa lamang na hindi ko kilala ang banal, ay malaki ang kasiyahan dito sa pambihirang pagpapakita ng pagsalubong. Ang mga mata ng isandaang disipulo ay nakatuon din na may pagkagulat sa magiliw na dula.

Nakita ko na kaagad na ang banal ay nasa mataas na antas ng *samadhi*. Walang alintana sa panlabas na kasuotan bilang isang babae, batid niya ang kanyang sarili bilang walang pagbabagong kaluluwa; mula sa ganoong antas, siya ay natutuwang bumabati sa isa pang deboto ng Diyos. Hinawakan niya ang aking kamay upang dalhin ako sa kanyang sasakyan.

"Ananda Moyi Ma, nakakaabala ako sa iyong paglalakbay!" ang aking pagtutol.

"Ama, ako ay nakikipagkita sa iyo sa unang pagkakataon sa buhay na ito*pagkatapos ng maraming panahon!" ang sabi niya. "Kung maari, huwag ka munang umalis."

Naupo kaming magkasama sa likurang upuan ng sasakyan. Hindi nagtagal, ang Laganap sa Tuwang Ina ay pumasok sa hindi kumikibong kalugud-lugod na maligayang kalagayan. Ang kanyang magagandang mga mata ay nakatingin paitaas sa langit at, medyo bukas, at naging walang katinag-tinag na nakatingin sa malapit-ma-layong panloob na Paraiso. Ang mga disipulo ay marahang umawit: "Tagumpay sa Dibinong Ina!"

Ako ay nakatagpo ng maraming lalaking may mga kamalayan sa Diyos sa India, ngunit hindi kailanman ako nakakilala ng isang mataas na babaeng banal. Ang kanyang maamong mukha ay ku-mikinang sa hindi maipahayag na galak na nagbigay sa kanya ng paggalang sa Laganap-sa-Tuwang-Ina. Mahabang itim na buhok ang nakalugay sa likod ng kanyang walang takip na ulo. Isang pulang tuldok ng pandikit na sandalwood sa kanyang noo ang sumisimbulo sa matang espirituwal, na laging bukas sa kalooban niya. Napakaliit na mukha, napakaliit na mga kamay, napakaliit na mga paa—isang paghahambing sa kanyang espirituwal na kalakhan!

Ako ay nagtanong sa isang malapit na babaeng disipulo (*chela*) samantalang si Ananda Moyi Ma ay nananatiling nasa mataas na kamalayan.

"Ang Laganap sa Tuwang Ina ay malawak ang paglalakbay sa India; sa maraming bahagi siya ay may daan-daang mga disipulo," ang sabi sa akin ng *chela*. "Ang lakas-loob niyang mga pagsisikap ay nagbunga ng maraming kanais-nais na mga pagbabago sa lipunan.

---

* Si Ananda Moyi Ma ay ipinanganak noong 1896 sa nayon ng Kheora sa distrito ng Tripura ng silangang Bengal.

Ang pagkikita nina Ananda Moyi, ang kanyang asawang si Bolanath,
at Paramahansa Yogananda, Calcutta

Bagama't isang *Brahmin*, ang banal ay hindi kumikilala ng mga pagkakaiba ng mga kasta. Isang grupo sa amin ang palaging naglalakbay na kasama niya, inaasikaso ang kanyang kaginhawahan. Kinakailangang alagaan namin siya; hindi niya pinapansin ang kanyang katawan. Kapag walang nagbigay sa kanya ng pagkain, hindi siya kakain o magtatanong. Kahit na ang pagkain ay inilalagay sa harap niya, hindi niya ito ginagalaw. Upang maiwasan ang pagkawala niya sa mundong ito, kaming mga disipulo ay sinusubuan siya sa pamamagitan ng aming mga kamay. Sa loob ng magkakasunod na araw, siya ay madalas nananatili sa Dibinong kawalan ng malay, madalang ang paghinga, at ang mga mata ay hindi kumukurap. Isa sa kanyang pangunahing disipulo ay ang kanyang asawang si Bholanath. Maraming taon na ang nakalilipas, pagkatapos ng kanilang kasal, siya ay sumumpa ng pananahimik."

Itinuro ng *chela* ang isang guwapong lalaki na may malapad na balikat, may mahabang buhok at maputing mga balbas. Siya ay nakatayong tahimik sa gitna ng pagtitipon, ang mga kamay ay nakatiklop sa isang magalang na anyo ng isang disipulo.

`   Nanariwa sa kanyang paglubog sa Walang Hanggan, nakatuon ngayon ang kamalayan ni Ananda Moyi Ma sa materyal na daigdig.

"Ama, pakiusap, sabihin mo kung saan ka naninirahan." Ang kanyang tinig ay malinaw at malambing.

"Sa kasalukuyan, sa Calcutta o Ranchi, ngunit hindi magtatagal ako ay babalik na sa America."

"America?"

"Oo. Ang isang babaeng banal na Indian ay buong-pusong pasasalamatan doon ng mga naghahanap na espirituwal. Gusto mo bang pumunta?"

"Kung puwede akong isama ng ama, ako ay pupunta."

Ang kasagutan ay naghatid ng pangamba sa kanyang mga nakapaligid na mga disipulo.

"Dalawampu o higit pa ang palaging naglalakbay na kasama ng Laganap sa Tuwang Ina," ang isa sa kanila ay matatag na nagsabi sa akin. "Hindi kami maaaring mabuhay na wala siya. Saanman siya magpunta, kailangan kaming sumama."

Bantulot kong tinalikuran ang plano dahil sa pagkakaroon ng hindi maisasagawang biglaang pagdami.

"Kung maaari pumunta ka man lang sa Ranchi, na kasama ang iyong mga deboto," ang sabi ko noong iiwanan na namin ang banal.

"Bilang isang dibinong bata rin, masisiyahan ka sa mga maliliit na bata sa aking paaralan."

"Kahit kailan na ipagsasama ako ng Ama, ako ay masayang sasama."

Isang maikling panahon pagkatapos, ang Ranchi Vidyalaya ay masayang nag-aayos para sa pangakong pagdalaw ng banal. Ang mga kabataan ay umaasam ng kahit anong araw ng kasiyahan—walang aralin, mga oras ng musika, at isang piyesta ng pagkain sa pagtatapos!

"Tagumpay! Ananda Moyi Ma, ki jai!" Itong paulit-ulit na awitin mula sa maraming masiglang maliliit na lalamunan ay bumati sa pangkat ng banal habang ito ay pumapasok sa mga pintuan ng paaralan. Mga paulan ng bulaklak ng amarillo, kuliling ng mga cymbal, ang masiglang paghihip ng kabibi, at kumpas ng tambol ng *mridanga*! Ang Laganap sa Tuwang Ina ay nakangiting gumagala sa labas ng maaraw na bakuran ng Vidyalaya, laging dala-dala sa kanyang puso ang bitbiting paraiso.

"Napakaganda dito," ang magiliw na salita ni Ananda Moyi Ma habang patungo kami sa pangunahing gusali. Naupo siya sa aking tabi na may parang batang ngiti. Ipinararamdam niya sa isang tao na ito'y isa sa pinakamalapit niyang kaibigan, subalit may aura ng kalayuan na nakapaligid sa kanya—ang hindi kapani-paniwalang pagbubukod ng nasa Lahat-ng-Dako.

"Pakiusap na magsabi ka ng ilang bagay tungkol sa iyong buhay."

"Nalalaman ng Ama lahat ng tungkol dito, bakit pa uulitin?" Maliwanag na nararamdaman niya na ang makatotohanang kasaysayan ng isang maikling pagkabuhay ay hindi dapat pansinin.

Natawa ako, at marahang inulit ang aking kahilingan.

"Ama, kaunti lang ang maaaring sabihin." Iniladlad ang kaaya-ayang mga kamay sa isang mapagmaliit na kumpas. "Ang aking kamalayan ay hindi kailanman kasama dito sa pansamantalang katawan. Bago ako * dumating dito sa mundo, Ama, 'ako ang dati'.

Bilang isang maliit na batang babae, 'ako ang dati,' ako ay lumaki sa pagiging babae; ganoon pa rin, 'ako ay ang dati.' Noong ang pamilya kung saan ako ipinanganak ay gumawa ng pakikipag-ayos upang ipakasal ang katawang ito, 'ako ang dati pa rin'. At, ama, sa

---

* Hindi tinutukoy ni Ananda Moyi Ma ang sarili bilang "Ako"; ginagamit niya ang mapagkumbabang turing na tulad ng "itong katawan" o ang "maliit na batang babaeng ito" o "ang iyong anak na babae." Hindi niya itinuturing ang sinuman bilang kanyang "disipulo". Kasama ang walang-tinutukoy na karunungan, pantay-pantay niyang ipinagkakaloob sa lahat ng tao ang dibinong pag-ibig ng Pandaigdig na Ina.

harap mo ngayon, 'ako ay dati pa.' Kailanman pagkatapos, kahit na ang sayaw ng paglalang ay magbago sa paligid ko sa bulwagan ng walang hanggan, 'ako ay magiging dati pa rin.'"

Si Ananda Moyi Ma ay pumasok sa isang malalim na kalagayang meditasyon. Ang kanyang anyo ay tila estatuwa; siya ay lumipad sa kanyang laging tumatawag na kaharian. Ang malalim na lawa ng kanyang mga mata ay nagmukhang walang buhay at malasalamin. Ang ganitong anyo ay madalas na nakikita kapag inaalis ng mga banal ang kanilang kamalayan mula sa pisikal na katawan, na sa gayon ito ay halos isa lamang piraso ng walang kaluluwang luwad. Kami ay naupong magkasama ng isang oras sa maligayang kawalan ng malay-tao. Siya ay bumalik sa daigdig na ito na may kasamang masayang munting pagtawa.

"Kung maaari, Ananda Moyi Ma," ang sabi ko, "halika sumama ka sa akin sa halamanan. kukunan tayo ni Ginoong Wright ng mga larawan."

"Oo naman, Ama. Ang iyong kagustuhan ay akin din." Napanatili ng kanyang maluwalhating mga mata ang walang pagbabagong dibinong kinang habang siya ay tumindig para sa maraming mga larawan.

Oras na para sa piyesta! Si Ananda Moyi Ma ay naupo sa kanyang kumot na upuan, isang disipulo ang nasa kanyang siko upang pakainin siya. Tulad ng isang sanggol, masunuring nilulunok ng banal ang pagkain pagkatapos itong isubo ng disipulo. Maliwanag na hindi nalalaman ng Laganap sa Tuwang Ina ang kaibahan ng mga curry at mga minatamis!

Habang padating ang takipsilim, ang banal ay umalis na kasama ang kanyang pangkat sa gitna ng pasabog ng talulot ng rosas, at ang kanyang mga kamay ay nakataas sa pagbibigay ng bendisyon sa mga maliliit na batang lalaki. Ang kanilang mga mukha ay nagniningning sa pagmamahal na walang-hirap niyang ginising.

"Ibigin mo ang Panginoon mong Diyos nang buong puso, buong kaluluwa, buong pag-iisip at buong lakas," ang pahayag ni Kristo, "Ito ang unang kautusan."*

Isina-isantabi ang bawat mas mababang kaugnayan, iniaalay ni Ananda Moyi Ma ang kanyang tanging katapatan sa Panginoon. Hindi sa pamamagitan ng mabusising pagkakaiba ng mga iskolar kundi sa tiyak na lohika ng pananampalataya, tinugunan ng walang malay na banal ang tanging suliranin sa buhay ng tao—ang pagtatatag ng pakikiisa sa Diyos.

---

* Marcos 12:30

Paramahansa Yogananda at mga kasama pagdalaw
sa Taj Mahal ng Agra, "ang pangarap sa marmol," 1936

Nalimutan ng tao itong ganap na kasimplihan, na ngayon ay pinalabo ng isang milyong mga suliranin. Tinatanggihan ang nag-iisang pagmamahal para sa Lumalang, ang mga bansa ay nagtatangkang magbalatkayo ng kanilang pagtataksil sa pamamagitan ng maselang maingat na paggalang sa harap ng panlabas na templo ng kawanggawa. Itong mga makataong pagkilos ay mabuti, sapagkat sa loob ng isang sandali inililihis nito ang pansin ng tao mula sa kanyang sarili; ngunit hindi siya pinakakawalan nito mula sa kanyang pangunahing katungkulan sa buhay na tinutukoy ni Hesus bilang ang "unang kautusan." Ang nakapagpapasiglang katungkulan na mahalin ang Diyos ay ipinalagay na kasama sa pinaka-unang hininga ng tao sa hanging malayang ipinagkaloob ng kanyang tanging Tagapagtaguyod.*

Sa isa pang pagkakataon pagkatapos ng kanyang pagdalaw

---

* "Marami ang nakararamdam ng panghihikayat na lumikha ng isang bago at higit na magandang mundo. Sa halip na hayaan ang inyong isip na nakatuon sa ganitong mga bagay, kailangan ninyong pag-ukulan ng panahon at isip, kapag pinagnilayan ay magkakaroon ng pag-asa sa ganap na kapayapaan. Tungkulin ng tao ang maging tagapag-hanap ng Diyos o Katotohanan."—*Ananda Moyi Ma.*

sa paaralang Ranchi, nagkaroon ako ng pagkakataong makita si Ananda Moyi Ma. Siya ay nakatayo na kasama ang isang pangkat, ilang buwan ang nakalipas, sa plataporma ng estasyon ng tren sa Serampore, hinihintay ang pagdating ng tren.

"Ama, ako ay papunta sa Himalayas," sabi niya sa akin. "May mababait na mga taong nagtayo para sa amin ng isang hermitage sa Dehra Dun."

Habang siya ay sumakay na sa tren, ako ay namamanghang makita na kahit sa gitna ng maraming tao, sa loob ng tren, kumakain, o nakaupo sa katahimikan, ang kanyang mga mata ay hindi kailanman tuminging palayo sa Diyos.

Sa kalooban ko naririnig ko pa ang kanyang tinig, isang alingawngaw ng walang sukatang katamisan:

"Masdan, ngayon at kailanman laging kaisa sa Walang Hanggan, 'Ako ay ang dati pa rin.'"

KABANATA 46

Ang Babaeng Yogi Na Hindi Kailanman Kumakain

"Ginoo, saan po tayo pupunta ngayong umaga?" Minamaneho ni Ginoong Wright ang Ford; inalis niya ang kanyanag paningin sandali sa kalsada upang tumingin sa aking may kislap ng pag-asang tanong. Sa araw-araw, bihira niyang malaman kung anong bahagi ng Bengal ang susunod niyang matutuklasan.

"Kung ipapahintulot ng Diyos," ang sagot kong may kabanalan, "tayo ay papunta upang makita ang ikawalong kababalaghan ng mundo—isang babaeng banal na ang pagkain ay manipis na hangin!"

"Ang pag-ulit ng mga kababalaghan—pagkatapos ni Therese Neumann." Ngunit si Ginoong Wright ay sabik pa ring nagtawa; lalo pa niyang pinabilis ang takbo ng sasakyan. May dagdag pang pambihirang ilalaman para sa kanyang talaarawan ng paglalakbay. Hindi para sa karaniwang turista, iyon!

Kaaalis lang namin sa paaralang Ranchi; bumangon kami bago sumikat ang araw. Maliban sa aking kalihim at ako, tatlong mga kaibigang Bengali ang kasama sa pangkat. Nilanghap namin ang kasiglahan ng hangin, ang likas na alak ng umaga. Ginabayan ng aming tsuper ang sasakyan nang buong ingat sa gitna ng mga maagang magbubukid at ang mga may dalawang-gulong na kariton, na dahan-dahang hinihila ng may pamatok na maumbok ang balikat na mga toro, na ibig higitan sa kalsada ang isang mapanghimasok na bumubusina.

"Ginoo, ibig po naming makaalam pa ng mas marami tungkol sa hindi kumakaing banal."

"Ang pangalan niya ay Giri Bala," ang sabi ko sa aking mga kasama. "Ako ay unang nakarinig tungkol sa kanya maraming taon na ang nakalilipas mula sa isang may pinag-aralang ginoo, si Sthiti Lal Nundy. Siya ay madalas pumunta sa tahanan sa Garpar Road upang turuan ang aking kapatid na si Bishnu.

"'Kilala kong mabuti si Giri Bala,' ang sabi ni Sthiti Babu sa akin. 'Siya ay gumagamit ng isang pamamaraan ng yoga na nagbibigay-buhay sa kanya kahit hindi siya kumakain. Ako ay kan-yang malapit na kapitbahay sa Nawabganj malapit sa Ichapur.* Si-nadya kong bantayan siyang mabuti; hindi kailanman ako nakakita ng katibayan na siya ay kumakain o umiinom. Naging masyado akong interesado kaya nilapitan ko ang Maharaja ng Burdwan† at hinilingan ko siyang magsagawa ng pagsisiyasat. Lubhang nagtaka siya sa kuwento ko, kaya inanyayahan niya ito sa kanyang palasyo. Sumang-ayon si Giri Bala sa pagsubok at nanirahan siya doon nang dalawang buwan na nakakulong sa isang maliit na seksyon ng kan-yang tahanan.

Pagkatapos, siya ay bumalik sa palasyo upang dumalaw nang dalawampung araw; at saka para sa pangatlong pagsusulit, nang la-binlimang araw. Ang Maharaja mismo ang nagsabi sa akin na itong tatlong mahigpit na pagsusuri ay walang-pagdududang nakakum-binsi sa kanya ng walang-pagkaing kalagayan ni Giri Bala.'

"Itong kuwento ni Sthiti Babu ay nanatili sa aking isip nang mahigit sa dalawampu't-limang taon," ang aking pangwakas. Kung minsan, sa Amerika ako ay naghihinalang baka lunukin ang yogini‡ ng agos ng buhay bago ko siya makita. Maaaring siya ay matanda na ngayon. Ni hindi ko alam kung nasaan siya, o kung siya ay nabu-buhay pa. Ngunit sa loob ng ilang oras tayo ay makararating na sa Purulia; ang kapatid niyang lalaki ay may tahanan doon."

Bandang alas diyes y media ang aming maliit na pangkat ay nakikipag-usap na sa kapatid na lalaki, si Lambodar Dey, isang abugado ng Purulia.

"Oo, ang kapatid kong babae ay buhay. Kung minsan siya ay tumitigil dito sa akin, ngunit sa kasalukuyan siya ay nasa tahanan ng aming pamilya sa Biur." Si Lambodar Babu ay nagdududang sumulyap sa Ford. "Parang hindi ko Maisip, Swamiji, na anumang sasakyan ay nakapasok na sa looban na kasing layo ng Biur. Baka mas makabuti kung kayong lahat ay magtiyaga sa kalog ng isang kariton."

Bilang isang tinig, ang aming pangkat ay nangako ng katapatan sa Dangal Ng Detroit.

"Ang Ford ay galing sa Amerika," ang sabi ko sa abugado.

---

* Sa hilagang Bengal.

† Si H.H. Sir Bijay Chand Mahtab, na ngayon ay patay na. Walang dudang mayroong mga tala ang kanyang pamilya sa mga tatlong imbestigasyon ng Maharaja tungkol kay Giri Bala.

‡ Babaeng yogi

Magiging isang kahihiyan na alisan siya ng isang pagkakataon upang makilalang mabuti ang puso ng Bengal!"

"Harinawang si Ganesh* ay sumama sa inyo!" ang sabi ni Lambodar Babu, na nagtatawa. Magalang niyang idinagdag, "Kung sakaling makarating kayo doon, nakatitiyak akong si Giri Bala ay masisiyahang makita kayo. Siya ay malapit nang mag-pitumpung taon, subalit patuloy sa napakagaling na kalusugan."

"Kung maaari, sabihin mo sa akin ginoo, kung lubos na ka-totohanang wala siyang kinakain?" Tumingin ako nang diretso sa kanyang mga mata, ang mga maliwanag na bintana ng isip.

"Iyon ay totoo." Ang kanyang tingin ay bukas at marangal. "Sa loob ng mahigit na limang dekada hindi ko pa siya nakitang kumain kahit isang subo. Kapag ang daigdig ay biglang dumating sa katapusan, hindi ako magugulat kaysa kung makita ko ang aking kapatid na kumakain!"

Tumawa kaming pareho dito sa malamang hindi mangyayaring dalawang kosmikong mga pangyayari.

"Si Giri Bala ay hindi kailanman naghanap ng mahirap ma-rating na pag-iisa sa kanyang pagsasanay sa yoga," ang patuloy ni Lambodar Babu. "Sa mula't-mula, nabuhay siyang napapaligiran ng pamilya at mga kaibigan. Lahat sila ay sanay na sanay na ngayon sa kanyang hindi karaniwang kalagayan—wala ni isa sa kanila ang hindi magtataka kapag si Giri Bala ay biglang nagpasyang kumain ng anuman! Ang kapatid ko ay likas na mahiyain, na nababagay sa isang biyudang Hindu, ngunit batid ng aming maliit na grupo sa Purulia at sa Biur na siya ay isang tunay na 'pambihirang' babae."

Kitang-kita ang katapatan ng kapatid na lalaki. Ang aming maliit na pangkat ay mainit siyang pinasalamatan at nagsimula kaming maglakbay papuntang Biur. Tumigil kami sa isang tindahan sa kalsada para sa curry at mga *luchi*—at nakaakit ng kawan ng mga batang gusgusin na nagtipun-tipon upang panoorin si Ginoong Wright na nagkakamay sa simpleng paraan ng mga Hindu.† Ang masiglang gana sa pagkain ay nagbigay sa amin ng lakas laban sa isang hapon na wala kaming kaalam-alam sa sandaling iyon na magiging mahirap.

Ang aming landas ngayon ay patungong silangan, dumaraan

* "Tagapag-alis ng Balakid," ang diyos ng magandang kapalaran

† Malimit sabihin ni Sri Yukteswar na: "Binigyan tayo ng Panginoon ng mga bunga ng mabait na lupa. Gusto nating tingnan ang ating pagkain, amuyin ito, tikman ito—gusto rin ng Hindu na hawakan ito." Maaari ring *pakinggan* ito, kung walang ibang kasalo sa pagkain!

sa mga palayang nanigas na ang lupa sa init ng araw sa bahaging Burdwan ng Bengal. Tuluy-tuloy sa mga daang napapaligiran ng makakapal na halaman; ang awitin ng mga ibong myna at ibong bulbul na may guhit sa lalamunan ay lumilipad palayo mula sa mga puno na may malalapad na parang payong na sanga. Isang kariton ang paminsan-minsang nagdaraan, ang *rini, rini, manju, manju* ng lagitik ng kanyang ehe at ang bakal na balangkas at kahoy na gulong ay maliwanag sa isip na iba sa *swish, swish* ng gulong ng kotse sa aristokratong aspalto ng mga siyudad.

"Dick, tigil!" Ang bigla kong kahilingan ay nagbigay ng maka-log na pagtutol mula sa Ford. "Yung hitik na hitik sa bunga na puno ng mangga ay lubos na sumisigaw ng paanyaya!"

Kaming lima ay sumugod na parang mga bata sa lupang puno ng nagkalat na mga mangga; ang puno ay lubos ang kagandahang-loob na nilagas ang kanyang mga bunga habang sila ay nahihinog.

"Lubos na maraming mangga ang tumutubo upang hindi ma-kita," ang aking pangungusap, "at sayangin ang tamis sa mabatong lupa."

"Walang tulad nito sa Amerika, Swamiji, eh?" ang tawa ni Sai-lesh Mazumdar, isa sa aking mga mag-aaral na Bengali.

"Wala, ang pagtanggap ko, puno ng mga mangga at kasiyahan. "Kung gaano ko hinahanap- hanap ang prutas na ito sa Kanluran! Hindi ko maisip ang langit ng isang Hindu na walang mangga!"

Naghagis ako ng bato at bumagsak ang isang masaganang ganda mula sa pinakamataas na sanga.

"Dick," ang tanong ko sa pagitan ng mga kagat ng ambrosyang sarap ng pagkain, na mainit-init sa tropikong araw, "lahat ba ng mga kamera ay nasa sasakyan?"

"Opo, Ginoo, nasa lalagyan ng mga bagahe."

"Kapag si Giri Bala ay napatunayang isang tunay na banal, ibig kong magsulat tungkol sa kanya sa Kanluran. Ang isang yogining Hindu na may ganoong nakapagbibigay-siglang kapangyarihan ay hindi dapat mabuhay at mamatay na hindi nakikilala—tulad ng karamihan sa mga manggang ito."

Makalipas ang kalahating oras, ako ay namamasyal pa sa kata-himikan ng bukid.

"Ginoo," ang puna ni Ginoong Wright, "kinakailangang maka-rating tayo kay Giri Bala bago lumubog ang araw upang magkaroon ng wastong liwanag para sa mga larawan." Ang dagdag niyang nakangiti, "ang mga taga Kanluran ay hindi madaling maniwala;

tayo ay hindi dapat umasa na sila ay maniniwala sa banal na babae kung walang mga larawan!"

Ang ganitong munting talino ay hindi matututulan; tinalikuran ko ang tukso at pumasok muli sa sasakyan.

"Tama ka, Dick," ako'y napabuntong-hininga habang kami ay matuling umalis. "Isasakripisyo ko ang paraiso ng mga mangga sa dambana ng realismo ng Kanluran. Kinakailangan nating magkaroon ng mga larawan!"

Ang kalsada ay lumala ng lumala; ang malungkot na mga hukay, mga pigsa ng tumigas na putik—ang mga malungkot na sakit ng katandaan. Ang aming pangkat ay bumababa paminsan-minsan upang pagbigyan si Ginoong Wright na mas madaling imaniobra ang Ford, na itinutulak namin mula sa likuran.

"Nagsabi ng totoo si Lambodar Babu," ang sabi ni Sailesh. "hindi tayo kinakarga ng sasakyan ; tayo ang nagkakarga sa sasakyan!

Ang nakapapagod na pag-akyat-pasok, pag-akyat-baba sa sasakyan ay nakakalibang paminsan-minsan sa tulong ng paglitaw ng isang nayon, na bawat isa ay isang tagpo ng kakaibang kasimplihan.

Ang dinaanan namin ay lumiko at umikot sa gitna ng palumpon ng mga palmera kasama ng sinaunang walang sirang kanayunan namumugad sa lilim ng kagubatan," ang naitala ni Ginoong Wright sa kanyang talaarawan ng paglalakbay, sa ilalim ng petsang Mayo 5, 1936. "Lubhang kasiya-siya ang mga kumpol na ito ng mga kubong yari sa putik na may atip na gawa sa pawid, napapalamutian ng isa sa mga pangalan ng Diyos sa mga pintuan; maraming maliliit at hubad na mga bata ang walang malay na naglalaro sa paligid, titigil sandali upang tumitig o tumatakbong papalayo mula dito sa malaking itim na walang humihilang karwahe na bumubulusok na parang galit na galit sa gitna ng kanilang nayon. Ang mga babae ay sumisilip lamang mula sa lilim, samantalang ang mga lalaki ay nakamasid habang namamahinga sa likod ng mga puno sa mga dinadaanan, nag-uusyoso sa kabila ng kanilang pagwawalang-bahala. Sa isang pook, lahat ng taga-nayon ay masayang naliligo sa malaking tangke (na nakadamit, nagpapalit sa pamamagitan ng pagtatapis ng tuyong damit sa kanilang katawan, at inilalaglag ang mga basa). Ang mga babae ay nagdadala ng tubig sa kanilang mga tahanan, sa malalaking tapayan na gawa ng tanso.

"Dinala kami sa masayang habulan sa ibabaw ng mga tambak at palupo; kami ay tumalbog at humagis, lumublob sa maliliit na agos, lumigid na paliko sa hindi pa natatapos na daanan ng mga sasakyan, gumapang sa mga tuyo at mabuhanging lunas ng ilog; at sa wakas, sa oras na mag-aalas-singko ng hapon, kami ay malapit na sa aming paruroonan, sa Biur. Itong maliit na nayon sa looban ng distrito ng Bankura, natatago sa pagkalinga ng makakapal na mga dahon, ay hindi kayang marating ng mga manlalakbay sa panahon ng tag-ulan, ang sabi sa amin; sa panahong iyon malakas ang agos ng mga ilog at ang mga daanan ay tulad ng ahas, dumudura ng nakalalasong putik.

"Humihingi kami ng isang magpapatnubay mula sa grupong kagagaling sa pagsamba pauwi sa kanilang tahanan mula sa pananalangin sa templo (na nasa ilang na kabukiran), nang kami ay sinugod ng isang dosenang may bahagyang kasuotang mga binatilyo na umakyat sa tagiliran ng sasakyan, nasasabik na dalhin kami kay Giri Bala.

"Ang daanan ay patungo sa kumpol ng palmerang date na nalilimliman ang isang grupo ng mga kubong gawa sa putik, ngunit bago kami nakarating dito, ang Ford ay ilang saglit na tumagilid sa mapanganib na anggulo, umitsa at bumagsak. Ang makitid na daanan ay humantong sa paligid ng mga puno at mga tangke ng tubig, sa ibabaw ng mga tagaytay, tungo sa mga butas at malalim na mga hukay. Ang sasakyan ay sumabit sa kumpol ng mababang mga puno, pagkatapos ay nabaon sa isang maliit na burol, na kinailangang maiangat ang tigkal na lupa; pasulong kaming tumuloy, dahan-dahan at buong ingat; biglang-bigla ang daanan ay pinatigil ng isang kumpol ng mga mababang puno sa gitnang daanan ng kariton, at kinailangan kaming lumiko pababa sa matarik na nakausling bato papunta sa tuyong tangke ng tubig, na ang pagliligtas ay humingi ng pagkakayod, pagdaras, at pagpapala. Paulit-ulit ang kalsada ay parang hindi madadaanan, ngunit ang paglalakbay sa banal na lugar ay kailangang magpatuloy; ang matulunging mga binatilyo ay kumuha ng mga pala at sinira ang mga nakaharang (mga biyaya ni Ganesh!) samantalang daan-daang mga bata at mga magulang ay nakamasid.

"Hindi nagtagal, kami ay bumabagtas sa daanan ng dalawang bakas ng unang panahon, ang mga babae ay nanlalaki ang mga matang nakatingin mula sa pintuan ng kanilang mga kubo, at ang mga lalaki ay nakabuntot sa tagiliran at sa likuran namin, ang mga bata ay kumakaripas ng takbo upang makadagdag sa prusisyon. Marahil ang aming Ford ay ang unang sasakyan na dumaan sa mga kalsadang ito; ang 'unyon ng mga kariton' ay maaaring pinakamakapangyarihan dito! Anong katuwaan ang aming nalikha—isang pangkat na minamaneho ng isang Amerikano at pinangungunahan ng isang sumisinghal na kotse sa harap mismo ng kanilang nayon, nilulusob ang sinaunang kasarinlan at kabanalan!

"Tumigil kami sa isang makitid na daan at natagpuan naming kami ay isang daang talampakan ang layo sa minanang tahanan ni Giri Bala. Nakaramdam kami ng labis na tuwa sa pagkaganap, pagkatapos ng mahabang pagsisikap, sa mga daan na nakoronahan ng baku-bakong pagtatapos. Lumapit kami sa isang malaking, dalawang palapag na gusaling gawa sa ladrilyo at pamasta, pinangingibabawan ang mga karatig na mga kubong gawa sa adobe; ang bahay ay isinasaayos na muli, sapagkat ang palibot nito ay ang nakaugaliang tropikong balangkas na kawayan.

"Taglay ang mainit na pag-asa at pigil na pagkatuwa, kami ay tumayo sa harap ng bukas na mga pintuan ng isang pinagpala ng Panginoon ng Kanyang paghipong 'walang gutom'. Palaging nakatunganga ang mga taganayon, bata at matanda, hubad at may damit, ang mga babae ay medyo malayo ngunit mausisa din, at mga lalaki at mga batang hindi nahihiyang sumunod sa amin habang sila ay nakamasid dito sa walang katulad na panoorin.

"Hindi nagtagal, isang mababang anyo ang nagpakita sa pintuan—si Giri Bala! Siya ay nakabalabal ng telang mapusyaw na ginintuang seda; sa karaniwang kaugalian ng babaeng Indian, siya ay humakbang na papalapit na may kahinhinan at pag-aalinlangan, nakasilip sa amin mula sa ilalim ng pang-itaas na tupi ng kanyang telang *swadeshi*. Ang kanyang mga mata ay kumikislap na tulad ng nagliliyab na baga mula sa mga anino ng kanyang takip sa ulo; kami ay nabighani sa isang mukha ng kabaitan at Sariling-pagkaunawa, malaya sa dungis ng pagka-giliw sa mga maka-mundong bagay.

"Maamo siyang lumapit at tahimik na sumang-ayon sa aming madaliang pagkuha ng mga larawan sa aming 'hindi gumagalaw' at 'pampelikulang' mga kamera.* Mapagtiis at mahiyaing pinagtiyagaan niya ang aming paraan ng pagkuha ng mga larawan sa ayos ng tindig at pagsasaayos ng liwanag. Sa wakas ay naitala namin para sa mga susunod na henerasyon ang maraming mga larawan ng tanging babae sa buong mundo na nakilalang nabuhay na walang pagkain o inumin sa loob ng limampung taon. (Si Therese Neumann, siyanga pala, ay hindi kumain mula noong taong 1923.) Napaka-parang-ina ang hitsura ni Giri Bala habang siya ay nakatayo sa harap namin, lubos na natatakpan ng maluwag na balot ng tela, walang bahagi ng kanyang katawan ang nakikita kundi ang kanyang mukha na

---

* Kumuha rin si G. Wright ng mga gumagalaw na larawan ni Sri Yukteswar sa kanyang huling Winter Solstice Festival sa Serampore.

may mga matang nakatingin sa ibaba, ang kanyang mga kamay, at maliliit na mga paa. Isang mukha ng pambihirang kapayapaan at kawalang-malay na kahinahunan—isang malapad na parang batang nangangatal na labi, isang pambabaeng ilong, makitid, at nagnining-ning na mga mata, at isang parang nangangarap na ngiti."

Ang pagkakilala ni Ginoong Wright kay Giri Bala ay sinang-ayu-nan ko; yapos-yapos siya ng kabanalan tulad ng kanyang banayad na makintab na belo. Siya ay nag-*pranam* sa harap ko sa nakaugaliang kilos ng pagbati mula sa isang nagmamay-ari ng bahay sa isang monghe. Ang kanyang simpleng pang-akit at tahimik na ngiti ay nagbigay sa amin ng pagbati na higit pa sa matamis na mga salita; nalimutan na ang aming napakahirap at maalikabok na paglalakbay.

Ang maliit na banal ay naupo na naka-krus ang mga paa sa balkonahe. Bagamat dala ang tanda ng kapanahunan, siya ay hindi payat na payat; ang kanyang kulay olibang balat ay nanatiling ma-liwanag at malusog ang kalagayan.

"Ina," ang sabi ko sa wikang Bengali, "sa loob ng dalawam-pu't-limang taon, ako ay sabik na nag-isip nitong kasalukuyang banal na paglalakbay! Narinig ko ang tungkol sa iyong sagradong pamumuhay mula kay Sthiti Lal Nundy Babu."

Siya ay tumango sa pagkilala. "Oo, ang aking mabait na kapit-bahay sa Nawabganj."

"Sa loob nang mga taong iyon ako ay tumawid ng mga karaga-tan, ngunit hindi ko kailanman nalimutan ang aking planong balang araw ay makita kita. Ang dalisay na dulang iyo ngayon ginaganap na hindi nahahalata ay dapat ipaalam sa harap ng isang mundong matagal nang nalimutan ang panloob na dibinong pagkain."

Ang banal ay tumingin paitaas nang isang minuto, nakangiti na may payapang interes.

"Si Baba (dakilang ama) ang nakakaalam ng lahat," ang maamo niyang sagot.

Ako ay nasisiyahan na hindi siya nagdamdam; hindi kailanman nalalaman ng kahit sino kung papaano tanggapin ng mga yogi at yogini ang kaisipan ng publisidad. Tinatanggihan nila ito, bilang pa-takaran, ninanais na sumunod nang tahimik sa malalim na pagsasa-liksik ng kaluluwa. Isang panloob na pahintulot ang dumarating sa kanila kapag ang tamang panahon ay dumating na upang ipakita ang kanilang buhay na hayagan para sa kapakanan ng naghahanap na mga isip.

"Ina," ang patuloy ko, "patawarin mo ako, kung ganoon, sa pagpapabigat ko sa iyo sa maraming mga katanungan. Pakisuyo na

GIRI BALA, BANAL NA HINDI KUMAKAIN
Siya ay gumagamit ng tanging kaparaanang yoga upang kargahan ang kanyang katawan ng kosmikong enerhiya mula sa ether, araw at hangin. "Ako ay hindi "kailanman nagkaroon ng karamdaman", ang sabi ng banal. "Ako ay natutulog ng bahagya, sapagkat ang pagtulog at paggising ay iisa sa akin."

sagutin mo lamang ang mga nais mo; mauunawaan ko rin ang iyong pananahimik."

Iniunat niya ang kanyang mga kamay sa isang magiliw na pagpapahayag. "Ako ay nasisiyahang tumugon, sa abot-kaya ng isang walang halagang taong tulad ko na makapagbigay ng kasiya-siyang mga kasagutan."

"Oh, hindi, hindi walang halaga!" ang matapat kong pagtutol. "Ikaw ay isang napakadakilang kaluluwa."

"Ako ay ang mababang tagapagsilbi sa lahat." Dagdag niyang naiiba, "gustung-gusto kong magluto at magpakain ng mga tao."

Isang nakapagtatakang libangan, naisip ko, para sa isang hindi-kumakaing banal!

"Sabihin mo sa akin, Ina, mula sa iyong mga labi—nabubuhay ka bang walang pagkain?"

"Iyan ay totoo." Siya ay nanahimik nang ilang mga sandali; ang sumunod niyang pangungusap ay nagpakitang siya ay nagsumikap sa pangkaisipang aritmetika. "Mula sa gulang na labindalawa-at-apat-na buwan hanggang sa kasalukuyang edad ko na animnapu't -walo—isang panahon na mahigit sa limamput-anim na taon—hindi pa ako kumain ng pagkain o uminom ng mga likido."

"Ikaw ba ay hindi kailanman natuksong kumain?"

"Kapag ako ay nakaramdam ng isang pananabik sa pagkain, ako ay kinakailangan kumain." May pagka-simple ngunit parang haring ipinahayag niya itong malinaw na katotohanan na alam na alam ng isang mundong umiikot sa tatlong beses isang araw na pagkain!

"Subalit ikaw ay may kinakain!" Ang aking tono ay may pagsalungat.

"Oo, naman!" Ngumiti siya sa mabilis na pagkaunawa.

"Ang iyong ikinabubuhay ay nanggagaling sa mapinong enerhiya ng hangin at liwanag ng araw,* at mula sa kosmikong lakas

---

* "Ang kinakain natin ay radyasyon; ang pagkain natin ay katumbas ng enerhiya," ang sabi ni Dr. Geo. W Crile ng Cleveland sa isang pagpupulong ng mga tao sa medisina noong May 17, 1933, sa Memphis. Bahagi ng kanyang panayam ay iniulat na sumusunod:

"Itong napakahalagang radyasyon, na nagpapakawala ng daloy ng elektrisidad para sa elektrisidad na palibot sa katawan ng tao, ang sistema ng nerbiyos, ay ibinibigay sa pagkain ng mga sinag ng araw. Ag mga atomo, ayon kay Dr. Crile, ay mga solar system. Ang mga atomo ay mga sasakyang puno ng kaliwanagan ng araw tulad ng maraming paikot na kawad. Ang di-mabilang na puno ng atomong enerhiya ay kinakain bilang pagkain. Kapag nasa katawan na ng tao, ang mga ninenerbiyos na atomo, ay pinakakawalan sa protoplasma ng katawan, ang kaliwanagang nagbibigay ng bagong kemikal na enerhiya, bagong daloy ng elektrisidad. 'Ang inyong katawan ay binubuo ng katulad na mga atomo,'sabi ni Dr. Crile. "Sila ang inyong mga kalamnan, utak, at pandamang mga organo, tulad ng mga mata at tainga.'"

Balang araw, matutuklasan ng mga siyentipiko kung paano direktang mabubuhay ang mga tao sa pamamagitan ng enerhiya ng araw. "Ang chlorophyll ay ang tanging sangkap na kilala sa kalikasan na sadyang nagtataglay ng kapangyarihang maging 'patibong ng sikat ng araw,' ang sinulat ni William L. Laurence sa *The New York Times*. "'Sinasalo' nito ang enerhiya ng sikat ng araw at iniimbak sa halaman. Kung wala ito, walang buhay. Kinukuha natin ang enerhiyang kailangan natin upang mabuhay mula sa enerhiyang nakatago sa pagkaing-halamang kinakain natin o sa laman ng mga hayop na kumakain ng mga halaman. Ang enerhiyang nakukuha natin mula sa uling o langis ay enerhiyang-araw na nabihag ng mga chlorophyll sa

na kinakargahan ang iyong katawan na tuloy-tuloy sa medulla oblongata."

"Si Baba ang may alam ng lahat." Muli siya ay napahinuhod, ang kanyang paraan ay nakakapahinahon at hindi mariin.

"Ina, kung maaari, sabihin mo sa akin ang iyong naunang pagka-buhay. Ito ay may malalim na interes para sa buong India, at kahit para sa ating mga kapatid na mga lalaki at mga babae sa kabilang mga karagatan."

Isinantabi ni Giri Bala ang kanyang nakaugaling kahinhinan, at naging palagay ang loob sa pakikipag-usap.

" Kung iyon ang nais mo." Ang boses niya ay mababa at matatag. "Ako ay ipinanganak dito sa magubat na mga pook. Ang aking kabataan ay pangkaraniwan, maliban sa ako ay pinanaigan ng walang kabusugang gana sa pagkain.

"Ako ay ipinagkasundong ipakasal noong ako ay mga siyam na taon.

"'Anak,' madalas na paalaala ng aking ina, 'subukan mong pigilan ang iyong katakawan. Kung dumating ang panahong ikaw ay makikisama sa ibang tao sa pamilya ng iyong magiging asawa, ano ang iisipin nila sa iyo kapag ang iyong mga araw ay ginugugol sa wala kundi puro sa pagkain?'

"Ang kalamidad na kanyang nakini-kinita ay natupad. Ako ay labindalawang taong gulang lamang noong nakisama ako sa mga kamag-anak ng aking magiging asawa sa Nawabganj. Ipinahihiya ako ng aking biyenan na babae sa umaga, tanghali at gabi tungkol sa aking matakaw na pag-uugali. Ang kanyang pagmumura sa akin ay naging biyayang nagbalatkayo, gayunman; ginising nila ang mga natutulog kong pagkahilig sa espirituwal. Isang umaga, ang kanyang panlilibak ay naging malupit.

"'Malapit ko nang patunayan sa iyo,' ang sabi kong labis na nasaktan, 'na hindi na ako kailanman muling hihipo ng pagkain habang ako ay nabubuhay.'

"Ang aking biyenang babae ay tumawa na nanlilibak. 'Ganun!' sabi niya, 'papaano ka mabubuhay na hindi kumakain, gayong hindi mo kayang mabuhay na hindi labis kumain?"

"Ang pananalitang ito ay hindi masasagot. Ngunit isang matigas na pagpapasya ang pumasok sa aking puso. Sa isang natatagong pook, hinanap ko ang aking Amang nasa Langit.

"'Panginoon,' ang dalangin kong walang tigil, 'nakikiusap po

---

buhay ng mga halaman milyung taon na ang nakalilipas. Nabubuhay tayo ng araw sa pamamagitan ng chlorophyll."

ako, magpadala Ka sa akin ng isang guru, iyung matuturuan akong
mabuhay sa tulong ng Iyong Liwanag at hindi sa pagkain.'

"Isang lubos na kasiyahan ang lumukob sa akin. Sa gayuma
ng isang labis na kagalakan ako ay nagtungo sa Nawabganj *ghat* sa
Ganges. Samantalang ako ay patungo doon, nasalubong ko ang pari
ng pamilya ng aking asawa.

"'Kagalang-galang na Ginoo,' ang sabi kong may pagtitiwala,
'pakisuyong sabihin ninyo sa akin kung papaano mabuhay na hindi
kumakain.'

"Tumitig siya sa akin na walang kasagutan. Sa wakas nagsalita
siya sa magiliw na paraan. 'Anak,' ang sabi niya, 'pumunta ka sa
Templo ngayong gabi; ako ay magsasagawa ng isang natatanging
seremonyang Vedic para sa iyo.'

"Hindi itong walang katiyakang sagot ang aking hinahanap;
nagpatuloy ako patungo sa *ghat*. Ang pang-umagang araw ay tu-
matagos sa tubig; pinadalisay ko ang aking sarili sa ilog Ganges, na
tila para sa isang sagradong inisasyon. Habang ako ay paalis na sa
pampang ng ilog, ang basang damit ay nakapaikot sa aking buong
katawan, sa malawak na liwanag ng nakasisilaw na araw ang aking
Maestro ay nagpakita ng kanyang sarili sa harap ko!

"'Mahal na munting bata,' ang sabi niya sa tinig na mapag-
mahal na pagkahabag, 'Ako ang gurung ipinadala dito ng Diyos
upang matupad ang iyong madaliang panalangin. Lubhang naantig
ang Kanyang damdamin sa iyong pambihirang kalagayan! Mula
ngayong araw na ito, ikaw ay mabubuhay sa tulong ng astral na
liwanag; ang atomo ng iyong katawan ay makakargahan sa pama-
magitan ng laganap na daloy na walang hanggan,'"

Si Giri Bala ay nanahimik. Kinuha ko ang lapis at papel ni
Ginoong Wright at isinalin sa wikang English ang ilang mga bagay
para sa kanyang kaalaman.

Ang banal ay nagpatuloy ng kanyang salaysay, ang marahang
tinig ay halos hindi marinig. "Ang ghat ay walang katao-tao, ngunit
ang aking guru ay naglatag sa aming paligid ng aura ng tumatanod
na liwanag, upang walang mga naligaw na naliligo ang mang-aabala
sa amin pagkatapos. Biniigyan niya ako ng inisasyon sa isang pa-
mamaraan ng *kria* na nagpapalaya ng katawan mula sa pagkalinga
ng magaspang na pagkain ng may kamatayang mga nilalang. Ang
pamamaraan ay may kasamang paggamit ng isang mantra* at isang

* Mabisang awiting umiindayog. Ang literal na salin ng Sanskrit na *mantra*
ay "instrumento ng isip." Sinasagisag nito "ang uliran, di-marinig na tunog na
kumakatawan sa isang aspeto ng paglalang; kapag binanggit bilang pantig, ang isang

pagsasanay sa paghinga na mas mahirap kaysa sa makakayanan ng karaniwang tao. Walang medisina o kababalaghan ang sangkot; wala maliban sa *kria.*

Sa paraan ng Amerikanong tagapamalita sa pahayagan, na hindi niya namamalayan ay naturuan niya ako ng kanyang pamamaraan, tinanong ko si Giri Bala sa maraming mga bagay na inaakala kong magiging kawili-wili sa buong daigdig. Ibinigay niya sa akin, unti-unti, ang mga sumusunod na kaalaman:

"Ako ay hindi kailanman nagkaroon ng anak; maraming taon na ang nakalilipas ako ay naging biyuda. Kaunti lang ang tulog ko, sapagkat ang pagtulog at pagkagising ay pareho sa akin. Nagmi-meditasyon ako sa gabi, nag-aasikaso ng aking pantahanang katungkulan sa araw. Bahagya kong nararamdaman ang pagbabago ng klima mula sa isang panahon tungo sa isa pang panahon. Hindi ako kailanman nagkasakit o nakaranas ng anumang karamdaman. Nakakaramdam lamang ako ng kaunting sakit kapag nasaktan ako nang hindi sinasadya. Wala akong inilalabas sa aking katawan. Maaari kong pamahalaan ang tibok ng aking puso at paghinga. Sa mga pangitain, madalas kong makita ang aking guru at ibang mga dakilang kaluluwa."

"Ina," ang tanong ko, "bakit hindi mo turuan ang iba sa paraan ng pamumuhay nang walang pagkain?"

Ang aking maadhikaing pag-asa para sa milyun-milyong nagugutom ng mundo ay madaling nawasak.

"Hindi," umiling siya. "Ako ay mahigpit na pinagbawalan ng aking guru na huwag ibunyag ang lihim. Hindi niya kagustuhan ang makialam sa dulaan ng Diyos sa paglalang. Hindi ako pasasalamatan ng mga magbubukid kapag tinuruan ko ang maraming tao na mabuhay na hindi kumakain! Ang mga hinog na prutas ay babagsak na walang silbi sa lupa. Lumalabas na ang kahirapan, pagkagutom, at karamdaman ay mga pamalo ng ating mga karma upang sa wakas ay mapipilitan tayong hanapin ang totoong kahulugan ng buhay."

"Ina," ang sabi kong dahan-dahan, "ano ang silbi ng pagpili sa iyo upang mabuhay nang walang pagkain?"

"Upang patunayan na ang tao ay Espiritu." Ang kanyang mukha ay nagliwanag sa karunungan. "Upang itanghal na sa paraan

mantra ay bumubuo ng pandaigdigang terminolohiya" (Webster's New International Dictionary, 2nd ed.). ang walang hanggang kapangyarihan ng tunog ay nagmumula sa *Aum,* ang "Salita" o malikhaing ugong ng Kosmikong Motor.

ng dibinong pagsulong, siya ay unti-unting matututo na mabuhay sa Walang Hanggang Liwanag at hindi sa pagkain."*

Ang banal ay lumubog sa malalim na meditasyong kalagayan. Ang paningin ay nasa tuwirang panloob; ang mayuming lalim ng kanyang mga mata ay naging blangko. Siya ay nagbigay ng isang buntonghininga, isang pasimula ng napakaligayang hindi humihingang kawalan ng malay. Sa loob ng isang panahon, siya ay tumakas tungo sa walang tanong na kaharian, ang kalangitan ng panloob na tuwa.

Ang tropikong kadiliman ay bumagsak na. Ang liwanag ng isang maliit na lamparang gaas ay umandap-andap sa ulo ng mga taganayon na nakaupong tahimik sa mga lilim. Ang pagsibad ng mga alitaptap at ang malalayong lamparang langis ng mga kubo ay naghahabi ng maliwanag sa nakapangingilabot na disenyo sa madilim na gabi. Ito ang masakit na oras ng paghihiwalay; isang marahang, nakababagot na paglalakbay ang nakaharap sa aming maliit na pangkat.

"Giri Bala," ang sabi ko samantalang ang banal ay dumilat, "kung mamarapatin, bigyan mo naman ako ng isang alaala—isang bahagi mula sa isa sa iyong mga *sari.*"

Siya ay madaling bumalik na may dalang kapirasong sedang Banaras, na iniabot ng kanyang mga kamay habang siya ay biglang nagpatirapa sa lupa.

"Ina," ang magalang kong pangungusap, "mas mabuti kung pagbibigyan mo akong hipuin ang iyong sariling banal na mga paa.!"

---

* Ang walang-pagkaing kalagayan na natamo ni Giri Bala ay isang kapangyarihang nabanggit sa *Yoga Sutras* III: 31 ni Patanjali. Gumagamit siya ng tanging ehersisyong paghinga na nakakaapekto sa *vishuddha chakra,* ang panlimang sentro ng pinong enerhiya na nasa gulugud. Ang *vishuddha chakra,* na nasa kabila ng lalamunan, ang humahawak sa ikalimang elemento, *akash* o eter, na malawakang nasa gitna ng mga espasyo ng atomo sa pisikal na selula. Ang pagtutok sa *chakra* ("gulong") na ito ang nagbibigay-kakayahan sa deboto upang mabuhay sa pamamagitan ng enerhiya ng eter.

Si Therese Neumann ay hindi nabubuhay sa pagkain, ni hindi gumagawa ng siyentipikong pamamaraang yoga sa kanyang hindi pagkain. Ang paliwanag dito ay natatago sa kaguluhan ng personal na karma. Maraming mga buhay ng katapatan sa Diyos ang nasa likod ng isang Therese Neumann at isang Giri Bala, ngunit ang kanilang pamamaraan para sa panlabas na pagpapakita ay naging iba. Sa mga banal na Kristiyano na nabuhay nang hindi kumakain (stigmatista din sila) ay mababanggit sina St. Lidwina ng Schiedam, Blessed Elizabeth ng Rent, St.Catherine ng Siena, Dominica Lazarri, Blessed Angela ng Foligno, at ang ermitanyo ng ika-19 na siglong si Louise Lateau. Si St. Nicholas ng Flue (Bruder Klaus, ang ika-15 siglong ermitanyo na ang marubdob na samo sa pagkakaisa ay nagligtas sa Swiss Confederation) ay isang di-tumitikim ng pagkain sa loob ng dalawampung taon.

Ako ay Bumalik sa Kanluran

"Ako ay nakapagbigay na ng maraming liksiyon sa yoga sa India at America; subalit kailangan kong ipagtapat na, bilang isang Hindu, ako ay may hindi pangkaraniwang kasiyahan na pamunuan ang isang klase para sa mga mag-aaral na English."

Ang mga miyembro ng aking klase sa London ay natatawang nagpapasalamat; walang mga kaguluhan sa pulitika ang nakaabala kahit kailan sa aming kapayapaan sa yoga.

Ang India sa ngayon ay isa ng banal na alaala. Ngayon ay Setyembre 1936; ako ay nasa England upang tumupad ng isang pangako, na ipinagkaloob labing-anim na buwan na ang nakalilipas, na magsalitang muli sa London.

Ang England, din, ay handang tumanggap sa walang hanggang mensahe ng yoga. Ang mga mamamahayag at mga newsreel cameramen ay nagkulumpon sa aking tirahan sa Grosvenor House. Ang British National Council of the World Fellowship of Faiths ay bumuo ng pagpupulong noong Setyembre 29 sa Whitefield Congregational Church, kung saan ako ay nagsalita sa mga tagapakinig tungkol sa mabigat na paksang "How Faith in Fellowship May Save Civilization." Ang pang-alas-otsong pagtuturo sa Caxton Hall ay nakaakit ng maraming mga tao na sa loob ng dalawang gabi, ang labis ay naghintay sa Windsor House auditorium para sa aking pangalawang pagsasalita sa oras na ika-siyam at kalahati ng gabi. Ang mga klase sa yoga noong sumunod na mga linggo ay lumago nang napakarami, na napilitan si Ginoong Wright na makipag-ayos na mailipat ang mga ito sa ibang bulwagan.

Ang katatagan ng mga English ay may kahanga-hanga pahayag sa isang ugnayang espirituwal. Ang mga mag-aaral ng yoga sa London ay tapat na binuo ang kanilang mga sarili, pagkatapos ng aking pag-alis, sa isang sentro ng *Self-Realization Fellowship*, nagpupulong para sa kanilang meditasyon bawat linggo sa kasagsagan ng mapait na mga taon ng digmaan.

Hindi malilimot na mga linggo sa England; mga araw ng pamamasyal sa London, pagkatapos sa magandang tanawin sa kanayunan.

Ginamit namin ni Ginoong Wright ang mapagkakatiwalaang Ford upang dalawin ang mga pook-kapanganakan at mga puntod ng mga dakilang makata at mga bayani sa kasaysayan ng Britain.

Ang aming maliit na pangkat ay naglayag mula sa Southampton patungo sa America sa mga huling araw ng Oktubre sa barkong *Bremen.* Ang tanawin ng makaharing Statue of Liberty sa daungan ng New York ay naghatid sa aming mga lalamunan ng kalugud-lugod na mga lagok ng emosyon.

Ang Ford, medyo nagulpi sa pagsisikap sa napakatandang mga lupain ay matatag pa; haharapin niya ngayon ang mahabang hakbang na paglalakbay na transkontinental tungo sa California. Sa mga huling panahon ng 1936, masdan! Ang Mount Washington Center.

Ang katapusan ng taong mga bakasyon ay ipinagdiriwang bawat taon sa Los Angeles Center ng may walong oras na grupong meditasyon tuwing Disyembre 24 (Espirituwal na Kapaskuhan),* at may kasunod na salu-salo sa sumunod na araw (Panlipunang Kapaskuhan). Ang pagdiriwang sa taong ito ay pinalaki ng pagdalo ng mga mahal na kaibigan at mag-aaral mula sa malalalayong mga siyudad na nagdatingan upang salubungin ang pag-uwi ng tatlong mga manlalakbay ng mundo.

Ang piyesta ng kapaskuhan ay may kasamang mga masasarap na pagkaing nanggaling pa sa labinlimang libong milya para dito sa masayang pagdiriwang na tulad ng kabuteng *gucchi* mula sa Kashmir, nasa latang *rasagulla* at laman ng mangga, mga biskwit na *papar,* at ang langis mula sa bulaklak na *Keora* ng India para pampalasa ng Ice cream. Pagdating ng gabi, nag-ipon-ipon kami sa paligid ng isang napakalaking kumikislap na Christmas tree, ang malapit na dapugang may-tsimenea ay may lumalagitik na troso ng mabangong cypress.

Oras ng pagbibigayan! Mga handog na nagmula sa malalayong sulok ng mundo—Palestine, Egypt, India, England at Italy.

---

* Mula noong taong 1950, ang buong-araw na meditasyong ito ay ginaganap tuwing ika-23 ng Disyembre. Ang mga miyembro ng Self-Realization Fellowship sa buong mundo ay nagdiriwang din ng Pasko, kaya sa kanilang tahanan at sa mga templo at sentro ng SRF, inilalaan ang isang araw sa panahon ng Kapaskuhan para sa malalim na meditasyon at panalangin. Marami ang nagpapatotoo sa malaking tulong espirituwal at pagpapalang natanggap nila sa pamamagitan nitong taunang gawaing inumpisahan ni Paramahansa Yogananda.

Nagtatag din si Paramahansaji ng isang Prayer Council sa Mt. Washington Center (ang sentro Self-Realization Fellowship's Worldwide Prayer Circle), na nag-aalay ng pang-araw-araw na panalangin para sa lahat ng humihingi ng tulong para sa kalutasan o pagkakatunaw ng kanilang natatanging mga problema. (*Tala ng Tagapaglathala*)

Pasensiyosong binilang ni Ginoong Wright ang mga bagahe sa bawat bansang aming tinitigilan, para walang nangungupit na mga kamay ang tumanggap sa mga yaman na nauukol sa mga mahal sa buhay sa America! Mga plake ng sagradong puno ng oliba mula sa Banal na Lupain, mga pinong lace at burdadong tela mula sa Belgium at Holland, mga alpombrang Persian, mga pinong habing balabal na Kashmir, ang palaging mabangong sandalwood na mga bandehado mula sa Mysore, *bull's-eye* na mga batong Shiva mula sa Central Provinces, mga sensilyong Indian ng mga dinastiyang matagal nang nawala, mga gusi at kopang nababalutan ng mamahaling bato, maliliit na modelo, mga tapiserya, mga insenso at pabango ng templo, mga *swadeshi* na telang bulak, mga gawang barnisado, inukit na garing ng Mysore, mga Persian na tsinelas na may maurirat na mahabang dulo, mga kakaibang matandang naiilawang kasulatan, pelus, mga burdadong tela, mga gorang Gandhi, mga palayok,mga tisa, mga yari sa tanso, mga alpombrang para sa pananalangin—mga naipong nasamsam mula sa tatlong kontinente!

Isa-isa kong ipinamahagi ang may masayang pagkakabalot na pamasko mula sa mataas na patong sa ilalim ng puno.

"Sister Gyanamata!" iniabot ko ang isang mahabang kahon sa babaeng banal na Amerikana na may matamis na mukha at malalim na pagkatanto na, sa panahon ng aking pagkawala, ay siyang namahala sa Mt.Washington Center. Mula sa tisyung papel, inangat niya ang isang *sari* na gawa sa ginintuang sedang Banaras.

"Salamat, Ginoo, dinala sa harap ng aking mga mata ang maringal na drama ng India."

"Ginoong Dickinson!" Ang sumunod na pakete ay naglalaman ng handog na aking binili sa isang tindahan sa Calcutta. "Magugustuhan ito ni Ginoong Dickinson," ang naisip ko noong panahon na iyon. Isang pinakamamahal na disipulo, si Ginoong E.E. Dickinson ay laging dumadalo sa bawat kapaskuhang pagdiriwang mula noong 1925 na pagkatatag ng Mount Washington Center.

Dito sa ikalabing-isang taon na pagdiriwang, siya ay nakatayo sa harap ko, inaalis ang buhol ng mga laso ng pahabang pabilog na pakete.

"Ang pilak na kopa!" Pinipigilan ang kanyang damdamin, tinitigan niya ang regalo, isang mataas na kopa para sa inumin. Naupo siya sa medyo may kalayuan na mukhang tuliro. Ngumiti ako sa kanya nang may pagmamahal bago ako nagpatuloy sa aking papel bilang Santa Klaus.

Ang mabulalas na gabi ay nagtapos sa isang panalangin sa

Nagbigay ng lahat ng handog; pagkatapos isang grupong pag-awit ng mga pamaskong awitin.

Magkasama kaming nag-uusap ni Ginoong Dickinson ilang panahon pagkatapos.

"Ginoo," ang sabi niya, "hayaan ninyong pasalamatan ko kayo ngayon sa pilak na kopa. Hindi ako makahagilap ng tamang mga salita noong gabi ng kapaskuhan."

"Binili ko ang handog na iyon sadyang para sa iyo."

"Sa loob ng apatnapu't-tatlong taon, ako ay naghintay sa pilak na kopang iyon! Ito ay mahabang kuwento na aking itinago sa aking kalooban." Si Ginoong Dickinson ay mahiyaing tumingin sa akin. "Ang pasimula ay madula: nalulunod ako. Ang nakatatanda kong kapatid ay mapaglarong itinulak ako sa isang labinlimang talampakang lalim na lawa sa isang maliit na bayan ng Nebraska. Ako ay limang taong gulang lamang noon. Samantalang ako ay palubog nang pangalawang beses sa ilalim ng tubig, isang nakasisilaw na iba't-ibang kulay na liwanag ang nagpakita, na pumuno sa kapaligiran. Sa gitna ay ang anyo ng isang lalaki na may payapang mga mata at isang nagbibigay-tiwalang ngiti. Ang aking katawan ay nalubog na muli ng pangatlong ulit nang hatakin ng isa sa kasamahan ng aking kapatid ang mahabang payat na sanga ng puno ng willow pababa at kayang sungguban ng aking mga desperadong daliri. Binuhat ako ng mga kabataang lalaki, dinala sa pampang at matagumpay na binigyan ng pangunahing lunas.

"Labindalawang taon pagkatapos, nang ako ay isang kabataang labimpitong taon, dumalaw ako sa Chicago kasama ang aking ina. Noon ay Setyembre 1893; ang malaking World Parliament of Religions ay may sesyon. Ang aking ina at ako ay naglalakad sa pangunahing kalye, nang minsan pa ay nakita ko ang makapangyarihang kislap ng liwanag. Ilang hakbang na papalayo, na naglalakad na banayad, ay ang mismong taong nakita ko noon sa isang pangitain. Nilapitan niya ang isang malawak na bulwagan at nawala sa loob ng pintuan.

"'Ina,' ang sigaw ko, 'iyon ang taong nagpakita sa akin noong ako ay nalulunod!'

"Siya at ako ay nagmadaling pumasok sa gusali; ang tao ay nakaupo sa isang plataporma ng pagtuturo. Madali naming napag-alaman na siya ay si Swami Vivekananda ng India.* Pagkatapos niyang makapagbigay ng nakakaantig-kaluluwang pananalita, ako ay lumapit upang makilala siya. Siya ay magiliw na ngumiti sa

* Pangunahing disipulo ng tulad-ni-Kristong maestro na si Ramakrishna Paramahansa.

akin, na parang kami ay matagal nang magkaibigan. Ako ay napaka-
bata at hindi pa ako marunong magpahayag ng aking damdamin,
ngunit sa aking puso ako ay umaasang mag-alok siyang maging guro
ko. Nabasa niya ang aking iniisip.

"'Hindi, aking anak, hindi ako ang iyong guru.' Si Vivekananda
ay tumingin sa akin, ang kanyang magagandang mga mata ay tuma-
tagos sa akin ng malalim. Ang iyong guru ay darating pagkatapos ng
ilang panahon pa. Siya ay magbibigay sa iyo ng isang pilak na kopa.'
Pagkatapos ng kaunting paghinto, idinagdag niyang nakangiti, 'Siya
ay magbubuhos sa iyo ng mas maraming biyaya na mas higit sa
iyong makakayanang hawakan sa kasalukuyan.'

"Umalis ako sa Chicago pagkatapos nang ilang araw," ang pa-
tuloy ni Ginoong Dickinson, "at hindi ko na kailanman nakitang
muli ang dakilang Vivekananda. Ngunit bawat salitang binigkas
niya ay nakasulat na hindi nabubura sa aking panloob na kamala-
yan. Maraming mga taon ang nagdaan; walang gurong nagpakita.
Isang gabi, noong 1925, ako ay taimtim na nanalangin na ipadala
ng Panginoon sa akin ang aking guru. Ilang oras pagkatapos, ako
ay nagising mula sa aking pagtulog, ng marahang himig ng awitin.
Isang pangkat ng makalangit na mga nilalang, may mga dala-dalang
plauta at iba pang mga instrumento, ay nagpakita sa akin. Pagka-
tapos punuin ang himpapawid ng maluwalhating musika, ang mga
anghel ay dahan-dahang naglaho.

"Nang sumunod na gabi ako ay dumalo, sa unang pagkakataon,
sa isa sa iyong pagtuturo dito sa Los Angeles, at nalaman ko noon
na ang aking dalangin ay nagkaroon ng kasagutan."

Tahimik kaming ngumiti sa bawat isa.

"Labing-isang taon na ngayon akong disipulo ng iyong *Kriya
Yoga*," ang patuloy ni Ginoong Dickinson. "Kung minsan, ako ay
nagtataka tungkol sa pilak na kopa, halos napaniwala ko na ang
aking sarili na ang mga salita ni Vivekananda ay talinghaga lamang.

"Ngunit noong gabi ng Kapaskuhan, habang iniaabot mo sa
akin ang maliit na pakete mula sa puno, nakita ko, sa ikatlong pag-
kakataon ng aking buhay, ang dating nakasisilaw na kislap nang
liwanag. Ilang minuto pa ako ay nakatingin sa handog ng aking guru
na nakita ni Vivekananda para sa akin apat-napu't-tatlong taon na
ang nakalilipas*—isang pilak na kopa!"

* Nakilala ni G. Dickinson si Swami Vivekananda noong Setyembre ng 1893—ang
taon ng kapanganakan ni Paramahansa Yogananda (Enero 5). Malinaw na alam ni
Vivekananda na si Yogananda ay muling nabuhay, at siya ay pupunta sa America
upang ituro ang pilosopiya ng India.
Noong 1965 si G.Dickinson, na mabuti pa ang kalusugan at aktibo pa sa edad na

89, ay tumanggap ng titulong Yogacharya (tagaturo ng yoga) sa isang seremonya sa punong tanggapan ng Self-Realization Fellowship sa Los Angeles.

Lagi siyang nagmi-meditate nang mahabang oras kasama ni Paramahansaji, at hindi kailanman kinaligtaan ang *Kriya Yoga,* tatlong beses bawat araw.

Dalawang taon bago siya namatay noong June 30, 1967, nagbigay si Yogacharya Dickinson ng panayam sa mga monghe ng SRF. Sinabi niya ang isang kawili-wiling detalyeng nakalimutan niyang banggitin kay Paramahansaji. Ang sabi ni Yogacharya Dickinson: "Nang umakyat ako sa entablado ng panayam sa Chicago upang makipag-usap kay Swami Vivekananda, bago ko siya mabati ay sinabi niya sa akin:

'Batang ginoo, nais kong huwag kang lumapit sa tubig!'" (*Tala ng Tagapaglathala*)

KABANATA 48

Sa Encinitas sa California

"Isang sorpresa, Ginoo! Sa panahon ng inyong pananatili sa ibang bansa kami ay nagpagawa nitong Encinitas hermitage; ito ay isang 'maligayang pagdating' na handog!" Si Ginoong Lynn, Sister Gyanamata, Durga Ma, at ilang iba pang mga deboto ay nakangiting dinala ako tuloy-tuloy sa isang pasukan at pataas sa isang naliliman-ng-punong daanan.

Nakita ko ang isang gusaling nakausli na parang isang malaking puting barko patungo sa asul na dagat. Sa simula ay wala akong masabi, pagkatapos may kasamang mga "Oh!" at mga "Ah!", sa wakas, sa kakulangan ng bokabularyo ng tao sa kagalakan at pasasalamat, ako ay nagsiyasat sa ashram: labing-anim na pambihirang-laking mga silid, bawat isa ay kabigha-bighaning nilagyan ng mga kasangkapan.

Ang maringal na panggitnang bulwagan, na may malalaking mataas hanggang kisameng mga bintana, ay nakatanaw sa labas ng dambana ng damuhan, karagatan at kalawakan; isang simponiya ng esmeralda, opalo at sapiro. Isang mantel sa ibabaw ng malaking dapugang may tsimenea ng bulwagan ay nagtataglay ng mga larawan nina Kristo, Babaji, Lahiri Mahasaya at Sri Yukteswar, iginagawad, pakiramdam ko, ang kanilang mga grasya dito sa payapang ashram ng Kanluran.

Tuloy-tuloy-sa ilalim ng bulwagan, itinayo sa mismong matarik ang dalawang kuwebang pang-meditasyon na nakaharap sa walang katapusang langit at karagatan. Sa paligid ay may mga sulok para sa pagbibilad-sa-araw, mga batong daanan patungo sa tahimik na mga balag, mga hardin ng mga rosas, isang palumpon ng eucalyptus, at isang taniman ng mga namumungang punongkahoy.

"Nawa ang mabubuti at magigiting na mga kaluluwa ng mga banal ay dumating dito (ang nababasa sa 'Isang Panalangin para sa Tirahan,' mula sa Zend-Avesta, na nakasabit sa isa sa mga pintuan ng hermitage) at nawa sila ay makipag-hawak-kamay sa atin, upang magbigay ng nakakagamot na kabutihan ng kanilang banal na handog na kasinlawak ng lupa, at kasintaas ng kalangitan!"

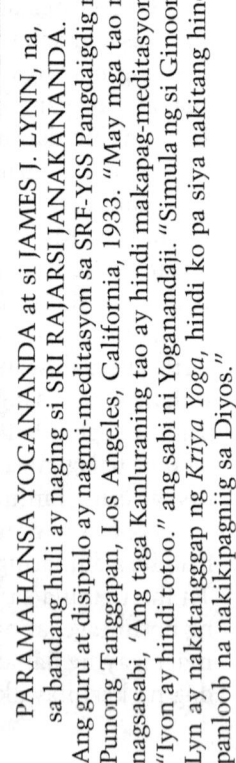

PARAMAHANSAJI AT FAYE WRIGHT, na ngayon ay si SRI DAYA MATA, sa SRF Encinitas Hermitage, 1939. Hindi nagtagal pagkatapos siya'y pumasok sa SRF Ashram noong 1931, ang sabi ng Guru sa kanya: "Ikaw ang aking pamaing itlog." Nang ikaw ay dumating, alam kong maraming iba pang tunay na deboto ng Diyos ang maaakit sa landas na ito." Minsan siya ay mapagmahal na nagsabi, "Aking Faye, napakaraming kabutihan ang kanyang gagawin.... alam kong makakagawa ako sa pamamagitan niya sapagkat siya ay handang tumanggap."

PARAMAHANSA YOGANANDA at si JAMES J. LYNN, na, sa bandang huli ay naging si SRI RAJARSI JANAKANANDA. Ang guru at disipulo ay nagmi-meditasyon sa SRF-YSS Pangdaigdig na Punong Tanggapan, Los Angeles, California, 1933. "May mga tao na nagsasabi, 'Ang taga Kanluraning tao ay hindi makapag-meditasyon.' "Iyon ay hindi totoo." ang sabi ni Yoganandaji. "Simula ng si Ginoong Lyn ay nakatanggap ng *Kriya Yoga,* hindi ko pa siya nakitang hindi panloob na nakikipagniig sa Diyos."

Ang malawak na ari-arian sa Encinitas, California, ay isang paghahandog sa Self-Realization Fellowship mula kay Ginoong James J. Lynn, isang matapat na *Kriya Yogi* mula nung kanyang inisasyon noong Enero 1932. Isang Amerikanong mangangalakal na may walang katapusang katungkulan (bilang pinuno ng malawak na kumpanya ng langis at bilang pangulo ng pinakamalawak na palitan ng seguro sa sunog sa buong mundo), si Ginoong Lynn gayunman ay nakahanap ng panahon sa araw-araw para sa isang mahaba at malalim na meditasyong *Kriya Yoga*. Kaya nabubuhay ng isang balanseng pamumuhay, nakamit niya sa *Samadhi* ang grasya ng matatag na kapayapaan.

Sa panahon ng aking pamamalagi sa India at Europe (Hunyo 1935 hanggang Oktubre 1936), mapagmahal na binalak ni Ginoong Lynn* sa tulong ng aking mga kabalitaan sa California na mapigilan ang anumang salita na makarating sa akin tungkol sa pagpapatayo ng ashram sa Encinitas. Labis na pagtataka, katuwaan!

Sa panahon ng naunang mga taon ko sa Amerika sinuyod ko ang baybayin ng California sa paghahanap ng isang maliit na lugar para sa isang tabing-dagat na ashram. Sa tuwing ako ay makakita ng mainam na pook, may mga balakid na walang salang lalabas upang ako ay mapigilan. Nakatingin ako ngayon sa maaraw na lupain ng Encinitas, at buong kababaang-loob kong nakita ang katuparan ng matagal nang panahong hula ni Sri Yukteswar: "Isang ashram sa tabing-dagat."†

Pagkatapos ng ilang buwan, sa Pasko ng Pagkabuhay ng taong 1937, ako ay namuno sa bakuran ng bagong ashram ng pinakauna sa maraming Pasko ng Pagkabuhay na seremonya ng bukang-liwayway. Tulad ng sinaunang tatlong Hari, daan-daang mga mag-a-aral ang nakatinging may debosyong pagkamangha sa pang-araw-araw na milagro: ang ritwal ng gumigising na sikat ng araw sa silangang kalangitan. Sa kanluran ay nakalatag ang Karagatan ng Pasipiko, na umuugong ng kanyang taimtim na papuri; sa may kalayuan ay isang maliit na puting bangkang naglalayag at ang malungkot na paglipad ng nag-iisang seagull. "Kristo, ikaw ay nabuhay na muli!" Hindi

---

* Pagkatapos ng pagpanaw ni Paramahansaji, nagsilbi si G. Lynn (Rajarsi Janakananda) bilang pangulo ng Self-Realization Fellowship at Yogoda Satsanga ng India. Tungkol sa kanyang guru, sinabi ni G. Lynn: "Napaka-makalangit ang makasama ang isang banal! Sa lahat ng bagay na dumating sa akin sa buhay, iniingatan kong lubos ang mga biyayang ipinagkaloob sa akin ni Paramahansaji."

Pumasok si G. Lynn sa *mahasamadhi* noong 1955. (*Tala ng Tagapaglathala*)

† Tingnan ang ph. 101-102.

Ang tanawin mula sa himpapawid ng SELF-REALIZATION FELLOWSHIP HERMITAGE tumutunghay sa dagat Pasipiko, Encinitas, California. Sa ibang bahagi ng malawak na lupain ay ang mga tirahan sa Ashram, at isang Self-Realization Retreat at isang SRF Temple ang malapit.

PARAMAHANSA YOGANANDA sa bakuran ng SRF Encinitas Hermitage, sa isang mataas at matarik na dalisdis na tumutunghay sa dagat Pasipiko, 1940.

lamang sa araw ng tagsibol, kundi sa walang hanggang bukang-liwayway ng Espiritu.

Maraming masasayang mga buwan ang nagdaan. Sa tagpuan ng ganap na kagandahan ng Encinitas, natapos ko ang isang matagal nang panukalang gawain, ang *Cosmic Chants.** Ako ay nagsalin sa wikang English at pang-Kanlurang pagtatala ng musika sa maraming mga awitin ng India. Kasama dito ang awitin ni Shankara, "No Birth, No Death"; ang Sanskrit na "Hymn to Brahma"; ang kay Tagore na "Who Is in My Temple?"; at ang ilan sa aking mga komposisyon: "I Will Be Thine Always," "In The Land Beyond My Dreams," "I Give You My Soul Call," "Come, Listen To My Soul Song," at "In The Temple Of Silence."

Sa paunang salita sa tala-awitan, isinalaysay ko ang unang mahalagang karanasan sa reaksyon ng Kanluran sa mga silanganing mga awitin. Ang okasyon ay isang pampublikong pagtuturo; ang panahon, Abril 18, 1926; ang pook: Carnegie Hall sa New York.

Noong Abril 17, naipagtapat ko sa isang mag-aaral, si Ginoong Alvin Hunsicker, "Ako ay nagbabalak na hilingin sa mga

---

* Inilathala ng Self-Realization Fellowship. Gumawa ng mga recording ng pag-awit ni Paramahansa Yogananda sa ilang awitin sa *Cosmic Chants*. Makukuha na rin ang mga ito mula sa Self-Realization Feloowship. (*Tala ng Tagapaglathala*)

tagapakinig na awitin ang isang matandang awiting Hindu, ang 'O God Beautiful.'"*

Si Ginoong Hunsicker ay tumutol na ang mga awiting Oriental ay hindi madaling maunawaan ng mga Amerikano.

"Ang musika ay isang pandaigdig na wika," ang aking tugon. "Ang mga Amerikano ay hindi mabibigong maramdaman ang hangarin ng kaluluwa dito sa mapakataas na awitin."

Nang sumunod na gabi ang pang-debosyong himig ng "O God Beautiful" ay nanggaling nang higit sa isang oras mula sa tatlong libong mga lalamunan. Hindi nakakasawa, mahal na taga-New York! Ang inyong mga puso ay pumailanlang sa simpleng awit ng pagsasaya. Mga dibinong paggaling ang nangyari noong gabing iyon sa mga debotong umaawit ng may pagmamahal sa banal ng pangalan ng Panginoon.

Noong taong 1941 ako ay dumalaw sa sentro ng Self-Realization Fellowship sa Boston. Pinatira ako ng pinuno ng sentro na si Dr. M. W. Lewis, sa isang masining na ginayakang silid. "Ginoo," ang sabi ni Dr. Lewis na nakangiti, "sa panahon ng naunang mga taon ninyo sa America kayo ay tumigil sa siyudad na ito sa isang pang-isahang silid, na walang paliguan. Ibig kong malaman ninyo na ang Boston ay may maipagmamalaking mga marangyang kuwartong tirahan!"

Ang masasayang mga taon sa California ay mabilis na nagdaan, puno ng mga aktibidad. Isang Self-Realization Fellowship Colony† sa Encinitas ang itinatag noong taong 1937. Ang napakaraming mga gawain sa Colony ay nagbibigay ng maraming aspetong pagsasanay

---

* Ang mga titik ng awit ni Guru Nanak ay ang mga sumusunod:

> O magandang Diyos, O magandang Diyos!
> Sa kagubatan Ikaw ay luntian,
> Sa bundok Ikaw ay mataas,
> Sa ilog Ikaw ay walang pahinga
> Sa dagat Ikaw ay mahalaga.
> Sa mapaglingkod, Ikaw ay paglilingkod,
> Sa umiibig Ikaw ay pag-ibig,
> Sa namimighati Ikaw ay pakikiramay,
> Sa yogi Ikaw ay luwalhati.
> O magandang Diyos, O magandang Diyos,
> Sa Iyong paanan, ako ay yumuyuko!

† Isa na ngayong yumayabong na sentro, na ang mga gusali ay kasama ang orihinal na hermitage, mga ashram para sa monghe at madre, mga kainan, at isang nakabibighaning pook para sa mga miyembro at kaibigan. Isang hilera ng mga posteng nakaharap sa kalsada sa malawak na lupain ay nakokoronahan ng mga lotus na yari sa metal na dahong ginto. Sa sining ng India ang lotus ay sagisag ng sentro ng Kosmikong Kamalayan (*sahasrara*) sa utak, ang "sanlibong-talulot na lotus ng liwanag."

sa mga disipulo ayon sa huwaran ng Self-Realization Fellowship. Nagtatanim ng mga prutas at gulay ay para sa mga naninirahan sa mga sentro ng Encinitas at Los Angeles.

"Ginawa Niyang isang dugo ang lahat ng mga bansa ng mga tao."* "Ang pandaigdig na kapatiran" ay isang malaking pangalan, ngunit ang tao ay kinakailangang palawakin ang pakikiramay, at ituring ang sarili bilang isang mamamayan ng daigdig. Siya na tunay na nakauunawa ng "ito ay aking America, aking India, aking Philippines, aking Europe, aking Africa" at iba pa, ay hindi kailanman mawawalan ng puwang para sa isang kapaki-pakinabang at masayang buhay.

Bagama't ang katawan ni Sri Yukteswar ay hindi kailanman nanirahan sa kahit anong lupain maliban sa India, alam niya itong pang-kapatid na katotohanan:

"Ang daigdig ay ang aking tinubuang lupa."

---

* Mga Gawa 17:26

Mga Taong 1940-1951

"Tunay na nalaman namin ang kahalagahan ng meditasyon, at alam namin na walang bagay na makakagambala sa aming panloob na kapayapaan. Sa huling ilang mga linggo habang may mga pagpupulong, narinig namin ang babala ng pananalakay ng mga eroplano at napakinggan ang pagsabog ng mga mabagal pumutok na mga bomba, ngunit ang aming mga mag-aaral ay nagtipon-tipon pa rin at lubos na nasisiyahan sa aming magandang seremonya."

Ang magiting na mensaheng ito, na sinulat ng pinuno ng London Self-Realization Fellowship Center, ay isa sa maraming mga liham na ipinadala sa akin mula sa winasak ng digmaang England at Europe sa mga taon bago pumasok ang Amerika sa Ikalawang Digmaang Pandaigdig.

Si Dr. L. Cranmer-Byng ng London, tanyag na patnugot ng *The Wisdom of the East Series*, ay sumulat sa akin noong taong 1942 ng mga sumusunod:

"Nang nabasa ko ang *East-West** napagtanto ko na tayo ay tila napakalayo sa bawat isa, madaliang makita na tayo ay nabubuhay sa dalawang magkaibang daigdig. Ang kagandahan, kaayusan, kahinahunan at kapayapaan ay dumating sa akin mula sa Los Angeles, naglayag patungong daungan bilang isang sasakyang-dagat na may kargang mga biyaya at kaginhawahan ng Banal na Kopita para sa nakubkob na siyudad.

"Nakikita ko na tulad ng isang panaginip ang inyong palumpong ng mga palmera, at ang templo sa Encinitas at ang kahabaan ng karagatan at mga tanawin ng kabundukan; at higit sa lahat ang samahan ng may kaisipang espirituwal na mga lalaki at babae— isang komunidad na nagkakaunawaan sa pagkakaisa, buhos ang pag-iisip sa malikhaing gawain, at nadadagdagang muli sa pagninilay-nilay....Pagbati sa lahat ng Samahan mula sa isang karaniwang sundalo, isinulat sa isang toreng bantayan at naghihintay sa pagdating ng umaga."

Isang Templo ng Lahat ng mga Relihiyon sa Hollywood,

---

* Ang magasin ay tinatawag na ngayong *Self-Realization*.

PARAMAHANSA YOGANANDA
Nakunan ng larawan noong Agosto 20, 1950, sa paghahandog ng Self-Realization Fellowship Lake Shrine, Pacific Palisades, California

SELF-REALIZATION FELLOWSHIP LAKE SHRINE AT GANDHI WORLD PEACE MEMORIAL

Matatagpuan sa Pacific Palisades, Los Angeles, California, ang sampung akreng Lake Shrine ay inihandog ni Paramahansa Yogananda noong Agosto 20, 1950. Samantalang pinangangasiwaan ang gawaing pagtatanim at pagtatayo noong taong 1949, si Paramahansaji ay tumigil ng ilang panahon sa bahay-banka na nakikita sa larawan sa lawa. Sa larawan sa kanan, makikita sa pagitan ng gitnang mga haligi ay ang inukit na sarcophagus na naka-dambana ang bahagi ng abo ni Mahatma Gandhi. Sa kabila ng lawa ay ang Windmill Chapel, na nakikita sa larawan sa kaliwa. Ang seremonyang pang-meditasyon at mga klase ng Self-Realization Fellowship ay ginaganap minsan sa isang linggo sa Lake Shrine, at ito ay bukas sa publiko.

California, ang itinayo ng mga manggagawa ng Self-Realization Fellowship at inihandog ito noong taong 1942. Pagkaraan ng isang taon, isa pang templo ang itinatag sa San Diego, California; at noong taong 1947, isa sa Long Beach, California.*

Isa sa pinakamagandang ari-arian sa buong mundo, isang mabulaklaking pook na kahanga-hanga sa bahaging Pacific Palisades ng Los Angeles, ay inihandog noong taong 1949 sa Self-Realization Fellowship. Ang sampung akreng lugar ay isang likas na ampiteatro, na napapaligiran ng luntiang mga burol. Isang malaking likas na dagat-dagatan, isang asul na hiyas sa korona ng bundok, ang nagbibigay sa ari-arian ng kanyang pangalang Lake Shrine. Isang kakaibang bahay na Dutch-windmill ay nasa bakuran at naroon ang isang payapang kapilya. Malapit sa lubog na hardin ay may isang malaking water wheel na nagsasabog ng banayad na musika. Dalawang marmol na estatwa mula sa China ang nagpapalamuti sa lugar—isang estatwa ni Lord Buddha at ang isa ay kay Kuan Yin (ang pagsasatao sa China ng Dibinong Ina). Isang sinlaki ng taong estatwa ni Kristo, ang kanyang payapang mukha at umaagos na kasuotan ay kapansin-pansing naiilawan sa gabi, ay nasa itaas ng burol sa ibabaw ng isang talon.

Isang Mahatma Gandhi World Peace Memorial sa Lake Shrine ay inihandog noong taong 1950, kung kailan ipinagdiwang ang ika-tatlumpung taong anibersaryot ng Self-Realization Fellowship sa Amerika. Isang bahagi ng abo ng Mahatma na ipinadala mula sa India, ay idinambana sa isang-libong taong batong sarkopago.

Isang Self-Realization Fellowship "India Center"‡ sa Holywood ay itinatag noong taong 1951. Sinamahan ako sa seremonya ng paghahandog nina Ginoong Goodwin J. Knight, Lieutenant-Governor ng California, at si Ginoong R.M. Ahuja, Pangkalahatang Konsul ng India. Nasa lugar ang India Hall, isang bulwagang nakapaglalaman ng 250 mga panauhin.

Ang mga bagong dating sa iba't-ibang mga sentro ay madalas

---

* Ang kapilya sa Long Beach ay napagkalakhan noong taong 1967, at taong iyon lumipat ang kongregasyon sa isang maluwang na Self-Realization Fellowship Temple sa Fullerton, California. (*Tala ng Tagapaglathala*)

† Sa pagdiriwang ng anibersaryong ito, nagsagawa ako ng banal na seremonya sa Los Angeles noong Agosto 27, 1950, kung saan nagbigay ako ng inisasyon ng *Kriya Yoga* sa 500 na estudyante.

‡ Ang gitna, kasama ang katabing templo, ng isang sentro ng ashram na pinapatakbo ng mga debotong nag-alay ng sarili sa paglilingkod sa sangkatauhan at sa pagkilala sa kanilang mismong buhay sa mga adhikain ni Paramahansa Yogananda. (*Tala ng Tagapaglathala*)

Kagalang-galang na G. Goodwin J. Knight, Lt. Governor ng California (*gitna*), kasama si Yoganandaji at G. A. B. Rose, sa paghahandog ng Self-Realization Fellowship India Center, malapit sa SRF Temple na ipinakikita sa ibaba, Hollywood, California, ika-8 ng Abril, 1951.

SELF-REALIZATION FELLOWSHIP TEMPLE
(Simbahan ng lahat ng Relihiyon)
Hollywood, California

na gusto pang magkaroon ng kaliwanagan sa yoga. Isang katanu-ngang kung minsan ay naririnig ko ay ito: "Totoo ba, na tulad ng sinasabi ng ibang mga kapisanan, na ang yoga ay hindi maaaring matagumpay na mapag-aralan sa nakalimbag na porma kundi dapat ay sumunod lamang sa pagpapatnubay ng isang malapit na guru?"

Sa Panahon ng Atomiko, ang yoga ay dapat ituro sa paraan ng pagtuturo na tulad ng *Self-Realization Fellowship Lessons** kung hindi, ang nakakapagpalayang siyensiya ay muling maitatakda lamang sa isang piling kakaunti. Totoo ngang mas mabuti kung bawat mag-aaral ay magkaroon sa kanyang tabi ng isang guru na na-ging ganap sa dibinong karunungan; ngunit ang mundo ay binubuo ng maraming "makasalanan" at kakaunting mga banal. Papaano kung ganoon, matutulungan ng yoga ang karamihan ng mga tao, kung hindi sa paraan ng pag-aaral sa kani-kanilang mga tahanan ng mga pagtuturo na isinulat ng mga tunay na yogi?

Ang isa lamang mapamimilian ay ang ipagwalang-bahala ang "karaniwang tao" at pabayaang walang kaalaman sa yoga. Hindi ganyan ang plano ng Diyos para sa bagong panahon. Si Babaji ay nangakong babantayan at papatnubayan lahat ng tapat na *Kriya Yogi* sa kanilang landas patungo sa Layunin.† Daan-daang libo, at hindi lamang mga dose-dosenang mga *Kriya Yogi* ang kinakailangan upang maipakita ang daigdig ng kapayapaan at kasaganaan na nag-hihintay sa tao kapag nagawa nila ang wastong pagsisikap upang muling maitatag ang kanilang kalagayan bilang mga anak ng Dibi-nong Ama.

Ang pagtatatag sa Kanluran ng isang samahan ng Self-Reali-zation Fellowship, isang "bahay-pukyutan para sa espirituwal na pulut-pukyutan" ay isang katungkulang ipinag-utos sa akin ni Sri Yukteswar at Mahavatar Babaji. Ang kaganapan ng sagradong pag-titiwala ay hindi walang paghihirap.

---

* Itong komprehensibong serye ng pag-aaral sa tahanan ay makukuha sa pamamagitan ng pandaigdigang punong tanggapan ng Self-Realization Fellowship, ang kapisanang itinatag ni Paramahansa Yogananda para sa pagpapalaganap ng siyensiya ng meditasyong *Kriya Yoga* at espirituwal na pamumuhay. (Tingnan ang ph. 425.) (*Tala ng Tagapaglathala*)

† Gayundin, sinabi ni Paramahansa Yogananda sa kanyang mga estudyante sa Silangan at Kanluran na, pagkatapos ng buhay na ito, itutuloy niya ang pagbabantay sa espirituwal na pagsulong ng lahat ng *Kriyaban* (estudyante ng *Self-Realization Fellowship Lessons* na nakatanggap ng paunang pag-aaral ng *Kriya Yoga*; tingnan ang ph. 276 n.). Ang katotohanan ng kanyang magandang pangako ay napatunayan na, mula sa kanyang *mahasamadhi*, ng mga liham mula sa maraming *Kriya Yogi* na nakakikilala ng kanyang nasa-lahat-ng-dakong pamamatnubay. (*Tala ng Tagapaglathala*)

"Magsabi ka sa akin ng totoo, Paramahansaji, ang lahat ba ay naging karapat-dapat?" Itong maikling katanungan ay inihayag sa akin isang gabi ni Dr.Lloyd Kennell, isang pinuno ng templo sa San Diego. Naunawaan ko na ang ibig sabihin ay: "Naging masaya ka ba sa Amerika? Papaano ang tungkol sa kasinungalingang ipinaiikot ng mga naliligaw na taong nais pigilan ang paglaganap ng yoga? Ano ang halos pagkabigo, ang mga dalamhati, ang mga pinuno ng sentro na hindi kayang mamuno, ang mga mag-aaral na hindi matuto?"

"Mapalad ang taong binibigyan ng pagsubok ng Panginoon!" ang aking kasagutan. "Nagugunita Niya, paminsan-minsan, na big-yan ako ng pasanin." Naalala ko, noon, ang lahat ng mga matatapat, ang pagmamahal at debosyon at pang-unawa na nagbibigay-liwanag sa puso ng Amerika. May mabagal na pagdidiin, ako ay nagpatuloy nang ganito: "Subalit ang aking kasagutan ay oo, isang libong ulit na oo! Ito ay naging karapat-dapat, higit sa aking pinangarap, na makita ang Silanganan at Kanluran na pinaglapit ng tanging pang-habang-panahong bigkis, ang espirituwal."

Ang mga dakilang maestro ng India na nagpakita ng masidhing pagkawili sa Kanluran ay nauunawaang mabuti ang mga makabagong kalagayan. Nalalaman nila na, hanggang hindi nagkakaroon ng mas mabuting pagkaunawa sa lahat ng bansa ng pagkakakilanlang Silanganin at Kanluraning mga kabutihan, ang pamumuhay sa daigdig ay hindi mapapabuti. Bawat kalahating bahagi ng mundo ay may pangangailangan sa pinakamagandang pag-aalay ng kabila.

Sa panahon ng aking paglalakbay sa mundo, malungkot kong napansin ang maraming kahirapan:* sa Oriente, paghihirap lalo na sa lahat ng materyal na kalagayan; sa Oksidente, paghihirap lalo na sa kaisipan o kalagayang espirituwal. Lahat ng mga bansa ay nakararamdam ng masakit na mga resulta ng hindi pantay na mga kabihasnan. Ang India at maraming iba pang lupain sa Silangan ay makikinabang nang malaki mula sa pagtulad ng mapraktikang pag-unawa sa mga pangyayari, ang materyal na kakayahan, ng mga

---

* "Iyang tinig ay umaaligid sa akin na parang sumasabog na dagat:
  'At lubha bang napinsala ang iyong mundo,
  Nadurog ng bibinga sa bibinga?
Tingnan, inililipad ka ng lahat ng bagay, dahil inililipad mo Ako!
Lahat ng kinuha ko sa iyo kinuha ko,
  Hindi para sa iyong pinsala,
Kundi tanging para hanapin mo sa Aking mga bisig
  Lahat na pagkakamali ng iyong anak
Guniguning nawala, itinago ko sa bahay para sa iyo.
  Bangon, daupin mo ang Aking kamay, at halika!'"
  —*Francis Thompson, "The Hound of Heaven"*

bansa sa Kanluran na tulad ng Amerika. Ang mga tao sa Oksidente, sa kabilang dako, ay nangangailangan ng mas malalim na pang-unawa sa espirituwal na saligan ng buhay, at lalung-lalo na ang siyentipikong mga pamamaraan na matagal nang pinalago ng India para sa may kamalayang pakikipagniig ng tao sa Diyos.

Ang huwaran ng isang may maraming kaalamang sibilisasyon ay hindi isang pangarap. Sa loob ng mga milenyo, ang India ay isang lupain ng kapwa liwanag na espirituwal at malawakang kariwa-saang materyal. Ang paghihirap sa buhay ng nakaraang dalawang daang taon ay, sa mahabang kasaysayan ng India, isa lamang du-madaang bahagi ng karma. Isang kawikaan sa mundo, siglo bawat siglo, ay ang "kayamanan ng India o Indies."*

* Ang mga tala ng kasaysayan ay nagpapakilala sa India, hanggang sa ika-18 siglo, bilang pinakamayamang bansa sa daigdig. Gayunpaman, wala sa literatura o tradisyon ng India ang nagpapatibay sa kasalukuyang teorya ng Kanluraning kasaysayan na "nilusob" ng mga sinaunang Aryan ang India mula sa isa pang bahagi ng Asya o mula sa Europa. Nauunawaang hindi kaya ng mga dalubhasa na ayusin ang pinagmulan nitong inaakalang paglalakbay. Ang panloob na ebidensya sa mga Vedas, na tumutukoy sa India bilang napakatandang tahanan ng mga Hindu, ay ipinakilala sa isang di-pangkaraniwan at napakadaling basahing aklat, ang *Rig-Vedic India*, ni Abinas Chandra Das, na inilathala noong 1921 ng Calcutta University. Isinalaysay ni Propesor Das na ang mga migrante mula sa India ay nanahan sa iba-ibang bahagi ng Europa at Asya, at ikinakalat ang pananalitang Aryan at kuwentong-bayan. Ang wikang Lithuanian, halimbawa, ay kapansin-pansing katulad ng Sanskrit sa maraming paraan. Ang pilosopong si Kant, na walang kaalam-alam sa Sanskrit, ay namangha sa siyentipikong istruktura ng wikang Lithuanian. "Taglay nito," aniya, "ang susing magbubukas sa lahat ng mga palaisipan, hindi lamang ng pilolohiya kundi sa kasaysayan din."

Tumutukoy ang Bibliya sa mga yaman ng India, at sinasabi sa atin (II Chron 9:21,10) na dinala ng mga "barko ng Tarshis" kay Haring Solomon ang mga "ginto at pilak, garing, gorilya, paboreal" at "puno ng algum (sandalwood) at mamahaling hiyas" mula sa Ophir (Sopara sa baybayin ng Bombay). Si Megasthenes, ang Griyegong embahador (ikaapat na siglo B.C.), ay nag-iwan sa atin ng madetalyeng larawan ng kasaganahan ng India. Sinasabi sa atin ni Pliny (Unang siglo A.D.) na gumugugol ang mga Romano ng taunang limampung milyong sesterces ($5,000,000) sa angkat mula sa India, na noon ay napakalaking puwersang marino.

Matingkad na nagsulat ang mga manlalakbay na Tsino tungkol sa marangyang sibilisasyon ng India, ang malawak nitong edukasyon at mahusay na pamahalaan. Sinasabi sa atin ng Tsinong pari na si Fa-Hsien (ikalimang siglo) na ang mga taong Indian ay masasaya, tapat, at masagana. Tingnan ang *Buddhist Records of the Western World* ni Samuel Beal (Ang India ay ang "Kanlurang Daigdig" sa mga Tsino!), Trubner, London; at ang akda ni Thomas Watters *On Yuan Chwang's Travels in India, A.D. 629-45*, Royal Asiatic Society.

Si Columbus, sa kanyang pagtuklas sa Bagong Daigdig noong ika-15 siglo, sa katunayan ay naghahanap ng higit na maikling ruta patungong India. Sa loob ng maraming siglo sabik ang Europa na angkinin ang mga kalakal na luwas ng India—mga seda, pinong tela (na lubhang nanganganinag at karapat-dapat sa paglalarawang: "hinabing hangin" at "di-makitang hamog"), mga disenyong tila yari sa bulak,

Ang kasaganaan, materyal at espirituwal, ay isang pagpapaha-
yag-ng-katayuan ng *rita*, batas ng kosmiko o likas na kabanalan.

brocade, burda, alpombra, kubyertos, baluti, garing at mga gawang garing, pabango, insenso, sandalwood, banga, gamot, indigo, bigas, pampalasa, coral, ginto, pilak, perlas, rubi, esmeralda, at diyamante.

Naitala ng mga mangangalakal na Portuguese at Italyano ang kanilang pagkamangha sa di-kapani-paniwalang kariktan sa buong imperyo ng Vijayanagar (1336-1565). Ang luwalhati ng kanyang kabisera ay inilarawan ng Embahador ng Arabia na si Razzak bilang "walang mata ang kailanma'y nakakita, ni narinig ng tenga, alinmang lugar na tulad nito sa mundo."

Noong ika-16 siglo, sa kauna-unahang pagkakataon sa kanyang mahabang kasaysayan, ang kabuuang India ay napailalim sa pamumuno ng hindi-Hindu. Nilusob ng Turkong si Baber ang bansa noong taong 1524 at nagtayo ng isang dinastiya ng mga haring Moslem. Sa paninirahan sa sinaunaang lupain, hindi inubos ng mga bagong monarkiya ang kayamanan nito. Napahina gayumpaman ng panloob na awayan, ang mayamang India ay naging biktima noong ika-17 siglo ng maraming bansang Europeo; sa katapusan lumitaw ang Inglatera bilang namamahalang kapangyarihan. Mapayapang nakamit ng India ang kanyang kalayaan noong ika-15 ng Agosto, 1947.

Tulad ng maraming Indian, mayroon akong maaari-nang-sabihing kuwento. Isang pangkat ng kabataang lalaki, na nakilala ko sa kolehiyo, ang lumapit sa akin sa kasagsagan ng unang Pandaigdig na Digmaan at hinimok akong pangunahan ang isang kilusang rebolusyonaryo. Tumanggi ako at nagsabing: "Hindi makakamit ng pagpatay natin sa ating mga kapatid na Ingles ang anumang kabutihan para sa India. Ang kanyang kasarinlan ay hindi makakamit sa pamamagitan ng bala, kundi sa espirituwal na puwersa." Pagkatapos ay binalaan ko ang aking mga kaibigan na ang puno-ng-armas na mga barkong Aleman, na siyang kanilang inaasahan, ay mahuhuli ng mga Briton sa Look ng Diamante, sa Bengal. Gayunpaman, ipinagpatuloy ng mga kabataang lalaki ang kanilang balak, na pumalpak ayon sa aking pagkakahula. Napalaya sa bilangguan ang aking mga kaibigan pagkaraan ng ilang taon. Iniwan ang kanilang paniniwala sa karahasan, marami sa kanila ang sumanib sa kilusang pulitikal na huwaran ni Gandhi. Sa katapusan ay nakita nila ang tagumpay ng India sa isang "digmaang" napanalunan sa pamamagitan ng mapayapang pamamaraan.

Ang malungkot na pagkakahati ng lupain sa India at Pakistan, at ang maikli ngunit madugong yugtong nangyari sa ilang bahagi ng bansa, ay dahil sa mga ekonomikong sanhi, at hindi totoong relihiyosong panatisismo (isang maliit na dahilang kadalasan ay maling ipinakikilala bilang malaking dahilan). Di-mabilang na Hindu at Moslem, sa ngayon at sa nakaraan, ang namuhay na sama-sama sa pagkakasundo. Mga tao sa kapwa pananampalataya, sa napakaraming bilang, ang naging disipulo ng "walang doktrinang" maestro na si Kabir (1450-1518); at hanggang sa ngayon mayroon siyang milyun-milyong tagasunod (*Kabir-panthis*). Sa ilalim ng Moslem na pamumuno ni Dakilang Akbar, ang pinakamalawak na kalayaan sa paniniwala ay umiral sa buong India. Ni sa ngayon ay walang anumang malubhang relihiyosong di-pagkakaunawaan sa siyamnapung porsiyento ng mga simpleng tao. Ang tunay na India, ang India na makauunawa at makakasunod sa isang Mahatma Gandhi, ay nakikita hindi sa mga malalaki at masalimuot na lungsod, kundi sa mapayapang 700,000 kanayunan, kung saan ang mga payak at makatarungang porma ng pamumuno-sa-sarili ng mga *panchayats* (lokal na konseho) ang naging matagal nang panahong huwaran. Ang mga problemang kinakaharap ng bagong-layang India sa kasalukuyan ay tiyak na matutugunan pagdating ng panahon ng mga dakilang taong walang-pagkabigong nililikha ng India.

Walang karamutan sa Dibino, at wala rin sa Kanyang diyosa ng kababalaghan, ang masaganang Kalikasan.

Itinuro ng kasulatang Hindu na ang tao ay naaakit dito sa natatanging lupa upang matuto, mas ganap sa bawat magkakasunod na pagkabuhay, ng walang katapusang paraan kung saan ang Espiritu ay maaaring ipahayag sa pamamagitan, at pangibabawan, ang mga kalagayang materyal. Natututunan ng Silangan at Kanluran itong dakilang katotohanan sa iba't ibang mga paraan, at dapat na masayang ibahagi sa bawat isa ang kanilang mga natuklasan. Walang pagdududang ito ay kalugud-lugod sa Panginoon kapag ang Kanyang mga anak sa lupa ay nagsisikap upang makamit ang isang pandaigdig na kabihasnan na malaya sa kahirapan, karamdaman at kamangmangan ng kaluluwa. Ang pagka-malilimutin ng tao sa kanyang dibinong kayamanan (ang bunga ng kanyang maling paggamit ng malayang pagnanais*) ay ang ugat ng lahat ng ibang uri ng kahirapan.

Ang kasamaang ipinalalagay sa isang di-tumutukoy ng tiyak na uri ng tao o bagay na kung tawagin ay "lipunan" ay maaring makatotohanang ilatag sa pintuan ng Bawat Tao.† Ang ulirang lipunan (Utopia) ay dapat sumibol sa pansariling dibdib bago ito maaaring mamulaklak sa pambayang kabutihan, ang panloob na pagbabago natural na patungo sa panlabas. Ang isang taong nabago ang sarili ay mababago ang libu-libong tao.

Ang subok ng panahong mga kasulatan ng daigdig ay iisa ang diwa, binibigyan ng sigla ang tao sa kanyang paitaas na paglalakbay. Isa sa pinakamasayang panahon ng aking buhay ay ginugol sa pagdidikta, para sa *Self-Realization Magazine,* ng aking pakahulugan ng

---

* "Malaya tayong magsisilbi,
Dahil malaya tayong nagmamahal, tulad ng ating kagustuhan
Upang magmahal o hindi; dito tatayo tayo o babagsak.
At ang ilan ay bumagsak, sa di-pagsunod ay bumagsak,
Kaya mula sa langit patungong pinakamalalim na impiyerno. O babagsak
Mula sa anong mataas na kalagayan ng lubos na kaligayahan patungo sa anong
pighati!"
  —Milton, *"Paradise Lost"*

† Ang plano ng dibinong *lila* o "mapagbirong laro" kung saan nalikha ang mga pambihirang mundo ay isa sa *pagtutugunan* ng nilikha at Manlilikha. Ang tanging regalong maihahandog ng tao sa Diyos ay pag-ibig; sapat na ang pagtawag sa Kanyang makalilipos na pagkamapagbigay."Isinumpa ko kayong lahat sapagkat ako'y pinagnanakawan ng buong bansa. Dalhin ninyo nang buong-buo ang inyong mga ikasampung bahagi sa tahanan ng Diyos upang matugunan ang pangangailangan ng aking tahanan. Subukin ninyo ako sa bagay na ito, kung hindi ko buksan ang mga bintana ng langit at ibuhos sa inyo ang masaganang pagpapala."—Malakias 3:9-10.

PARAMAHANSA YOGANANDA
SRF Encinitas Hermitage, Encinitas, California
Hulyo 1950

bahagi ng Bagong Tipan.* Mataimtim akong nagsumamo kay Kristo na gabayan ako sa pagbibigay ng tamang kahulugan ng kanyang mga salita, na ang karamihan ay nakakadalamhating hindi naunawaan sa loob ng dalawampung siglo.

Isang gabi, samantalang ako ay nagsasagawa ng payapang pananalangin, ang aking silid tanggapan sa Encinitas hermitage ay napuno ng opalong asul na liwanag. Napagmasdan ko ang nagliliwanag na anyo ng banal na Panginoong Hesu Kristo.Tila isang kabataang lalaki, mga dalawampu't limang taong gulang, may kakaunting balbas at bigote; ang kanyang mahabang itim na buhok, na hati sa gitna, ay nasisinagan ng kumikinang na kulay ginto.

Ang kanyang mga mata ay walang-hanggang nakamamangha; habang ako ay nakatingin, sila ay walang-katapusang nagbabago. Sa bawat dibinong pagbabago sa kanilang pagpapahayag, nauunawaan ko sa pamamagitan ng intuwisyon ang karunungang ipinadadala. Sa kanyang maluwalhating tingin, naramdaman ko ang kapangyarihang nagdadala sa napakaraming mga daigdig. Isang banal na kopita ang lumabas sa tapat ng kanyang bibig, bumaba ito sa aking mga labi, at pagkatapos ay bumalik kay Hesus. Pagkatapos ng ilang mga sandali Siya ay bumigkas ng magagandang mga pananalita, na napakapersonal ang kanilang uri kaya itinago ko sila sa aking puso.

Ako ay gumugol ng mahabang panahon noong taong 1950 at 1951 sa isang payapang lugar malapit sa disyerto ng Mojave sa California. Doon ay isinalin ko ang Bhagavad Gita at nagsulat na isang detalyadong komentaryo† na nagpapakilala sa iba't ibang landas ng yoga.

Dalawang ulit‡ na maliwanag na tumutukoy sa isang paraan ng yoga (ang kaisa-isang binanggit sa Bhagavad Gita at iyon din ang pinangalanan ni Babaji ng simpleng *Kriya Yoga*), ang pinakadakilang

---

* Ang komprehensibong pagpapakahulugan ni Paramahansa Yogananda sa apat na Ebanghelyo ay inilathala sa isang aklat ng Self-Realization Fellowship, na pinamagatang *The Second Coming of Christ: The Resurrection of Christ Within You*. (Tala ng Tagapaglathala)

† *God Talks With Arjuna: The Bhagavad Gita—Royal Science of God-Realization,* na inilathala ng Self-Realization Fellowship. Ang Bhagavad Gita ay ang kasulatang pinakamamahal ng India. Binubuo ito ng usapan sa pagitan ni Panginoong Krishna (na sumasagisag sa Espiritu) at ang kanyang disipulong si Arjuna (na sumasagisag sa kaluluwa ng huwarang deboto): mga salita ng espirituwal na paggabay na walang kinikilalang panahon sa kanilang kaangkupan sa lahat ng naghahanap-ng-katotohanan. Ang buod na mensahe ng Gita ay maaaring mapanalunan ng tao ang kalayaan sa pamamagitan ng pag-ibig para sa Diyos, karunungan, at paggawa ng tamang pagkilos na walang labis na pagkagiliw.

‡ Bhagavad Gita IV:29 at V:27-28.

kasulatan ng India ay siyang nag-alay ng mapraktika at wastong pagtuturo. Sa karagatan ng ating pangarap-na-daigdig, ang hininga ay ang tiyak na unos ng delusyon na nagbubunga ng kamalayan ng sari-sariling mga alon—ang mga anyo ng tao at ng lahat ng iba pang materyal na bagay. Alam niya na ang kaalamang pilosopikal at etikal lamang ay hindi sapat upang gisingin ang tao mula sa kanyang masakit na pangarap na hiwalay na buhay, kaya itinuro ni Panginoong Krishna ang sagradong siyensiya kung saan ang isang yogi ay maaaring maging dalubhasa sa sariling katawan, at sa sariling kagustuhan, ay gawin itong dalisay na enerhiya. Ang posibilidad nitong tagumpay ng yoga ay hindi labas sa teoretikang pang-unawa ng mga makabagong siyentipiko, mga nangunguna sa Kapanahunan ng Atomiko. Lahat ng materyal na bagay ay napatunayang maaaring gawing enerhiya.

Pinapupurihan ng mga kasulatang Hindu ang siyensiya ng yoga sapagkat ito ay maaaring gawin ng pangkalahatang sangkatauhan. Ang hiwaga ng hininga, sa katunayan, ay paminsan-minsang nabibigyan ng kalutasan, kahit hindi ginagamit ang mga pormal na pamamaraan ng yoga, na katulad ng kaso ng mga hindi Hindung mistiko na nagtataglay ng nakahihigit na lakas ng debosyon sa Panginoon. Ang mga katulad na Kristiyano, Moslem, at ibang mga banal ay tunay ngang napagmasdan na nasa walang hininga at walang kagalaw-galaw na pagkawala sa sarili (*sabikalpa Samadhi**), na kung wala ito, walang tao ang nakapasok sa mga unang baiting ng pang-unawa sa Diyos. (Pagkatapos makarating ang isang banal sa *Nirbikalpa* o ang pinakamataas na *samadhi*, samakatwid, hindi na mababago ang kanyang pamamalagi sa Panginoon—kahit na siya ay walang hininga o humihinga, walang kagalaw-galaw o aktibo.)

Sinasabi sa atin ni Brother Lawrence, ang ika-labimpitong siglong Kristiyanong mistiko, na ang kanyang unang banaag sa pagkatanto-sa-Diyos ay nagsimula sa panonood sa isang puno. Halos lahat ng mga taong nilalang ay nakakita na ng isang puno; sayang at kakaunti lang, sa gayong paraan, ang nakakita sa Lumalang noong puno. Karamihan sa mga tao ay lubos na walang kakayahang tawagin ang hindi mapigilang lakas ng debosyon na walang hirap na tinataglay lamang ng iilang *ekantins*, "buong-pusong" mga banal na matatagpuan sa lahat ng landas ng relihiyon maging sa Silangan

---

* Tingnan ang Kabanata 26. Sa mga Kristiyanong mistiko na napagmasdang nasa *sabikalpa samadhi* mababanggit si St. Teresa of Avila, na ang katawan ay nagiging walang kagalaw-galaw na hindi nakayanan ng mga namanghang madre sa kumbento na ibahin ang kanyang posisyon o gisingin siya sa panlabas na kamalayan.

man o Kanluran. Ngunit, ang karaniwang tao,* samakatwid, ay hindi hinahadlangan sa posibilidad ng isang dibinong pakikipag-niig. Kailangan niya, para sa paggunita ng kanyang kaluluwa, ang walang higit sa paraan ng *Kriya Yoga,* isang pang-araw-araw na pagtupad sa moral na panuntunan at ang kakayahang tapat na isigaw ang: "Panginoon, ako ay labis na nananabik na makilala ka!"

Ang pandaigdig na pang-akit ng yoga, kung ganoon, ay ang kanyang daang patungo sa Diyos sa pamamagitan ng araw-araw na magagamit na siyentipikong paraan, kaysa sa tulong ng taimtim na debosyon na, para sa karaniwang tao, ay nasa labas ng kanyang saklaw ng damdamin.

Ang iba't ibang dakilang guru ng Jain sa India ay tinawag na *tirthakaras,* "ford-makers," sapagkat ibinubunyag nila ang tawiran kung saan ang nalilitong sangkatauhan ay maaaring tumawid sa ibabaw at lagpas pa sa binabagyong karagatan ng *samsara* (ang gulong ng karma, ang paulit-ulit na muling pagkabuhay at pagkamatay). Hinihikayat ng *samsara* (literal na, "isang pag-agos kasama ang" pambihirang pagkilos ng mga bagay) ang tao na kunin ang pinakamadaling daan. "Sinuman, samakatwid, ang magiging isang kaibigan ng mundo ay ang kaaway ng Diyos."† Upang maging kaibigan ng Diyos, dapat masupil ng tao ang mga demonyo o ang mga kasamaan ng kanyang sariling karma o mga asal na palaging nag-aanyaya sa kanya sa kahinaan ng loob sa pagpayag sa mayang panlilinlang ng mundo. Ang kaalaman sa batas na bakal ng karma ay nagbibigay pag-asa sa masigasig na naghahanap upang mahanap ang daan ng panghuling pagtakas mula sa kanyang pagkagapos. Sapagkat ang karmang pang-aalipin ng mga taong nilalang ay nag-ugat sa pagnanais ng pinadilim ng *maya* na mga pag-iisip, ang pamamahala‡ ng kaisipan ang tungkulin ng isang yogi.

* Ang "karaniwang tao" ay kailangang gumawa ng espirituwal na umpisa, sa isang lugar, sa tanging panahon."Ang paglalakbay ng isang libong milya ay nagsisimula sa isang hakbang," pagmamasid ni Lao-tzu. Cf. Panginoong Buddha: "Huwag hayaan ang taong ipagpalagay nang ganun-ganoon lang ang kabutihan, na sasabihin sa kanyang puso, 'hindi ito lalapit sa akin.' Sa pagpatak ng tubig napupuno ang isang banga; ang marunong na tao ay napupuno ng kabutihan, kahit na unti-unti ang pag-ipon niya nito."

† Santiago 4:4.

‡ "Di-natitinag ang isang lampara'y nagliliwanag na ligtas sa hangin;
  Ganito ang katulad ng isipan ng Yogi
  Tago mula sa bagyo ng pandama at nagliliwanag patungong Langit.
  Kapag ang isip ay payapang nagninilay, inaalo ng banal na kasanayan;
  Kapag ang Sarili'y nagmumuni sa sarili, at sa sarili
  Nagkakaroon ng kaginhawahan; kung kilala niya ang di-mapangalanang aliw

Ang iba't ibang uri ng lambong ng kamangmangan ng karma ay inihihiwalay, at nakikita ng tao ang sarili sa kanyang katutubong diwa.

Ang misteryo ng buhay at kamatayan, na ang kalutasan ay siya lamang pakay ng pananatili ng tao sa lupa, ay lubos na kaugnay ng hininga. Ang kawalan ng paghinga ay kawalan ng kamatayan. Nauunawaan ang katotohanang ito, sinamantala ng matatandang pantas ng India ang iisang palatandaan na paghinga at pinalago ang isang tiyak at makatwirang siyensiya ng walang paghinga.

Kung ang India ay wala ng iba pang handog sa mundo, ang *Kriya Yoga* lamang ay sapat na bilang pang-haring paghahandog.

Ang Bibliya ay naglalaman ng mga banggit na nagbubunyag na batid ng mga propetang Hebreo na ginawa ng Diyos ang hininga upang magsilbing pinong dugtong sa pagitan ng katawan at kaluluwa. Isinasaad sa Genesis: "Ang Panginoong Diyos ay ginawa ang tao mula sa alikabok ng lupa, at hiningahan sa kanyang ilong ang hininga ng buhay; at ang tao ay naging isang buhay na kaluluwa."* Ang katawan ng tao ay naglalaman ng kemikal at metal na sustansiya na siya ring nakikita sa "alikabok ng lupa." Ang laman ng tao ay hindi kailanman maaring magpatuloy ng pagkilos o magpakita ng lakas at paggalaw kung hindi dahil sa kuryente ng buhay na inililipat ng kaluluwa sa katawan sa paraan, sa hindi pa naliliwanagang mga tao, ng hininga (enerhiyang gas). Ang daloy ng buhay na nagpapaandar sa katawan ng tao bilang ang mga limang beses na *prana* o pinong mga enerhiya ng buhay, ay isang pagpapahayag ng *Aum* na pagyanig ng nasa-lahat-ng- dakong kaluluwa.

Ang larawan, ang anyo ng katotohanan ng buhay na kumikinang sa selula ng laman mula sa pinagmulan ng kaluluwa ay siya lamang dahilan nang pagkatali ng tao sa kanyang katawan; maliwanag na hindi naman siya magbibigay ng maasikasong paggalang sa isang dakot na lupa. Ang isang taong nilalang ay may pagkakamaling kinikilala ang kanyang sarili sa kanyang anyong

---

Lagpas sa lahat ng sakop ng pandama, na ibinunyag sa kaluluwa—
Sa kaluluwa lamang! at, sa pagkilala, hindi nag-aalinlangan,
Tapat sa higit na Katotohanan; na, kapag hawak niya ito,
Walang pagkilala sa kapantay na yaman,
Kundi, nananahan doon, di-matinag ni mayugyog
Ng pinakamalalim na pighati, tatawaging "kapayapaan" ang ganyang kalagayan,
Iyang masayang pagkaputol ay Yoga; tawagin ang taong iyan
Ang ganap na Yogin!"
            —Bhagavad Gita VI:19-23 (*salin ni Arnold*)
* Genesis 2:7

pisikal sapagkat ang daloy ng buhay mula sa kaluluwa ay inihahatid ng hininga sa laman nang may napakalakas na puwersa na ang tao ay ipinagkakamali ang epekto bilang sanhi, at may labis na paghangang ipinapalagay na ang katawan ay may buhay na sarili.

Ang may-malay na kalagayan ng tao ay ang pagkabatid ng katawan at hininga. Ang kanyang kubling-malay na kalagayan, na masigla sa pagtulog, ay kaugnay ng kanyang pag-iisip, at pansamantalang, hiwalay mula sa katawan at hininga. Ang kanyang mataas na kamalayan ay isang kalayaan mula sa delusyon na ang "buhay" ay pinanghahawakan ng katawan at hininga.† Ang Diyos ay nabubuhay na walang hininga; ang kaluluwang ginawa sa Kanyang larawan ay nagkakaroon ng kamalayan sa sarili, sa unang pagkakataon, sa kalagayang walang hininga.

Kapag ang hiningang-dugtong sa pagitan ng kaluluwa at katawan ay napatid ng ebolusyonaryong karma, ang biglang pagbabago na kung tawagin ay "kamatayan" ay susunod; ang pisikal na selula ay bumabalik sa kanilang likas na walang kapangyarihan. Para sa isang *Kriya Yogi*, gayunman, ang hiningang-dugtong ay napuputol sa sariling kagustuhan sa paraan ng siyentipikong karunungan, at hindi sa marahas na pakikialam ng pangangailangan ng karma. Sa pamamagitan ng tunay na karanasan, alam na ng yogi na siya ay hindi laman, at hindi niya kailangan ang medyo matalim na pahiwatig ng Kamatayan na ang tao ay hindi dapat ilagay ang pagtitiwala sa isang pisikal na katawan.

Sa bawat buhay, bawat tao may pagsulong (sa kanyang sariling bilis, kahit na ito ay laging pamali-mali) patungo sa kanyang pagiging dibino. Ang kamatayan, na hindi nakakaabala sa paitaas na paglipad, ay inaalok lamang ang tao ng mas nakawiwiling kapaligiran ng isang mundong astral kung saan maari niyang linisin ang kanyang karumihan. "Huwag mabalisa ang puso....Sa bahay ng aking Ama ay maraming mga tirahan."‡ Tunay ngang hindi mangyayari na naubusan na ang Diyos ng katalinuhan sa pagsasaayos nitong daigdig, o kaya, sa

---

† "Hindi ka kailanman masisiyahan ng tama sa mundo hanggat ang dagat mismo ay dadaloy sa iyong mga ugat, hanggang nadadamitan ka ng kalangitan, at nakoronahan ng mga bituin, at mamalayan ang sarili mo bilang tanging tagapagmana ng buong mundo, at higit pa doon, dahil may mga taong naroroon na kapwa tanging tagapagmana na tulad mo; hanggang makaaawit ka nang may kaluguran at magdiwang sa Diyos, tulad ng mga kuripot na nagdiriwang sa ginto, at mga hari sa setro...hanggang kilala mo ang mga gawi ng Diyos sa lahat ng panahon tulad ng pagkilala mo sa iyong paglakad at mesa; hanggang lubos mong kilala iyang malilim na kawalan na pinanggalingan ng mundo."—*Thomas Traherne, "Centuries of Meditations."*

‡ Juan 14:1-2.

GINOONG BINAY RANJAN SEN, ang Embahador ng India sa Estados Unidos, kasama si Sri Yogananda sa Self-Realization Fellowship, Pangdaigdig na Punong Tanggapan, Los Angeles, Marso 4, 1952—tatlong araw bago pumanaw ang dakilang Yogi.

Sa isang parangal sa libing noong Marso 11, sinabi ni Embahador Sen: "Kung tayo ay mayroong isang taong katulad ni Paramahansa Yogananda sa United Nations ngayon, marahil ang mundo ay nasa isang mas mabuting kalagayan kaysa ngayon. Sa aking kaalaman, walang higit na nakagawa, at nagbigay ng higit sa kanyang sarili, upang pagbuklurin ang mga mamamayan ng India at Amerika."

kabilang daigdig, na Siya ay hindi mag-aalok ng anumang mas mapaghamon sa ating kinagigiliwan kaysa pagtugtog ng mga alpa.

Ang kamatayan ay hindi isang pagbura sa buhay, isang huling pagtakas sa buhay; at hindi rin ang kamatayan ay pintuan sa walang hanggang buhay. Ang sinumang tinakasan ang Sarili para sa makalupang katuwaan ay hindi ito muling mababawi sa gitna ng pinong mga panghalina ng daigdig na astral. Doon, siya ay nag-iipon lamang ng mas mabuting pang-unawa at mas madamdaming tugon sa magaganda at sa mabubuti, na iisa. Dito sa pandayan ng magaspang na lupa kailangang pukpukin ng nagsisikap na tao ang hindi nawawalang ginto ng pagkakakilanlang espirituwal. Hawak na sa kanyang kamay ang mahirap-na-napanalunang ginintuang yaman, bilang iisang katanggap-tanggap na handog sa sakim na Kamatayan, ang isang taong nilalang ay napapanalunan ang pangwakas na kalayaan mula sa paikot na pabalik-balik na muling pagkakatawang-tao.

Sa loob ng maraming mga taon ako ay nagsagawa ng mga pag-aaral sa Encinitas at Los Angeles tungkol sa mga *Yoga Sutras* ni Patanjali at iba pang malalalim na kasulatan ng pilosopiyang Hindu.

"Ano ang dahilan at pinagdugtong ng Diyos ang kaluluwa at katawan?" Isang mag-aaral sa klase ang nagtanong isang gabi. "Ano ang Kanyang layunin sa pagsisimula ng kauna-unahang kilos nitong ebolusyong dula ng paglalang?" Hindi mabilang na ibang mga tao ang naglahad na ng ganyang katanungan; ang mga pilosopo ay naghanap, at nabigo na lubos silang sagutin.

"Mag-iwan ng ilang mga misteryo upang magalugad sa Kawalang-katapusan," palagi itong sinasabi ni Sri Yukteswar na nakangiti. "Papaano uunawain ng may takdang lakas ng katwiran ng tao ang hindi maisip na mga hangarin ng Hindi Nalalang na Kaganapan?* Ang makatwirang pakultad sa tao na tinalian ng sanhi at epekto na prinsipyo ng pambihirang daigdig, ay nalilito sa harap ng mga hiwaga ng Diyos, ang Walang Simula, ang Walang Pinagmulan. Gayunman, bagama't hindi maarok ng katwiran ng tao ang lalim ng palaisipan ng paglalang, sa katapusan, ang bawat misteryo ay bibigyan ng kalutasan para sa deboto ng Diyos Mismo."

Siya na tapat na naghahangad ng karunungan ay nasisiyahang magsimula ng kanyang paghahanap sa pamamagitan ng mapagpakumbabang pagsasanay sa ilang mga simpleng ABKD ng dibinong panukala at, hindi nagpupumilit nang wala sa panahong isang wastong matematikong talangguhit ng buhay na "Teorya ni Einstein".

---

* Ang sabi ni Yahweh, "Ang aking kaisipa'y hindi ninyo kaisipan, ang inyong kaparaanan ay hindi ko kaparaanan. Kung paanong ang langit ay mas mataas kaysa lupa, ang aking kaparaanan ay higit sa inyong kaparaanan, at ang aking kaisipan ay hindi maaabot ng inyong kaisipan."—Isaias 55:8-9. Pinatotohanan ni Dante sa *The Divine Comedy*:

> Nanggaling ako sa langit na iyang lubos na naliwanagan
> Ng liwanag na galing sa Kanya, at nakakita ng mga bagay na sa pagsabi
> Ng nanggaling doon ay walang kakayahan ni kaalaman;
> Dahil habang papalapit sa bagay na kanyang inaasam
> Ang isip natin ay lubos na napupuspos
> Kailanma'y di matunton ang sinundang daan.
> Ngunit anuman sa banal na kaharian
> Ang nasa kapangyarihan ng alaala upang pagyamanin
> Ay siyang aking paksa hanggang matapos ang awitin.

"Wala pang tao ang nakakita sa Diyos sa kahit anong panahon (walang may kamatayan sa ilalim ng 'panahon', ang paiba-ibang mga kalagayan ng *maya,** ang makakaunawa sa Walang Hanggan); *ang tanging Anak, na Siyang nasa dibdib ng Ama* (ang larawan ng Kristong Kamalayan o panlabas na pagtugis sa Ganap na Talino na, pinapatnubayan ang lahat ng kaanyuan ng mga pangyayari sa pamamagitan ng pagyanig ng *Aum,* ay iniluwal mula sa 'dibdib' o kalaliman ng Dibinong Di-Nalalang upang maipahayag ang iba't ibang uri ng Pagkakaisa), *ipinahayag niya* (sa ilalim ng anyo, o ipinakita) *siya."*†

"Katotohanan, katotohanan, sinasabi ko sa inyo," ang paliwanag ni Hesus, "ang Anak ay walang magagawa sa kanyang sarili lamang; ngunit kung ano ang nakikita niyang ginagawa ng Ama: sapagkat kung anong mga bagay ang Kanyang ginagawa, ito din ang gagawin ng Anak."‡

Ang pinagtatlong kalikasan ng Diyos habang Siya'y nagpapahayag sa Sarili sa kamangha-manghang mga daigdig ay sinisimbulo, sa kasulatan ng Hindu, bilang Brahma ang Tagapaglikha, Vishnu ang Tagapreserba, at Shiva ang Naninira at Nagpapabago. Ang kanilang tatluhang nagkakaisang mga gawain ay walang-tigil na ipinakikita sa buong pagyanig ng paglalang. Dahil ang Kaganapan ay lagpas sa lakas ng pang-unawa ng tao, ang debotong Hindu ay sinasamba Ito sa kapita-pitagang pinaka-katawan ng Tatlong Persona.§

Ang pandaigdig na Mapanlikha-Preserbatibo-Nakasisirang aspeto ng Diyos, gayunman, ay hindi ang Kanyang pinakawakas at hindi rin ang Kanyang pinakamahalagang kalikasan (sapagkat ang kosmikong paglalang ay Kanya lamang *lila,* mapanlikhang laro).¶

---

* Ang araw-araw na siklo ng mundo, mula sa liwanag hanggang sa dilim at gayon din naman, ay isang palagiang pagpapaalala sa tao ng pagkakasangkot ng paglalang sa *maya* o mga kasalungat na kalagayan. (Ang mga transisyunal na panahon ng araw, madaling-araw at dapit-hapon, kung gayon ay itinuturing na nababagay para sa meditasyon.) Pinupunit ang dalawahang-pagkakayaring talukbong ng *maya,* nauunawaan ng yogi ang lumalampas na Pagkakaisa.

† Juan 1:18

‡ Juan 5:19

§ Isang kaibang pang-unawa kaysa sa tatluhang Realidad: *Sat, Tat, Aum;* o Ama, Anak, Espiritu Santo. Ang Brahma-Vishnu-Shiva ay kumakatawan sa tatluhang pagpapahayag ng Diyos sa aspeto ng *Tat* o Anak, ang Kristong Kamalayang nasa loob ng yumayanig na paglalang. Ang mga *shakti,* mga enerhiya o "mga konsorte" ng Santisima Trinidad, ay sagisag ng *Aum* o ng Espiritu Santo, ang tanging sanhing puwersa na nag-aangat sa kosmos sa pamamagitan ng pagyanig. (Tingnan ang ph.173 n. 229 n.)

¶ "Aming Panginoon...ikaw ang lumalang sa lahat ng bagay, at ayon sa iyong

Ang kanyang pagiging likas ay hindi mauunawaan kahit na sa pang-unawa ng lahat ng misteryo ng Santisima Trinidad, sapagkat ang Kanyang panlabas na katangian, na ipinakikita sa nasa batas na atomikong pagkilos, ay ipinapahayag lamang Siya, at hindi Siya ibinubunyag. Ang kahuli-hulihang kalikasan ng Panginoon ay malalaman lamang kapag "ang Anak ay umakyat na sa Ama."* Lalagpasan ng pinalayang tao ang panginig ng mga kaharian na siyang pagpasok sa Walang Pangangatal na Pinagmulan.

Lahat ng dakilang mga propeta ay nanatiling tahimik kapag hinilingan silang alisin ang tabing ng mga pang-wakas na lihim. Noong si Pilato ay nagtanong: "Ano ang katotohanan?† Si Kristo ay hindi nagbigay ng kasagutan. Ang mga malalawak na mapagpapasikat na katanungan ng mga nagpapakilala ng talino na tulad ni Pilato ay bihirang nanggagaling mula sa mainit na espiritu ng pagtatanong. Ang ganitong mga tao ay mas malamang nagsasalita lamang ng kapalaluang walang laman at naniniwalang ang nagpapakita ng kawalan ng paniniwala tungkol sa kahalagahang espirituwal ‡ ay isang tanda ng "bukas-na- kaisipan."

"Para sa ganitong layunin ako ay naipanganak at para sa ganitong dahilan ako ay naparito sa daigdig, upang ako ay maging saksi para sa katotohanan. Bawat taong nasa panig ng katotohanan ay naririnig ang aking tinig."§ Sa kakaunting mga salitang ito, si Kristo ay nagpahayag nang napakarami. Ang anak ng Diyos ay "nagpapatotoo" *sa pamamagitan ng kanyang buhay.* Kinakatawan niya ang katotohanan; kapag ipinaliliwanag pa niya ito, iyon ay kalabisang kagandahang-loob.

Ang katotohanan ay hindi teorya, hindi haka-hakang sistema ng pilosopiya, walang pangkaisipang palagay. Ang katotohanan ay eksaktong pag-uugnayan sa tunay na buhay. Para sa tao, ang katotohanan ay ang hindi matinag na kaalaman ng kanyang tunay na kalagayan, ang Sarili bilang kaluluwa. Si Hesus, sa bawat kilos at

kagustuhan, sila'y nilalang mo at pinapanatili."—Pahayag 4:11.
* Juan 14:12
† Juan 18:38
‡ "Ibigin ang Birtud; siya lamang ang malaya;
   Matuturuan ka niyang umakyat
   Nang mas mataas pa sa makalangit na tunog;
   O, kung mahina ang birtud,
   Langit mismo ang yuyuko sa kanya."
        —Milton, "Comus"
§ Juan 18:37

salita ng kanyang buhay ay pinatunayan ang *katotohanan* ng kanyang katauhan—ang kanyang pinanggalingan ay sa Diyos.

Ganap ang pakikiisa sa nasa-lahat-ng-dakong Kristong Kamalayan, maaari niyang bigkasin sa simpleng pangwakas: "Bawat isang nasa panig ng katotohanan ay naririnig ang aking tinig."

Si Buddha, ganoon din, ay tumangging magbigay-liwanag sa metapisikong pangwakas, walang siglang itinuturo na ang kaunting panahon ng tao sa lupa ay pinakamainam na gugulin sa pagiging ganap ng katangiang moral. Ang mistikong Tsinong si Lao-tzu ay makatwirang nagturo: "Siya na nakakaalam, ay hindi nagsasabi, siya na nagsasabi ay hindi nakakaalam." Ang pang-huling mga misteryo ng Diyos ay hindi "bukas upang pag-usapan." Ang pagsasalin ng kanyang mga lihim na kodigo ay isang sining na hindi maaaring ibahagi ng tao sa kapwa tao; dito ang Panginoon lamang ang Tagapagturo.

"Manahimik, at kilalanin na Ako ang Panginoon."* Hindi kailanman nagmamarangya sa Kanyang pagsasa-lahat-ng-dako, ang Panginoon ay naririnig lamang sa kalinis-linisang katahimikan. Umaalingawngaw sa buong daigdig bilang ang mapanlikhang *Aum* na pagyanig, ang Pangunahing Tunog ay biglang naisasalin ang Sarili sa naiintindihang mga salita para sa debotong kaisa sa Diyos.

Ang dibinong layunin ng paglalang, sa abot-kayang pagkaintindi ng katwiran ng tao, ay ipinapaliwanag sa mga Vedas. Itinuturo ng mga pantas na bawat tao ay nilalang ng Diyos bilang isang kaluluwa na magpapakita ng pambihirang katangian ng Walang Hanggan bago ito magpatuloy sa kanyang Tiyak na Pagkakakilanlan. Lahat ng tao, na ganoong pinagkalooban ng bahagi ng Dibinong Kakanyahan, ay pare-parehong mahal ng Diyos.

Ang karunungang nalikom ng India, ang pinakamatandang kapatid ng lahat ng mga bansa, ay isang pamana sa lahat ng sangkatauhan. Ang katotohanan ng mga Veda, tulad ng lahat ng katotohanan ay pag-aari ng Panginoon at hindi ng India. Ang mga pantas na ang mga isip ay dalisay na lalagyan upang tanggapin ang mga dibinong kalaliman ng mga Vedas, ay mga kaanib ng lahi ng tao, ipinanganak dito sa lupa, at hindi sa iba, upang pagsilbihan ang buong sangkatauhan. Ang pagkakaiba ng lahi o bansa ay walang kabuluhan sa daigdig ng katotohanan, na ang tanging katangian ay espirituwal na pagkamarapat upang tumanggap.

Ang Diyos ay pag-ibig; ang Kanyang plano para sa paglalang ay

---

* Awit 46:10. Ang hangarin ng siyensiya ng yoga ay ang makamit iyang kinakailangang panloob na kapanatagan kung saan ang sinuman ay tunay na "kilala ang Diyos."

maaaring mag-ugat lamang sa pag-ibig. Hindi ba ang simpleng ka-isipang iyan, sa halip na matalinong pagpapaliwanag, ang mag-aalay ng ginhawa sa puso ng tao? Bawat banal na tumagos sa kaibuturan ng Katotohanan ay nagpapatunay na may isang dibinong pandaigdig na panukala ang nabubuhay at ito ay napakaganda at punung-puno ng tuwa.

Sa propetang si Isaiah, ibinunyag ng Diyos ang Kanyang mga layunin sa mga salitang ito:

> Kaya, ang aking salita (mapanlikhang *Aum*) na lumabas sa aking bibig: ito'y hindi babalik sa akin na walang katuturan, ngu-nit tutuparin nito ang aking mga balak, at gagawin nito ang aking ninanais, at ito'y lalago sa bagay na pinadalhan ko nito. Sapagkat kayo'y lalabas nang may kagalakan at aakayin ng mapayapa: ang mga bundok at mga burol ay aawit sa harapan ninyo, at lahat ng mga punong-kahoy sa bukid ay papalakpak. (Isaias 55:11-12)

"Kayo ay lalabas na may tuwa, at pangungunahan kayo ng may kapayapaan." Ang mga tao sa isang naghihirap na ika-dalawampung siglo ay sabik na marinig ang nakamamanghang pangakong iyan. Ang buong katotohanang napapaloob dito ay maaring matanto ng bawat deboto ng Diyos na matapang na nagsisikap na mabawing muli ang kanyang dibinong pamana.

Ang banal na papel ng *Kriya Yoga* sa Silangan at sa Kanluran ay halos hindi pa nagpapasimula. Harinawang lahat ng tao ay malaman na mayroong isang tiyak, at siyentipikong paraan ng Sariling-pagkaunawa para magtagumpay sa lahat ng pantaong paghihirap!

Sa pagpapadala ko ng mapagmahal na kaisipang pagyanig sa li-bu-libong mga *Kriya Yogi* na nagkalat na parang kumikinang na hi-yas sa ibabaw ng lupa, madalas akong mag-isip na may pasasalamat:

"Panginoon, Kayo po ay nagbigay sa mongheng ito ng isang malaking pamilya!"

PARAMAHANSA YOGANANDA – "ANG HULING NGITI"

Isang larawang nakuha isang oras bago ang kanyang mahasamadhi (ang panghuling may kamalayang pag-alis ng isang yogi mula sa kanyang katawan) sa isang piging para kay Embahador Binay R. Sen, ng India, Marso 7, 1952, sa Los Angeles, California.

Nakunan ng potograpo ang isang mapagmahal na ngiti na tila nagpapahayag ng isang pamamaalam na pagbasbas para sa bawat isa sa mga milyung-milyong mga kaibigan mag-aaral at mga disipulo ng maestro. Ang kanyang mga mata na nakatanaw na sa Walang Hanggan ay punung-puno ng init at pang-unawa sa tao.

Ang kamatayan ay walang kapangyarihang sirain itong walang katulad na deboto ng Diyos; ang kanyang katawan ay nagpakita ng isang kamangha-manghang kalagayan ng kawalan ng pagbabago. (Tingnan ang Pahina 599.)

PARAMAHANSA YOGANANDA: ISANG YOGI SA BUHAY AT KAMATAYAN

Si ParamahansaYogananda ay pumasok sa *mahasamadhi* (isang pangwakas na may kamalayang paglabas ng isang yogi sa katawan) sa Los Angeles, California, noong Marso 7, 1952, pagkatapos wakasan ang kanyang talumpati sa isang piging na ginanap upang parangalan si H. E. Binay R. Sen, Embahador ng India.

Pinatunayan ng dakilang pandaigdig na guru ang kahalagahan ng yoga (mga siyentipikong paraan para sa pagkaunawa sa Diyos) hindi lamang sa buhay kundi maging sa kamatayan. Ilang linggo pagkatapos ng kanyang pagpanaw, ang kanyang hindi nagbagong mukha ay nagliwanag sa dibinong ningning ng walang pagkasira.

Si Ginoong Harry T. Rowe, ang director ng Los Angeles Mortuary, Forest Lawn Memorial Park (kung saan ang katawan ng dakilang maestro ay pansamantalang nailagak), ay nagpadala sa Self-Realization Fellowship ng isang notaryadong liham kung saan ang sumusunod na siping patotoo ay kinuha:

"Ang kawalan ng anumang nakikitang palatandaan ng pagkabulok sa patay na katawan ni Paramahansa Yogananda ay nag-aalay ng pinaka-pambihirang kaso sa aming karanasan....Walang pisikal na pagkasira ang nakita sa kanyang katawan kahit na dalawampung araw pagkatapos ng kanyang kamatayan....Walang palatandaan ng amag ang nakita sa kanyang balat at walang nakitang panunuyo ang nangyari sa mga tisyu ng katawan. Itong kalagayang ganap na preserbasyon ng isang katawan ay, sa lawak ng aming kaalaman mula sa talaan ng punerarya, ay walang katulad....Sa panahon ng pagtanggap sa katawan ni Yogananda, ang mga empleado ng punerarya ay inasahang mapuna, sa takip na salamin ng ataul, ang karaniwang progresibong tanda ng pagkabulok ng katawan. Ang aming pagkamangha ay nadagdagan habang bawat araw na nagdaraan ay walang nakikitang pagbabago sa katawang binabantayan. Ang katawan ni Yogananda ay maliwanag na nasa pambihirang kalagayan na walang pagbabago...

"Walang amoy ng pagkabulok ang nagmula sa kanyang katawan kahit anong oras....Ang pisikal na anyo ni Yogananda noong Marso 27, bago ilapat ang tansong takip ng ataul sa tamang kalagayan, ay tulad noong Marso 7. Ang kanyang anyo noong Marso 27, ay kasing sariwa at walang pinsalang pagkabulok at kung papaano ang anyo na katulad ng kanyang mukha sa gabi ng kanyang kamatayan. Noong Marso 27 walang dahilan upang sabihin na ang kanyang katawan ay nakaranas ng nakikitang pisikal na pagkasira. Para sa mga dahilang ito, ipinapahayag naming muli na ang kaso ni ParamahansaYogananda ay pambihira at kakaiba sa aming karanasan."

SELYONG PAGGUNITA

Noong 1977, sa ika-dalawampu't-limang anibersaryo ng *mahasa-madhi* ni ParamahansaYogananda, inilabas ng Pamahalaan ng India itong selyo ng paggunita bilang parangal sa kanya. Kasama ng selyo, ang pamahalaan ay naglathala ng isang naglalarawang polyeto, na ang isang bahagi ay naglalaman ng sumusunod:

> Ang tamang pagmamahal sa Diyos at paglilingkod sa sang-katauhan ay nakatagpo ng ganap na pahayag sa buhay ni Parama-hansa Yogananda....Kahit na ang pangunahing bahagi ng kanyang buhay ay ginugol sa labas ng India, Siya ay kasama pa rin ng ating dakilang mga banal. Ang kanyang gawain ay patuloy na lumalago at lalong nagniningning na mas maliwanag, umaakit sa mga tao sa lahat ng dako sa landas ng banal na paglalakbay ng Espiritu.

KARAGDAGANG MGA PAGKUKUNAN NG PAGTUTURO NG KRIYA YOGA NI PARAMAHANSA YOGANANDA

Ang Self-Realization Fellowship ay itinalaga upang malayang makatulong sa mga naghahanap sa buong mundo. Para sa kaalaman tungkol sa aming taunang sunud-sunod na pampublikong pagtuturo at mga klase, meditasyon at nagbibigay-siglang mga serbisyo sa aming mga templo at mga sentro sa buong mundo, isang talaan ng mga retreat at iba pang mga gawain, inaanyayahan namin kayong dalawin ang aming website o ang aming Pandaigdig na Punong Tanggapan.

www.yogananda-srf.org

Self-Realization Fellowship
3880 San Rafael Avenue
Los Angeles, CA 90065
(323)225-2471

MGA ARALIN NG
SELF-REALIZATION FELLOWSHIP

Mga patnubay at tagubilin para sa mga mag-aaral mula kay Paramahansa Yogananda sa mga pagtuturo ng meditasyong yoga at mga prinsipyo ng pamumuhay espirituwal.

Kapag naramdaman mong napapalapit ka sa mga katotohanang espirituwal na inilarawan sa *Sariling Talambuhay ng Isang Yogi*, ikaw ay inaanyayahan naming magpatala sa mga aralin ng *Self-Realization Fellowship*, na maaring makuha sa English, Spanish at German.

Sinimulan ni Paramahansa Yogananda itong seryeng araling-pambahay upang ipagkaloob sa mga tapat na naghahanap sa Diyos ng pagkakataong malaman at magsanay sa mga pamamaraan ng sinaunang meditasyong yoga na naipahayag sa aklat na ito ---kasama ang siyensiya ng *Kriya Yoga*. Ang mga Lessons ay ipinakikita din ang kanyang praktikal na patnubay upang makamit ang balanseng kapakanang pisikal, pangkaisipan at espirituwal.

Ang mga *Self-Realization Fellowship Lessons* ay maaring makuha sa mababang halaga (upang matugunan ang paglilimbag at pagpapadala). Lahat ng estudyante ay binibigyan ng walang bayad na personal na patnubay sa kanilang pagsasanay ng mga monghe at madre ng Self-Realization Fellowship.

Para sa karagdagang kaalaman...

Ang mga kumpletong detalye tungkol sa *Self-Realization Fellowship Lessons* ay kasama sa walang bayad na libritong *Undreamed-of Possibilities* (maaring makuha sa English, Spanish at German). Upang makatanggap ng isang kopya ng libritong ito at ang application form, maaring bisitahin ang aming website o makipag-ugnayan sa aming Pandaigdig na Punong Tanggapan.

MGA AKLAT SA ENGLISH NI PARAMAHANSA YOGANANDA

Maaring makuha sa mga tindahan ng aklat
o tuwiran mula sa tagapaglathala:
Self-Realization Fellowship
3880 San Rafael Avenue • Los Angeles, California 90065-3219
Tel (323) 225-2471 • Fax (323) 225-5088
www.yogananda-srf.org

Autobiography of a Yogi

The Second Coming of Christ: The Resurrection of the Christ Within You
Isang komentaryong paghahayag sa orihinal na mga pagtuturo ni Hesus

God Talks With Arjuna: The Bhagavad Gita
Isang bagong pagsasalin at komentaryo

Man's Eternal Quest
Unang Aklat ng mga pagtuturo at impormal na pananalita ni Paramahansa Yogananda

The Divine Romance
Ikalawang aklat ng mga pagtuturo, mga impormal na pananalita at mga sanaysay ni Paramahansa Yogananda

Journey to Self-Realization
Ikatlong aklat ng mga pagtuturo at impormal na pananalita ni Paramahansa Yogananda

Wine of the Mystic: The Rubaiyat of Omar Khayyam— A Spiritual Interpretation
Isang inspiradong komentaryong nagbibigay liwanag sa mistikong siyensiya ng pakikipag-isa sa Diyos na nakatago sa mahiwagang imahinasyon ng Rubaiyat.

Where There is Light: Insight and Inspiration for Meeting Life's Challenges

Whispers from Eternity
Isang koleksiyon ng mga panalangin at mga dibinong karanasan habang nasa mataas na antas ng meditasyon si Paramahansa Yogananda

The Science of Religion

The Yoga of the Bhagavad Gita: An Introduction to India's Universal Science of God Realization

The Yoga of Jesus: Understanding the Hidden Teachings of the Gospels

In the Sanctuary of the Soul: A Guide to Effective Prayer

Inner Peace: How to be Calmly Active and Actively Calm

To Be Victorious in Life

Why God Permits Evil and How to Rise Above It

Living Fearlessly: Bringing Out Your Inner Soul Strength

How You Can Talk With God

Metaphysical Meditations
Mahigit sa 300 mga meditasyong nagpapaangat espirituwal, mga panalangin at pagpapahayag

Scientific Healing Affirmations
Ipinakikita dito ni Paramahansa Yogananda ang isang malalim na paliwanag sa siyensiya ng pagpapahayag.

Sayings of Paramahansa Yogananda
Isang pinagtipong mga kasabihan at matalinong pagpapayo ni Paramahansa Yogananda na naghahatid ng walang-kinikilingan at mapagmahal na mga tugon sa mga lumalapit sa kanya para humingi ng patnubay.

Songs of the Soul
Mistikong mga tula ni Paramahansa Yogananda

The Law of Success
Ipinaliliwanag ang mga mabisang prinsipyo upang makamit ang mga minimithi ng tao sa buhay.

Cosmic Chants
Mga titik sa (English) at musika sa 60 mga awiting pangdebosyon na may pagpapakilalang paliwanag kung papaanong ang espirituwal na pag-awit ay maaring magdala sa pakikiisa sa Diyos.

MGA PAGTATALANG AUDIO NI PARAMAHANSA YOGANANDA

Beholding the One in All
The Great Light of God
Songs of My Heart
To Make Heaven on Earth
Removing All Sorrow and Suffering
Follow the Path of Christ, Krishna, and the Masters
Awake in the Cosmic Dream
Be a Smile Millionaire
One Life Versus Reincarnation
In the Glory of the Spirit
Self-Realization: The Inner and the Outer Path

IBA PANG MGA PAGLALATHALA MULA SA SELF-REALIZATION FELLOWSHIP

Isang kumpletong katalogong naglalarawan ng lahat ng mga inilathala ng Self-Realization Fellowship Publications at mga audio/video recordings ay maaring makuha sa bawat kahilingan

The Holy Science ni *Swami Sri Yukteswar*

Only Love: Living the Spiritual Life in a Changing World ni *Sri Daya Mata*

Finding the Joy Within You: Personal Counsel for God-Centered Living ni *Sri Daya Mata*

God Alone: The Life and Letters of a Saint ni *Sri Gyanamata*

"Mejda": The Family and Early Life of Paramahansa Yogananda ni *Sananda Lal Ghosh*

Self-Realization *(isang minsan-sa-tatlong-buwang magasin na sinimulan ni Paramahansa Yogananda noong taong 1925)*

ANG HANAY NG MGA GURU

Si Mahavatar Babaji ay ang Pinakamataas na Guru sa hanay ng mga maestrong Indian na umako ng tungkulin para sa kapakanang espirituwal ng lahat ng kasapi ng Self-Realization Fellowship at Yogoda Satsanga Society ng India na matapat na nagsasanay ng *Kriya Yoga.* "Ako ay mananatiling may katawang tao sa mundo," siya ay nangako, "hanggang sa kasalukuyang siklo ng daigdig." (Tingnan ang mga kabanata 33 at 37.)

Noong taong 1920, sinabi ni Mahavatar Babaji kay Paramahansa Yogananda: "Ikaw ang aking napili upang palaganapin ang mensahe ng *Kriya Yoga* sa Kanluran... Ang siyentipikong paraan ng pagkaunawa sa Diyos sa wakas ay kakalat sa lahat ng lupa, at tutulong sa pagkakaisa ng mga bansa sa pamamagitan ng lagpas sa pansariling unawa ng tao sa Walang Hanggang Ama."

Ang kahulugan ng *Mahavatar* ay "Dakilang Pagkabuhay-Muli" o "Dibinong Pagkabuhay-Muli"; Ang kahulugan ng *Yogavatar* ay "Pagkabuhay-Muli Ng Yoga"; ang kahulugan ng *Jnanavatar* ay "Pagkabuhay-Muli Ng Karunungan."

Ang kahulugan ng *Premavatar* ay "Pagkabuhay-Muli Ng Pag-ibig"—isang titulong iginawad kay Paramahansa Yogananda noong 1953 ng kanyang dakilang disipulo, si Rajarsi Janakananda (James J. Lynn). (Tingnan ang ph. 290 n.)

PONETIKANG SUSI SA PAGBIBIGKAS NG MGA PANGALANG SANSKRIT

Sa ponetikang mga halimbawa sa sumusunod, na halos kapantay ng Sanskrit, ang *uh* ay tandang *a* na binibigkas tulad sa *sofa;* ang *ah* ay tandang *a* tulad ng *father.* Ang mga titik nanakapaloob sa panaklong (uh) (i) ay bahagya lamang binibigkas.

BHAGAVAN KRISHNA

Katulad ng tunog: Bhuh-guh-vahn Krs(i)sh-nuh
Ang tunog v ay pagitan ng isang v at isang *w.*

MAHAVATAR BABAJI

Katulad ng tunog: Muh-hah-vuh-tahr Bah-bah-jee

YOGAVATAR LAHIRI MAHASAYA
Katulad ng tunog: Yog-ah-vah-tahr Lah-hi (tulad ng *his*)-ree
Muh-hah-shy (uh)

JNANAVATAR SWAMI SRI YUKTESWAR
Katulad ng tunog: Gyahn-ah-vuh-tahr Swah-mee Shree
Yook-taysh-wurh

PREMAVATAR PARAMAHANSA YOGANANDA
Katulad ng tunog: Praym-ah-vuh-tahr Puh-ruh-m(uh)-hung-
s(uh) Yog-ah-nun-d(uh)

Ang *han* sa Paramahansa ay isang galing sa ilong na tunog, na
halos kapareho ng English nasalitang *hung*, na may marahang
galing sa ilong na *n* at walang tunog na *g*.

MGA LAYUNIN AT HUWARAN
NG
SELF-REALIZATION FELLOWSHIP

Bilang Pahayag Ni Paramahansa Yogananda, Nagtatag
Sri Mrinalini Mata, Pangulo

Upang palaganapin sa mga bansa ang kaalaman ng tiyak na siyentipikong mga paraan para makamtan ang tuwirang pansariling karanasan sa Diyos.

Upang ituro na ang pakay ng buhay ay ang ebolusyon, sa pamamagitan ng sariling sikap, mula sa kamalayang may kamatayang hangganan patungo sa Kamalayan sa Diyos; at upang makamit ito ay makapagtatag ng mga templo ng Self-Realization Fellowship para sa pakikipag-isa sa Diyos sa buong mundo, at upang magbigay ng lakas-loob sa pagtatatag ng pansariling templo ng Diyos sa mga tahanan at sa mga puso ng tao.

Upang ibunyag ang ganap na pagkakasundo at pangunahing pagkakaisa ng orihinal na Kristiyanismo ayon sa itinuro ni Hesu Kristo at ang orihinal na yoga na itinuro ni Bhagavan Krishna, at upang ipakita na itong mga prinsipyo ng katotohanan ay ang mga karaniwang siyentipikong pundasyon ng lahat na mga tunay na relihiyon.

Upang ituro ang isang dibinong mabilis na daan kung saan lahat ng landas ng mga tunay na relihiyosong paniniwala ay doon magwawakas: ang mabilis na landas ng araw-araw, siyentipikong, pang-debosyong meditasyon sa Diyos.

Upang palayain ang tao mula sa kanyang tatlong-tiklop na paghihirap: pisikal na karamdaman, di-magkaugmang kaisipan at espirituwal na kamangmangan.

Upang pasiglahin ang "simpleng pamumuhay at mataas na kaisipan"; at upang palawakin ang isang espiritu ng kapatiran sa lahat ng mga tao sa pamamagitan ng pagtuturo ng walang hanggang batayan ng kanilang pagkakaisa: ang pagiging anak ng Diyos.

Upang ipamalas ang kapangyarihan ng isip sa katawan,at ng kaluluwa sa isip.

Upang masupil ang kasamaan sa pamamagitan ng kabutihan, pighati sa pamamagitan ng tuwa, kalupitan sa pamamagitan ng kabaitan, at kamangmangan sa pamamagitan ng karunungan.

Upang pag-isahin ang siyensiya at relihiyon sa tulong ng pagkaunawa ng pagkakaisa ng kanilang batayang mga prinsipyo.

Upang tangkilikin ang kultural at espirituwal na unawaan sa pagitan ng Silangan at Kanluran, at ang pagpapalitan ng kanilang pinakamagandang namumukod na mga katangian.

Upang paglingkuran ang sangkatauhan bilang mas malaking Sarili.

www.ingramcontent.com/pod-product-compliance
Lightning Source LLC
Chambersburg PA
CBHW062036230825
31566CB00011B/426